AF765872

ചങ്ങമ്പുഴ:
ജീവിതവും കലാപവും

Nadakkavu, Kozhikode, Kerala, 673011
www.insightpublica.com
e-mail: insightpublica@gmail.com
Changampuzha:
Jeevithavum Kalaapavum
Author: **P. M. Shukkoor**
(Malayalam)
First Insight Edition: February 2024

Printed and Published by
InsightinPublica Printers & Publishers Pvt. Ltd.
ISBN: 978-93-5517-522-9
₹470

ചങ്ങമ്പുഴ:
ജീവിതവും കലാപവും

പി. എം. ഷുക്കൂർ

INSIGHT PUBLICA

എറണാകുളം ജില്ലയിലെ മൂവാറ്റുപുഴയിൽ ജനനം.

ഉമ്മ: ഖദീജ, ബാപ്പ: മീരാൻ.

ഒരു സങ്കീർത്തനം പോലെ ദൈവത്തിന്റെ കള്ളൊപ്പ്, സേതു എഴുത്ത്, വായന, ജീവിതം(എഡിറ്റർ), സേതു; എഴുത്ത്, വായന, ജീവിതം, അഭിമുഖം. ഇപ്പോൾ മൂവാറ്റുപുഴയിൽ കച്ചവടം നടത്തുന്നു.

ഭാര്യ; ഷാജിദ, മക്കൾ: മുഹമ്മദ് സൈദാൻ, മറിയം ഖദീജ, മുഹമ്മദ് സമീൻ, ഫസീല സൈദാൻ.

പി. എം. ഷുക്കൂർ

ഈ പുസ്തകത്തിന് വേണ്ടത്ര വിവരങ്ങൾ നൽകിയ ചങ്ങമ്പുഴ പ്രഭാകരൻ, എഴുതുവാനവസരം തന്ന ഷാജിദ, (കെ.ആർ. & ആർ.കെ. പ്രൈവറ്റ് ലിമിറ്റഡ്) കമ്പനി ചെയർപേഴ്സൺ, പിന്നെ ഈ പുസ്തകം തന്നെ പലയിടങ്ങളിലും തീരെ പരിഗണിക്കാതിരുന്നവർക്കും പരിഗണിച്ചവർക്കും.

സസ്നേഹം

വി. കെ. ശ്രീരാമൻ, ഗീത ശ്രീരാമൻ, മനോഹരൻ വി. പേരകം, പ്രഭ നാരായണ പിള്ള, പി. എൻ. ഗോപീകൃഷ്ണൻ, രേഖ കെ., സുബീഷ് മാനാറി, ജിതേഷ് ആസാദ്, ബിജോയ് ചന്ദ്രൻ, നസീർ അലിയാർ പ്ലാമൂട്ടിൽ, നാസർ പി. എ., പോൾ വർഗീസ്.

ഉള്ളടക്കം

ചങ്ങമ്പുഴയുടെ ഒരു പഴയകാല ഫോട്ടോ
(കടപ്പാട്: ചങ്ങമ്പുഴ പ്രഭാകരൻ)

അദ്ധ്യായം ഒന്ന്

പച്ചയ്ക്ക് കത്തിയ ഒറ്റമരം

കവിയാകുവാൻ വേണ്ടി ജനിച്ച ചങ്ങമ്പുഴയുടെ ജീവിതം അനിശ്ചിതവും അപരിചിതവും അരാജകവുമായ വഴികളിലേയ്ക്ക് അപ്രതീക്ഷിതമായി അഴിഞ്ഞഴിഞ്ഞു പോവുകയായിരുന്നു. അത് കണ്ടു നിൽക്കാൻ മാത്രമേ വൈകാരിക പ്രവാഹ ക്ഷണികോന്മുഖതയിൽ അഭിരമിച്ചു കഴിഞ്ഞ കവിക്കു കഴിയുമായിരുന്നുള്ളൂ. തകർന്നുതാഴുന്ന ഒറ്റയാനായ കപ്പിത്താനെപ്പോലെയായിരുന്നു ചങ്ങമ്പുഴ. ചങ്ങമ്പുഴയെ കുറിച്ചെഴുതുവാനാലോചിക്കുമ്പോൾ പലവിധത്തിലുള്ള പ്രശ്നങ്ങളുണ്ട്. ആ കവിതകളുടെ കാലഘട്ടത്തിലെ രചനാരീതിയിൽ നിന്ന് സമകാല കവിതകളിലേയ്ക്കു നോക്കുമ്പോഴാണ്; താരതമ്യം ചെയ്യാൻ മുതിരുമ്പോഴാണ്, നാം നേരിടുന്ന പ്രശ്നങ്ങളുടെ ആഴവും സങ്കീർണതയും വ്യക്തമാവുക. അത്രയൊന്നും വിദൂരമല്ലാത്ത ആധുനിക കവിതയിൽ നിന്നുപോലും വല്ലാത്തൊരു വ്യതിയാനം സൃഷ്ടിച്ച ഇന്നത്തെ കവിത അതിന്റേതു മാത്രമായൊരു ഭാഷാവ്യവസ്ഥയും ശൈലിയും കൈവരിച്ചുകഴിഞ്ഞു. മലയാള കവിത വളരുകതന്നെയാണ്. അതിൽ തർക്കത്തിനിടം പോലുമില്ല. സാങ്കേതികമായ വൻകുതിപ്പുകൾ ഉത്പാദിപ്പിക്കുന്ന ഭീമൻ കലയൊലികൾ കവിതയിലും പ്രതിഭാവനയെ ഉണർത്തിയില്ലെങ്കിലേ അത്ഭുതത്തിനവകാശമുള്ളൂ. ജീവനുള്ള സമൂഹത്തിന്റെ ഉയിരടയാളമാണ്, അതിന്റെ ഭാവമാറ്റമാണ് കവിത. അതുകൊണ്ടുതന്നെ കവിത എക്കാലത്തും എവിടെയും ശക്തമായിരുന്നു. (മണിപ്രവാളകാലം തത്ക്കാലം ഒഴിച്ചുനിർത്തുകയാണ്). ഭാവപരമായും പ്രമേയപരമായും ഭാഷാപരമായും ആളിക്കത്തിയ ഒരു പ്രതിഭാസമായിരുന്നു ചങ്ങമ്പുഴക്കവിത.

രമണൻ ചങ്ങമ്പുഴയ്ക്ക് എന്തായിരുന്നു എന്ന ചോദ്യത്തേക്കാൾ പരിഗണനയർഹിക്കുന്നൊരു കാര്യം കവിയുടെ ജീവിതകാലവുമായി ബന്ധപ്പെടുത്തി ആ കവിതയെ വായിക്കുക എന്നതാണ്.

വിശദമായവായനയല്ല, പലരും പലപാട് പറഞ്ഞത്, വിമർശിച്ചത്. കൂടാതെ രമണൻ എങ്ങനെവായിക്കരുത്(ബാലചന്ദ്രൻ വടക്കേടത്ത്) എന്നപേരിലൊരു പുസ്തകം കാണുവാനുമിടയായി. ജീർണ്ണകാൽപ്പനീകതയുടെ മുഖമായി ഈ കവിതയെ അവതരിപ്പിച്ചവരും ഉണ്ട്. അതെന്തായാലും, രമണനെ സംബന്ധിച്ചേടത്തോളം തരളചിത്തരായ കാമുകർക്ക് ഇന്നും വായിക്കുവാനും തന്റെ പ്രണയിക്ക് കൊടുക്കുവാൻ ചിലവരികളെങ്കിലും കവിതയിൽ നിന്നെടുക്കാമെന്നതുമാത്രമല്ല രമണൻ ഒരു കലാപമായിരുന്നു, അതെഴുതപ്പെട്ട കാലത്ത്. പ്രണയം നിഷിദ്ധമായൊരു സമൂഹത്തിൽ/വർഗ്ഗങ്ങൾക്കിടയിലഴിച്ചുവിടപ്പെട്ട കൊടുങ്കാറ്റായിരുന്നു ആ രചന.

പണ്ഡിതരുടെയോ ഇതര എഴുത്തുകാരുടെയോ വംശപരമ്പരയുടെ പൂർവ്വഭാരങ്ങളില്ലാതെ ഒരു സാധാരണ കുടുംബത്തിൽ ദരിദ്രമായചുറ്റുപാടുകളിൽ വളർന്ന ഒരു വ്യക്തി ഒരു ഘട്ടത്തിൽ മലയാളകവിതയുടെ നിധിയും നിർവ്വചനവും പ്രതിനിധാനവും പിൽക്കാല കവിതാലോകത്തേക്കുള്ള വിധിയുമായി പരിണമിച്ചു എന്നുപറഞ്ഞാൽ അതൊരു സത്യം മാത്രം. വള്ളത്തോളും, ഉള്ളൂരും, ശങ്കരക്കുറുപ്പും, വൈലോപ്പിള്ളി ശ്രീധരമേനോനും, കുഞ്ഞിരാമൻ നായരും ജീവിച്ചിരുന്ന അതേ പ്രതാപകാലത്താണ് ശരിക്കുമൊരു ചക്രവാതച്ചുഴിപോലെ ചങ്ങമ്പുഴക്കവിതരൂപം കൊള്ളുന്നതും പതിയെ പതിയെ തന്റെ സമകാലികർക്കുപോലും കലിപ്പുണ്ടാക്കും വിധം ആ കവിതകൾ മലയാളത്തിൽ വീശിയടിക്കുന്നതും. അതിനൊരൊറ്റ കാരണമേയുള്ളു പ്രധാനമായി അത് ചങ്ങമ്പുഴയുടെ ജീവിതമാണ്. ജീവിത പരിതോവസ്ഥകളും അതിലെ കേവല മഹാവ്യഥകളും മാത്രമല്ല നിസ്സാരമായ പ്രശ്നങ്ങൾ പോലും ഒരു ജീനിയസിനു മാത്രം കഴിയുന്ന വിധത്തിലാണ് കവിതയിൽ അദ്ദേഹം ഉൾക്കൊണ്ടത്. യഥാർത്ഥത്തിൽ അമ്പരന്നുപോയത് വരേണ്യവർഗമാണ്. പണ്ഡിതവരേണ്യ സവർണർ. അതിനുകാരണം പ്രചണ്ഡമായി പ്രവഹിച്ച ഇടമുറിയാത്ത ആ വാക്ധാര ആയിരുന്നു. ഒരു പക്ഷെ ചങ്ങമ്പുഴ പേന കടലാസിൽ സ്പർശിക്കുമ്പോഴേക്കുമുള്ള ഈ ധാരാളിത്തത്തെ എങ്ങനെ അഭിമുഖീകരിച്ചു എന്നന്വേഷിക്കുന്നത് ഏറെ കൗതുകകരമായിരിക്കും. നിരൂപകരിലേറെയും ചങ്ങമ്പുഴയെ പ്രശംസിക്കുമ്പോൾ ലളിതകോമളപദാവലിയെ കുറിച്ച് ഏറെ പറഞ്ഞിട്ടുണ്ട്.പക്ഷെ ഒരു വ്യക്തി ഈ വാക്പ്രവാഹത്തെ അത് സംഭവിക്കുമ്പോഴുള്ള നിമിഷങ്ങളിൽ അനുഭവിച്ചത് ആനന്ദമോ വേദനയോ പിടച്ചിലോ മൂർച്ഛയോ എന്ന് തിരക്കിയിട്ടില്ല. അവർക്കതിന്റെ ആവശ്യം തോന്നിയിട്ടുണ്ടെന്ന് തോന്നുന്നില്ല. പക്ഷെ ആ നിമിഷം എഴുത്തുകാരൻ അനുഭവിച്ചിരിക്കാവുന്ന

വ്യഥാജടിലത എത്രമാത്രം ഉൾപ്പിരിവുകളാർന്നതായിരിക്കും. ഒരു പക്ഷെ വെളിപാടുപോലെ പൊട്ടിവിഴുന്ന പദങ്ങളുടെ ശിലാരൂപങ്ങൾ ആത്മാവിലേൽപ്പിച്ച ഇമ്പമോ മുറിവുകളോ ഏതെല്ലാം തരത്തിലുള്ള സൈഡ് ഇഫെക്റ്റുകളാകും ഉണ്ടാക്കിയിരിക്കുക? ചങ്ങമ്പുഴയെ സംബന്ധിച്ചേടത്തോളം പലപ്പോഴും വാക്പ്രവാഹത്തിന്റെ ധാരാളിത്തം അഥവാ അബോധാത്മകമായ നിർവ്വഹണം ചിലപ്പോൾ കവിതയുടെ രൂപഭാവങ്ങൾക്ക് ഹാനികരമായി പരിണമിച്ചതിന്റെ സാക്ഷ്യങ്ങൾ കവിതകളിൽ പലയിടങ്ങളിലും കാണാൻ സാധിക്കും. അതുപോലെ തന്നെയാണ് ആവർത്തനങ്ങളും. പക്ഷെ ചങ്ങമ്പുഴയെ ലളിതകോമളപദാവലികളുടെ കാമുകനും പ്രണയകവിതകളുടെ, നിസ്സാരമായ പ്രണയത്തിന്റെ ഉദ്ഘോഷകനുമായി അടയാളപ്പെടുത്തുക എന്നത് ക്ഷന്തവ്യമല്ലാത്ത മഹാപാപമാണ്. ചങ്ങമ്പുഴയിൽ പ്രണയം പല തലങ്ങളിൽ ആവിഷ്കരിക്കപ്പെടുന്നുണ്ട്. വൈവിധ്യമായ പ്രതലങ്ങളിൽ സാധാരണ പ്രണയവും കാമുകീകാമുക സല്ലാപങ്ങളും ശാരീരികവേഴ്ച്ച പോലും സംഭവിക്കുന്നുണ്ടെങ്കിലും, പരിശുദ്ധ പ്രണയം, മാംസദാഹമില്ലാത്ത പ്രണയം, ആത്മീയതയോട്, അനന്തമായൊരു ശക്തിയോടുള്ള പ്രണയവും ചോദ്യങ്ങളും പരിഭവങ്ങളുമെല്ലാമായി മാറുന്നത് ഒരുവായനക്കാരന് പിടിച്ചെടുക്കാൻ കഴിയാത്ത രീതിയിലാണ് എഴുതപ്പെട്ടത്.

'രമണൻ'പോലുള്ള ഇരുപത്തിയൊന്നാം വയസ്സിലെ സാഹസികമായ പരീക്ഷണങ്ങൾ, നിരന്തരമായ അന്വേഷണങ്ങൾ, പുത്തൻ ആശയങ്ങളോടും അവതരണരീതികളോടുമുള്ള ആഭിമുഖ്യം ഇവ മലയാളത്തിൽ മറ്റൊരു കവിക്കും അവകാശപ്പെടാനാകാത്ത വിധം ചങ്ങമ്പുഴയിൽ വേരുപടർത്തിയിരുന്നു. പിൽക്കാല കവിതാലോകത്തെ പരുവപ്പെടുത്തുന്നതിലും ഈ കവി, അവഗണിക്കുവാൻ കഴിയാത്ത രീതിയിൽ സ്വയം അടയാളീകരിക്കുകയും ചെയ്തു. മലയാള സാഹിത്യത്തിൽ തന്നെ കവിതയ്ക്കുവേണ്ടി ജീവിച്ച, കവിത തന്നെ ജീവിതമാക്കിയ പോരാളിയായ ഒരു കവി ചങ്ങമ്പുഴയാണ്. വൈവിധ്യം നിറഞ്ഞ വസ്ത്രധാരണവും ആഡംബരവും മാത്രമല്ല ചുട്ടിത്തോർത്തു ധരിച്ച പ്രച്ഛന്നതയുടെ, സ്വയം പരിഹാസ്യതയുടെയും സാമൂഹിക വരേണ്യതയ്ക്കെതിരെയുള്ള ഔദ്ധത്യം വേരോടിയ പരിഹാസവും പകയും ചങ്ങമ്പുഴ വച്ചുപുലർത്തിയിരുന്നു. അപ്പോഴും അദ്ദേഹം തുറന്ന പ്രകൃതക്കാരനും സാധാരണമനുഷ്യനുമായിരുന്നു. മനഃപൂർവ്വമുള്ള മനുഷ്യത്വവിരുദ്ധത അദ്ദേഹത്തിലുണ്ടായിരുന്നതുമില്ല.

ചങ്ങമ്പുഴക്കവിത അതിന്റെ ഹ്രസ്വകാല നിർമ്മിതി വേളയിലാണെങ്കിലും ഒരേപദാവലികളും (ലളിതകോമളപദം, പ്രേമം) എന്നിവയിൽ

മാത്രം ചുറ്റിപ്പടരുകയായിരുന്നില്ല. സ്വയം നവീകരണത്തിൽ ഹരം കണ്ടെത്തിയ ഈ കവിയുടെ എഴുത്തിൽ സംഭവിച്ച പരിണാമം സ്പന്ദിക്കുന്ന അസ്ഥിമാടത്തിനുമുൻപേ 'ഉന്മാദത്തിന്റെ ഓടക്കുഴൽ'എന്ന ദൈർഘ്യം കുറഞ്ഞ കവിതയിൽ തന്നെ കാണുവാൻ സാധിക്കും. പ്രണയം, പ്രണയി, സാമൂഹികവരേണ്യതയുമായുള്ള ഏറ്റുമുട്ടൽ, പ്രണയം നിഷിദ്ധമാക്കപ്പെട്ട സുദായഘടന, എന്നിങ്ങനെയുള്ള നിരവധി ഘടകങ്ങളെ ഒരനുഭവത്തിനു നേരെ നിർത്തി പരിശോധിക്കുന്ന രമണൻ പ്രണയിയുടെ; കർതൃത്വത്തെ വ്യക്തമായി നിർവ്വചിക്കുന്നുണ്ട്. പ്രണയകഥയിലെ പ്രധാന കഥാപാത്രം ആരായാലും (ഇടപ്പിള്ളിരാഘവൻ പിള്ളയായിരുന്നല്ലോ അന്നത്തെ നായകൻ) പ്രണയി ഇവിടെ "നിസ്സ്വല"നാണ്. അതായത് പ്രണയിയായിരിക്കുന്ന ആ സാഹസികത, അങ്ങനെ ആയിരിക്കുന്ന അവസ്ഥയെ തിരിച്ചറിയുവാൻ പാകത്തിൽ ഉയരങ്ങൾ താണ്ടിയവരല്ല, എന്നാൽ ആഖ്യാതാവിനെ സംബന്ധിച്ച് നേരിന്റെ നേരിയ വെള്ളിവെളിച്ചത്തിൽ പ്രണയി ദേവദൂതനാകുന്നു. കവിയും സമൂഹവും തമ്മിലുള്ള അടിസ്ഥാനപരമായ കാഴ്ച്ചാവ്യതിരിക്തത. സമുദായം പ്രണയിയുമായി സംഘർഷത്തിൽപ്പെടുകയാണ്. അനാഥമായ ഒരു തെരുവുജീവിയായി അഥവാ പുറമ്പോക്കായി നിസ്സ്വനായ പ്രണയിയെ നോക്കി കാണുന്ന സമുദായവും ദേവദൂതനായി രൂപപ്പെടുന്ന ഔന്നത്യവും അതാണ് സംസ്കാരികമായ പ്രണയക്കാഴ്ച്ച. അതേപോലെ പ്രണയം ഒരാളെ നിസ്സ്വലനും ദേവദൂതനുമാക്കുമ്പോൾ കവി പ്രണയത്തെ സ്വാതന്ത്ര്യം കൂടിയായി വ്യാഖ്യാനിക്കുന്നു, സ്വാതന്ത്ര്യമുള്ളയിടത്താണ് പ്രണയി നിസ്സ്വലനായി പരിവേഷം ചെയ്യപ്പെടുന്നത്. സാധാരണ സമുദായകാഴ്ച്ചയെ പ്രകോപിപ്പിക്കുന്ന ഇത്തരമൊരു കാഴ്ച്ചപ്പാട് ഒരു പക്ഷെ പ്രണയത്തോടുള്ള കവിയുടെ കാഴ്ച്ചയിലെ വ്യത്യസ്തതയെ കൂടുതൽ തെളിമയുറ്റതാക്കുന്നുന്നു.

'സ്പന്ദിക്കുന്ന അസ്ഥിമാടത്തി'ലാകട്ടെ പ്രണയം മരണാനന്തരവും സംവദിക്കുന്ന ഉദാത്തമായ വൈകാരികഭാവമായി നിലകൊള്ളുകയും ജീവിതത്തിന്റെ പരമസത്യമായി പരിണമിക്കുകയും ചെയ്യുന്നു. പ്രണയത്തിന്റെ സജീവമുഹൂർത്തങ്ങൾ ജീവിതത്തിന്റെ ക്ഷണികതയ്ക്കപ്പുറം, ശാരീരിക സാന്നിധ്യത്തിനപ്പുറത്തേക്ക് അനശ്വരതയുടെ സ്പന്ദരാഗമാകുന്നത് മലയാളസാഹിത്യത്തിൽ ചങ്ങമ്പുഴയിൽ മാത്രമാണ്. അഥവാ തന്റെ ആദ്യകാല കവിതകളിൽ നിന്നുള്ള ഭാഷാപരമായ കുതിപ്പമാത്രമല്ല ഈ കവിതയിൽ രൂഢമാകുന്നത്, വൈകാരികതയുടെ അങ്ങേയറ്റത്തെ നിർവ്വചനീയമല്ലാത്തതും എന്നാൽ നിലനിൽക്കുന്നതുമായ ഒന്നായി പ്രണയം അടയാളപ്പെടുത്തപ്പെടുന്നു. സാഹിത്യത്തിൽ

ഇത്രയും ഉന്നതമായൊരു പ്രണയസങ്കൽപ്പം മറ്റൊരുകവിയും ഇത്ര തീവ്രതയോടെ പവിത്രീകരിച്ചിട്ടില്ല. ചങ്ങമ്പുഴയുടെ വൈവിധ്യം നിറഞ്ഞ പ്രണയ പാട്ടുകളെ കുറിച്ച് മുകളിൽ പറഞ്ഞുവല്ലൊ, സ്പന്ദിക്കുന്ന അസ്ഥി മാടത്തിൽ നിന്നുയരുന്ന ദേവി എന്ന രണ്ടക്ഷരം മറ്റു പ്രണയങ്ങളിൽ നിന്ന് തികച്ചും വേറിട്ട ഒന്നായി ചാപല്ല്യങ്ങൾക്കും മാധുര്യത്തിനും കയ്പിനും അതീതമായി സാക്ഷാത്ക്കരിക്കപ്പെടുന്നു. ചങ്ങമ്പുഴയെ പ്രേമഗായകനെന്നും ഗന്ധർവ്വനെന്നുമൊക്കെ വിശേഷിപ്പിക്കുന്നുണ്ടെങ്കിലും അതുമാത്രമായിരുന്നില്ല, അല്ലെങ്കിൽ അതിലേയ്ക്ക് ചുരുങ്ങുന്നതായിരുന്നില്ല അദ്ദേഹത്തിന്റെ കവിതാപ്രപഞ്ചം. സ്പന്ദിക്കുന്ന അസ്ഥിമാടം എന്ന സമാഹാരത്തിലെ വ്യത്യസ്തവും എന്നാൽ അധിനിവേശത്തിനെതിരെയുള്ള പ്രതിഷേധം കൂടിയാകുന്ന 'തെങ്ങുകളുടെ വിഡ്ഢിത്തം' എന്ന രചന. വാസ്ക്കോഡ ഗാമ വരുന്നതും അയാളെ കേരളം ആതിഥ്യത്തോടെയും ആദരവോടെയും സ്വീകരിക്കുന്നതും മാത്രമല്ല അധിനിവേശകർ അമരത്തും ജനത പട്ടിണിക്കോലങ്ങളുമായി അധഃപതിക്കുന്നതും തെങ്ങുകളുടെ ആത്മഗതത്തിലാണ് ഇവിടെ ആവിഷ്കൃതമായിട്ടുള്ളത്. വാചാലത തീണ്ടാതെ, കേരളീയതയുടെ അടയാളമായ തെങ്ങുകളിലൂടെ ഒരു ജനതയുടെ തന്നെ മനോഭാവം വ്യക്തമാക്കുന്നു ഈ കവിത. യുദ്ധവും അതോടൊപ്പം തന്നെ മുതലാളിത്തലോകം പിറവി കൊള്ളുന്നതും ഒരു ജനതയെന്നാൽ ദാരിദ്ര്യത്തിന്റെ പ്രതിനിധാനമാകുന്നതിന്റെയും ചിത്രങ്ങൾ 'ഒരുപുലപ്പെണ്ണിന്റെ പാട്ടിലും' 'പട്ടിണിക്കാർ'ക്കുവേണ്ടിയിലും രോഷം കൊള്ളുന്ന അതേ പേരിലുള്ള കവിതയിലും തിളച്ചുപൊന്തുന്നതും കാണാം. ചങ്ങമ്പുഴ ഏതോ കാലത്തെ പ്രണയകവിതയെഴുതിയ സ്വപ്നജീവിയല്ലായിരുന്നുവെന്നും തന്റെ ചുറ്റുപാടുകളിൽ സംഭവിക്കുന്ന അവസ്ഥാന്തരങ്ങളെ കുറിച്ച് ബോധ്യമുണ്ടായിരുന്ന, സഹജീവികളുടെ ദുരിതവും വേദനകളും തൊട്ടറിഞ്ഞ കവികൂടിയുമായിരുന്നു അദ്ദേഹം. അതല്ലാതെ ചങ്ങമ്പുഴക്കവിതകളെ ഉപരിതലസ്പർശിയും പ്രണയവും മാത്രമായി കണ്ട് മുൻപേപോയവരുടെ അതേ പാട്ട് പാരഡിചെയ്ത് പുളകം കൊള്ളാതെ പ്രവിശാലമായ പ്രാപിഞ്ചീകതയുടെ ജൈവീകതയിലേയ്ക്ക് സൂക്ഷ്മമായി കടന്നുചെല്ലുകയാണ് ആ കവിതകളെ വിശകലനം ചെയ്യാനുള്ള ഒരേ ഒരുവഴി, അങ്ങനെ പഠിക്കപ്പെടാതെ അർത്ഥശൂന്യമായ ആഘോഷാചാരങ്ങളിൽ ചങ്ങമ്പുഴയെ ഒതുക്കിക്കളയുകയായിരുന്നു നാളിതുവരെ പണ്ഡിതനാട്യക്കാർ ചെയ്തുപോന്നത്. അതേപോലെ വാഴക്കുല മാത്രമല്ല ദലിത് വിഭാഗങ്ങളുടെ ജീവിത പ്രാരാബ്ധങ്ങളും ദാരിദ്ര്യവും തന്റെ രചനാലോകത്തടയാളപ്പെടുത്തുന്നതിൽ അദ്ദേഹം ബദ്ധശ്രദ്ധനായിരുന്നു എന്നതിന് "ഞാനെന്തു

ചെയ്യട്ടെ തമ്പുരാനേ.." എന്നു തുടങ്ങുന്ന പത്തുവരികളും "അഗതികൾ ഞങ്ങൾതൻ ശോകഭാര-.."മെന്ന ശീർഷകമില്ലാത്ത കവിതയിലും തെളിഞ്ഞുകാണാം. ചങ്ങമ്പുഴയുടെയും കുമാരനാശാന്റെയും ദലിതരോടുള്ള മനോഭാവവും അവരുടെ ദാരിദ്ര്യവും മഹാവ്യഥകളും അവരിൽ സൃഷ്ടിച്ച പ്രതികരണങ്ങളും ശക്തമായി ബോധ്യപ്പെടുത്തുന്ന കവിതകളാണ് വാഴക്കുലയും ദുരവസ്ഥയും. ആശാൻ ആശയഗംഭീരനെന്ന വിശേഷണത്തിന്റെ ആവർത്തന ദുരന്തമായി സവർണമനസ്ഥിതിയിലും മലബാർ ലഹളയെ കുറിച്ചുള്ള കേട്ടുകേൾവിയിലും അദ്ദേഹമെഴുതി ത്തുലച്ചു കളഞ്ഞ ദുരവസ്ഥയിൽ കീഴാളവിഭാഗത്തിന്റെ പ്രതിനിധാനമായ ചാത്തന്റെ കൂരയിൽ വന്നുപെട്ട സാവിത്രീ അന്തർജ്ജനം സാങ്കേതീകാർത്ഥത്തിൽ പുലയി ആയി മാറുന്നത് തന്റെ മുൻപിൽ മറ്റൊരു രക്ഷാമാർഗ്ഗവുമില്ലാതെ വരുമ്പോഴാണ്. ചാത്തന്റെ കൂരയെ അന്ധകൂപം എന്നാണ് സാവിത്രി വിശേഷിപ്പിക്കുന്നത്. എന്നിട്ടും ഗുരുതരമായ ജാതീയതയുടെ, ഉച്ചനീചത്വങ്ങളുടെ, കട്ടുത്തുടികൾ നമ്മുടെ സവർണനിരൂപകരോ അല്ലാത്തവരോ കണ്ടെത്തിയില്ല. (വിശദവിവരങ്ങൾക്ക്: കാവ്യകല കുമാരനാശനിലൂടെ-വി.കെ. ബാലകൃഷ്ണൻ എന്ന പുസ്തകം നോക്കുക). അതേസമയം ചങ്ങമ്പുഴയുടെ വാഴക്കുലയോ? ജീവിതത്തിന്റെ ചൂടും, ചൂരും, വിയർപ്പും, മോഹങ്ങളും, ദാരിദ്ര്യവും ഉൾച്ചേർന്ന് പുഷ്ടിപ്പെട്ടതാണ് വാഴക്കുല. വാചാലത തീരെയില്ലാത്ത ഈ കവിത തമ്പുരാന് വാഴക്കുല കൊടുക്കുന്നിടത്താണ്, നാട്ടുവാഴിത്ത ചൂഷണവ്യവസ്ഥയുടെ നാട്ടുകുറ്റിക്ക് കാറ്റുപിടിച്ചുതുടങ്ങുന്നത്. ആശാന്റെ കാവ്യലോകത്തെ അവമതിക്കുവാനല്ല, മറിച്ച് നവോത്ഥാനത്തിന്റെ കൊടിയേറ്റമായി ആഘോഷിച്ച ഒരു കവിതയുടെ ദുരന്താവസ്ഥയും കൃത്രിമത്വവും ചൂണ്ടിക്കാണിക്കുവാനാണ് ശ്രമിച്ചിട്ടുള്ളത്. നവോത്ഥാന ആശയങ്ങളെപ്പോലും സവർണമൂല്യങ്ങൾ കൊള്ളചെയ്തതിന്റെ ഉദാഹരണരൂപമാണ് ദുരവസ്ഥ എന്നു പറയുവാൻ കൂടിയാണ് ഇക്കാര്യം പറഞ്ഞത്.

നിരാശയുടെ നിത്യതയിലേയ്ക്ക് തന്റെ എഴുത്തുകളെ തഴപ്പിച്ചു നിർത്തിയ കവിയായിരുന്നുവോ ചങ്ങമ്പുഴ? ആയിരുന്നില്ലെന്നുമാത്രമല്ല, അത്തരം കുഴപ്പം പിടിച്ച നിലപാടുകളെ മാറ്റത്തിന്റെ ഉത്സവച്ഛായയിലേക്ക് പരിവർത്തിപ്പിക്കുകൂടി ചെയ്യുന്ന കവിയെ തെളിച്ചുകാട്ടിത്തരുന്ന 'വികാസം വികാസം' എന്നകവിത നോക്കൂ. പാരമ്പര്യത്തിന്റെ വമ്പുകൾ, ഭൂതകാല പ്രതാപങ്ങൾ, ഇവയത്രയും വെറും ആചാരങ്ങളും അവയിൽ ആഭിചാരംചെയ്യപ്പെട്ട ജനതയും, ആചാരങ്ങളാകട്ടെ, "പാരമ്പര്യത്തിന്റെ പരമോച്ച നിലകളാകട്ടെ" മാറാല വന്നുമൂടി

ഇരുൾത്തലപ്പുകൾ നീട്ടി പ്രകാശത്തിന്റെ തരികളെ ഛേദിച്ചു കളഞ്ഞു എന്ന് കവി പറയുന്നു. വികാസംകൊള്ളുന്ന ലോകത്തിന്റെ, പരിഷ്കാരങ്ങളുടെ അപാരതകളിലേക്ക് കുതികൊള്ളേണ്ടുന്ന ആവേശങ്ങളെ സംസ്ഥാപിച്ചെടുക്കേണ്ടതിനെ കുറിച്ച് സൂചിപ്പിക്കുന്നുണ്ട് കവി'. വികാസത്തിന്റെ; പുരോയാനത്തിന്റെ വെള്ളിവെളിച്ചം കാണാതെപോയ താൻ ക്ഷണികപ്രലോഭനങ്ങളുടെ തടവിൽപ്പെട്ട കാലത്തെ ദൂരേക്കു നിർത്തിക്കൊണ്ട് വികാസത്തിന്റെ വിത്തുകൾ വിതറുന്നതിനെ കുറിച്ചും, പിന്നീടത് വളർന്ന്, തിട്ടുക്കങ്ങളിലൂടെ മനുഷ്യജീവിതത്തിന്റെ മൃത്യുന്മേഷങ്ങൾക്കപ്പുറത്തേക്ക് പടർന്നൊഴുകുന്നതും സ്വന്തം നിഴലഴകളുടെ മഹാദുരിതവലയങ്ങളിൽ നിന്ന് മാറ്റിനിർത്തുകയും സ്വന്തം സത്താവിശേഷത്തെയും വികാസത്തെളിച്ചത്തിരികൾ മുന്നോട്ടു നയിക്കുന്നതിനായ് കാത്തുനിൽക്കുന്ന കവിയുടെ രൂപം, അതിൽ ചിരസ്ഥിരതയെന്ന് തോന്നിപ്പിക്കാവുന്ന വിധം തന്നെക്കൂടി ഉൾപ്പെടുത്തേണമേ എന്ന് പ്രാർത്ഥിക്കുക കൂടിചെയ്യുന്നു. ഇവിടെ കവി എന്ന വ്യക്തിയേക്കാൾ മുന്നിട്ടുനിൽക്കുന്നത് മാമൂലുകളൊടുള്ള അന്ധപ്രണയത്തിൽ പെട്ടുപോയൊരു പൊതുസമൂഹമാണ്. വികാസം കൊള്ളുന്ന ലോകത്തെ, വികസനത്തെ സർവ്വോന്മുഖതയോടെ സ്വീകരിക്കുവാനുള്ള ആഹ്വാനം കൂടി മുഴക്കുന്നുണ്ട്. പിന്നീട് നാം വായിക്കുന്ന 'വെളിച്ചത്തിലേയ്ക്ക്' എന്ന എഴുത്ത് വേഗങ്ങളെ ത്വരിതപ്പെടുത്തുന്നത് സ്വയം പരിവർത്തിതനാകുവാനും പൊതുസമൂഹം പരിവർത്തിക്കപ്പെടേണ്ടതിന്റെ ആവശ്യകതയെ കുറിച്ചും പറയുന്നത് സ്വർലോക പ്രകാശത്തിന്റെ കടന്നുവരവ് പ്രതീക്ഷിക്കുന്ന കവിയിലേക്കാണ്. ശൂന്യതയുടെയും ദുഃഖസംഗീതത്തിന്റെയും വിഷാദത്തിന്റെയും തമോനിലങ്ങളെ ഹർഷനിമിഷങ്ങളിൽ രൂപപ്പെടുത്തുവാനായ് കവി കാത്തിരിക്കുന്നത് ഇതുവരെ തെളിച്ചപറയാത്ത പ്രകാശധാരയെയാണ്. അതാകട്ടെ അത്ഭുതകരമായ പ്രതീക്ഷാനാളങ്ങളെപ്പോലെ ഉത്ക്കടമായ നിരാശകളെ നിലംപരിശാക്കുന്നു. അങ്ങനെയുള്ളൊരു പ്രകാശം; ഒരു പക്ഷെ ആന്തരികതയിലെ ബോധത്തെളിച്ചമാകാം ആത്മാവിനെ ശുദ്ധമാക്കുന്ന ആത്മീയജ്വാലയാകാം ഇതാണ് കവി കാത്തിരിക്കുന്നത്. ഇക്കാര്യങ്ങൾ കവിയെ/വ്യക്തിയെ സവിശേഷമായ ആനന്ദത്തിലേയ്ക്ക് ആനയിക്കുന്നു. ചങ്ങമ്പുഴക്കവിതകളിൽ ആവർത്തിച്ചു വരുന്ന പദപ്രയോഗമാണ് ആനന്ദദേവതയ്ക്കു വേണ്ടിയുള്ള കാത്തിരിപ്പ്. ഉൾത്തപങ്ങളെയും അസംതൃപ്തികളെയും അടർത്തി, ജീവിതത്തെ മുന്നോട്ടു ചലിപ്പിക്കുവാൻ തക്കശേഷിയുള്ള എന്തോ ഒന്നിനെ കാത്തിരിക്കുന്ന നിരാശാഭരിതനായ ഒരാളെ ചങ്ങമ്പുഴക്കവിതകളിൽ ഒളിഞ്ഞും തെളിഞ്ഞും കാണാം. ചങ്ങമ്പുഴയെപ്പോലുള്ള

ഒരുകവിയുടെ ഉൾത്തടങ്ങളിൽ മിന്നിമറയുകയും ചിലപ്പോഴൊക്കെ പാർപ്പുറപ്പിക്കുകയും ചെയ്യുന്ന കെട്ടുപിണഞ്ഞാടിത്തിമിർക്കുന്ന അനേകം ഭാവങ്ങൾ, ചിന്തകളുടെയും ഭാവനയുടെയും ജീവിതത്തിന്റെയും വൈരുദ്ധ്യാന്മുഖതയെ ഉന്മാദപുരസ്സരം പുൽകിത്തുടിക്കുന്ന ഒരാളെ ഇതിൽ കാണാം. വിവരണാതീതമായ അന്തരമവസ്ഥകളിലെ സ്വാസ്ഥ്യം തേടലാണ് വെളിച്ചത്തിലേയ്ക്ക് എന്ന രൂപകം. 'വെളിച്ചത്തിലേക്ക്' എഴുതിയതിനുശേഷമാണോ മുൻപാണൊ എന്ന് തിരിച്ചറിയാൻ വയ്യാത്ത മറ്റൊരു കവിതയാണ് 'വെളിച്ചത്തിന്റെ മുമ്പിൽ.' തീരെ ചൈതന്യം കെട്ടൊരു ജീവിതസാഹചര്യത്തിന്റെ അതിജീവനത്തിനായ് ചങ്ങമ്പുഴ കണ്ടെത്തിയ ഒരു സാന്ത്വനസ്വരൂപമാണോ ഇവിടെ വെളിച്ചമെന്നത് വ്യക്തമല്ല. പക്ഷെ ആ വെളിച്ചത്തിനുമുമ്പിൽ നശ്വരതയുടെ ആടയാഭരണങ്ങളഴിഞ്ഞുപോകുന്നതും ദിഗംബരമുഹൂർത്തങ്ങൾ ആത്മാവിനെ വലയം ചെയ്യുകയും അങ്ങനെ മുന്നിലെ വെളിച്ചത്തിൽ;" നിന്നെയെന്നില്ല,മെന്നെ നിന്നില്ല--/മെന്നപോൽ ചേർന്നു കണ്ടു ഞാൻ!" അദ്വൈതാമല ഭാവസ്പന്ദിതവിദ്യുന്മേഖല" തന്നെയല്ലേ ഇത്? (മനസ്വിനി) അതവിടെയും തീരുന്നില്ല, "ആ പ്രകാശത്തിൽ നിന്നകന്നു നിന്നു പിന്നെയും നിന്നിൽ വീണു ലയിച്ചിദം/നില്പൊരുജ്ജ്വലബിന്ദുവല്ലി ഞാൻ/നിത്യതേജഃസമുദ്രമേ!" യഥാർത്ഥത്തിൽ ഇതാണ് ആ വെളിച്ചവും അതിന്റെ പൊരുളും. ആത്മീയോന്നമനത്തിന്റെ ഹിമവൽശൈലത്തിലെന്നതുപോലെ അടുത്തും അകന്നും പിന്നെ അപാരമായ വെളിച്ചസംഹിതയിൽ വിലയം പ്രാപിക്കുന്നു എന്നത് പ്രണയം തന്നെ, പക്ഷേ, അത് സ്ത്രൈണപുരുഷപ്രണയമല്ല അനാദിയായ ശക്തിവിശേഷത്തോടുള്ള പ്രണയമാണ്.

ആയിരത്തിതൊള്ളായിരത്തി മുപ്പത്തിയാറിൽ അദ്ദേഹമെഴുതിയ ആറുവരികളിതാ; "മർത്ത്യതയുടെ മായയ്ക്കപ്പുറം/നൃത്തമാടും സനാതനസത്യമേ! /വിശ്വമൊട്ടുക്കണച്ച തഴുകിടും/വിസ്മയാവഹന നിത്യസന്ദര്യമേ!/തുച്ഛമാകമീ മൺകുടിലിങ്കലും/തുഷ്ടിയാൽ നിൻവിളക്കു കൊളുത്തി നീ!" എപ്പൊഴോ കോറിയിട്ട വെറും ആറുവരികളിൽ മാത്രമായൊതുങ്ങുന്ന ഈ കവിത നോക്കൂ, അതിന്റെ പൂർണത മാത്രമല്ല. അതുൾക്കൊള്ളുന്ന ആശയത്തിന്റെ സനൃതന സൗന്ദര്യസങ്കൽപ്പം. സനാതനസത്യമെന്ന ആശയത്തെ നൃത്തമാടുന്നരൂപമായും(ശിവപാർവ്വതീനൃത്തശിൽപ്പം) ലോകത്തൊരിടത്തും ദർശനീയമല്ലാത്ത വിസ്മയ സൗഗന്ധിക സൗരഭ്യസമ്മോഹന രൂപമായും നിത്യസത്യമായും ആവിഷ്കരിച്ചിട്ടുള്ളതുനോക്കൂ. ഇതാണ് ചങ്ങമ്പുഴ. ഏതൊരനുഭവത്തെയും സ്വന്തമാക്കി എഴുതുന്ന മാന്ത്രികത. ആലോചിച്ചുനോക്കൂ സനാതനസത്യമെന്ന മൂല്യത്തെ

ചിരസ്ഥായിയാക്കി പ്രതിഷ്ഠിക്കുകമാത്രമല്ല, അത് ശില്പത്തിലേയ്ക്ക് മാറ്റുമ്പോൾ മനുഷ്യഭാവനയുടെ ചന്തങ്ങളും ചമയങ്ങളുമൊരുക്കി, നിതാന്ത, നിത്യതയായി വാക്കുകൾ കൊത്തി. നൃത്തമാടുന്ന(എന്നാൽ നിശ്ചലിതത്തെ സ്ഫുരിപ്പിക്കുന്ന ശിൽപ്പത്തെ)ചലിതമാക്കുന്ന വാക്കുകളുടെ ജീവൻ ചങ്ങമ്പുഴയിൽ കവിതയായി നൃത്തമാടുന്നു. ഒടുവിലെ വരികളിൽ സ്വയം തുച്ഛനെന്ന് വിശേഷിപ്പിക്കുന്നതിന് കവിയെ ക്ഷുബ്ധമാക്കുന്ന പാപബോധത്തിന്റെ അലയടിയുണ്ടായിരിക്കാം. അപ്പോഴും അത്ര പാപിയോ നിന്ദ്യനോ ആയ തന്റെയീ കുടിലിലും സത്യപ്രകാശമായി, അകംലോകത്തെ ഇരുളിനെ അകറ്റുന്ന ദീപമായി മാറുന്നു. ഈ വരികളെ സൗന്ദര്യാരാധകനായ കവിയുടെ പ്രണയോത്ക്കടതയായി വ്യാഖ്യാനിക്കാം. അതായത് സർവ്വസാധാരണമായ പ്രേമമെന്നു വിശേഷിപ്പിക്കാവുന്ന പ്രണയം. പക്ഷെ അതല്ല ഇവിടെ ആയിരിക്കുന്ന അവസ്ഥ എന്നു സൂചിപ്പിക്കുകയാണ് ഈ എഴുത്തിന്റെ ലക്ഷ്യം, മറ്റൊന്ന് ചങ്ങമ്പുഴയുടെ പ്രണയം പലതലങ്ങളെ ചൂഴ്ന്നുനിൽക്കുന്നുവെന്നതും പല സന്ദർഭങ്ങളിലും അത് പരമമായ സത്യത്തോടുള്ള പ്രണയമായും മാറുന്നു എന്നതും പ്രേമഗായകന് കൊടുക്കാവുന്ന; പാടിപ്പഴകാത്തൊരു കാര്യമാണ്.

ചങ്ങമ്പുഴ തന്റെ കവിതാരചനയുടെ ആദ്യപാദത്തിലെഴുതിയ 'മോഹിനി' അദ്ദേഹത്തിന്റെ ഭാവുകത്വനിയന്ത്രണത്തിന്റെ ആധാരബിന്ദുക്കളിൽ ഒന്നാണെന്നു പറയാം. അതായത് മോഹിനി പുറമേ നിന്നു നോക്കുന്നവർക്കോ വായനക്കാരനോ ഒരു വിചിത്രതയായി തോന്നിയേക്കാം. കാരണം അതൊരു പ്രണയ കഥയാണെങ്കിലും തന്റെ ഏറ്റവും പ്രിയയായ കാമിനിയെ അവളുടെ സൗന്ദര്യമൂർച്ഛയുടെ പാരമ്യത്തിൽ വച്ച് കാമുകൻ കുത്തിക്കൊല്ലുന്ന, ഇതിവൃത്തത്തിൽ രചിക്കപ്പെട്ടതാണ്. അയാൾക്ക് അവളോട് കടുത്തപ്രണയമാണ് പക്ഷെ ആ സൗന്ദര്യം അതിന്റെ ഉച്ചിയിൽ എരിഞ്ഞടങ്ങുമ്പോൾ, സൗന്ദര്യം കാലാതീതമായി നിലകൊള്ളും എന്നതാണ് സോമശേഖരനെന്ന കാമുകന്റെ മനോനില. അങ്ങനെയൊരു മനോനില വച്ചുപുലർത്തുന്നയാൾക്ക് താൻ ചെയ്യുന്നതോർത്ത് പശ്ചാത്താപമോ കുറ്റബോധമോ ഇല്ലെന്നുള്ളത് അയാളെ ഇങ്ങനെയൊരു കൃത്യത്തിന് പ്രേരിപ്പിക്കുന്നത്. "അത്യനഘമാമീ മുഹൂർത്തത്തി-/ലുത്തമേ,നീ മരിക്കണം/മാമകാശയം ക്രൂരമാണെങ്കി-/ലോമനേ,നീ പൊറുക്കണേ!..." എന്നതാണ് കാമുകന്റെ മനസ്സ് മന്ത്രിക്കുന്നത്. സൗന്ദര്യം അതിന്റെ അങ്ങേയറ്റത്തെ അവസ്ഥയിലായിരിക്കുമ്പോൾ അതിനെ ഹിംസിച്ചാൽ പിന്നീടുള്ള കാലം അതിനെ ബാധിക്കുകയില്ലെന്ന ചിന്തയാണ്, ഇവിടെ കാമുകിയെ വൃദ്ധയായി

കാണുവാനുള്ള കരുത്തില്ലായ്മയാണ്, യാഥാർത്ഥ്യത്തെ അതായി സ്വീകരിക്കുവാനുള്ള വിമുഖതയാണ് അയാളിൽ പ്രവർത്തിക്കുന്നത് അത് ക്രൂരമാണെങ്കിൽ പോലും. മാനസികമായ പാളിച്ചയോ പ്രത്യേകതരത്തിലുള്ള വിഭ്രാമകതകളോ അങ്ങനെ കൃത്യമായി വിശദീകരിക്കുവാൻ കഴിയാത്തതും എന്നാൽ സാഡിസമെന്ന് വിളിക്കാവുന്നതുമായൊരു ഭാവം ഇവിടെ നിർമ്മിക്കപ്പെടുന്നുണ്ട്.

ഈ കവിതയ്ക്ക് റോബർട്ട് ബ്രൗണിങ്ങിന്റെ 'പൊർഫീറിയായുടെ കാമുകൻ' എന്ന കവിതയുമായി ഗാഢബന്ധമുണ്ട്. മോഹിനിയുടെ മുഖവുരയിൽ ചങ്ങമ്പുഴ അത് തുറന്ന് സമ്മതിക്കുന്നതോടൊപ്പം അവ തമ്മിലുള്ള വ്യത്യാസങ്ങൾ വിശകലനം ചെയ്യുവാനും മുതിരുന്നുണ്ട്. മാത്രവുമല്ല മനുഷ്യമനസ്സിനെക്കുറിച്ച് സംഗ്രഹീതവും ആഴമേറിയതുമായൊരു പഠനം കൂടി അവിടെ നിർവ്വഹിച്ചിട്ടുമുണ്ട്. ഒരു കാര്യം കൂടി; ചങ്ങമ്പുഴ വെറുതെ കാടുംപടലും തല്ലുകയായിരുന്നില്ല, അറിയാവുന്നതോ അനുഭവിച്ചതോ ആയ പരമാർത്ഥങ്ങളാണ് അദ്ദേഹത്തിന്റെ ശക്തി. തിലോത്തമ, വത്സല, ദേവത, എന്നിങ്ങനെ വേറെയും മൂന്നു കവിതകൾ ചങ്ങമ്പുഴയുടെ വായനയുടേയും എഴുത്തിന്റേതുമായ ലോകം വിടർത്തി കാണിക്കുന്നു എന്നത് മറക്കരുതാത്തൊരു കാര്യമാണ്. അദ്ദേഹത്തിന്റെ രചനകൾ അവയുടെ പ്രത്യേകതകൾ അദ്ദേഹമെഴുതിയ ഗദ്യം/ പഠനം വായന ഇവയൊക്കെയുമായി പരിഗണിച്ചാൽ(വേറെയും എത്രയോ കാര്യങ്ങൾ) ആ മനുഷ്യൻ എത്രമാത്രം വിശ്രമിച്ചു കാണും എന്നതും കവിതയ്ക്കും അതേകുറിച്ചുള്ള പഠനത്തിനുമൊക്കെ നിസ്സാര ജീവിതകാലത്തിന്നിടയിൽ എന്തുമാത്രം സമയം നീക്കിവച്ചുകാണും എന്നതും വിസ്മയകരമാണ്. പിൽക്കാലത്തൊരു ചങ്ങമ്പുഴ(പ്രതിദ്ധ്വനി കവിയല്ല)അത്ര തീവ്രതയോടെ മലയാളത്തിൽ ഉണ്ടാകാതെ പോയതിനു കാരണമെന്തായിരിക്കും? ഈ തിരക്കുകൾക്കിടയിലാണ് ചങ്ങമ്പുഴ, നാടകങ്ങൾ വിവർത്തനം ചെയ്തത്. മോഹിനി എന്ന കവിത സമർപ്പിച്ചിട്ടുള്ളത് താൻ ജീവിതത്തിൽ അങ്ങേയറ്റം തീവ്രതയിൽ അഭിരമിച്ച പ്രണയത്തിലെ നായികയ്ക്കാണ്. തീവ്രപ്രണയത്തിന്റെ മറുവശം ഹിംസയാണ്, വെറുമൊരു പരമാർത്ഥവുമാണത്. മിത്രം, ഏറ്റവുമടുത്ത മിത്രം ശത്രുവാകുന്ന അതേ അവസ്ഥയുടെ മറ്റൊരു മുഖം. ചങ്ങമ്പുഴ ആന്തരികമായെങ്കിലും താൻ ദേവി എന്നുവിളിച്ച പ്രണയഭാജനത്തെ കൊല്ലുവാൻ ആഗ്രഹിച്ചിട്ടുണ്ടാകുമോ? അബോധാത്മകമായെങ്കിലും ഒരു ചിന്ത മിന്നൽപോലെ അദ്ദേഹത്തെ തന്നെ പൊള്ളിച്ചുകൊണ്ട് കടന്നുപോയിക്കാണില്ലേ? ഇതിന്റെയൊക്കെ തുടർച്ചപോലെയാണ് ചങ്ങമ്പുഴ അടിമുടി പാശ്ചാത്യസാഹിത്യത്തിന്റെ വക്താവായി മാറുന്നതും

അതിന്റെ ഭാവുകത്വപരമായ മാറ്റത്തെ ആഞ്ഞുപുൽകുന്നതും. പാശ്ചാത്യ സാഹിത്യവുമായുള്ള വിപുലമായ പരിചയം, ഒരൊറ്റവായനയിൽ തന്നെ വിഷയം ഗ്രഹിക്കുവാനും അത് ക്രിയേറ്റിവിറ്റിയായി പരിവർത്തിപ്പിക്കുവാനുമുള്ള പ്രതിഭ, ഇവ അദ്ദേഹത്തിനുണ്ടായിരുന്നു. ജീനിയസ് എന്നുവിളിക്കാവുന്ന ചങ്ങമ്പുഴ കൃഷ്ണപിള്ളയെ പക്ഷെ നാമെത്രമേൽ മനസ്സിലാക്കി എന്നുചോദിക്കാതെ വയ്യ. പാണ്ഡിത്യം മാത്രമല്ല 'പാടുന്ന പിശാച്,' 'പിശാചിന്റെ ഭക്തൻ,' 'കഞ്ചാവിന്റെ ചിറകുകളിൽ,' 'അപരാധികൾ' ഇങ്ങനെ പല കവിതകളിലായി ആധുനികതയുടെ നക്ഷത്രശോഭകൾ സർവ്വതും മറന്ന അരാജക ജീവിതത്തിൽ അദ്ദേഹമെഴുതിച്ചേർത്തു. ഏതെങ്കിലുമൊരു പ്രസ്ഥാനത്തിൽ ഒതുക്കാവുന്നതിലുമെത്രയോ അപ്പുറമാണ് ചങ്ങമ്പുഴ എന്ന കവിയും ഉദാരനായ മനുഷ്യസ്നേഹിയും. കവിതയ്ക്ക് വേണ്ടി ജീവിക്കുകയും പലപ്പോഴും പാശ്ചാത്യ സാഹിത്യകാരന്മാരിൽ അഭിനിവേശം കൊള്ളുകയും അവയിൽ ചിലത് കവിതയിലും ജീവിതത്തിലും അനുകരിക്കുകയും പലപ്പോഴും അപകടമാണെന്നറിഞ്ഞുകൊണ്ടു തന്നെ ഹാനികരമായതിൽ ഹർഷംകൊള്ളുകയും ചെയ്ത ചങ്ങമ്പുഴ കവിതയിൽ ആവർത്തിക്കപ്പെടാത്ത പ്രതിഭാസമാണ്. വെറും സാധാരണക്കാരൻ, പണ്ഡിതനല്ലാത്തൊരാൾ, സംസ്കൃതത്തിൽ വ്യുൽപ്പത്തി തെളിയിക്കാത്തൊരാൾ ദേവഗീത പരിഭാഷ ചെയ്തപ്പോഴും അന്നത്തെ സമൂഹത്തെയും കവിസമൂഹത്തെയും വിമർശിക്കുകയും(തുറന്നെഴുതുകയും പറയുകയും) ചെയ്ത കലാപകാരിയായ ചങ്ങമ്പുഴ, വായനക്ക് കമ്പം പിടിപ്പിക്കുന്ന കവിതകളിലേറെയും (രമണൻ ഇന്നത്തെ കാമുകന്മാർക്കും വായിക്കാം) ഇന്നും വിസ്മയമാണ്. കാരണം ചങ്ങമ്പുഴ ജീവിതമെഴുതുമ്പോൾ തന്നെ തത്വചിന്താത്മകമായ വരികളുമെഴുതി. മതത്തെ വിമർശിച്ചും നവോത്ഥാനത്തെ പ്രോത്സാഹിപ്പിച്ചും ക്ഷേത്രപ്രവേശന വിളംബരവും, നമ്പൂതിരി സ്ത്രീകളുടെ വേദനകളും രാജ്യം വിഭജിക്കപ്പെട്ടതിലെ അമർഷവും പ്രകടിപ്പിച്ച ചങ്ങമ്പുഴ നിമിഷങ്ങളിൽ മാത്രം ജീവിച്ച ആളല്ല, കവിയല്ല. ഒരു കവിയെന്ന നിലയിലുള്ള മാനസികസംത്രാസങ്ങൾ സംഘർഷങ്ങളും കുടുംബവും പലപല കാമുകിമാരും അങ്ങനെ അലട്ടലില്ലാതെ നീറിപ്പിടിക്കാതെ പോരാടാതെയൊരു ചങ്ങമ്പുഴ അസാധ്യമാണ്. ആ ചങ്ങമ്പുഴയാണ് ജീവിത വൈവിധ്യങ്ങളെ അഭിസംബോധന ചെയ്ത് സ്വയം കവിതയ്ക്ക് സമർപ്പിച്ച വിധിയുമായി പച്ചയ്ക്ക് കത്തിയ ഒറ്റമരം.

അദ്ധ്യായം രണ്ട്

വിഭ്രമയാനങ്ങൾ

"പ്രിയപ്പെട്ട കൊച്ചേ,

ഞാൻ കൃതഘ്നനാണ്. മനഃപൂർവ്വം ഞാൻ അങ്ങനെ ആയിത്തീരുന്നതല്ല. വിധി എന്നെ അങ്ങനെ ആക്കിത്തീർക്കുന്നതാണ്. യഥാർത്ഥത്തിൽ എനിക്കതിൽ പങ്കില്ല. അങ്ങനെ പലരുടെയും ദൃഷ്ടിയിൽ-എന്തിന് എന്റെ സ്വന്തം ബന്ധുക്കളുടെ പോലും ദൃഷ്ടിയിൽ-ഞാൻ ഒരു കൃതഘ്നനായിത്തീർന്നിരിക്കുന്നു. ഏറ്റവും അടുപ്പമുള്ളവർ സകലരും എന്നെ വെറുത്തു വരുന്നു. അവരുടെ കൂട്ടത്തിൽ ഇനി ഒരൊറ്റ ആൾ മാത്രമേ ബാക്കിയുള്ളൂ. അതു കൊച്ചാണ്. കൊച്ചും ഒരു മനുഷ്യനായതുകൊണ്ട് ഇതിനിടയിൽ എന്നെ വെറുത്തിരിക്കും എന്നാണ് എന്റെ വിശ്വാസം. അഥവാ അങ്ങനെയല്ലെങ്കിൽ ഞാൻ കാലുപിടിച്ചപേക്ഷിക്കുന്നു, അങ്ങനെ ചെയ്യൂ, എന്നെ വെറുക്കൂ എന്ന്. ഞാൻ അത്രമാത്രം അധമനാണ്. കൃതഘ്നനാണ്.

എനിക്ക് ജീവിതത്തിൽ ഒരു സുഖവുമില്ല. എങ്കിലും ഞാൻ ജീവിക്കുന്നു. സ്വയം മരിക്കാൻ ഇഷ്ടമില്ലാത്തതുകൊണ്ട് അങ്ങനെ ജീവിക്കുന്നു എന്നു മാത്രം. മരണം എന്നെ രക്ഷിക്കുമെന്നായിരുന്നു എന്റെ വിശ്വാസം. പക്ഷേ വിധി അതിനു സമ്മതിച്ചില്ല; മൃത്യുവക്ത്രത്തിൽ നിന്നും പ്രജ്ഞാരഹിതനായ എന്നെ വീണ്ടും മനസ്സുനീറ്റുന്ന ഈ പരുപരുത്ത പ്രപഞ്ചത്തിലേക്ക് വലിച്ചെറിഞ്ഞു. ഞാനിതാ ഇങ്ങനെ ജീവച്ഛവമായി ജീവിക്കുന്നു. സർവ്വരാലും വെറുക്കപ്പെട്ട ഈ ജീവിതത്തോട് ഞാൻ ഇതുവരെ മുഷിഞ്ഞിട്ടില്ല. എന്തിനു മുഷിയണം? ഇതെല്ലാം എന്റെ വിധിയാണ്.

എന്റെ സിരകൾ മുഴുവൻ വിഷാണുക്കളാണ്. എന്നിൽ കുടിയേറിപ്പാർക്കാത്ത രോഗങ്ങളില്ല. ശസ്ത്രക്രിയയുടെ ക്രൂരമായ കാരുണ്യത്തിനുപോലും എന്റെ ജീവിതവേദനയെ അവസാനിപ്പിക്കാൻ സാധിച്ചില്ല കൊച്ചേ. എന്നെ ആര് എന്തിനു സ്നേഹിക്കണം എന്ന് ഞാൻ സ്വയം

പലപ്പോഴും ചിന്തിക്കാറുണ്ട്. ഞാൻ ആരെയും സഹായിച്ചിട്ടില്ല; നിവൃത്തിയുള്ളിടത്തോളം ദ്വേഷിച്ചിട്ടേയുള്ളു; വഞ്ചിച്ചിട്ടേ ഉള്ളൂ. അങ്ങനെയുള്ള എന്റെ ഹൃദയം എങ്ങനെ പരിശുദ്ധമാണെന്നു പറയാൻ കഴിയും. ധർമ്മത്തിന്റെ വെളിച്ചത്തിൽക്കൂടി ഞാൻ എന്നെ പരിശോധിക്കുമ്പോൾ എനിക്ക് ബോധ്യപ്പെടുന്നു ഞാൻ ആരുടേയും സ്നേഹത്തിന് അർഹനല്ലെന്ന്. എല്ലാവരും എന്നെ വെറുക്കുന്നു. കൊച്ചും എന്നെ വെറുക്കൂ. അങ്ങനെ വെറുക്കപ്പെട്ട് സർവ്വരാലും കൈവെടിയപ്പെട്ട് ഏകാന്തമായ ഏതെങ്കിലും ഒരജ്ഞാത ദേശത്ത് ഒരു വൃക്ഷമൂലത്തിൽ ജീവരഹിതമായ എന്റെ മൃതപിണ്ഡം വീണടിയേണമേ എന്നു ഞാൻ സർവ്വേശ്വരനോട് പ്രാർത്ഥിക്കുന്നു. ഈ കത്തിൽ എഴുതുവാൻ എന്റെ മനസ്സ് ഇപ്പോഴും അനുമതിയേകാത്ത പല സംഗതികൾ എനിക്കു കൊച്ചിനെ അറിയിക്കാനുണ്ട്. അത് എന്നെങ്കിലും ഇനി നാം കാണുമ്പോൾ ആകാം. ഏതായാലും എനിക്ക് എന്നിൽത്തന്നെ വലിയ വെറുപ്പു തോന്നിത്തുടങ്ങി എന്നു മാത്രം കൊച്ച് ഇപ്പോൾ ധരിച്ചാൽ മതി.

എനിക്കൊരു മകളുണ്ട്- അജിത-നാലുമാസം പ്രായമായി. കരപ്പന്റെ സുഖക്കേട്. മൂത്തകുട്ടി ശ്രീകുമാരൻ- ഗ്രഹിണി പിടിപെട്ട് വല്ലാതെ വശം കെട്ടിരിക്കുന്നു. ഭാര്യക്കു വാതത്തിന്റെ കലശലായ ഉപദ്രവം. എനിക്ക് ഇല്ലാത്ത രോഗങ്ങളൊന്നുമില്ല; ഇവയ്ക്കെല്ലാം മകുടം വെയ്ക്കുന്ന അസുഖപ്രദമായ ഗാർഹികാന്തരീക്ഷം! എന്നിട്ടും ഞാൻ ജീവിക്കുന്നു കൊച്ചേ!

എട്ടുമാസം കഴിഞ്ഞു ഞാൻ കൊച്ചിനു കത്തയച്ചിട്ട്. ഇതിനിടയിൽ നാലഞ്ചു കത്തുകൾ ഞാൻ എഴുതി ചീന്തിക്കളഞ്ഞു. അയച്ചില്ല. കൊച്ചിന്റെ ഫോട്ടോ കിട്ടി. എന്നിട്ടും കത്തയച്ചില്ല. എന്തുകൊണ്ടോ ഒരു കത്തയയ്ക്കുവാനുള്ള മാനസികാന്തരീക്ഷം എനിക്കിതുവരെ കിട്ടിയിട്ടില്ല. ഇപ്പോഴും കിട്ടിയിട്ടല്ല ഈ കത്തയയ്ക്കുന്നത്. എഴുതുന്നുവെങ്കിലും ഈ കത്തും തപാലിൽ ഇടുമോ എന്നെനിക്കു നിശ്ചയമില്ല. തപാലിലിട്ടാൽ ഇതു കൊച്ചിന്റെ കൈയിൽ കിട്ടും. കൊച്ചിതു വായിക്കും. കൊച്ചിന്റെ മനോഭാവം അപ്പോൾ എന്തായിരിക്കുമെന്ന് എനിക്കറിഞ്ഞുകൂടാ. എനിക്കിപ്പോൾ ഒന്നും ഊഹിക്കുവാനുള്ള ശക്തിയില്ല. ഞാൻ ഒരു ചെറിയ ഭ്രാന്തനായിത്തീർന്നിട്ടുണ്ടോ എന്നാണ് സംശയം. എല്ലാം ഞാൻ വെറുത്തുതുടങ്ങി. എന്തിനെയെങ്കിലും ഞാൻ ഇപ്പോഴും ഇഷ്ടപ്പെടുന്നുണ്ടെങ്കിൽ അത് ലഹരിപദാർത്ഥങ്ങളെ മാത്രമാണ്. ഈയിടെ ഒട്ടുമിക്ക ദിവസവും ഞാൻ കുടിക്കാറുണ്ട്. എനിക്കു നശിക്കണം. അധഃപതനം!- അതെത്ര മാധുര്യമുള്ളതാണു കൊച്ചേ! പാപം! അതിനെന്തു കൗതുകമുണ്ടു കൊച്ചേ! എനിക്ക് അധഃപതിക്കണം! എനിക്ക് പാപിയാകണം! ഈ കത്തെഴുതുമ്പോൾ ഞാൻ കഞ്ചാവു വലിച്ച് ഇടയ്ക്ക് പുകവിടുന്നുണ്ട്.

നവംബർ 27-ാം തീയതി ശനിയാഴ്ച രാത്രി ഒരു കുപ്പി ബിയറും അരക്കുപ്പി റമ്മും കൂട്ടിക്കലർത്തി കഴിച്ച് ഇടപ്പള്ളിയിലെത്തി. വഴിയിൽ എട്ടുപത്തു പ്രാവശ്യം കാൽവേച്ചു മറിഞ്ഞുവീണു. 9 രൂപയും അതടക്കം ചെയ്തിരുന്ന സിഗരറ്റ് കേസും ആറു സിഗരറ്റുകളും 25 ബീഡിയും ഒരു തീപ്പെട്ടിയും എവിടെയോ പോയി. കടം കയറി കഴുത്തുവരെ ആയിട്ടുണ്ട്. ഇനിയും ഞാൻ കുടിക്കും. ഞാൻ 'ദേവത' എന്ന ലഘുകാവ്യം എഴുതി. അച്ചടി തുടങ്ങി. ക്ഷമിക്കണേ അതു കൊച്ചിനാണ് 'സമർപ്പണം' ചെയ്തിട്ടുള്ളത്. കഷ്ടം കൊച്ചേ, ഞാനെന്തിനീ ലോകത്തിൽ ജനിച്ചു. മരിച്ചു കഴിഞ്ഞാൽ പിന്നെയും നമുക്കൊരു ജീവിതമുണ്ടാകുമോ? നാം ഇവിടെ ചെയ്തിട്ടുള്ള കുറ്റങ്ങൾ മറ്റൊരു ലോകത്തിൽ ഏറ്റുപറയേണ്ടി വരുമോ?... മരണ മെന്നു കേൾക്കുമ്പോൾ കുറേ നാളായി എനിക്ക് വല്ലാത്ത ഒരു പേടി. ഈശ്വരൻ എന്നെ ശിക്ഷിക്കാതിരിക്കില്ല. എനിക്ക് നിശ്ചയമുണ്ട്.

നാട്ടുനീളെ തെണ്ടിനടന്ന് സർവ്വവും പരിത്യജിച്ച് അങ്ങനെ ഒരു ഭിക്ഷാം ദേഹിയായി അജ്ഞാതവും വിദൂരവുമായ ഒരു സ്ഥലത്തടിഞ്ഞ് മരിക്കുവാൻ എനിക്ക് വലിയ കൊതി. വീട്, സ്വജനങ്ങൾ, സ്നേഹം, മൈത്രി ഇതിനൊന്നും ഒരർത്ഥവുമില്ല കൊച്ചേ. എനിക്ക് പറയുവാനു ള്ളത് കൊച്ചിങ്ങോട്ട് മടങ്ങിവരേണ്ട എന്നാണ്. ഈ ലോകത്തിൽ നാം ഇരുവരും ഇനി കാണാതിരിക്കുക. അതിലും ഒരു രസമില്ലേ കൊച്ചേ? പരലോകത്തുവച്ച് നാം കണ്ടുമുട്ടുമ്പോൾ നമുക്കതെന്തൊരു പുതുമയാ യിരിക്കും. ഈശ്വരൻ എന്നെ ശിക്ഷിക്കുമ്പോൾ ശുപാർശ ചെയ്യാനായി വരുന്ന കൊച്ചിന്റെ പ്രേതരൂപം ഞാൻ ഇതാ നന്നായി കാണുന്നു. പ്രേതലോകം എന്നൊന്നുമുണ്ട് കൊച്ചേ. ഞാൻ അങ്ങനെ ദൃഢമായി വിശ്വസിക്കുന്നു. 'മനസ്സ്-കർമ്മം-വാക്ക്" ഇവ മൂന്നിലും ഒരുപോലെ പരിശുദ്ധിയുള്ളവർക്കേ മുക്തിയുള്ളൂ എന്ന് വേദങ്ങൾ ഘോഷിക്കുന്നു. എനിക്ക് ഇവയിൽ ഒന്നിലെങ്കിലും അല്പംപോലും ശുദ്ധിയുണ്ടായിരുന്നു വെങ്കിൽ ഞാൻ ആശ്വസിച്ചേനെ.

ഇന്നു ഞാൻ ഒന്നര കുപ്പി കള്ള് കുടിച്ചു. പുളിച്ചുനാറിയത്. എന്നിട്ടും അതിനെ ഞാൻ ഇഷ്ടപ്പെട്ടു.

എനിക്കു പേനയില്ല, മഷിയില്ല. അല്പം കറുത്ത മഷിയും കുറച്ചു ചുവന്ന മഷിയും കൂട്ടിക്കലർത്തി ഇങ്ങനെ എഴുതിയതാണ്. എന്റെ ഹൃദയത്തി ന്റെ ധാർഷ്ട്യവും കളങ്കവും കൂട്ടിക്കലർത്തിയ ഒരു കുഴമ്പാണിത്. അക്ഷര രൂപം പ്രാപിച്ച് വറ്റിയുണങ്ങിയ ഈ വിഷദ്രാവകം അനേക നാഴികദൂരം വിസ്തൃത സമുദ്രങ്ങളെ നീന്തിക്കടന്നെത്തുന്നു. എന്തിന്? ഏകാന്തവും ആനന്ദസുരഭിലവുമായ ഒരന്തരീക്ഷത്തെ മലിനപ്പെടുത്താൻ! അതെ കൊച്ചേ, അധമനായ, കൃതഘ്നനായ, നൃശംസനായ എന്നെ മറക്കൂ! അല്ലാത്തപക്ഷം വെറുക്കുകയെങ്കിലും ചെയ്യൂ.

ഇന്നു ഞാൻ കടപ്പുറത്തുപോയി. അസ്തമയം ആകർഷകമായിരുന്നു. പക്ഷേ എനിക്ക് ഒരു രസവും തോന്നിയില്ല. അവിടന്ന് വാങ്ങി അരക്കുപ്പി കുടിച്ചു. അങ്ങനെ ഇന്ന് രണ്ട് കഞ്ചാവ്, അണ ഒന്ന്. രാത്രി ഇരുട്ട് ഏകാന്തത സുഖം സുഖം... പക്ഷേ എനിക്ക് പേടി തോന്നുന്നു. ഞാനും മരിക്കുമല്ലോ-ഞാനും ഒരു പ്രേതമായിത്തീരുമല്ലോ. ഈശ്വരൻ എന്നെ ശിക്ഷിക്കുമോ?"

ചങ്ങമ്പുഴ, തന്റെ സഹപാഠിയും ആത്മമിത്രവുമായിരുന്ന പി.ഐ. ഇഗ്നേഷ്യസിനെഴുതിയ ഈ കത്തിൽ നാം മുഖാമുഖം കാണുന്നത് ഒരു ഗന്ധർവ്വ ഗായകനെയല്ല, തന്റെ വ്യക്തിത്വഘടനയിൽ നുരകുത്തുന്ന വേതാളവാസനകളെ പുറത്തേക്ക് പ്രവഹിപ്പിക്കുന്ന ഒരു അരാജകവാദിയെയാണ്. മറ്റൊരു വിധത്തിൽ പറഞ്ഞാൽ പാപിയുടെയും പശ്ചാത്താപവിവശന്റെയും സാമൂഹികവിരുദ്ധന്റെയും അഗ്നിമുദ്രകൾ സ്വത്വത്തിൽ അള്ളിപ്പിടിച്ചു കഴിഞ്ഞ ജീർണ്ണതയുടെ ഉദ്ഘോഷകനെയാണ്. തന്റെ ഹൃദയത്തിന്റെ ആഴങ്ങളിൽനിന്നും കുമിളകുത്തി പരന്ന് ജീവിതത്തിന്റെ ഉപരിതലത്തിലാകെ ആളിപ്പടർന്ന കൊടുങ്കാറ്റിന്റെ നടുവിൽ പ്രകമ്പിതമാകുന്ന കവിശരീരം.

ചങ്ങമ്പുഴയുടെ കാവ്യജീവിതത്തിൽ സവിശേഷമായൊരു സ്ഥാനം വഹിക്കുന്ന 'പാടുന്ന പിശാചിന്റെ' മാറ്റൊലികൾ 1943-ൽ എഴുതിയ ഈ കത്തിൽ മുഴങ്ങുന്നുണ്ട്. അങ്ങനെയാകുമ്പോൾ പോലും എടുത്തു പറയേണ്ടുന്ന ഒരു വസ്തുത കവി എഴുതിയിട്ടുള്ള മറ്റു കത്തുകളിലോ കവിതകളിലോ സുപ്രധാനമായ ഒരംശം എന്ന നിലയിൽ കടന്നുവരാറുള്ള ആദർശപ്രസംഗത്തിന്റെ കൗശലം കലർന്ന വാക്കുകൾ ഈ കത്തിനെ മലീമസപ്പെടുത്തിയിട്ടില്ല എന്നതാണ്. മാത്രവുമല്ല, സ്വന്തം ജീവിതത്തിന്റെ അശാന്തിപർവ്വങ്ങളെ വലംവച്ച് താൻ പലപ്പോഴും ആസക്തിയോടെ പുണർന്ന ഇരുളിടങ്ങളിൽ പൂത്ത വ്രണങ്ങളെ കുത്തിനോവിക്കുന്ന പ്രവണത, ചങ്ങമ്പുഴ എന്ന വ്യക്തിയെക്കവിഞ്ഞ് ഊർജ്ജസ്വലമായിരിക്കുന്നു എന്നതും ശ്രദ്ധേയമാണ്.

ബന്ധുക്കളുടെയും സുഹൃത്തുക്കളുടെയും സ്നേഹസാന്നിദ്ധ്യം സ്പന്ദിക്കുന്ന ലോകത്തുനിന്നും സ്വന്തം കർമ്മങ്ങൾകൊണ്ട് തിരസ്കൃതനായ കവി അതിന്റെ ഉത്തരവാദിത്തം വിധിയുടെ ചുമലിൽ കെട്ടിയേൽപ്പിച്ച് മദ്യത്തിന്റെയും കഞ്ചാവിന്റെയും ലഹരി വിടർത്തിയ നരകപടത്തിൽ നിന്നുകൊണ്ട് തന്റെ നടനങ്ങൾക്ക് ഭരതവാക്യം കുറിക്കുകയാണ്. രോഗങ്ങൾ അസ്വസ്ഥമാക്കിയ ഗൃഹാന്തരീക്ഷത്തിന്റെയും അലോസരപൂർണ്ണമായ ദാമ്പത്യത്തിന്റെയും നിരാശകളെ അതിജീവിക്കുവാൻ ഈ കവി തിരഞ്ഞെടുത്ത മാർഗ്ഗം സ്വയംഹത്യയുടേതാണ്; തന്റെ

രോഗബാധിതമായ ശരീരത്തെ ലഹരികളുടെ ആവാസവ്യവസ്ഥയ്ക്ക് ബലികൊടുക്കുക എന്നതാണ്; അറിഞ്ഞു കൊണ്ടുതന്നെ ഒരു എരിഞ്ഞടങ്ങൽ.

സിരകൾ മുഴുക്കെ രോഗാണുക്കൾ പുളയ്ക്കുന്നതിനെക്കുറിച്ച് ബോധവാനായ ഈ കവി രോഗം തന്റെ ക്ഷീണിതശരീരത്തിൽ മരണത്തെ പ്രതിഷ്ഠിക്കുന്നത് തിരിച്ചറിഞ്ഞിട്ടാകാം, അല്ലെങ്കിൽ കഴിഞ്ഞുപോയൊരു ഹ്രസ്വമായ ജീവിതകാലം ആത്മാവിന്റെ അപാരസ്ഥലികളിൽ മാരകമായ പ്രഹരങ്ങൾ ഏൽപ്പിക്കുന്നതിന്റെ പൊറുതികേടാകാം, കവി അജ്ഞാതമായ ഒരു ദേശത്ത് ഒരു വൃക്ഷമൂലത്തിൽ താൻ മരിച്ചു വീഴുന്നതിനെ ധ്യാനിക്കുന്നു. ഈ ധ്യാനം പിന്നീടുള്ള വരികളിൽ വിദൂരമായ ഒരു ദേശത്ത് മരിച്ചടിയുന്നതിലേക്ക് വേഷം മാറുകയാണ്. പക്ഷേ കവിക്ക് മരണമെന്നു കേൾക്കുമ്പോൾ പേടിയാണ്. ഇതാണ് ചങ്ങമ്പുഴ. അകംലോകത്തിന്റെ അരാജകവീഥികളിൽ വിഭിന്നാത്മകവും വൈരുദ്ധ്യവുമായ സ്വത്വങ്ങൾ കുടിയേറിപ്പാർക്കുമ്പോൾ അവയുടെ പിടിവലികളിൽപ്പെട്ട് അദ്ദേഹത്തിന്റെ അതിലോലമായ വൈകാരികലോകം ചിതറിത്തെറിക്കുന്നു. അതിന്റെ അനുരണനങ്ങളും ഈ കത്തിൽ നമുക്ക് വായിച്ചെടുക്കുവാൻ സാധിക്കും. അപ്പോഴാണ് കവി സംശയിക്കുന്നത് താൻ ഒരു ഭ്രാന്തനായിത്തീർന്നുവോ എന്ന്.

അധഃപതനത്തിന്റെ കൗതുകങ്ങളെക്കുറിച്ചും പാപത്തിന്റെ മാസ്മരികതയെക്കുറിച്ചും തന്റെ ആന്തരികലോകത്തിന്റെ നാശോന്മുഖതയെക്കുറിച്ചും വാചാലനാകുന്ന കവി നമ്മെ നടുക്കുവാനുള്ള നാടകീയത ഈ വരികളിൽച്ചേർത്തിട്ടുണ്ട്. പതനത്തിന്റെ ഭാരവും പാപത്തിലേക്കുള്ള പ്രലോഭനത്തിന്റെ ആകർഷണീയതയും ഇത്ര ഹൃദ്യമായി പാടിയ മറ്റൊരു കവിയുണ്ടോ മലയാളത്തിൽ? ഇങ്ങനെയുള്ള ഒരു ലോകത്തിൽനിന്നാണ് നിമിഷങ്ങളിൽ ജീവിച്ച് എരിഞ്ഞടങ്ങിയ ഈ കവി സ്വയം പാടുന്ന പിശാചായി പരികൽപ്പന ചെയ്തിട്ടും പാപത്തിന്റെ കാന്തവലയങ്ങളിൽ കഴുത്തറ്റം മുങ്ങുകയും നീന്തിമറിയുകയും ചെയ്തത്.

കവിയുടെ ആത്മസംഘർഷത്തിന്റെ കനലിടങ്ങളെ വിറപ്പിച്ച കാര്യത്തെക്കുറിച്ചും ഈ കത്തിൽ പരാമർശിക്കുന്നുണ്ട്; ഈ ലോകത്ത് നാം ചെയ്തു കൂട്ടിയ കുറ്റങ്ങൾക്ക് മറ്റൊരു ലോകത്തിൽ സമാധാനം പറയേണ്ടിവരുമോ? താൻ ചെയ്ത കൊടുംപാപങ്ങളുടെ പേരിൽ മരണാനന്തരം ഈശ്വരൻ തന്നെ ശിക്ഷിക്കാതിരിക്കില്ല എന്ന കാര്യത്തിൽ കവിക്ക് ദൃഢബോധ്യമുണ്ട്. പ്രേത ലോകത്തുനിന്നും മുക്തിനേടുവാൻ തക്കവണ്ണം തന്റെ കർമ്മങ്ങൾ കളങ്കമറ്റതായിരുന്നില്ല എന്നും അദ്ദേഹം ഏറ്റുപറയുന്നു. പലപ്പോഴും മരണത്തെ ഒരഭയസ്ഥാനമായിക്കണ്ട കവി,

ഒരു മരതകക്കാട്ടിൽ തനിക്ക് ശവശയ്യ ഒരുക്കൂ എന്നു പാടിയ കവി, പിൽക്കാലത്ത് ഈശ്വരനെ ചവിട്ടുവാൻ ആഹ്വാനം ചെയ്ത കവി, ചില ബോധ്യങ്ങളിലേക്കോ, തുറുകണ്ണുകളാൽ തന്നെ ഭീതിപ്പെടുത്തുന്ന ഭാവിയിലേക്കോ എടുത്തെറിയപ്പെടുകയാണ്. അങ്ങനെയാണ് കവി മരണത്തെ ഭീതിയോടെ സമീപിക്കുന്നത്.

മദ്യത്തോടുള്ള ആസക്തിമൂലം പുളിച്ചുനാറിയ കള്ള് മോന്തുന്ന കവി, ഇതിനോട് സമാനമായ മറ്റൊരു രംഗം തന്റെ *കളിത്തോഴി* എന്ന നോവലിൽ ആവിഷ്കരിച്ചിട്ടുണ്ട്. മാന്യനായ കഥാനായകൻ രവീന്ദ്രൻ, തെരുവിൽ പിച്ചയെടുത്തു ജീവിക്കുന്ന ദുർഗന്ധം വമിക്കുന്ന ഒരു സ്ത്രീശരീരത്തെ കാമാസക്തിമൂലം ബലാത്സംഗം ചെയ്യുന്നു. ജീർണ്ണിച്ചതാണെങ്കിലും ആ ലോകത്തോടുള്ള ചങ്ങമ്പുഴയുടെ സമീപനത്തെ വ്യക്തമാക്കുന്ന ഇത്തരം സാഹചര്യങ്ങൾ അദ്ദേഹത്തിന്റെ സങ്കീർണ്ണമായ മനോലോകത്തേക്കുള്ള ഒറ്റപ്പാളി വാതിലാണ്.

ആത്മാവിന്റെ മൂടുപടങ്ങൾ ഒന്നൊന്നായി ചീന്തിയെറിയുന്ന ഈ കത്തിൽ ക്ഷയോന്മുഖമായ ശിഥിലീകൃതമായ ഒരു വ്യക്തിത്വത്തെ നമുക്കു കണ്ടെത്തുവാൻ കഴിയും. താൻ എന്തിനീ ഭൂമിയിൽ പിറന്നു എന്ന മുനകൂർത്ത ഒരു ചോദ്യംകൊണ്ട് നിറയൊഴിക്കുന്ന ചങ്ങമ്പുഴയ്ക്കു ഒരുപക്ഷേ തന്റെ ജീവിതം ഒരു പാഴ്ക്കിനാവുപോലെയായിപ്പോയെന്ന് തോന്നിയിട്ടുണ്ടാകാം.

ഇതേ ചോദ്യത്തിന്റെ വിപുലീകൃതമായ രൂപം ഒരു കവിതയിൽ ഇങ്ങനെ കാണാം.

“ഞാനും വന്നു ജഗത്തി,ലെന്തിനെവിട്ടു

ന്നെങ്ങോട്ട്? കഷ്ടം വൃഥാ

ഞാനും വന്നു ജഗത്തിലെന്നു വരുമോ?

മജ്ജീവിതം ശൂന്യമോ?

ഗാനാലാപനലോലമാം ഹൃദയമേ

നീ നല്ലപോൽ നോക്കു, നീ

കാണും കാഴ്ച യഥാർത്ഥമോ കപടമോ

വിഭ്രാന്തിയോ മായയോ?”

ഒരു കാലഘട്ടത്തിൽ കവിഹൃദയത്തെ ഉലച്ചുകളഞ്ഞ ചോദ്യങ്ങളാണിവ. തന്റെ ജീവിതം ശൂന്യമായിത്തീർന്നു എന്ന തോന്നലായിരിക്കാം താൻ എന്തിനീ ലോകത്തിൽ പിറന്നു എന്ന, കത്തിലെ ചോദ്യത്തിന്റെ പ്രഭവസ്ഥാനം.

അദ്ധ്യായം മൂന്ന്

ദേവത

ചങ്ങമ്പുഴയുടെ മനോലോകം തീവ്രസംഘർഷങ്ങളുടെ തീനാളങ്ങളുതിർത്ത അതേ 1943-ൽ അദ്ദേഹം രചിച്ച ഒരേയൊരു കവിതയാണ് ദേവത. ഒന്നാമദ്ധ്യായത്തിൽ പരാമർശിച്ചിട്ടുള്ള കത്തിൽ സൂചിപ്പിച്ചിട്ടുള്ളതുപോലെ ഈ കവിത സമർപ്പിച്ചിട്ടുള്ളത് ഇഗ്നേഷ്യസിനാണ്.

സമൂഹം ചില വസ്തുതകൾക്കു നേരെ പുലർത്തുന്ന സമീപനത്തോട് കടുത്ത പ്രതിഷേധമുണ്ടായിരുന്ന ഒരു വ്യക്തിയുടെ അന്തർഗതങ്ങളായി 'ദേവത'യെ നമുക്കു വേണമെങ്കിൽ വായിക്കാം. പ്രലോഭനങ്ങളിൽ പെട്ട് സ്വന്തം ശരീരം ഒരുവന് കാഴ്ചവെച്ച് തിരസ്കൃതയായിത്തീർന്ന ഒരുവളാണ് ചങ്ങമ്പുഴയുടെ 'ദേവത'. വിലക്ഷണമായ സാമൂഹിക നീതിയുടെ ഇര. ആ ഒരു കഥാതന്തുവിലൂന്നിക്കൊണ്ട് ചൂഷണവും അസമത്വവും ദയാരാഹിത്യവും നിറഞ്ഞൊരു ലോകത്തെച്ചൊല്ലിയുള്ള ഉത്കണ്ഠകളാണ് കവിതയുടെ അന്തർധാര.

താൻ ജോലിചെയ്തിരുന്ന കമ്പനിയുടെ ഉടമയിൽനിന്നും ഗർഭിണിയായിത്തീർന്ന 'ദേവത'; പ്രസവാനന്തരം പക്ഷേ സ്വന്തം ഭവനത്തിൽ നിന്നും കുടിയിറക്കപ്പെടുകയാണ്. ആശ്രയമറ്റ അവൾ ഒടുവിലഭയം തേടുന്നതോ തെരുവിലും. തെരുവും ജീവിതത്തിന്റെ ഞരക്കങ്ങളും നിലവിളികളും അട്ടഹാസങ്ങളും ദൈന്യതയും കൂടിച്ചേർന്നൊരു ലോകം 'ദേവത'യെ സജീവമാക്കുന്നു.

ഒരുപക്ഷേ ഇന്ന്'ദേവത' വായിക്കുമ്പോൾ തെരുവിൽ ഉരുകിത്തീരുന്ന ബാല്യങ്ങളുടെ അനാഥത്വവും വിശപ്പുമുറ്റിയ ആർത്തിയും വ്രണങ്ങൾ പൊട്ടിയൊലിക്കുന്ന ശരീരങ്ങളും പീളകെട്ടിയ കണ്ണുകളും ആരിലെങ്കിലും സഹതാപമുണർത്തുമോ എന്ന കാര്യം സംശയമാണ്. എന്നാൽ നാല്പതുകളുടെ തുടക്കത്തിൽ ഇത് കേരളീയ പരിതോവസ്ഥയിൽ

ഭീകരമായൊരു പ്രതിസന്ധിയായിരുന്നു. അതു കൊണ്ടുതന്നെ 'ദേവത' ഒരു ചരിത്രമാനം കൂടി ഉൾക്കൊള്ളുന്നു.

നൊന്തുനീറുന്ന മനസ്സുമായി അവൾ തെരുവിൽ കഴിയുകയാണ്; സ്വന്തം പ്രാണനായ പിഞ്ചിളം പൈതലിനെയും അടുക്കിപ്പിടിച്ചുകൊണ്ട്. അവളെ തെരുവിന്റെ കുപ്പത്തൊട്ടിയിലേക്കു വലിച്ചെറിഞ്ഞവൻ മാളികയിൽ സസുഖം വാഴുന്നു. കീറിപ്പറിഞ്ഞ തെരുവിൽനിന്നും മറ്റൊന്നിലേക്ക് വിധിഹിതംപോലെ യാത്രയാകുന്ന അവൾ കുഞ്ഞിന്റെ ഭാവിയെക്കുറിച്ചുള്ള ഭീതിനിറഞ്ഞ വ്യഥയിൽ നിന്നും മറ്റൊരു ക്രൂരതയ്ക്ക് ഒരുങ്ങുകയാണ്:

"അക്കുഞ്ഞിക്കഴുത്തവൾ
കണ്ണടച്ചുകൊണ്ടുതാ
ഞെക്കുന്നു-ഞരങ്ങായ്ക
പിടയ്ക്കായ്കിളം കുഞ്ഞേ!
ഞൊടിനേരത്തേക്കുള്ള
വേദന മാത്രം-തീർന്നു
പിടയ്ക്കില്ലിനി നീ, നിൻ
സർവ്വാംഗം മരവിച്ചു.

നൊന്തുപ്രസവിച്ച സ്വന്തം കുഞ്ഞിനെ കൊന്ന ആ അമ്മയാണ് ചങ്ങമ്പുഴയുടെ 'ദേവത'. കവി അവളോട്:

ദേവതേ നീയെന്തയ്യോ
കണ്ണുനീർ ചൊരിയുന്ന-
തീവിധം തേങ്ങിത്തേങ്ങി?
നിന്നെ ഞാൻ നമിക്കുന്നു.

തുടർന്ന് അവളെ സാന്ത്വനിപ്പിക്കുകയാണ് കവി.

ചെയ്തിട്ടില്ല,പരാധ
മൊന്നും നീ, മന്ദസ്മിതം
പെയ്തെത്തിക്കിഴക്കതാ
പുല്കുന്നതീശൻ നിന്നെ."

ലോകനീതി അവളെ തുറുങ്കിലടച്ചാലും ദൈവം അവളുടെ നെറ്റിമേൽ വാത്സല്യത്തിന്റെ വെൺമലർ ചൊരിയുമെന്നു പറഞ്ഞ് അവളെ സമാശ്വസിപ്പിക്കുകയാണ് കവി. അടിച്ചമർത്തപ്പെടുകയും പലവിധത്തിലുള്ള

ച്ചഷണങ്ങൾക്കിരയാവുകയും ജീവിതത്തിന്റെയും കവിതയുടെയും ഓരങ്ങളിലേക്ക് വകഞ്ഞു മാറ്റപ്പെട്ടുകയും ചെയ്തവരെ കവിതയുടെ മുഖ്യപ്രതിപാദ്യത്തിലേക്ക് പ്രതിഷ്ഠിക്കുകയും അവളെ 'ദേവത'യായി സങ്കൽപ്പനം ചെയ്യുകയും ചെയ്തതു വഴി മാനവമഹത്ത്വത്തിന്റെ സ്നേഹസ്തോതാവായി മാറുകയാണിവിടെ കവി. എന്തെല്ലാം സാങ്കേതിക ദൂഷ്യങ്ങൾ ഈ കവിതയ്ക്കുമേൽ ആരോപിക്കപ്പെട്ടാലും ഇതിൽ അടയാളപ്പെടുത്തിയ ലോകം ജീവിതത്തിന്റെ പ്രതിബിംബം മാത്രമായിത്തീർന്നപ്പോൾ കവിത അതിന്റെ യഥാർത്ഥ ധർമ്മം നിർവ്വഹിച്ചുകഴിഞ്ഞു. സാമൂഹിക പ്രതിബദ്ധതയുടെ മറ്റൊരു മണ്ഡലം കൂടി ഈ കവിതയുടെ അന്തർധാരയായി വർത്തിക്കുന്നുമുണ്ട്.

അദ്ധ്യായം നാല്

ദുരന്തങ്ങളുടെ മണിമുഴക്കം

സുഹൃത്തിനെഴുതിയ കത്തിൽ സൂചിപ്പിക്കുന്ന വിധത്തിലുള്ള കെട്ടഴിഞ്ഞ ജീവിതം ചങ്ങമ്പുഴയുടെ ശരീരത്തിൽ പലവിധ രോഗങ്ങളുടെയും പരാഗണത്തിനു കാരണമായിത്തീർന്നു. വാതത്തിന്റെയും ക്ഷയത്തിന്റെയും കിനാവള്ളികൾ കവിജീവിതത്തിൽ താളക്കേടുകളുടെ കടുംതുടികൾ മുഴക്കിവിട്ടു. മാനസിക സംഘർഷങ്ങളും അദ്ദേഹത്തെ വരിഞ്ഞു മുറുക്കി. മദ്യം മാത്രമാണ് സത്യമെന്നു കരുതിയ ചങ്ങമ്പുഴയുടെ ജീവിതം ഒരു സന്ദേശവും താക്കീതുമായി പിൽക്കാല തലമുറകളുടെ മുൻപിൽ അവശേഷിക്കുന്നു. പലരും അതേക്കുറിച്ച് പറയുകയും എഴുതുകയും ചെയ്തുകഴിഞ്ഞു. ലഹരിയുടെ കെട്ടുകളിൽ നിന്നും വിമോചനം പ്രാപിക്കാതിരുന്ന കവി തനിക്ക് രോഗബാധയുണ്ടെന്നുപോലുമറിയാതെ കൂടാരംവിട്ട് നഗരത്തിലേക്കു കടന്ന അശ്വവേഗങ്ങളെ ഓർമ്മിപ്പിച്ചു.

1940-ൽ ചങ്ങമ്പുഴയെ സംബന്ധിച്ചിടത്തോളം വ്യക്തിജീവിതത്തിന്റെ തകർച്ചയും കാവ്യസരണിയിൽ താൻ പിന്തുടർന്ന പാതകളിൽ നിന്നുള്ള വ്യതിയാനത്തിന്റെ നിറഞ്ഞാട്ടവുംകൊണ്ട് ശ്രദ്ധേയമാണ്. ഇക്കാലഘട്ടത്തിലാണ് അദ്ദേഹത്തിന്റെ വിലോലമായ മനോലോകത്തെ കൊഴുമുനകളിലേക്ക് ശയിക്കുവാൻ ക്ഷണിച്ചുകൊണ്ട് അവിഹിതമായൊരു പ്രണയം കടന്നുവന്നത്. ഈ പ്രണയം തന്റെ ഉള്ളിൽ വിടർത്തിവിട്ട ചേലുള്ള പ്രപഞ്ചത്തെക്കുറിച്ച് അതുവരെ തനിക്കു പിടിതരാത്ത ഈണത്തിൽ ചങ്ങമ്പുഴ പാടിയിട്ടുണ്ട്.

പ്രണയജീവിതവും അത് കുടുംബജീവിതത്തിൽ ഇളക്കിവിട്ട ചുഴികളും ഇതിനിടയിൽ ഉണ്ടായ നാട്ടുകാരുടെ എതിർപ്പും കവിയെ പ്രക്ഷീണമായൊരു പ്രചണ്ഡതയിലേക്ക് ഇടിച്ചുവീഴ്ത്തുകയുണ്ടായി. ഈ വീഴ്ചയുടെ പരിണതിയെന്നോണം അദ്ദേഹം ചെന്നടിഞ്ഞത് മദ്രാസ് നഗരത്തിലായിരുന്നു. നിയമപഠനത്തിനെന്ന പേരിലാണ് അദ്ദേഹമങ്ങോട്ടു തിരിച്ചത്. ഒരുതരം പലായനം.

ജീവിതത്തിന്റെ അന്ത്യത്തോടടുക്കുമ്പോഴേക്കും താൻ ചവിട്ടിപ്പോന്ന പാതകളെയും അത് തന്നിൽ ഏതുവിധം പ്രതിപ്രവർത്തിച്ചിരുന്നു എന്നതിനെക്കുറിച്ചും ചങ്ങമ്പുഴ കുറ്റബോധത്തോടെ പരിശോധിക്കുന്നുണ്ട്. എന്നാൽ സാഹചര്യങ്ങളും ശീലങ്ങളും അപ്പോഴേക്കും അദ്ദേഹത്തിന്റെ പിടിയിൽ നിന്നും വിമുക്തമായിക്കഴിഞ്ഞിരുന്നു. ഒരുവേള തന്റെ അതുവരെയുള്ള ജീവിതം താൻ ആശിച്ചതിൽ നിന്നുമെത്രയോ ഭിന്നമാണെന്നുള്ള ഖേദം അദ്ദേഹത്തിൽ മറ്റുപല അസ്വസ്ഥതകൾക്കും തുടക്കം കുറിച്ചിരിക്കാം. എന്നാലത് കൃത്യതയോടെ പഠിച്ചെടുക്കുവാൻ അദ്ദേഹത്തിന് സമയം ലഭിച്ചില്ല.

ക്ഷയരോഗമരുളിയ തീവ്രമായ സംവേദനത്തിന്റെ ക്രൂരമായ വേനൽക്കുടാരത്തിൽ സ്വയം വിചാരണയ്ക്ക് മുതിർന്ന ചങ്ങമ്പുഴയ്ക്ക് തന്റെ പ്രകൃതത്തിൽ കെട്ടുപിണഞ്ഞിരിക്കുന്ന വൈരുദ്ധ്യത്തിന്റെ സംഘാതങ്ങൾ തിരിച്ചറിയുവാനുള്ള ശേഷി കിട്ടിയിരുന്നിട്ടുണ്ടാകാം. ജീവിതത്തിന്റെ തുടക്കത്തിൽ ആദർശാഭിനിവേശനായ ഒരു യുവാവും പിൽക്കാലത്ത് പിശാചും ആയി സ്വയം ഭാവന ചെയ്ത് ഉന്മാദത്തിന്റെ ഓടക്കുഴലൂതിയ ഈ കവിയുടെ അന്തരംഗം അദ്ദേഹത്തോട് മന്ത്രിച്ചിരിക്കുക, കേൾക്കാൻ അത്ര സുഖമുള്ള കാര്യങ്ങളായിരിക്കില്ല. കാരണം മനുഷ്യസ്നേഹത്തിന്റെയും പ്രണയത്തിന്റെയും ദൂഷണരാഹിത്യത്തിന്റെയും സ്ഥിതിസമത്വത്തിന്റെയും ഇമ്പമുള്ള ഈരടികൾ പാടിയ ചങ്ങമ്പുഴയുടെ മനസ്സിന്റെ അടിത്തട്ടിൽ ഊറിക്കൂടിയിരുന്നത് ഇരുളിന്റെ വിഭിന്നമായ അടരുകളായിരുന്നു.

ഇണങ്ങുന്നതിനേക്കാൾ കൂടുതലായി ലോകത്തോട് പിണങ്ങിയ കവിയായിരുന്നു ചങ്ങമ്പുഴ. അങ്ങനെയുള്ള ഒരാളുടെ വ്യക്തിത്വത്തിൽ മാമൂലുകളുടെ നിറപറകളെ ശിരച്ഛേദം ചെയ്യുവാൻ വെമ്പുന്ന ഒരു കലാപകാരി പതിയിരിക്കുക സ്വാഭാവികമാണ്. തന്റെ കവിതയിലും ജീവിതത്തിലും ഈ കവി കലാപത്തിന്റെ കൊടുങ്കാറ്റഴിച്ചുവിട്ടു. ആത്മാർത്ഥതയുടെയും ആത്മവഞ്ചനയുടെയും ദ്വന്ദ്വങ്ങൾ മാത്രമല്ല കൗശലക്കാരന്റെ നാട്യങ്ങളും അനുകരണ സ്വഭാവമുള്ളവന്റെ പരീക്ഷണോന്മുഖതയും അദ്ദേഹത്തിൽ ഒരു കലാപകാരിയുടെ തിരികൊളുത്തിയിരുന്നു എന്നു കാണുവാൻ കഴിയും.

ഇടപ്പള്ളിയിലെ ഒരു സാധാരണ കുടുംബത്തിൽ പിറന്ന ചങ്ങമ്പുഴ കൃഷ്ണപിള്ള തന്റെ കവിതയുടെ ഒടുങ്ങാത്ത ചൈതന്യം തലമുറകളിലേക്ക് സംക്രമിപ്പിച്ചതിനു പിന്നിൽ കണ്ണീരിന്റെയും സ്വപ്നത്തിന്റെയും നിസ്തന്ദ്രമായ അദ്ധ്വാനത്തിന്റെയും അന്തമറ്റ സംഘർഷത്തിന്റെയും നിലയ്ക്കാത്ത മുഴക്കങ്ങളുണ്ട്. അതാണിവിടെ പറയുവാൻ പോകുന്നത്.

അദ്ധ്യായം അഞ്ച്

മാതാപിതാക്കളും കൃഷ്ണപിള്ളയും

ഇടപ്പള്ളിയിലെ പുരാതനമായ തറവാട്ടുകളിലൊന്നായിരുന്നു ചങ്ങമ്പുഴ. എറണാകുളം ജില്ലയിൽപ്പെട്ട പെരുമ്പാവൂരിനും ആലുവായ്ക്കുമിടയ്ക്കുള്ള 'വാഴക്കുളം' എന്ന ഗ്രാമപ്രദേശമാണ് ചങ്ങമ്പുഴ ത്തറവാട്ടുകാരുടെ പൂർവ്വാശ്രമം. ഇടപ്പള്ളി ഭരിച്ചിരുന്ന രാജാക്കന്മാരുടെ സേവകരായി ആ പ്രദേശത്തേക്ക് കുടിയേറിയവരാണ് ചങ്ങമ്പുഴ കൃഷ്ണ പിള്ളയുടെ പൂർവ്വികർ.

രാജഭരണകാലത്ത് പറങ്കികളുമായി നടന്നിട്ടുള്ള ചില യുദ്ധങ്ങളിൽ ഇടപ്പള്ളി രാജാവിന്റെ സേനാനായകസ്ഥാനം അലങ്കരിച്ചിരുന്ന മാർ ത്താണ്ഡൻ എന്ന വീരൻ ചങ്ങമ്പുഴ തറവാട്ടുകാരനായിരുന്നു. പിന്നീട് ചില രാജസേവകരുടെ ഉപജാപം മൂലമോ മറ്റോ രാജകോപത്തിനിര യാവുകയും ഒടുവിൽ ആത്മഹത്യയിൽ തന്റെ ജീവനൊടുക്കുകയുമായിരു ന്നു ചങ്ങമ്പുഴ മാർത്താണ്ഡൻ. ഈ കഥയുമായി ബന്ധപ്പെട്ട് ഇടപ്പള്ളി കരുണാകരമേനോൻ 'ചങ്ങമ്പുഴ മാർത്താണ്ഡൻ' എന്നൊരു നാടകം രചിച്ചിട്ടുണ്ട്.

അങ്ങനെ രണശൂരനായ മാർത്താണ്ഡനിൽനിന്നും ആരംഭിച്ച് പല വേഷങ്ങളിൽ പല തലമുറകളായി വ്യാപാരികൾ, ആട്ടക്കാർ, ആനക്കാർ, അകമ്പടിസേവകർ, അടിച്ചുതളിക്കാരികൾ എന്നിങ്ങനെ വിഭിന്നതുറകളിൽപ്പെട്ടവരായ രാജസേവകർക്ക് പിറവിയരുളിയ നായർത്തറവാടായിരുന്നു ചങ്ങമ്പുഴ. സമ്പന്നതയുടെയും ആഢ്യത്വത്തി ന്റെയും പാരമ്യത്തിൽനിന്ന് 'തറവാട്' ക്ഷയോന്മുഖമായിക്കൊണ്ടിരുന്ന ഘട്ടത്തിലായിരുന്നു കവിയുടെ ജനനം. അന്നത്തെ നാട്ടുനടപ്പനുസ രിച്ച് പെൺതാവഴിക്കായിരുന്നു സ്വത്തവകാശം. എന്നിരുന്നാലും കാര്യങ്ങൾ തീരുമാനിച്ചിരുന്നതും അത് നടപ്പിൽവരുത്തിയിരുന്നതും

കാരണവന്മാരായിരുന്നു. കാരണവന്മാരുടെ പിടിപ്പുകേടു മൂലം തറവാട്ടുവക നെൽപ്പാടങ്ങൾ അന്യാധീനപ്പെട്ടു. അവശേഷിച്ച മൂന്നു പുരയിടങ്ങൾ വിൽക്കുവാനുണ്ടായ ശ്രമം സ്ത്രീകൾ ഒരുമിച്ചെതിർത്തതിനാൽ വിഫലമായിത്തീർന്നു. എങ്കിലും തറവാടിന്റെ തകർച്ചയെ പിടിച്ചു നിർത്തുവാൻ ആർക്കും കഴിഞ്ഞില്ല.

ചങ്ങമ്പുഴ പാറുകുട്ടിയമ്മയുടെയും കൊച്ചി പ്രദേശത്ത് തെക്കേടത്ത് നാരായണമേനോന്റെയും പ്രഥമ സന്താനമായി 1917 ഒക്ടോബർ 10-ാം തീയതി കൃഷ്ണപിള്ള ജനിച്ചു. നാരായണമേനോൻ മിടുക്കനായ വക്കീൽ ഗുമസ്തനും ആധാരമെഴുത്തുകാരനുമായിരുന്നു. വ്യാപാരസംബന്ധമായ ഇടനിലക്കാരന്റെ ജോലിയും അദ്ദേഹം ചെയ്തിരുന്നു. അദ്ധ്വാനിച്ചു കുടുംബം പോറ്റുന്നതിൽ ബദ്ധശ്രദ്ധനായിരുന്ന നാരായണമേനോൻ സംസ്കൃതഭാഷയിൽ സാമാന്യജ്ഞാനവും നേടിയിരുന്നു. എങ്കിലും കഞ്ചാവുസേവയും പരസ്ത്രീബന്ധവും പുലർത്തിപ്പോന്നു. ഒരുവിധം സമൃദ്ധിയോടെയാണ് നാരായണമേനോൻ തന്റെ കുടുംബം നോക്കിയിരുന്നത്.

പാറുക്കുട്ടി അമ്മ ഒരു സാധാരണ സ്ത്രീയായിരുന്നു. അവർക്ക് നാല് ആൺമക്കളും രണ്ടുപെൺമക്കളും പിറന്നെങ്കിലും മൂത്തവനായ കൃഷ്ണപിള്ളയും ഒടുവിലത്തെ മകൻ പ്രഭാകരനും മാത്രമേ അവശേഷിച്ചുള്ളൂ. കൃഷ്ണപിള്ളയുടെ ജനനകാലത്ത് അമ്മയെ കൂടാതെ മുത്തശ്ശിയും ചിറ്റമ്മയും രണ്ടമ്മാവൻമാരുമാണ് (ഗോവിന്ദപണിക്കർ, രാമപണിക്കർ) ആ വീട്ടിൽ താമസിച്ചിരുന്നത്.

ബാലനായ കൃഷ്ണപിള്ള മാതാപിതാക്കളോട് പ്രത്യേകമായ ഒരടുപ്പം പുലർത്തിയിരുന്നു. അച്ഛനെ നല്ലച്ഛനെന്നും അമ്മയെ നല്ലമ്മയെന്നുമായിരുന്നു കൃഷ്ണപിള്ള വിളിച്ചിരുന്നത്. വാത്സല്യനിധികളായ ആ മാതാപിതാക്കൾ തങ്ങളുടെ പ്രഥമസന്താനത്തെ കൊച്ചുകുട്ടൻ എന്നും വിളിച്ചുപോന്നു. മുത്തശ്ശിയോ ചിറ്റയോ കൊച്ചുകുട്ടനോട് വെറുതെ ഒന്നു കളിയായി "എന്തെടാ നിന്റച്ഛനുമമ്മയ്ക്കുമിത്ര പ്രത്യേകത" എന്നോ മറ്റോ ചോദിച്ചാൽ ഉടൻ മറുപടി വരികയായി; അവർ ശരിക്കും നല്ലച്ഛനും നല്ലമ്മയുമാ മുത്തശ്ശീ." ഇങ്ങനെയുള്ള ഗൃഹാന്തരീക്ഷമായിരുന്നെങ്കിലും കൊച്ചുകുട്ടൻ മഹാശാഠ്യക്കാരനായിരുന്നു. താൻ പറയുന്നതുപോലെ കാര്യങ്ങൾ നടക്കണം. അല്ലെങ്കിൽ പിന്നെ കാര്യസാധ്യതയ്ക്കുവേണ്ടി ഒരേ കരച്ചിലാണ്.

ഉറങ്ങണമെങ്കിൽ അമ്മ പാടണമെന്നതായിരുന്നു ആദ്യകാലങ്ങളിലെ പ്രധാന ശാഠ്യം. അമ്മയ്ക്കാണെങ്കിൽ പാടാനൊന്നുമറിയില്ല. എങ്കിലും അച്ഛന്റെ നിർബന്ധത്തിനു വഴങ്ങി അമ്മ പാടിത്തുടങ്ങും. സംഗീതാത്മകമൊന്നുമല്ലെങ്കിലും മകന്റെ പിഞ്ചുതുടയിൽ താളം

പിടിച്ച് അമ്മ തനിക്കറിയാവുന്ന തിരുവാതിരപ്പാട്ടുകൾ പാടും. ആ പാട്ടിലങ്ങനെ ലയിച്ച് കൊച്ചുകുട്ടൻ ഉറങ്ങിപ്പോകും. കുറച്ചുകൂടി മുതിർന്നതിനുശേഷം അച്ഛന്റെ കൂടെയായി കൊച്ചുകുട്ടന്റെ കിടപ്പ്; ഉറങ്ങും മുൻപ് അച്ഛൻ കഥകൾ പറയും. തന്റെ ലോകത്തിലെ പുരാണങ്ങളും ഐതിഹ്യങ്ങളും ചരിത്രങ്ങളും നാടോടിക്കഥകളും അച്ഛൻ മകനിലേക്ക് പകർന്നു. അങ്ങനെ തികച്ചും ഉല്ലാസപ്രദമായിത്തന്നെ ആ ബാല്യം വിടരാൻ വെമ്പി. ഇടപ്പള്ളിയുടെ ഹരിതസമൃദ്ധിയിൽ നിന്ന് അച്ഛൻ വീടായ കൊച്ചിയിലേക്കുള്ള യാത്രകളിൽ കൊച്ചുകുട്ടന്റെ മിഴികൾ വിടർന്നു.

കൃഷ്ണപിള്ളയുടെ പ്രാഥമിക സൗന്ദര്യപാഠശാല അമ്മ പാടിയ തിരുവാതിരപ്പാട്ടുകളിലും, അച്ഛൻ പറഞ്ഞുകൊടുത്ത കഥകളിലും, 'കരളും മിഴിയും' കവരുന്ന ഇടപ്പള്ളി എന്ന ഗ്രാമത്തിന്റെ പ്രകൃതിലാവണ്യത്തിലും ചിറകടിച്ചു. താൻ ചെറുപ്പത്തിൽ കേട്ടതത്രയും കൃഷ്ണപിള്ളയുടെ അബോധങ്ങളിൽ ശിലാലിഖിതംപോലെ പതിഞ്ഞിരിക്കാം. ഒരുപക്ഷേ ഇക്കാലത്തു തന്നെ കൃഷ്ണപിള്ള തന്റെ ഏറ്റവും പ്രിയപ്പെട്ട സ്വപ്നലോകവുമായുള്ള വേഴ്ചയും ആരംഭിച്ചിരിക്കണം. വർണ്ണസമൃദ്ധമായ ബാലലോകത്ത് കൊച്ചുകുട്ടൻ ഒരു പൂമ്പാറ്റയെപ്പോലെ പാറിക്കളിച്ചു. അല്ലലെന്തെന്നറിയാതെ.

അദ്ധ്യായം ആറ്

വിദ്യാഭ്യാസവും വൈചിത്ര്യങ്ങളും

തനിക്കു ചുറ്റും പടർന്ന് തിടംവയ്ക്കുന്ന ഏകാന്തതയുടെയോ സൗന്ദര്യം വിടർത്തിനിന്നാടുന്ന പ്രകൃതിയുടെയോ ഇഷ്ടതോഴനായിരുന്ന കൃഷ്ണപിള്ളയുടെ വിദ്യാഭ്യാസം തുടങ്ങുന്നത് ഇടപ്പള്ളി മലയാളം ബോയ്സ് സ്കൂളിലാണ്. പ്രൈമറി ക്ലാസ്സുകളിൽതന്നെ കൃഷ്ണപിള്ള പഠനകാര്യങ്ങളിൽ മികവു പുലർത്തി. ഇതിനു പിന്നിലുള്ള യഥാർത്ഥ കാരണം അച്ഛനായിരുന്നു. അച്ഛനെ അദ്ദേഹത്തിനു ഭയമായിരുന്നു. കൊച്ചുകുട്ടന്റെ പഠനകാര്യങ്ങളിൽ അച്ഛൻ ദത്തശ്രദ്ധനായിരുന്നു. ഓരോ ദിവസവും ക്ലാസ്സിൽ പഠിപ്പിക്കുന്ന ഭാഗങ്ങൾ വായിപ്പിക്കുകയും മകന്റെ സംശയങ്ങൾക്ക് കൃത്യമായി മറുപടി കൊടുക്കുകയും ചെയ്യുക എന്നത് അച്ഛന് നിർബന്ധമായിരുന്നു. ഇക്കാരണത്താൽ തന്നെ ചെറിയ ക്ലാസ്സുകളിൽ ചിട്ടയായി പഠിക്കേണ്ടുന്ന ഉത്തരവാദിത്തം കൃഷ്ണപിള്ളയ്ക്കുണ്ടായി.

തന്റെ ചുറ്റുപാടുകളെക്കുറിച്ച് അറിയുവാനുള്ള ത്വര ചെറുപ്പകാലത്ത് കൃഷ്ണപിള്ളയിൽ മുന്നിട്ടുനിന്നു. അച്ഛൻ അത്തരം ജിജ്ഞാസകളെ പ്രോത്സാഹിപ്പിക്കുകയും ചെയ്തു. ഓരോ പുതിയ വസ്തുവോ മറ്റെന്തെങ്കിലുമോ കാണുമ്പോഴോ കേൾക്കുമ്പോഴോ ഉണ്ടാകുന്ന സംശയങ്ങൾ അച്ഛനോടാണ് കൃഷ്ണപിള്ള ചോദിക്കുക . വളരെ ശാന്തചിത്തനായി അച്ഛൻ ഓരോ ചോദ്യങ്ങൾക്കുമുള്ള ഉത്തരവും കൊടുക്കും. ഇങ്ങനെയുള്ള ചോദ്യങ്ങളും മറ്റും കാണുമ്പോൾ അച്ഛൻ കൊച്ചുകുട്ടനിൽ ഭാവിയിലെ 'വലിയൊരാളെ' ദർശിച്ചിരുന്നു. ഇങ്ങനെയൊക്കെയാണെങ്കിലും അച്ഛൻ പെട്ടെന്നു കോപിക്കുമായിരുന്നു. അതാണ് കൃഷ്ണപിള്ളയെ ഭയപ്പെടുത്തിയത്. അച്ഛൻ പഠനകാര്യങ്ങളിൽ പുലർത്തിയ നിഷ്കർഷയും നിർബന്ധവുമെല്ലാം കൃഷ്ണപിള്ളയിൽ കനത്ത അസ്വസ്ഥത സൃഷ്ടിച്ചു. അച്ഛന്റെ സമീപനരീതിയെക്കുറിച്ച് കൃഷ്ണപിള്ള പിൽക്കാലത്ത് ഇങ്ങനെ

എഴുതി:

എന്റെ ശൈശവം ശിശിരപ്രഭാതം പോലെ സുന്ദരമായിരുന്നു. പക്ഷേ, അന്നു ഞാൻ ദുഃഖിച്ചിട്ടുണ്ട്. പിതാവ് വലിയ നിർബന്ധബുദ്ധിയായിരുന്നെന്ന് ഞാൻ പറഞ്ഞിട്ടുണ്ടല്ലോ. അദ്ദേഹം എനിക്ക് യാതൊരു സ്വാതന്ത്ര്യവും അനുവദിച്ചിരുന്നില്ല. അദ്ദേഹം രണ്ടോ മൂന്നോ പ്രാവശ്യം മാത്രമേ എന്നെ ശപിച്ചിട്ടുള്ളൂ എങ്കിലും ഞാൻ അദ്ദേഹത്തെ ഒരു ദുഷ്ടമൃഗത്തേക്കാൾ ഭയപ്പെട്ടു. ഞാൻ സായാഹ്നങ്ങളിൽപ്പോലും കളിക്കുവാൻ പാടില്ല. കൂട്ടുകാരെ സ്വീകരിച്ചുകൂടാ. നേരെ കിഴക്കേവീട്ടിലെ പൊന്നു, കൊച്ചമ്മു (എൻ.കെ. പൊന്നമ്മ, എൻ. ലക്ഷ്മിക്കുട്ടിയമ്മ) എന്നീ രണ്ടു പെൺകുട്ടികൾ മാത്രമേ എനിക്ക് കൂട്ടുകാരായിട്ടുണ്ടായിരുന്നുള്ളൂ. അച്ഛനിൽ നിന്ന് അക്കാര്യത്തിന് അനുമതി കിട്ടിയിട്ടുണ്ട്. സദാ പുസ്തകം വായിച്ചുകൊണ്ടിരിക്കണം. ഒന്നാം ക്ലാസ്സിൽ പഠിക്കുമ്പോൾ തന്നെ ഞാൻ ബി.എ. ക്കാരനായിത്തീരണം എന്നായിരിക്കണം അദ്ദേഹം ആശിച്ചിരുന്നത്. പള്ളിക്കൂടത്തിലേക്ക് കാൽ ഫർലോംഗ് ദൂരമില്ല. അതിനാൽ മണി അടിച്ചതിനുശേഷമേ ഞാൻ വീട്ടിൽ നിന്നിറങ്ങിക്കൂടൂ. എന്തൊരു കർശനമായ ആജ്ഞ... യഥാർത്ഥത്തിൽ സ്വതന്ത്രമായി ശ്വാസോച്ഛ്വാസം ചെയ്യാൻപോലും ഞാൻ ഭയപ്പെട്ടിരുന്നു. ഇങ്ങനെ എന്റെ ദൃഷ്ടിയിൽ സുഖസമൃദ്ധമെങ്കിലും നരകതുല്യമായിത്തീർന്നു എന്റെ ശൈശവം.

പ്രത്യേകം വിശകലനം ചെയ്യേണ്ടാത്തവിധം വ്യക്തമായ ഈ വാചകങ്ങളിൽ തടവിൽ കിടക്കുന്ന ഒരു ഹൃദയം സ്പന്ദിക്കുന്നു. അത് സ്വാതന്ത്ര്യത്തിനു വേണ്ടി ദാഹിക്കുകയാണ്. ബാല്യകാലത്ത് ഓടിച്ചാടി നടക്കുവാൻ ആഗ്രഹിക്കാത്ത കുട്ടികളുണ്ടോ? ചങ്ങമ്പുഴയെ സംബന്ധിച്ച് ചില നിരൂപകർ ഉന്നയിച്ചിട്ടുള്ള 'സ്ത്രൈണഭാവം' ഇവിടെ ഓർത്തുപോവുകയാണ്. പെൺകുട്ടികളുമായുള്ള കളിക്കൂട്ടിൽ നിന്നുമാകാം അത്രയ്ക്കൊന്നും പ്രസക്തമല്ലാത്ത ഈ സ്ത്രൈണഭാവം അദ്ദേഹത്തിൽ രൂപംപൂണ്ടത്. മുകളിലുദ്ധരിച്ച വരികളിൽ തന്റെ കളിത്തോഴിമാരെക്കുറിച്ച് അദ്ദേഹംതന്നെ പറഞ്ഞിട്ടുള്ളത് ശ്രദ്ധിച്ചാൽ ഇക്കാര്യം ശരിയാണെന്ന് ബോദ്ധ്യപ്പെടും. എന്നാൽ യഥാർത്ഥത്തിൽ പ്രകടമായ വിധത്തിലുള്ള സ്ത്രൈണഭാവം ചങ്ങമ്പുഴയിലില്ലായിരുന്നു. സാധാരണ പുരുഷന്മാരിൽ കാണുന്ന സ്ത്രൈണഭാവം മാത്രമല്ലേ ചങ്ങമ്പുഴയിലും ഉണ്ടായിരുന്നിട്ടുള്ളൂ? ചങ്ങമ്പുഴയേക്കാൾ സ്ത്രൈണഭാവം മുറ്റിനിന്നത് ഇടപ്പള്ളി രാഘവൻപിള്ളയിലായിരുന്നില്ലേ?

ചോദ്യങ്ങൾ തൽക്കാലം ഉപേക്ഷിച്ച് നമുക്ക് കൃഷ്ണപിള്ളയുടെ വിദ്യാഭ്യാസകാലത്തിലേക്ക് തിരിച്ചുവരാം. രണ്ടാം ക്ലാസ്സിൽ പഠിക്കുമ്പോൾ കൃഷ്ണപിള്ള ഒരിക്കൽ ഒളിച്ചോടിപ്പോവുകയുണ്ടായി. സ്കൂളിലേക്കു പുറപ്പെട്ട ആ വിദ്യാർത്ഥി മുൻപിൽ കണ്ട വഴികളിലൂടെയെല്ലാം നടന്ന്

വീട്ടിൽനിന്ന് കുറച്ചകലെയുള്ള ഒരു സ്ഥലത്ത് ചെന്നുപെട്ടു. കുറച്ചുകഴിഞ്ഞപ്പോൾ കൃഷ്ണപിള്ളയ്ക്ക് വിശക്കാൻ തുടങ്ങി. വിശപ്പു സഹിക്കുവാൻ കഴിയാതെ അവൻ പൊട്ടിക്കരഞ്ഞു. ഉദാരനായ ഒരാൾ അവനെ വീട്ടിൽ കൊണ്ടുവന്നാക്കി. ഈ സംഭവത്തെക്കുറിച്ച് ചങ്ങമ്പുഴ പിന്നീട് ഇങ്ങനെ എഴുതി: *എന്റെ ആ പ്രവൃത്തിയുടെ അടിയിൽ കിടക്കുന്ന പ്രേരകശക്തി അച്ഛന്റെ കർശനമായ ആജ്ഞമൂലം എന്നിലുണ്ടായിരിക്കാവുന്ന അമർഷത്തിന്റെ സ്ഫുരണമല്ലേ എന്നു ഞാൻ സംശയിക്കുന്നു.*

തീരെ ചെറിയ പ്രായത്തിൽതന്നെ കൃഷ്ണപിള്ളയിൽ ഉണ്ടായ പ്രതിഷേധങ്ങളുടെ ബഹിർഗമനമായ ഈ സംഭവം അദ്ദേഹത്തിന്റെ മാനസികമായ പരിതോവസ്ഥകളെക്കുറിച്ചുള്ള ചില സൂചനകൾ നൽകുന്നുണ്ട്. ഇങ്ങനെയൊക്കെ ആ സ്കൂൾകാലം ഒന്നൊന്നായി കഴിയവേ നാലാം ക്ലാസ്സിൽവച്ച് മറ്റൊരു സംഭവംകൂടിയുണ്ടായി. തിരുവിതാംകൂർ ചരിത്രത്തിലെ ശോകനിർഭരമായ ഒന്ന് എന്ന് വിശേഷിപ്പിക്കാവുന്ന കളിപ്പാൻകുളം സംഭവം ക്ലാസ്സിൽ പഠിപ്പിച്ചുകൊണ്ടിരിക്കുകയാണദ്ധ്യാപകൻ. തന്റെ വാക്ചാതുരി കൊണ്ടും നാടകീയമായ ചലനങ്ങൾകൊണ്ടും അദ്ധ്യാപകൻ കളിപ്പാൻകുളം സംഭവം വിവരിക്കുകയാണ്.

ഉമയമ്മറാണിയുടെ അഞ്ച് ഇളംപൈതങ്ങളെ ഉഗ്രപ്രതാപിയായ രാമനാമഠത്തിൽ പിള്ള ചന്ദ്രികാചർച്ചിതമായ ഒരു വസന്തരാവിൽ കബളിപ്പിച്ചുകൂട്ടിക്കൊണ്ടുപോയി കളിപ്പാൻകുളത്തിൽ നിർദ്ദയം മുക്കിക്കൊന്നു. കുട്ടികൾക്ക് ആഹാരത്തിനുള്ള പാൽക്കഞ്ഞിയും വെച്ച് കാത്തിരിക്കുന്ന മാതാവ് ഈ ദാരുണസംഭവം അറിഞ്ഞ് വാവിട്ടു കേഴുന്നു. റാണിയുടെ ദയനീയ വിലാപം, നാട്ടുകാരുടെ അനുശോചനം, നാടിന്റെ അനാസ്ഥ, ഇവയെല്ലാം സരസനും സമർത്ഥനും ആയ അദ്ധ്യാപകൻ സ്വതസ്സിദ്ധമായ പാടവത്തോടെ കുട്ടികൾക്ക് വിവരിച്ചുകൊടുക്കുകയാണ്. വിദ്യാർത്ഥികൾ ശോകമൂകരായി നിർന്നിമേഷാക്ഷികളായി അദ്ധ്യാപകനെത്തന്നെ നോക്കിക്കൊണ്ടിരിക്കുന്നു. ആ സമയത്ത് ക്ലാസ്സിന്റെ ഇരുഭാഗത്തുനിന്നും ഉത്കടമായ പൊട്ടിക്കരച്ചിലിന്റെ ശബ്ദങ്ങൾ ഉയർന്നു. സംഭ്രാന്തരായ കുട്ടികൾ നാലുപാടും നോക്കി; 'സാർ സാർ, സി. കൃഷ്ണപിള്ളയും ജി. പരമേശ്വരൻ പിള്ളയും കരയുന്നൂ... സാർ.' അവർ ഏക സ്വരത്തിൽ വിളിച്ചുപറഞ്ഞു.

ഈ സംഭവം കൃഷ്ണപിള്ളയുടെ മനസ്സിന്റെ താരള്യത്തെക്കുറിച്ചുള്ള സൂചികയാണ്. പെട്ടെന്ന് തീവ്രമായ വികാരത്തിന് വശംവദനായിത്തീരുന്ന ഒരു വ്യക്തിക്കേ ഇതുപോലെ പ്രതികരിക്കുവാൻ കഴിയൂ. വേണമെങ്കിൽ ഈ പ്രതികരണത്തെ കവിമനസ്സിന്റെ ആദിരൂപമായി അടയാളപ്പെടുത്താം. കവിതയ്ക്ക് പകരം പക്ഷേ നിലവിളിയായിരുന്നു

എന്നു മാത്രം. പിൽക്കാലത്ത് കൃഷ്ണപിള്ള തന്റെ ബഹുഭൂരിഭാഗം കവിതകളിലും "അറ്റമില്ലാത്ത ഇരുളിലും അഴലിലും നിന്നു നിലവിളിക്കുക''യായിരുന്നല്ലോ.

അക്കാലത്ത് കേരളത്തിൽ നിലനിന്നിരുന്ന ജാതിവ്യവസ്ഥയുടെ അനുരണനങ്ങൾ സ്കൂളിലും മാറ്റൊലികൊണ്ടു. കൃഷ്ണപിള്ളയുടെ സഹപാഠികളിൽ ഭൂരിഭാഗവും നായന്മാരായിരുന്നു. ഒന്നു രണ്ടു നമ്പൂതിരിമാരും തിരുമുൽപാടന്മാരുമായിരുന്നു മറ്റുള്ളവർ. സഹോദരന്മാരായിരുന്ന രണ്ട് തമിഴ് ബ്രാഹ്മണകുട്ടികൾ, ഒരു ചെട്ടി, ഒരു കീഴാളൻ എന്നിങ്ങനെ മറ്റു ജാതിക്കാരും ക്ലാസ്സിലുണ്ടായിരുന്നു. സംഖ്യാബലത്തിൽ മുമ്പൻമാരായിരുന്ന നായർകുട്ടികൾ പ്രമാണിത്തം നടിച്ചുപോന്നു. നമ്പൂതിരിമാരും ക്ഷത്രിയരും കൂടുതൽ ആഭിജാത്യം പ്രകടിപ്പിച്ചിരുന്നുവെങ്കിലും നായന്മാരുടെ ചേരിയിലായിരുന്നു നിലയുറപ്പിച്ചിരുന്നത്. താഴ്ന്ന ജാതിയിൽപ്പെട്ട കുട്ടികളോട് മുതിർന്നവർ എന്ന പോലെ സവർണ്ണർ അഹന്ത നിറഞ്ഞ പെരുമാറ്റമായിരുന്നു പുലർത്തിയിരുന്നത്. അദ്ധ്യാപകരിൽ ഏറിയകൂറും മേൽജാതിക്കാരായതിനാൽ കുട്ടികൾക്കിടയിലെ പീഡനമുറകളൊന്നും ചോദ്യം ചെയ്യപ്പെട്ടില്ല.

പ്രഗത്ഭരായിരുന്ന ഒരു കൂട്ടം വ്യക്തികൾ തെരഞ്ഞെടുക്കുന്നവയായിരുന്നു അക്കാലത്തെ പാഠപുസ്തകങ്ങൾ. ഇന്നത്തെപ്പോലെയല്ലെന്ന് ചുരുക്കം. ഭാഷാപഠനത്തിന് പ്രത്യേക പരിഗണനയുണ്ടായിരുന്നു. സാഹിത്യപ്രധാനമായിരുന്നു ഭാഷാപുസ്തകങ്ങൾ. അക്ബർ, ധർമ്മരാജ എന്നിങ്ങനെയുള്ള ആഖ്യായികകൾ അക്കാലത്ത് ഏഴാം ക്ലാസ്സുകാരനു പഠിക്കേണ്ടുന്ന പുസ്തകങ്ങളായിരുന്നു. മാത്രവുമല്ല, സാഹിത്യസാഹ്യം, ഭാഷാഭൂഷണം, മാദ്ധ്യമ വ്യാകരണം എന്നിങ്ങനെ ഒട്ടേറെ വ്യാകരണ ഗ്രന്ഥങ്ങളും അക്കാലത്തെ പാഠപുസ്തകങ്ങളിൽ ഉൾപ്പെട്ടു. ഇങ്ങനെയുള്ള വിദ്യാഭ്യാസസമ്പ്രദായം സാഹിത്യപരമായ ഉണർവ്വിനും വിദ്യാർത്ഥികളിൽ ഭാഷാപരിജ്ഞാനം പ്രചരിക്കുവാനും ഉതകുന്ന രീതിയിലുള്ളതായിരുന്നു.

ഇക്കാലത്ത് കൃഷ്ണപിള്ള കവിതാപരമായ തന്റെ കഴിവുകൾ പ്രകടിപ്പിച്ചു തുടങ്ങി. സ്കൂളിലെ അദ്ധ്യാപകർ, അടുത്ത ഗേൾസ് സ്കൂളിലെ സുന്ദരികളും സമപ്രായക്കാരുമായ പെൺകുട്ടികൾ, ചില നാട്ടുപ്രമാണിമാർ, ഇടപ്പള്ളിത്തമ്പുരാന്റെ ആന തുടങ്ങി ആ ബാലതൂലികയെ ഹരംകൊള്ളിക്കാത്ത വിഷയങ്ങളുണ്ടായിരുന്നില്ല. അമ്പലച്ചുവരിലും സ്കൂൾ മതിലുകളിലും മാന്യന്മാരെക്കുറിച്ച് ധാരാളം തെറിശ്ലോകങ്ങളെഴുതുവാനും കൃഷ്ണപിള്ള മുതിർന്നു. പാഠപുസ്തകങ്ങളിലെ പദ്യങ്ങൾക്ക്

സഭ്യേതരമായ പാരഡികൾ രചിക്കലും ഇക്കാലത്ത് കവിയുടെ ഒരു വിനോദമായിരുന്നു.

സ്വാതന്ത്ര്യസമരം ഏറെക്കുറെ ശക്തിപ്രാപിച്ചുകഴിഞ്ഞ ഒരു കാലമായിരുന്നു അത്. കൃഷ്ണപിള്ളയുടെ സുഹൃത്തും സഹപാഠിയുമായിരുന്ന ജി. പരമേശ്വരൻപിള്ള (ജി.പി. ശങ്കരമംഗലം) അക്കാലത്തുതന്നെ ഒരു ഗാന്ധിപക്ഷക്കാരനായിരുന്നു. പരമേശ്വരൻ പിള്ള ഗാന്ധിയെ വാഴ്ത്തിക്കൊണ്ട് ഇരുവർക്കുമിടയിലുള്ള സംസാരത്തിനിടയിൽ എന്തെങ്കിലും പറഞ്ഞാൽ ഉടനെ കൃഷ്ണപിള്ള തിരിച്ചടിക്കും: "മരിക്കണം ഗാന്ധി മഹാകഠോരൻ ഈഅർക്കിലിൻഡ്യയ്ക്കു സ്വാതന്ത്ര്യമില്ല.'' ജീവിതത്തിലുടനീളം കൃഷ്ണപിള്ള ഇത്തരമൊരു മനോഭാവമാണോ സൂക്ഷിച്ചിരുന്നത് എന്നു നമുക്കറിയില്ല. പക്ഷേ, വള്ളത്തോളിനെപ്പോലുള്ളവർ ഗാന്ധിയെ ഗുരുനാഥനായി സ്തുതിച്ച് കവിതയെഴുതിയപ്പോൾ ('ബാപ്പുജി'യിൽ വള്ളത്തോൾ ഗാന്ധിയെ ലോകത്തിന്റെ ഗുരുനാഥനായിട്ടാണ് പരാമർശിക്കുന്നത്) പിൽക്കാലത്ത് കൃഷ്ണപിള്ള തന്റെ ഗുരുനാഥനായി അവരോധിച്ചത് കർഷകനെയായിരുന്നു. 'സങ്കൽപകാന്തി'യിലെ 'എന്റെ ഗുരുനാഥൻ' എന്ന കവിത ഇങ്ങനെ തുടങ്ങുന്നു.

"നുകവും തോളിലേന്തിക്കാളയ്ക്കു പിൻപേപോകും
സുകൃതസ്വരൂപമേ നിന്നെ ഞാൻ നമിക്കുന്നു."

പ്രൈമറി ക്ലാസ്സിൽ പഠിക്കുമ്പോൾ കൃഷ്ണപിള്ളയിൽ അങ്കുരിച്ച ഇത്തരം 'റിബൽ' ചിന്ത പിന്നീട് മറ്റൊരുതരത്തിൽ അദ്ദേഹത്തെ ആവേശിച്ചിരുന്നു. സ്വാതന്ത്ര്യാനന്തര കാലഘട്ടത്തിൽ തന്റെ ഒടുവിലത്തെ സമാഹാരത്തിൽപ്പോലും സ്വാതന്ത്ര്യത്തെ സന്ദേഹത്തോടെ നോക്കിക്കാണുന്ന ഒരാളെ നമുക്കു കാണുവാൻ കഴിയും. 'നീറുന്ന തീച്ചൂള'യിലെ ഒരു കവിതയിൽ സ്വാതന്ത്ര്യത്തെക്കുറിച്ചെഴുതിയശേഷം:

"എന്തിന് ശതാബ്ദങ്ങൾക്കപ്പുറം തേനും പാലും
ചിന്തിയെന്നോതും സ്വാർത്ഥം
വാഴ്ത്തുവാൻ താനേമേലും?
ഇരുളൊക്കെയും പോയോ, പോവുമോ- നിലയ്ക്കുമോ?
തെരുവിൻ ഞരക്കങ്ങൾ സമത്വം കിളിർക്കുമോ?"

സ്വാതന്ത്ര്യത്തെക്കുറിച്ച് ചങ്ങമ്പുഴയ്ക്കുള്ള കാഴ്ചപ്പാട് സ്ഥിതിസമത്വത്തിലും സാഹോദര്യത്തിലും ഊന്നിക്കൊണ്ടുള്ളതായിരുന്നു. എന്നുമാത്രവുമല്ല, തെരുവുകളിൽ അനാഥരായി കിടപ്പാടവും ആഹാരവുമില്ലാതെ, ചരിത്രത്തിൽ നിന്നും കുടിയിറക്കപ്പെട്ടവരുടെ മോചനം കൂടിയായിരുന്നു അദ്ദേഹത്തിനു 'സ്വാതന്ത്ര്യം.'

അദ്ധ്യായം ഏഴ്

കൃഷ്ണപിള്ളയും രാഘവൻപിള്ളയും

നാലാംക്ലാസ്സിൽനിന്നും ജയിച്ചതിനു ശേഷം കൃഷ്ണപിള്ള പഠനം തുടർന്നത് ഇടപ്പള്ളി ഇംഗ്ലീഷ് മീഡിയം സ്കൂളിലായിരുന്നു. അക്കാലത്ത് അതൊരു ഭാഗ്യംതന്നെയാണ്. താരതമ്യേന ഉയർന്ന സാമ്പത്തികസ്ഥിതിയുള്ളവർ മാത്രമായിരുന്നു അന്നൊക്കെ ഇംഗ്ലീഷ് മീഡിയം സ്കൂളിൽ പഠിച്ചിരുന്നത്.

കൃഷ്ണപിള്ള ഇംഗ്ലീഷ് മീഡിയം സ്കൂളിൽ ഫസ്റ്റ് ഫോറത്തിൽ ചേരുമ്പോൾ രാഘവൻപിള്ള അതേ സ്കൂളിൽ സെക്കന്റ് ഫോറത്തിലാണ് പഠിച്ചുകൊണ്ടിരുന്നത്. അവർ തമ്മിൽ അന്ന് കാര്യമായ പരിചയമൊന്നുമുണ്ടായിരുന്നില്ല. ഇടയ്ക്ക് വല്ലപ്പോഴും ഇടപ്പള്ളി കരുണാകരമേനോന്റെ വസതിയായിരുന്ന 'കേസരി പാലസി'ൽ വച്ച് അവർ കണ്ടിരുന്നെങ്കിലും എന്തെങ്കിലും ഔപചാരികമായി സംസാരിക്കുക മാത്രമേ ഉണ്ടായിട്ടുള്ളൂ. തനിക്കും കൃഷ്ണപിള്ളയ്ക്കുമിടയിലുള്ള പ്രായവ്യത്യാസവും മുതിർന്നവരുടെ സാഹിത്യസമാജത്തിലുള്ള അംഗത്വവും മൂലം രാഘവൻപിള്ള ഒരു വല്ല്യേട്ടൻ മനോഭാവം കൃഷ്ണപിള്ളയോട് പുലർത്തുകയായിരുന്നു ചെയ്തത്. മാത്രവുമല്ല, രാഘവൻപിള്ള എല്ലാവരോടും പെട്ടെന്നിണങ്ങുന്ന പ്രകൃതക്കാരനോ കൂടുതൽ സംസാരിക്കുന്ന വ്യക്തിയോ ആയിരുന്നില്ല. ഇതും അവർക്കിടയിൽ ഒരു വിടവുണ്ടാകുവാനുള്ള കാരണമായിത്തീർന്നു.

ഇക്കാലത്ത് കൃഷ്ണപിള്ള കവിതകൾ എഴുതിത്തുടങ്ങി. സെക്കന്റ് ഫോറത്തിലെത്തിയപ്പോഴേക്കും കൊച്ചുകവിയുടെ പ്രശസ്തി സ്കൂളിലാകെ വ്യാപിച്ചു. രാഘവൻപിള്ളയും ഇതേ കാലത്തുതന്നെ കവിത എഴുതിത്തുടങ്ങിയിരുന്നു. ഇത് ആ ബാലൻമാർക്കിടയിലുള്ള അബോധാത്മകമായ കിടമത്സരം വർദ്ധിപ്പിക്കുകയാണ് ചെയ്തത്. കൃഷ്ണപിള്ള ഇംഗ്ലീഷ് മീഡിയം സ്കൂളിൽ എത്തുന്നതുവരെ രാഘവൻപിള്ള അവിടെ കവിയായി

അറിയപ്പെട്ടിരുന്നു. മറ്റൊരാൾ തന്റെ സ്ഥാനം പങ്കിട്ടുവാനെത്തിയത് രാഘവൻപിള്ളയ്ക്ക് രുചിച്ചില്ല. തന്റെ ഉള്ളിൽ കുടികൊണ്ടിരുന്ന അസൂയയോ വിദ്വേഷമോ രാഘവൻപിള്ള നേർക്കുനേർ കൃഷ്ണപിള്ള യോടു പ്രകടിപ്പിച്ചില്ല. അതിനു മറ്റൊരുവഴിയാണ് അദ്ദേഹം തെരഞ്ഞെ ടുത്തത്.

കൃഷ്ണപിള്ളയുടെ മുത്തശ്ശി ഇടപ്പള്ളി കൊട്ടാരത്തിലെ അടിച്ചുതളി ക്കാരിയായിരുന്നു. ഇതുമായി ബന്ധപ്പെടുത്തി രാഘവൻപിള്ള കൃഷ്ണപിള ളയെ ക്രൂരമായി പരിഹസിയ്ക്കുവാൻ മുതിർന്നു. രാഘവൻപിള്ള സെക്കന്റ് ഫോറത്തിൽ തോറ്റുപോയതോടെ ഇരുവരും ഒരേ ക്ലാസ്സിലായി. അങ്ങനെ പരിഹാസത്തിന് മൂർച്ച കൂടുകയും ചെയ്തു. ഒരേ ക്ലാസ്സിൽ പഠിക്കുന്ന രണ്ട് 'കവി'കളുടെ ബാലചാപല്യമായിട്ടു മാത്രം കാണാവുന്ന ഒന്നല്ല ഇത്; അവർക്കിടയിലുണ്ടായിരുന്ന 'ഈഗോ' പ്രശ്നംകൂടിയായി രുന്നു. തങ്ങൾക്കിടയിൽ സംജാതമായിത്തീർന്ന കലുഷാവസ്ഥയെ പിൽക്കാലത്ത് കൃഷ്ണപിള്ള ഇങ്ങനെ എഴുതി:

...അങ്ങനെ ഞങ്ങൾ സതീർത്ഥ്യരായി. പരസ്പരമുള്ള ദ്വേഷം ഒന്നുകൂടി വർദ്ധിപ്പിക്കുവാനേ ആ സതീർത്ഥ്യബന്ധം ഉപകരിച്ചുള്ളൂ. കണ്ണട നമ്പ്യാർ എന്നു വിളിക്കുന്ന വന്ദ്യവയോധികനായ ഒരാളായിരുന്നു ഞങ്ങളുടെ ഗുരുനാഥൻ. അദ്ദേഹത്തിനു തുള്ളൽ വലിയ ഇഷ്ടമാണ്. ഞാൻ ഭംഗിയായി തുള്ളൽക്കഥകൾ വായിക്കും. രാഘവൻപിള്ളയും മധുരമായ കഥനം ചെയ്യു മെങ്കിലും എന്നോളം നന്നാവുകില്ല. അതിനാൽ മിക്കപ്പോഴും പദ്യപുസ്തക ങ്ങൾ സാറെന്നെക്കൊണ്ടാണു വായിപ്പിക്കുക പതിവ്. ഇക്കാര്യത്തിലും രാഘവൻപിള്ള അസൂയാലുവായി; ഞാൻ അഹങ്കാരിയും. അഹങ്കാരവും അസൂയയും തമ്മിലുള്ള ഒരു പോരാട്ടം ഞങ്ങൾ തമ്മിൽ ആരംഭിച്ചു. അത് ഉച്ചാ വസ്ഥയിലെത്തിയത് പരീക്ഷയ്ക്കാണ്. മലയാളത്തിൽ എനിക്ക് അൻപതിൽ മുപ്പത്തിരണ്ടും രാഘവൻപിള്ളയ്ക്ക് ഇരുപത്തിയേഴും മാർക്കാണു കിട്ടിയത്. ക്ലാസ്സിൽ ഒന്നാമൻ ഞാനായിരുന്നു. ഈ സംഭവം രാഘവൻപിള്ളയെ ഭ്രാ ന്തുപിടിപ്പിച്ചു. അന്നു സ്കൂളിലുണ്ടായിരുന്ന ചട്ടമ്പികൾ രാഘവൻപിള്ളയുടെ കൂട്ടുകാരാണ്. അവരെ സ്വാധീനത്തിലാക്കി അവരോടൊത്തു ചേർന്ന് രാഘ വൻപിള്ള എന്നെ മർമ്മഭേദകമാംവിധം പരിഹസിക്കാൻ തുടങ്ങി. എന്റെ മുത്തശ്ശി ഇടപ്പള്ളി മഠത്തിലെ വേലക്കാരിയാണെന്നു പറഞ്ഞിട്ടുണ്ടല്ലോ. അക്കാരണത്താൽ അക്കാലത്ത് കണക്കിലേറെ പരിഹാസ ശരങ്ങൾ എന്റെ ഹൃദയമർമ്മങ്ങളെ പിളർത്തിയിട്ടുണ്ട്. 'എച്ചിൽതീനി' എന്നു പറഞ്ഞ് അവർ-വിശേഷിച്ചും രാഘവൻപിള്ള-എന്നെ എത്ര ദിവസം കരയിച്ചു! എന്റെ മുത്തശ്ശി അടിച്ചുതളിക്കാരിയായിരുന്നു. എങ്കിലും ആൺകുട്ടിയായ എനിക്കോ എന്റെ സഹോദരങ്ങൾക്കോ അവർ അതു നൽകുകയുണ്ടായിട്ടില്ല. ഞാൻ

ഇന്നിതുവരെ ഉച്ഛിഷ്ടം ആഹരിച്ചിട്ടുമില്ല. പക്ഷേ, അക്കാലത്ത് എന്റെ പ്രതി യോഗികളോട് ആ പരമാർത്ഥം പറഞ്ഞതു കൊണ്ട് എന്തു പ്രയോജനം? ഞാൻ പലരോടും ആവലാതി പറഞ്ഞു. ഞാൻ ഉച്ഛിഷ്ടം ഭുജിക്കാറുണ്ടോ എന്ന് എന്റെ വീട്ടിൽ ചെന്നു ചോദിക്കുവാനായി അവരോടു കേണപേക്ഷിച്ചു. കഷ്ടം! എന്തൊരു കഥയില്ലായ്മ! എന്തൊരു ദുരഭിമാനം! എന്നാലും അന്നു ഞാന തുചെയ്തു. അവരുടെ കാൽപിടിച്ചു യാചിച്ചു. ഒരു പ്രയോജനവുമുണ്ടായില്ല. എന്നുതന്നെയല്ല അവരുടെ പരിഹാസവർഷം വർദ്ധിക്കുകയാണ് ചെയ്തത്. അതിനുംപുറമേ എന്നെ പരിഹസിച്ച് രാഘവൻപിള്ള ചില കവിതകൾ എഴുതുകകൂടി ചെയ്തു. സ്കൂളിൽ വന്നാൽ, എന്റെ അടുത്തുവന്ന് അവർ അത് പാടിത്തുടങ്ങും, എനിക്കു ഭ്രാന്തുപിടിക്കും...

അക്കാലത്ത് കൃഷ്ണപിള്ളയെ ഭ്രാന്തുപിടിപ്പിച്ച ഒരു കവിതാശകല മിതാ:

"നന്നായ വിലങ്ങെടുത്ത്-

അതിൽ മന്നങ്ങാ കൊത്തിയിട്ട്

ശർക്കര കൂട്ടിത്തിരുമ്മി-

ത്തിന്നാൽ സർക്കസ്സുകാരനായ്ത്തീരാം"

ഈ വരികളിൽ കവി ഹാസ്യം കേന്ദ്രീകരിച്ചിട്ടുള്ളത് 'മന്നങ്ങ' എന്ന പദത്തിലാണ്. കൃഷ്ണപിള്ളയെ ചങ്ങമ്പുഴ ബപ്പി എന്നും പരിഹസിച്ചിരു ന്നു. ചങ്ങമ്പുഴ ബപ്പിമൂപ്പൻ കുഡുംബി വർഗ്ഗത്തിൽപ്പെട്ട ഒരുവനാണ്. അവരുടെ പ്രയിപ്പെട്ട ആഹാരമാണ് 'മന്നങ്ങ' (നല്ലപോലെ മൂപ്പെ ത്താത്ത നാളികേരം). അവരെ പരിഹസിച്ചുകൊണ്ട് മന്നങ്ങാ എന്നും മന്നങ്ങാ തീനികൾ എന്നും വിളിക്കാറുണ്ട്.

രാഘവൻപിള്ളയുടെ മറ്റൊരു വികൃതി:

"പച്ചക്കടലയ്ക്കു തിന്നാൽ-

ആർക്കും പദ്യമെഴുതുവാനൊക്കും

മെച്ചമുള്ളതായ്ത്തീരും കറ-

ച്ചെച്ചിലും കൂട്ടിക്കഴിച്ചാൽ."

കൃഷ്ണപിള്ളയുടെ മുത്തശ്ശിയുടെ വലത്തേ തോളിൽ കടലയ്ക്കായുടെ ആകൃതിയിലുള്ള ഒരരിമ്പാറ ഉണ്ടായിരുന്നെന്നും അതുകൊണ്ടാണ് പച്ചക്കടലയ്ക്കു എന്ന പദം രാഘവൻപിള്ള പ്രയോഗിച്ചതെന്നും കവി ആത്മകഥയിലെഴുതിയിട്ടുണ്ട്. പിന്നീടുള്ള വരികളിൽ കൃഷ്ണപിള്ളയെ ഏറ്റവുമധികം വേദനിപ്പിച്ച 'എച്ചിൽതീനി' എന്ന പദവും കടന്നുവരുന്നു. ചെറിയ ക്ഷതങ്ങൾപോലും താങ്ങുവാൻ കെൽപ്പില്ലാത്ത ഒരു ബാലൻ

ഇത്തരം മുനകൂർത്ത പരിഹാസവചനങ്ങളിൽ നിലവിളിക്കുക എന്നത് സ്വാഭാവികമാണ്. അക്കാലങ്ങളിൽ അകത്തും പുറത്തും കരഞ്ഞ ഒരു കൃഷ്ണപിള്ളയെയാണ് നാം കണ്ടുമുട്ടുന്നതെങ്കിൽ പിന്നീട് സ്ഥിതിയാകെ തകിടം മറിഞ്ഞു. തനിയ്ക്കുനേരെ ഉയർന്ന വിലക്ഷണങ്ങളായ എല്ലാ വിമർശനങ്ങൾക്കും അതേ നാണയത്തിൽതന്നെ തിരിച്ചടിക്കുകയായിരുന്നു അദ്ദേഹം. പക്ഷേ, അപ്പോഴും അലറുന്ന ആ മനുഷ്യന്റെ മനസ്സിന്റെ കോണുകളിൽ നിന്നും അടക്കിപ്പിടിച്ച തേങ്ങലുകൾ ഉയരുന്നുണ്ടായിരുന്നു. പക്ഷേ, അതാരും കേട്ടില്ലെന്നു മാത്രം.

സെക്കന്റ് ഫോറത്തിൽ പഠിച്ചുകൊണ്ടിരിക്കുമ്പോഴാണ് കൃഷ്ണപിള്ളയുടെ അച്ഛൻ മരിച്ചത്. മറ്റേതൊരു ബാലനെയും തീവ്രമായ ദുഃഖത്തിലേക്ക് തള്ളിവിടുവാൻ മാത്രം പര്യാപ്തമായ മരണം പക്ഷേ, കൃഷ്ണപിള്ളയിൽ വിഭിന്നമായൊരു ചിന്തയ്ക്കാണ് പ്രചോദമരുളിയത്. അച്ഛന്റെ മരണം തീർച്ചയായും കൃഷ്ണപിള്ളയുടെ ജീവിതത്തിലെ വളരെ പ്രധാനപ്പെട്ടൊരു സംഭവമാണ്. കാരണം കൃഷ്ണപിള്ള ആരെയെങ്കിലും ഭയന്നിരുന്നെങ്കിൽ അത് അച്ഛനെ മാത്രമായിരുന്നു. അച്ഛന്റെ മരണം സംഭവിച്ചതോടെ ആ ഭയവും ഇല്ലാതായി. പെട്ടെന്നു കൈവന്ന സ്വാതന്ത്ര്യം ആ ബാലൻ ധൂർത്തടിക്കുക തന്നെ ചെയ്തു. അച്ഛൻ മരിച്ചതോടെ വീട്ടിലെ സ്ഥിതിഗതികൾ ദാരുണമായിത്തീർന്നു. എടുത്തുപറയാവുന്ന സാമ്പത്തികമായ വരുമാനം ആ കുടുംബത്തിനില്ലാതായി. അതിൽനിന്നും പലവിധ പ്രശ്നങ്ങളും ഉണ്ടാകുമല്ലോ. ഈയൊരവസ്ഥ കൃഷ്ണപിള്ളയുടെ മനസ്സിനെ ഏറെ അലട്ടിയതിന്റെ ഫലമാകണം ആ കവിതകൾ ഇത്രമേൽ വിലാപാർദ്രമായത്.

വക്കീൽ ഗുമസ്തനായിരുന്നു കവിയുടെ അച്ഛനെന്നു നേരത്തെ പറഞ്ഞിട്ടുണ്ടല്ലോ. പെട്ടെന്നൊരു നാൾ അദ്ദേഹത്തിന്റെ വക്കീൽ പക്ഷാഘാതം പിടിപെട്ട് കിടപ്പിലായി. കൃഷ്ണപിള്ളയുടെ പിതാവ് ജീവിതത്തിനു മുന്നിൽ ഒട്ടൊന്നു പകച്ചു. കുടുംബം പോറ്റാനെന്തുണ്ട് വഴി? സ്വന്തം വീട്ടിൽനിന്നും തനിക്കു ലഭിക്കുവാനുള്ള ഓഹരി വാങ്ങി ഒരു പലചരക്കുകട തുടങ്ങുവാൻ ശ്രമിച്ചെങ്കിലും പരാജയപ്പെട്ടു. അതോടെ അദ്ദേഹം നിരാശനായിത്തീർന്നെങ്കിലും എങ്ങനെയും ജീവിതച്ചെലവുകൾ മുന്നോട്ടുകൊണ്ടുപോകുവാൻ ഒരു വഴി കണ്ടുപിടിക്കണമെന്നുണ്ടായിരുന്നു. കോടതിയിൽ കേസ്സുകളുമായി ബന്ധപ്പെട്ടുനിൽക്കുന്ന കക്ഷികൾക്ക് അപേക്ഷ എഴുതിക്കൊടുത്തും മറ്റും കിട്ടുന്ന പണംകൊണ്ട് ഒരുവിധം പിടിച്ചുനിൽക്കാമെന്നായി. ക്രമേണ അദ്ദേഹം രോഗിയായി. അവസാനകാലത്ത് ക്ലേശിച്ചാണ് ജീവിച്ചിരുന്നത്. 1921-ൽ അദ്ദേഹം മരിച്ചു.

അച്ഛന്റെ മരണവാർത്ത പ്രഥമസന്താനത്തിലുണ്ടാക്കിയ പ്രതികരണമിങ്ങനെയായിരുന്നു:

ഭാഗ്യംകൊണ്ടാണെന്നാണ് ഞാനന്നു വിചാരിച്ചത്. എന്റെ അച്ഛൻ മരിച്ചു എന്നു കേട്ടു. അതായത് അച്ഛന്റെ വീട്ടിൽനിന്ന് ഒരു കാർഡ് വന്നു. അമ്മയും മറ്റും വാവിട്ടു കരയുന്നതിനിടയിൽ മൂഢമായ എന്റെ ശിശുഹൃദയം ആനന്ദനൃത്തം ചെയ്യുകയായിരുന്നു. എന്തെന്നാൽ മൂകമായിട്ടാണെങ്കിലും ചിരകാലമായി ഞാൻ പ്രാർത്ഥിച്ചിരുന്ന-കൊതിച്ചിരുന്ന ആ അജ്ഞാതമായ സ്വാതന്ത്ര്യത്തിന്റെ മാധുര്യം അനുഭവിക്കുവാനുള്ള ഭാഗ്യം എനിക്കു സിദ്ധിച്ചിരിക്കുന്നു. പൈശാചികമായ എന്റെ മനോഭാവത്തിൽ പിൽക്കാലങ്ങളിൽ എന്റെ വിവേകം പശ്ചാത്തപിച്ചിട്ടുണ്ട്.

അച്ഛൻ തന്റെ മേൽ അടിച്ചേൽപ്പിച്ച വിലക്കുകളുടെയും കാർക്കശ്യങ്ങളുടെയും ലോകത്തുനിന്ന് മുക്തി നേടുവാൻ ആഗ്രഹിച്ച കൃഷ്ണപിള്ളയുടെ ബാലമനസ്സിൽ ഒരുപക്ഷേ അച്ഛന്റെ മരണം ഇതിനു മുൻപുതന്നെ നടന്നിരിക്കുവാൻ സാദ്ധ്യതയില്ലേ? പതിനൊന്ന് വയസ്സായ ആ ബാലന്റെ ഉള്ളിൽ ഒരു കുറ്റവാളി രൂപംകൊണ്ടിരുന്നോ? അച്ഛന്റെ മരണകാലത്തുപോലും, അതായത് ചെറുപ്രായത്തിൽതന്നെ കൃഷ്ണപിള്ള തന്നിൽത്തന്നെ ഉടക്കി നിൽക്കുകയായിരുന്നു. ജീവിതകാലം മുഴുവനും 'ഞാൻ' എന്ന ഭാവത്തിന് അമിതമായ ഊന്നൽ കൊടുത്ത ചങ്ങമ്പുഴയുടെ സ്വഭാവ വൈചിത്ര്യങ്ങൾ ചെറുപ്പത്തിൽതന്നെ ദൃശ്യമായിരുന്നു എന്നാണ് പറഞ്ഞുവരുന്നത്.

അച്ഛന്റെ മരണശേഷമാണ് കൃത്യമായിട്ടുപറഞ്ഞാൽ കൃഷ്ണപിള്ളയുടെ ജീവിതം താളം തെറ്റുന്നത്. അച്ഛൻ ജീവിച്ചിരുന്നെങ്കിൽ കൃഷ്ണപിള്ളയുടെ ജീവിതം കുത്തഴിഞ്ഞ ഒന്നായിത്തീരുമായിരുന്നോ എന്ന ചോദ്യം ഇവിടെ പ്രസക്തമാണ്. ഉവ്വ് എന്നുതന്നെയാണ് അതിന്റെ ഉത്തരം. മാത്രവുമല്ല, കൃഷ്ണപിള്ളയും അച്ഛനും ബദ്ധവൈരികളായിത്തീരുകയും ചെയ്യുമായിരുന്നു. ഒരുവേള അച്ഛൻ ജീവിച്ചിരുന്നെങ്കിൽ കൃഷ്ണപിള്ള ഒരു ക്രിമിനൽ ആയിത്തീർന്നേനെ. അദ്ദേഹത്തിന്റെ വ്യക്തിത്വഘടന ആ രീതിയിലുള്ള ഒന്നാണ്, തന്നിഷ്ടപ്രകാരം മാത്രം ജീവിച്ച ഒരു കവിയെക്കുറിച്ച് മറ്റെന്തു പറയുവാൻ കഴിയും?

നമുക്ക് കൃഷ്ണപിള്ളയുടെ ബാല്യത്തിലേക്കു വരാം. അച്ഛന്റെ ശേഷക്രിയകൾക്കായി കൊച്ചിയിൽ താമസിക്കേണ്ടിവന്നതിനാൽ വർഷാവസാന പരീക്ഷ എഴുതുവാൻ കൃഷ്ണപിള്ളയ്ക്ക് കഴിഞ്ഞില്ല. ആയതിനാൽ ഒരു കൊല്ലം കൂടി സെക്കന്റ് ഫോറത്തിൽ പഠിക്കേണ്ടിവന്നു. രാഘവൻപിള്ള അക്കൊല്ലവും തോൽക്കുകയാണുണ്ടായത്. അങ്ങനെ

സ്പർദ്ധ നിറഞ്ഞ അന്തരീക്ഷത്തിൽ അവർ പിന്നെയും സതീർത്ഥ്യരായി തുടർന്നു.

കാര്യങ്ങൾ ഇങ്ങനെയൊക്കെ നീങ്ങുമ്പോഴും കൃഷ്ണപിള്ളയുടെ കവിതാരചന അഭംഗുരം തുടർന്നു. കൊച്ചുകവിയുടെ കവിതാപാരായണം സ്കൂൾ സാഹിത്യസമാജത്തിലെ സ്ഥിരം ഇനമായിത്തീരുകയും ചെയ്തു. കവിതാരചന നടത്തിയിരുന്നെങ്കിലും രാഘവൻപിള്ളയ്ക്ക് പൊതുസദസ്സിനു മുൻപിൽ കവിതാപാരായണം ചെയ്യുവാൻ വൈമുഖ്യമായിരുന്നു. സ്വതവേയുള്ള പ്രകൃതവും തന്റെ കുറ്റങ്ങളെയും കുറവുകളെയും കുറിച്ചുള്ള അമിതമായ അപകർഷബോധവുമായിരിക്കണം രാഘവൻപിള്ളയെ കവിതാ പാരായണത്തിൽനിന്നും പിൻതിരിപ്പിച്ചത്.

അദ്ധ്യായം എട്ട്

കലഹത്തിൽ നിന്ന് കവിതയിലേക്ക്

സർഗ്ഗസൃഷ്ടികൾക്ക് പിന്നിൽ ഒരു പ്രചോദനമുണ്ടാവുക സ്വാഭാവികമാണ്. കൃഷ്ണപിള്ളയെ ആദ്യ രചനയിലേക്ക് നയിച്ചതിന് പിന്നിലും ഒരു സംഭവമുണ്ട്. കൂട്ടുകാരുടെ കാര്യത്തിൽ കൃഷ്ണപിള്ളയുടെ ബാല്യം സമ്പന്നമായിരുന്നു. അവരോടൊത്ത് കളിച്ചുല്ലസിച്ച് യഥേഷ്ടം സമയം പോക്കുക എന്നതായിരുന്നു അദ്ദേഹത്തിന് ഇഷ്ടപ്പെട്ട വിനോദം. ഒരിക്കൽ അങ്ങനെ കളിച്ചുകൊണ്ടിരിക്കേ ചെറിയൊരു തർക്കമുണ്ടായി. തർക്കം മൂത്ത് കയ്യാങ്കളിയായി. ഇരുവിഭാഗങ്ങളായി ചേരിതിരിഞ്ഞുള്ള കളിയിൽ ഒരു ടീമിന്റെ ലീഡറായിരുന്ന കൃഷ്ണപിള്ള മറ്റേ സംഘത്തിലെ നേതാവിനെ പിച്ചിയും മാന്തിയും അവശനാക്കി. അവനാകട്ടെ നിലവിളിച്ചുകൊണ്ട് നേരെ പോയത് കൃഷ്ണപിള്ളയുടെ വീട്ടിലേക്കായിരുന്നു.

അവശനായ നേതാവിന്റെ പരാതിയെത്തുടർന്ന് അമ്മ ഒരു വടിയെടുത്ത് കൊച്ചുകുട്ടനെ ഒരു നൂറ് പെട പെടച്ചു. അടിയുടെ ആദ്യഘട്ടത്തിൽ കൂട്ടുകാരുടെ മുമ്പിൽ അഭിമാനിയായി തല ഉയർത്തിപ്പിടിച്ചു നിന്ന കൃഷ്ണപിള്ള ഒടുവിൽ വാവിട്ടുകരഞ്ഞു. സ്വന്തം കക്ഷിയിൽപെട്ടവർപോലും അതുകണ്ട് ആർത്തുവിളിച്ചു.

പിറ്റേദിവസം ഒരു ഞായറാഴ്ച സമയം ഏതാണ്ട് പകൽ 11 മണി. കൃഷ്ണപിള്ള വീട്ടിലെ പൂമുഖത്തിന്റെ പടിഞ്ഞാറുഭാഗത്ത് തെക്കേ അറ്റത്തേക്കിറങ്ങുവാനുള്ള വാതിൽക്കൽ വിദൂരമായ ആകാശത്തേയും അതിൽ വിഹരിക്കുന്ന മേഘക്കൂട്ടങ്ങളെയും ഇളങ്കാറ്റിൽ ഇലകളനക്കിക്കൊണ്ടിരിക്കുന്ന പച്ചമരപ്പടർപ്പുകളെയും അലസമായും അലക്ഷ്യമായും ഉറ്റു നോക്കിക്കൊണ്ട് ചിന്താമഗ്നനായിരിക്കുമ്പോൾ:

"പെട്ടെന്ന് എന്റെ ഹൃദയത്തിൽ അജ്ഞാതമായ ഒരു വൈദ്യുതി പ്രവാഹമുണ്ടായി. തലേന്നാൾ നടന്ന സംഭവങ്ങളെല്ലാം പദ്യമായി

എഴുതണമെന്ന് ഒരു തോന്നൽ. മധുരമായി പദ്യങ്ങൾ കഥനം ചെയ്യുമെന്നല്ലാതെ അതിനു മുൻപൊരിക്കലും ഒരു പദ്യം സ്വന്തമായി എഴുതണമെന്ന് എനിക്ക് തോന്നിയിട്ടില്ല. ഉടൻതന്നെ കടലാസും പേനയുമെടുത്ത് ഞാൻ എന്തൊക്കെയോ എഴുതി. ഒരൊന്നര മണിക്കൂർ അങ്ങനെ എഴുതിക്കാണും.

തലേന്നാൾ നടന്ന സംഭവപരമ്പരകളെല്ലാം പദ്യരൂപത്തിൽ അങ്ങനെ ജന്മമെടുത്തു. ഞാൻ വായിച്ചുനോക്കി. അവാച്യമായൊരാനന്ദം.''

ഒരു ഭ്രാന്തനെപ്പോലെ ഇരച്ചുപാഞ്ഞു നടന്ന് ആ കവിത തന്റെ സതീർത്ഥ്യരിൽ പലരെയും കൃഷ്ണപിള്ള വായിച്ചുകേൾപ്പിച്ചു. കേട്ടവർ കേട്ടവർ കവിയെ അഭിനന്ദിച്ചു.

"തൃക്കൺപുരമെന്നു പേരുള്ളാരമ്പലം

ബാലകൃഷ്ണൻ തന്റെ വാസദേശം

'കുറ്റിച്ചക്കാലയാം' വീടിന്റെ മുമ്പിലെ

കുറ്റിക്കാട്ടുള്ള കളിപ്രദേശം."

എന്നിങ്ങനെ തുടങ്ങുന്ന കവിയുടെ ആദ്യരചന വിശേഷിച്ചൊരു മേന്മയുമില്ലാത്തതാണെന്ന് പറഞ്ഞേ തീരൂ. പിൽക്കാലത്ത് മലയാളകവിതയ്ക്ക് കനകച്ചിലങ്ക കെട്ടിക്കൊടുത്ത ഒരു കവിയുടെ സർഗ്ഗശക്തിയുടെ ഒരടയാളവും ഈ കവിത അവശേഷിപ്പിക്കുന്നില്ലെങ്കിലും ചങ്ങമ്പുഴയെപ്പോലെ കേരളീയരെ കവിതയിലേക്ക് പിടിച്ചുനിർത്തിയ ഒരു മഹാകവിയുടെ ആദ്യ രചന എന്ന നിലയിൽ ഈ കവിത പ്രസക്തമാണ്. പിന്നെയും കൃഷ്ണപിള്ള എഴുത്തു തുടർന്നു. എങ്കിലും അതിൽ ബഹുഭൂരിപക്ഷവും നഷ്ടപ്പെടുകയാണുണ്ടായത്.

ഒരു പലവകബുക്കിലായിരുന്നു കൃഷ്ണപിള്ള തന്റെ ആദ്യകാല കവിതകൾ കുറിച്ചിരുന്നത്. 'ആമയും മുയലും', 'കുറുക്കനും മുന്തിരിങ്ങയും', ' തിരുവോണം' എന്നിങ്ങനെയുള്ള വിഷയങ്ങളെ ആസ്പദിച്ചായിരുന്നു ആദ്യകാലങ്ങളിൽ രചന നിർവ്വഹിച്ചുപോന്നിരുന്നത്. സ്കൂൾ സാഹിത്യസമാജത്തിന്റെ സ്വന്തം കവി എന്ന നിലയിൽ അവിടെനിന്നും നല്ല പ്രോത്സാഹനമാണ് കൃഷ്ണപിള്ളയ്ക്ക് ലഭിച്ചിരുന്നത്. അപ്രകാരം, നോക്കുന്നതും കാണുന്നതും എല്ലാം കവിതമയം.

അദ്ധ്യായം ഒമ്പത്

ഭക്തകവിയുടെ ലീലാവിലാസങ്ങൾ

വിദ്യാഭ്യാസവും കവിതാരചനയും സുഹൃത്സംഗമങ്ങളും വിനോദങ്ങളുമെല്ലാം മുറയ്ക്കു നടന്നുകൊണ്ടിരുന്നു. ഇക്കാലഘട്ടത്തിൽ തന്നെ അയൽപക്കങ്ങളിലെ സമപ്രായക്കാരായ പെൺകുട്ടികളുമായി കൃഷ്ണപിള്ള അടുത്തുപെരുമാറിത്തുടങ്ങി. സ്വൈരമായി അത്തരം ഇടപെടലുകൾ നടത്തുന്നതിനുള്ള സാഹചര്യങ്ങളും ആ കാമുകൻ സൃഷ്ടിച്ചെടുത്തു. വീടിന്റെ സമീപത്തുള്ള ക്ഷേത്രങ്ങളിൽ ദീപാരാധനതൊഴൽ, പ്രദോഷം തൊഴൽ എന്നിങ്ങനെയുള്ള ഭക്തിമാർഗ്ഗങ്ങളായിരുന്നു പ്രധാനമായും കവി തന്റെ വിനോദത്തിനുവേണ്ടി ഒരുക്കിയത്.

ചെറുപ്രായത്തിൽ തന്നെ കൃഷ്ണപിള്ളയുടെ അടുത്ത കൂട്ടുകാർ സ്ത്രീകളായിരുന്നു എന്നു മുൻപു പറഞ്ഞിട്ടുണ്ടല്ലോ. തന്റെ പ്രിയപ്പെട്ട കളിത്തോഴിയായ കൊച്ചമ്മുവുമായി പത്തു വയസ്സുവരെ 'മധുവിധു'വായിട്ടായിരുന്നു കൃഷ്ണപിള്ള കഴിഞ്ഞുപോന്നിരുന്നത്. സരസനും സൗമ്യനും സുന്ദരനുമായ ആ കൊച്ചുകളിത്തോഴന്റെ സഹവാസം അഭിമാനകരമായിട്ടാണ് പെൺകിടാങ്ങൾ കരുതിയിരുന്നത്.

അമ്പലത്തിൽ ദീപാരാധന തൊഴുത് പൂവും പ്രസാദവും പൂവലാംഗികളുമായി, ഇരുളടഞ്ഞ ഇടവഴികളിൽക്കൂടി രാസക്രീഡാരതനായ ശ്രീകൃഷ്ണനെപ്പോലെ ലീലാലോലനായി ആടിയാടി വരുന്ന ആ പ്രാണസുഹൃത്തിന്റെ രൂപം എന്റെ മനോമുകരത്തിൽ ഇപ്പോഴും നിഴലിക്കുകയാണ്. ഈ ഭക്തി പാരവശ്യം പലപ്പോഴും സാലോക്യ, സാമീപ്യസാരൂപ്യ പദവികളെക്കടന്ന് സായൂജ്യത്തിന്റെ പരിധിവരെ എത്തിപ്പോകാറുണ്ട്.

ഇങ്ങനെയുള്ള സംഭവങ്ങൾ അരങ്ങേറും മുൻപ് കൃഷ്ണപിള്ളയുടെ വിദ്യാരംഭദിനത്തിൽ തന്നെ ലൈംഗികമായ അറിവുകളുടെയും ഹരിശ്രീ കുറിക്കപ്പെട്ടുകയുണ്ടായി. അക്കാലത്ത് കൃഷ്ണപിള്ള

കവിതാരചനയിലേക്ക് കടന്നിരുന്നില്ല. അദ്ദേഹത്തിന്റെ പ്രായം അന്ന് അഞ്ച് വയസ്സാണ്. എഴുത്തിനിരുത്തുന്നതിലേക്കായി കൃഷ്ണപിള്ളയും അച്ഛനും പുറപ്പെട്ടു. തൃശ്ശൂരിനും ഇരിങ്ങാലക്കുടയ്ക്കുമിടയ്ക്കുള്ള പെരുവനം എന്ന സ്ഥലത്ത് സ്ഥിതിചെയ്യുന്ന തിരുവുള്ളക്കാവിലാണ് കൃഷ്ണപിള്ളയെ എഴുത്തിനിരുത്തിയത്. വിദ്യാരംഭത്തിന്റെ തലേനാൾ അവർ പെരുവനത്തെത്തിച്ചേർന്നു, അവിടെ അച്ഛന് ഒരു സുഹൃത്തുണ്ടായിരുന്നു. സാമാന്യം ധനസ്ഥിതിയുള്ള ഒരാളായിരുന്നു ആ സുഹൃത്ത്. അദ്ദേഹത്തിന് മകളുണ്ടായിരുന്നു. അമ്മു, ഏതാണ്ട് പതിനേഴ വയസ്സ് പ്രായം.

ഞാൻ എപ്പോഴും അമ്മുച്ചേച്ചിയോടൊന്നിച്ചായിരുന്നു പ്രജ്ഞാമണ്ഡലത്തിന്റെ വിദൂരസീമയിൽ എന്നു കൊഞ്ഞനംകുത്തിക്കൊണ്ടുനിൽക്കുന്ന ആ രതിവൈകൃതരംഗം എന്റെ വിദ്യാരംഭത്തിന്റെ പീഠികയായിത്തീരാനിടവന്ന നിർഭാഗ്യത്തെക്കുറിച്ചോർക്കുമ്പോൾ ലജ്ജ, അമർഷം, നൈരാശ്യം ഇവയെല്ലാമൊരുമിച്ച് ഒരു മിശ്രവികാരം ഇന്നും എന്റെ ഹൃദയത്തിൽ കൊട്ടുങ്കാറ്റടിക്കുന്നുണ്ട്. എന്നാൽ അന്നാകട്ടെ അവാച്യവും ആലോചനാതീതവുമായ ഒരവ്യക്താനന്ദാനുഭൂതിയിൽ എന്റെ ഹൃദയകുസുമം കോരിത്തരിക്കുകയാണുണ്ടായതെന്നുള്ള പരമാർത്ഥം ഞാൻ മറച്ചുവെയ്ക്കുന്നില്ല.

ആ സംഭവത്തെക്കുറിച്ച് പിൽക്കാലത്ത് കൃഷ്ണപിള്ള ഇങ്ങനെയാണെഴുതിയത്. അദ്ദേഹത്തിന്റെ ജീവിതത്തിലേക്കു നിരവധി സ്ത്രീകൾ കടന്നു വന്നിട്ടുണ്ട്. അവരെയെല്ലാം ഇരകളാക്കിത്തീർത്ത് ഒന്നിൽനിന്നും മറ്റൊന്നിലേക്കു മദോന്മത്തനായി പാറിനടക്കുകയായിരുന്നു കവി. എന്നാൽ സൗന്ദര്യമുള്ള സ്ത്രീകളിൽനിന്നും ഒഴിഞ്ഞുമാറുവാൻ കഴിയാത്തവിധം കൃഷ്ണപിള്ള സ്ത്രീജിതനായി തീർന്നതിന്റെ പിന്നിൽ പാരമ്പര്യത്തിനും അനിഷേധ്യമായ ഒരു പങ്കുണ്ട്. മുകളിലുദ്ധരിച്ചവിധത്തിലുള്ള സംഭവങ്ങളിൽനിന്നും തന്റെ ഇളം മനസ്സിൽ ഊറിക്കൂടിയ ലൈംഗികാനുഭൂതിയും കൃഷ്ണപിള്ളയെ സ്ത്രീയിലേക്ക് ആകർഷിച്ചിട്ടുണ്ടാകാം.

കൃഷ്ണപിള്ളയുടെ അച്ഛനും സ്ത്രീജിതനായിരുന്നു. അത്തരം ഒരു സംഭവത്തെ ആസ്പദിച്ചാണ് കൃഷ്ണപിള്ള 'വാളും കത്തിയും' എന്ന കവിത രചിച്ചത്. അന്ന് അദ്ദേഹത്തിന് 7 വയസ്സ് പ്രായം. അച്ഛൻ ഒരിക്കൽ കൃഷ്ണപിള്ളയെ കൊച്ചിയിലുള്ള ഒരു വീട്ടിൽ കൊണ്ടുപോയി. വീടിന്റെ മുൻവശത്തിട്ടിരുന്ന മേശമേൽ ആ ബാലനെ കയറ്റിയിരുത്തിയശേഷം അച്ഛൻ ഒരു മുറിയിലേക്ക് കയറി. പിന്നാലെ കത്തിയുമേന്തി ഒരു സ്ത്രീയും.

ഞാൻ ഭയവിഹ്വലനായിത്തീർന്നു. അക്കാലത്തുതന്നെ എന്റെ ഭാവനയ്ക്ക് പ്രായത്തിൽ കവിഞ്ഞ നിർമ്മാണപാടവം സിദ്ധിച്ചിരുന്നു. ആ സ്ത്രീ എന്റെ അച്ഛനെ കൊല്ലുവാനാണ് കത്തിയുംകൊണ്ട് അകത്തു കടന്നതെന്ന് ഞാൻ ദൃഢമായി വിശ്വസിച്ചു. ആ വിശ്വാസത്തിന് നിദാനം

അക്കാലത്തു കാണുവാനിടയായിട്ടുള്ള കഥകളിയിലെ ചില രംഗങ്ങളാണ്.

കഥകളിയിൽ വാളെടുത്തു വെട്ടിക്കൊല്ലുന്നതു കണ്ടു ഞാൻ വാവിട്ട് കരഞ്ഞിട്ടുണ്ട്. ഏതാനും നിമിഷങ്ങൾ ഞാൻ ഒന്നും മിണ്ടിയില്ല. ആ സ്ത്രീ എന്റെ അച്ഛനെ കഥകളിയിൽ കണ്ടപോലെ അങ്ങനെ വെട്ടിക്കൊല്ലുന്ന കാഴ്ച എന്റെ മനോദർപ്പണത്തിൽ പ്രതിഫലിച്ചുകണ്ടു. ആ കാഴ്ച എനിക്കു സഹിച്ചില്ല. എന്റെ അച്ഛനെ കൊല്ലല്ലേ എന്നു പറഞ്ഞു ഞാൻ വാവിട്ട് കരയാൻ തുടങ്ങി.

ചങ്ങമ്പുഴ എന്ന ചതുരാക്ഷരിയിൽ കൃഷ്ണപിള്ള പ്രശസ്തനാകും മുമ്പുള്ള ഈ മാനസികാവസ്ഥ, തെളിഞ്ഞ ഭാവനയുടെ പ്രവർത്തനം, ഒരു കവിയിലേക്കുള്ള അദ്ദേഹത്തിന്റെ യാത്രയുടെ ഭാവിയെ കുറിക്കുന്നു. മറ്റൊരു വിധത്തിൽ പറഞ്ഞാൽ കവിയാകുവാനുള്ള നിയോഗമുള്ളവർക്കേ ഈവിധമൊരു മാനസികാവസ്ഥ സംജാതമാകുകയുള്ളൂ. ഈ ഒരു സംഭവം കൃഷ്ണപിള്ളയ്ക്ക് ലൈംഗികാഭിനിവേശത്തിന് നിമിത്തമായിത്തീർന്നിട്ടുണ്ടാകാം.

കൃഷ്ണപിള്ള തന്റെ ആത്മകഥയിൽ സൂചിപ്പിച്ചിട്ടുള്ള കൊച്ചി സംഭവത്തിന്റെ കവിതാരൂപത്തിലെ ചില വരികളിതാ:

"കയ്യിലൊരു കൊട്ടും കത്തിയുമായ്

തയ്യലാളങ്ങു വരുന്നു വീണ്ടും

പോകുകയാണു മുറിയിലേക്കാ

പ്പൂവേണി വാതിലടഞ്ഞു വീണ്ടും

കത്തി! തീയാളിയെൻ മാനസത്തിൽ

കത്തി ഞാൻ പേടിച്ചരണ്ടുപോയി"

തുടർന്ന്:

"നിശ്ചയമച്ഛനെ കുത്തിവീഴ്ത്തും

നിർദ്ദയം നീറിയെൻ പിഞ്ചു ചിത്തം"

ഒരിക്കൽ അച്ഛന്റെ മരണം ആഗ്രഹിച്ച, ആ മരണത്തിൽ ആനന്ദനൃത്തം ചെയ്ത ആ ബാലൻതന്നെയല്ലേ ഈ വരികളും കുറിച്ചത്? അതാണ് ചങ്ങമ്പുഴ കൃഷ്ണപിള്ള. ദ്വന്ദ്വാത്മക വ്യക്തിത്വത്തിന്റെ കെട്ടുപിണയലുള്ള വൈരുദ്ധ്യങ്ങൾക്കിടയിൽ ഊയലാടിയ മലയാള കവി.

എല്ലാം കഴിഞ്ഞ് പുറത്തിറങ്ങുമ്പോൾ കൃഷ്ണപിള്ളയോട് അച്ഛൻ പറഞ്ഞു:

"അമ്മയോടിക്കഥ മിണ്ടിയാൽ ഞാൻ

ചമ്മന്തിയാക്കും ചതച്ചുനിന്നെ"

(വാളും കത്തിയും; അസ്ഥിയുടെ പൂക്കൾ)

ഇക്കാലഘട്ടത്തിൽ കൃഷ്ണപിള്ള വിഹരിച്ചിരുന്നത് മാറാൻ കുളത്തിന്റെ തീരത്തായിരുന്നു. ഇടപ്പള്ളി കൊട്ടാരത്തിന്റെ പടിഞ്ഞാറുഭാഗത്ത് സ്ഥിതി ചെയ്യുന്ന ഒന്നാണ് അതിവിശാലമായ മാറാൻ കുളം. തമ്പുരാക്കന്മാരും ആഢ്യജാതിക്കാരും കുളിക്കുന്നത് ഇവിടെയായിരുന്നു. കുളത്തിനുചുറ്റും ധാരാളം കുളിപ്പുരകളുണ്ടായിരുന്നു. ഇതിന്റെ പരിസരവും കൃഷ്ണപിള്ളയുടെയും കൂട്ടുകാരുടെയും കളിയിടമായിരുന്നു. മുതിർന്നുകഴിഞ്ഞിട്ടും കൃഷ്ണപിള്ള ഈ കുളവുമായുള്ള ആത്മബന്ധം തുടർന്നു.

സിഗരറ്റും ബീഡിക്കെട്ടുകളുമായി കുളത്തിന്റെ തീരത്ത് രാത്രികാലങ്ങളിൽ ആകാശം നോക്കി മലർന്നുകിടക്കുക കൃഷ്ണപിള്ളയുടെ ഒരു പതിവായിരുന്നു.

അദ്ധ്യായം പത്ത്

സ്വപ്നവർണ്ണങ്ങൾ നിറഞ്ഞാടിയ കാലം

ചങ്ങമ്പുഴ തന്റെ ആത്മകഥയിൽ ഏറെ വാചാലമായും ചന്തങ്ങള ണിയിച്ചും ആവിഷ്കരിച്ചിട്ടുള്ള ഒരു പ്രധാന ഭാഗമാണ് അദ്ദേഹ ത്തിന്റെ ബാല്യം. അപൂർണ്ണമായ ആ കഥയിലുള്ളത് ഒരർത്ഥത്തിൽ ബാല്യകാലം മാത്രമാണെന്നു പറയാം. നമ്മുടെയൊക്കെ ജീവിതത്തിൽ എന്നപോലെ കൃഷ്ണപിള്ളയുടെ ജീവിതത്തിലും ഗൃഹാതുരത്വമുണർത്തി വിട്ട ഒന്നായിരുന്നു ബാല്യകാലം. മനസ്സിനിണങ്ങിയ തോഴരുമൊത്ത് യഥേഷ്ടം കളിച്ചും ശണ്ഠകൂടിയുമൊക്കെ ജീവിച്ച അക്കാലങ്ങൾ അദ്ദേ ഹത്തിന് ഏറെ പ്രിയപ്പെട്ടതായിരുന്നു.

കൃഷ്ണപിള്ളയുടെ വീടിന് ഏറെക്കുറെ അടുത്തായിരുന്നു ഇടപ്പള്ളി കൊട്ടാരം സ്ഥിതിചെയ്തിരുന്നത്. കൊട്ടാരവളപ്പിൽ നിരവധി മാവു കളുണ്ട്. ഇപ്പോഴും അവിടെ ചെന്നാൽ ഒരുൾഗ്രാമത്തിലെത്തിയ അന്തരീക്ഷമാണുള്ളത്. കൂറ്റൻ വൃക്ഷങ്ങൾ ഗതകാലപ്രതാപത്തെ വിളിച്ചുണർത്തിക്കൊണ്ട് നിലകൊള്ളുന്നു. മാവുകളിൽനിന്നുതിരുന്ന മാമ്പഴം പെറുക്കുവാനായി കൃഷ്ണപിള്ളയും കൂട്ടുകാരും അവിടെ ഒത്തു കൂടുമായിരുന്നു. ഉണ്ടവേലു, പാത്താച്ചിരാമൻ, രാജൻ തിരുമുൽപ്പാട്, കുഞ്ഞിക്കുട്ടൻ, ഒന്നു രണ്ട് നമ്പൂതിരി ബാലന്മാർ, ചില കൊച്ചു തമ്പുരാ ക്കൾ, സമീപവീടുകളിലെ ചില പെൺകുട്ടികൾ അങ്ങനെ പലരും ആ സംഘത്തിലെ സ്ഥിരാംഗങ്ങളായിരുന്നു. ഈ കൂട്ടുകെട്ടുമായി ബന്ധപ്പെ ട്ട് ('നട്ടുച്ച പൊരിവെയിലും പൂനിലാവാക്കിത്തീർത്ത' അക്കാലത്തെക്കു റിച്ച്) മാവിൻചുവട്ടിൽ എന്നൊരു കവിത അദ്ദേഹം രചിച്ചിട്ടുണ്ട്.

വേനലവധിക്ക് സ്കൂൾ പൂട്ടുന്ന അവസരം ഈ സംഘത്തിന്റെ ഉത്സ വകാലം കൂടിയായിരുന്നു. മാവിൻചുവട്ടിൽ ഒരു താൽക്കാലിക ക്ഷേ ത്രമുയർത്തി അവിടെ പ്രതിഷ്ഠ, കൊടിയേറ്റ്, ഉത്സവം, ആറാട്ട് എന്നു വേണ്ട പലവിധ പരിപാടികളും ആ ബാലലോകം സംഘടിപ്പിച്ചിരുന്നു.

ഉത്സവത്തിന് കുറത്തിയാട്ടം, ഓട്ടൻതുള്ളൽ, കഥകളി മുതലായ കലാപരിപാടികളും ഉണ്ടാകും. ആ ക്ഷേത്രത്തിലെ ശാന്തിക്കാരും ഭക്തന്മാരും വഴിപാടുകാരും കൊള്ളക്കാരുമൊക്കെ ആ പ്രപഞ്ചത്തിലുൾപ്പെട്ട ബാലന്മാർതന്നെ. മുതിർന്ന തമ്പുരാക്കന്മാർ ബാലന്മാരുടെ കളികളെല്ലാം ശ്രദ്ധിച്ച് തങ്ങൾക്കാകുംവിധം പ്രോത്സാഹിപ്പിച്ചുപോന്നു.

ഒരിക്കൽ ആ താൽക്കാലിക ക്ഷേത്രത്തിൽ 'വലിയവിളക്കാ'യിരുന്നു. അട, സദ്യ, നെയ്പ്പായസം തുടങ്ങിയ വിഭവങ്ങളുമുണ്ടായിരുന്നു. അതെല്ലാം തമ്പുരാട്ടിമാരുടെ വകയായിട്ടായിരുന്നു. അന്നേദിവസം 3 മണിക്ക് ഓട്ടൻതുള്ളൽ-ബാലിവിജയം കഥ. തുള്ളൽക്കാരൻ ശങ്കരമംഗലത്ത് പരമേശ്വരൻപിള്ള. 6 മണിക്ക് കുറത്തിയാട്ടം, അതിലൊരു കുറത്തി കൃഷ്ണപിള്ള. രാത്രി 9 മണിക്ക് കഥകളി ആരംഭിച്ചു. പാത്താച്ചി രാമനും ഉണ്ടവേലുവും തിരശ്ശീലപിടിച്ചു. രാജൻ തിരുമുൽപ്പാടിന്റെ ചെണ്ട, ഗോദവർമ്മന്റെ പാട്ട്. കഥകളിയിലെ രാവണനെ അവതരിപ്പിച്ചത് കണ്ടായത്ത് ശങ്കരപിള്ള. ശങ്കരമംഗലത്ത് പരമേശ്വരൻ പിള്ള നാരദൻ, ചേലക്കുളത്തു നമ്പൂതിരിയായിരുന്നു സ്ത്രീപാർട്ട് അഭിനയിച്ചത്. ബാലിയുടെ റോൾ അഭിനയിച്ച കൃഷ്ണപിള്ള പിന്നീട് ബാലികൃഷ്ണപിള്ളയായി അറിയപ്പെട്ടു. കലയുമായി ബന്ധപ്പെട്ട ഈവിധമുള്ള പരിപാടികൾ കൃഷ്ണപിള്ളയുടെ കവിവ്യക്തിത്വത്തെ സ്വാധീനിച്ചിട്ടുണ്ട്.

അക്കാലത്തെ സംഭവങ്ങൾ പരാമർശിക്കുന്ന 'മാവിൻചുവട്ടിൽ' എന്ന കവിതയിൽ ഇങ്ങനെ വായിക്കാം.

"കരിയും കാവിമണ്ണും മഞ്ഞളുമരച്ചോരാ
വരയും കുറിയുമിട്ടോരോരോ വേഷം കെട്ടി
തകരപ്പാട്ടപ്പൊളിചെണ്ടയുച്ചത്തിൽകൊട്ടി-
യുകിലിൽ തുങ്ങും പാളപ്പാഴ്ക്കിരീടവുംചാർത്തി;
അന്നെത്ര കഥകളി സോത്സാഹം നടത്തിയി-
ലിന്നതോർത്തയ്യോ, നനയുന്നിതെൻ കൺപീലികൾ"

ഇക്കവിത മുതിർന്നതിനുശേഷമാണ് കവി എഴുതിയത്. എന്നാൽ തന്റെ ബാലഭാവനയ്ക്ക് നിറമണിയിച്ച കളിസ്ഥലങ്ങളെക്കുറിച്ചും മറ്റും ആ കുട്ടിത്തുലിക ഇങ്ങനെ എഴുതി.

"വിശാലമായുള്ള കളിസ്ഥലങ്ങൾ
നിറഞ്ഞിരിക്കുന്നൊരു ഭൂപ്രദേശം
അതിനടുത്തുള്ള കുളത്തിനല്ലോ
'മാറങ്കുളം' എന്നിഹ സുപ്രസിദ്ധം"

അന്നത്തെ കളിസ്ഥലങ്ങൾ സ്ഥിതിചെയ്തിരുന്നത്:

"ഗോസായിമാർ തന്നുടെ ചാവടിക്കും
കോശേരി എന്നുള്ളൊരു മാളികയ്ക്കും
കൊച്ചമ്മതൻ വീട്ടിനുമൊട്ടടുത്താ
ണിച്ചൊന്നതായുള്ള കളിസ്ഥലങ്ങൾ"

ഇതേ കവിതയിൽ തന്റെ പ്രിയ സ്നേഹിതരെക്കുറിച്ച്:

"അക്കുഞ്ഞിയാംകുട്ടന്റെടുത്തുതന്നെ
പൂക്കോട്ടുവാഴുന്നൊരു 'വിക്രമൻ'ഹാ
പാത്താച്ചിയാം രാമനുണ്ടവേലു
'ശോക്രാ'യുമാ 'ഭാസ്കര' 'രമ്പി'യും ഹാ
ആലിൽതയ്ക്കാരവിയാം തിരുപ്പാ
ടെന്നുള്ളതാം കൂട്ടരുമൊത്തുകൂടി
മുറയ്ക്കുമാസങ്ങുകളിച്ചിടുമ്പോൾ
ഉറക്കമൂന്നിവ വേണ്ടചൊല്ലാം"

എല്ലാംമറന്നുള്ള കളികളാൽ മുഖരിതമായ സമ്പുഷ്ടവും സമൃദ്ധവുമായിരുന്നു ആ ബാല്യം. ഇവിടെ എഴുതിയിട്ടുള്ളതുപോലുള്ള അസംഖ്യം ശ്ലോകങ്ങളും അക്കാലത്ത് കൃഷ്ണപിള്ള എഴുതിയിട്ടുണ്ടെങ്കിലും അവയെല്ലാം നഷ്ടപ്പെട്ടുപോവുകയാണുണ്ടായത്.

പിൽക്കാലത്ത് കേസരി പാലസായി അറിയപ്പെട്ട കോശേരിമാളികയും കൃഷ്ണപിള്ളയുടെ കവിവ്യക്തിത്വത്തെ പരിപുഷ്ടമാക്കിയ ഒന്നാണ്. ഇവിടെ വെച്ചാണ് കൃഷ്ണപിള്ളയുടെ കവിതാവാസനയെ ഇടപ്പള്ളി കരുണാകരമേനോൻ കണ്ടറിഞ്ഞതും പ്രോത്സാഹിപ്പിച്ചതും. ഇടപ്പള്ളി കൃഷ്ണരാജാവിന്റെ പ്രഥമ പുത്രനായിരുന്നു കരുണാകരമേനോൻ. കാവ്യാത്മകമായ എന്റെ ജീവിതത്തിന് ആരോടെങ്കിലും ഒരു കടപ്പാടുണ്ടെങ്കിൽ അത് മിസ്റ്റർ കരുണാകരമേനോനോട് മാത്രമാണെന്ന് ഞാൻ സന്തോഷപൂർവ്വം അറിയിച്ചുകൊള്ളുന്നു എന്നാണ് കൃഷ്ണപിള്ള അദ്ദേഹത്തെക്കുറിച്ച് എഴുതിയിട്ടുള്ളത്.

കരുണാകരമേനോനുമായി ബന്ധപ്പെട്ട ഒരു ബാല്യകാല സംഭവം കൃഷ്ണപിള്ള ഇങ്ങനെ അനുസ്മരിക്കുന്നു:

ഒരു ദിവസം ഉച്ചതിരിഞ്ഞ് പൊരിവെയിലിൽ ഞങ്ങൾ കളിച്ചുകൊണ്ടു നിൽക്കുമ്പോൾ മി. കരുണാകരമേനോൻ ഞങ്ങളെ അടുത്തുവിളിച്ചു. വെയിൽ താണിട്ട് കളിച്ചാൽ മതി എന്നും അതുവരെയുള്ള സമയം താൻ നടത്തുവാൻ

ഉദ്ദേശിക്കുന്ന ഒരു പരീക്ഷയ്ക്കായി വിനിയോഗിക്കണമെന്നും സ്നേഹസാന്ദ്രമായ സ്വരത്തിൽ അദ്ദേഹം ഞങ്ങളോടും പറഞ്ഞു. ഞങ്ങൾ സമ്മതിച്ചു. പരീക്ഷ ഇതാണ്. ' പ്രഭാതം' എന്ന വിഷയത്തെ ആസ്പദമാക്കി ഞങ്ങൾ എന്തെങ്കിലും സ്വന്തമായിട്ടെഴുതണം. മിസ്റ്റർ രവിവർമ്മ തിരുമുൽപ്പാട് ഇംഗ്ലീഷിൽ എഴുതാമെന്നുടൻ സമ്മതിച്ചു. കൃഷ്ണപിള്ളയ്ക്ക് പദ്യത്തിൽ എഴുതിക്കൂടേ? മിസ്റ്റർ കരുണാകരമേനോൻ ചോദിച്ചപ്പോൾ ഞാൻ അത്ഭുതപ്പെട്ടുപോയി. ഗദ്യത്തിൽ എന്തെങ്കിലും എഴുതുവാനേ സാധിക്കൂ എന്ന് വിനയശീലനായ കുഞ്ഞിക്കുട്ടൻ പറഞ്ഞു. ഒരു മണിക്കൂറാണ് സമയം. ഞങ്ങൾ മൂന്നുപേരും ഇരുന്ന് എഴുതാൻ തുടങ്ങി:

"അർക്കനുദിച്ചതു കാൺകയാൽ താപസർ
വൽക്കലം മെല്ലെയെടുത്തുകൊണ്ട്
താമരപ്പൂക്കൾ വിരിഞ്ഞ നദികളിൽ
ത്തുമയിൽ പോവുകയായ് കുളിക്കാൻ
വൃക്ഷത്തിൻ കൊമ്പിലിരുന്നങ്ങുപാടിനാർ
പക്ഷിതൻ കുഞ്ഞുങ്ങൾ മോദമോടെ
മന്ദാരപുഷ്പങ്ങൾ മന്ദം വിരികയായ്
മന്ദാനിലനും ഹാ വീശുകയായ്..."

എന്നിങ്ങനെ 48 വരികളാണ് കൃഷ്ണപിള്ള ആ പരീക്ഷയിൽ എഴുതിത്തീർത്തത്. ഏതാണ്ട് ഇതുപോലുള്ള കവിതാഭാഗങ്ങൾ കൃഷ്ണപിള്ളയുടെ ലീലാങ്കണത്തിലും നമുക്ക് വായിക്കാൻ കഴിയും. അപക്വമായ ഇത്തരം വരികളിൽ പക്ഷേ മുളയുടെ ലക്ഷണം കാണുവാനുമുണ്ട്. പിന്നീട് എഴുതിയതൊക്കെയും കരുണാകരമേനോനെ കാണിച്ചുപോന്നു.

ആയിടയ്ക്ക് കവിമണി കെ.സി. കുട്ട്യപ്പനമ്പ്യാർ കൃഷ്ണരാജാവിന്റെ അതിഥിയായി ഇടപ്പള്ളിയിലെത്തി. 'വിഘ്നരാജോത്ഭവം' എന്ന ആട്ടക്കഥയുടെ അരങ്ങേറ്റവുമായി ബന്ധപ്പെട്ടാണ് കുട്ടപ്പനമ്പ്യാർ ഇടപ്പള്ളിയിലെത്തിയത്. കരുണാകരമേനോൻ കൃഷ്ണപിള്ളയെ കുട്ട്യപ്പനമ്പ്യാർക്കു പരിചയപ്പെടുത്തി. കുട്ട്യപ്പനമ്പ്യാർ ആവശ്യപ്പെട്ടതനുസരിച്ച് ആനന്ദാതിരേകത്തോടെ കൃഷ്ണപിള്ള തന്റെ കവിതകളെടുക്കുവാനായി വീട്ടിലേക്കോടി. പഴയ പെട്ടിയിൽ കിടന്നിരുന്ന കടലാസുകളെല്ലാം പെറുക്കിക്കൂട്ടി ഒരാത്മവിസ്മൃതിയിലെന്നവണ്ണം കുട്ടിക്കവി കുട്ട്യപ്പനമ്പ്യാരുടെ മുൻപിൽ ആഗതനായി.

കൃഷ്ണപിള്ളയുടെ ബാലചാപല്യങ്ങൾ ഗൗരവം വിടാതെ സൂക്ഷ്മമായി വായിച്ചതിനുശേഷം കുട്ട്യപ്പനമ്പ്യാർ കരുണാകരമേനോനോടായി

പറഞ്ഞു. ഈ ബാലനൊരു സാമാന്യനല്ല. ഒരു കാലത്ത് നമ്മുടെ ഭാഷയ്ക്ക് ഈ കുട്ടിയൊരു നേട്ടമായിത്തീരും. ഈ അഭിനന്ദനം കൃഷ്ണ പിള്ളയ്ക്കു ലഭിച്ച വലിയൊരംഗീകാരമായിരുന്നു. അതിൽ കവിമനസ്സ് പുളകിതമായി.

ഇടപ്പള്ളി കരുണാകരമേനോനെ രക്ഷാധികാരിയാക്കി കൃഷ്ണപിള്ള യും കൂട്ടുകാരും ചേർന്ന് ഒരു ബാലസാഹിത്യ സമാജം രൂപീകരിച്ചിരു ന്നു. കൃഷ്ണപിള്ളയായിരുന്നു സെക്രട്ടറി. എല്ലാ ഞായറാഴ്ചയും പകൽ 3 മണിക്ക് കളപ്പുരമാളികയിലെ ഒരു വലിയ മുറിയിൽവച്ച് ബാലസമാജം കൂടിപ്പോന്നു. പദ്യംചൊല്ലൽ, ഉപന്യാസ പാരായണം, പ്രസംഗം, വാഗ്വാദം, അക്ഷരശ്ലോക മത്സരം ഇവയൊക്കെ ഉൾപ്പെടുത്തിയാണ് സാഹിത്യസമാജം പ്രവർത്തിച്ചത്.

ഒരിക്കൽ, ഒരു ഞായറാഴ്ച; അന്നേദിവസം യോഗത്തിൽ വായി ക്കേണ്ട ഒരു മിനുട്സ് എഴുതേണ്ടിയിരുന്നതിനാൽ കൃഷ്ണപിള്ള പുറത്തേക്കെങ്ങും പോയിരുന്നില്ല. മിനുട്സ് എഴുതിയതിനുശേഷം പുറത്തിറങ്ങാമെന്നായിരുന്നു കൃഷ്ണപിള്ള കണക്കുകൂട്ടിയത്. ഒരിക്കൽ പോലും കൊച്ചുകുട്ടനെ വീട്ടിൽ കാണാത്തതിന്റെ പേരിൽ പലപ്പോഴും വഴക്കുപറയാറുള്ള അമ്മ ആ ദിവസം ഒരു പണിപറ്റിച്ചു. അദ്ദേഹത്തി ന്റെ സകല മുണ്ടുകളുമെടുത്ത് ഒളിച്ചു വെച്ചു. കൊച്ചുകുട്ടൻ ഇനിയെങ്ങനെ പുറത്തുപോകുമെന്നറിയണമല്ലോ. മുണ്ട് ആവശ്യപ്പെട്ട് കൊച്ചുകുട്ടൻ കരഞ്ഞുവെങ്കിലും അമ്മ വഴങ്ങിയില്ല. എന്നിരുന്നാലും കൃഷ്ണപിള്ള കൃത്യസമയത്തിന് യോഗസ്ഥലത്തെത്തി മിനുട്സ് വായിച്ചു. അദ്ദേ ഹത്തിന്റെ വസ്ത്രം, കൗപീനം മാത്രമായിരുന്നു. സെക്രട്ടറിയുടെ ഈ കർത്തവ്യബോധം സദസ്സിൽ ശ്ലാഘിക്കപ്പെട്ടു.

മദ്യവർജ്ജനപ്രസ്ഥാനം കേരളത്തിൽ ശക്തിപ്പെട്ടുവരുന്ന ഒരു കാലമായിരുന്നു അത്. ഇടപ്പള്ളിയിൽ അതിന്റെ പ്രതികരണങ്ങളൊ ന്നും കാര്യമായുണ്ടായില്ല. എങ്കിലും കൃഷ്ണപിള്ളയും രാഘവൻപിള്ളയും പങ്കെടുത്ത ഒരു മദ്യവർജ്ജന ജാഥ അവിടെ നടക്കുകയുണ്ടായി. മദ്യരാക്ഷസന്റെ കോലം ചുട്ടെരിക്കലായിരുന്നു പ്രധാന പരിപാടി. ഘോഷയാത്ര, കോലം ചുട്ടെരിക്കൽ, പൊതുയോഗം എന്നിങ്ങനെയാ യിരുന്നു കാര്യപരിപാടികൾ ആസൂത്രണം ചെയ്തിരുന്നത്. കരുണാകര മേനോന്റെ നേതൃത്വത്തിലായിരുന്നു ഇതത്രയും സംഘടിപ്പിക്കപ്പെട്ടത്.

കേസരി പാലസിന്റെ മുമ്പിൽനിന്നായിരുന്നു ജാഥ ആരംഭിച്ചത്. ഏതാണ്ട് 10 അടി ഉയരം വരുന്ന പഴന്തുണികൊണ്ടുണ്ടാക്കിയ മദ്യരാക്ഷസകോലം ചുമന്നുകൊണ്ട് കരുണാകരമേനോൻ മുമ്പിലും ഇരുവശങ്ങളിലായി കെ.പി. മാധവൻനായർ, സി. നാരായണപിള്ള,

ഖദർധാരികളായ കുറെ ചെറുപ്പക്കാർ, കൃഷ്ണപിള്ള, രാഘവൻപിള്ള, ചന്ദ്രത്തിൽ കൃഷ്ണപിള്ള, ശ്രാമ്പിക്കൽ പത്മനാഭമേനോൻ തുടങ്ങിയവർ. ഘോഷയാത്ര മാറങ്കുളത്തിന്റെ തെക്കേക്കരയിലൂടെ ചങ്ങമ്പുഴ ഭവനത്തിന്റെ മുൻപിലൂടെയാണ് നീങ്ങിയത്. ഇതേ കൃഷ്ണപിള്ളയാണ് പിൽക്കാലത്ത് മദ്യത്തിന്റെ അടിമയായിത്തീർന്നത്, മദ്യപാനത്തിന്റെ സ്തോതാവായി കവിത എഴുതിയത്.

സംഭവങ്ങളും വിനോദങ്ങളും നിറഞ്ഞ ദിനങ്ങൾ കഴിഞ്ഞു പോകവേ തേഡ് ഫോറത്തിലെ പരീക്ഷയും കഴിഞ്ഞു. അതോടെ ഓരോരുത്തരും തങ്ങൾ തുടർന്നുപഠിക്കുവാനുദ്ദേശിക്കുന്ന സ്കൂളുകളെക്കുറിച്ച് ബാലസദസ്സിൽ സംസാരം തുടങ്ങി. രാഘവൻപിള്ള സെന്റ് ആൽബർട്ട്സിൽ എന്നായിരുന്നു പറഞ്ഞുകേട്ടത്. ഇതുകേട്ടപാടെ കൃഷ്ണപിള്ള ഒരു തീരുമാനമെടുത്തു. ഞാൻ എന്തായാലും ആ സ്കൂളിൽ പഠിക്കുന്നില്ല. തീരുമാനം സദസ്സിനെ അറിയിക്കുകയും ചെയ്തു.

ഇങ്ങനെയൊരു തീരുമാനത്തിലേക്ക് കൃഷ്ണപിള്ളയെ നയിച്ചത് രാഘവൻപിള്ളയുമായി അദ്ദേഹത്തിനുണ്ടായിരുന്ന ശത്രുതയായിരുന്നു. അതിന്റെ സ്ഫോടനാത്മകമായ രംഗങ്ങളിൽ ചിലത് നാം മുൻപ് കണ്ടുകഴിഞ്ഞു. തുടർവിദ്യാഭ്യാസത്തിനായി ഇനി എവിടെപ്പോകുമെന്ന ചിന്ത കൃഷ്ണപിള്ളയെ അലട്ടിത്തുടങ്ങി. അപ്പോഴാണറിയുന്നത് ഇടപ്പള്ളി സ്വദേശികളും തന്റെ കൂട്ടുകാരുമായ തട്ടാഴത്ത് കൃഷ്ണപണിക്കരും രവിവർമ്മത്തമ്പുരാനും ഹൈസ്കൂൾ വിദ്യാഭ്യാസത്തിനായി തെരഞ്ഞെടുത്തിട്ടുള്ളത് ആലുവായിലെ സെന്റ് മേരീസ് സ്കൂളാണെന്ന്. തനിക്കും അവിടെത്തന്നെ മതിയെന്ന് കൃഷ്ണപിള്ള തീരുമാനിക്കുകയും ചെയ്തു. സ്വന്തം ഇഷ്ടം അതൊന്നുമാത്രമാണ് ഈ തീരുമാനത്തിന്റെ പിന്നിൽ. ഒരർത്ഥത്തിൽ ഇവിടെ കൃഷ്ണപിള്ള രാഘവൻപിള്ളയിൽനിന്നും ഒളിച്ചോടുകയായിരുന്നു. പരിഹാസങ്ങളോട് പോരാടി നിൽക്കുവാൻ അദ്ദേഹമന്ന് അശക്തനായിരുന്നു.

ഹൈസ്കൂൾ പഠനത്തിന് ആലുവ തെരഞ്ഞെടുക്കാൻ വേറെയും കാരണങ്ങളുണ്ടായിരുന്നു. എറണാകുളത്താണ് പഠിക്കുന്നതെങ്കിൽ ദിവസേന പോയിവരണം. ആലുവായിലാകുമ്പോൾ അങ്ങനെയൊരു പ്രശ്നമേയില്ല. മാത്രവുമല്ല തനിയെ താമസിക്കാം. പുതിയ ചുറ്റുപാടുകളും പുതിയ കൂട്ടുകാരും. വിലക്കും വിലങ്ങുമില്ലാത്ത സാഹചര്യം. സ്വാതന്ത്ര്യദാഹിയായ ഒരുവനെ പ്രലോഭിപ്പിക്കുവാൻ ഇതൊക്കെ ധാരാളമാണ്.

ആലുവായിൽതന്നെ പഠിക്കണം എന്ന ശാഠ്യം മുറുകിയപ്പോൾ വീട്ടിലൊരു കൂടിയാലോചന നടന്നു, അമ്മയും ചിറ്റയും മുത്തശ്ശിയും തമ്മിൽ. (അച്ഛന്റെ മരണശേഷം കൊച്ചുകുട്ടന്റെ വിദ്യാഭ്യാസച്ചെലവുകൾ

നിർവ്വഹിച്ചിരുന്നത് മുത്തശ്ശിയായിരുന്നു. ഇടയ്ക്ക് ചിറ്റയും സഹായിക്കും) പഠനം എറണാകുളത്തു വേണ്ടെന്നായിരുന്നു മൂവരുടെയും തീരുമാനം. (ഇക്കാര്യം കൃഷ്ണപിള്ള അറിഞ്ഞിരുന്നില്ല) എറണാകുളത്താണ് പഠിക്കാൻ പോകുന്നതെങ്കിൽ രാവിലെയും വൈകുന്നേരവും നടക്കണം. തന്നെയുമല്ല ഉച്ചഭക്ഷണത്തിന് ഹോട്ടലിനെ ആശ്രയിച്ചേ മതിയാകൂ. അങ്ങനെ പലവിധ കാരണങ്ങളാൽ വീട്ടുകാരും ആലുവതന്നെ തെരഞ്ഞെടുത്തു.

പഠിക്കുവാനുള്ള സ്ഥലം കണ്ടെത്തിക്കഴിഞ്ഞതോടെ ഓരോരോ പ്രശ്നങ്ങൾ ഉയർന്നുവന്നു. അതിൽ പ്രധാനം പണം തന്നെ. പണം കൊണ്ടുമാത്രം കാര്യമായില്ല, താമസിക്കുവാൻ ഒരിടം കൂടി വേണം. പഠിക്കുന്നതെവിടെയായാലും തുടക്കത്തിൽ നല്ലൊരു തുക ചെലവുണ്ട്. ഫീസ്, പുസ്തകങ്ങൾ, വസ്ത്രം. വേറെയുമുണ്ട് ആവശ്യങ്ങൾ. കടം വാങ്ങിയിട്ടാണെങ്കിലും വേണ്ടില്ല കൊച്ചുകുട്ടനെ സ്കൂൾ ഫൈനൽ പരീക്ഷ പാസ്സാക്കണമെന്നാണ് അമ്മയുടെയും മുത്തശ്ശിയുടെയും ആഗ്രഹം. പുരയിടം പാട്ടത്തിനു കൊടുത്തിട്ടുള്ള വകയിൽ മുൻകൂറായി കുറച്ചു പണം വാങ്ങി. സാമ്പത്തികപ്രശ്നം അങ്ങനെ പരിഹരിച്ചെങ്കിലും താമസസൗകര്യം ശരിയായിട്ടില്ല.

താമസസൗകര്യമന്വേഷിച്ച് വീട്ടുകാർ നെട്ടോട്ടമായി. മുതിർന്ന ആണുങ്ങളാരുമില്ലാതിരുന്നതിനാൽ അമ്മയും മുത്തശ്ശിയും ചിറ്റയുമൊക്കെ കൊച്ചുകുട്ടനുവേണ്ടി അന്വേഷിച്ചലഞ്ഞു. ആരോടുപറയാൻ? എവിടെ ചെന്നന്വേഷിക്കുവാൻ? ആലുവായിൽ പരിചയമുള്ളവരായി ആരുമില്ല. സ്കൂൾ തുറക്കുവാനുള്ള സമയം അടുക്കുന്തോറും വീട്ടുകാർ അങ്കലാപ്പിലായി. താമസസൗകര്യത്തിനുവേണ്ടി ചങ്ങമ്പുഴത്തറവാടിനു സമീപത്തുള്ള ഒരദ്ധ്യാപികയെ സമീപിച്ചെങ്കിലും കാര്യം നടന്നില്ല. അവർ ജോലിനോക്കിയിരുന്നത് ആലുവായിലായിരുന്നു.

ഒടുവിൽ താമസിക്കാൻ ഒരു സ്ഥലമൊത്തുകിട്ടി. കൃഷ്ണപിള്ളയുടെ അമ്മയുടെ സഹോദരി നാണിക്കുട്ടിയമ്മയുടെ ഭർത്താവിന്റെ ഒരു ബന്ധു മുഖാന്തരമാണ് താമസസൗകര്യം ലഭിച്ചത്. നാണിക്കുട്ടിയമ്മയുടെ ഭർത്താവിന്റെ ഭാഗിനേയി ഗൗരിക്കുട്ടിയമ്മയെ വിവാഹംചെയ്തത് ഇടപ്പള്ളി മാമംഗലം കരയിൽ കരിവേലിൽ വീട്ടിൽ കൃഷ്ണപിള്ളയായിരുന്നു. പി.ഡബ്ലിയു.ഡിയിലായിരുന്ന അദ്ദേഹത്തിന് ജോലി. അവർ ആലുവായിലേക്ക് സ്ഥലം മാറി പോകാനിരിക്കെയാണ് നാണിക്കുട്ടിയമ്മ കൊച്ചുകുട്ടന്റെ കാര്യം സംസാരിച്ചത്. ഈ ദമ്പതികളുടെ ക്വാർട്ടേഴ്സിലായിരുന്നു ആലുവായിൽ കൃഷ്ണപിള്ള താമസിച്ചത്.

അദ്ധ്യായം പതിനൊന്ന്

ആലുവായിലേക്ക്

കൃഷ്ണപിള്ളയുടെ ജീവിതത്തിലെ വഴിത്തിരിവിന്റെ തുടക്കമാണിവിടെ. സംഘർഷനിർഭരം എന്ന് വിശേഷിപ്പിക്കാവുന്ന കാലത്തിന്റെ ആരംഭം. സ്വന്തം പ്രവൃത്തികളുടെ പരിണതികൾക്കുമുൻപിൽ പകച്ചും ചിലപ്പോൾ ശപിച്ചും വിടർന്ന ആ കൗമാരം.

കൃഷ്ണപിള്ള ആലുവായാത്രയ്ക്കുള്ള ഒരുക്കങ്ങളിലാണ്. സ്കൂൾ തുറക്കുന്ന ദിവസം അടുത്തുവരുന്നതിന്റെ ആഹ്ലാദവുമുണ്ട്. അത്യാവശ്യത്തിന് വസ്ത്രങ്ങൾ വാങ്ങി, കവിത എഴുതുന്ന ബുക്കും മറ്റു കടലാസുമെടുത്ത് ആദ്യംതന്നെ പെട്ടിയിൽ വച്ചു.

അങ്ങനെ സ്കൂൾ തുറക്കുന്ന ദിവസം വന്നുചേർന്നു. അന്ന് പതിവില്ലം കാലേ എഴുന്നേറ്റ് കുളികഴിഞ്ഞ് ഓടിവന്ന് വീടിനകത്തേക്ക് കടക്കാൻ തുടങ്ങിയപ്പോൾ അമ്മ ശാസിച്ചു.

“എടാ നെനക്ക് അമ്പലത്തിലൊന്ന് തൊഴുതേച്ച് വരാമ്പാടില്ലേ? വല്ല നഷ്ടോം വരുവേടാ നിനക്ക്?” അമ്മ മകനെ തുറിച്ചു നോക്കിക്കൊണ്ട് അല്പനേരം നിന്നു. മടിച്ചു നിന്നെങ്കിലും പിറുപിറുത്തുകൊണ്ട് മകൻ ഇറങ്ങി നടന്നു.

കഞ്ഞികുടിച്ച ഉടനെ പുറപ്പെട്ടു നിൽപ്പായി. കോടിമുണ്ട്, മുറിക്കയ്യൻ ഷർട്ട്, ജുബ്ബാ ഷർട്ട് കണ്ടാൽ അമ്മാവൻ ശകാരിക്കുമെന്നും നല്ലകാര്യത്തിനു പുറപ്പെടുമ്പോൾ പിരാകൽ കേൾക്കാനിടവരരുതെന്നും അമ്മ മുൻകൂട്ടി ഉപദേശിച്ചിരുന്നു. അമ്മാവൻ വരുന്നുണ്ടോ എന്നാണു നോട്ടം.

ആ കാത്തുനിൽപ്പിലേക്ക് മറ്റൊരാവശ്യവുമായി അമ്മ കടന്നുവന്നു. പ്രഭാകരനെ സ്കൂളിൽ ചേർക്കണം. ദേഷ്യത്തോടെ അമ്മയോട് എന്തൊക്കെയോ പിറുപിറുത്തെങ്കിലും പ്രഭാകരനെ സ്കൂളിൽ ചേർക്കുവാൻ കൃഷ്ണപിള്ള കൊണ്ടുപോയി. പിന്നീട് അമ്മാവനോടൊപ്പം ആലുവായിലേക്കു പുറപ്പെടുകയും ചെയ്തു.

അവിടെ റെയിൽവേ സ്റ്റേഷനിൽ അവരെയും കാത്ത് ഗൗരിക്കുട്ടിയുടെ ഭാർത്താവ് നിൽപ്പുണ്ടായിരുന്നു. അന്നുതന്നെ കൃഷ്ണപിള്ളയെ സെന്റ് മേരീസ് ഹൈസ്കൂളിൽ ഫോർത്ത് ഫോറത്തിൽ ചേർത്തു; അമ്മാവൻ മടങ്ങി.

ആദ്യത്തെ കോംപസിഷൻ പരിശോധിച്ചതു മുതൽ ചങ്ങമ്പുഴയെ ഇംഗ്ലീഷ് അദ്ധ്യാപകനും ഭാഷാദ്ധ്യാപകനും പ്രത്യേകം ശ്രദ്ധിച്ചു. ശരാശരി വിദ്യാർത്ഥി എഴുതുന്നതിനേക്കാൾ മികച്ച ഭാഷയും ആശയവും. കൃഷ്ണപിള്ള കവിയാണെന്ന് അറിഞ്ഞതോടുകൂടി അദ്ധ്യാപകർക്ക് പ്രത്യേകിച്ചൊരു സ്നേഹവുമായി. അതോടെ കൃഷ്ണപിള്ള കൃത്യമായി ക്ലാസ്സിൽ പോകുന്ന പതിവുപേക്ഷിച്ചു. ചിലപ്പോൾ ലൈബ്രറിയിൽ, അല്ലാത്തപ്പോൾ കൂട്ടുകൂടിയുള്ള ചുറ്റിക്കറക്കം.

ഒരിക്കൽ സ്കൂൾ വിട്ടു പുറത്തിറങ്ങുമ്പോൾ കൃഷ്ണവിലാസം സ്കൂളിലെ അദ്ധ്യാപകനായിരുന്ന കെ.പി. കരുണാകരമേനോനെ കണ്ടുമുട്ടി. അവർ തമ്മിൽ ഓരോന്നങ്ങനെ സംസാരിച്ച് എത്തിച്ചേർന്നത് സംസ്കൃതസ്കൂളിലാണ്. അവിടെ അന്ന് കുറ്റിപ്പുഴ കൃഷ്ണപിള്ള അദ്ധ്യാപകനായി ജോലി ചെയ്തിരുന്നു. അദ്ദേഹത്തെ കൃഷ്ണപിള്ളയ്ക്ക് പരിചയപ്പെടുത്തുവാൻ വേണ്ടിയാണ് കരുണാകരമേനോൻ കവിയെ അങ്ങോട്ടു കൂട്ടിയത്. പക്ഷേ പരിചയപ്പെടുത്തേണ്ടിവന്നില്ല. കുറ്റിപ്പുഴയ്ക്ക് ആളെ മനസ്സിലായി. അക്കൊല്ലം ഇടപ്പള്ളിയിൽ വച്ചു നടന്ന സാഹിത്യ പരിഷത്തിന്റെ ഒന്നാം സമ്മേളനത്തിൽ കുറ്റിപ്പുഴയും പങ്കെടുത്തിരുന്നു. അവിടെവച്ചുതന്നെ കൃഷ്ണപിള്ള കുറ്റിപ്പുഴയെ പരിചയപ്പെട്ടിരുന്നു. അന്ന് കുറ്റിപ്പുഴയുടെ പ്രസംഗം കൃഷ്ണപിള്ളയെ വല്ലാതെ ആകർഷിക്കുകയുണ്ടായി. പ്രസംഗത്തെക്കുറിച്ചുള്ള ചില സംശയങ്ങളും കൃഷ്ണപിള്ള കുറ്റിപ്പുഴയോട് ചോദിച്ചിരുന്നു.

കൃഷ്ണപിള്ളയ്ക്ക് ഏതാണ്ട് പതിനാറു വയസ്സുള്ളപ്പോഴാണ് പ്രസിദ്ധമായ സാഹിത്യപരിഷത് സമ്മേളനം ഇടപ്പള്ളിയിൽ വച്ചു നടത്തപ്പെട്ടത്. സാഹിത്യകാരന്മാരുടെ ആത്മാർത്ഥവും സത്യസന്ധവുമായ സഹകരണത്തിന്റെ മികച്ച മാതൃകയായിരുന്നു ഒന്നാം പരിഷത് സമ്മേളനം.

പരിഷത് സമ്മേളനത്തിന്റെ നടത്തിപ്പിൽ പ്രധാനി ഇടപ്പള്ളി കൃഷ്ണരാജാവായിരുന്നു. അക്കാലത്ത് ഇത്തരം സമ്മേളനങ്ങൾ സാമ്പത്തികനേട്ടം ലക്ഷ്യംവച്ച് നടത്തപ്പെടുന്ന ഒന്നായിരുന്നില്ല. എന്നുമാത്രമല്ല, ധനവ്യയമാർഗ്ഗവുമായിരുന്നു. ഇടപ്പള്ളിയിലെ മുഴുവൻ ജനങ്ങളും ഒന്നായി പങ്കുകൊണ്ട മഹാസമ്മേളനമായിരുന്നു അത്. കേരളത്തിലെ സാഹിത്യകാരന്മാരിൽ ഭൂരിഭാഗവും സമ്മേളനത്തിൽ

പങ്കുകൊണ്ടിരുന്നു. സാഹിത്യതൽപരരായ വിദ്യാർത്ഥികൾ സന്നദ്ധ ഭടന്മാരായി സമ്മേളനത്തിൽ നിലകൊണ്ടു. കൃഷ്ണപിള്ളയും രാഘവൻ പിള്ളയുമൊക്കെ ഇങ്ങനെ സന്നദ്ധഭടന്മാരുടെ വേഷത്തിലായിരുന്നു.

മഹാകവി വള്ളത്തോൾ, ഉള്ളൂർ, പുന്നശ്ശേരി നമ്പി, നീലകണ്ഠശർമ്മ, രാമവർമ്മ അപ്പൻതമ്പുരാൻ, പി.കെ. നാരായണപിള്ള, സി.എസ്. നായർ, പുത്തേഴത്തു രാമൻ മേനോൻ, ആലത്തൂർ അനുജൻ നമ്പൂതിരിപ്പാട്, എം. രാമവർമ്മ തമ്പാൻ, എ.ഡി. ഹരിശർമ്മൻ, വടക്കുംകൂർ രാജരാജവർമ്മ, എന്നിങ്ങനെയുള്ള പ്രഗൽഭമതികളുടെ സാന്നിദ്ധ്യം കൊണ്ടു സമ്പന്നമായിരുന്നു പരിഷത് സമ്മേളനം.

പിലക്കുടി മധുസൂദനൻ ഭട്ടതിരിയുടെ സ്വാഗതഗാനത്തോടും മേലങ്ങത്ത് അച്യുതമേനോന്റെ സ്വാഗതപ്രസംഗത്തോടും കൂടി സമ്മേളന പരിപാടികൾക്കു തുടക്കമായി. മഹാകവികൾക്കും പണ്ഡിതന്മാർക്കുമൊപ്പം യുവകവികളായ ജി. ശങ്കരക്കുറുപ്പും വെണ്ണിക്കുളവും സമ്മേളനത്തിൽ സന്നിഹിതരായിരുന്നു.

പരിഷത് സമ്മേളനത്തിൽ കുറ്റിപ്പുഴ ചെയ്ത പ്രസംഗം ടാഗോർ സാഹിത്യത്തെക്കുറിച്ചായിരുന്നു. ഈ പ്രസംഗം കൃഷ്ണപിള്ളയെ ഏറെ സ്വാധീനിച്ചു. പിൽക്കാലത്ത്, 19 വർഷം കഴിഞ്ഞ് പ്രസിദ്ധപ്പെടുത്തിയ 'വികൂറി' എന്ന ടാഗോർ കൃതിയുടെ വിവർത്തനമായ 'യവനിക' സമർപ്പിച്ചിട്ടുള്ളത് കുറ്റിപ്പുഴയ്ക്കാണ്. ടാഗോർ കൃതികളെ കൃഷ്ണപിള്ളയ്ക്കു പരിചയപ്പെടുത്തിയതും കുറ്റിപ്പുഴതന്നെ. അതുകൊണ്ടു കൂടിയാണ് യവനിക കുറ്റിപ്പുഴയ്ക്കു സമർപ്പിക്കുവാൻ കൃഷ്ണപിള്ള തയ്യാറായതും.

കളിക്കൊഞ്ചലോടെ കമിഴ്ന്നു നീന്തിയിരുന്ന എന്റെ കവനകലാ കൗതുകത്തെ വാത്സല്യപൂർവ്വം കൈപിടിച്ചു സാഹിത്യലോകത്തിൽ പിച്ചനടത്തിയതാരോ, അപ്രതിമമായ യുക്തി, അതിതീക്ഷ്ണമായ ബുദ്ധി, സമ്പുഷ്ടമായ നിർമ്മാണശക്തി, സംസ്കാരസമ്പന്നമായ വിജ്ഞാനലബ്ധി:- ഇവയുടെ സംഘടിത ചൈതന്യം മൂർത്തിമത്തായി പരിലസിക്കുന്നതാരോ, ഇന്നത്തെ കേരളീയ പുരോഗമന ചിന്തകന്മാരിൽ അദ്വിതീയനായ ആ ഉത്തമവിമർശകന്റെ, ശ്രീ. കുറ്റിപ്പുഴ കൃഷ്ണപിള്ളയുടെ ജ്വലിക്കുന്ന പ്രതിഭയുടെ മുമ്പിൽ-എന്റെ സ്നേഹം, ബഹുമാനം, കൃതജ്ഞത, ഭക്തി ഇവയുടെ അപൂർണ്ണമെങ്കിലും ഏറ്റവും ആത്മാർത്ഥമായ ഒരുപഹാരമെന്ന നിലയിൽ ഞാൻ ഈ കാവ്യം സാഭിമാനം സമർപ്പണം ചെയ്യുന്നു.

ഇത്രമേൽ വിശദമായൊരു സമർപ്പണവാക്യം കൃഷ്ണപിള്ള മറ്റൊരു കവിതയ്ക്കും എഴുതിയിട്ടില്ല. ഇതിൽ സ്പന്ദിക്കുന്ന ആത്മാർത്ഥതയുടെ തെളിമ അദ്ദേഹത്തിന്റെ ഹൃദയത്തിന്റേതാണ്. വളർന്നുന്ന

കൈയ്ക്കുതന്നെ കൊത്തുന്ന സാഹിത്യകാരന്മാരുടെ ഈ നാട്ടിൽ ഇത്ത രമൊരു സമർപ്പണം അപരിചിതമാണ്. അതുകൊണ്ടുതന്നെ ഹൃദ്യവും. തന്നെ ഏതെങ്കിലും വിധത്തിൽ സഹായിച്ചവരെ ഒരിക്കൽപ്പോലും വളർച്ചയുടെ പാരമ്യത്തിൽപ്പോലും മറക്കുന്ന ആളായിരുന്നില്ല ഈ മഹാകവി.

അന്ന് ഇടപ്പള്ളിയിലെ സമ്മേളന സദസ്സിൽ വച്ച് തുടങ്ങിയ പരിചയം പിന്നീട് ആലുവായിൽ വച്ച് ദൃഢമാവുകയും കുറ്റിപ്പുഴ, ചങ്ങ മ്പുഴയ്ക്ക് ഒരു മാർഗ്ഗദർശകനായിത്തീരുകയും ചെയ്തു. ഏതൊക്കെ പുസ്ത കങ്ങളാണ് നിഷ്കർഷയോടെ വായിക്കേണ്ടതെന്നു പറഞ്ഞുകൊടുക്കുക മാത്രമല്ല, പുസ്തകങ്ങൾ തേടിപ്പിടിച്ച് കൊടുക്കുകയും ചെയ്തു കുറ്റിപ്പുഴ. അങ്ങനെ ഉത്സാഹശീലനായ ഒരു കവിയ്ക്കുവേണ്ടുന്ന ദിശാബോധം വളർത്തിയെടുക്കുന്നതിൽ കുറ്റിപ്പുഴയുടെ സാന്നിദ്ധ്യം പ്രകടമാണ്.

ചിറ്റയുടെ ബന്ധുവോടൊപ്പമുള്ള താമസം, സെന്റ് മേരീസിലെ പഠനം, കുറ്റിപ്പുഴയുമായുള്ള സമ്പർക്കം, കൂട്ടുകാർ, ഇങ്ങനെ കൃഷ്ണപി ള്ളയുടെ ജീവിതം സോല്ലാസം മുന്നോട്ടുനീങ്ങി. അക്കൊല്ലം (1927-ൽ) പൗരസ്ത്യ ദൂതൻ മാസികയിൽ അദ്ദേഹത്തിന്റെ 'മംഗളം' എന്ന കവിത പ്രസിദ്ധീകൃതമായി. പൗരസ്ത്യദൂതന് ഭാവുകങ്ങൾ ആശംസിക്കുന്നതാണീ കവിത:

"വെൽകുക വെൽകുക വെൺകതിർ വീശിവി-
ലസുക ബാലർക്കദേവബിംബം
ബാലാനിലൻ ജയകാഹളഘോഷങ്ങൾ
നാലുഭാഗത്തും പരത്തിയാലും
എന്നു തുടങ്ങുന്ന കവിത:
കാലക്രമംകൊണ്ടു തേജസ്സു വർദ്ധിച്ചി
ബാലക പൗരസ്ത്യ ദൂതനെന്നും
പാരിൽ ലസിക്കട്ടെ പാരം ഗുണങ്ങളി-
പ്പാരിനു നൽകട്ടെ നാളിൽനാളിൽ."

എന്നിങ്ങനെയുള്ള ആശംസകളോടെയാണ് പൂർണമാകുന്നത്. കൃഷ്ണ പിള്ളയുടെ പ്രസിദ്ധീകൃതമായ ആദ്യകവിത എന്നതിനപ്പുറം യാതൊരു പ്രസക്തിയും ഈ കവിതയ്ക്കില്ല.

സെന്റ് മേരീസിലെ പഠനകാലത്ത് പാഠപുസ്തകങ്ങൾ മാത്രമല്ല നോട്ടുബുക്കുകളും ചുരുക്കമായിട്ടേ കൃഷ്ണപിള്ള വാങ്ങിയിരുന്നുള്ളൂ. കണക്കിന്റെ കാര്യത്തിൽ പക്ഷേ കൃത്യത പുലർത്തിപ്പോന്നു. ആ

വിഷയത്തിന് പ്രത്യേകമായി ഒരു നോട്ടുബുക്കുണ്ടായിരുന്നു, ക്ലാസ്സിൽ കൃത്യമായി ഹാജരാവുകയും ചെയ്തു. അതു കണക്കിനോടുള്ള താൽപര്യം കൊണ്ടായിരുന്നില്ല; അദ്ധ്യാപകന്റെ കാർക്കശ്യം നിറഞ്ഞ ശിക്ഷണം മൂലമായിരുന്നു.

സ്കൂൾ വിട്ടുവന്നാൽ ചിലപ്പോൾ ഗൗരിക്കുട്ടിയുടെ കൊച്ചുമകളെയും ഒക്കത്തെടുത്ത് പുഴക്കരയിൽ ചെന്നിരിക്കും. പുഴയും പ്രകൃതിയുടെ രമണീയ ദൃശ്യങ്ങളും കൃഷ്ണപിള്ളയെ എന്നെന്നും കമ്പം പിടിപ്പിച്ചിരുന്നു. ചെറിയ ക്ലാസ്സിൽ വച്ചുപോലും ജനാലയിലൂടെ പ്രകൃതിയെ നോക്കി സർവ്വവും മറന്നിരിക്കുന്ന കൃഷ്ണപിള്ളയെ നമുക്കു കണ്ടെത്തുവാൻ കഴിയും. ഇത്ര തീവ്രമായി പ്രകൃതിക്കു വശംവദനായിത്തീരുകയോ പ്രകൃതിയുടെ നാനാഭാവങ്ങൾ കവിതകളിൽ ഒരുതരം ആസക്തി എന്നപോലെ വരച്ചിടുകയോ ചെയ്ത മറ്റൊരു കവി മലയാളത്തിലില്ല.

ആലുവായിലും കൃഷ്ണപിള്ള തന്റെ വായന നിരന്തരം തുടർന്നു. അത്താഴത്തിനുശേഷമാണു വായന. ചെറിയ പുസ്തകങ്ങളാണെങ്കിൽ രണ്ടും മൂന്നും ഒറ്റയിരുപ്പിന് വായിച്ചുതീർക്കും. വായനയിൽ ഒരിക്കലും മുഷിവും തോന്നിയിട്ടില്ല. ഇക്കാലഘട്ടത്തിൽ വിശ്വസാഹിത്യത്തിലെ വിഖ്യാതമായ നോവലുകളും കവിതകളും കൃഷ്ണപിള്ള വായിച്ചുതീർത്തു.

പാഠപുസ്തകങ്ങൾ വായിക്കുന്നില്ല, ക്ലാസ്സിൽ കയറുന്നില്ല, പുറത്തൊക്കെ ചുറ്റിനടപ്പാണ് എന്നെല്ലാം ഗൃഹനായകൻ പരാതിപ്പെടുകയും ചിലപ്പോഴൊക്കെ മുറയ്ക്കു ശകാരിക്കുകയും ചെയ്യുമായിരുന്നു. പക്ഷേ കൃഷ്ണപിള്ള ഗൗരിക്കുട്ടിയോട് കാര്യങ്ങളെല്ലാം തുറന്നുപറയും. അതോടെ അവരിടപ്പെട്ട് ഭർത്താവിനെ ശാന്തനാക്കും. കൃഷ്ണപിള്ളയുടെ വൈഭവത്തെക്കുറിച്ച് അവർക്ക് നല്ല മതിപ്പായിരുന്നു. അവൻ മിടുക്കനാണെന്ന് ഗൗരിക്കുട്ടി ഭർത്താവിനോട് പറഞ്ഞു സമാധാനിപ്പിക്കും.

അദ്ധ്യായം പന്ത്രണ്ട്

കലഹങ്ങൾ തുടങ്ങുന്നു

സ്കൂൾ ജീവിതം ഒരുവിധം ഭംഗിയായി മുന്നോട്ടുപോവുകയാണ്. ആലസ്യത്തിലമർന്നുപോകാതെ കൃഷ്ണപിള്ള പഠനവും വായനയുമെല്ലാം ഒരുമിച്ചുതന്നെ മുന്നോട്ടുനീക്കി. അങ്ങനെയിരിക്കെ ഒരിക്കൽ അദ്ദേഹം താമസിക്കുന്ന വീടിനു സമീപത്തുള്ള ഒരു പെൺകുട്ടി, പഠനസംബന്ധമായ ചില സംശയങ്ങൾ ചോദിക്കുവാൻ ഗൗരിക്കുട്ടിയുടെ അനുമതിയോടെ കൃഷ്ണപിള്ളയെ സമീപിച്ചു. ആദ്യമാദ്യം വളരെ ഒതുക്കത്തിലായിരുന്നു പഠനവും സംശയം തീർക്കലുമെല്ലാം. ക്രമേണ അത് പ്രണയമായിത്തീർന്നു. വരാന്തയിൽ നിന്നുള്ള സംസാരം മുറിയിലേക്കും പിന്നീട് വീടിനു പുറത്തേക്കുമായി വികസിച്ചു.

നിലാവിൽ ആറാടിനിന്ന ഒരു രാത്രിയിൽ രണ്ടുപേരും കൈകോർത്തുപിടിച്ച് മണൽപ്പുറത്തുകൂടി തങ്ങൾ മാത്രമുള്ള പ്രപഞ്ചത്തിൽ സ്വയം മറന്നങ്ങനെ നടക്കുമ്പോൾ പിടികൂടപ്പെട്ടു.

ഗൃഹനായകൻ കാമുകനോട് പരുഷമായിത്തന്നെ കാര്യങ്ങൾ തുറന്നു സംസാരിച്ചു. താമസിക്കുവാൻ സൗകര്യം തന്നത് പഠനത്തിനു വേണ്ടിയാണ്. തോന്നിയതുപോലുള്ള ജീവിതം ഇവിടെ അനുവദിക്കില്ല. അയൽപക്കത്തെ കുടുംബമാണ്. അവരുമായി നല്ല ബന്ധത്തിലാണ് കഴിഞ്ഞുപോകുന്നതും. അതാണിപ്പോൾ താറുമാറായിപ്പോയത്. ഒടുവിൽ ഗൗരിക്കുട്ടിതന്നെ ഇടപെട്ടു. വർഷാവസാന പരീക്ഷവരെ ആ വീട്ടിൽ താമസിക്കുവാനുള്ള അനുവാദം കൃഷ്ണപിള്ളയ്ക്ക് ലഭിച്ചു.

ഫോർത്ത് ഫോറത്തിലെ പരീക്ഷ കഴിഞ്ഞു. സ്കൂൾ മദ്ധ്യവേനലവധിക്കു പൂട്ടി. കൊച്ചുകുട്ടന്റെ പ്രണയലീലകൾ വീട്ടിലും അറിഞ്ഞു. ഗൃഹാന്തരീക്ഷം കലുഷമായി. വളരെ കഷ്ടപ്പെട്ടാണ് അന്യനാട്ടിൽ പഠിക്കുവാനയച്ചത്. കൊച്ചുകുട്ടൻ സ്കൂൾ ഫൈനൽ പരീക്ഷ ഒന്നു പാസ്സായിക്കിട്ടിയാൽ മതിയെന്നായിരുന്നു വീട്ടുകാരുടെ ആഗ്രഹം. പിന്നീട് എന്തെങ്കിലും ജോലി സമ്പാദിക്കാമെന്നും അവർ കണക്കുകൂട്ടി.

വീട്ടിലെ സാഹചര്യങ്ങൾ കൃഷ്ണപിള്ളയ്ക്കും അറിവുള്ളതാണ്. ഇങ്ങനെയൊരു പ്രശ്നം ഉണ്ടായതിൽ അമ്മയും മുത്തശ്ശിയും വല്ലാതെ വേദനിച്ചു. ഇനിയുള്ള പഠനം അവരെ സംബന്ധിച്ചിടത്തോളം വലിയ പ്രശ്നമായി. ആലുവായിൽതന്നെ പഠിക്കാമെന്നു വച്ചാൽ എവിടെയാണു താമസിക്കുക? അവർക്ക് യാതൊരെത്തുംപിടിയും കിട്ടിയില്ല.

ഈ പ്രശ്നം എങ്ങനെയെങ്കിലും പരിഹരിക്കണമല്ലോ. പിന്നെ അതിനായി മുത്തശ്ശിയുടെ ശ്രമം. ഗൗരിക്കുട്ടിയമ്മയുടെ ഒരു ബന്ധുവായ പോളക്കണ്ടത്തിൽ മാധവൻപിള്ള ആലുവായിലെ സ്കൂളിൽ അധ്യാപകനാണ്. അദ്ദേഹത്തിന്റെ മുൻപിൽ പ്രശ്നം അവതരിപ്പിച്ചപ്പോൾ അതിനൊരു പരിഹാരമുണ്ടാക്കാമെന്ന് അദ്ദേഹം ഏറ്റു. പക്ഷേ അതിനു മുൻപ് മുത്തശ്ശി തന്നെ ഹെഡ് മാസ്റ്ററോട് സംസാരിക്കണം. കൃഷ്ണപിള്ളയുടെ സതീർത്ഥ്യനായ തമ്പാന്റെ അമ്മാമനാണ് ഹെഡ് മാസ്റ്റർ.

മരുമകന്റെയും ഭാര്യാസഹോദരന്റെയും ശുപാർശയിൻമേൽ സ്കൂളിൽ തന്നെ താമസിച്ചു പഠിക്കുവാൻ ഹെഡ് മാസ്റ്റർ അനുവദിച്ചു. പക്ഷേ അദ്ദേഹം ചില ഉപാധികൾ മുന്നോട്ടുവച്ചു. സ്കൂളിലാണ് താമസിക്കുന്നതെന്നുള്ള കാര്യം ഓർമ്മവേണം. മറ്റുവല്ല സ്ഥലങ്ങളിലും ചുറ്റിനടക്കുവാനൊന്നും പറ്റില്ല. എല്ലാ കാര്യങ്ങൾക്കും ഒരു കൃത്യത വേണം. രാത്രി ഒൻപതുമണിയാകുമ്പോൾ താമസസ്ഥലത്തെത്തിക്കൊള്ളണം. അതിനുശേഷമാണ് വരുന്നതെങ്കിൽ പിന്നെ സ്കൂളിൽ താമസിക്കുവാൻ അനുവദിക്കില്ല. അങ്ങനെ കൃഷ്ണപിള്ള വീണ്ടും ആലുവായിൽ തിരിച്ചെത്തി പഠനം തുടർന്നു. ഫോർത്ത് ഫോറത്തിലെ അവസാന പരീക്ഷയ്ക്ക് സാമാന്യം നല്ല മാർക്ക് ലഭിക്കുകയും ചെയ്തു. ഇത് വീട്ടുകാർക്ക് വല്ലാത്തൊരാശ്വാസമായിരുന്നു.

പുഴയിൽ പ്രഭാതസ്നാനം. അതുകഴിഞ്ഞ് ക്ഷേത്രദർശനം. മടങ്ങിയെത്തുമ്പോഴേക്കും ഏഴുമണിയാകും. പിന്നെ കുറച്ചുനേരം പഠനം. ഒൻപതു മണി ആകുമ്പോഴേക്കും ഹോട്ടലിൽനിന്ന് ഭക്ഷണവും കഴിച്ച് സ്കൂളിലേക്ക്. അങ്ങനെ ചിട്ടയോടെ കുറച്ചു ദിവസങ്ങൾ.

ക്രമേണ കൃഷ്ണപിള്ളയുടെ ദിനചര്യകൾക്കു മാറ്റം വന്നു. ചില ദിവസങ്ങളിൽ അദ്ദേഹം രാത്രി വളരെ താമസിച്ചാണ് സ്കൂളിൽ തിരിച്ചെത്തുന്നതെന്ന് ഹെഡ് മാസ്റ്റർ അറിഞ്ഞു. അതോടെ അദ്ദേഹത്തിനു സംശയമായി. ഇത്ര വൈകുന്നതുവരെ ഇയാൾ എവിടെ പോകുന്നു?

കൃഷ്ണപിള്ളയെക്കുറിച്ച് അദ്ദേഹം രഹസ്യമായി അന്വേഷണമാരംഭിച്ചു. കഴിഞ്ഞ കൊല്ലത്തെ പ്രണയവും ബന്ധുവീട്ടിൽനിന്നു പുറത്തുപോകുവാനുള്ള കാരണവുമൊക്കെ അദ്ദേഹം അറിഞ്ഞു. പ്രണയം മൂലം

ബന്ധുക്കൾ തിരസ്കരിച്ച ഒരാളെ എന്തു വിശ്വാസത്തിലാണ് സ്കൂളിൽ താമസിപ്പിക്കുക? പഴയ ആ പ്രണയം ഇപ്പോഴും തുടരുന്നുണ്ടെന്നാണ് ഹെഡ് മാസ്റ്റർ മനസ്സിലാക്കിയത്. എന്തെങ്കിലും വിധത്തിലുള്ള പ്രശ്ന ങ്ങളുണ്ടായാൽ താൻ തന്നെ സമാധാനം പറയേണ്ടിവരുമല്ലോ എന്ന ചിന്തയും അദ്ദേഹത്തിൽ ഭയമുണർത്തി. മാധവൻപിള്ളയോടും ഹെഡ് മാസ്റ്റർ താനറിഞ്ഞ വിവരങ്ങൾ പറഞ്ഞു.

ഇതെല്ലാമറിഞ്ഞതോടെ മാധവൻപിള്ളയ്ക്കും സങ്കടമായി. നിരാലം ബനായ പയ്യൻ, പഠനത്തിൽ മിടുക്കനാണ്. ദാരിദ്ര്യത്തിലാണ്ടുപോയ ഒരു കുടുംബത്തിന് താങ്ങും തണലുമാകേണ്ടവനാണ്. അവനെ ഇങ്ങനെ നശിക്കുവാൻ വിട്ടുകൂടാ.

മാധവൻപിള്ള തന്റെ ബന്ധുവിന്റെ ദിനചര്യകളിൽ ഒരു കണ്ണുവച്ചു. സ്കൂൾ വിട്ടതിനുശേഷം കൃഷ്ണപിള്ള അറിയാതെ അദ്ദേഹത്തെ പിന്തു ടർന്നു. എങ്ങോട്ടാണീ വിദ്യാർത്ഥിയുടെ പുറപ്പാട് എന്നറിയണമല്ലോ. എന്നാൽ താൻ പ്രതീക്ഷിച്ചതുപോലുള്ള കുഴപ്പങ്ങളൊന്നും കൃഷ്ണപിള്ള യിൽ കണ്ടെത്തുവാൻ അദ്ദേഹത്തിനു കഴിഞ്ഞില്ല. അത് വലിയൊരു ആശ്വാസമായി. കഴിഞ്ഞ കൊല്ലത്തെ പ്രണയം വെറുമൊരു ചാപ ല്യമായി അദ്ദേഹം തള്ളിക്കളയുകയും ചെയ്തു. മാധവൻ പിള്ള വിവര ങ്ങളെല്ലാം ഹെഡ്മാസ്റ്ററെ ധരിപ്പിച്ചു. പക്ഷേ അദ്ദേഹം തൃപ്തനായില്ല. തന്റെ ചുമതലകൾ മറന്നു കൊണ്ടുള്ള കൃഷ്ണപിള്ളയുടെ പോക്ക് ഹെഡ് മാസ്റ്റർക്ക് രസിച്ചില്ല. അയാൾ എത്രമാത്രം ബുദ്ധിയുള്ളവനാണെങ്കിലും ശരി ഈ പോക്ക് ക്ഷമിക്കുവാൻ സാധിക്കാത്തതാണെന്ന നിലപാടി ലായിരുന്നു ഹെഡ് മാസ്റ്റർ. എങ്ങനെയും കൃഷ്ണപിള്ളയെ ഒഴിവാക്കണ മെന്ന് അദ്ദേഹം തീരുമാനിച്ചു. ഈ പ്രശ്നത്തിൽ തന്റെ ജീവിതത്തിന്റെ ഭാവികൂടി കെട്ടുപിണഞ്ഞു കിടക്കുന്നുണ്ടെന്നും അദ്ദേഹം വിചാരിച്ചു.

ഇതൊന്നുമറിയാതെ കൃഷ്ണപിള്ള തന്റെ മാത്രം ദിനചര്യകളുമായി മുന്നോട്ടു പോയി. സായാഹ്ന സമ്മേളനങ്ങൾ, സ്കൂളിലെ താമസം, രാത്രി വായന അങ്ങനെ ഉല്ലാസം തുടിക്കുന്ന ദിനങ്ങൾ.

ഒരു ദിവസം പുഴയ്ക്കക്കരെ ആൽച്ചുവട്ടിൽ അന്നത്തെ സായാഹ്ന സമ്മേളനം നടക്കുകയാണ്. സന്ധ്യകഴിഞ്ഞപ്പോഴേക്കും അപ്രതീക്ഷി തമായി മഴപെയ്തു. പെരുമഴ. സുഹൃത്തുക്കളെല്ലാം പട്ടണത്തിൽ തന്നെ യുള്ളവരാണ്. അടുത്തു താമസിക്കുന്നവർ മഴ തുടങ്ങിയപ്പോൾതന്നെ സ്ഥലം വിട്ടു. ഇക്കരെയ്ക്കു പോകേണ്ടവർ ഒരു പീടികക്കോലായിൽ കയറി നിന്നു. മഴ കോരിച്ചൊരിയുകയാണ്, അവ്യക്തമായ ശാഠ്യംപോലെ.

ഒടുവിൽ ഹോട്ടലിലെത്തിയപ്പോൾ മണി പത്തുകഴിഞ്ഞു. അത്താഴം കഴിച്ച് ഹോട്ടലിൽനിന്നിറങ്ങുമ്പോഴും മഴ നിലച്ചിട്ടില്ലായിരുന്നു. റെയിൽപാളം മുറിച്ചു കടന്നുവേണം താമസസ്ഥലമായ സ്കൂളിലെത്താൻ. മഴ നനഞ്ഞ് തപ്പിത്തടഞ്ഞ് റെയിലിനടുത്തെത്തിയപ്പോൾ ഒരു ഗുഡ്സ് ട്രെയിൻ വഴിമുടക്കി കിടക്കുന്നു; രണ്ടറ്റവും കണ്ടുകൂടാ. ട്രെയിൻ അപ്പോൾ തന്നെ പുറപ്പെട്ടുമെന്ന് വിചാരിച്ച് കൃഷ്ണപിള്ള ഒരരികിലേക്ക് മാറി നിന്നു. കുറച്ചുസമയം കഴിഞ്ഞിട്ടും ട്രെയിൻ നീങ്ങുന്നതിന്റെ യാതൊരു ലക്ഷണവും കാണാനുണ്ടായിരുന്നില്ല. മഴയാണെങ്കിൽ തുള്ളിക്കൊരു കുടം എന്ന കണക്കിൽ തിമിർത്തുപെയ്യുകയാണ്. ഒടുവിൽ വണ്ടിയുടെ അടിയിലൂടെ നൂണ് അപ്പുറം കടന്നു. ഒരു വിധത്തിൽ സ്കൂൾ ഷെഡ്ഡിന്റെ കോലായിൽ ചെന്നു കയറി.

എല്ലാവരും ഉറങ്ങിക്കഴിഞ്ഞെന്നു തോന്നുന്നു. ആകെയൊരു നിശ്ശബ്ദത. ഉള്ളൊന്നു കിടുകിടുക്കാതിരുന്നില്ല. കൂടെത്താമസിക്കുന്നവരെ പേരെടുത്തു വിളിച്ചു. അകത്താണെങ്കിൽ അടക്കിപ്പിടിച്ചുള്ള സംസാരം. കൃഷ്ണപിള്ള ഒട്ടൊന്നു സമാധാനിച്ചു. ഇതാ ഇപ്പോൾത്തന്നെ വാതിൽ തുറക്കും. ഹെഡ്മാസ്റ്ററുടെ കർക്കശമായ ഇടപെടൽമൂലം വാതിൽ തുറക്കപ്പെട്ടില്ല. ആ രാത്രിയിൽ തണുത്തുവിറച്ച് നനഞ്ഞ വസ്ത്രങ്ങളോടെ സ്കൂൾ ഷെഡ്ഡിന്റെ വരാന്തയിൽ കഴിച്ചുകൂട്ടി.

പിറ്റേദിവസം ക്ഷമായാചനയും അഭ്യർത്ഥനകളുമായി കൃഷ്ണപിള്ളയും സുഹൃത്തുക്കളും ഹെഡ് മാസ്റ്ററെ സമീപിച്ചെങ്കിലും അദ്ദേഹം തന്റെ നിലപാടിൽ ഉറച്ചുനിന്നു. നിരാശാഭരിതനായ കൃഷ്ണപിള്ള പെട്ടിയും കിടക്കയുമെല്ലാമെടുത്ത് ഇടപ്പള്ളിക്ക് വണ്ടികയറി.

തോരാത്ത മഴയും ഗുഡ്സ് ട്രെയിനും കൃഷ്ണപിള്ളയുടെ വഴികളെ വലിച്ചടയ്ക്കുമ്പോഴും അണിയറയിൽ മറ്റൊരു നാടകത്തിനുള്ള വേഷങ്ങൾ ഒരുക്കുകയായിരുന്നു കാലം. എന്നാൽ കൃഷ്ണപിള്ള ഇതൊന്നുമറിയാതെ വീട്ടിലേക്കു കയറി. അമ്മയുടെ ചോദ്യങ്ങൾ മകന്റെ ഈർഷ്യയിറ്റുന്ന മറുപടികൾ. വീടിന് അത്താണിയാകേണ്ട കൊച്ചുകുട്ടൻ ഒരു ഭാരമായിത്തീരുകയാണ്, അമ്മയുടെ നെഞ്ചിലെ വിങ്ങലായി മാറുകയാണ്. കൊച്ചുകുട്ടൻ അമ്മയ്ക്ക് ഒരു വിങ്ങൽ മാത്രമായിരുന്നു എന്നും. അമ്മയുടെ സഹനത്തിന്റെയും സേവനത്തിന്റെയും മറുപടിയായി കൊച്ചുകുട്ടൻ നൽകിയത് പലപ്പോഴും നിന്ദാസൂചകമായ പ്രവർത്തനങ്ങളായിരുന്നു. ദൈവമേ എന്താണെന്റെ കൊച്ചുകുട്ടൻ മാത്രമിങ്ങനെ? എന്താണിതിനൊരു പ്രതിവിധി?

കൃഷ്ണപിള്ളയെ ആലുവായിൽതന്നെ തുടർന്നു പഠിപ്പിക്കുവാനായി എന്തു ചെയ്യണമെന്നതിനെക്കുറിച്ച് അമ്മയും മുത്തശ്ശിയും തല

കാഞ്ഞാലോചിച്ചു. അവർക്കൊരെത്തും പിടിയും കിട്ടിയില്ല. എങ്കിലും മുത്തശ്ശി ഒരു നിർദ്ദേശം വച്ചു. മകൾ പോയി ഹെഡ് മാസ്റ്ററെ ഒന്നു കാണുക. മകൾ ഹെഡ് മാസ്റ്ററെ കണ്ടു സങ്കടം പറഞ്ഞു. തന്റെ മകനെ സ്കൂളിൽതന്നെ പഠിപ്പിക്കണമെന്നും അവിടെത്തന്നെ താമസിപ്പിക്കണമെന്നും കരഞ്ഞു പറഞ്ഞു. പക്ഷേ അഭ്യർത്ഥനകൾക്കോ കരച്ചിലിനോ ഹെഡ് മാസ്റ്ററിൽ യാതൊരു ചലനവും ഉണ്ടാക്കുവാൻ കഴിഞ്ഞില്ല.

അദ്ധ്യായം പതിമൂന്ന്

തിരസ്കൃതന്റെ ജീവിതം

പഠനം മുടങ്ങി, കൃഷ്ണപിള്ള വീടിന്റെ ഒരു മൂലയിലേക്കൊതുങ്ങി. വീടിനുള്ളിൽ അങ്ങനെ അടങ്ങിയൊതുങ്ങിക്കൂടുന്ന ഒരു പ്രകൃതമല്ല അദ്ദേഹത്തിന്റേത്. പക്ഷേ ഇവിടെ നിസ്സഹായത അദ്ദേഹത്തെ അടക്കി. ഒന്നുരണ്ടു ദിവസങ്ങൾ പിന്നിട്ടപ്പോഴേക്കും ജീവിതം വിരസമായിത്തീർന്നു. റോഡിലിറങ്ങി പഴയ കൂട്ടുകാരെ കാണാമെന്നു വച്ചാൽ തന്നെ അവരുടെ പലവിധ ചോദ്യങ്ങൾക്കും ഉത്തരം നൽകേണ്ടിവരും. അതിനു സാദ്ധ്യമല്ല. ഇടയ്ക്കുവച്ച് പഠനം നിർത്തേണ്ടിവന്നത് ഒരപമാനമായിട്ടാണദ്ദേഹത്തിനു തോന്നിയത്.

ഏതാനും ദിവസങ്ങൾ കഴിഞ്ഞു. പെട്ടെന്നുതന്നെ അതേവരെ അദ്ദേഹം പുലർത്തിയ രീതികൾക്കു മാറ്റമുണ്ടായി. രാവിലെ കഞ്ഞികുടിയും കഴിഞ്ഞ് ആരോടുമൊന്നും പറയാതെ ഇറങ്ങി ഒരൊറ്റ പോക്കാണ്. പിന്നെ തിരിച്ചു വരുന്നത് സന്ധ്യയ്ക്കുശേഷമാകും. ചിലപ്പോൾ ഒറ്റയ്ക്കു നടന്ന് ചിന്താനിമഗ്നനായി എവിടെയെങ്കിലും ചെന്നിരിക്കും. വീട്ടിലായാലും സ്ഥിതി ഇതുതന്നെ. എന്താ വെറുതെയിരിക്കുന്നതെന്നു ചോദിച്ചാൽ വ്യക്തമായ മറുപടിയും ഉണ്ടാകാറില്ല. നിർബ്ബന്ധിച്ചു ചോദിച്ചാൽ എങ്ങോട്ടെങ്കിലും ഇറങ്ങിപ്പോകും. ഇതൊക്കെ കാണുമ്പോൾ അമ്മയ്ക്കാണു സങ്കടം. എന്തെല്ലാം പ്രതീക്ഷകളായിരുന്നു. കൊച്ചുകുട്ടൻ മുതിർന്ന് എന്തെങ്കിലുമൊരു ജോലി സമ്പാദിച്ചാൽ കഷ്ടപ്പാടുകളൊക്കെ തീരും എന്നു കരുതിയതാണ്. ആ പ്രതീക്ഷകളൊക്കെ ഇപ്പോളസ്ഥാനത്തായിരിക്കുന്നു.

എന്തെങ്കിലുമൊരു ജോലി കിട്ടിയാൽ ഈ പ്രശ്നമൊക്കെത്തീരുമെന്നാണ് മുത്തശ്ശിയുടെ സമാധാനം. വീട്ടിൽ വെറുതെയിരുന്നാൽ കൊച്ചുകുട്ടന്റെ മനോവിഷമം വർദ്ധിക്കുകയേയുള്ളൂ. കൊച്ചുമകന് ഒരു ജോലി തേടി അവർ പലരെയും സമീപിച്ചു.

കൊട്ടാരവുമായി ബന്ധപ്പെട്ട് ഏതെങ്കിലുമൊരു ജോലി

തരപ്പെടുത്തുവാൻ മുത്തശ്ശിക്കു സാധിക്കും. വലിയ തമ്പുരാട്ടിയോട് ഒന്നു പറയുകയേ വേണ്ടു.

എന്നാൽ കൊച്ചുമകൻ ഒൻപതാം ക്ലാസ്സുവരെ പഠിച്ച ആളായതിനാൽ ഉന്നത നിലവാരത്തിലുള്ള എന്തെങ്കിലും തൊഴിൽ ലഭിക്കുമെന്നായിരുന്നു ആ വൃദ്ധയുടെ കണക്കുകൂട്ടൽ. മാത്രവുമല്ല കൊട്ടാരം ജോലിക്ക് കൊച്ചുമകന് താൽപര്യവുമില്ല.

ഒൻപതാം ക്ലാസ്സുകാരന് അന്നത്തെക്കാലത്ത് എന്തുതൊഴിൽ കിട്ടാനാണ്? സ്കൂൾ ഫൈനലും എഫ്.എയും (പ്രീഡിഗ്രി) ഡിഗ്രിയുമൊക്കെ പാസ്സായവർ തൊഴിലില്ലാതെ ഇടപ്പള്ളിയിൽ അലഞ്ഞുതിരിയുന്നുണ്ടായിരുന്നു. ഇതൊക്കെ കുറച്ച് മുത്തശ്ശിക്കും അറിയാം. എങ്കിലും അവർ കൊച്ചുമകനു വേണ്ടി ജോലി തിരക്കിക്കൊണ്ടേയിരുന്നു.

ഒരു ജോലി ശരിയായി, പക്ഷേ ട്രെയിനിൽ ഫയർമാനായിട്ടാണ്. അമ്മയോടും മുത്തശ്ശിയോടും ജോലിയുടെ വിഷമങ്ങൾ കൊച്ചുകുട്ടൻ വിവരിച്ചു പറഞ്ഞപ്പോൾ തന്നെ ജോലിക്കു പോകേണ്ടെന്ന് വീട്ടുകാർ തീരുമാനിച്ചു.

പിന്നീട് ഒരകന്ന ബന്ധുവിന്റെ സഹായത്തോടെ ആലപ്പുഴയിലെ ഒരു കയർ കമ്പനിയിൽ തൊഴിലാളിയായിച്ചേർന്നു. ഡറാസ്മെയിൽ എന്നായിരുന്നു കമ്പനിയുടെ പേര്. പ്രതിമാസം രണ്ടോ മൂന്നോ രൂപ വീട്ടിലേയ്ക്കയച്ചു കൊടുക്കുകയും ചെയ്തു. അങ്ങനെ കവിവേഷം കയർത്തൊഴിലാളിയായി അഭിനയം തുടർന്നു.

ആലപ്പുഴയിലെ ജോലിക്കാലത്ത്, തുടക്കത്തിൽ ഒരു ലോഡ്ജിലായിരുന്നു താമസം. ലോഡ്ജും ഹോട്ടലും നരകങ്ങളായിരുന്നുവെന്നും അവിടെനിന്നും താമസം മാറ്റിയശേഷമാണ് സുഖമായി ജീവിച്ചതെന്നും കവി തന്നെ പറഞ്ഞിട്ടുണ്ടെന്ന് പ്രഭാകരൻ സാക്ഷ്യപ്പെടുത്തുന്നു. പുതിയ താമസസ്ഥലത്തു വെച്ചാണ് മുടങ്ങിപ്പോയ കവിതാരചന പുനരാരംഭിക്കുന്നത്.

കവിയുടെ പുതിയ താമസസ്ഥലം പ്രൗഢയായ ഒരു സ്ത്രീയുടെ വീടായിരുന്നു. കിട്ടുന്ന ശമ്പളംകൊണ്ട് അവരെയും പോറ്റേണ്ടിവന്നു. കൃഷ്ണപിള്ളയും ഒരു സ്ത്രീയും ഒരുമിച്ച് അന്യദേശത്ത് താമസിക്കുക എന്നാൽ പിന്നെ കൂടുതൽ പറയേണ്ടതില്ലല്ലോ. ആനന്ദദായകമായിരുന്നു ജീവിതം. പക്ഷേ പെട്ടെന്ന് ആനന്ദ മുഹൂർത്തങ്ങൾ എരിഞ്ഞടങ്ങി. കവിക്ക് വസൂരി പിടിപെട്ടു. അതോടെ ആ സ്ത്രീ കൃഷ്ണപിള്ളയെ വീട്ടിൽ നിന്നും ഇറക്കിവിട്ടു. അങ്ങനെ രോഗം പിടിപെട്ട അവസ്ഥയിൽ അപമാനിതനായി ആലപ്പുഴയിൽനിന്നും ഇടപ്പള്ളിയിലേക്കു

തിരിക്കുകയായിരുന്നു. അന്നത്തെ അവസ്ഥയെക്കുറിച്ച് പ്രഭാകരൻ:

ഇളംമഞ്ഞ വർണ്ണമുള്ള കുരുക്കൾ നിറഞ്ഞു ചുവന്നുതുടുത്ത മുഖം. കഴുത്തറ്റം മൂടിയ ചകലാസ്. കണ്ണടച്ച ദയനീയമായ ഞരക്കത്തോടെ തെക്കേമുറിയിൽ കയറ്റുകട്ടിലിൽ കിടക്കുന്നത് യാദൃച്ഛികമായി കണ്ടത് ഞാൻ ഇപ്പോഴും ഓർക്കുന്നു.

1940-ൽ പ്രസിദ്ധീകരിച്ച കലാകേളിയിലെ പാവങ്ങളുടെ പാട്ട്. രക്തദാഹം, തൊഴിലാളി, സൗഹാർദ്ദഗാനം എന്നീ കവിതകൾ ആലപ്പുഴയിൽ തൊഴിലാളിയായി ജോലി ചെയ്തിരുന്ന കാലഘട്ടത്തിൽ എഴുതിയതാണ്. താൻ കൂടി ജീവിക്കുന്ന ഒരു സാമൂഹിക സാഹചര്യത്തിലെ പ്രശ്നങ്ങളുടെ ഇരുൾ തിരളുന്ന ലോകം അനുഭവിക്കുവാൻ കഴിഞ്ഞതിന്റെ പ്രതിഫലനമാണ് കവിതകൾ. ഈ കവിതകളിൽ 'രക്തദാഹ'മൊഴികെയുള്ളവയിൽ പ്രതിഫലിക്കുന്നത് സാമൂഹികപരതയാണ്. വിപ്ലവത്തിനൊരു തുയിലുണർത്തായി രചിക്കപ്പെട്ട പാവങ്ങളുടെ പാട്ടിലെ ചില വരികൾ നോക്കുക:

"ദാരിദ്ര്യത്തിന്റെ നിലവിളികൾ
താരാപഥത്തോളമെത്തിയിട്ടും
നിർദ്ദയലോകമേ നീയിനിയും
മർദ്ദനം നിർത്തുവാനല്ല ഭാവം
പൊട്ടിത്തെറിക്കുന്ന തീപ്പൊരികൾ
അന്തരീക്ഷത്തിൽ പടർന്നുയർന്ന-
തെന്തയ്യോ കണ്ടില്ലേ നിങ്ങളാരും?
വിത്തേശരേ നിങ്ങൾ കേൾപ്പതില്ലേ
വിപ്ലവത്തിന്റെ മണിമുഴക്കം?"

ഇതേ തുടർന്നു കവി 'വിത്തേശ'രുടെ ചൂഷണങ്ങൾക്കുനേരെ വാക്കുകളുടെ വീതുളിയെറിയുകയും ഉഗ്രമായി പ്രതിഷേധിക്കുകയും ചെയ്യുന്നു.

തൊഴിലാളി എന്ന കവിതയിൽ കായികാദ്ധ്വാനത്തെ വാഴ്ത്തുകയും 'നാളത്തെ' വിപ്ലവക്കൊടുങ്കാറ്റിൽ ഇന്നത്തെ മണൽക്കോട്ടകളെല്ലാം തകരുമെന്ന് തൊഴിലാളിയെ സാന്ത്വനിപ്പിക്കുകയും അവന് ഉത്കർഷങ്ങൾ നേരുകയും ചെയ്യുന്ന കവിയെയാണ് നാം കണ്ടുമുട്ടുക.

"സതതം നിൻ നെറ്റിത്തടത്തിൽനിന്നു-
മുതിരുമസ്വേദകണികകളിൽ
നിഴലിച്ചുകാണ്മൂ നാളത്തെലോകം!

നിവസിച്ചിടേണ്ടൊരാദർശലോകം!

കവിതയുടെ അവസാനത്തിൽ:

ഉണർവ്വിന്റെ ചിഹ്നമേ മേൽക്കുമേൽ നിൻ

മണിനാദം മാറ്റൊലികൊണ്ടിടട്ടെ!

നവനവോൽക്കർഷങ്ങൾ നിൻവഴിയിൽ

നളിനദളങ്ങൾ വിരിച്ചിടട്ടേ."

തൊഴിലാളികളുടെ വിഷമങ്ങൾ നേരിട്ടനുഭവിക്കുകയും അതിനു സാക്ഷ്യം വഹിക്കുകയും ചെയ്തതിനാലാകാം തൊഴിലാളി സ്വത്വബോധം അതിന്റെ ഉജ്ജ്വലമായ അദ്ധ്വാനമുഹൂർത്തങ്ങളെ ഉർവ്വരമാക്കുന്ന സ്വേദകണികകൾ ഈ കവിതയുടെ ഘടനയിൽ ത്രസിച്ചുനിൽക്കുന്നത്.

സൗഹാർദ്ദഗാനവും ഒരുമയുടെ വേണുഗാനത്തെ ആത്മാവിലേറ്റിയൊരു കവിയിൽനിന്നും ഉയിർക്കൊണ്ടതാണ്. ജാതിമതവർഗ്ഗീയ വിഭിന്നതകൾക്കതീതമായി നിലനിൽക്കേണ്ടുന്ന തൊഴിലാളിവർഗ്ഗ സ്തുതിഗാനമാണിതും:

"......................

അന്തമില്ലാത്ത കർമ്മരാശിയും

ചിന്തകളും മൊഴികളും

സർവ്വവുമൈക്യസൗഹൃദോജ്ജ്വലം

സർവ്വമാദർശകോമളം

സേവനം ദീന സേവനം, നമ്മൾ

മേവും ശാന്തിനികേതനം..."

ഒത്തൊരുമയുടെ മഹാസൗഹാർദ്ദത്തെ വാഴ്ത്തുകയും സേവനത്തെ ശാന്തിനികേതനമായി വിശേഷിപ്പിക്കുകയും ചെയ്യുന്നു കവി.

'രക്തദാഹം' എന്ന കവിത അക്കാലത്തെ തൊഴിലാളി ജീവിതത്തിൽ താൻ ചെന്നുചേർന്ന വീട്ടിലെ സ്ത്രീയുമായി ബന്ധപ്പെട്ടെഴുതിയതാണത്രെ. തന്റെ അദ്ധ്വാനത്തിന്റെ പങ്കുപറ്റി ഒടുവിൽ രോഗാതുരനായിക്കഴിഞ്ഞപ്പോൾ വീട്ടിൽനിന്നും പുറത്താക്കിയ ആ സ്ത്രീയുടെ പ്രവൃത്തിയായിരിക്കാം:

"അന്ത്യനിശ്വാസത്തിലും

കൂടി ഞാൻ മറക്കുകി

ല്ലന്ന് മാകമീ നിന്റെ

രക്തദാഹം ഞാൻ ദുഷ്ടേ!"

എന്ന വരികളിൽ ആവിഷ്കരിക്കപ്പെട്ടിരിക്കുന്നത്. യുവാവായ തന്റെ രക്തം ഊറ്റിക്കുടിച്ചിട്ടും അതൊന്നുമോർക്കാതെ അവൾ നിഷ്കരുണം തന്നെ ആട്ടിപ്പായിച്ചതിന്റെ രോഷമാണീ വരികളിൽ.

കുറച്ചുദിവസത്തെ ശുശ്രൂഷയുടെ ഫലമായി രോഗം മാറി. പഴയനില വീണ്ടെടുത്തെങ്കിലും കൃഷ്ണപിള്ള പിന്നീട് ആലപ്പുഴയ്ക്ക് പോവുകയുണ്ടായില്ല. പ്രയാസകരമായ ജോലിയുടെ ഭാരം നിമിത്തമോ അപമാനകരമെന്നു തനിക്കു തോന്നിയ ആ സ്ത്രീയെ വീണ്ടും അഭിമുഖീകരിക്കേണ്ടിവരുമോ എന്ന സന്ദേഹമോ എന്തായാലും പഴയ ജോലിയിലേക്ക് തിരിച്ചു പോകുന്നില്ല എന്നു തന്നെ കൃഷ്ണപിള്ള തീരുമാനിച്ചു. ഇപ്പോൾ കവിത എഴുത്ത് തുടങ്ങിയിരിക്കുകയാണ്, ആകെയൊരുന്മേഷം കൈവന്നതുപോലെ. എഴുത്തിനായി വീട്ടിൽ പ്രത്യേക സൗകര്യമൊന്നും ഉണ്ടായിരുന്നില്ല.

പൂമുഖത്തു കിടന്ന പലകക്കട്ടിലിൽ, കൈമുട്ടുകുത്തി ചാഞ്ഞുകിടന്നാണ് എഴുത്ത്. തലയാട്ടിക്കൊണ്ടും കയ്യാംഗ്യങ്ങളോട്ടുംകൂടി ആവർത്തിച്ചാവർത്തിച്ച് ഉറക്കെ പാടുകയും (ഘനസ്വരത്തിലാണെങ്കിലും ഈണത്തിലാണ് പാട്ട്) തൃപ്തി തോന്നാതിരുന്നാൽ തിരുത്തുകയും വീണ്ടും എഴുതുകയും ചെയ്തുകൊണ്ട് ഒരേയിരുപ്പ്.

എഴുതുന്ന കവിതകളിൽ പ്രേമം എന്ന ഒരൊറ്റഭാവമാണ് തിടംവയ്ക്കുന്നത്. ഓമലാളേ, ആരോമലേ എന്നിങ്ങനെയുള്ള സംബോധനകൾ, ആലിംഗനത്തെയും ചുംബനത്തെയുംകുറിച്ചുള്ള വിവരങ്ങൾ. ഇതൊക്കെ കേൾക്കുമ്പോൾ അമ്മയ്ക്കു ദേഷ്യം. എന്നാൽ മകനതിലൊന്നും യാതൊരു കൂസലുമില്ല. ഏതോ പെൺകുട്ടിയെക്കുറിച്ചുള്ള പിഴുതുമാറ്റാൻ കഴിയാത്ത വിചാരങ്ങളാണ് കൊച്ചുകുട്ടനെക്കൊണ്ട് ഇങ്ങനെയൊക്കെ എഴുതിക്കുന്നതെന്നാണ് അമ്മയുടെ ധാരണ. ആലുവായിലെ പ്രണയത്തെക്കുറിച്ചുള്ള അറിവും ഇങ്ങനെയൊരു ധാരണയ്ക്കാണ് ബലമേകിയത്. മകൻ പ്രണയിനിയെ വാഴ്ത്തുമ്പോൾ അമ്മ കോപംകൊണ്ട് എന്തെങ്കിലുമൊക്കെ പറയും. ശകാരം ഉച്ചത്തിലാകുമ്പോൾ മകൻ കവിതയെഴുത്തു നിർത്തി ഒന്നും മിണ്ടാതെ പുറത്തേക്കിറങ്ങും. അതുകൂടി കാണുമ്പോൾ അമ്മയുടെ സംശയം വർദ്ധിക്കുകയാണ്, 'തന്റെ മകന് ആരോ കൈവിഷം കൊടുത്തിരിക്കുന്നു'!

രാവിലത്തെ കഞ്ഞികുടി കഴിഞ്ഞ് എഴുതുവാൻ മിനക്കെടാതെ കൃഷ്ണപിള്ള പുറത്തേക്കു പോയാൽപിന്നെ ഉച്ചഭക്ഷണത്തിനാണ് തിരിച്ചുവരിക. ഭക്ഷണം കഴിഞ്ഞ് ഉടനെ പുറപ്പെട്ടും. അടുത്ത വരവ് രാത്രിയാണ്. അതിന് കൃത്യമായ സമയമൊന്നുമില്ല. ചിലപ്പോൾ രാത്രി വരികയുമില്ല. ഒരു ദിവസം അമ്മ മകനോട് കയർത്തു സംസാരിച്ചു. ദേവൻകുളങ്ങര

ക്ഷേത്രത്തിനുസമീപം കോൽകളിക്കുവേണ്ടി പണ്ടുകാലത്ത് നിർമ്മിച്ചിട്ടുള്ള കളിത്തട്ടിൽ മകൻ കൂട്ടുകാരുമൊത്ത് ചെലവിടുന്നതിനെച്ചൊല്ലിയാണ് അമ്മ കയർത്തത്. ആ കൂട്ടുകെട്ടിനെക്കുറിച്ച് അമ്മയ്ക്കത്ര നല്ല അഭിപ്രായമല്ല ഉണ്ടായിരുന്നത്. അമ്മയുടെ ശകാരത്തിനുള്ള മകന്റെ മറുപടി 'താൻ ഇഷ്ടംപോലെ നടക്കു'മെന്നതാണ്. 'അതിവിടെ പറ്റില്ല്' എന്നമ്മയും. 'എന്നാൽ വീട്ടിൽനിന്നും തനിക്കു ലഭിക്കുവാനുള്ള ഓഹരി തന്നു പിരിച്ചയയ്ക്കുവാൻ' കൃഷ്ണപിള്ള വീറോടെ പറയും. അതോടെ അമ്മയും മകനും തമ്മിൽ വഴക്കായി. അന്നുമുതൽ ഭക്ഷണം കഴിക്കുവാൻപോലും കൃഷ്ണപിള്ള വീട്ടിൽ വരാതെയായി. വേറിട്ടു ഭക്ഷണം പാചകം ചെയ്യുവാനുള്ള ശ്രമം അമ്മ ഇടപെട്ട് വിഫലമാക്കി. ആ സംഭവത്തെത്തുടർന്ന് അമ്മയോട് ഒരുതരം ശത്രുതാമനോഭാവം ഉടലെടുക്കുകയും ചെയ്തു.

സ്കൂളിൽ പഠനം തുടരേണ്ടുന്ന പ്രായത്തിലാണ് കൃഷ്ണപിള്ള ഇത്തരം സ്വഭാവരീതികൾ പ്രകടിപ്പിച്ചത്. അതേ പ്രായത്തിലുള്ള മറ്റു കുട്ടികളുമായി താരതമ്യം ചെയ്യുമ്പോൾ, കവി ഒട്ടേറെ മനഃക്ലേശങ്ങൾ അനുഭവിച്ച കാലംകൂടിയായിരുന്നു അത്. തന്റെ പ്രായത്തിലുള്ളവർ സ്കൂളിൽ പോകുമ്പോൾ അവിചാരിതമായ തിരിച്ചടികൾ നേരിട്ട് പഠിപ്പുമുടങ്ങുകയും ആലപ്പുഴയിലെ ജോലിയും അവിടെനിന്നുണ്ടായ ദുഃഖകരമായ സ്ത്രീ സംസർഗ്ഗവും അവളുടെ ചതിയും സർവ്വോപരി ആലുവായിലെ പ്രണയ നഷ്ടവുമെല്ലാം കൂടിച്ചേർന്ന് കൃഷ്ണപിള്ളയുടെ മനോലോകം അറുതിയില്ലാത്ത സംഘർഷങ്ങളിലേക്ക് നിപതിച്ച സാഹചര്യത്തിലാണ്, അമ്മയുടെ ഭാഗത്തുനിന്നുണ്ടാകുന്ന കുറ്റപ്പെടുത്തലുകളും തുടർന്ന് നിയന്ത്രണം വിട്ട് കൃഷ്ണപിള്ള എന്തെങ്കിലുമൊക്കെ പറഞ്ഞുപോയതും ഓഹരി ചോദിച്ചതും. ഒരുപക്ഷേ തന്റെ ശരണമറ്റ വേദനകൾക്ക് പരിഹാരംതേടി കൃഷ്ണപിള്ള മദ്യത്തിന്റെ പിടിയിലമരുന്നതും ഇവിടെ വച്ചായിരിക്കണം. മാത്രവുമല്ല ചെറുപ്പത്തിലേതന്നെ അച്ഛൻ മരിച്ചതുമൂലം ജീവിതംതന്നെ അനാഥമായിപ്പോകുന്നുവല്ലോ എന്നും അദ്ദേഹം ദുഃഖിച്ചിരിക്കണം. താൻ പോലും പ്രതീക്ഷിക്കാത്തവിധത്തിലാണല്ലോ ഓരോ പ്രതികരണങ്ങളും തന്നിൽനിന്നും കുതിച്ചു ചാടുന്നതെന്നും അദ്ദേഹത്തിനു തോന്നിയിരിക്കാം. തന്റെമേൽ യാതൊരു നിയന്ത്രണവും പുലർത്തുവാൻ ആ കവിക്ക് ഒരിക്കലും കഴിഞ്ഞിട്ടില്ല; അവ്വിധമായിരുന്നു വികാരലോലനായ അദ്ദേഹത്തിന്റെ മനോഘടന.

ഇങ്ങനെയൊക്കെയുള്ള പ്രശ്നങ്ങളാൽ ഗൃഹാന്തരീക്ഷം കലുഷമാകുമ്പോഴും തന്നെക്കാൾ പ്രായംകൂടിയ ഒരദ്ധ്യാപികയുമായി കൃഷ്ണപിള്ള ബന്ധം സ്ഥാപിച്ചു. രണ്ടാൺമക്കളുടെ അമ്മയായിരുന്നു അവർ. ആ

വീട്ടിലുമുണ്ടായി പ്രശ്നങ്ങൾ. അതോടെ നാട്ടുകാരുടെ മുൻപിൽ കവിയുടെ നാമധേയം മോശമാകുവാനും തുടങ്ങി.

ഒരു ദിവസം മുത്തശ്ശി തന്ത്രപരമായി അടുത്തുകൂടി കൊച്ചുമകനിൽ നിന്നും ആലപ്പുഴയിലെ ജീവിതരഹസ്യങ്ങൾ ചോർത്തിയെടുത്തു. അതെല്ലാം അറിഞ്ഞുകഴിഞ്ഞപ്പോൾ മുത്തശ്ശി ഒരു തീരുമാനത്തിലെത്തി; ഇതു കൈവിഷം തന്നെ. വീട്ടിലെ ഒരു പഴയ ഓട്ടുരുളി പണയം വെച്ച് പണം വാങ്ങി ഉടനെ പ്രശ്നം നോക്കുന്നയാളെ വരുത്തി.

മന്ത്രവാദം നടത്തി. കവിതകളെല്ലാം കത്തിച്ചുകളഞ്ഞു. മാർത്താണ്ഡ പണിക്കർക്കു ഗുരുതിയടക്കം പല വഴിപാടുകളും കഴിച്ചു. ഇക്കാര്യത്തിനെല്ലാം പണം ചെലവായിയെന്നല്ലാതെ കൊച്ചുകുട്ടന്റെ സ്വഭാവത്തിന് യാതൊരു മാറ്റവുമുണ്ടായില്ല എന്നു മാത്രമല്ല അമ്മയോടും മറ്റുമുള്ള ദേഷ്യം ഇരട്ടിയാവുകയും ചെയ്തു.

അതിന് കാരണവുമുണ്ടായിരുന്നു. താൻ എഴുതിവെച്ചിരുന്ന കവിതകളൊന്നും കാണാനുണ്ടായിരുന്നില്ല. കവിതകൾ വീട്ടുകാർ നശിപ്പിച്ചു എന്നല്ല എവിടെയോ ഒളിപ്പിച്ചുവച്ചിരിക്കുന്നു എന്നതായിരുന്നു കൃഷ്ണപിള്ളയുടെ സംശയം. വീടിന്റെ മുക്കുംമൂലയും അരിച്ചുപെറുക്കി, ഒരൊറ്റ കവിത പോലും കണ്ടെടുക്കുവാൻ കഴിഞ്ഞില്ല.

കളിത്തട്ടിലുള്ള തെമ്മാടിസംഘവുമായുള്ള കൂട്ടുകെട്ട്, വീട്ടിൽ കലാപം, സ്വയം ഭക്ഷണം വിളമ്പിക്കഴിക്കൽ, അയൽപക്കത്തുള്ള അദ്ധ്യാപികയോടൊത്തുള്ള സഹശയനം, ഇതിനിടയിൽ ഓഹരി വാങ്ങി ചായക്കട നടത്തുവാനുള്ള ശ്രമം വീട്ടുകാർ സമ്മതിക്കുന്നുമില്ല. അങ്ങനെ സങ്കീർണ്ണമായൊരു ജീവിതഘട്ടം.

ഇപ്രകാരം തീർത്തും വിഷാദം നിറഞ്ഞൊരു സാഹചര്യത്തിൽ കുടുങ്ങി വീട്ടുകാരോട് പിണങ്ങിക്കഴിയുന്ന കൃഷ്ണപിള്ളയെ അതിൽ നിന്നെല്ലാം മോചിപ്പിക്കുവാനായി ഒരാൾ കടന്നുവന്നു. സാക്ഷാൽ ഇടപ്പള്ളി രാഘവൻപിള്ള! അക്കാലത്ത് കൃഷ്ണപിള്ളയുമായി ചങ്ങാത്തം കൂടുന്നതുപോയിട്ട് ഒന്നു സംസാരിക്കുവാൻപോലും പഴയ കൂട്ടുകാർ തയ്യാറായിരുന്നില്ല. കൃഷ്ണപിള്ളയുമായുള്ള സഹവാസം ഒരു പോരായ്മയായിട്ടാണ് കൂട്ടുകാർ കരുതിയത്. മദ്യപിക്കുകയും തെമ്മാടിസംഘത്തിലെ ഒരംഗമായിത്തീരുകയും ചെയ്ത കവിയോട് ചങ്ങാത്തം കൂടാൻ ഇടപ്പള്ളിയിലെ ആഢ്യന്മാരുടെ മക്കൾക്ക് കഴിയുമായിരുന്നില്ല. ഇടപ്പള്ളിയിലെ പഴയ നായർ തറവാടുകളിൽ ഇന്നും ആഢ്യത്വത്തിന്റേതായ കരിനിഴൽ പതിഞ്ഞുകിടക്കുന്നുണ്ട്. പിന്നെ അക്കാലത്തെ കാര്യം പറയേണ്ടതില്ലല്ലോ. കൃഷ്ണപിള്ളയാണെങ്കിൽ സകല ആഢ്യന്മാരോടും

കലഹിച്ച് കുലത്തോടുതന്നെ ശത്രുത പുലർത്തിയിരുന്ന ഒരു പീറച്ചെറുക്കൻ മാത്രം. രാഘവൻപിള്ളയും ചുരുക്കം ചില സുഹൃത്തുക്കളും തങ്ങളുടെ ഓമനച്ചങ്ങാതിയുടെ ഈ പരിണാമത്തിൽ അകംനൊന്തു ദുഃഖിച്ചു. എങ്ങനെയും കൃഷ്ണപിള്ളയെ തെമ്മാടിസംഘത്തിൽ നിന്നും മോചിപ്പിക്കണമെന്നതായിരുന്നു രാഘവൻ പിള്ളയടക്കമുള്ള ആ സുഹൃത്തുക്കളുടെ ശ്രമം. അതിനു വേണ്ടിയാണ് രാഘവൻപിള്ള തന്റെ സതീർത്ഥ്യനെ സമീപിച്ചത്. എന്നാൽ കൃഷ്ണപിള്ള രാഘവൻപിള്ളയെ അവഹേളിച്ച് തിരിച്ചയക്കുകയാണ് ചെയ്തത്.

പിന്നീടൊരു ദിവസം രാവിലെ കഞ്ഞി കുടിച്ചുകൊണ്ടിരിക്കുകയായിരുന്ന മകനും അമ്മയും തമ്മിൽ ശണ്ഠകൂടി. കാരണക്കാരൻ അനിയൻ പ്രഭാകരനാണ്. അന്ന് പ്രഭാകരന് എന്തോ അസുഖമായിരുന്നു. അതുകൊണ്ട് അമ്മയുടെ മടിയിൽ കിടക്കുകയാണ്. പ്രഭാകരൻ കുറച്ചു വളർന്നു കഴിഞ്ഞിട്ടും അമ്മയുടെ മടിയിലിരിക്കുകയും മറ്റും ചെയ്യുമായിരുന്നു. അത് പക്ഷേ കൃഷ്ണപിള്ളയ്ക്കത്ര ഇഷ്ടമല്ല. അങ്ങനെ കാണുന്ന സമയത്ത് പ്രഭാകരനെ തുറിച്ചുനോക്കുകയും ശകാരിക്കുകയും ചെയ്തു പോന്നു. കൃഷ്ണപിള്ളയുടെ മനസ്സ് അക്കാലത്ത് പൊതുവേ അസ്വസ്ഥമായിരുന്നുവല്ലോ. അതുകൊണ്ടായിരിക്കാം അന്നും അദ്ദേഹം പ്രഭാകരനെ ശകാരിച്ചു. അമ്മ തിരിച്ചെന്തോ പറഞ്ഞു. പതിവിലും ക്രുദ്ധസ്വരത്തിലായിരുന്നുവെന്നുമാത്രം. അതങ്ങനെ തീർന്നു.

കൃഷ്ണപിള്ള മുഖം കറുപ്പിച്ചുകൊണ്ട് മുറ്റത്തേക്കിറങ്ങിയപ്പോൾ പ്രഭാകരൻ അമ്മയെ തോണ്ടിക്കൊണ്ട് "ദേ ചേട്ടൻ പുറത്തേക്ക് പോണു" എന്നു പറഞ്ഞു. കുറച്ചുദിവസമായി അമ്മയാണെങ്കിൽ ദേഷ്യത്തിലുമാണ്. മകൻ ഭാഗം ചോദിച്ചലട്ടുന്നു, നേരത്തിന് വീട്ടിൽ വരുന്നില്ല, മറ്റു തൊഴിലിനൊന്നിനും പോകുന്നുമില്ല. ഭാഗം കൊടുത്തില്ലെങ്കിൽ നാളികേരം ഇട്ടുവിൽക്കുമെന്ന് ഭീഷണി. ഇതിനെല്ലാത്തിനുംപുറമെയാണ് കളിത്തട്ടിലെ റൗഡിസംഘവുമായുള്ള കൂട്ടുകെട്ട്. എത്ര ഉപദേശിച്ചിട്ടും അതൊട്ട് അവസാനിപ്പിക്കുന്നുമില്ല. അങ്ങനെ ആകെ അശാന്തി നിറഞ്ഞ സന്ദർഭത്തിലാണ് അനിയന്റെ സംസാരം. അമ്മയിൽ അടക്കിവച്ചിരുന്ന കോപം ആളിക്കത്തി. കൃഷ്ണപിള്ള നടത്തുവാൻ പോകുന്ന ചായക്കച്ചവടത്തെക്കുറിച്ച് ദേഷ്യത്തോടെ പുച്ഛിച്ചു സംസാരിച്ചു. കൃഷ്ണപിള്ളയും ഒട്ടും വിട്ടുകൊടുത്തില്ല. അങ്ങനെ ഒന്നും രണ്ടും പറഞ്ഞ് അമ്മയും മകനും തമ്മിൽ പിന്നെയും പൊരിഞ്ഞ വഴക്ക്.

കോപഭാവത്തോടെ കൃഷ്ണപിള്ള പുറത്തേക്കിറങ്ങി. വീടിന്റെ പടിവാതിൽക്കലെത്തിയപ്പോൾ കളിത്തോഴി കൊച്ചമ്മു ക്ഷണിച്ചെങ്കിലും

അവരുമായിട്ടും വഴക്കിട്ടു. അങ്ങനെ പോയത് കളിത്തട്ടിലേക്കാണ്. വീട്ടിൽ നിന്നു ഭാഗം വാങ്ങി ചായക്കട തുടങ്ങണമെന്നായിരുന്നുവല്ലോ കവിയുടെ മനസ്സിലിരുപ്പ്. അദ്ദേഹത്തെ 'ചൂടാക്കി'വിടാൻ കളിത്തട്ടിലെ റൗഡിസംഘവും ഉണ്ടായിരുന്നു.

ഈ സംഭവം നടന്നതിന്റെ തലേദിവസം കൂട്ടുകാർ ഒത്തുചേർന്ന് നമ്മുടെ കവിയെ ശരിക്കുമൊന്ന് പറ്റിച്ചു. സംഘം ചേർന്ന് മദ്യപിച്ചുകഴിഞ്ഞപ്പോൾ കൊടുക്കാൻ പണം തികഞ്ഞില്ല. എല്ലാവരുംകൂടി ഷാപ്പിൽ എത്തിച്ചേർന്ന നേരത്ത് അവിടെ മദ്യപിച്ചുകൊണ്ടിരുന്ന ഒരുത്തനെ ഭീഷണിപ്പെടുത്തി. ചെലവുമുഴുൻ വഹിക്കാമെന്നു പേടിച്ചുപോയ അയാൾ ഏൽക്കുകയും ചെയ്തു. എന്നാലിടയ്ക്കുവെച്ച് അയാൾ മുങ്ങി. ബാക്കി പണം കൃഷ്ണപിള്ള തന്നുകൊള്ളുമെന്നായി സംഘനേതാവ്. ഷാപ്പുടമയും വിട്ടുകൊടുത്തില്ല. വാക്കുതർക്കം മൂത്ത് അസഭ്യവർഷമായി, അടിപിടിയായി. കൂട്ടുകാർ ഓരോരുത്തരായി സ്ഥലംവിട്ടു. കൃഷ്ണപിള്ള മാത്രം ഷാപ്പിൽ കുടുങ്ങി. ഷാപ്പുടമ കൃഷ്ണപിള്ളയെ പിടിച്ചു ചോദ്യം ചെയ്തു. ഷാപ്പുടമസ്ഥർക്ക് അച്ഛനെ പരിചയമുള്ളതിനാൽ കൃഷ്ണപിള്ള ഒരുവിധത്തിൽ രക്ഷപ്പെട്ടു എന്നു പറഞ്ഞാൽ മതിയല്ലോ.

അദ്ദേഹത്തെക്കൊണ്ട് എങ്ങനെയും ഓഹരി വാങ്ങിപ്പിക്കുവാൻ സംഘം സമ്മർദ്ദം ചെലുത്തുന്നുണ്ടായിരുന്നു. ഓഹരി കിട്ടിയാൽ ആ പണം മദ്യപിച്ചു കൂത്തടിക്കുവാൻ ഉപയോഗിക്കാമല്ലോ എന്നാണ് സംഘാംഗങ്ങളുടെ മനസ്സിലിരുപ്പ്. അത് നടക്കാതെ വന്നപ്പോൾ അവർക്ക് ആകെയൊരു മുറുമുറുപ്പ്. കൃഷ്ണപിള്ളയെ പരോക്ഷമായി പരിഹസിച്ചുകൊണ്ടായി പിന്നത്തെ സംസാരം. അട്ടഹാസവും കൂക്കിവിളിയും. ഈ സമയത്താണ് കൃഷ്ണപിള്ളയുടെ അദ്ധ്യാപകൻകൂടിയായ പടിഞ്ഞാറെവാരിയത്ത് പി.എം.അച്യുതവാരിയർ ആ വഴി വന്നത്.

ഇടപ്പള്ളിയിൽ പരക്കെ അറിയപ്പെടുകയും ആദരിക്കപ്പെടുകയും ചെയ്തിരുന്ന അച്യുതവാരിയർ അക്കാലത്ത് തൃക്കാരിയൂരിലാണ് ജോലി ചെയ്തിരുന്നത്. കൃഷ്ണപിള്ളയുടെ പ്രഥമ ഗുരുഭൂതനെന്നതിൽകവിഞ്ഞ് അഭ്യുദയകാംക്ഷികൂടിയായിരുന്നു അദ്ദേഹം.

ജോലിസ്ഥലത്തേക്ക് പുറപ്പെട്ടതായിരുന്നു അച്യുതവാരിയർസാർ. റോഡ് മുറിച്ചുകടന്ന് കളിത്തട്ടിനും തുറസ്സായിക്കിടക്കുന്ന ഭഗവതി ക്ഷേത്രത്തിനുമിടയ്ക്കു നാട്ടുവഴിയിലേക്ക് കടന്നപ്പോഴേക്കും തന്റെ പൂർവ്വവിദ്യാർത്ഥി കളിത്തട്ടിൽനിന്നും ചാടിയിറങ്ങി അദ്ധ്യാപകനെ തടഞ്ഞു. പെട്ടെന്നായിരുന്നതുകൊണ്ട് വാരിയർസാർ തെല്ലൊന്നമ്പരിച്ചു. മദ്യപിക്കാൻ കുറച്ചു പണംവേണം. അതിനുവേണ്ടിയാണ് അദ്ദേഹത്തെ

തടഞ്ഞുനിറുത്തിയത്. സംഘാംഗങ്ങളുടെ പിൻബലമുള്ളതിനാൽ ഭീഷണിപ്പെടുത്തി പണം വാങ്ങാം എന്ന ധാരണയിന്മേലാണ് കൃഷ്ണപിള്ള ചാടിപ്പുറപ്പെട്ടത്. പക്ഷേ വാരിയർസാറുണ്ടോ കൃഷ്ണപിള്ളയെപ്പോലുള്ള ഒരാളുടെ ഭീഷണിയെ വകവയ്ക്കുന്നു? സംഗതി കുഴപ്പമാവുമെന്നു കരുതി കൂട്ടുകാർ അപ്പോഴേക്കും പോയ്മറഞ്ഞു. ഒരു സർക്കാരുദ്യോഗസ്ഥനെയാണ് തടഞ്ഞുവച്ചിട്ടുള്ളതെന്നും താൻ നേരിട്ട് പോലീസിൽ പരാതി കൊടുക്കുവാൻ പോവുകയാണെന്നും അച്യുതവാരിയർ പറഞ്ഞതോടെ പൂർവ്വവിദ്യാർത്ഥി തെല്ലൊന്നു പതറി. പോലീസിൽ പരാതിപ്പെട്ടാലുള്ള ഭവിഷ്യത്തിനെക്കുറിച്ചോർത്തപ്പോൾ ശരിക്കും വിരണ്ടു. വാരിയർസാറിനു മുൻപിൽ ഗത്യന്തരമില്ലാതെ കൃഷ്ണപിള്ള കീഴടങ്ങി.

അസാമാന്യതകളുടെ നിരവധി വൈരുദ്ധ്യങ്ങൾ എതിർപ്പാർത്തു കുടികൊണ്ടിരുന്ന ഒരു കൂടാരമായിരുന്നുവല്ലോ കൃഷ്ണപിള്ള. മുതിർന്നു കഴിഞ്ഞിട്ടും അമ്മയോടുള്ള അടക്കിവച്ച സ്നേഹവും ആ മടിയിൽ കയറിയിരിക്കുവാനുള്ള മോഹവും കൃഷ്ണപിള്ളയിൽ ഉണർന്നു കിടന്നിരുന്നു. അതുകൊണ്ടുകൂടിയാണ് അനുജൻ പ്രഭാകരൻ അമ്മയുടെ മടിയിൽ കയറിയിരിക്കുന്നതിനെയും അമ്മ അനുജനോട് വാത്സല്യത്തോടെ പെരുമാറുന്നതിനെയും കൃഷ്ണപിള്ള അസഹിഷ്ണുതയോടെ നോക്കിക്കണ്ടത്.

വീട്ടിൽനിന്നും സമൂഹത്തിൽനിന്നും സ്വയം തിരസ്ക്കരിച്ച ഒരുവന്റെ പരിണതിയും കൃഷ്ണപിള്ളയുടെ ഈ ഘട്ടത്തിലെ ജീവിതത്തിൽ നമുക്ക് ദർശിക്കാം.

സ്വയം ബഹിഷ്കൃതനായ, അല്ലെങ്കിൽ വീട്ടുകാരുടെയും സമൂഹത്തിന്റെയും മുൻപിൽ അവഹേളിതനായ ഒരുവന്റെ മനസ്സിൽ ക്രിമിനൽ ഭാവങ്ങളുണരുക സ്വാഭാവികമാണ്. അതായത് തന്നെ യഥാർത്ഥത്തിൽ പിന്തുണയ്ക്കേണ്ടുന്നവർ അത് ചെയ്യാതിരിക്കുകയും താൻ അശരണനാണെന്ന ബോധം ഉള്ളിലുറയ്ക്കുകയും ചെയ്താൽ പിന്നെ ഒരു വ്യക്തി അസ്വാഭാവികതയുടെ ഒറ്റയടിപ്പാതയായിരിക്കും തെരഞ്ഞെടുക്കുക. കൃഷ്ണപിള്ളയുടെ റൗഡിസംഘവുമായുള്ള ബന്ധം ഇത്തരത്തിൽ രൂപം കൊണ്ട ഒന്നാണ്. കൃഷ്ണപിള്ളയിൽ പലപ്പോഴും ഒരു ക്രിമിനൽ പ്രവർത്തിച്ചിരുന്നു എന്നും പറയാം.

പ്രതിഭാധാരാളിത്തത്താൽ അനുഗ്രഹിക്കപ്പെട്ട എഴുത്തുകാരിൽ പലരും സാമൂഹിക വിരുദ്ധമായ ജീവിതം നയിച്ചവരായിരുന്നു. ചിലരിൽ ക്രിമിനലുകളും ഉണ്ടായിരുന്നു. ഷാങ്ഷെനെയുടെ ജീവിതം ഇത്തരത്തിലുള്ള ഒന്നായിരുന്നു. വിശപ്പകറ്റാൻവേണ്ടി മോഷ്ടാവായിത്തീർന്ന

ഷെനെയെ സമൂഹം കള്ളനെന്ന വിളിച്ചു. പിൽക്കാലത്ത് കള്ളനെന്ന് തന്നെ വിളിച്ച സമൂഹത്തോടുള്ള പ്രതികാരം എന്ന നിലയിൽ ഷെനെ കള്ളനായിത്തീർന്നു. പുരുഷവേശ്യകളെ സ്നേഹിക്കുന്നതിലൂടെ, മോഷണത്തെ സ്നേഹിക്കുന്നതിലൂടെ, കുറ്റകൃത്യങ്ങളിൽ പങ്കുവഹിക്കുന്നതിലൂടെ ഷെനെ തന്റെ സ്വത്വം കണ്ടെത്തി. ജീവിതത്തിന്റെ ഇരുൾ മുറ്റിയ ജയിലറകളിൽ സ്വവർഗ്ഗരതിയുടെ താളവൈകൃതം ഷെനെയുടെ താളമായി മാറി. കൃഷ്ണപിള്ളയും ഒരു രസത്തിനുവേണ്ടി ചില മോഷണങ്ങൾ നടത്തിയിട്ടുണ്ട്. സ്വവർഗ്ഗരതിയുമായി ബന്ധപ്പെട്ട ഒരു സംഭവവും കൃഷ്ണപിള്ളയുടെ ജീവിതത്തിലുണ്ടായിട്ടുണ്ട്. ദസ്തയേവ്സ്കിയുടെ ചില കഥാപാത്രങ്ങളെയും ഇവിടെ ഓർമ്മിക്കാവുന്നതാണ്.

ചെറുപ്പകാലത്ത് അച്ഛന്റെ മരണമാഗ്രഹിച്ച കൃഷ്ണപിള്ള 'കാരമസോവ് സഹോദരന്മാരി'ലെ ഇവാനെ ഓർമ്മിപ്പിക്കുന്നില്ലേ? അതുപോലെ ചങ്ങമ്പുഴ പിൽക്കാലത്ത് തന്റെ കാമുകിയുടെ മരണവും ആഗ്രഹിച്ചിരുന്നു. അതേക്കുറിച്ച് പിന്നീട് പറയാം. ഇതിന്റെയൊക്കെയർത്ഥം കൃഷ്ണപിള്ളയുടെ മനോലോകം അധോലോകത്തിന്റെ നിറച്ചാർത്തുകളിൽ പുളകംകൊണ്ടിരുന്നു എന്നുമാത്രമാണ്. കുറ്റവാളികളുടെ ചിത്തവൃത്തികൾ ഇത്രയേറെ നിഷ്കൃഷ്ടമായി ചിത്രീകരിക്കുന്ന ദസ്തയേവ്സ്കി തന്റെ കഥാപാത്രങ്ങളുമായി താദാത്മ്യം പ്രാപിക്കുകയുണ്ടായിട്ടുണ്ടെന്ന് ഫ്രോയിഡ് ചൂണ്ടിക്കാണിക്കുന്നു. ഇക്കാരണത്താൽ ദസ്തയേവ്സ്കിയെയും ഒരു യഥാർത്ഥ കുറ്റവാളിയായി കണക്കാക്കാമെന്ന് ഫ്രോയിഡ് അഭിപ്രായപ്പെട്ടിട്ടുണ്ട്.

ദസ്തയേവ്സ്കിയുടെ കുറ്റവാളിയായ ചില കഥാപാത്രങ്ങളെ ഉദാഹരണങ്ങളായി എടുത്തുകൊണ്ട് ആന്ദ്രേജിദ് പറയുന്നു: ദസ്തയേവ്സ്കി ഒരെഴുത്തുകാരനായിത്തീർന്നില്ലെങ്കിൽ അദ്ദേഹം എന്താകുമായിരുന്നു എന്നതിന്റെ ചിത്രീകരണമാണിത്...

അദ്ധ്യായം പതിനാല്

പുനർജന്മം

വാരിയർസാറിനെ തടഞ്ഞുനിർത്തി ഭീഷണിപ്പെടുത്തിയതും തുടർന്നുണ്ടായ കീഴടങ്ങലും കൃഷ്ണപിള്ളയുടെ ജീവിതത്തിലു ണ്ടായ നിർണ്ണായക സംഭവങ്ങളിലൊന്നാണ്. സ്കൂളിലേക്കു പോവുകയാ യിരുന്ന അദ്ദേഹം കൃഷ്ണപിള്ളയെയും കൂട്ടി മഠത്തിലേക്കുതന്നെ തിരിച്ചു. അപ്പോൾ മുതൽ അദ്ദേഹം തന്റെ പൂർവ്വവിദ്യാർത്ഥിയെ ഉപദേശിച്ചു തുടങ്ങി. ഉപദേശങ്ങളുടെ സത്യസന്ധതയിൽ, സ്നേഹത്തിൽ കൃഷ്ണപിള്ള തെളിഞ്ഞു. അതിലെ ആത്മാർത്ഥതയിൽ കൃഷ്ണപിള്ളയുടെ അന്തരംഗ മാകെയുലഞ്ഞു. അന്നു വൈകുന്നേരംവരെ വാരിയർ സാറിന്റെ ഉപദേ ശങ്ങളത്രയും ശ്രവിച്ച ആ കൃഷ്ണപിള്ളയാണ് പിൽക്കാലത്ത് മലയാള കാവ്യചരിത്രത്തിന് അനർഘവും മുഗ്ദ്ധമോഹനങ്ങളുമായ കവിതകൾ സംഭാവന ചെയ്യുകയും തന്റെ യശസ്സുയർത്തുകയും ചെയ്ത ചങ്ങമ്പുഴ.

കൃഷ്ണപിള്ളയും കൂട്ടുകാരും ചേർന്ന് വാരിയരുമഠത്തിന്റെ പേര് 'സാഹിതീ സദനം' എന്നാക്കി മാറ്റി. കൂട്ടുകാരെന്നു പറയുമ്പോൾ ഇടപ്പള്ളി രാഘവൻപിള്ള, ചന്ത്രത്തിൽ കൃഷ്ണപിള്ള, ശ്രാമ്പിക്കൽ പത്മനാഭമേനോൻ എന്നീ യുവകവികൾ മാത്രമല്ല പണ്ഡിതന്മാരായ മേലങ്ങത്ത് അച്യുതമേനോനും ഇടപ്പള്ളി കരുണാകരമേനോനും അതിൽപ്പെടും. ഇവരെല്ലാം ചേർന്നാണ് വാരിയരുമഠത്തിന്റെ പേര് മാറ്റി സാഹിതീസദനം എന്നാക്കിയത്.

കൃഷ്ണപിള്ളയുടെ കാവ്യജീവിതത്തിൽ സാഹിതീസദനത്തിന് വലിയ പ്രാധാന്യമാണുള്ളത്. ഏതാണ്ട് 1930 മുതൽ 36 വരെ അദ്ദേഹം സാഹിതീ സദനത്തിലായിരുന്നു കഴിച്ചുകൂട്ടിയത്. മഹാരാജാസ് കോളേജിൽ ചേർന്നതിനുശേഷമാണ് അവിടെനിന്നും തിരിച്ചു പോന്നത്. 1930 മുതൽ 36 വരെയുള്ള കാലഘട്ടത്തിലെ കവിതകളിൽ ബഹുഭൂരിഭാഗവും സാഹിതീസദനത്തിലിരുന്ന് എഴുതിയവയാണ്. ലീലാങ്കണം, ബാഷ്പാഞ്ജലി, ഹേമന്തചന്ദ്രിക, ഉദ്യാനലക്ഷ്മി, അമൃതവീചി

എന്നീ സമാഹാരങ്ങളിലെ കവിതകൾ, ആരാധകൻ, തിലോത്തമ, മയൂഖമാലയിലെ വിവർത്തനങ്ങൾ, ഉദ്യാനപാലകൻ (1933) എന്നിവ ഇക്കാലഘട്ടത്തിൽ രചിച്ചവയാണ്.

ഈ സമയത്താണ് കൃഷ്ണപിള്ളയും രാഘവൻപിള്ളയും വീണ്ടും കാണുന്നതും കൂട്ടുതലായി ഇടപെടുന്നതും. അവർ തമ്മിലുള്ള ശത്രുതാഭാവം ഒട്ടൊക്കെ പൊലിഞ്ഞതിനുശേഷം രാഘവൻപിള്ള സാഹിതീസദനത്തിലെ നിത്യസന്ദർശകനായിരുന്നു എന്നു മാത്രമല്ല സ്കൂൾ പഠനകാലത്ത് താൻ പുലർത്തിപ്പോന്ന സ്പർദ്ധ നിറഞ്ഞ പെരുമാറ്റത്തിൽ കൃഷ്ണപിള്ളയോട് ഖേദം പ്രകടിപ്പിക്കുകയും ചെയ്തു. എന്നാലും അവർ തമ്മിൽ ഗാഢമായ ഒരു ബന്ധം ഒരിക്കലുമുണ്ടായിട്ടില്ല. പക്ഷേ പ്രചരിപ്പിക്കപ്പെട്ടുന്നത് മറ്റൊന്നാണെന്നുമാത്രം.

1930 മുതൽ കൃഷ്ണപിള്ള തുടർച്ചയായി എഴുതിപ്പോന്നു. അന്നെഴുതിയ കവിതകൾ പ്രസിദ്ധീകരണ യോഗ്യങ്ങളായിരുന്നുവോ എന്നത് സംശയമാണ്. 1930-ൽ എഴുതിയ ഒരൊറ്റ കവിതപോലും കണ്ടതായി ഓർമ്മിക്കുന്നില്ലെന്ന് ചങ്ങമ്പുഴ പ്രബാകരൻ പറഞ്ഞിട്ടുണ്ട്. പക്ഷേ ഈ പരാമർശം ശരിയല്ല. 1931 ജൂൺ 2-ാം തീയതിയാണ് കൃഷ്ണപിള്ള പി.കെ. നാരായണപിള്ളയ്ക്ക് 'ലീലാങ്കണം' എന്ന കവിതാസമാഹാരത്തിന്റെ കയ്യെഴുത്തു പ്രതി അയച്ചുകൊടുത്തത്. അങ്ങനെവരുമ്പോൾ ആ സമാഹാരം 1931-ന് മുൻപ് എഴുതിയതാകണമല്ലോ. ലീലാങ്കണത്തിന്റെ അവതാരികയിൽ നിന്നും മനസ്സിലാക്കുവാൻ കഴിയുന്നതും ആ കൃതി 193-1ന് മുൻപ് എഴുതിയതാണെന്നാണ്. കയ്യെഴുത്തുപ്രതിയോടൊപ്പം അയച്ച കത്തിൽ താനെഴുതിയ കവിതകൾ കുലങ്കഷമായി പരിശോധിക്കുവാനും തെറ്റുകൾ തിരുത്തി നിഷ്പക്ഷമായ ഒരഭിപ്രായത്തോടുകൂടി ഉടനെ മടക്കിത്തരുവാനും നാരായണപിള്ളയോട് കവി അപേക്ഷിക്കുന്നുണ്ട്. വളരെ വിനയത്തോടും സ്തുതിവചനങ്ങളോടും കൂടി എഴുതിയിട്ടുള്ള ആ കത്ത് നാരായണപിള്ള വേണ്ടവിധം ഗൗനിച്ചോ എന്നത് സംശയമാണ്.

അക്കാലത്തെ അറിയപ്പെട്ടുന്ന പണ്ഡിതനും യാഥാസ്ഥിതിക മനസ്ഥിതിക്കാരനുമായിരുന്ന പഞ്ചാനനൻ കുറച്ചു കവിതകൾ കുലങ്കഷമായിത്തന്നെ പരിശോധിച്ചെങ്കിലും അത് പക്ഷേ മടക്കി അയച്ചുകൊടുത്തില്ല. ഒരു കവിയെ എന്നല്ല ഒരൊറ്റ എഴുത്തുകാരനോടും ആഢ്യന്മാരായ നിരൂപകർ ഇന്നേവരെ സൗമനസ്യത്തോടെ ഇടപെട്ടതിന് യാതൊരു മാതൃകകളും ഭാഗ്യവശാൽ നമ്മുടെ സാഹിത്യത്തിലില്ല. ഈ മനോഭാവം, തന്നേക്കാൾ താഴെത്തട്ടിലുള്ള ഒരാളാണ് കൃഷ്ണപിള്ള

എന്ന മനോഭാവം ആ കവിതകൾ തിരിച്ചയക്കുന്നതിൽനിന്നും നാരായണപിള്ളയെ വിലക്കി. അതുകൊണ്ട് നേട്ടമുണ്ടായതും കൃഷ്ണപിള്ളയ്ക്കുതന്നെയാണ്. ലീലാങ്കണത്തിലെ ബാലലീലകൾ ആദ്യമായി പുറത്തുവന്നിരുന്നെങ്കിൽ അദ്ദേഹത്തിന്റെ ഭാവിക്കത് ഗുണകരമായി ഭവിക്കുമായിരുന്നില്ല. പണ്ഡിതന്റെ നിരുത്തരവാദപരമായ നിലപാട് കവിക്കനുഗ്രഹമായിത്തീർന്നു എന്നു പറഞ്ഞാൽ മതിയല്ലോ. പിൽക്കാലത്ത് 1988-ലാണ് ലീലാങ്കണം പുസ്തക രൂപത്തിൽ പുറത്തുവന്നത്. ആദ്യകവിതാസമാഹാരം ഏറ്റവുമൊടുവിലായി പുറത്തിറങ്ങിയത് ഈ കവിയുടെ കാര്യത്തിൽ മാത്രമാണെന്നു തോന്നുന്നു.

1932 മുതൽ കൃഷ്ണപിള്ള ധാരാളം കവിതകളെഴുതി. സുപ്രസിദ്ധ വാഗ്മിയും സരസസാഹിത്യകാരനുമായ സി. നാരായണപിള്ളയുടെ വിവാഹാവസരത്തിൽ 'മംഗളപത്രം' വായിച്ചതോടെയാണ് കൃഷ്ണപിള്ളയെ ഒരു കവിയായി നാട്ടുകാരംഗീകരിച്ചത് (പിൽക്കാലത്ത് ഈ കവി തന്നെ മംഗള പത്രങ്ങളെ പുച്ഛിച്ചിട്ടുണ്ടെന്നുള്ളത് മറ്റൊരുകാര്യം). ഇടപ്പള്ളി സ്വരൂപം മാനേജരായിരുന്ന ശങ്കരനാരായണപിള്ളയുടെ മകൾ സരസ്വതിയായിരുന്നു വധു. വരന്റെ സുഹൃത്തെന്നനിലയിലായിരുന്നു കൃഷ്ണപിള്ളയുടെ മംഗളാശംസ. വിദ്വാന്മാരും പണ്ഡിതന്മാരും ഇടപ്പള്ളിയിലെ ആഢ്യന്മാരും നിറഞ്ഞ സദസ്സിൽ നീണ്ടുനിവർന്നുനിന്ന് സങ്കോചലേശമന്യേ ഈണത്തിൽ മംഗളപത്രം വായിച്ച ആ പയ്യനെ ഏവരും മുക്തകണ്ഠം പ്രശംസിക്കുകയുണ്ടായി.

പരുപരുത്ത ജീവിതസാഹചര്യങ്ങൾ, ഉള്ളിൽ കുടികൊള്ളുന്ന വിഷാദാത്മകത, അതിദ്രുതം വിടർന്നു വികസിക്കുന്ന ഭാവന, സർവ്വോപരി ജീവിത യാഥാർത്ഥ്യങ്ങളെ അടർത്തിമാറ്റി സാങ്കൽപ്പികലോകത്ത് അഭിരമിക്കുവാനുള്ള അദമ്യമായ ത്വര, ജീവിതാനുഭവങ്ങൾ കനിഞ്ഞരുളിയ നിരാശാബോധം, അശരണമായ ഹൃദയത്തിൽനിന്നും ഉറപൊട്ടുന്ന വിലാപങ്ങൾ ഇതെല്ലാം കൂടിച്ചേർന്നപ്പോൾ കവിതയുടെ മാസ്മരികലോകത്ത് ഇമ്പമുണർത്തുന്ന ഈണങ്ങളുമായി കൃഷ്ണപിള്ള എന്ന കവി പിറവികൊണ്ടു.

1931-ൽ എറണാകുളത്തുനിന്നും പ്രസിദ്ധീകരിച്ചിരുന്ന ഒരു വാരികയിൽ കൃഷ്ണപിള്ളയുടെ ഒരു കവിത അച്ചടിമഷി പുരണ്ടുവന്നു. പിന്നീട് പല പത്രമാസികകളിലും 'ആ പൂമാല'യടക്കം നിരവധി കവിതകൾ പ്രസിദ്ധീകൃതമായി. പ്രധാനമായും അവയിൽ കൂടുതലും വെളിച്ചം കണ്ടത് മലയാളരാജ്യം ചിത്രവാരികയിലാണ്. മാതൃഭൂമി വാരികയിൽ കൃഷ്ണപിള്ളയുടേതായി ഒരു കവിത (പൂക്കളം) അച്ചടിച്ചുവന്നത് 1932-ലാണ്.

സാഹിതീസദനത്തിലെ വാസം കൃഷ്ണപിള്ളയുടെ മനോഗതിയിൽ ചില മാറ്റങ്ങൾ വരുത്തി. മുൻപത്തെക്കാൾ കൂടുതലായി കവിതകളെഴുതിയതു മാത്രമല്ല വേണ്ടവിധം പഠനം തുടരുവാൻ കഴിയാതിരുന്നതിൽ അദ്ദേഹത്തിന് ദുഃഖം തോന്നിയതും ഈ ഘട്ടത്തിലാണ്. സാഹിതീസദനത്തിലെ സന്ദർശകരിലെല്ലാവരുംതന്നെ അഭ്യസ്തവിദ്യരായിരുന്നു. സഹപാഠികളിൽ പലരും കലാശാലാവിദ്യാഭ്യാസം പൂർത്തിയാക്കാറാവുകയും ചെയ്തിരുന്നു. രാഘവൻപിള്ള ഇതിനോടകം സ്കൂൾ ഫൈനൽ പാസ്സായി സാമ്പത്തികമായ പരാധീനതമൂലം ഉപരിപഠനത്തിനു നിവൃത്തിയില്ലാതെ കഴിയുകയാണ്. പഠനകാര്യങ്ങളെക്കുറിച്ചന്വേഷിക്കുന്നതും തുടർന്നു പഠിക്കുവാൻ കൃഷ്ണപിള്ളയെ നിർബന്ധിക്കുന്നതും അദ്ദേഹമാണ്. രാഘവൻപിള്ളയെപ്പോലെ മറ്റുചില സുഹൃത്തുക്കളും പഠനകാര്യത്തിൽ നിർബന്ധം ചെലുത്തിയപ്പോൾ എങ്ങനെയും വിദ്യാഭ്യാസം തുടരണമെന്ന് തീരുമാനിച്ചു. അങ്ങനെ കൃഷ്ണപിള്ള രാഘവൻ പിള്ളയോടൊന്നിച്ച് ആലുവായിൽപോയി സെന്റ് മേരീസിൽനിന്നും വിടുതൽ സർട്ടിഫിക്കറ്റ് വാങ്ങി. 1932-ൽ എറണാകുളം ഗവൺമെന്റ് ഹൈസ്കൂളിൽ ഫിഫ്ത്ത് ഫോറത്തിൽ ചേർന്നു.

കവിയുടെ സുഹൃത്തും അഭ്യുദയകാംക്ഷിയുമായിരുന്ന ഇടപ്പള്ളി സ്വദേശി അയ്യനാട്ടു കൃഷ്ണപിള്ള അക്കാലത്ത് എറണാകുളത്ത് ഹൈസ്കൂൾ അദ്ധ്യാപകനായി ജോലി നോക്കുന്നുണ്ടായിരുന്നു. പഠിപ്പുമുടങ്ങുവാനുള്ള കാരണം തിരക്കാതെ ഗവൺമെന്റ് ഹൈസ്കൂളിൽ പ്രവേശനം നേടിക്കൊടുത്തത് അദ്ദേഹമാണ്.

അക്കാലത്തുതന്നെ ട്യൂഷനെടുത്ത് തന്റെ വിദ്യാഭ്യാസത്തിനുള്ള പണം കണ്ടെത്തുവാൻ കൃഷ്ണപിള്ള ശ്രമിച്ചിരുന്നു. രാവിലെ ഇടപ്പള്ളിയിൽ തന്നെയുള്ള രണ്ടു വീടുകളിൽ ട്യൂഷൻ. അതിനുശേഷം കുളിയും പ്രാതലും കഴിഞ്ഞ് സാഹിതീസദനത്തിലേക്ക് പോകും; അവിടെനിന്നും സ്കൂളിലേക്കും. അപ്പോളൊക്കെ ഒരുവിധം ചിട്ടയായിത്തന്നെയാണ് കാര്യങ്ങൾ മുന്നോട്ടുപൊയ്ക്കൊണ്ടിരുന്നത്. സമയത്തിന് സ്കൂളിലെത്തുവാൻ ശ്രമിക്കുമായിരുന്നെങ്കിലും അതിനു കഴിഞ്ഞിരുന്നില്ല. ഇടപ്പള്ളിയിൽനിന്നും നടന്ന് സ്കൂളിലേക്കു പോയിരുന്നതുമൂലം അവിടെ എത്തുമ്പോഴേക്കും ക്ലാസ്സ് തുടങ്ങിക്കഴിഞ്ഞിരിക്കും.

സ്കൂൾ വിട്ടാൽ കൃഷ്ണപിള്ള നേരെ പോകുന്നത് എറണാകുളം പബ്ലിക് ലൈബ്രറിയിലേക്കാണ്. ലൈബ്രറിയിൽ അംഗമാകുവാനുള്ള സാമ്പത്തികസ്ഥിതി ഇല്ലാതിരുന്നതിനാൽ അവിടെത്തന്നെയിരുന്നാണ് വായന. ഇന്നതേ വായിക്കൂ എന്നൊന്നുമില്ല. കവിത, നോവൽ, നാടകം,

സാഹിത്യപഠനങ്ങൾ എന്നിങ്ങനെ കിട്ടുന്നതെന്തും സോത്സാഹം വായിക്കും. മിക്കവാറും ഒരു പുസ്തകമെങ്കിലും വായിച്ചുതീർത്തിട്ടേ ലൈബ്രറിയിൽനിന്നും മടങ്ങുകയുള്ളൂ.

അങ്ങനെ പഠനവും ലൈബ്രറി സന്ദർശനവും കഴിഞ്ഞ് ഇടപ്പള്ളിയിൽ തിരിച്ചെത്തുമ്പോഴേക്കും ഇരുട്ടുവീണുകഴിഞ്ഞിരിക്കും. പിന്നീട് വായനശാലയിലെയും ക്ഷേത്രമൈതാനത്തെയും സമ്മേളനങ്ങളും കഴിഞ്ഞ് കുളിക്കാനെന്ന നാട്യത്തിൽ കാമുകീസന്ദർശനവും വീട്ടിൽ നിന്നത്താഴവും കഴിഞ്ഞ് സാഹിതീസദനത്തിലേക്ക് മടങ്ങും.

പഠനം പുനരാരംഭിച്ചതോടെ എഴുതുവാനുള്ള സമയം ചുരുങ്ങി. രാത്രിയായി എഴുത്ത്. എഴുത്തായാലും വായനയായാലും പൂർത്തിയാകുന്നതു വരെ എന്നതാണ് നിയമം. രാത്രിയിൽ ഉറക്കം ഒരു പ്രശ്നമായിരുന്നില്ല. എന്നാൽ ചില ദിവസങ്ങളിൽ ക്ലാസ്സിൽ പോകാതെ കിടന്നുറങ്ങുകയും ചെയ്യുമായിരുന്നു.

ഒരു ദിവസം ഇങ്ങനെ കിടന്നുറങ്ങി. പിറ്റേദിവസം ക്ലാസ്സിൽ വന്നപ്പോൾ തലേന്നാളത്തെ കാര്യം അദ്ധ്യാപകൻ തിരക്കി. മറുപടി പറയുവാനായി കൃഷ്ണപിള്ള എഴുന്നേറ്റെങ്കിലും പെട്ടെന്നൊരുത്തരം പറയുവാൻ അദ്ദേഹത്തിന് കഴിഞ്ഞില്ല. സങ്കടം നടിച്ച് ശിരസ്സ് താഴ്ത്തി നിന്നു. അതുകണ്ടപ്പോൾ സഹപാഠികൾക്കിടയിൽനിന്നും ഒരു മർമ്മരമുയർന്നു. അടുത്ത ബന്ധുക്കളിലാരെങ്കിലും മരിച്ചിരിക്കാം. ഇതുകേട്ട അദ്ധ്യാപകനും തോന്നി കൃഷ്ണപിള്ള ക്ലാസ്സിൽ വരാതിരുന്നത് അടുത്ത യാരുടെയോ വേർപാടു മൂലമായിരിക്കും എന്ന്. മറ്റൊന്നും ചോദിക്കാതെ കൃഷ്ണപിള്ളയോട് ഇരുന്നുകൊള്ളുവാൻ അദ്ധ്യാപകൻ പറഞ്ഞു. ആ പീരിയഡ് കഴിഞ്ഞ് അദ്ധ്യാപകൻ പോയപ്പോൾ കൃഷ്ണപിള്ള താൻ ക്ലാസ്സിൽ വരാതിരുന്നതിന്റെ യഥാർത്ഥകാരണം തുറന്നുപറയുകയും ചെയ്തു.

ചില ദിവസങ്ങളിൽ അനിയൻ സാഹിതീസദനത്തിൽ പോകാറുണ്ടായിരുന്നു. തലേദിവസം ചേട്ടൻ വീട്ടിൽ എത്താത്തതിനെക്കുറിച്ചന്വേഷിക്കുവാൻ അമ്മയുടെ നിർദ്ദേശപ്രകാരമാണ് അങ്ങനെ പോകുന്നത്. അല്ലെങ്കിൽ കൃഷ്ണപിള്ളയെ കാണുവാനായെത്തുന്ന ഏതെങ്കിലുമൊരതിഥിയുടെകൂടെ. ചിലപ്പോൾ പ്രഭാകരൻ അവിടെയെത്തുമ്പോൾ ചേട്ടൻ എഴുത്തിൽ മുഴുകിയിരിക്കുകയായിരിക്കും. പിന്നെയൊന്നു മൂളും. അതിനുശേഷമാണ് കാര്യങ്ങൾ തിരക്കുന്നത്. അതെല്ലാം തീരെ അശ്രദ്ധയോടെയാണ്. മിക്കവാറും എഴുത്തിൽനിന്നും അന്നേരം അദ്ദേഹം വിമുക്തനായിരിക്കില്ല. ഒരുപക്ഷേ മൂളുന്നത് തന്റെ മുന്നിൽനിൽക്കുന്ന ആളെ ഉദ്ദേശിച്ചുമായിരിക്കില്ല.

ചാരുകസേരയിലേക്ക ചാഞ്ഞു വലതുകരത്തിന്റെ ചൂണ്ടുവിരൽ മാത്രം നിവർത്തിപ്പിടിച്ച് കൈമുട്ട് കസേരയിലൂന്നി കൈത്തണ്ട ചലിപ്പിച്ചും അകലെ അലക്ഷ്യമായി മിഴികളയച്ചുകൊണ്ടുമാണാലോചന. അപ്പോഴും പിറുപിറുക്കുകയോ ഈരടികൾ ആവർത്തിച്ച് ചൊല്ലുകയോ ചെയ്യുന്നുണ്ടാവും. മറ്റുചിലപ്പോൾ കസേരയിൽ ചാരിക്കിടന്ന് കാലുകൾ മാത്രം ചലിപ്പിച്ചുകൊണ്ടായിരിക്കും ആലോചന. അപ്പോഴും മിഴികൾ അകലെ അലയുന്നുണ്ടാകും. ആലോചനയ്ക്കിടയിൽ അണഞ്ഞുപോയ ബീഡി കൊളുത്താനായി ഒക്കത്തിരിക്കുന്ന തീപ്പെട്ടിക്കുവേണ്ടി ചുറ്റും പരതുന്നതും കണ്ടിട്ടുണ്ട്.

മറ്റ ചിലപ്പോൾ ചെല്ലുന്ന സമയത്ത് മുൻവശത്ത് ആരെയും കണ്ടില്ലെന്നുവരും. ഒഴിഞ്ഞ ചാരുകസേര, അതിന്റെ കരങ്ങളിൽ വിശ്രമിക്കുന്ന എഴുത്തു പലക. താഴെ വീണുകിടക്കുന്ന തുറന്ന ഫൗണ്ടൻ പേന, ചിതറിപ്പറന്ന് മുറ്റംവരെ എത്തിയിട്ടുള്ള കടലാസുകൾ. പത്രമാസികകൾ, ഉരച്ചെറിഞ്ഞ തീപ്പെട്ടിക്കമ്പുകൾ, ബീഡിക്കുറ്റികൾ, സിഗരറ്റുപെട്ടികൾ, മലർക്കെ തുറന്നു കിടക്കുന്ന കതക്, ചേട്ടൻ അകത്തുകിടന്ന് നല്ല ഉറക്കം.

ഹൈസ്കൂൾ വിദ്യാഭ്യാസഘട്ടത്തിലെ ചില സംഭവങ്ങളാണിതെല്ലാം. ഇതിനോടകം കൃഷ്ണപിള്ള കേരളീയസഹൃദയ ലോകത്തിന്റെ സവിശേഷമായ ശ്രദ്ധയാകർഷിച്ചു കഴിഞ്ഞിരുന്നു. മലയാള രാജ്യം, മാതൃഭൂമി തുടങ്ങിയ വാരികകളിൽ കവിതകൾ തുടർച്ചയായി പ്രസിദ്ധീകരിക്കപ്പെട്ടു. അതേപോലെ തന്നെ സ്വന്തം ജന്മദേശത്ത് അഭിപ്രായവ്യത്യാസങ്ങളും അസൂയയും മുളപൊട്ടിത്തുടങ്ങിയിരുന്നു. ഫിഫ്ത്ത് ഫോറത്തിൽനിന്നും അക്കൊല്ലം നല്ല മാർക്കോടെ നമ്മുടെ കവി പാസ്സായി.

അദ്ധ്യായം പതിനഞ്ച്

കൃഷ്ണപിള്ളയും ഇടപ്പള്ളി സാഹിത്യസമാജവും

കൊല്ലവർഷം 1108-ലാണ്(1933) കൃഷ്ണപിള്ളയെ ഇടപ്പള്ളി സാഹിത്യ സമാജത്തിന്റെ സെക്രട്ടറിയായി തിരഞ്ഞെടുത്തത്. സെക്രട്ടറി സ്ഥാനം ഏറ്റെടുത്തതോടെ സമാജത്തിന്റെ പ്രവർത്തനം ഊർജ്ജസ്വലമാക്കുവാൻ കൃഷ്ണപിള്ളയ്ക്ക് കഴിഞ്ഞു. ഇടപ്പള്ളിക്കു പുറത്തുള്ള പണ്ഡിതന്മാരെ പങ്കെടുപ്പിച്ച് സാഹിത്യസംബന്ധമായ ചർച്ചാവേദികളൊരുക്കുകയും കവിതാവാസനയുള്ള ചെറുപ്പക്കാർക്ക് പ്രോത്സാഹനം കൊടുത്തും ആണ് കവി തന്റെ പ്രവർത്തനങ്ങളുടെ പ്രാരംഭം കുറിച്ചത്. ഇടപ്പള്ളി രാഘവൻപിള്ള, കുറുമൂർ ഭട്ടതിരിപ്പാട്, രവിവർമ്മ തമ്പാൻ എന്നിവരുടെ അകമഴിഞ്ഞ സഹകരണവും ഇക്കാര്യത്തിലദ്ദേഹത്തിനു ലഭിക്കുകയുണ്ടായി.

തൊട്ടടുത്ത കൊല്ലം സംഘടിപ്പിക്കപ്പെട്ട വാർഷികാഘോഷം ഇക്കൂട്ടത്തിൽ എടുത്തുപറയേണ്ടുന്ന ഒന്നാണ്. ഒന്നാം സാഹിത്യപരിഷത് സമ്മേളനത്തിനുശേഷം നടന്നിട്ടുള്ളതിൽവച്ചേറ്റവും മികച്ച ഒന്നായിരുന്നു വാർഷികാഘോഷം

സമ്മേളനത്തിന്റെ അദ്ധ്യക്ഷൻ കൊച്ചിരാജാവിന്റെ സർവ്വാധികാര്യക്കാർ പദം അലങ്കരിച്ചിരുന്ന പുത്തേഴത്തു രാമൻ മേനോനായിരുന്നു. രാജകീയമായ ആഡംബരങ്ങളോടെ അദ്ദേഹം കൊച്ചി സ്റ്റേറ്റ് കാറിൽ നിന്നിറങ്ങിയപ്പോൾ സ്വീകരിക്കുവാൻ കാത്തുനിന്ന ചങ്ങമ്പുഴയെ ആലിംഗനം ചെയ്ത് ഒരു സുഹൃത്തിനോടെന്നപോലെ സംസാരിച്ചുകൊണ്ടാണ് വേദിയിലേക്കു വന്നത്.

ഇടപ്പള്ളി പ്രാചീനകാലം മുതലേ പേരും പ്രശസ്തിയുമുള്ള ഒരു നാടാണെന്നും ഒരു രാജാവിന്റെ പ്രതിഭാവിലാസമെന്നോണം ഇവിടെ പുതിയ നൃത്തകലാരൂപം ഉടലെടുത്തതാണെന്നും

സാഹിത്യപരിഷത്തിന്റെ ജനയിതാവായ രാജാവ് നമ്മുടെയിടയിൽ തന്നെയുള്ള വ്യക്തിയാണെന്നും അദ്ദേഹം പറയുകയുണ്ടായി. ഇടപ്പള ളിയുടെ യശസ്സ് കേരളക്കരയിൽ അനശ്വരമാക്കാൻ തക്ക ശേഷിയുള്ള രണ്ട് വെള്ളിനക്ഷത്രങ്ങൾ ഇവിടെ ഉദയം ചെയ്തിട്ടുണ്ടെന്നും തന്റെ പ്രസംഗമദ്ധ്യേ പുത്തേഴൻ പ്രത്യേകം പരാമർശിച്ചു. ഇടപ്പള്ളിക്കവി തകൾ, ഇടപ്പള്ളി പ്രസ്ഥാനം എന്നീ വിശേഷണങ്ങൾ സാഹിത്യചരി ത്രത്തിൽ ആദ്യമായി ഉപയോഗിച്ചത് പുത്തേഴത്ത് രാമൻമേനോനാണ്. പുത്തേഴൻ ഇതൊക്കെ പ്രശംസയുടെ സ്വരത്തിൽ തുറന്നടിക്കുമ്പോൾ കൃഷ്ണപിള്ളയും രാഘവൻപിള്ളയും രംഗപ്രവേശം ചെയ്തിട്ട് അധികകാല മായിരുന്നില്ല. എന്നിരുന്നാലും അവർ ഒരു പ്രസ്ഥാനത്തിന്റെ പ്രഭവകേ ന്ദ്രങ്ങളായിത്തീരുമെന്ന് പറയുവാൻ ഒരാൾപോലും മുതിരാത്ത സാഹച ര്യത്തിലാണ് പുത്തേഴന്റെ ഊറ്റംനിറഞ്ഞ പ്രവചനങ്ങളുണ്ടായത്. ഈ പ്രവചനം മാത്രമല്ല കൃഷ്ണപിള്ള നേരിട്ടുവന്ന് ക്ഷണിച്ചതു കൊണ്ടാണ് താൻ ഈ സമ്മേളനത്തിൽ പങ്കെടുക്കുവാൻ എത്തിയതെന്നും പുത്തേഴൻ തന്റെ പ്രഭാഷണത്തിന്റെ തുടക്കത്തിൽ പറഞ്ഞതും ഇടപ്പ ള്ളിക്കാരെ വല്ലാതെ ചൊടിപ്പിച്ചു. അവരിൽ ചിലർക്ക് കൃഷ്ണപിള്ളയോടും രാഘവൻപിള്ളയോടും അസൂയ തോന്നുവാൻ പുത്തേഴന്റെ പ്രസംഗം കാരണമായിത്തീർന്നു.

ചങ്ങമ്പുഴ, ഇടപ്പള്ളി രാഘവൻപിള്ള, ശ്രാമ്പിക്കൽ പത്മനാഭമേ നോൻ, എൻ.വി. ആചാരി എന്നിവരുടെ കവിതാ പാരായണം, ജി. ശങ്കരക്കുറുപ്പ്, സി. നാരായണപിള്ള, കുറ്റിപ്പുഴ, പാർവ്വതി നെന്മേനിമം ഗലം തുടങ്ങിയവരുടെ പ്രഭാഷണങ്ങൾ അങ്ങനെ ഗംഭീരമായ ഒന്നായി ത്തീർന്നു പരിഷത് സമ്മേളനം. 'ദുർഗ്ഗേശ നന്ദിനി' എന്ന നോവലിന്റെ നാടകാവിഷ്ക്കാരം സമ്മേളനാന്തരമുള്ള കലാപരിപാടികളുടെ പ്രധാന ഇനങ്ങളിലൊന്നായിരുന്നു. ചങ്ങമ്പുഴ ഉസ്മാൻ ഖാനും, ചന്ത്രത്തിൽ കൃഷ്ണപിള്ള ജഗൽ സിംഹനുമായും പി.എൻ.മാധവൻ പിള്ള ആയിഷ യുമായും ആർ. ബാലകൃഷ്ണമേനോൻ തിലോത്തമയുമായും രംഗത്തെത്തി. നാടകാവതരണവും പരക്കെ പ്രശംസിക്കപ്പെട്ടു.

പരിഷത് സമ്മേളനം വിജയകരമായി പര്യവസാനിച്ചു. പക്ഷേ സമ്മേളനത്തിരക്കുമൂലം കൃഷ്ണപിള്ളയ്ക്ക് കുറച്ചുദിവസം ക്ലാസ്സിൽ പോകുവാൻ സാധിച്ചില്ല. പിറ്റേ ആഴ്ച സ്കൂളിലെത്തിയപ്പോഴാണ് അറിയുന്നത് പരീക്ഷയ്ക്ക് ഫീസടയ്ക്കേണ്ടുന്ന അവസാന ദിവസമാ യെന്ന്. സ്കൂളിൽ പണം സ്വീകരിക്കുകയില്ല. പരീക്ഷ എഴുതണമെങ്കിൽ പണം ട്രഷറിയിൽ അടച്ച് ചലാൻ ഹാജരാക്കണം. പക്ഷേ കയ്യിൽ പണമില്ല. കൃഷ്ണപിള്ളയ്ക്ക് നിരാശയായി. ഒടുവിൽ ഒരു സുഹൃത്തു മുഖേന

പണമുണ്ടാക്കി. ഇരുവരും ചേർന്ന് ഓഫീസിൽ ചെന്നപ്പോൾ മറ്റൊരു പ്രശ്നം. പണം അടച്ചാൽപ്പോലും അപേക്ഷ ഉന്നതങ്ങളിലേക്കയയ്ക്കുവാൻ പറ്റില്ല; പരീക്ഷയ്ക്കിരിക്കുവാൻ വേണ്ടുന്ന ഹാജറില്ല. എങ്കിലും സുഹൃത്തിന്റെ ശ്രമഫലമായി ട്രഷറിയിൽ പണമടച്ച് അപേക്ഷ ഹെഡ്മാസ്റ്ററെക്കൊണ്ട് ശുപാർശ ചെയ്യിച്ചു. അന്നുതന്നെ മേലധികാരിയെ കണ്ടുപിടിച്ച് ഒപ്പിട്ടുവാങ്ങി ഇരുവരും ചേർന്ന് തൃശ്ശൂർക്കു പോയി.

അന്നത്തെ വിദ്യാഭ്യാസ ഡയറക്ടർ ഐ.എൻ. മേനോനുമായി സുഹൃത്തിനുണ്ടായിരുന്ന പരിചയം മുഖേന പരീക്ഷാകാര്യം സാധിച്ചെടുത്തു. 1934-ൽ കൃഷ്ണപിള്ള സ്കൂൾ ഫൈനൽ പരീക്ഷ എഴുതിയെങ്കിലും തോറ്റുപോവുകയായിരുന്നു.

അദ്ധ്യായം പതിനാറ്

ബാഷ്പാഞ്ജലി

ഹൈസ്കൂൾ വിദ്യാർത്ഥിയായിരിക്കുമ്പോൾതന്നെ കൃഷ്ണപിള്ളയുടെ കവിതകൾ ധാരാളമായി ആനുകാലികങ്ങളിൽ പ്രസിദ്ധീകരിച്ചിരുന്നു. ചെറിയതോതിലുള്ള പ്രതിഫലവും ലഭിച്ചുപോന്നു. അങ്ങനെയിരിക്കെയാണ് കൃഷ്ണപിള്ളയ്ക്ക് ഒരാശയമുദിച്ചത്. പ്രസിദ്ധീകൃതമായ കവിതകളെല്ലാംചേർത്ത് ഒരു പുസ്തകമാക്കുക. പുസ്തകം പ്രസിദ്ധീകരിക്കുവാനുള്ള ആദ്യത്തെ ശ്രമത്തെക്കുറിച്ച് അദ്ദേഹം ഏറെക്കുറെ മറന്നിരുന്നുവെന്നു പറയാം. അന്ന് ഒരു പുസ്തകം പ്രസിദ്ധീകരിക്കുക എന്നു പറഞ്ഞാൽ നിസ്സാര കാര്യമല്ല.

ഇവിടെയാണ് മലയാള സാഹിത്യചരിത്രത്തിലെ എക്കാലത്തെയും മികച്ച ഹാസ്യസാഹിത്യകാരനായ ഇ.വി. കൃഷ്ണപിള്ളയുടെ വിശാലമനസ്കതയും ഔദാര്യവും പ്രത്യേകം പറയേണ്ടിവരുന്നത്. അക്കാലത്ത് ഇ.വി. മലയാളരാജ്യം ചിത്രവാരികയുടെ പത്രാധിപരാണ്. കൃഷ്ണപിള്ളയുടെ കവിതകളിൽ തെളിയുന്ന ആത്മാർത്ഥതയും, സംഗീതചതുരതയും പദമേളനവും ഇ.വി. യെ പ്രത്യേകമായി ആകർഷിച്ചിരുന്നു.

കേരളത്തിലെ പുസ്തക പ്രസാധനരംഗത്ത് അക്കാലത്ത് പേരും പ്രശസ്തിയുമാർജ്ജിച്ചുകഴിഞ്ഞ ഒരു സ്ഥാപനമാണ് ബി.വി. ബുക്ക് ഡിപ്പോ. മലയാളത്തിലെ പ്രമുഖരായ സാഹിത്യകാരന്മാരുടെ കൃതികൾ ബി.വി ബുക്ക് ഡിപ്പോയിലൂടെയാണ് പുറത്തുവന്നിരുന്നത്. ഇ.വിയുടെ രചനകളും അവർ പ്രസിദ്ധീകരിച്ചിരുന്നു. അദ്ദേഹമന്ന് തലസ്ഥാനനഗരിയിൽ നല്ല സ്വാധീനമുള്ള വ്യക്തിയുമാണ്. ഇ.വിയ്ക്ക് ബി.വി ബുക്ക് ഡിപ്പോയിലുണ്ടായിരുന്ന സ്വാധീനമാണ് കൃഷ്ണപിള്ളയുടെ പ്രഥമകൃതി നിഷ്പ്രയാസം പ്രസിദ്ധീകരിക്കുന്നതിനുള്ള കാരണമായിത്തീർന്നത്. ബാഷ്പാഞ്ജലി പ്രസിദ്ധീകരിക്കുവാനുള്ള സൗകര്യം ചെയ്തുകൊടുക്കുക മാത്രമല്ല ഇ.വി. ചങ്ങമ്പുഴയ്ക്കുവേണ്ടി ചെയ്തത്. തിരുവനന്തപുരത്തും കൊല്ലത്തും കോട്ടയത്തുമുള്ള സഹൃദയർ മുൻപാകെ അദ്ദേഹത്തെ

പരിചയപ്പെടുത്തുകയും സഹായിയായി വർത്തിച്ചിരുന്ന ഇ.എം. കോവൂർ കൃഷ്ണപിള്ളയുടെ കവിതകൾ സദസ്സിൽ മനോഹരമായി ആലപിക്കുകയും ചെയ്തിരുന്നു. ഈ സഹായങ്ങളൊക്കെ ഇ.വി. ചെയ്തത് ആരെങ്കിലും പറഞ്ഞിട്ടായിരുന്നില്ല. കൃഷ്ണപിള്ളയിലെ പ്രതിഭയെ തിരിച്ചറിഞ്ഞതു കൊണ്ടു മാത്രം. ബാഷ്പാഞ്ജലിക്കു പ്രശംസാത്മകമായ ഒരവതാരികയും എഴുതിക്കൊടുത്തു ഇ.വി.

അങ്ങനെ 'ബാഷ്പാഞ്ജലി' പ്രസിദ്ധീകൃതമായി. പുസ്തകം പ്രസിദ്ധീകരിച്ച വകയിൽ കൃഷ്ണപിള്ളയ്ക്ക് ലഭിച്ചത് നൂറു പുസ്തകങ്ങൾ. അതു തനിക്കു കഴിയുംവിധം പല സ്ഥലങ്ങളിലായി അലഞ്ഞു നടന്നു കവി തന്നെ വിറ്റുതീർത്തു. അന്ന് ഇക്കാലത്തേതു പോലെ പുസ്തകം പണം കൊടുത്തു വാങ്ങുക എന്നത് ഒരു സാധാരണ വായനക്കാരനെ സംബന്ധിച്ച് ആഡംബരമാണ്. എങ്കിലും കൃഷ്ണപിള്ള കോളേജുകളിലും ഹോസ്റ്റലുകളിലുമൊക്കെ പുസ്തകവുമായി കയറിയിറങ്ങിവിറ്റു. അങ്ങനെ ബാഷ്പാഞ്ജലിയുടെ പ്രസിദ്ധീകരണത്തോടെ കേരളത്തിന്റെ പല സ്ഥലങ്ങളിലായി നിരവധി സൗഹൃദങ്ങളും അദ്ദേഹത്തിനുണ്ടായി.

കാര്യങ്ങൾ ഇങ്ങനെയൊക്കെയായിരുന്നെങ്കിലും പുസ്തകത്തിന്റെ പ്രതിഫലകാര്യത്തിൽ കൃഷ്ണപിള്ളയെ ആരോ തെറ്റിദ്ധരിപ്പിച്ചു. ഇ.വി അദ്ദേഹത്തെ പറ്റിച്ചു എന്ന് ആരൊക്കെയോ ചേർന്ന് ഒരാരോപണം പുറത്തുവിട്ടു. ഒരളവോളം ശുദ്ധഹൃദയനായ കൃഷ്ണപിള്ള അതു വിശ്വസിക്കുകയും ചെയ്തു. ഇത് അവർ തമ്മിലുള്ള സൗഹൃദത്തിൽ വിള്ളൽ വീഴ്ത്തുകയും ചെയ്തു. അക്കാലത്ത് പുറത്തിറങ്ങിയ ഒരു കവിതയിൽ ഇക്കാര്യം പരാമർശവിധേയമാകുന്നതിങ്ങനെ:

"ഇവിയെക്കാണാതെയൊളിക്കുവാൻ നോക്കുന്ന
പാവമച്ചങ്ങമ്പുഴയെനോക്കൂ
വത്സലനുണ്ടാക്കുന്ന ജോലിയിലേറ്റവും
വത്സലനായിക്കഴിഞ്ഞിടുന്നു."

(ചങ്ങമ്പുഴ സ്മരണകൾ; പെരുന്ന കെ.എൻ. നായർ)

എന്നാൽ കൃഷ്ണപിള്ള വിചാരിക്കുംപോലെ അദ്ദേഹത്തെ ഇ.വി ചതിച്ചിട്ടൊന്നുമുണ്ടായിരുന്നില്ല. അദ്ദേഹത്തെപ്പോലെ ഒരാൾക്ക് കൃഷ്ണപിള്ളയെ ചതിക്കേണ്ട കാര്യവുമില്ല. അതിനൊക്കെ ഉപരിയായിരുന്നു ഇ.വി. അതും നമ്മുടെ കവിയെപ്പോലെ ഒരാളെ -ദരിദ്രനും നിസ്സഹായനുമായ ഒരനാഗതശ്മശ്രുവിനെ ചതിക്കുവാൻ ഇ.വിയെപ്പോലെ ഒരാൾക്കു കഴിയില്ല. അതുകൊണ്ടുതന്നെ കുറച്ചുനാൾക്കു ശേഷം കൃഷ്ണപിള്ളയുടെ തെറ്റിദ്ധാരണകൾ നീങ്ങുകയും അവർ തമ്മിൽ

സുഹൃത്തുക്കളായിത്തീരുകയും ചെയ്തു.

കേരളീയ കവിതാസ്വാദകരുടെ മുൻപിൽ പുതിയൊരു ഭാവപ്രപഞ്ചം തുറന്നിട്ടുകൊണ്ടായിരുന്നു കൃഷ്ണപിള്ളയുടെ കടന്നുവരവ്. അക്കാലത്ത് കേരളത്തിൽ നിരവധി കവികൾ ജീവിച്ചിരിക്കുന്നുണ്ടായിരുന്നു. മഹാകവി വള്ളത്തോളും ഉള്ളൂരുമടക്കമുള്ളവരും പി. കുഞ്ഞിരാമൻ നായർ, വൈലോപ്പിള്ളി, ജി. ശങ്കരക്കുറുപ്പ് തുടങ്ങിയ യുവകവികളും. അവരുടെ കവിതകൾക്കന്യമായ ഒരു ഭാവുകത്വം-അതത്ര ആഴമുള്ളതല്ലെങ്കിലും അതുവരെയുണ്ടായിരുന്ന കവിതാപാരമ്പര്യങ്ങളോട് കലഹിച്ചായിരുന്നു ആ കവിതകൾ പ്രസിദ്ധീകൃതമായത്. നിരാശയുടെയും, പ്രണയത്തിന്റെയും, വിഷാദത്തിന്റെയും വിരഹങ്ങളുടെയുമൊക്കെ സമാഹൃത രൂപമായിരുന്നു ആ കവിതകൾ. എന്തുകൊണ്ടാണിക്കവി ഇത്രമാത്രം നിരാശനും വിഷാദാത്മകനുമായിത്തീർന്നതെന്ന് ആ കവിതകളെ സൂക്ഷ്മമായി അനുധാവനം ചെയ്യുന്നവർക്ക് ചോദിക്കാതിരിക്കുവാനാകില്ല. ഒരുപക്ഷേ അദ്ദേഹത്തിന്റെ ജീനുകളുടെ സങ്കീർണ്ണതകളുമായി കെട്ടുപിണഞ്ഞു കിടക്കുന്ന ഒന്നാകാം ഇത്തരം ഭാവങ്ങൾ, അതുപക്ഷേ വ്യാഖ്യാനാതീതവുമാണ്.

1934-ൽ ആദ്യപതിപ്പായി പ്രസിദ്ധീകരിച്ച ബാഷ്പാഞ്ജലിക്ക് ഒരു രൂപയായിരുന്നു വില. പ്രസാധകന്റെ പേരായി ചേർത്തിട്ടുള്ളത് ഇ.വി. കൃഷ്ണപിള്ള എന്നാണ്. ഒന്നാം പതിപ്പായി ആയിരം കോപ്പിയാണ് അച്ചടിച്ചത്. 1944 മുതൽക്കിങ്ങോട്ടുള്ള ബാഷ്പാഞ്ജലി സമർപ്പിച്ചിട്ടുള്ളത് ബ്രിട്ടീഷ് കൊച്ചിയിലുള്ള ഒരു ഡോക്ടർ ഗോപാലൻ നായർക്കും അദ്ദേഹത്തിന്റെ പത്നിക്കുമാണ്. (ഡോക്ടറുടെ പത്നിയായിരുന്ന സ്ത്രീയെ തന്നെയാണ് പിൽക്കാലത്ത് ചങ്ങമ്പുഴ പ്രണയിച്ചത്).

പ്രസാധകന്റെ മുഖവുര കൂടാതെ കവിയുടേതായി ഒരു പ്രസ്താവനയും ഈ പുസ്തകത്തിൽ ചേർത്തിട്ടുണ്ട്. അതിലെ ചില വരികൾ:

"പരമാർത്ഥസ്നേഹത്തിനായൊരെന്റെ
പരിദേവനങ്ങളും പാവിലായി
ഇനിയും വെളിച്ചം വരാത്തമട്ടി-
ലിരുളിൽക്കിടന്നു ഞാൻ വീർപ്പുമുട്ടി.
എവിടേയ്ക്കുപോകും ഞാനെന്തുചെയ്യും?
അവനിയിലാരെന്നെയുദ്ധരിക്കും?"

ഈ കവിതകളിലുടനീളം ഈ വരികളുടെ പ്രതിധ്വനികൾ ചിതറിക്കിടക്കുന്നുണ്ട്. നിരാശയിൽ നിന്നുത്ഭവംകൊണ്ട വിലാപത്തിന്റെ

ഇരുൾക്കയങ്ങളിൽ അനാഥത്വവും പേറി നിൽക്കുന്ന ഈ കവി, വഴി തിട്ടമില്ലാതെ നിൽക്കുകയാണ്. പ്രേമത്തിനുവേണ്ടിയുള്ള ദാഹവും സ്നേഹം കൊതിയ്ക്കുന്ന ഹൃദയവുമൊക്കെ പല കവിതകളിലുമുണ്ടെങ്കിലും ഈ സമാഹാരത്തിൽ അതിൽ നിന്നെല്ലാം വേറിട്ടുനിൽക്കുന്ന ഒരു കവിതയുണ്ട് 'ആ പൂമാല'.

നമ്മുടെ നിരൂപകർ വേണ്ടപോലെ വിലയിരുത്താതെപോയ 'ആ പൂമാല' കലയെക്കുറിച്ചുള്ള കവിയുടെ നിലപാടിന്റെ സാക്ഷ്യംകൂടിയാണ്. കവിയും കവിതയും കാവ്യാന്തരീക്ഷവും കഥാപാത്രങ്ങളുമെല്ലാം ഏക ബിന്ദുവിൽ വിലയിക്കുന്ന അനന്യസാധാരണമായ മുഹൂർത്തത്തിന്റെ ചൈതന്യവും ഈ കവിത ആവാഹിച്ചിട്ടുണ്ട്.

"ആരുവാങ്ങുമിന്നാരുവാങ്ങുമീ

യാരാമത്തിന്റെ രോമാഞ്ചം"

എന്ന വരികളുമായിട്ടാണ് കൃഷ്ണപിള്ള മലയാള കവിതാചരിത്രത്തിലേക്ക് കാലെടുത്തുവെയ്ക്കുന്നത്. കൃഷ്ണപിള്ളയുടെ വരികളും ആരാമത്തിന്റെ രോമാഞ്ചമായിരുന്നു എന്നു വസ്തുത അദ്ദേഹത്തിനു ലഭിച്ച അപൂർവ്വമായ സ്വീകാര്യത വ്യക്തമാക്കുന്നു.

ആരാമത്തിന്റെ രോമാഞ്ചമായ ആ പൂമാല വാങ്ങുവാൻ ആരാണ് എന്ന ചോദ്യവുമായി വരികയാണ് നിഷ്കളങ്കയായ ആ ബാലിക. കിഴക്ക് പ്രഭാതം അതിന്റെ പൂവിതളൊളി കാണിച്ച് ഉണർന്നുകഴിഞ്ഞപ്പോൾ നിദ്രവിട്ടെഴുന്നേറ്റ കവി തന്റെ വീടിന്റെ മുറ്റത്ത് നിൽക്കുമ്പോൾ മനോഹരമായ സംഗീതം അദ്ദേഹത്തെത്തേടിയെത്തുകയായി. പ്രകൃതിയുടെ സൗന്ദര്യം ഇറ്റിക്കുന്ന ഭാവങ്ങലിൽ നിന്നെല്ലാമഴിഞ്ഞുപോയ മനസ്സ് ആ ഗാനത്തിലലിഞ്ഞുപോയി.

പൂമാല വിൽക്കുവാനായി അവൾ രാജരഥ്യയിലെത്തിച്ചേർന്നു. ആ പൂമാല മോഹിച്ച് നിരവധിയാളുകൾ അവിടെ എത്തിച്ചേർന്നു, തങ്കനാണയങ്ങളുമായി. പക്ഷേ അവളതാർക്കും കൊടുത്തില്ല. ഒടുവിൽ കാട്ടിൽ ആടു മേയ്ക്കുന്ന ഒരുവന് ആ മാല കൊടുക്കുവാൻ തയ്യാറായ അവൾ അവനിൽ നിന്നും ആവശ്യപ്പെടുന്നത് ഒരു വേണുഗാനം മാത്രമാണ്.

നിസ്സാരമെന്നു തോന്നിപ്പിക്കുന്ന ഇക്കഥയിൽ ചങ്ങമ്പുഴ ചില കാര്യങ്ങൾ ഒളിച്ചുപിടിച്ചിട്ടുണ്ട്. കവിതയിലെ പൂമാല നാം വ്യവഹരിക്കുന്ന അർത്ഥത്തിലുള്ള വെറുമൊരു പൂമാലയല്ല. അത് സൗന്ദര്യമാണ്. ലോകമാകുന്ന ആരാമത്തിൽ നിന്നും വാറ്റിയെടുത്ത ജീവിതസ്പന്ദനങ്ങളടങ്ങുന്ന സൗന്ദര്യത്തിന്റെ മോഹനരൂപം. അത് പക്ഷേ അനേകം തങ്കനാണയങ്ങളെക്കാൾ വില മതിക്കുന്ന ഒന്നാണ്, അത് വിപണനം

ചെയ്യുവാനുള്ള ഒന്നല്ല. അങ്ങനെ കല/സൗന്ദര്യം വിപണനം ചെയ്യുവാനുള്ള ഒരു കച്ചവടവസ്തുവാണെന്ന പൊതുധാരണയെ തകർക്കുകയാണ് കവി. ആ പൂമാല വാങ്ങുവാൻ വന്നവരത്രയും തങ്ങളുടെ ധനധാർഷ്ട്യം കൊണ്ട് അത് കരസ്ഥമാക്കാമെന്നു വിചാരിച്ചെങ്കിലും ആ പൂമാലയും വഹിച്ചെത്തുന്ന ബാലിക അവരെ തിരസ്കരിച്ച് ചെന്നെത്തുന്നത് ഒരു ഇടയബാലന്റെ സമീപത്താണ്. ധനാഢ്യരെ തിരസ്ക്കരിച്ച് ആ പൂമാല ഇടയച്ചെറുക്കന് കൊടുക്കുമ്പോൾ കല അതിന്റെ ആസ്വാദകനിലെത്തിച്ചേരുകയും കലാകാരൻ സംതൃപ്തി നേടുകയുമാണ്. ആ ബാലികയുടെ വാക്കുകൾ.

"ഒന്നു രണ്ടല്ലതങ്കനാണയം
മുന്നിൽവെച്ചതാമാനുഷർ
ആയവർക്കാർക്കും വിറ്റീല ഞാനീ-
യാരാമത്തിന്റെ രോമാഞ്ചം"

കലയ്ക്കു പകരം കല മാത്രമേയുള്ളുവെന്നും ധനമോ മാന്യതയോ വിദ്യാഭ്യാസമോ ഒന്നുമല്ല കല ആസ്വദിക്കുന്നതിന്റെ ഉപാധിയെന്നും കവി സൂചിപ്പിക്കുന്നുണ്ട്. അതുകൊണ്ടാണ് ആ ബാലിക, നിർധനനായ ഇടയച്ചെറുക്കന് പൂമാല നൽകുന്നത്. അവൻ വിദ്യാഭ്യാസമോ ഇതര പ്രൗഢിയോ ഇല്ലാത്തവനാണെന്ന് പ്രത്യേകം പറയേണ്ടതില്ലല്ലോ.

തന്റെ കവിതയിലൂടെ ചങ്ങമ്പുഴ നിർവ്വഹിച്ചതും മറ്റൊന്നായിരുന്നില്ല. ആഢ്യന്മാരും നാടുവാഴികളും പണ്ഡിതന്മാരും നേരമ്പോക്കിനായി ആസ്വദിക്കുവാൻ ഉപയോഗപ്പെടുത്തുന്ന കവിതയെ നിരക്ഷരരായ, ദരിദ്രരായ സാമാന്യജനതയിലേക്ക് ദ്രാവിഡ വൃത്തത്തിന്റെ ചിട്ടയോടെ പ്രതിഷ്ഠിച്ച കവി യഥാർത്ഥത്തിൽ ഒരു കലാപകാരിതന്നെയാണ്.

'ബാഷ്പാഞ്ജലി'യിൽ ചങ്ങമ്പുഴ അവതരിപ്പിച്ചിട്ടുള്ള ഇതര കവിതകളുടെ പ്രമേയങ്ങളെക്കുറിച്ച് നേരത്തെതന്നെ സൂചിപ്പിച്ചുകഴിഞ്ഞു. അതെഴുതിയ വ്യക്തിയുടെ മനോനിലയുടെ തെളിച്ചമാർന്ന രൂപങ്ങളാണ് ആ കവിതകളിൽ നിറഞ്ഞൊഴുകുന്നത്. ആലംബത്തിനുവേണ്ടിയുള്ള വിലാപവും, അനാഥത്വത്തെച്ചൊല്ലിയുള്ള ഖേദവും മരണത്തോടുള്ള ആഭിമുഖ്യവുമൊക്കെ പതയുന്ന ഈ കവിതകളിൽ പക്ഷേ സാമൂഹികാസമത്വങ്ങൾക്കു നേരെ രൂക്ഷമായി പ്രതികരിക്കുന്ന ഒരു കവിയെയും നമുക്ക് കണ്ടെത്തുവാൻ കഴിയും. സമൂഹത്തിന്റെ അടിത്തട്ടിൽ ചേറിലും ചെളിയിലും കിടക്കുന്ന അദ്ധ്വാനിക്കുന്നവരുടെ നോവുകൾ ഈ കവിയെ എല്ലായ്പ്പോഴും രോഷാകുലനാക്കിയിട്ടുണ്ട്. കണ്ണീരൊഴുക്കുന്ന ദരിദ്രരായ ആ മനുഷ്യരുടെ കവിൾത്തടങ്ങൾ ആരും

പട്ടുകൈലേസുകൊണ്ട് തടവുന്നില്ല. പക്ഷേ കവി:

"പാടത്തെച്ചൂടിൽ വിയർത്തൊലിച്ചു

വാടിത്തളർന്ന കവിൾത്തടങ്ങൾ

വാരിവിതറുമവയിലെന്നും

ഞാനെന്റെ സങ്കൽപ ചുംബനങ്ങൾ"

എന്നു പ്രഖ്യാപിക്കുന്നു. മലയാള കവിതയിൽ അധികമൊന്നും ഉയർന്നു കേൾക്കാത്ത വരികളാണിവ. വിശപ്പു വിതയ്ക്കുന്ന ദയനീയ വിലാപങ്ങളും പണത്തിന്റെ പിൻബലത്തിൽ നടത്തപ്പെടുന്ന അട്ടഹാസാതിക്രമങ്ങളും അവസാനിക്കുന്ന ഒരു കാലമുണ്ടാവുകയാണെങ്കിൽ അന്ന് താൻ ലോകത്തെ വാഴ്ത്തിപ്പാടാമെന്നും ഈ കവി പ്രഖ്യാപിക്കുന്നു.

"എന്മനം നീറുന്നു സന്തതം ഞാ

നെന്തിനെന്നില്ലാതെ കേണിടുന്നു

എന്നും

അല്ലെങ്കിൽ വേണ്ട-ഞാനെന്നുമെന്നു

മല്ലലിൽത്തന്നെക്കഴിഞ്ഞുകൊള്ളാം

മറ്റൊരു കവിതയിൽ:

തിങ്ങി നിറയുന്ന കൂരിരുട്ടിൽ

നിന്നു ഞാൻ തേങ്ങിക്കരഞ്ഞിരുന്നു."

ഇമ്മാതിരിയുള്ള വരികൾ ബാഷ്പാഞ്ജലിയിൽ സുലഭമാണ്. ഈ കവിതകളെഴുതിയ ഘട്ടത്തിൽ ചങ്ങമ്പുഴയുടെ ജീവിതം ഒരുവിധം സുഖമായിട്ടുതന്നെയാണ് കഴിഞ്ഞുപോന്നത്. ഇവിടെപ്പറഞ്ഞത് ബാഹ്യതല ജീവിതത്തെക്കുറിച്ചാണ്. പക്ഷേ അദ്ദേഹത്തിന്റെ ആന്തരികലോകമോ? ആന്തരികലോകം മാരകമായ മുറിവുകളാൽ രക്തം വമിച്ചുകൊണ്ടിരുന്ന ഒന്നായിരുന്നു എന്നാണല്ലോ മുകളിലെ വരികളിൽ നിന്നും നമുക്ക് മനസ്സിലാകുന്നത്.

ഇവിടെ ഉദ്ധരിച്ചതുപോലുള്ള വരികൾ നൽകുന്ന സൂചനയനുസരിച്ച് നോക്കുമ്പോൾ ആലുവായിൽ പഠനം നിർത്തിപ്പോരേണ്ടിവന്ന സാഹചര്യവും, അവിടത്തെ പ്രണയവും തുടർന്ന് ആലപ്പുഴയിൽ കയർതൊഴിലാളിയായി ജീവിച്ചതും അവിടെവച്ച് ഒരു സ്ത്രീയുടെ ചതിയിൽപ്പെട്ടതും പിന്നീട് പൂർണ്ണമായും യഥേഷ്ടം ജീവിക്കുവാൻ തുടങ്ങിയതുമൊക്കെ ചങ്ങമ്പുഴയുടെ ഹൃദയത്തിൽ ഒടുങ്ങാത്ത അശാന്തികൾക്ക് കാരണമായിത്തീർന്നു എന്നാണ് തോന്നുന്നത്. സ്കൂൾ വിദ്യാഭ്യാസത്തിന്റെ

രണ്ടാം ഘട്ടത്തിൽ ചങ്ങമ്പുഴയ്ക്ക് തോന്നിയിരിക്കാം തന്നെ നയിക്കുവാൻ ആരുമില്ലല്ലോ... ചെറുപ്പത്തിൽ അച്ഛന്റെ മരണമാഗ്രഹിച്ച കൊച്ചുകുട്ടൻ പിന്നീട് അച്ഛനില്ലാത്ത അവസ്ഥയിൽ- അനാഥത്വം ഒരു ഭാരമായി തോന്നിയ സാഹചര്യത്തിൽ- ഉള്ളുനൊന്തു വിലപിച്ചിരിക്കാം. ഈ സംഭവം മാത്രമല്ല രാഘവൻപിള്ളയുടെ ഹൃദയം ഭേദിക്കുന്ന പരിഹാസശരങ്ങളും തീവ്രവികാരിയായിരുന്ന കൃഷ്ണപിള്ളയിൽ നീറിപ്പിടിക്കുന്ന അസ്വാസ്ഥ്യങ്ങൾ സൃഷ്ടിച്ചിട്ടുണ്ടാകാം. കവിതാരചനയുടെ നേരത്ത് ബോധതലം മാത്രമല്ല അബോധതലം കൂടി അതിൽ ഭാഗഭാക്കാവുന്നു. അങ്ങനെ അടിച്ചമർത്തപ്പെട്ടതോ, സ്വയമേവ അബോധതലങ്ങളിൽ ഊറിക്കൂടിയതോ ആയ വികാരങ്ങളുടെ പരമ്പര നാമറിയാതെ തന്നെ കടലാസിലേക്കുർന്നു വീഴുക സ്വഭാവികവുമാണ്. അതേപോലെ തന്നെ അദ്ദേഹത്തിന്റെ അന്തർലോകത്ത് പിടിതരാത്തൊരു വിഷാദാത്മകത തെന്നിക്കളിക്കുന്നുണ്ട്. ചെറുപ്രായത്തിൽ തന്നെ കൂടപ്പിറപ്പുകളുടെ മരണം അനുഭവിച്ച ഒരാളെന്ന നിലയ്ക്ക് ജീവിതത്തോടുള്ള വിഷാദാത്മക സമീപനം സ്വാഭാവികവുമാണ്. വിഷാദത്തിന്റെ പൊറുതികേടും നിരാശയും മനസ്സിന്റെ പല കോണുകളിൽനിന്നും പിടിച്ചു വലിക്കുന്ന പ്രലോഭനങ്ങളും എല്ലാംചേർന്ന് കൃഷ്ണപിള്ളയുടെ നില തെറ്റിച്ചുവോ എന്ന് സംശയിക്കാവുന്നതാണ്. അതേപോലെതന്നെ ചങ്ങമ്പുഴയിൽ സ്ഥിതികൊണ്ടു ഒന്നായിരുന്നു കാമം. ഇത്തരമവസ്ഥകളെയെല്ലാം മുക്കിക്കൊല്ലാൻ മദ്യത്തെ മാത്രമല്ല സ്ത്രീയെയും ചങ്ങമ്പുഴ ആശ്രയിക്കുമായിരുന്നു. മനസ്സിൽ സ്ത്രീകളെ വെറുക്കുന്ന ഒരാളായിരുന്നു അദ്ദേഹമെന്നത് മറ്റൊരു കാര്യം.

ചങ്ങമ്പുഴ ഒരു സ്ത്രീവിരുദ്ധനായിരുന്നു എന്നു പറയുമ്പോൾ ചിലരെങ്കിലും നെറ്റി ചുളിച്ചേക്കാം. എങ്കിലും വാസ്തവം അങ്ങനെയാണ്. തന്റെ ഭാവനയ്ക്ക് നിറം പകരുന്നവിധത്തിലുള്ള സ്ത്രീയെ അദ്ദേഹത്തിന് കണ്ടെത്തുവാൻ കഴിഞ്ഞത് 1940 കളുടെ തുടക്കത്തിലാണ്. ആ സ്ത്രീയാകട്ടെ അക്ഷരാർത്ഥത്തിൽ അദ്ദേഹത്തെ കീഴടക്കുകയും ചെയ്തു. അതേക്കുറിച്ച് വഴിയേ പറയാം. സ്ത്രീയെക്കുറിച്ച്, പ്രണയത്തെക്കുറിച്ച് ഇത്രമാത്രം ഇമ്പമിയലുന്ന വാക്കുകളിൽ കവിത രചിച്ച ഒരു വ്യക്തി സ്ത്രീവിരുദ്ധനായിരിക്കുക! അതും സ്ത്രീകളുമായി അവിഹിതബന്ധം പുലർത്തുകയും ചെയ്തിരുന്ന ആൾ തന്നെ. ചങ്ങമ്പുഴ സ്ത്രീകളെ വെറുക്കുകയായിരുന്നുവെന്ന് അദ്ദേഹംതന്നെ എഴുതിയിട്ടുണ്ട്.

കൃഷ്ണപിള്ളയെ എഴുത്തിനിരുത്തുവാൻ കൊണ്ടുപോയ സന്ദർഭത്തെക്കുറിച്ച് മുൻപുപറഞ്ഞിട്ടുണ്ടല്ലോ. അവിടെവച്ച് അച്ഛന്റെ സുഹൃത്തിന്റെ മകളുമായി ഇടപെടാനുള്ള അവസരവും ഉണ്ടായി. അന്നു താനനുഭവിച്ച

അനുഭൂതിയെക്കുറിച്ചെഴുതിയതിനുശേഷം കൃഷ്ണപിള്ള തുടരുന്നു:

ഒരുപക്ഷേ ശപ്തമായ ആ അനുഭവത്തിന്റെ മാരകശക്തിയായിരിക്കാം പിൽക്കാലങ്ങളിൽ സംസ്കാരവും വിവേചനശക്തിയും ഉണ്ടായിട്ടുപോലും സന്മാർഗ്ഗിക ജീവിതത്തിന്റെ നിത്യദീപ്തമായ തേജോമേഖലയിൽനിന്നും അനിയന്ത്രിതമാംവിധം അകന്നകന്നു അന്ധകാരാവൃതമായ പാപക്കുപങ്ങളിൽ എന്റെ ആത്മസത്തയെ പരിതാപകരമായ രീതിയിൽ ഞാൻ അധഃപതിപ്പിച്ചത്. എന്തുമാകട്ടെ സ്ത്രീയോടുള്ള എന്റെ വിദ്വേഷത്തിന്റെ ആദ്യത്തെ വിത്തു വീണിട്ടുള്ളത് ആ രതിവൈകൃതരംഗത്തിലായിരുന്നുവെന്ന് ഇന്നെനിക്കു അപഗ്രഥിച്ചറിയുവാൻ സാധിക്കുന്നുണ്ട്.

ഒരു പൂവിൽനിന്നും മറ്റൊന്നിലേക്ക് മധു നുകരുവാൻ പോകുന്ന വണ്ടിനെപ്പോലെ കൃഷ്ണപിള്ള ഒരു സ്ത്രീയിൽനിന്നും മറ്റൊരാളിലേക്ക് പറന്നു നടന്നു. ഒരിക്കൽ ആസ്വദിച്ചവരെ പിന്നീട് അത്രകാര്യമായി പരിഗണിച്ചതുമില്ല. കൃഷ്ണപിള്ളയുടെ യുവത്വത്തെക്കുറിച്ചറിയുവാൻ ഈ വരികൾ നമ്മെ സഹായിക്കാതിരിക്കില്ല:

യുവത്വം കതിരിട്ടതോടെ നമ്മുടെ കവിയിൽ ഒരു നവചൈതന്യം ഉദയം കൊണ്ടു. പ്രായത്തിനൊത്ത വികാരവിചാരങ്ങൾ അദ്ദേഹത്തെ ഉദ്ബുദ്ധനാക്കി. അതിന്റെ ബഹിർസ്ഫുരണം ആ യുവാവിനെ ഒരു പ്രേമ അഥവാ കാമഭ്രാന്തനാക്കിയെന്നു പറഞ്ഞാൽ മതിയല്ലോ.

അക്കാലത്ത് കൃഷ്ണപിള്ള ധാരാളമായി കവിതകൾ എഴുതിയിട്ടുണ്ട്. താൻ ഇയ്യിടെയായി "സൺലൈറ്റ് സോപ്പിന്റെ പരസ്യങ്ങൾ മാതിരി ധാരാളം കവിതകളെഴുതുന്നുണ്ടെന്ന്" കൃഷ്ണപിള്ള, ജി.പി. ശങ്കരമംഗലത്തിനെഴുതിയിട്ടുണ്ട് എന്നുമാത്രമല്ല "എന്റെ കവിതകളില്ലാത്ത പ്രസിദ്ധീകരണങ്ങൾ ചുരുക്കമാണ്. നമുക്ക് ഓളത്തിനനുസരിച്ച് നീന്താം. എന്താ അങ്ങനെയല്ലേ ഇഷ്ടം?" എന്നും നമ്മുടെ കവി അതേ എഴുത്തിൽ ചോദിക്കുന്നു. അന്നങ്ങനെ എഴുതിയതിൽനിന്നും തെരഞ്ഞെടുത്ത കവിതകളായിരുന്നു ബാഷ്പാഞ്ജലിയിൽ ഉൾപ്പെടുത്തിയിട്ടുള്ളത്. ഈ കവിതകളിൽ തന്നെ പലതിലും ആവർത്തനങ്ങൾ കടന്നുവരുന്നുണ്ട്. ചിലത് അപക്വങ്ങളുമാണ്. എന്നിരുന്നാലും കവിത്വത്തിന്റെ ഉദാത്തതകളെ സാധൂകരിച്ചുകൊണ്ട് പതിനേഴുവയസ്സ് പ്രായമുള്ള ഒരു മഹാപ്രതിഭാശാലിയുടെ തൂലികാവിസ്മയമായി ബാഷ്പാഞ്ജലി ഇന്നും നമുക്കിടയിൽ നിലകൊള്ളുന്നു. 'ആ പൂമാല' ചൂടിപ്പോകാത്ത ഒരൊറ്റ മലയാളിതലമുറയും ചങ്ങമ്പുഴയ്ക്കുശേഷം കടന്നു പോയിട്ടുണ്ടാവില്ല.

ബാഷ്പാഞ്ജലിക്കുശേഷം ഹേമന്തചന്ദ്രിക, ആരാധകൻ എന്നീ കവിതകൾ പ്രസിദ്ധീകൃതമായി. ആരാധകൻ 1934-ഉം ഹേമന്തചന്ദ്രിക 1935-ലുമാണ് പുസ്തകരൂപത്തിൽ പുറത്തുവന്നത്.

വിദ്യാഭ്യാസപരമായി മുന്നാക്കം നിൽക്കുന്നവർക്കോ സംസ്കൃതപക്ഷപാതികൾക്കോ മാത്രം പ്രാപ്യമായിരുന്ന മലയാളകവിതയുടെ ആസ്ഥാനം കേരളീയർക്ക് സുഗമമാക്കിക്കൊടുത്ത കവി എന്ന നിലയിൽ അദ്ദേഹത്തിന്റെ പ്രശസ്തി കേരളമാകെ വ്യാപിച്ചു, പ്രത്യേകിച്ച് കാമുകീകാമുകന്മാർക്കിടയിൽ. മാമൂലുകളെയും അതിന്റെ ചുമടുതാങ്ങികളെയും പരസ്യമായി വെല്ലുവിളിച്ചെഴുതിയ ആൾ എന്ന നിലയിൽ യാഥാസ്ഥിതിക നിരൂപകർ കൃഷ്ണപിള്ളയോട് ഒരിക്കലും അദ്ദേഹം അർഹിക്കുന്ന കാരുണ്യം പോലും കാട്ടിയില്ല.

1934-ൽ പുറത്തിറങ്ങിയ ആരാധകൻ, മോപ്പസാങ്ങിന്റെ രണ്ടുപടയാളികൾ എന്ന കഥയുടെ ഛായയെ അവലംബിച്ചാണ് രചിച്ചിട്ടുള്ളത്. “ഇതിന്റെ കഥാമർമ്മത്തെ സംബന്ധിച്ചിടത്തോളം ഫ്രഞ്ച് സാഹിത്യകാരനായ മോപ്പസാങ്ങിനോട് എനിക്ക് കടപ്പാടുണ്ട്. എങ്കിലും കാവ്യനിർമ്മിതിക്കനുയോജ്യമായ വിധത്തിൽ കഥാഗാത്രത്തിന് അല്പം ചില മാറ്റങ്ങൾ ഞാൻ വരുത്താതിരുന്നിട്ടില്ല” എന്ന് കവി പ്രസ്താവനയിൽ രേഖപ്പെടുത്തിയിട്ടുണ്ട്.

തട്ടായത്ത് പരമേശ്വരപണിക്കരുടെ അവതാരികയും ജിയുടെ ആശംസയും ‘ആരാധക’ന് മുന്നോടിയായി ചേർത്തിട്ടുണ്ട്. (പുതിയ ഡി.സി. പതിപ്പിൽ തട്ടായത്ത് പരമേശ്വരപണിക്കരുടെ അവതാരികയില്ല. എന്നാൽ ജിയുടെ ആശംസയുണ്ട്). ഈ കവിതയിലെ വരികളിൽ പലതും പിൽക്കാല കവിതയായ ‘രമണ’നെ ഓർമിപ്പിക്കുന്നു. പ്രത്യേകിച്ച് വിജയന്റെയും സോമന്റെയും സൗഹൃദം.

ആത്മസുഹൃത്തുക്കളായ വിജയന്റെയും സോമന്റെയും പ്രണയത്തെച്ചുറ്റി ഒഴുകിപ്പരക്കുന്നതാണ് കഥ. രണ്ടുപേരും ഒരേ സ്ത്രീയെത്തന്നെ പ്രണയിക്കുന്നു. അവിടെ പക്ഷേ വിജയിക്കുന്നത് വാചാല നായ വിജയനാണ്. ഒരു ചിത്രകാരൻ കൂടിയായ സോമനാകട്ടെ തന്റെ പ്രണയം മൗനത്തിന്റെ സൗവർണ്ണത്താൽ പൊതിയുകയായിരുന്നു. എന്നാൽ അയാളുടെ അകംലോകം സംഘർഷനിർഭരമായിരുന്നു:

“ഹൃദയവേദന താങ്ങാനശക്തനായ്
പ്രണയചിന്തമറക്കാനസാധ്യമായ്
നിപതിതനായി ഹാ, ദീനശയ്യയിൽ
നിഹതനായൊരുസ്സോമനും തത്ക്ഷണം.
എന്നാൽ വിജയന്റെ സ്ഥിതിയോ?
വിജയമാലതീരാഗതരംഗിണി-

ക്കൊരുവിളംബവു മേശിലൊരല്പവും
അതുയഥോചിതം മന്ദയാനംതുട-
ർന്നതുലമോദവർക്കേകി നിത്യവും."

വിജയൻ സോമനോട് തന്റെ കാമുകിയായ മാലതിയെക്കുറിച്ചുള്ള സംഗമങ്ങളെക്കുറിച്ചും മറ്റും വാചാലനാകാറുണ്ട്. പക്ഷേ അവനറിയില്ല ല്ലോ സോമന്റെ വേവുന്ന മനോലോകം, അവനും അവളെത്തന്നെയാണ് പ്രണയിക്കുന്നതെന്ന്. അങ്ങനെ വിജയൻ മാലതിയെ വേൾക്കുകയും സോമൻ താൻ വരച്ച മാലതിയുടെ ചിത്രം ആ നവദമ്പതികൾക്കേകി മരണമടയുകയും ചെയ്യുന്നു.

പൊതുവേ നോക്കുമ്പോൾ വലിയ പ്രത്യേകതകളൊന്നും അവകാശപ്പെടാനില്ലാത്ത പ്രമേയം. പക്ഷേയത് കേരളീയ സാഹചര്യത്തിൽ പുനഃസൃഷ്ടിച്ച എന്നിടത്താണ് ചങ്ങമ്പുഴയുടെ വിജയം. പിൽക്കാല കവിതകളിൽ പലതിലും ആവർത്തിച്ചു കടന്നുവരുന്ന വാചകങ്ങൾ വാക്കുകൾ മാറിയ രൂപത്തിൽ ഈ കവിതയിൽ കാണാം. പക്ഷേ ഇതു വിവർത്തനം ചെയ്തത്- എന്നു തീർത്തുപറയുവാൻ വയ്യ: കാരണം തനിക്കു സ്വീകാര്യമാണ് ഒരു കഥ അല്ലെങ്കിൽ കവിത എന്നു തോന്നിയാൽ ചങ്ങമ്പുഴ അതിന്റെ വിഷയം മാത്രം സ്വീകരിക്കുകയും അവതരണരീതി മുഴുവനും തന്റേതു മാത്രമാക്കി മാറ്റുകയുമാണു ചെയ്യുന്നത്. വിവർത്തനങ്ങളെക്കുറിച്ചു കൂടുതൽ പറയുമ്പോൾ ഇക്കാര്യം വിശദീകരിക്കാം. ഇങ്ങനെയൊക്കെയാണെങ്കിലും സ്കൂൾ പാസ്സാകാത്ത ഒരുവനാണ് ഈ കവിത രചിച്ചതെന്നു നാം മറക്കാതിരിക്കുക. അതുതന്നെയാണ് അതിന്റെ പ്രസക്തിയും.

1935-ൽ പ്രസിദ്ധീകരിച്ച 'ഹേമന്ത ചന്ദ്രിക' പ്രണയഗീതങ്ങളുടെ ഒരു സമാഹാരമാണ്. ആദ്യപതിപ്പിൽ ഇരുപതു പ്രണയഗീതങ്ങളാണുൾക്കൊള്ളിച്ചിരുന്നത്. അതിൽ അഞ്ചെണ്ണമൊഴികെ നന്നേ ചെറുപ്പത്തിൽ എഴുതിയതാണെന്നു കവി തന്നെ പറഞ്ഞിട്ടുണ്ട്. ഈ സമാഹാരം പുറത്തിറങ്ങിയ ഘട്ടത്തിൽ നിരവധി വിമർശനങ്ങൾ ഇതിനെതിരെ ഉയർന്നിരുന്നു. വൈക്കം പി. ചന്ദ്രശേഖരൻ പിള്ള എന്ന വ്യക്തിയുടെ പത്രാധിപത്യത്തിൽ നിന്നും പുറത്തിറങ്ങിയിരുന്ന കുട്ടനാടൻ എന്ന പത്രത്തിൽ മലയാളഭാഷയുടെ അധഃപതനം എന്ന ശീർഷകത്തിൽ ഹേമന്തചന്ദ്രികയെ വിമർശിച്ചുകൊണ്ട് ഒരു ലേഖനപരമ്പര തന്നെ പ്രസിദ്ധീകരിച്ചിരുന്നു.

ഭാവിയിൽ തന്റെ ഭാര്യാപദവി അലങ്കരിക്കുവാൻ പോകുന്ന അപരിചിതയായ ആ യുവതിക്ക് പുതുപുളകങ്ങളുണർത്തുവാൻ ഈ

പ്രേമഗീതികൾ അലതല്ലണമെന്ന കവി ആമുഖമായി എഴുതിയിട്ടുണ്ട്. കൊല്ലവർഷം 1120-ൽ(1945) പ്രസിദ്ധപ്പെടുത്തിയ മൂന്നാം പതിപ്പിൽ 30 ഗാനങ്ങൾ കൂടിച്ചേർത്തു 'ഹേമന്ത ചന്ദ്രിക' ചങ്ങമ്പുഴ പരിഷ്കരിച്ചു. അങ്ങനെ അൻപതു ഗീതികൾ അടങ്ങുന്ന ഒന്നാണ് നമ്മുടെ മുൻപിലിരിക്കുന്ന ഹേമന്തചന്ദ്രിക. ഭാഷാമേളനം, തികഞ്ഞ കയ്യടക്കത്തോടെയുള്ള ആഖ്യാനം എന്നിങ്ങനെ സുഖകരമായി വായിച്ച് ആസ്വദിക്കാവുന്ന ഈ കൊച്ചുകവിതകൾ പ്രതിഭാധനനായ ഒരു കവിയെ വെളിപ്പെടുത്തുന്നുണ്ട്. പിൽക്കാലത്ത് എഴുതിച്ചേർത്ത പല കവിതകളിലും ചങ്ങമ്പുഴയുടെ മനസ്സ് കീഴടക്കിയ 'ദേവി' കടന്നുവരുന്നുണ്ട്. പ്രണയത്തിന്റെ ഭാവവൈവിധ്യങ്ങൾ ആവിഷ്കരിക്കുന്ന ഈ ഗീതികൾ ഒരുപക്ഷേ വിദേശകവിതകളുടെ ഛായയിൽ കവി രൂപം കൊടുത്തതാകാം.

ബാഷ്പാഞ്ജലിയുടെ പ്രസിദ്ധീകരണവും മറ്റും കഴിഞ്ഞ് ചങ്ങമ്പുഴ ഇടപ്പള്ളിയിൽ മടങ്ങിയെത്തി. സാഹിതീസദനത്തിലേക്ക് ചെറുപ്പക്കാരുടെ ഒരു പ്രവാഹം തന്നെയുണ്ടായി. കൃഷ്ണപിള്ള ഒരു കവിയായി അംഗീകരിക്കപ്പെട്ടുകഴിഞ്ഞല്ലോ. അദ്ദേഹത്തെ കാണുവാനും വിശേഷങ്ങളറിയുവാനുമാണ് സഹൃദയരായ ചെറുപ്പക്കാർ സാഹിതീസദത്തിലേയ്ക്കെത്തിച്ചേർന്നത്.

സാഹിതീസദനത്തിൽ സുഹൃത്തുക്കളുമായി സംസാരിച്ചുകൊണ്ടിരിക്കെ ഒരിക്കൽ കൃഷ്ണപിള്ള തന്റെ ഒരാഗ്രഹം സദസ്സിലുണർത്തി; ഒരു വർത്തമാനപത്രം തുടങ്ങുക. തുടക്കത്തിൽ പത്രം, കുറച്ചുകഴിഞ്ഞ് ഒരു വാരികയും തുടങ്ങുക എന്നതായിരുന്നു കൃഷ്ണപിള്ളയുടെ ആഗ്രഹം. പുതിയ എഴുത്തുകാരെ പ്രോത്സാഹിപ്പിക്കുവാൻ ഒരു വേദി; പിന്നെ തന്റെ ജീവിതപ്രശ്നങ്ങളും പരിഹരിക്കുക എന്ന വിചാരത്തോടെയാണ് തന്റെ ആശയം സുഹൃത്തുക്കൾക്കു മുൻപിൽ അദ്ദേഹം അവതരിപ്പിച്ചത്. മാസികയുടെ പേരും അദ്ദേഹം നിശ്ചയിച്ചിരുന്നു; 'മനോരഞ്ജിനി' (മനോരഞ്ജിനിയുടെ ലെറ്റർ പാഡിൽ കൃഷ്ണപിള്ള എഴുതിയൊരു കത്ത് ഈ ലേഖകന്റെ കൈവശമുണ്ട്. അതിൽ മാനേജിംഗ് എഡിറ്ററുടെ സ്ഥാനത്ത് ചങ്ങമ്പുഴയുടെ പേര് ചേർത്തിട്ടുണ്ട്). കവിയുടെ ആഗ്രഹം ഒരാശയമായിത്തന്നെ ശേഷിച്ചു. മാസികയുടെ ഒരു ലക്കം പോലും പുറത്തിറക്കുവാൻ കവിയ്ക്കും സുഹൃത്തുക്കൾക്കും കഴിഞ്ഞില്ല.

ഹേമന്തചന്ദ്രികയ്ക്കുശേഷം ഉദ്യാനലക്ഷ്മിയും തുടർന്ന് കഥാരത്നമാലികയും (Tales from Shakespeare) പ്രസിദ്ധീകൃതമായി. അഞ്ചു പുസ്തകങ്ങൾ പ്രസിദ്ധീകരിച്ചു കഴിഞ്ഞെങ്കിലും കൃഷ്ണപിള്ളയുടെ സാമ്പത്തിക ക്ലേശങ്ങൾ ശമിച്ചിരുന്നില്ല. സ്കൂൾ ഫൈനൽ പരീക്ഷക്ക് രണ്ടാമതു ഫീസടയ്ക്കുവാനുള്ള ദിവസമായി. ഒരു ആരാധിക സഹായം

നീട്ടിയെങ്കിലും കൃഷ്ണപിള്ള അതു സ്വീകരിച്ചില്ല. ഒരു വിധത്തിൽ പണമൊപ്പിച്ച് ഫീസടച്ചു. 1935-ൽ സ്കൂൾ ഫൈനൽ പാസ്സായി.

ഇതിനിടയിൽ രാഘവൻപിള്ള താൻ ജോലി നോക്കിയിരുന്ന വീട്ടിൽ നിന്നും പുറത്താക്കപ്പെട്ട് തിരുവനന്തപുരത്തേയ്ക്കുപോയി. ഈ സംഭവം ചങ്ങമ്പുഴയിൽ നേരിയൊരു വേദന ഉണർത്തി.

അദ്ധ്യായം പതിനേഴ്

രമണൻ-ഇടപ്പള്ളി
ഒരു നിഴൽച്ചിത്രം

സ്കൂൾ ഫൈനൽ പരീക്ഷ പാസ്സായെങ്കിലും അക്കൊല്ലം സർട്ടിഫിക്കറ്റ് വാങ്ങുകയോ കൃഷ്ണപിള്ള കോളേജിൽ ചേരുകയോ ചെയ്തില്ല. സാമ്പത്തികമായ പ്രയാസങ്ങൾ തന്നെ കാരണം. 1936-ൽ കൃഷ്ണപിള്ള എറണാകുളം മഹാരാജാസ് കോളേജിൽ ഇന്റർമീഡിയറ്റിന് ചേർന്നു. അപ്പോഴേക്കും കവിതാരചനയിൽ നിന്നും ചെറിയ വരുമാനം ലഭിച്ചിരുന്നു. അതു കൂടാതെ കെ.സി. മാമ്മൻ മാപ്പിള, വി.എം. നായർ, കെ.പി. എസ്. മേനോൻ എന്നിവരും കൃഷ്ണപിള്ളയെ വിദ്യാഭ്യാസകാര്യത്തിൽ സഹായിച്ചിരുന്നു. ജൂൺ മാസത്തിൽ തന്നെ കോളേജ് തുറന്നെങ്കിലും ഉടനെ തന്നെ കോളേജിൽ പോയില്ല. ജൂലൈ മാസം രാഘവൻപിള്ള ആത്മഹത്യ ചെയ്തു. അതു കേരളത്തിലെ സാംസ്കാരിക ലോകത്തെ അക്ഷരാർത്ഥത്തിൽ നടുക്കിക്കളഞ്ഞു. അതും കഴിഞ്ഞ് കൃഷ്ണപിള്ള രഹസ്യമായി കുഴിമാടം സന്ദർശിച്ചതിനു ശേഷമാണ് 'രമണൻ' എഴുതിയത്. ഓഗസ്റ്റ് മാസത്തിലാണ് കൃഷ്ണപിള്ള കോളേജിൽ ചേർന്നത്.

രാഘവൻപിള്ളയുടെ ആത്മഹത്യ ചങ്ങമ്പുഴയ്ക്ക് രമണനെഴുതുവാനുള്ള പ്രചോദനമായിത്തീർന്നെങ്കിലും അതിനു മുൻപുതന്നെ രമണന്റെ ഘടനയിൽ ഒരു കാവ്യം രചിക്കണമെന്നദ്ദേഹം വിചാരിച്ചിരുന്നു. മലയാള കവിതാചരിത്രത്തിൽ അതേവരെ അവതരിപ്പിക്കാതെയിരുന്ന ഒരു പ്രത്യേകതരം പരീക്ഷണമാണ് രമണനിലൂടെ ചങ്ങമ്പുഴ നടത്തിയത്. പാശ്ചാത്യ കവിതകളുമായുള്ള പരിചയമാണ്, അതിലദ്ദേഹം നേടിയ അവഗാഹമാണ് ഇങ്ങനെയൊരു കവിത എഴുതുവാനുള്ള കാരണം, പുതുമകളും പരീക്ഷണങ്ങളും ഈ കവിയ്ക്ക് ഒരു ലഹരി തന്നെയായിരുന്നു. രമണന്റെ ആഖ്യാനമാതൃകയായ 'അജപാല വിലാപകാവ്യ'ത്തെക്കുറിച്ച് നിരവധി പണ്ഡിതന്മാർ എഴുതിക്കഴിഞ്ഞതിനാൽ

അതേക്കുറിച്ച് കൂടുതലായി എന്തെങ്കിലും പറയുന്നതിൽ അർത്ഥമില്ല.

ഇടപ്പള്ളി രാഘവൻപിള്ളയുടെ ജീവിതവുമായി വേർപെടുത്താനാവാത്ത വിധം ബന്ധപ്പെട്ടൊരു സംഭവത്തെ ആവിഷ്കരിച്ചെഴുതിയ രമണൻ ഒരിക്കലും യഥാതഥമായ ഒരു ജീവിതത്തിന്റെ ആവിഷ്കാരമല്ല. രമണൻ വായിച്ച ചില പണ്ഡിതന്മാരും ബഹുഭൂരിഭാഗം സാധാരണ ജനങ്ങളും വസ്തുതാപരമായ അബദ്ധധാരണകൾ ഇന്നും വച്ചുപുലർത്തുന്നുണ്ട്. രാഘവൻപിള്ളയും കൃഷ്ണപിള്ളയും സഹോദരന്മാരാണെന്നു കരുതുന്നവരും അവർ തമ്മിൽ അഗാധമായ ആത്മബന്ധമാണ് നിലനിന്നിരുന്നതെന്നു കരുതുന്നവരും നമുക്കിടയിലുണ്ട്. രാഘവൻപിള്ള താൻ കാര്യസ്ഥനായി ജോലി നോക്കുകയും ട്യൂഷനെടുക്കുകയും ചെയ്തിരുന്ന വീട്ടിലെ പെൺകുട്ടിയുമായി സ്നേഹത്തിലായിരുന്നെന്നും അവൾ മറ്റൊരുവനെ വിവാഹം കഴിച്ചതിനാലാണ് ആത്മഹത്യ ചെയ്തതെന്നും ഇവിടെ പ്രചരിച്ചിട്ടുണ്ട്. ഈ പശ്ചാത്തലത്തിൽ ഈ ലേഖകനറിഞ്ഞ ചില കാര്യങ്ങൾ കുറിക്കേണ്ടത് അത്യാവശ്യമാണെന്നു തോന്നുന്നു.

1909-ലാണ് രാഘവൻപിള്ളയുടെ ജനനം. പിതാവ് ഇടപ്പള്ളി ഇളമക്കര പാണ്ടവത്തു വീട്ടിൽ നീലകണ്ഠപിള്ള. അമ്മ വടക്കൻ പറവൂരിനടുത്തുള്ള കോട്ടപള്ളി സ്വദേശിനി. അവരുടെ വീട്ടുപേരോ പേരോ ലഭ്യമല്ല. ഗർഭാശയത്തിൽ അർബുദം ബാധിച്ച അവർ ആത്മഹത്യ ചെയ്യുകയായിരുന്നു. അച്ഛൻ പഴയ തിരുവിതാംകൂറിലെ എക്സൈസ് വകുപ്പിൽ ശിപായിയായിരുന്നു.

അച്ഛനും അമ്മയും തമ്മിൽ ദാമ്പത്യത്തിന്റെ തുടക്കനാളുകളിൽ തന്നെ അകൽച്ചയിലായിരുന്നു കഴിഞ്ഞത്. അച്ഛന് ഇടയ്ക്കിടയ്ക്ക് ഉദ്യോഗസംബന്ധമായ സ്ഥലംമാറ്റം വന്നുപെടുകയുണ്ടായി. അപ്പോഴൊന്നും നീലകണ്ഠപിള്ള ഭാര്യയെയോ കുട്ടികളെയോ കൂടെ കൂട്ടിയിരുന്നില്ല. ഒറ്റയ്ക്ക് സുഖമായി തന്റെ ഇഷ്ടം പോലെ ജീവിച്ചു. അതുമൂലം രാഘവൻപിള്ളയ്ക്ക് ബാല്യകാലത്ത് ലഭിയ്ക്കേണ്ടുന്ന പിതൃവാത്സല്യം നിഷേധിക്കപ്പെട്ടു. അമ്മയാകട്ടെ രോഗിണിയും. അച്ഛന്റെ വരുമാനത്തെ മാത്രം ആശ്രയിച്ചുകഴിഞ്ഞിരുന്ന ആ കുടുംബം അക്ഷരാർത്ഥത്തിൽ നിരാലംബമായിത്തീർന്നു. കാര്യങ്ങളൊക്കെ അച്ഛനുമറിയാമായിരുന്നെങ്കിലും അദ്ദേഹം ക്രൂരമായ നിസ്സംഗതയാണ് ആ കുടുംബത്തോട് പുലർത്തിയത്.

ഭാര്യയുടെ മരണാനന്തരം നീലകണ്ഠപിള്ള ഒരു പീടികക്കെട്ടിടത്തിലേക്ക് താമസം മാറ്റുകയും തന്റെ പുത്രന്മാരെ കൂടെ താമസിപ്പിക്കുകയും ചെയ്തു. അവിടെയങ്ങനെ താമസിക്കുമ്പോഴാണ് അദ്ദേഹം രണ്ടാമതൊരു വിവാഹം ചെയ്തത്. ഇടപ്പള്ളിയിലെ വട്ടേക്കുന്നം പ്രദേശത്തുള്ള

തോപ്പിൽ ഭവനത്തിൽ നിന്നാണ് നീലകണ്ഠപിള്ള വിവാഹം കഴിച്ചത്. അതോടെ രാഘവൻപിള്ളയുടെ ജീവിതം നരകസമാനമായിത്തീർന്നു. അച്ഛന്റെ ഉത്തരവാദിത്തമില്ലായ്മയും രണ്ടാനമ്മയുടെ മർദ്ദനങ്ങളും കൂടി ച്ചേർന്നപ്പോൾ അദ്ദേഹത്തിന്റെ ജീവിതം പൊറുതികേടിലായി. അക്കാലത്തും രാഘവൻപിള്ള ആത്മഹത്യയെക്കുറിച്ച് ചിന്തിച്ചിട്ടുണ്ടത്രെ.

രാവിലെ വീട്ടിൽ നിന്നും പുറപ്പെട്ടാൽ പിന്നെ വൈകുന്നേരമാണ് രാഘവൻപിള്ള വീട്ടിലേക്കു തിരിക്കുക. ഉച്ചയ്ക്കു ചെന്നാൽ ഭക്ഷണകാര്യത്തിൽ യാതൊരുറപ്പുമില്ലെന്നു മാത്രമല്ല ചിലപ്പോൾ അടി കിട്ടുവാനും സാധ്യതയുണ്ട്. ഇക്കാലത്ത് രാഘവൻപിള്ളയെ ധനികനും ഉദാരമതിയുമായ ശങ്കുണ്ണിപ്പിള്ള എന്നൊരാൾ സഹായിച്ചിരുന്നു. വളരെ വിമ്മിട്ടത്തോടെയാണ് രാഘവൻപിള്ള ഈ സഹായം സ്വീകരിച്ചിരുന്നത്. അതേപോലെ പഠന കാര്യത്തിൽ ഇടപ്പള്ളി കരുണാകരമേനോനും അദ്ദേഹത്തെ സഹായിച്ചിട്ടുണ്ട്.

ചെറുപ്രായത്തിൽ തന്നെ അദ്ദേഹത്തിന്റെ ഹൃദയത്തിലേക്കിഴഞ്ഞെത്തിയ അമ്പരപ്പും അരക്ഷിതത്വബോധവും, പ്രതിഷേധിക്കുവാനുള്ള ശക്തിയില്ലായ്മയും രണ്ടാനമ്മയുടെ കൂടെ താമസമാക്കിയതിൽ പിന്നെ ശക്തിയാർജ്ജിക്കുകയായിരുന്നു. രണ്ടാനമ്മ അദ്ദേഹത്തെക്കൊണ്ട് കഠിനമായ ജോലികൾ ചെയ്യിച്ചു. നേരെ ചൊവ്വെ ആഹാരം കൊടുത്തില്ല, നിസ്സാരമായ വീഴ്ചകൾക്കുപോലും ക്രൂരമായി ശിക്ഷിച്ചു. അച്ഛൻ വീട്ടിൽ വരുന്നതു തന്നെ വല്ലപ്പോഴുമാണ്. അതുകൊണ്ട് വീട്ടിലെന്തു നടക്കുന്നു എന്നതിനെക്കുറിച്ച് അദ്ദേഹം അജ്ഞനായിരുന്നു. വീട്ടിൽ വരുന്ന നേരങ്ങളിൽ അച്ഛൻ വിശ്വസിച്ചിരുന്നത് രണ്ടാം ഭാര്യയെയായിരുന്നു. അവർക്കു പറയുവാനുണ്ടായിരുന്നത് ആദ്യഭാര്യയിലെ മക്കളെക്കുറിച്ചുള്ള പരാതികളായിരുന്നു. ഇളയമ്മയുടെ പരാതികളുടെ ശക്തിക്കനുസരിച്ച് നീലകണ്ഠപിള്ള സ്വന്തം രക്തത്തിൽ പിറന്ന കുട്ടികളെ ശിക്ഷിച്ചു. കുട്ടിക്കാലത്തെ ഈ പീഡനങ്ങൾ, കാരുണ്യരഹിതമായ ഗൃഹാന്തരീക്ഷം, അനാഥനാണെന്ന ബോധം ഇങ്ങനെയുള്ള അശാന്തതകളാണ് രാഘവൻപിള്ളയുടെ വ്യക്തിഘടനയെ രൂപപ്പെടുത്തിയത്. അദ്ദേഹമെഴുതിയ കവിതകൾ വിഷാദത്തിന്റെയും നിരാശയുടെയും നിരാലംബതയുടെയുമായിത്തീർന്നെങ്കിൽ അതിന്റെ കാരണം ഈ കവിയുടെ ആത്മാവിൽ പതിഞ്ഞ തീത്തഴമ്പുകളുടെ ആധിക്യമായിരുന്നു.

രാഘവൻപിള്ള നല്ലൊരു വാഗ്മിയായിരുന്നു. ഇംഗ്ലീഷ് മിഡിൽ സ്കൂൾ ഹാളിൽ തെക്കേ അറ്റത്തായി തയ്യാറാക്കാറുണ്ടായിരുന്ന മനോഹരമായ സമ്മേളനവേദിയിൽ നിന്നുകൊണ്ട് ഖദർധാരിയായ

രാഘവൻപിള്ള മുഴങ്ങുന്ന ശബ്ദത്തിൽ കൈയാംഗ്യങ്ങളോടെ പ്രസംഗിച്ചുകൊണ്ടു നിൽക്കുന്നത് ഇന്നും എന്റെ ഉള്ളിലുണ്ട്. രാഘവൻപിള്ള നല്ലൊരു നടനുമായിരുന്നു. വാർഷികങ്ങളിൽ അക്കാലത്തെ ഒരിനം, നാടകമായിരുന്നു. നാടകമെന്നു പറഞ്ഞാൽ സംഗീതനാടകമല്ല. വെറും പ്രഹസനം. ചരിത്രനാടകങ്ങൾക്കായിരുന്നു പ്രാധാന്യം. പുരുഷന്മാർ തന്നെയാണ് സ്ത്രീ കഥാപാത്രങ്ങളായി അണിഞ്ഞൊരുങ്ങി രംഗപ്രവേശം ചെയ്യാറുണ്ടായിരുന്നത്. ചങ്ങമ്പുഴയുടെ ഉസ്മാൻഖാൻ (ദുർഗ്ഗേശ നന്ദിനി) ശ്രീ ഇടപ്പള്ളി രാഘവൻപിള്ളയുടെ അനന്തപത്മനാഭൻ (രാജാകേശവദാസ്)- ഇവയൊന്നും അന്നു കണ്ടിട്ടുള്ളവരാരും മറന്നിട്ടുണ്ടാവുകയില്ല.

രാഘവൻപിള്ളയുടെ പിതാവിന് എക്സൈസ് വകുപ്പിലായിരുന്നു ജോലി എന്നു പറഞ്ഞല്ലോ. ഉത്തരതിരുവിതാംകൂറിലെ പ്രധാനപ്പെട്ട എക്സൈസ് ചൗക്കകളിലൊന്നായിരുന്നു മുനമ്പം. അക്കാലത്ത് സർക്കാരിനായിരുന്നു ഉപ്പു നിർമ്മിക്കുവാനുള്ള അധികാരം. ആലങ്ങാട്, പറവൂർ, കുന്നത്തുനാട് തുടങ്ങിയ വടക്കൻ താലൂക്കുകളിലെ കച്ചവടക്കാർക്ക് ഉപ്പു വിതരണം നടത്തിയിരുന്നത് മുനമ്പത്തു നിന്നായിരുന്നു. ഈ ഇനത്തിൽ നിന്നു സർക്കാരിലേക്ക് നല്ല വരുമാനവുമുണ്ടായിരുന്നു. പണത്തിന്റെ ചുമതല ആഫീസിലെ മുതിർന്ന ഉദ്യോഗസ്ഥനായിരുന്നുവെങ്കിലും ഖജനാവിലേക്ക് പണം കൊണ്ടുപോകുന്നത് ശിപായിമാരാണ്.

ഇങ്ങനെ സർക്കാരിലേക്കുള്ള പണവുമായി നീലകണ്ഠപിള്ളയും പോകാറുണ്ട്. ഒരിക്കൽ മൂവായിരത്തിലധികം രൂപയുമായി അദ്ദേഹം പുറപ്പെട്ടു. ഇടയ്ക്ക് വഴിയിൽവച്ചു ഷാപ്പിൽ കയറി കുടിക്കുകയും അവിടത്തെ കണക്കു തീർക്കുവാനായി സർക്കാർ വക പണത്തിൽ നിന്നും കുറച്ചെടുക്കുകയും ചെയ്തു. എന്തിനു പറയുന്നു പിന്നീട് അതു സർക്കാരിലേയ്ക്കടയ്ക്കാതെ നീലകണ്ഠപിള്ള മുങ്ങി.

സർക്കാർവക പണമല്ലേ, അന്വേഷണമായി, പോലീസ് കേസായി, നീലകണ്ഠപിള്ളയെ അന്വേഷിച്ച് പോലീസുകാർ വീട്ടിൽവന്നു. രാഘവൻപിള്ളയെയും അനിയനെയും ചോദ്യം ചെയ്തു. അനിയൻ പേടിച്ച് കരയുവാൻ തുടങ്ങി. ഇരുവരും അച്ഛനെക്കുറിച്ച് തങ്ങൾക്ക് യാതൊരറിവുമില്ലെന്നു പറഞ്ഞെങ്കിലും പലവിധ ദണ്ഡനമുറകളിലൂടെയായി പിന്നത്തെ ചോദ്യം ചെയ്യൽ. അന്നുരാത്രിയിൽ അനിയൻ നാടുവിട്ടു. തകർന്ന മനസ്സുമായി രാഘവൻപിള്ള തേങ്ങിക്കരഞ്ഞു. എന്തൊരു ദുർവ്വിധിയാണ്. പട്ടിണിയും മർദ്ദനവും അപമാനവും രാഘവൻപിള്ളയുടെ മനസ്സിനെ വരിഞ്ഞു മുറുക്കി. സഹായിക്കുവാനോ രക്ഷിക്കുവാനോ, തന്റെ വിഷമങ്ങൾ പങ്കുവയ്ക്കാനോ ആരോരുമില്ലാതെ ആ ബാലൻ

സ്വയം ശപിച്ചു, കരഞ്ഞു. ഒടുവിൽ ഒളിവിടത്തിൽ നിന്നും നീലകണ്ഠപി ള്ളയെ പോലീസ് അറസ്റ്റു ചെയ്തു.

കൃഷ്ണപിള്ളയും രാഘവപിള്ളയും തമ്മിലുള്ള ബന്ധം ഏതുവിധമാ യിരുന്നുവെന്ന് മുൻപു പറഞ്ഞിട്ടുണ്ട്. എന്നാൽ മുതിർന്നതിനുശേഷം ഇരുവരും തമ്മിൽ 'ഒരു ഞെട്ടിൽ വിടർന്ന പൂക്കളെ'പ്പോലെയായിരു ന്നെന്നും മറ്റും പലരും എഴുതിയിട്ടുണ്ട്. രാഘവൻപിള്ളയും കൃഷ്ണപിള ളയും തമ്മിൽ അഗാധമായൊരാത്മബന്ധം നിലനിന്നിരുന്നുവെന്നും പ്രചരിപ്പിക്കപ്പെട്ടിട്ടുണ്ട്. എന്നാൽ അവർ തമ്മിൽ അഗാധമായൊരു സൗഹൃദമൊന്നും നിലനിന്നിരുന്നില്ല എന്നതാണ് വാസ്തവം. ഏതാണ്ട് ഇണങ്ങിയും അതേപോലെ തന്നെ പിണങ്ങിയും കഴിഞ്ഞവർ. അവർ ക്കിടയിൽ സമാനതകളേക്കാൾ വൈരുദ്ധ്യങ്ങളായിരുന്നു മുന്നിട്ടു നിന്നത്.

രാഘവൻപിള്ള അനുഭവിച്ചത്രയും കഷ്ടപ്പാടുകളും ദാരിദ്ര്യവും കൃഷ്ണ പിള്ളയ്ക്കുണ്ടായിരുന്നില്ല. രാഘവൻപിള്ള അച്ഛനുണ്ടായിട്ടും അനാഥനെ പ്പോലെ ജീവിച്ചു. കൃഷ്ണപിള്ളയാകട്ടെ ഒരുവിധം സുരക്ഷിതനും സുഖിമാ നുമായിട്ടാണ് ജീവിച്ചത്. രാഘവൻപിള്ള തികഞ്ഞ ആദർശവാദിയും ഒരുതരം നിഷ്കളങ്ക പ്രകൃതിയുമായിരുന്നെങ്കിൽ അപരൻ തികഞ്ഞ പ്രായോഗികമതിയായിരുന്നു. ഒരാൾ സ്ത്രീകളിൽ നിന്നുമകന്ന് നിൽക്കുക യും പരിശുദ്ധപ്രണയത്തെ ധ്യാനിക്കുകയും ചെയ്തപ്പോൾ അപരനാകട്ടെ ഉന്മത്തനായി സ്ത്രീകളിൽ നിന്നും സ്ത്രീകളിലേക്ക് പാറിനടന്നു. സ്ത്രീയെ ന്നാൽ കൃഷ്ണപിള്ളയ്ക്ക് ഭോഗിക്കുവാനുള്ള ഒരുപകരണം മാത്രമായിരുന്നു. നിസ്സാരമായ പ്രശ്നങ്ങൾപോലും നേരിടുവാൻ കെൽപ്പില്ലാതിരുന്ന രാഘ വൻപിള്ള തികഞ്ഞ അഭിമാനിയും. അപകർഷബോധത്താൽ സ്വയം അധമനായും അദ്ദേഹം ചിത്രീകരിച്ചു. എന്നാൽ കൃഷ്ണപിള്ള ജീവിതത്തെ വെല്ലുവിളിച്ചുകൊണ്ട് സാഹസികമായി പലതിനോടും കലഹിച്ച് ഇഷ്ടം പോലെ കഴിഞ്ഞു. ജീവിതം തരാൻ മടിക്കുന്നതൊക്കെയും താൻ പിടിച്ചു വാങ്ങുമെന്നായിരുന്നു കൃഷ്ണപിള്ളയുടെ ജീവിതാദർശം. അവർക്കുത മ്മിൽ പരസ്പരം മനസ്സുകൊണ്ട് സ്പർദ്ധയുമുണ്ടായിരുന്നു.

ദാരിദ്ര്യം, സാമ്പത്തിക പരാധീനത, സർവ്വോപരി ആ പ്രദേശത്തെ പ്രധാന കവികൾ എന്ന നിലയിലേക്ക് എഴുതിത്തെളിയുന്ന വ്യക്തികൾ എന്നിങ്ങനെയുള്ള സമാനതകളാണ് അവരെ കോർത്തിണക്കിയ ചരട്. ഇരുവരുടെയും കവിതകളിലെ വരികളിൽപ്പോലും സമാനതകൾ കണ്ടെത്തുവാൻ കഴിയും. എന്നാൽ ജീവിതമാകട്ടെ സമാന്തരവുമായിരു ന്നു. "ആ സൗഹാർദ്ദബന്ധം സമനിലക്കാരായ രണ്ടുവ്യാപാരികളുടെ കൂട്ടുകെട്ടു മാത്രമായിരുന്നു. ആരംഭത്തിലും അവസാനത്തിലും പരസ്പരം

ഹൃദയത്തിൽ വേരൂന്നിയ ഉത്തമസൗഹൃദമായിരുന്നു അവരുടേതെന്നു കരുതുവാൻ അടുത്തപരിചയക്കാർക്ക് സാധ്യമല്ല എന്ന് ഇടപ്പള്ളി സ്വദേശിയും, ചങ്ങമ്പുഴയുടെയും രാഘവൻപിള്ളയുടെയും കൂട്ടുകാരനുമായിരുന്ന ജി.പി. ശങ്കരമംഗലം എഴുതിയിട്ടുണ്ട്.

1936-ലാണ് രമണന്റെ ആദ്യപതിപ്പ് പ്രസിദ്ധീകൃതമായത്. ചങ്ങമ്പുഴ രമണനിൽ എഴുതിയതുപോലെയോ കേരളക്കരയിൽ ബഹുഭൂരിഭാഗവും ഇന്നും വിശ്വസിക്കുന്നതുപോലെയോ ഒരു പ്രണയബന്ധം രാഘവൻപിള്ളക്കില്ലായിരുന്നു എന്നാണ് അന്വേഷണത്തിൽനിന്നും മനസ്സിലായത്. അതായത് ഒരുപക്ഷേ രാഘവൻപിള്ള ആ സ്ത്രീയെ പ്രേമിച്ചിരിക്കാം, അവരുടെ പ്രതികരണങ്ങളോ ചലനങ്ങളോ അവർ തിരിച്ചിങ്ങോട്ടും തന്നെ പ്രേമിക്കുന്നു എന്നതിന്റെ തെളിവായി കരുതിയിരിക്കാം എന്നല്ലാതെ രാഘവൻപിള്ളക്കും കാർത്ത്യായനിയമ്മയ്ക്കുമിടയിൽ പ്രണയത്തിന്റെ സുവർണ്ണരാജികളുടെ വർണ്ണാഭ തീണ്ടിയിട്ടില്ലായിരുന്നു.

സാഹചര്യതെളിവുകളും ഇടപ്പള്ളി രാഘവൻപിള്ള എന്ന വ്യക്തിയുടെ അന്നത്തെ സ്ഥിതിയും വച്ചു നോക്കിയാൽ ഒരുകാര്യം വളരെ വ്യക്തമാണ്. ആ സ്ത്രീ ഇടപ്പള്ളിയെ പ്രണയിച്ചിരുന്നില്ല. കാരണം ഇന്ന് നാം അറിയുകയോ വായിക്കുകയോ ചെയ്യുന്ന ഒരാളായി അക്കാലത്ത് രാഘവൻപിള്ള മാറിയിട്ടുണ്ടായിരുന്നില്ല. അദ്ദേഹം പ്രശസ്തനായിരുന്നില്ല. മറ്റൊന്ന് സമ്പന്നയും സുന്ദരിയുമായ ഒരു യുവതിക്ക് പ്രണയിക്കുവാൻ മാത്രം ഏതെങ്കിലും വിധത്തിലുള്ള (സമ്പത്ത്, സൗന്ദര്യം എന്നിങ്ങനെ) സൗകര്യങ്ങൾ രാഘവൻപിള്ളക്കില്ലായിരുന്നു. മാത്രമല്ല രാഘവൻപിള്ള അവിടെ ട്യൂഷനെടുക്കുന്നയാളും അവരുടെ കാര്യസ്ഥനുമായിട്ടാണ് കഴിഞ്ഞിരുന്നത്. അന്തിയുറങ്ങുവാൻ ഒരു കുടിലുപോലും അക്കാലത്ത് രാഘവൻപിള്ളയ്ക്കുണ്ടായിരുന്നില്ല. ഇങ്ങനെ ഇല്ലായ്മകളുടെ ഉടൽരൂപമായ രാഘവൻപിള്ളയെ പ്രണയിക്കുവാൻ ഏത് സ്ത്രീയാണ് തയ്യാറാവുക? തന്നെയുമല്ല ആഢ്യത്വവും സവർണ്ണവത്കൃത മനോഭാവവും വച്ചുപുലർത്തിയിരുന്ന ഒരു യാഥാസ്ഥിതിക തറവാട്ടിൽനിന്നും രാഘവൻപിള്ളയ്ക്കനുകൂലമായ ഒരു ചലനം പോലും അചിന്തനീയമാണ്.

പക്ഷേ രാഘവൻപിള്ള വിചാരിച്ചത് ആ യുവതി തന്നെ പ്രണയിക്കുന്നുണ്ടെന്നാണ്; ആ വിവരമാണ് രാഘവൻപിള്ള ചങ്ങമ്പുഴയ്ക്ക് കൈമാറിയത്. അതല്ലാതെ ചങ്ങമ്പുഴ ഈ പ്രണയത്തിൽ ഒരു നിലയ്ക്കും പങ്കാളിയല്ല എന്നു പറഞ്ഞാൽ ചങ്ങമ്പുഴയ്ക്ക് രാഘവൻപിള്ളയുടെ പ്രണയത്തെക്കുറിച്ച് നേരിട്ട് യാതൊരറിവുമില്ല എന്നർത്ഥം. രാഘവൻപിള്ള ചങ്ങമ്പുഴയോടൊഴികെ മറ്റാരോടും വെളിപ്പെടുത്താതിരുന്ന

പ്രണയരഹസ്യം പുറത്തായതിൽ ചങ്ങമ്പുഴയ്ക്കും പങ്കുണ്ടത്രെ. അതെന്താ യാലും പ്രണയം പരസ്യമായത് രാഘവൻപിള്ളയ്ക്ക് തീരാത്ത നഷ്ടത്തിന് കാരണമായി, അദ്ദേഹം ആ വീട്ടിൽനിന്നും ബഹിഷ്കൃതനായി.

ഇടപ്പള്ളിയിൽനിന്നും രാഘവൻപിള്ള പോയത് തിരുവനന്തപുര ത്തേക്കാണ്. എന്തെങ്കിലും ജോലി നേടിയെടുക്കുക എന്നതായിരുന്നു അദ്ദേഹത്തിന്റെ ലക്ഷ്യം. അവിടെ ഒരു വനിതാഡോക്ടറുടെ ഭവന ത്തിലാണ് അദ്ദേഹം താമസിച്ചത്. ജോലിയൊന്നും ലഭിക്കാതെ വന്നപ്പോൾ രാഘവൻപിള്ള വലിയ മനോവിഷമത്തിലായി. താൻ കാമുകിയായിക്കരുതിയവളുടെ വീട്ടിൽ നിന്നു തിരസ്ക്കരിക്കപ്പെട്ടതി നാൽ രാഘവൻപിള്ള ദുഃഖിക്കുന്ന സന്ദർഭം കൂടിയായിരുന്നല്ലോ അത്. ഒടുവിൽ ഡോക്ടറുടെതന്നെ കൊല്ലത്തുള്ള സ്വന്തം ഭവനത്തിലേക്ക് തിരിച്ചു അദ്ദേഹം. അവിടെ കുട്ടികൾക്ക് ട്യൂഷനെടുത്തു താമസിച്ചു പോരുകയും ചെയ്തു.

കൊല്ലത്തു താമസിച്ചുകൊണ്ടിരുന്ന സന്ദർഭത്തിലാണ് രാഘവൻ പിള്ളയുടെ രണ്ട് കൃതികൾ (ഹൃദയസ്മിതം, നവസൗരഭം) ബി.വി. ബുക്ക് ഡിപ്പോ പ്രസിദ്ധീകരിച്ചത്. അവിടെവച്ച് ഡോക്ടറുടെ അച്ഛൻ മുഖേന ചില ഉന്നത വ്യക്തിത്വങ്ങളുമായി പരിചയപ്പെടുകയും അവരുമായി സൗഹൃദം പുലർത്തിപ്പോരുകയും ചെയ്തു അദ്ദേഹം.

ഇതിനിടയിൽ കാമുകിയുടെ വിവാഹം നിശ്ചയിക്കപ്പെട്ടു. ചങ്ങമ്പുഴ ഇതറിഞ്ഞിരുന്നുവെങ്കിലും രാഘവൻപിള്ളയെ അറിയിക്കുകയുണ്ടാ യില്ല. താൻ കേട്ടതു സത്യമാണോ എന്ന് ചങ്ങമ്പുഴയ്ക്ക് സംശയമുണ്ടാ യിരുന്നുവത്രെ (ഇതത്രയ്ക്ക് വിശ്വസനീയമല്ല). പിന്നീട് ചങ്ങമ്പുഴയ്ക്ക് വിവാഹക്ഷണക്കത്ത് ലഭിച്ചു. കാമുകിയെക്കുറിച്ച് തമാശയായിപ്പോലും എന്തെങ്കിലും പറഞ്ഞാൽ പിണങ്ങുന്ന രാഘവൻ പിള്ളയെ ചങ്ങമ്പുഴ ഇക്കാര്യം അറിയിച്ചിരുന്നില്ല. ചിലപ്പോഴൊക്കെ കാമുകിയുടെ കാര്യം പറഞ്ഞ് രാഘവൻപിള്ളയെ പരിഹസിച്ചിരുന്ന ചങ്ങമ്പുഴയ്ക്ക് ഇതനുഭ വവുമായിരുന്നു. രാഘവൻപിള്ളയ്ക്ക് കാമുകിയോടുണ്ടായിരുന്നത് ഭക്തി യോടടുത്തെത്തുന്ന ഒരുതരം ആരാധനയായിരുന്നു. അങ്ങനെയുള്ള ഒരാളെ കാമുകിയുടെ വിവാഹത്തെക്കുറിച്ചറിയിക്കുമ്പോഴുണ്ടാകുന്ന ഭവിഷ്യത്തോർത്താണ് ചങ്ങമ്പുഴ രാഘവൻ പിള്ളയെ വിവരമറിയി ക്കാതിരുന്നത്.

രാഘവൻപിള്ള പക്ഷേ എങ്ങനെയോ വിവരമറിഞ്ഞു. അദ്ദേഹത്തിനും ക്ഷണക്കത്തയച്ചിരുന്നു എന്നു പറയപ്പെടുന്നു. ഏതായാലും വിവരമറിഞ്ഞ രാഘവൻപിള്ള ആശയറ്റ് ഉന്മാദം

ബാധിച്ചവനെപ്പോലെയായിത്തീർന്നു. ജീവിതത്തിൽ അദ്ദേഹത്തിനുണ്ടായിരുന്ന ഏറ്റവും വലിയ പ്രതീക്ഷയാണ് തകർന്നടിഞ്ഞിരിക്കുന്നത്. അങ്ങനെ അദ്ദേഹം തീവ്രമായൊരു നിരാശാഗർത്തത്തിലേക്ക് നിപതിച്ചു. തന്റെ വേദനകൾക്ക് സിദ്ധൗഷധമായിക്കഴിഞ്ഞിരുന്ന വ്യക്തി തന്നിൽനിന്നും അകന്നു പോകുന്നത് നിസ്സഹായനായി നോക്കി നിൽക്കുവാനേ അദ്ദേഹത്തിനു കഴിഞ്ഞുള്ളൂ. സങ്കീർണ്ണവും തന്റെ ഹൃദയം പിളർക്കുന്നതുമായ ഈ പ്രശ്നത്തെ അഭിമുഖീകരിക്കുവാനുള്ള കെൽപ്പ് അദ്ദേഹത്തിനില്ലാതെ പോയി. ദുരിതങ്ങളുടെയോ നിരാശയുടെയോ കൂറ്റൻ തിരമാലകൾ അദ്ദേഹത്തിന്റെ കാലത്തിനുമീതെ പ്രളയമായി ആർത്തു. ജീവിതത്തിനു മേലുള്ള പിടിവള്ളിയും അവസാനം പൊട്ടിച്ചിതറി. 1111 മിഥുനമാസം 21-ാം തീയതി കാമുകിയുടെ വിവാഹമുഹൂർത്തത്തിൽ വരനെപ്പോലെ അണിഞ്ഞൊരുങ്ങി "കരയുവാനായ് പിറന്ന'' ആ കാമുകൻ തന്റെ മുരളിയുമുടച്ച്, ഒടുവിലത്തെ ദീപവും കെടുത്തി, തന്റെ പുൽമാടത്തിനു തീ കൊളുത്തി ആത്മഹത്യയിലൂടെ നിത്യതയുടെ അന്ധകാരത്തിലേയ്ക്ക് വിടപറഞ്ഞു.

രാഘവൻപിള്ളയെപ്പോലെ നിർഭാഗ്യവാനായ ഒരു കവി അതിനു മുൻപോ ശേഷമോ കേരളത്തിലുണ്ടായിട്ടില്ല. ആ ജീവിതംപോലെ കരിമേഘങ്ങൾ അടർന്നുവീണ കാലുഷ്യം പൂണ്ട മറ്റൊരു കവിജീവിതവും. ദുർവ്വഹവും നിരാധാരവും നിരാശയുടെ ഇരുൾ മുഖങ്ങളാൽ അലോസരപ്പെടുത്തുന്നതുമായിരുന്നു ആ കവിയ്ക്ക് ജീവിതം. ജീവിതത്തെ നോക്കി ഒരിക്കൽപോലും അദ്ദേഹം പുഞ്ചിരിച്ചിട്ടില്ല. ബാല്യം മുതൽക്കേ തീയാളുന്ന കരിനിഴലുകൾ തിമിർത്ത്, അസഹനീയതയുടെ മുഖവുരയായിത്തീർന്ന്, ദുരന്തത്തിൽ പര്യവസാനിച്ച ആദർശനിർഭരവും ആത്മാർത്ഥവുമായ ഒന്നായിരുന്നു ആ കവി ജീവിതം.

രാഘവൻപിള്ളയുടെ കവിതകൾ ചങ്ങമ്പുഴക്കവിതകളേക്കാൾ ആത്മാർത്ഥവും സത്യസന്ധവുമായിരുന്നുവെന്നുമാത്രമല്ല ഘടനയിലും ഭാവത്തിലും ആ കവിതകളെക്കാൾ ആഴവും പരപ്പുമുള്ളതായിരുന്നു. എങ്കിലും കവിതയുടെ കരുത്തിനനുസരിച്ച് വികസിക്കുവാനുള്ള അവസരം അദ്ദേഹത്തിനില്ലാതെപോയി. ആ കവിയെ സഹൃദയലോകത്തിന് പരിചയപ്പെടുത്തുവാൻ ആരുംതന്നെ ഉണ്ടായില്ല. അദ്ദേഹം തന്റെ കവിതയുടെ പേരിൽ ഏറെ ശ്ലാഘിക്കപ്പെട്ടതുമില്ല. എന്നാൽ ചങ്ങമ്പുഴയെ സംബന്ധിച്ച് ഇക്കാര്യത്തിലെല്ലാം അദ്ദേഹം ഭാഗ്യവാനായിരുന്നു എന്നു മാത്രമല്ല ഇ.വി. യെപ്പോലെ പ്രശസ്തനായ ഒരാളുടെ തണലും അദ്ദേഹത്തിന് ലഭിക്കുകയുണ്ടായി.

രാഘവൻപിള്ളയുടെ കവിതകളിലുടനീളം നിരാശയും വിഷാദവും

ചിതറിക്കിടക്കുന്നതിനപ്പുറമേ തന്റെ പ്രണയം അകാലത്തിൽ പൊലിയുമെന്ന ദുരന്തബോധവും മരണാഭിനിവേശവും നരകുത്തുന്നുമുണ്ട്. തനിക്കുചുറ്റും ഉയരുന്ന ആരവങ്ങളുമായി താരതമ്യം ചെയ്യുമ്പോൾ താനെത്രയോ നിസ്സാരനും വിരൂപനുമാണെന്നും അദ്ദേഹം തിരിച്ചറിഞ്ഞതിന്റെ സൂചനകളും കവിതകളിൽ കാണാം. ആദ്യകാല സമാഹാരമായ 'തുഷാരഹാര'ത്തിൽ ഇപ്പറഞ്ഞതിന്റെ നിരവധി ഉദാഹരണങ്ങൾ ചൂണ്ടിക്കാണിക്കുവാൻ കഴിയും.

തുഷാരഹാരത്തിലെ രണ്ടാമത്തെ കവിത (ഞങ്ങൾ) രാഘവൻ പിള്ളയുടെ പ്രണയാർദ്രമായ ഹൃദയത്തിലേക്കു പിടിച്ച കണ്ണാടിയാണ്. സുഹൃത്തുക്കൾക്കിടയിൽവച്ചായാലും മറ്റുള്ളവരുടെ പരിഹാസത്തിനു ശരവ്യമാകുമ്പോൾ രാഘവൻപിള്ള പെട്ടെന്നു പിണങ്ങുമായിരുന്നെന്ന് മുൻപ് പറഞ്ഞിട്ടുണ്ടല്ലോ. താൻ പ്രണയിക്കുന്നവളെക്കുറിച്ച് കളിയായിട്ടുപോലും എന്തെങ്കിലും പറയുന്നത് രാഘവൻപിള്ളയ്ക്ക് അസഹനീയമായിരുന്നു.

രാഘവൻപിള്ളയുടെ അക്കാലത്തെ ഒരേ ഒരു സുഹൃത്ത് ചങ്ങമ്പുഴ മാത്രമായിരുന്നുവെന്ന് വേണമെങ്കിൽ പറയാം. എന്നാൽ സ്ത്രീകളോട് അത്രയ്ക്കൊന്നും മമത പുലർത്താതിരുന്ന ചങ്ങമ്പുഴ. രാഘവൻപിള്ളയുടെ കാമുകിയെക്കുറിച്ച് പല കെട്ടുകഥകളും പറഞ്ഞു പരത്തിയതായി പറഞ്ഞു കേട്ടിട്ടുണ്ട്. അത് സത്യംതന്നെയാകാനാണ് സാദ്ധ്യത. അതു കൊണ്ടായിരിക്കണം ഞങ്ങൾ എന്ന കവിതയിലെ ഈ വരികളിൽ:

"ചലിതജലബിംബിതമായ നേർശാഖിയിൽ
വളവധികമുണ്ടെന്നു തോന്നുന്ന പോലവേ
കുലടയവളെന്നുള്ള കാഹളമൂതുന്ന
കുടിലഹൃദയങ്ങളെ നിങ്ങൾക്കമംഗളം."

പരാമർശിച്ചിട്ടുള്ള 'കുടിലഹൃദയങ്ങൾ' ചങ്ങമ്പുഴയെ ഉദ്ദേശിച്ചാണെന്ന് രാഘവൻപിള്ള പറഞ്ഞതായി ടി.എൻ. ഗോപിനാഥൻ നായർ വെളിപ്പെടുത്തിയിട്ടുണ്ട്. ചങ്ങമ്പുഴ തന്റെ കാമുകിയെക്കുറിച്ച് പറഞ്ഞ അപവാദങ്ങളിൽ മനം നൊന്തിട്ടാകാം ഇടപ്പള്ളി ഈ വരികൾ കുറിച്ചത്. ഇങ്ങനെയുള്ള വ്യക്തിത്വങ്ങൾക്കിടയിൽ എന്തുതരത്തിലുള്ള ബന്ധമായിരിക്കും രൂപംകൊണ്ടിട്ടുണ്ടാവുക എന്നത് ഊഹിക്കാവുന്നതേയുള്ളൂ.

'ഞങ്ങൾ' എന്ന കവിത ആരംഭിക്കുന്നത് ഒരു പ്രഖ്യാപനത്തോടെയാണ്:

"മനുജരിനിയെന്തൊക്കെയോതിയെന്നാലുമെൻ

വനജയെ മറക്കുവാനാളല്ല ഞാൻ ദൃഢം."

കദനം നിറഞ്ഞാടുന്ന തന്റെ വഴിത്താരയിൽ കതിരൊളിവിരിയിക്കുന്ന വനജയെന്ന മനോഹരദീപം, വ്രണിതഹൃദയത്തിൽ പ്രണയത്തിന്റെ ഔഷധം ഇറ്റിയ്ക്കുന്ന പുണ്യത്തിടമ്പിനെ വിസ്മരിക്കുവാൻ സാദ്ധ്യമല്ലെന്ന് പ്രഖ്യാപിക്കുന്ന കവി, ജീവിതത്തെ ആസ്വാദ്യമാക്കുന്നത് അവളെക്കുറിച്ചുള്ള തേൻ തുളുമ്പുന്ന സ്മരണകളാണെന്നും ഉച്ചൈസ്തരം ഉദ്ബോധിപ്പിക്കുകയാണ്. ആ പ്രണയം കവിയുടെ മനസ്സിൽ വിവിധ ചിത്രങ്ങൾ കോറുന്നു:

"വിധിയോടൊട്ടൊക്കെ മല്ലടിച്ചീവിധം

വിജനതയിലേകാനായ് ഞാനിരുന്നീടവേ

മധുരഹസിതാർദ്രമാമാനനം തെല്ലചാ-

ച്ചമൃതരസമൂറിടും നർമ്മസംഭാഷണത്തിൽ

കരളുരുകിയെത്തുമെൻ കണ്ണീർക്കണം തുട-

ച്ചവളരികിൽ നില്പതായ് തോന്നുന്നതിപ്പോഴും!"

നിരന്തരമായ വേദനകൾക്കിടയിൽ അവൾ സാന്ത്വനമാണു കവിക്ക്. തന്റെ ചുറ്റുപാടുകളെ കവി നോക്കിക്കാണുന്നതിലുമുണ്ട് അറുതിയില്ലാത്ത ആകുലതയുടെ ചുവടുവയ്പുകൾ:

"വരണ്ടുപാരിടം ഇരുണ്ടുവിണ്ടലം

വരേണ്ടതെന്നതിൽപ്പരം ദുരിതങ്ങൾ!"

ഈ ചുറ്റുപാടിലും കാമുകിയുടെ സന്ദേശങ്ങൾ:

നീറുമീ നിരാശയെ നിതരാംനുകരാനോ

നീയെനിക്കേകിടുന്നു നിത്യമസ്സന്ദേശങ്ങൾ

ലോകത്തിൻ പരിഹാസപ്പാഴ്മരുപ്പരപ്പിലി

ശ്ലോകത്തിൻ നിഴലാം ഞാൻ മായുന്നതെന്നാണാവോ?"

അവസാനത്തെ വരികളിൽ കവി തന്റെ ഇടം അടയാളപ്പെടുത്തുന്നതും അയാൾ അങ്ങനെയുള്ള ഇടങ്ങളുടെ തളർച്ചയിൽ നിന്നുമുള്ള വിമുക്തി എന്ന നിലയിൽ മരണത്തെ ധ്യാനിക്കുന്നതും ശ്രദ്ധേയമാണ്. പക്ഷേ ഈ മരണാഭിമുഖ്യം പ്രണയത്തിൽ നിന്നല്ല, ജീവിതം കല്ലിച്ചുപോയ കാലത്തിന്റെ അടരുകളിൽ നിന്നുമുയരുന്ന വിലാപമായിട്ടാണ് നാം ശ്രവിക്കുന്നത്.

"ജീവിതത്തിന്റെ വർണ്ണാഭകൾതേടുന്ന ആ വസന്തത്തിൽ:

ശൂന്യതയിൽനിന്നു ജനിച്ച ഞാൻ

ശൂന്യതതന്നടിയിലടിയണം"

എന്ന് ഒരു പ്രവചനം പോലെ കുറിച്ചിട്ടുണ്ട്. 'കളിത്തോണി' എന്ന കവിതയിൽ ഒരു സ്വപ്നത്തെക്കുറിച്ച് തോഴിയോടു പറയുന്ന മട്ടിലുള്ള ആഖ്യാനത്തിലും വരാൻ പോകുന്ന പ്രണയദുരന്തത്തെക്കുറിച്ചുതന്നെ യാണ് കവി വേവലാതിപ്പെടുന്നത്. താൻ നേരിടുവാൻ പോകുന്ന തീവ്രമായ അനുഭവത്തെ തിരിച്ചറിഞ്ഞ ഒരാളെപ്പോലെയാണ് കവിയുടെ ഭാഷണം.

വസന്തലക്ഷ്മിയുടെ വരപുത്രിയായി പരിലസിക്കുന്ന പൂവിനോടെന്ന പോലെ സ്വന്തം അനുരാഗചിത്രം വരയ്ക്കുന്ന മറ്റൊരു കവിതയാണ് 'ഭ്രമര ഗീതി'. ആശാന്റെ വീണപൂവിനെ സ്മരമപ്പെടുത്തുന്ന ഭ്രമരഗീതിയിൽ ഒരു മൊട്ടായിരിക്കുമ്പോൾ തന്നെ പൂവിന്റെ പരിസരത്ത് ആഹ്ലാദത്തോടെ പാറിപ്പറക്കുന്ന വണ്ടിന്റെ ഈ ഗീതത്തിൽ, പൂവിനു ചുറ്റും നൃത്തം ചെയ്യുന്ന ചിത്രശലഭത്തിൽ മയങ്ങിപ്പോകരുതെന്നും, ചിത്രശലഭം പൂവിന് അപരിചിതനാണെന്നുമുണർത്തുന്ന വണ്ടിന്റെ അന്തർലോകവും ബാഹ്യരൂപവും നോക്കുക:

"അനുരാഗഗാനം പാടിട്ടണയുമീഭ്രമരത്തിൻ

മനതാരിൽ മഹിമ നീയറിയുന്നില്ലാ

കുലീനനല്ലിവനൊട്ടും കുബേരനുമല്ല പിന്നെ

കുസുമസ്തനനല്പം സുമുഖനല്ല"

എന്ന് കവി എഴുതിയിട്ടുള്ളത് സ്വന്തം ഛായ മുന്നിൽ വച്ചുകൊണ്ടുത ന്നെയാണ്. വണ്ടല്ല പാടുന്നത്, രാഘവൻപിള്ളയാണ്.

നിരാശയുടെ ഘോരതയിൽ അകപ്പെട്ട ഒരു വ്യക്തിയെയാണ് 'പ്രതീക്ഷ' യിൽ നാം കണ്ടുമുട്ടുന്നത്.

"പോരിക, പോരികയെന്നാശാപതംഗമേ

കൂരിരുളെങ്ങും പരന്നിടുന്നു

എന്ന് തുടങ്ങുന്ന കവിതയിലെ അവസാനത്തെ വരികൾ നോക്കുക:

എൻ ചിരപുണ്യമേ, മന്ദമിഴഞ്ഞു നീ

പഞ്ജരമെത്തിശ്ശയിച്ചുകൊൾക

കൂടുമടച്ചു ഞാനെന്മണിമച്ചിലെ

വാടാവിളക്കു കെടുത്തിടട്ടെ."

തന്റെ ആശാപതംഗത്തെ മടക്കി വിളിച്ച് കൂട്ടിലെത്തി ശയിച്ചു കൊള്ളുവാൻ പറയുന്ന കവി തന്റെ പ്രതീക്ഷയുടെ കൊടിപ്പടം താഴ്ത്തി, വിളക്കുമൂതിക്കെടുത്ത് തനിക്കുചുറ്റും തുള്ളിയിട്ടു പരന്നു നിറയുന്ന ഇരുളിലേക്ക് നോക്കിയിരിക്കുകയാണ്. തമസ്സ് കൂട്ടുകെട്ടിയ നിരാശയുടെ മഹാസാമ്രാജ്യത്തിലെ പ്രഭുവായിത്തീർന്ന ഈ കവിക്ക് ചുടുനെടുവീർപ്പുകളുതിർക്കുവാനായിരുന്നു നിയോഗം.

പ്രണയത്തിന്റെ തരളഭാവങ്ങളും വിരഹത്തിന്റെ വേദനകളും മാത്രമല്ല ജീവിതത്തിന്റെ ജീർണ്ണിച്ചിടുങ്ങിയ അസമത്വത്തിന്റെയും ദാരിദ്ര്യത്തിന്റെയും മറ്റൊരു മുഖം കൂടി ഇടപ്പള്ളി കവിതകളിൽ തിരി നീട്ടുന്നുണ്ട്. 'തപ്തബാഷ്പം' എന്ന കവിത ഇതിനൊരു മികച്ച ഉദാഹരണമാണ്.

ദരിദ്രയും നിസ്സഹായയും പണമുള്ളവന്റെ നീതിശാസനകൾക്കിരയാവുകയും ചെയ്യേണ്ടിവരുന്ന ഒരു പുലരിയുടെ വേദനാനിർഭരമായ ജീവിതമാണ് കവി ഇവിടെ വരയ്ക്കുന്നത്. തന്നിലേക്കുമാത്രം നോക്കുകയും തന്റെ വേദനകളുടെ ഭാരങ്ങളെ മാത്രം പർവ്വതീകരിച്ചു കാണുകയും ചെയ്ത കവിയായിരുന്നില്ല ഇടപ്പള്ളി എന്നതിന് തപ്തബാഷ്പം തന്നെ സാക്ഷി.

രാവിലെ തന്നെ പാലുകൊടുത്ത് ചെറുമകനെ ഉറക്കിക്കിടത്തി, തന്റെ കിടാത്തിയെ നോക്കാൻ ഏൽപ്പിച്ചു വേലയ്ക്കുപോയ ആ അമ്മ:

"കാണുന്ന മർത്ത്യാവലിയാത്തതാപാൽ
കണ്ണീരൊഴുക്കും ദയനീയ ചിത്രം
നാരിത്തിടമ്പിന്റെ വിളർത്തവക്ത്രം
ദാരിദ്ര്യഭൂതക്കൊട്ടുനൃത്തരംഗം!
'മാനം' മറയ്ക്കുന്നതിനായിമാത്ര
മേണാക്ഷിചാർത്തിടുമിരുണ്ടമുണ്ടിൽ
കാണുന്നതുന്നൽപ്പണിയെത്രയെത്ര-
യാണെന്നുരപ്പാനെളുതല്ലൊരാൾക്കും"

അക്കാലത്തെ കീഴാളജനതയുടെ, ഫ്യൂഡൽ സംസ്കൃതിയുടെ ഇരകളുടെ പിന്നിക്കീറിയ ജീവിത ചലന ചിത്രമാണിത്. അന്ന് ജോലി ചെയ്തതിനു ശേഷം തനിക്കു ലഭിച്ച തുച്ഛമായ നെല്ലിൻ കിഴിയുമായിട്ടാണ് പുലയിയുടെ യാത്ര. വീട്ടിലെത്തുമ്പോൾ അവൾ കാണുന്നത്:

"മുറ്റത്തൊരേടത്തു കരഞ്ഞു കണ്ണീ-
രിറ്റിറ്റു വീഴും കവിളോടുകൂടി

നിൽക്കുന്നു തൻ 'മൃത്ത കിടാത്തി' മോദം

ചേർക്കുന്നിതല്ലോ ചെറുമിക്കു ചിത്തേ."

കിടാത്തി കരയുവാനുള്ള കാരണമാരാഞ്ഞ ചെരുമിക്കു കിട്ടിയ മറുപടി:

"ഉച്ചയ്ക്കുറങ്ങാൻ തുടരുന്ന കുഞ്ഞ-

ങ്ങുണർന്നതില്ലെ''ന്നുരചെയ്തു..."

പുലർകാലേ വേലയ്ക്കുപോയപ്പോൾ കുഞ്ഞിനു മുലകൊടുത്തിട്ടു പോയതായിരുന്നു അവൾ. പക്ഷേ പിന്നീടിതുവരെ ആ കുഞ്ഞിനൊന്നും കുടിക്കുവാനായി കൊടുത്തതുമില്ല. അങ്ങനെ കരഞ്ഞ് കരഞ്ഞ് തളർന്ന് ആ ചെറുമിക്കുഞ്ഞ് മരിച്ചു. കുഞ്ഞിന്റെ മൃതദേഹം സംസ്ക്കരിക്കുവാൻ കാര്യസ്ഥനായ തമ്പ്രാനോടു അനുവാദം ചോദിച്ചപ്പോൾ അയാളുടെ തത്ത്വചിന്താപരമായ കിരാതമൊഴി ഇപ്രകാരമായിരുന്നു.

"തോറ്റക്കമെല്ലാം മതിയാജ്ജഡത്തെ

തോറ്റപറമ്പില്ലേയോടിതുലപ്പാൻ?

മാറ്റിത്തമെന്തിനു, മനുഷ്യനായാൽ

മാറ്റാവതല്ല മരണം, വരിഷ്ഠം."

തമ്പ്രാന്റെ അധികാര ധാർഷ്ട്യത്തിനു മുൻപിൽ പകച്ചുപോയ പുലയിക്കു നേരെ മാനുഷികതയുടെ ഒരു കരം നീണ്ടുചെന്നു. മറ്റൊരാളുടെ പറമ്പിൽ ആ കുഞ്ഞിന്റെ ജഡം സംസ്കരിക്കുകയും ചെയ്തു. 'കരയുവാനായ് പിറന്ന കാമുകനായി' സ്വയം വിശേഷിപ്പിച്ച ഒരാളുടെ തൂലികയിൽ നിന്നാണ് അന്നത്തെ സാമൂഹിക സാഹചര്യങ്ങൾക്കെതിരെയുള്ള പ്രതിഷേധം പോലുള്ള ഈ രചനയും പിറന്നത്. ഇടപ്പള്ളി രാഘവൻപിള്ളയെ ' മണിനാദത്തി'ന്റെയും നാളത്തെ പ്രഭാതത്തിന്റെയും കവിയായി ഘോഷിച്ച ആസ്ഥാന നിരൂപകവൃന്ദം തപ്തബാഷ്പം പോലുള്ള കവിതകൾ കാണാതെ പോയതാണോ?

ഇതേപോലെ ഇടപ്പള്ളിയുടെ ശ്രദ്ധേയമായ മറ്റൊരു കവിതയാണ് 'ഉണരുക'. കൊടിയ നിരാശയ്ക്കും വിഷാദത്തിനുമിടയിലും ജീവിതത്തിന്റെ പ്രസാദാത്മകത ആവിഷ്ക്കരിക്കുവാൻ ഈ കവി ശ്രമിച്ചതിന്റെ അടയാളമാണ് കവിത:

"പുതുമണമിളകുന്ന പൂക്കളേന്തി

പൂവല്ലിജാലം നിരന്നുനില്പൂ

മുദിതരായ് മധുവുണ്ണുമളിനിരകൾ

മുളിപ്പാട്ടോരോന്നു പാടിടുന്നു.

തളിർവല്ലി തലയാട്ടി രസിച്ചിടുമ്പോൾ

താളം പിടിയ്ക്കുന്നതിലും തെന്നലും."

ഇങ്ങനെ ആനന്ദസന്ദായകമായ വരികളിൽ പ്രതീക്ഷകൾക്ക് ഒരുണർത്തു പാട്ടായിത്തീർന്നിരിക്കുന്ന ഈ കവിത.

ഒരു 'പുഷ്പജീവി'യ്ക്കു പറ്റിപ്പോയ ചതികൾ ആ പുഷ്പം തന്നെ തന്റെ സഹജയോടു പറയുന്ന മട്ടിൽ പ്രണയവഞ്ചനയെ ആവിഷ്കരിച്ചിരിക്കുന്ന കവിതയാണ് പശ്ചാത്താപം. സൂക്ഷ്മവിശകലനത്തിൽ ഇടപ്പള്ളിയുടെ ജീവിതനിരീക്ഷണമാണ് ഇവിടെ കെട്ടഴിയുന്നത്.

"വിമലമായിട്ടുമെന്റെ ലഘുകാലജീവിതത്തെ

വിഫലമായുലകിൽ ഞാൻ നയിച്ചുകഷ്ടം

മറ്റൊരു വരി നോക്കുക:

പരിഹാസമേറ്റു ധരയിങ്കലിരിപ്പതിൽ

പ്പരമൊരു ദുരിതമേ വരുവാനുണ്ടോ?"

ഈ വരികളും രാഘവൻപിള്ളയുടെ ജീവിതവുമായി വളരെച്ചേർന്നു നിൽക്കുന്നു. കൊച്ചുകൊച്ചു പരിഹാസങ്ങൾപോലും ഇടപ്പള്ളിയെ വല്ലാതെ പീഡിപ്പിച്ചിരുന്നു എന്ന കാര്യം കൂടി ഈ വരികളോടു ചേർത്തുവായിക്കുക.

തന്റെ ജീവിതത്തെക്കുറിച്ച് രാഘവൻപിള്ള രചിച്ചിട്ടുള്ള 'എന്റെ ജീവിതം' എന്ന കവിതയിൽ അദ്ദേഹത്തിന്റെ സ്വത്വം തന്നെയാണ നാവരണം ചെയ്യപ്പെടുന്നത്. 'നവസൗരഭം' എന്ന സമാഹാരത്തിലെ ആ കവിത:

"കനലെതിർച്ചുടുവെയിലേറ്റു നിൽക്കും

പനിനീരലർസമം മദീയജീവിതം!

പ്രദോഷവേളതൻ പ്രഭനശിക്കുമ്പോൾ

പിടഞ്ഞുവീണതു കൊഴിഞ്ഞുമണ്ണാകും."

എന്നിങ്ങനെയുള്ള തപ്തനിശ്വാസങ്ങളുരുവിട്ടുകൊണ്ടാണ് ഈ കവിത ആരംഭിക്കുന്നത്. തന്നെ ആത്മാർത്ഥമായി സ്നേഹിക്കുവാൻ ഈ ഭൂമിയിലാരുമില്ലെന്നും അതിനാൽ തന്റെ വിയോഗത്തിൽ ഒരിറ്റു കണ്ണീർ പൊഴിയ്ക്കാനും ആരും കാണുകയില്ലെന്നും ഇതേ കവിതയിൽ ആവർത്തിക്കുകയാണ് കവി.

ഇതേ സമാഹാരത്തിലെ 'പശ്ചാത്താപം' എന്ന കവിതയിലും ജീവിച്ചു മതിയായ ഒരുവന്റെ ഹതാശമായ സ്വരം നമുക്കു കേൾക്കാം:

"ഹതഭാഗ്യനെനിത്തിനിയൊരു ഞൊടിയിവിടത്തി-

ലധിവസിക്കുവാൻ കൊതിമതിയിലിയോ;

വിമലയായിട്ടുമെന്റെ ലഘുകാലജീവിതത്തെ

വിഫലമായുലകിൽ ഞാൻ നയിച്ചു കഷ്ടം"

ഒരു പനിനീർപൂവ് അതിന്റെ ഇളംമൊട്ടിനോട് തന്റെ കഥ വിവരിക്കുന്ന മട്ടിൽ ആഖ്യാനം ചെയ്തിട്ടുള്ള ഈ കവിതയിൽ ചുറ്റുപാടുകളുടെ വഞ്ചനയിൽ കവി രോഷം കൊള്ളുകയാണ്. ഒരുപക്ഷേ അദ്ദേഹം നേരിട്ട ജീവിത സാഹചര്യങ്ങളുടെ ചിത്രണം കൂടിയായിരിക്കാമത്. അതെന്തായാലും ജീവിതത്തെക്കുറിച്ച് ഇടപ്പള്ളിക്ക് വളരെ ചുരുക്കമായിട്ടേ പ്രസാദാത്മകമായ വീക്ഷണമുണ്ടായിരുന്നുള്ളൂ. പ്രകൃതി പ്രതിഭാസങ്ങൾക്കു പിന്നിലും ദുഃഖനിനദം കേൾക്കുകയാണീ കവി:

"ഇലകൾ തൻ പിന്നിൽ നെടുവീർപ്പുവിട്ടി-

ളമരുത്തേറ്റം വിലപിക്കയല്ലീ!"

മറ്റൊരു കവിതയിൽ വത്സരങ്ങളാകുന്ന വൻതിരമാലകൾ മത്സരിച്ചു മുന്നോട്ടുപായുന്ന സങ്കടജലസമ്പൂർണ്ണമായ ഒരു വൻകടലായി കാലത്തെ നിരീക്ഷിക്കുന്നു കവി. വേറൊരു കവിതയിൽ:

"മതിയെന്നാശേ നിന്നെ

ക്കൂടിയും വിഴുങ്ങുവാൻ

ചതിയനൊരാളുണ്ട്

കാലമാം കാളസർപ്പം."

എന്നും കാണാം. രണ്ടു കവിതകളിലും കാലത്തെ, ലംഘിക്കുവാൻ കഴിയാത്ത, അതിജയിക്കുവാൻ കഴിയാത്ത ഒരു പ്രഹേളികയായിട്ടാണ് കവി കാണുന്നത്. കണ്ണീർക്കടലിൽ തുഴയറ്റുനിന്നുകൊണ്ടുതന്നെയാണ് ഈ കവിതകളും അദ്ദേഹം കുറിച്ചത്.

ആത്മഹത്യയ്ക്കു മുൻപായി രാഘവൻപിള്ള രണ്ടു കവിതകളെഴുതി. ഒന്നു മാതൃഭൂമി ആഴ്ചപ്പതിപ്പിന്. പിറ്റേദിവസത്തെ പത്രത്തിൽ പ്രസിദ്ധീകരിക്കുവാൻ നിർബ്ബന്ധിച്ചുകൊണ്ട്. മറ്റൊന്ന് മലയാളരാജ്യം പത്രമാഫീസിൽ നേരിട്ടുകൊണ്ടുപോയിക്കൊടുത്തു. 1111-ാമാണ്ട് നവംബർ 17-ാം തീയതി രാത്രി കൊടുത്ത കവിത 24-ാം തീയതിയാണ് പ്രസിദ്ധീകരിച്ചത്. രാഘവൻപിള്ളയുടെ ഒടുവിലത്തെ കവിതയാണ് 'നാളത്തെ പ്രഭാതം'.

'മണിനാദത്തെയും' 'നാളത്തെ പ്രഭാതത്തെയും' കുറിച്ചു പറയും മുൻപ് ചില കാര്യങ്ങൾ കൂടി:

നമ്മുടെ നിരൂപകരിൽ ബഹുഭൂരിഭാഗവും ഇടപ്പള്ളി രാഘവൻ പിള്ള രണ്ടു കവിതകൾ മാത്രം എഴുതിയ കവി എന്ന നിലയിലാണ് അദ്ദേഹത്തെ വിലയിരുത്തിപ്പോന്നത്. ചില പണ്ഡിത കേസരികൾ രാഘവൻപിള്ളയെക്കുറിച്ച് പഠനങ്ങൾ നടത്തിയിട്ടുണ്ടെങ്കിലും ഒരു പരിധിവരെ രാഘവൻപിള്ളയോട് നീതി കാണിച്ചത് ആധുനിക നിരൂപകരായിരുന്നു.

'മണിനാദ'വും 'നാളത്തെ പ്രഭാത'വും എഴുതുന്നതിന് മുൻപുതന്നെ ചില കവിതകളിൽ അദ്ദേഹത്തിന്റെ ശിഥിലമായ മനോഘടന തെളിയിട്ടുന്നതായി നാം കണ്ടു. മരണാഭിമുഖ്യവും, തനിയ്ക്കു മുന്നോട്ടു കുതിയ്ക്കുവാനുള്ള ത്രാണിയില്ലാത്ത അവസ്ഥയും അദ്ദേഹം മുൻകൂട്ടി കണ്ടിരുന്നു എന്നതിന്റെ സാധൂകരണമായി ചില വരികളിതാ:

"ഒരു ചെറിയ നീർപോള ഞാനിങ്ങെത്തു-

മിരുളിനുടെ വീർപ്പിൽ തകർന്നുകൊള്ളാം."

മരണത്തെക്കുറിച്ചുള്ള ഒരു നിരീക്ഷണം:

"മരണം മനോഹരപ്പച്ചില വിരിപ്പിട്ട

ഗിരിതൻ സാനുപ്രാന്തം തഴുകും തരംഗിണി."

തന്റെ ചുറ്റുപാടുകൾ:

"കാണുന്നതൊക്കെയും കാളമേഘാവൃതം

കാണേണ്ടതൊക്കെയും കാഞ്ചനസന്നിഭം."

പിന്നീട് തന്റെ കണ്ണുനീർ തുടയ്ക്കുന്ന സൗന്ദര്യധാമത്തോട്:

"പോരിക, പോരിക മുന്നോട്ടു ജീവിത-

പ്പോരിൽ നമുക്കൊരുമിച്ചു മരിച്ചിടാം."

ആ കാമുകനെ നോക്കു:

"നിർദ്ധനത്വത്തിൻ നിർദ്ദയ തൊട്ടിലിൽ

നിത്യവിഹാരിയായിട്ടുന്ന നാഥനെ..."

ഈ പ്രണയനായകനാരെന്നു പ്രത്യേകം പറയേണ്ടതില്ലല്ലോ.

അപരാധി എന്ന കവിതയിൽ:

"പരിതൃപ്തി തന്റെ കവാടദേശം

പരുഷപാഷാണ പ്രകീർണ്ണമത്രെ"

എന്ന വീക്ഷണമാണദ്ദേഹം കോറുന്നത്. പിന്നീടുള്ള വരികളിൽ:

"അഴലിന്റെ ശുവെള്ളക്കിണ്ണമെല്ലാ-

മഴലുനിറഞ്ഞവയായിരുന്നു."

എന്നു പാടുന്ന കവി ചോദിക്കുന്നു:

"നരജന്മം തന്ത്രീരഹിതമാകു-

മൊരു വീണയെന്തിനെന്നാരറിഞ്ഞു?"

നിഴലിന്റെ പിന്നാലെ പാഞ്ഞ് നിലയറ്റ ഗർത്തത്തിൽ വീണ കവിയുടെ വിലാപം നോക്കുക:

"പരിഭവത്തിന്റെ പരുഷനാദം

പരിഹാസത്തിന്റെ വിളർത്തനാദം

പരിശൂന്യത തൻ നടനമെന്റെ

പരിസരമയ്യോ ഭയദമേറ്റം."

കവിതയുടെ ഒടുവിൽ:

"അപട്ടു,വെൻ വീണയിലിത്രമാത്രം

അപശബ്ദം ഞാനൊന്നു മീട്ടിപ്പോയി.

അപരാധിയാണു ഞാൻ ലോകമേനി-

ന്നനുകമ്പയെന്നിലൊഴുക്കിടേണ്ട!

അവനമ്രശീർഷനായ് നിൽക്കുമെന്നി-

ലവസാനമാല്യമണിയിച്ചേക്കു."

"അണൽ കടൽത്തിരയെണ്ണുവാനാണെങ്കിൽ

മർത്ത്യതയെന്തിനെനിയ്ക്കു കിട്ടി?"

എന്നുള്ള രോദനം മുഴക്കുന്ന 'നിത്യരോദനത്തിൽ':

"ജീവിതഗ്രന്ഥത്തിലോരോവശങ്ങളു-

മീവിധം മുന്നോട്ടു ഞാൻ മറിച്ചാൽ

തപ്തബാഷ്പാങ്കിതമല്ലാത്തൊരക്ഷരം

തത്ര കണ്ടീടുവാനകയില്ല!"

ഈ വരികൾ ഇടപ്പള്ളിയുടെ ജീവിത ചരിത്രസംഗ്രഹമാണെന്നു പറയാം.

'മണിനാദവും' നാളത്തെ പ്രഭാതവും എഴുതുന്നതിനു മുൻപുതന്നെ മാനസികമായി രാഘവൻപിള്ള ജീവിതനടനമവസാനിപ്പിക്കുവാൻ

തയ്യാറെടുത്തിരുന്നു എന്നതിന്റെ സൂചന 'ഞാനിതാ വിരമിപ്പൂ' എന്ന കവിതയിൽ കാണാം:

"പകലിൻ പകുതിയിൽ പാതിരാവിനെ കണ്ടു
പതറിപ്പകച്ചു ഞാൻ നോക്കുന്നു നിരുന്മേഷം
അസ്വാസ്ഥ്യമലതല്ലമന്തരംഗത്തിൽ തപ്ത
നിശ്വാസം പാളിക്കുന്നെൻ പട്ടടച്ചെന്തീയോ
ഇരുളാണിരുളെങ്ങുമെങ്ങനെ തുടരും ഞാ-
നിനിയും തീർക്കേണ്ടൊരെൻ തീർത്ഥയാത്ര തൻശേഷം."

ഇങ്ങനെ ദിശതെറ്റി പതറിപ്പകച്ച് ഇരുളിൽ നിൽക്കുന്ന കവിയ്ക്ക് തന്റെ ഹൃദയത്തിനേറ്റ മുറിവുകൾ മറച്ചുപിടിച്ചുകൊണ്ട് നാട്യപ്പെടുവാനുള്ള കെൽപ്പുണ്ടായിരുന്നില്ല. ഈ കവിതയിൽ സ്വന്തം ജന്മത്തെപ്പോലും പാപമായിട്ടാണ് കവി കാണുന്നത്.

കരയല്ലേ എന്ന കവിതയിൽ:

"സമയത്തിൻ കരതലമൊഴുക്കുന്നു
മരണത്തിൻ മഞ്ജുമണിനാദം.
എന്നെഴുതിയ കവി:
ശരിയെന്നാൽ മന്നിൽ മഹിതപുഷ്പങ്ങൾ
പരിപൂർണ്ണം നിത്യം മരണത്തിൽ"

എന്നു പാടി സ്വയം ആശ്വസിയ്ക്കുകയും തന്റെ മരണത്തിന് സാധൂകരണം കണ്ടെത്തുകയും ചെയ്യുകയാണ് രാഘവൻപിള്ള. ഒപ്പം തന്റെ മരണത്തിന് സ്വയം ഒരു പരിവേഷം കൽപ്പിച്ചു നൽകുകയും ചെയ്തിരിക്കുന്നു.

അദ്ധ്യായം പതിനെട്ട്

നിലയ്ക്കാത്ത മണിനാദവും അസ്തമിക്കാത്ത നാളത്തെ പ്രഭാതവും

ഈ രണ്ടു കവിതകളിലേക്ക് കടക്കും മുൻപ് രാഘവൻപിള്ള തന്റെ മരണത്തിനു മുൻപെഴുതിയ അന്ത്യസന്ദേശം ഒന്നു പരിശോധിക്കാം.

"ഞാനൊന്നുറങ്ങിയിട്ട് ദിവസങ്ങൾ അല്ല മാസങ്ങൾ വളരെയായി. കഠിനമായ ഹൃദയവേദന. ഇങ്ങനെ അല്പാല്പം മരിച്ചുകൊണ്ട് എന്റെ അവസാനത്തെ പ്രതീക്ഷിക്കുവാൻ ഞാൻ അശക്തനാണ്. ഒരു കർമ്മ ധീരനാകുവാൻ നോക്കി, ഒരു ഭ്രാന്തനായി മാറുവാനാണ് ഭാവം. സ്വാത ന്ത്ര്യത്തിൽ കൊതി, അടിമത്തത്തിൽ വിധി. മോചനത്തിനുവേണ്ടിയുള്ള ഓരോ മറിച്ചിലും ഈ ചങ്കിനെ കൊട്ടുമ്പിരികൊള്ളിയ്ക്കുക മാത്രമാണ് ചെയ്യുന്നത്.

എന്റെ രക്ഷിതാക്കൾ എനിക്ക് ജീവിക്കുവാൻ വേണ്ടുന്നവ സന്തോ ഷത്തോടും സ്നേഹത്തോടും തരുന്നുണ്ടായിരിക്കാം. പക്ഷേ, ഈ ഔദാ ര്യമെല്ലാം എന്റെ ആത്മാഭിമാനത്തെ പാതാളം വരെ മർദ്ദിച്ചുകൊണ്ടിരി ക്കുന്ന ഒരു മഹാഭാരമായിട്ടാണ് തീരുന്നത്. ഞാൻ ശ്വസിക്കുന്ന വായു ആകമാനം അസ്വാതന്ത്ര്യത്തിന്റെ വിഷബീജങ്ങളാൽ മലീമസമാണ്. ഞാൻ കഴിക്കുന്ന ആഹാരമെല്ലാം ദാസ്യത്തിന്റെ കല്ലുകടിക്കുന്നവ യാണ്. ഞാൻ ഉടുക്കുന്ന വസ്ത്രംപോലും പാരതന്ത്ര്യത്തിന്റെ കാരിരു മ്പാണി നിറഞ്ഞതാണ്.

പ്രവർത്തിക്കുവാൻ എന്തെങ്കിലുമുണ്ടായിരിക്കുക, സ്നേഹിക്കുവാൻ എന്തെങ്കിലുമുണ്ടായിരിക്കുക, ആശിക്കാൻ എന്തെങ്കിലുമുണ്ടായിരിക്കുക, ഈ മൂന്നിലുമാണ് ലോകസുഖം അന്തർഭവിച്ചിരിക്കുന്നത്. ഇവയിലെ ല്ലാം എനിക്കു നിരാശയാണനുഭവം. എനിക്ക് ഏക രക്ഷാമാർഗ്ഗം

മരണമാണ്. അതിനെ ഞാൻ സസന്തോഷം വരിക്കുന്നു. ആനന്ദപ്രദമായ ഈ വേർപാടിൽ ആരും നഷ്ടപ്പെടുന്നില്ല, ഞാൻ നേടുന്നുമുണ്ട്. മനസാ വാചാ കർമ്മണാ ഇതിൽ ആർക്കും ഉത്തരവാദിത്തമില്ല. സമുദായത്തിന്റെ സംശയദൃഷ്ടിയും നിയമത്തിന്റെ നിശിതഖഡ്ഗവും നിരപരാധിത്വത്തിന്റെ മേൽ പതിയ്ക്കരുതേ.

എനിക്കു പാടുവാൻ ആഗ്രഹമുണ്ട്. എന്റെ മുരളി തകർന്നുപോയി. കൂപ്പുകൈ."

ഇടപ്പള്ളി രാഘവൻപിള്ള

ഇടപ്പള്ളിയെ തീർത്തും ഗൗരവമായി മാത്രം മഥിച്ചിരുന്ന കഠിനവേദനയ്ക്ക് ആധാരമായി അദ്ദേഹം രേഖപ്പെടുത്തിയിട്ടുള്ള കാരണങ്ങളിൽ പ്രധാനം സ്വാതന്ത്ര്യം എന്ന വിഷയമാണ്. സ്വാതന്ത്ര്യം എന്നു പറയുമ്പോൾ രാഘവൻപിള്ള ആഗ്രഹിക്കുന്നത് തന്റെ ജീവിതസാഹചര്യങ്ങളിൽ നിന്നുള്ള മുക്തിയാണ്; ജീവിതാവശ്യങ്ങൾക്കു വേണ്ടി മറ്റുള്ളവരെ ആശ്രയിക്കാതിരിക്കുക.

അവരുടെ ഔദാര്യത്തിനുവേണ്ടി യാചിച്ചു നിൽക്കുന്ന ഒരാളായി തന്നെ സ്വയം പരികൽപ്പന ചെയ്ത ഇടപ്പള്ളി അപകർഷബോധത്തിന്റെയും ആത്മനിന്ദയുടെയും കാരിരുമ്പാണിപ്പഴുതുകളിൽ പിടഞ്ഞു. തന്റെ ജീവിത മണ്ഡലമാകെ ഭയാനകമായ ശൂന്യതയിൽ വിങ്ങിനിൽക്കുകയാണെന്ന ബോധവും അദ്ദേഹത്തെ വന്യമായി ഉലച്ചുകളഞ്ഞു. പ്രവർത്തിക്കുവാനും സ്നേഹിക്കുവാനും ആശിക്കുവാനും ഒന്നുമില്ലാതിരിക്കുക എന്നത് ഒരാളെ സംബന്ധിച്ചിടത്തോളം എത്രമാത്രം നിരാശാജനകമാണ്. ഈ നിരാശയുടെ അടിത്തട്ടിൽ വീർപ്പുമുട്ടിക്കഴിയുകയായിരുന്നു അദ്ദേഹം.

തനിയ്ക്ക് ഓർമ്മയുള്ള നാൾ മുതൽ ജീവിതം നിരവധി പേരുടെ ഔദാര്യത്തിലാണ് പതർച്ചയുടെ ഘട്ടത്തിലൂടെ മുന്നോട്ടു പൊയ്ക്കൊണ്ടിരുന്നത്. പിന്നീട് ജീവിതത്തിന്റെ അവസാനകാലം വരെ ഇത്തരം കടപ്പാടുകളുടെ ഒരു ശൃംഖലതന്നെ അദ്ദേഹത്തിന്റെ ലോലമനസ്സിനെ വരിഞ്ഞുമുറുക്കി. അതിൽ നിന്നുമുള്ള മോചനത്തിനുവേണ്ടി ഒരു ജോലി ലഭിക്കുവാനും അതു വഴി സ്വന്തം നിലനില്പുതന്നെ സാധൂകരിക്കുവാനും വേണ്ടിയാണ്. ഒടുവിലദ്ദേഹം വിദ്വാൻ പരീക്ഷ എഴുതിയത്. പക്ഷേ അതും ദയനീയമായി പരാജയപ്പെടുകയായിരുന്നു.

തന്നെ പ്രണയിക്കുന്നു എന്നു കരുതിയ പ്രിയപ്പെട്ടവളുടെ വിവാഹം മാത്രമല്ല രാഘവൻപിള്ളയെ ആത്മഹത്യയിലേക്കു നയിച്ചത്. ജീവിതത്തിന്റെ പല ഘട്ടങ്ങളിലായി പല വിധത്തിൽ നേരിടേണ്ടി വന്ന

പരാജയങ്ങളും അദ്ദേഹത്തിന്റെ ആന്തരികലോകത്തെ കലാപകലുഷിതമാക്കിത്തീർത്തിരുന്നു. അതിന്റെയൊക്കെ പ്രതികരണമെന്ന നിലയിലാണ് രാഘവൻപിള്ളയുടെ ആത്മഹത്യയെ കാണേണ്ടത്. അതുപോലെ തന്നെ കുടുംബബന്ധങ്ങളുടെ ശിഥിലീകരണവും രാഘവൻപിള്ളയുടെ കാര്യത്തിൽ അദ്ദേഹത്തെ വായിക്കുന്ന ഒരാൾക്ക് മറക്കുവാൻ വയ്യാത്ത ഒന്നാണ്. അമ്മയുടെ മരണം, അച്ഛനാണെങ്കിൽ ജയിലിലും. രാഘവൻപിള്ളയുടെ ജീവിതകാലത്തിലൊരിക്കൽ പോലും അച്ഛനിൽ നിന്ന് വാത്സല്യത്തിന്റെ ഒരൊറ്റ ശബ്ദം പോലും അദ്ദേഹത്തിന് ശ്രവിയ്ക്കുവാൻ കഴിഞ്ഞില്ല. അനുജനാകട്ടെ നാടുവിടുകയും ചെയ്തു. ഇങ്ങനെ തനിക്കു ചുറ്റും ഭീകരമായി പൊട്ടിപ്പടർന്ന ഇരുളിന്റെ ചുട്ടുപൊള്ളിയ്ക്കുന്ന ലാവാപ്രവാഹത്തിൽ നിലയറ്റ് കൈകാലിട്ടടിച്ച രാഘവൻപിള്ളയ്ക്ക് സാന്ത്വനമേകുവാൻ ആരും ഉണ്ടായിരുന്നില്ല.

ഭാവിയെക്കുറിച്ച് പ്രതീക്ഷിക്കുവാൻ പാകത്തിൽ അദ്ദേഹത്തിനു നേരെ ജീവിതം കനിഞ്ഞില്ല. നിലനിൽപ്പിന് വേണ്ടുന്ന ഉപാധികളൊന്നുമില്ലാത്ത ഒരു വ്യക്തിക്ക് ജീവിയ്ക്കുവാൻ എന്തു കാരണമാണുള്ളത്? ഇത്തരം സംഘർഷങ്ങൾക്കിടയിലും ഒരു കർമ്മധീരനാകുവാൻ നിർഭാഗ്യവാനായ ആ കവി ശ്രമിക്കാതിരുന്നില്ല. മാത്രവുമല്ല തന്റെ തിരോധാനം ഭൂമിയ്ക്കു മുകളിലുള്ള ആരെയും ദുഃഖിപ്പിക്കുകയില്ല എന്ന ദൃഢമായ വിശ്വാസവും രാഘവൻപിള്ളയ്ക്കുണ്ടായിരുന്നു. പിന്നെയീ ജീവിതം ആർക്കുവേണ്ടി? ആർക്കും ഒരു നഷ്ടവുമില്ലാത്ത ആത്മഹത്യയിലൂടെ താനാണെങ്കിൽ നേടുന്നുമുണ്ട്. അന്ത്യസന്ദേശത്തിലും രാഘവൻപിള്ള തന്റെ കാമുകിയ്ക്കു നേരെ സംശയത്തിന്റെ ഒരു വിരൽപോലും നീളരുതെന്ന് അപേക്ഷിയ്ക്കുകയും ചെയ്യുന്നു.

വെറുമൊരു പ്രണയത്തിനുവേണ്ടി തന്റെ ജീവിതം ബലികൊടുത്ത ആളല്ല രാഘവൻപിള്ള എന്നു വ്യക്തമാക്കുവാനാണ് ഇവിടെ ഇത്രയും കുറിച്ചത്. തന്റെ സാഹചര്യങ്ങൾ നൽകിയ കാരമുള്ളുകളും ഇരുളും നിറഞ്ഞ ഏകാന്ത മരുഭൂമി ഹൃദയത്തിലേക്കു പ്രവഹിച്ചു പ്രഹരിച്ചതിന്റെ പിടച്ചിലായിരുന്നു രാഘവൻപിള്ളയുടെ ആത്മഹത്യ. യാഥാർത്ഥ്യങ്ങൾ താങ്ങുവാൻ കഴിയാത്ത ഒരുവന്റെ ഉള്ളിൽ നിന്ന് ഉയിർക്കൊണ്ട നിലവിളി.

'മണിനാദം', രാഘവൻപിള്ള തന്റെ ആത്മഹത്യാക്കുറിപ്പായി ആഘോഷിച്ച കവിത എന്ന നിലയിൽ മാത്രമല്ല പ്രസക്തമാകുന്നത്. അദ്ദേഹത്തിന് തീവ്രമായ പ്രശ്നങ്ങളിൽ നിന്നുള്ള ഒരു വിമോചനം കൂടിയായിരുന്നല്ലോ കവിത. എന്നു മാത്രമല്ല കവി തന്റെ രഹസ്യങ്ങളധികവും പരോക്ഷമായി കവിതകളിൽ കോറിയിട്ടിട്ടുമുണ്ട്. തന്റെ അകം

നിലങ്ങളിലെ വരണ്ടുപൊട്ടിയ മൺകട്ടകളുടെയും, മുൾമുനകൾ തിങ്ങിയ ഇരുളിന്റെയും പ്രഭവസ്ഥാനങ്ങൾ പുറത്തേയ്ക്കു പ്രവഹിപ്പിക്കുവാനുള്ള ഒരു സേഫ്റ്റി വാൽവ് കൂടിയായിരുന്നു ഇടപ്പള്ളിക്ക് കവിത.

താൻ മനസ്സിലുറപ്പിച്ചുവെച്ച സ്വയംഹത്യയുടെ ഉന്മാദഭരിതമായ മുഹൂർത്തങ്ങളിൽ ഉറവപൊട്ടിയൊഴുകിയ 'മണിനാദം' മലയാള സാഹിത്യത്തിലെ തന്നെ അപൂർവ്വം സംഭവങ്ങളിൽ ഒന്നാണ്. അങ്ങനെ ഒട്ടൊക്കെ നില തെറ്റിയ ഒരു മനസ്സിന്റെ വീക്ഷണമാണ് മണിനാദത്തിന്റെ ഘടനയെ നിയന്ത്രിച്ചു നിർത്തുന്നത്. അതിന്റെ വരികളൊരിക്കലും പ്രലപനത്തിന്റെ പാരമ്യത്തിലേക്കധഃപതിയ്ക്കുന്നില്ല എന്നത് ശ്രദ്ധേയമാണ് എന്നു മാത്രമല്ല പ്രലോഭനീയമായ ഒരു വശ്യത അതിനെ ചൂഴ്ന്നു നിൽക്കുകയും ചെയ്യുന്നു. നീലാകാശത്തിന്റെ അപാര തകളെ മോഹിപ്പിക്കുകയും ചിലപ്പോൾ പ്രകമ്പനം കൊള്ളിക്കുകയും ചെയ്തുപോന്ന 'വെള്ളിനക്ഷത്രം' അടർന്നുവീണപ്പോൾ ഹൃദയം തകർന്നുപോയ ഒരുവന്റെ, നിയന്ത്രിച്ചിട്ടും കൈവിട്ടുയരുന്ന രോദനമാണ് മണിനാദത്തിന്റെ അന്തർധാര.

ആത്മഹത്യയ്ക്ക് ഏതാനും നാളുകൾക്ക് മുൻപ് ഇടപ്പള്ളി എഴുതിയ ഈ കവിത വികാരത്തിന്റെ പ്രചണ്ഡപ്രവാഹമായല്ല, നിയന്ത്രിതമായ പ്രശാന്തതയുടെ അനുരണനങ്ങളാണ് ആസ്വാദകനിലുണർത്തുക. പ്രധാനമായും പ്രണയം പൊലിഞ്ഞതിനെ വലംവെച്ചുകൊണ്ടുള്ള ഒന്നാണ് ഇതിന്റെ ഉള്ളടക്കമെങ്കിലും, യാത്രാമൊഴി എന്ന രീതിയിലാണ് ഇതെഴുതപ്പെട്ടിട്ടുള്ളതെങ്കിലും, തനിയ്ക്കു ചുറ്റുമുള്ള ലോകത്തിന്റെ കാപട്യം തുറന്നുകാട്ടുവാനും, നാട്യങ്ങളില്ലാത്തതിനാലാണ് താൻ പരാജയമടഞ്ഞതെന്നും കവി സൂചിപ്പിക്കുന്നുണ്ട്.

തന്നെ കവി ചിത്രീകരിക്കുന്നതിപ്രകാരമാണ്:

"പിരിയുകയാണിതാ, ഞാനൊരധഃകൃതൻ
കരയുവാനായ് പിറന്നൊരു കാമുകൻ
മണലടിഞ്ഞുമയങ്ങിക്കിടക്കട്ടെ
പ്രണയമറ്റതാമീ മൺപ്രദീപകം."

താനൊരധഃകൃതനാണെന്ന ബോധം സ്വന്തം സൗന്ദര്യരാഹിത്യത്തിൽ നിന്നു മാത്രമല്ല സാമ്പത്തികമായ തകർച്ചയിൽ നിന്നു കൂടിയദ്ദേഹത്തിനു ലഭിച്ചതാണ്. അധഃകൃതനും കരയുവാനായ് പിറന്നവനുമായ ഈ കാമുകൻ മണലടിഞ്ഞു മയങ്ങിക്കിടക്കുന്നതിലാണ് കവിചേതന ആശ്വാസം കൊള്ളുന്നത്.

സുഖകരമായ സുന്ദരസ്വപ്നങ്ങളിൽ ആനന്ദാതിരേകത്തോടെ നിറഞ്ഞു തുളുമ്പുന്ന പ്രണയലഹരിയിൽ മുഴുകി സ്വജനങ്ങൾ നൽകിയ മനോഹരമായ ചിരിയിലാകൃഷ്ടനായ് അടിയുറയ്ക്കാതെ മേൽപ്പോട്ടുയർന്ന അലകടലിന്റെ ആഴമളക്കുവാൻ മുതിർന്ന തന്റെ സാഹസികതയോർത്ത് പരിതപിക്കുകയാണ് കവി.

തനിയ്ക്കുചുറ്റുമുയരുന്ന കാപട്യത്തിന്റെ മുഖാവലി പിച്ചിച്ചീന്തി ആസ്വാദകനെ അഭിമുഖീകരിക്കുമ്പോൾ താൻ എങ്ങനെ പരാജയപ്പെട്ടുവെന്നും കവി വിശദീകരിക്കുന്നു:

"മണിമുഴക്കം! മരണദിനത്തിന്റെ
മണിമുഴക്കം മധുരം!- വരുന്നു ഞാൻ
ചിരികൾ തോറുമെൻ പട്ടടത്തീപ്പൊരി
ചിതറിടുന്നോരരങ്ങത്തു നിന്നിനി
വിടതരൂ, മതി പോകട്ടെ ഞാനുമെൻ
നടനവിദ്യയും മൂകസംഗീതവും!
വിവിധരീതിയിലൊറ്റ നിമിഷത്തിൽ
വിഷമമാണെനിക്കാടുവാൻ, പാടുവാൻ
നവരസങ്ങൾ സ്ഫുരിക്കണമൊക്കെയു
മവരവർക്കിഷ്ടമായിട്ടിരിക്കണം.
അരുതരുതെനിക്കീരീതിതെല്ലുമി-
ച്ചരിതമെന്നുമപൂർണമാണെങ്കിലും
അണിയലൊക്കെക്കഴിഞ്ഞു ഞാൻ പിന്നെയു-
മണിയറയിലിരുന്നു നിഗൂഢമായ്
പലദിനവും നവനവരീതികൾ
പരിചയിച്ചു, ഫലിച്ചില്ലൊരല്പവും
തവിടുപോലെ തകരുമെൻ മാനസ-
മവിടെയെത്തിച്ചിരിച്ചു കുഴയണം!
ചിരിചൊരിയുവാനായിയെൻ ദേശികൻ
ശിരസിതാഡനമേറ്റി പലപ്പൊഴും
ഹഹഹ ! വിസ്മയം ലോകമേ
അതിവിചിത്രമീ നൃത്തശിക്ഷാക്രമം.
കളരിമാറി ഞാൻ കച്ചകെട്ടാമിനി.

കവിയരങ്ങൊന്നു മാറിനോക്കാമിനി
പ്രണയനാടകമെന്നുമിതുവിധം
നിണമണിച്ചിലിലെത്താതിരുന്നിടാ!"

തന്റെ വേഷവും അഭിനയവും അരങ്ങും തമ്മിലുണ്ടായിട്ടുള്ള വിച്ഛേദത്തിനു കാരണമായിത്തീർന്ന സംഗതികളെക്കുറിച്ച് ഈ ഏകാന്തകാമുകൻ വിഷമവൃത്തത്തിലകപ്പെട്ടതുപോലെ വെളിപ്പെടുത്തുന്നുണ്ട്. പല രീതിയിൽ ഒരൊറ്റ സമയത്തുതന്നെ ആടുവാൻ ഈ കവി ശീലിച്ചിട്ടില്ല. മറ്റൊരുവിധത്തിൽ പറഞ്ഞാൽ അകലോകത്തിന്റെ സംഘർഷങ്ങളെ മാറ്റിനിർത്തി വെറുമൊരു യന്ത്രമാകുവാൻ തനിക്കു കഴിയില്ല. രംഗവേദി കൊഴുപ്പിക്കുവാൻ താൻ പുതിയ പല രീതികളും ശീലിച്ചു നോക്കിയെങ്കിലും അവയെല്ലാം പരാജയപ്പെടുകയാണ്. തകർന്നുപോയൊരു മാനസവും പേറി അരങ്ങിലെത്തിച്ചിരിച്ചുനിൽക്കുവാൻ കഴിയാത്ത അവസ്ഥയാണീ കവിക്കുള്ളത്. അതുകൊണ്ടാണ് പ്രണയനിരാസത്തിന്റെ തീവ്രതകൾ മനസ്സിലൊരു കൊടുങ്കാറ്റിളക്കിവിടുമ്പോൾ തനിക്കരങ്ങിൽ ചാതുര്യത്തോടെ അഭിനയിച്ചു നിൽക്കുവാൻ കഴിയാതെ പോകുന്നത്. ആയതിനാൽ അസഹനീയമായ മനോവേദനകൾക്കറുതി വരുത്തുവാൻ തനിക്ക് ആത്മഹത്യയല്ലാതെ മറ്റൊരു മാർഗ്ഗവുമില്ലെന്നു വാദിക്കുകയാണ് കവി.

ഒടുവിലത്തെ വരികളിൽ തന്റെ കർമ്മത്തിനു സാക്ഷിയായി കാർത്തിക നക്ഷത്രമുണ്ടെന്നു പറയുന്ന കവി, അവൾ വിദൂരത്താണെങ്കിലും മനസ്സുകൊണ്ട് തന്നിൽത്തന്നെയുണ്ടെന്നും അവൾ അപങ്കിലയാണെന്നും തന്നെയോർത്ത് അകംനിറഞ്ഞൊരു തേങ്ങൽ അവളിൽ വിതുമ്പുന്നുണ്ടെന്നും എങ്കിലും ഒരു തരി ദുഃഖം പോലും കാലം അവളുടെ കവിളിണയിൽ പടർത്താതിരിക്കട്ടെ എന്നും പ്രാർത്ഥിക്കുന്നു. ഇവിടെ കാർത്തിക നക്ഷത്രം എന്നു കവി പറഞ്ഞിട്ടുള്ളത് തന്റെ കാമുകിയായ കാർത്ത്യായനിയമ്മയെ ഉദ്ദേശിച്ചാണ്.

പങ്കിലയല്ലാത്തവളായിട്ടാണ്, മരണത്തിന്റെ മുമ്പിൽ നിൽക്കുമ്പോഴും കവി അവളെ വിശേഷിപ്പിക്കുന്നത്. രാഘവൻപിള്ളയുടെ മനസ്സിൽ ഉടവുതട്ടാതെ ആരാധനയോടെ സൂക്ഷിച്ചിരുന്ന ഒരു സുവർണ്ണവിഗ്രഹം തന്നെയായിരുന്നു ആ കാമുകി.

പ്രണയവും അതിന്റെ പരിണതിയായുണ്ടായ അടക്കാനാകാത്ത ദുഃഖവും മാത്രമല്ല, നിയന്ത്രിതവികാരങ്ങളോടെ, അനുപമമായ ആത്മാർത്ഥതയോടെ മരണത്തിനു മുന്നിലും കാമുകിക്കുവേണ്ടി പ്രാർത്ഥിക്കുന്ന അതീവസുന്ദരമായൊരു മനസ്സിന്റെ ഉടമയായി ഇടപ്പള്ളി

നിലകൊള്ളുന്നതായും നാം കാണുന്നു. അകവും പുറവും തീപിടിച്ചൊരു മനസ്സുമായി തനിയ്ക്കു ചുറ്റും പ്രളയമിരമ്പുമ്പോൾ പ്രശാന്തചിത്തനായ് കടന്നുപോയ ഒരാളുടെ കാലടയാളമായി ഈ കവിത കാലത്തെ അതിജീവിക്കുന്നു.

വെറും പതിനാലുവരികൾ മാത്രമുള്ള 'നാളത്തെ പ്രഭാതം' സ്വയം മരണത്തിനു വിധിക്കപ്പെട്ട ഒരു കവിയുടെ അന്ത്യഗാനമെന്ന നിലയിൽ മാത്രമല്ല ഈ കവിത സംവേദനം ചെയ്യുന്ന ഗാംഭീര്യം കൊണ്ടും പ്ര സക്തമാണ്. അനേകം നാളുകളായി അഭയകേന്ദ്രത്തിലെത്തുവാൻ വേണ്ടി ഉഴറുന്ന ഒരാൾ തന്റെ സാന്ത്വനസ്ഥലം കണ്ടെത്തിയപ്പോൾ പതറാത്ത ചുവടുവയ്പുകളുമായി മരണത്തെ ചുംബിക്കുവാനായി തയ്യാ റെടുക്കുകയാണ്. നാളെ എന്ന ഭാവിയുടെ കിരീടധാരണത്തെ കണ്ട് ആഹ്ലാദസംഗീതം പുറപ്പെടുവിക്കാനായി കണ്ടുനാളും പോലും ത്രസി ക്കുകയാണ്.

കവാടം തുറന്ന് പ്രഭാതത്തെപ്പുണരുവാൻ വെമ്പുന്ന കവിയ്ക്ക് പിടികൊടുക്കാതെ തെന്നിമാറുന്ന സുന്ദരിയുടെ രൂപമായി മരണവും നാളെയുടെ പ്രഭാതവും ഒളിച്ചുകളിക്കുന്നു. മറ്റൊരു വിധത്തിൽ നാളത്തെ പ്രഭാതം കവിയുടെ മരണബിന്ദു കൂടിയാണ്. അതിനെ സാമോദം ആശ്ലേ ഷിക്കുവാനാണ് ഹതഭാഗ്യനായ ഈ കവിയ്ക്കു തിടുക്കം. തിടുക്കപ്പെട്ട് തന്റെ പ്രിയപ്പെട്ട പ്രഭാതത്തോട്, മരണത്തോടു കവി പറയുകയായി:

"തെല്ലൊരു വെളിച്ചമില്ലോമനേ, യിതായെന്റെ

പുല്ലുമാടവും കത്തിച്ചെത്തുകയായി ദാസൻ..."

ദുഃഖം പൊട്ടിപ്പടരുന്ന ഈ വരികളോടെയാണ് കവിത പൂർണ്ണമാകു ന്നത്. ചങ്ങമ്പുഴയെയും രാഘവൻപിള്ളയെയുംപോലെ നിരാകരണവും ഏകാന്തതയും നിരാശയും അനുഭവിച്ച ഇതര കവികൾ ജീവിതത്തിന്റെ പക്ഷത്തുനിന്നു. ചങ്ങമ്പുഴയാകട്ടെ ഒരു ലഹരിബാധിതനെപ്പോലെ ജീവിതം ആഘോഷിച്ചു; കലഹിച്ചു. പക്ഷേ ഈ കവി ചരിത്രത്തിൽ ആവർത്തിക്കുന്നില്ല. അയാൾ ദുഃഖത്തിന്റെയും അപാരമായ നിരാശ യുടെയും നടുവിൽ മരണത്തെ ധ്യാനിച്ചിരിക്കുന്നു-ശാന്തചിത്തനായി.

'നാളത്തെ പ്രഭാതം' മരണം സ്ഥിരീകരിച്ച ഒരു കവിയുടെ രചനയാണ്. അതിൽ അയാൾ പ്രണയപരാജയത്തെക്കുറിച്ചോ ലോകനീതിയുടെ നാട്യങ്ങളെക്കുറിച്ചോ, നാടകശാലയായിത്തീർന്ന ലോകത്തെക്കുറിച്ചോ ഒന്നും പറയുന്നില്ല. മരണത്തിനുനേർക്ക് എത്രയും ശാന്തനായി അയാൾ നടന്നടുക്കുന്നു, മറ്റെല്ലാം അയാളെ സംബന്ധിച്ചി ടത്തോളം അസ്തമയത്തിൽ വിലയിച്ചുകഴിഞ്ഞു.

രാഘവൻപിള്ളയുടെ പ്രണയത്തെക്കുറിച്ചും അതിൽ അദ്ദേഹം എത്രമാത്രം നിമഗ്നനാണെന്നും അറിയുമായിരുന്ന ചങ്ങമ്പുഴ, അദ്ദേഹത്തിന്റെ ആത്മഹത്യയ്ക്ക് ഏകദേശം ഒരാഴ്ച മുമ്പ് 'വിയോഗഭ്രവിൽ' എന്നൊരു കവിത രചിക്കുകയുണ്ടായി. രാഘവൻപിള്ള കാമുകിയെ സഹോദരിയായി കണ്ടുകൊണ്ട് പ്രണയത്തിൽ നിന്നും വിരമിക്കുന്നതായിട്ടാണ് ഈ കവിതയുടെ ആഖ്യാനം:

"വിശ്രമത്തിന്റെ തണലിലീ സ്വപ്നങ്ങൾ
വിസ്മരിച്ചേക്കു സമസ്തവും തോഴി, നീ!
തമ്മിൽ പിരിയാം നമുക്കീയവസാന-
ചുംബനത്തിന്റെ ഹൃദയത്തുടിപ്പുമായ്.
നമ്മിലുറങ്ങിക്കിടക്കുമഴലിനെ-
ക്കണ്ണീർ തളിച്ചുവിളിച്ചുണർത്തൊല്ല നീ."

എന്നാൽ ചങ്ങമ്പുഴ ഭാവനയിൽ കണ്ട മാനസാന്തരത്തിനും എത്രയോ വിപരീതമായിട്ടാണ് കാര്യങ്ങൾ പരിണമിച്ചത്. രാഘവൻപിള്ളയുടെ സാഹചര്യം തനിക്കുണ്ടായാൽ താൻ എന്തുചെയ്യുമെന്നാണ് ഈ കവിതയിലൂടെ ചങ്ങമ്പുഴ പറയുന്നത്. ചങ്ങമ്പുഴയ്ക്കും രാഘവൻപിള്ളയെ ശരിയായ വിധത്തിൽ മനസ്സിലാക്കാൻ കഴിഞ്ഞില്ല. രാഘവൻപിള്ള തന്റെ അവസാന കാലത്ത് ചെലവഴിച്ച കൊല്ലത്തുനിന്നും നിരവധി കത്തുകൾ ചങ്ങമ്പുഴയ്ക്കയച്ചിരുന്നു. അതിലൊന്നും ആത്മഹത്യയെക്കുറിച്ച് നേരിയൊരു സൂചന പോലുമില്ലായിരുന്നു. തന്റെ മനസ്സിനെ മഥിച്ചിരുന്ന പ്രശ്നകലുഷിതമായ കാര്യങ്ങളെക്കുറിച്ച് വളരെക്കുറച്ചുമാത്രമേ ചങ്ങമ്പുഴയെയും രാഘവൻപിള്ള അറിയിച്ചിരുന്നുള്ളൂ. തന്റെ ദുഃഖങ്ങളൊക്കെയും തന്നിലേക്കുതന്നെ വലിച്ചെടുക്കുന്ന മാനസികഘടനയായിരുന്നു ഇടപ്പള്ളിയുടേത്.

ചങ്ങമ്പുഴ സ്ത്രൈണഭാവമുള്ള വ്യക്തിയായും ഇടപ്പള്ളിയെ പുരുഷഭാവങ്ങളുടെ വ്യക്തിത്വമായും കേസരി ബാലകൃഷ്ണപിള്ള നിരീക്ഷിച്ചിട്ടുള്ളത് സാന്ദർഭികമായി ഓർത്തുപോവുകയാണ്. ബാലകൃഷ്ണപിള്ളയുടെ നിരീക്ഷണം തീർത്തും അബദ്ധമാണ്. സാധാരണ പുരുഷഘടനയിൽ നേരിയതോതിൽ സ്ത്രീത്വം കണ്ടെത്തുവാൻ കഴിയും. സ്ത്രീഘടനയിൽ പുരുഷത്വവും. എന്നാൽ ഇവിടെ ചങ്ങമ്പുഴയിൽ മുന്നിട്ടുനിന്നത് പുരുഷഭാവമായിരുന്നു എന്ന് അദ്ദേഹത്തിന്റെ ജീവിതരീതിയും കവിതയും പിന്തുടരുന്ന ആർക്കും മനസ്സിലാകും. എന്നാൽ രാഘവൻപിള്ളയുടെ വിലാപവും പരിഭവങ്ങളും ജീവിതയാഥാർത്ഥ്യങ്ങളെ അഭിമുഖീകരിക്കുവാനുള്ള കഴിവില്ലായ്മകൾ മൂലം തീരുമാനിച്ചുറച്ച ആത്മഹത്യയും

നിരീക്ഷിച്ചാൽ ആദ്ദേഹത്തിൽ സ്ത്രീഭാവങ്ങൾ മുന്നിട്ടുനിന്നിരുന്നു എന്ന് വ്യക്തമാകും.

രാഘവൻപിള്ളയെക്കുറിച്ച് പറയുമ്പോൾ അദ്ദേഹം രചിച്ച കഥകളെക്കുറിച്ചും സ്മരിക്കേണ്ടിയിരിക്കുന്നു. ആ കഥകളിൽ രണ്ടെണ്ണത്തിൽ രാഘവൻപിള്ളയുടെ ജീവിത പരിണതി നമുക്കു വായിച്ചെടുക്കാൻ കഴിയും. 'കല്യാണം കഴിഞ്ഞില്ല', 'സുധ', 'ചില്ലിക്കാശ്' എന്നിവയാണ് അദ്ദേഹത്തിന്റെ കഥകൾ.

ഇവിടെ പരാമർശിച്ച ആദ്യത്തെ രണ്ടു കഥകളുടെയും പ്രമേയം പ്രണയമാണ്. പ്രണയത്തിൽ നിന്നും രൂപംകൊള്ളുന്ന ദുരന്തവും. തന്റെ പ്രണയവുമായി ബന്ധപ്പെട്ട് മനസ്സിൽ ഉയർന്നുവന്ന ആശങ്കകളായിരിക്കാം അദ്ദേഹത്തെക്കൊണ്ട് ഈ കഥകളെഴുതിച്ചത്. (യഥാർത്ഥത്തിൽ ഇടപ്പള്ളിയിലെ ആഢ്യഭവനത്തിലെ പെൺകുട്ടി രാഘവൻപിള്ളയെ പ്രണയിച്ചിരുന്നില്ല, അദ്ദേഹം തന്റെ നേർക്കുള്ള അവരുടെ പ്രതികരണത്തെ പ്രണയമായി തെറ്റിദ്ധരിക്കുകയായിരുന്നു എന്ന് ഓർക്കുക).

കല്യാണം കഴിഞ്ഞില്ല എന്ന കഥ നോക്കുക: കാമുകീകാമുകന്മാരായ മാലതിയുടെയും പണിക്കരുടെയും ആത്മബന്ധം മാലതിയുടെ വിവാഹ നിശ്ചയത്തോടെ തകരുകയാണ്. വിവാഹനിശ്ചയം നടന്നുകഴിഞ്ഞു എന്നറിഞ്ഞ പണിക്കർ ഒരു ഭ്രാന്തനെപ്പോലെയാണ് പെരുമാറുന്നത്. പിന്നീടയാൾ ആത്മഹത്യ ചെയ്യുകയാണ്. വിവാഹത്തിന്റെ തലേന്നാളാണ് അത് സംഭവിക്കുന്നത്. അതേദിവസം രാത്രിയിൽ തന്നെ അവളും പണിക്കരുടെ വഴി പിന്തുടരുകയാണ്.

ഒരു പ്രണയകഥ എന്നതിലുപരി ഈ രചനയെ ശ്രദ്ധേയമാക്കുന്ന ചില കാര്യങ്ങളുണ്ട്. അതിലൊന്ന് പരസ്പരം ചേരാത്ത വ്യക്തിത്വങ്ങളെ നിർബ്ബന്ധിച്ച് വിവാഹമെന്ന ചടങ്ങിലൂടെ ബന്ധിപ്പിക്കുന്നതിനെ കഥാകാരൻ വിമർശിക്കുന്നു എന്നതാണ്. മാത്രവുമല്ല, വിവാഹവുമായി ബന്ധപ്പെട്ട് മനുഷ്യനുണ്ടായിരിക്കേണ്ടുന്ന സ്വാതന്ത്ര്യത്തെക്കുറിച്ചും കഥയിൽ പരാമർശമുണ്ട്.

"മനുഷ്യർക്ക് പ്രഥമമായി സ്വാതന്ത്ര്യമുണ്ടായിരിക്കേണ്ടത് വിവാഹക്കാര്യത്തിലാണ്, മനസ്സിന് ഇണങ്ങിയ ആളെ സ്വീകരിക്കുവാൻ ഓരോ വ്യക്തിയെയും അനുവദിക്കണം. അല്ലാത്തതുകൊണ്ടുള്ള ഭവിഷ്യത്ത് പുരുഷന്മാരെ അപേക്ഷിച്ച്, അബലകളായ സ്ത്രീകളെയാണധികം ബാധിക്കുന്നത്."

ഒരു കഥാപാത്രത്തിലൂടെ പുറത്തുവരുന്ന ഈ വാചകങ്ങൾ സാക്ഷാൽ രാഘവൻപിള്ളയുടേതാണ്. തന്റെ പ്രണയത്തെ സംബന്ധിച്ച-അതിന്റെ ഭാവിയെ സംബന്ധിച്ച രാഘവൻപിള്ളയുടെ

ഉത്കണ്ഠകളെ വെളിപ്പെടുത്തുന്നതാണിവ. അതേപോലെ തന്നെ പാരമ്പര്യങ്ങൾക്കുനേരെയുള്ള പ്രതിരോധമെന്ന നിലയിലും ഈ വാചകങ്ങൾ ശ്രദ്ധേയമാണ്. കല്യാണത്തോടനുബന്ധിച്ച് ബ്രാഹ്മണർക്ക് ദക്ഷിണയായി കൊടുക്കുന്ന ആചാരത്തെയും കഥ വിമർശിക്കുന്നു. അങ്ങനെ പൊതുവേ നോക്കുമ്പോൾ ഒരു സാധാരണ പ്രണയദുരന്ത കഥയായ 'കല്യാണം കഴിഞ്ഞില്ല' പുരോഗമനാത്മകമായ ഒരു വഴിയെ ലക്ഷ്യമിടുന്നുണ്ട്. സദ്ഗുരു മാസികയിൽ 1933 ജൂലൈ മാസമാണ് ഇക്കഥ പ്രസിദ്ധപ്പെടുത്തിയിട്ടുള്ളത്.

നായികയുടെയും നായകന്റെയും ആത്മഹത്യയ്ക്ക് കഥയിൽ ഇടമരുളിയ രാഘവൻപിള്ള ഒരുവേള പ്രണയനൈരാശ്യം മൂലം താൻ ആത്മഹത്യ ചെയ്താലും കാമുകിയും തന്റെ മാർഗ്ഗം സ്വീകരിക്കുമെന്നു കരുതിക്കാണുമോ?

'സുധ' എന്ന കഥയിലെ പ്രമേയവും വേണമെങ്കിൽ പ്രണയവും ആത്മഹത്യയുമാണെന്നു പറയാം. പക്ഷേ ഇക്കഥയിൽ ചില വ്യത്യാസങ്ങളുണ്ട്. ബാല്യകാല സഖികളായിരുന്ന മുരളിയും സുധയും വെള്ളത്തിൽ മുങ്ങിക്കളിക്കുകയാണ്. കളി തുടരുന്നതിനിടയിൽ ഒരപകടം പിണഞ്ഞ് മുരളി മരിക്കുന്നു.

ഒരിക്കൽ സുധ തന്റെയൊരു കൂട്ടുകാരിയായ രാധയോടു മരിച്ചുപോയ മുരളിയെക്കുറിച്ചു പറഞ്ഞപ്പോൾ അവളുടെ പ്രതികരണം:

'എനിക്കു കേൾക്കേണ്ടാ, ഈ ആൺകുട്ടികൾ...എല്ലാം അസത്തുക്കളാണ്! മുരളിയും മുരുകനും...' എന്നതായിരുന്നു. പിന്നെ രണ്ടാഴ്ചത്തേക്ക് സുധയും രാധയും തമ്മിൽ മിണ്ടാട്ടമേയില്ല എന്നു കഥാകൃത്ത് രേഖപ്പെടുത്തിയിരുന്നു. കാമുകിയെക്കുറിച്ച് തമാശമട്ടിൽപ്പോലും എന്തെങ്കിലും പറഞ്ഞാൽ അത് കേൾക്കുവാനുള്ള ക്ഷമകാണിക്കാത്ത പിണങ്ങിപ്പോകുന്ന രാഘവൻപിള്ളയുടെ നിഴലാണ് സുധയുടെ ഈ പ്രതികരണത്തിൽ പ്രതിബിംബിക്കുന്നത്.

ഇതിനിടയിൽ സുധയ്ക്ക് വിവാഹാലോചന വരികയും അവളെ കാണുവാനായി ആരൊക്കെയോ വരികയും ചെയ്തെങ്കിലും സുധയ്ക്കതിലൊന്നും ഒരു താൽപര്യവുമുണ്ടായില്ല. ഒടുവിൽ;

"ഈ അസമയത്തു കുളക്കടവിൽ ഇരിക്കുന്ന സുധയെ അപ്പോൾ കണ്ണു തുറന്ന ഒരു മിന്നൽ മാത്രം കണ്ടിരിക്കാം. അവൾ തന്റെ സാരിയഴിച്ച് ഒരു കുരുക്കുണ്ടാക്കി അവിടെ കിടന്നിരുന്ന ഒരു കരിങ്കല്ലിൽ ഇട്ടുമുറുക്കി. സാരിയുടെ മറ്റേ തുമ്പ് അവളുടെ അരയിലും ദൃഢമായി ബന്ധിച്ചു. ഒരുവിധം പ്രയാസപ്പെട്ട് ആ കല്ലുരുട്ടി വെള്ളത്തിലാക്കി. അതാ ഒരു കുതി! സർവ്വവും ഭദ്രം."

സ്വയംഹത്യയിലൂടെ സർവ്വവും ഭദ്രമാക്കുന്ന സുധ ഇടപ്പള്ളിയുടെ മറ്റൊരു പകർപ്പാണ്. അവരെല്ലാത്തിനുമുള്ള പരിഹാരമായി ആത്മഹത്യയെ തെരഞ്ഞെടുക്കുന്നു. അങ്ങനെ മാനസികമായി തന്റെ കഥകളിൽ ആത്മഹത്യ ചെയ്ത രാഘവൻപിള്ള പ്രണയമറ്റുപോയ നിമിഷത്തിനു മുൻപേ എല്ലാം തീരുമാനിച്ചുറച്ചിരുന്നതായി നമുക്കു മനസ്സിലാക്കുവാൻ കഴിയും.

നമ്മുടെ കലാചരിത്രത്തിൽ പ്രതിഭാവിലാസംകൊണ്ടും അല്ലാതെയും കവികളായിത്തീർന്ന അനേകംപേരിൽ നിന്നും രാഘവൻപിള്ള വ്യത്യസ്തനാണ്. അദ്ദേഹത്തിന്റെ കഠിനമായ ജീവിതസാഹചര്യങ്ങളും അനാഥത്വവും അന്നുജീവിച്ചിരുന്ന മഹാകവികൾ ഉൾപ്പെടെയുള്ളവർക്ക് അറിയാമായിരുന്നു. പക്ഷേ അവരൊന്നും അക്കാലത്ത് അദ്ദേഹത്തെ സഹായിക്കുകയോ സാന്ത്വനിപ്പിക്കുകയോ ചെയ്തില്ല. രാഘവൻപിള്ളയുടെ മനോലോകം സങ്കീർണ്ണമായ വിവിധ പ്രശ്നങ്ങളാൽ കെട്ടുപിണഞ്ഞ ഒന്നായിരുന്നു.

രാഘവൻപിള്ളയുടെ മറ്റൊരു ചെറുകഥയാണ് 'ചില്ലിക്കാശ്'. മനുഷ്യന്റെ ദുരയും ആക്രമണോത്സുകതയും ആസക്തിയും ഒരേപോലെ ചർച്ചചെയ്യപ്പെടുന്ന ഈ കഥ പഴയ സമ്പ്രദായത്തിലുള്ള ആഖ്യാനത്തിലാണ് എഴുതപ്പെട്ടിട്ടുള്ളത്. ഒരു നാണയത്തുട്ടിന്റെ (ചില്ലിക്കാശ്) സ്വഗതാഖ്യാനത്തിലൂടെ വികസിക്കുന്ന കഥാഘടന മനുഷ്യനെക്കുറിച്ചുള്ളത് എന്നതുകൊണ്ടുതന്നെ പ്രസക്തമാണ്.

മനുഷ്യൻ നാണയം ഉപയോഗിക്കുവാൻ തുടങ്ങിയ പ്രാഥമികാവസ്ഥയിൽ തുടങ്ങി ലോഹനാണയങ്ങൾ ഉപയോഗിക്കുന്ന അവസ്ഥയിലെത്തിയതും ഒപ്പം മനുഷ്യന്റെ ആർത്തിയുടെ ഇരുണ്ട രേഖകളും ഈ കഥയിൽ മിന്നിത്തെളിയുന്നു. നാണയം പറയുന്നത് നോക്കൂ :

ഭൂമുഖത്ത് വളരുന്നതും വളരാത്തതുമായ വസ്തുക്കൾ സ്വന്തമാക്കിയിട്ടും മനുഷ്യർക്ക് തൃപ്തിയായില്ല. ഭൂമുഖം കണ്ട് ഭ്രമിച്ച അവൻ ഭൂമുഖത്തേക്ക് ചുഴിഞ്ഞു നോക്കി. അവിടെ ചില ദുർല്ലഭ സാധനങ്ങൾ കണ്ടുമുട്ടി. സുലഭ വസ്തുക്കൾക്ക് പ്രിയം കുറഞ്ഞതുകൊണ്ട് അസുലഭവസ്തുക്കൾ ശേഖരിച്ച് കൈകാര്യം ചെയ്യണമെന്ന് അവർ തീർച്ചപ്പെടുത്തി. കണ്ടുകിട്ടിയ ലോഹങ്ങളിൽ തിളക്കവും വിളക്കവുമുള്ളവയെ മാത്രം പ്രത്യേകം എടുത്തു- നാണയം മനുഷ്യാവസ്ഥയെക്കുറിച്ചുള്ള കഥനം തുടരുകയാണ്.

മനുഷ്യർ ലോഹവുമായി വലിയ ലോഹ്യമായി. തിളക്കവും വിളക്കവുമുള്ളവയ്ക്ക് നിലയും വിലയും കല്പിച്ചു. ലോകത്തിൽ ജാതിസൃഷ്ടിച്ച മനുഷ്യർ ലോഹത്തിലും ജാതി സൃഷ്ടിച്ചു. ചെമ്പിനുമീതെ വെള്ളിയും വെള്ളിക്ക് മീതെ

സ്വർണ്ണവും അങ്ങനെ അട്ടിയട്ടിയായി അടുക്കിവച്ച് മനുഷ്യ തൃഷ്ണ അടക്കുവാൻ ശ്രമിച്ചു. ഞങ്ങളെ മുഴുവൻ കൈവശപ്പെടുത്തി. മനുഷ്യരുടെ തൃഷ്ണയ്ക്കുണ്ടോ അതിരുള്ളൂ:

എന്നിങ്ങനെ ആഖ്യാനപ്പെടുത്തുന്ന കഥയിലെ നാണയം, മനുഷ്യൻ തന്റെ സമുദായത്തോട് ചെയ്ത കടുംകൈയെക്കുറിച്ചും സ്വാർത്ഥത മുറ്റിയ ലോകത്തിൽ ഉയിർകൊണ്ട അധഃസ്ഥിത മർദ്ദനത്തെക്കുറിച്ചും വാചാലമാകുന്നു. അങ്ങനെ തുകലിൽ നിന്ന് ലോഹനാണയത്തിലേക്കുള്ള മനുഷ്യപുരോഗതി അവനെ മനുഷ്യത്വഹീനനാക്കുകയായിരുന്നു എന്നാണ് കഥാകാരൻ സൂചിപ്പിക്കുന്നത്.

ഇടപ്പള്ളിക്കഥകളിൽ പ്രമേയംകൊണ്ടും ശില്പദൃഢതകൊണ്ടും വ്യത്യസ്തമായ ഈ കഥയ്ക്ക് കഥാചരിത്രത്തിൽത്തന്നെ പ്രഥമസ്ഥാനമാണുള്ളത്, അക്കാദമിക് നിരൂപകർ അതംഗീകരിച്ചില്ലെങ്കിലും.

'തകരൂ, തകരൂ' എന്ന് അനുനിമിഷം മന്ത്രിച്ച മനസ്സിനെ അത്രയും ശ്രവിച്ച് 'കരയുവാൻ മാത്രം രണ്ടു കണ്ണുമായ് പിറന്ന' കവി 1936-ൽ ആത്മഹത്യ ചെയ്തു എന്ന് മുൻപ് പറഞ്ഞിട്ടുണ്ടല്ലോ. കൊല്ലത്തുള്ള ഒരു പൊതുശ്മശാനത്തിലായിരുന്നു മൃതദേഹം സംസ്കരിച്ചത്. ജീവിതക്കളരിയിൽ നാഥനില്ലായ്മയുടെ മഹാശൂന്യതയിൽ തേങ്ങിക്കരഞ്ഞ കവിയുടെ ശവസംസ്കാരവും ആരവമില്ലാതെ-ഉള്ളുനൊന്ത് ഒന്നു കരയുവാൻ പോലുമാരുമില്ലാതെ കഴിഞ്ഞു. ഇതും കവിയുടെ ഒരു പ്രവചനമായിരുന്നല്ലോ; എന്റെ ജീവിതം എന്ന കവിതയിൽ അദ്ദേഹം ഇങ്ങനെ എഴുതി:

"കടൽക്കര തന്നിൽ പതിച്ചതാം കാലി-
ന്നടിക്കുതുല്യമാണിവന്റെ ജീവിതം
അരക്ഷണത്തിനാലുദ്ധിതൻ തിര-
ക്കരങ്ങളാലവയശേഷം മാച്ചിടും;
നരന്നെഴും കാലിന്നടിമറയ്ക്കയാൽ
കരകയാണിന്നും കടലിരമ്പലാൽ!
അഹോമഹാകഷ്ട,മെനിക്കുവേണ്ടിയി-
ട്ടവനിയിലാരും കരയുകയില്ല...!!"

സുഹൃത്തിന്റെ ജഡം സംസ്കരിക്കപ്പെട്ട സ്ഥലം സന്ദർശിച്ച് അന്ത്യോപചാരങ്ങളർപ്പിക്കുവാൻ ചങ്ങമ്പുഴ പോയത് ഏതാനും ദിവസങ്ങൾക്കു ശേഷമായിരുന്നു. വളരെ രഹസ്യമായിട്ടാണ് ചങ്ങമ്പുഴ അവിടം സന്ദർശിച്ചത്. അതിനു കാരണവുമുണ്ടായിരുന്നു. രാഘവൻപിള്ളയുടെ ആത്മഹത്യാ വൃത്താന്തം ഇടപ്പള്ളിയിൽ അറിഞ്ഞതിനോടൊപ്പം

തന്നെ മറ്റൊരു കിംവദന്തിയും അവിടെ പ്രചരിച്ചു. രാഘവൻപിള്ളയെ കൊലപ്പെടുത്തിയതിനു ശേഷം കഴുത്തിൽ മാലയണിയിച്ച് കെട്ടിത്തൂക്കിയതാണെന്നായിരുന്നു പ്രചരിച്ചിരുന്നത്.

രാഘവൻപിള്ളയും അദ്ദേഹം കാര്യസ്ഥാനം വഹിച്ചിരുന്ന വീട്ടിലെ പെൺകുട്ടിയും തമ്മിൽ പ്രണയമാണെന്ന് ഇടപ്പള്ളിയിൽ അങ്ങാടിപ്പാട്ടായതിനെ തുടർന്നായിരുന്നു അദ്ദേഹം, ആ വീട്ടിൽ നിന്നും പുറത്താക്കപ്പെട്ടത്. ഇങ്ങനെയൊരാൾ ജീവിച്ചിരുന്നാൽ മറ്റു കുഴപ്പങ്ങളുണ്ടാകുമോ എന്ന ഭയത്താൽ ആ വീട്ടുകാർ തന്നെ രാഘവൻപിള്ളയെ കൊന്നു എന്നായിരുന്നു പ്രചാരണം. ഈ കൃത്യം നിർവ്വഹിച്ച വ്യക്തിയെക്കുറിച്ചുപോലും അവിടെ സംസാരിക്കപ്പെട്ടു. ഇങ്ങനെയൊക്കെ കേട്ടപ്പോൾ ചങ്ങമ്പുഴയ്ക്കും ആകെയൊരു ചഞ്ചലിപ്പ്. അതുകൊണ്ടാണ് കൊല്ലംയാത്ര രഹസ്യമായി വച്ചത്. എന്നാൽ ഇവിടെയൊരു കാര്യം ശ്രദ്ധിക്കേണ്ടതുണ്ട്. ചങ്ങമ്പുഴയ്ക്കും രാഘവൻപിള്ളയ്ക്കുമിടയിൽ അഗാധമായൊരു ബന്ധം നിലനിന്നിരുന്നെങ്കിൽ ഇങ്ങനെയൊരു സംഭവം ഉണ്ടാകുമായിരുന്നോ? ആരൊക്കെ എന്തൊക്കെപ്പറഞ്ഞാലും ചങ്ങമ്പുഴയുടെ സ്വഭാവരീതിയനുസരിച്ച് അതൊന്നും വകവയ്ക്കാതെ സുഹൃത്തിന്റെ ജഡം കാണുവാനെങ്കിലും അദ്ദേഹം പോകേണ്ടതായിരുന്നില്ലേ?

കൊല്ലത്തു നിന്നും ലഭിച്ച വിവരപ്രകാരം കൈയെഴുത്തുപ്രതികളോ മറ്റു സാധനസാമഗ്രികളോ നഷ്ടപ്പെട്ടിട്ടില്ല എന്നായിരുന്നു ചങ്ങമ്പുഴയുടെ നിഗമനം. പരേതനോടുള്ള പകമൂലം രക്ഷിതാവ് ഇതൊന്നും നശിപ്പിക്കുവാനും സാധ്യതയില്ല. കാമുകിയുടെ ബന്ധുക്കളായിരുന്നു കൊല്ലത്തുള്ള രാഘവൻപിള്ളയുടെ രക്ഷിതാക്കൾ. അന്ത്യസന്ദേശം എഴുതിയതിനുശേഷം പേന മേശക്കുള്ളിലോ പെട്ടിയിലോ വച്ചിട്ടുണ്ടാകുമെന്നായിരുന്നു ഊഹിക്കപ്പെട്ടിരുന്നത്. പോലീസിന് മറ്റെന്തെങ്കിലും സാധനങ്ങൾ ലഭിച്ചിരുന്നെങ്കിൽ അത് മഹസ്സറിൽ രേഖപ്പെടുത്തേണ്ടതാണല്ലോ. 'അന്ത്യസന്ദേശം' എന്ന കുറിപ്പ് പോക്കറ്റിൽ നിന്നും കണ്ടെടുത്തിരുന്നതായും, കറുത്ത കരയുള്ള ഖദർമുണ്ടും മുറിക്കയ്യൻ ഷർട്ടും ധരിച്ചിരുന്നതായും, പുതച്ചിരുന്നതെന്നു കരുതപ്പെടുന്ന ഷാൾ നിലത്തുകിടന്നിരുന്നതായും മഹസ്സറിൽ രേഖപ്പെടുത്തിയിട്ടുണ്ടായിരുന്നുവത്രെ. രാഘവൻപിള്ള ആത്മഹത്യ ചെയ്ത മുറിയുടെ വിവരണവും മഹസ്സറിൽ ഉണ്ടായിരുന്നതായി പറയപ്പെട്ടിട്ടുണ്ട്. പോസ്റ്റ്മോർട്ടം റിപ്പോർട്ട് പക്ഷേ ആരും കണ്ടതായി അറിയില്ല. ആത്മഹത്യയ്ക്ക് ഉപയോഗിച്ചിരുന്ന കയർ, വസ്ത്രങ്ങൾ ഇവയെല്ലാം ലേലം ചെയ്യപ്പെട്ടു. കയ്യെഴുത്തു പ്രതികളൊന്നും നശിപ്പിക്കപ്പെട്ടിട്ടില്ലെന്നും അവയെല്ലാം ഒരാൾ അമൂല്യനിധിയെന്നോണം സൂക്ഷിക്കുന്നുണ്ടെന്നുമായിരുന്നു

ചങ്ങമ്പുഴയുടെ ഊഹം. ഊഹം സത്യമാകാനേ വഴിയുള്ളൂ. രാഘവൻപി ള്ളയുടേതായി പ്രസിദ്ധീകരിക്കപ്പെടാത്തതായ എന്തെങ്കിലുമുണ്ടെങ്കിൽ അവ ഇനിയെങ്കിലും പുറത്തുവരുമായിരിക്കാം.

ദുഃഖത്താൽ ഘനംകൊണ്ട ഹൃദയവുമായി ചങ്ങമ്പുഴ കൊല്ലത്തുനിന്നും തിരിച്ചെത്തി. വല്ലാത്തൊരു ഭാവമാറ്റം അദ്ദേഹത്തിൽ ദൃശ്യമായിരുന്നു. രാഘവൻപിള്ളയുടെ ആത്മഹത്യ ചങ്ങമ്പുഴയിൽ തീർത്തും ക്ഷോഭജനകമായ വികാരങ്ങളാണ് ഇളക്കിവിട്ടത്. ഒരു സുഹൃത്തിന്റെ വേർപാടിൽ ഉണ്ടായ ദുഃഖം മാത്രമായിരുന്നില്ല അത്. ആത്മഹത്യയിലേക്ക് നയിച്ച സമുദായത്തിലെ അസമത്വം- എന്നുവച്ചാൽ രാഘവൻപിള്ള സാമ്പത്തിക ഉന്നതിയിലുള്ള വീട്ടിലെ യുവതിയുമായി പ്രണയത്തിലായി, അത് സാഫല്യത്തിലെത്തിക്കുവാൻ കഴിയാതെ പോയത്. പണമുള്ളവനോ, പണമുള്ളവീട്ടിലെ പെൺകുട്ടിയെ വേൾക്കുവാൻ സാധിക്കുകയുള്ളൂ. എക്കാലത്തും സമൂഹം അത്തരം നീതിയുടെ വക്താക്കളാണ്. അതുകൊണ്ടാണ് ചങ്ങമ്പുഴ രാഘവൻപിള്ളയുടെ ആത്മഹത്യയിൽ സമുദായത്തിനുള്ള പങ്കിനെക്കുറിച്ച് രോഷാകുലനായത്. ആത്മഹത്യയിൽ അഭയം തേടിയത് വെറുമൊരു സാധാരണക്കാരനായിരുന്നില്ല. തന്റെയൊപ്പം എഴുതിത്തെളിഞ്ഞിരുന്ന ഒരു കവിയാണ്. ഇതും ചങ്ങമ്പുഴയെ കണക്കറ്റ് ദുഃഖിപ്പിക്കുകയുണ്ടായി. കൂടാതെ പൊതുശ്മശാനത്തിന്റെ ഒരു കോണിൽ തന്റെ സുഹൃത്തിന്റെ അന്ത്യവിശ്രമസ്ഥലം കണ്ടപ്പോൾ അദ്ദേഹത്തിന്റെ ഉള്ളിൽ അടക്കിപ്പിടിച്ചിരുന്നതെല്ലാം നിയന്ത്രണമറ്റ് ബഹിർഗമിച്ചിട്ടുമുണ്ടാകാം. അക്കാലത്ത് ആത്മഹത്യ ഇന്നത്തേപ്പോലെ സാധാരണമല്ലാത്തതിനാൽ അതൊരു ഷോക്കായിരുന്നു. തമ്മിൽ ശത്രുത ഉണ്ടായിരുന്നെങ്കിലും അകമേ മാത്സര്യബുദ്ധിയും സ്പർദ്ധയും വച്ചുപുലർത്തിയ രാഘവൻപിള്ളയുടെ ആദർശനിഷ്ഠയിലും സ്വഭാവചര്യകളിലുമെല്ലാം ചങ്ങമ്പുഴ ആകൃഷ്ടനായിരുന്നു. ആത്മഹത്യ ചെയ്യുമെന്ന് ചങ്ങമ്പുഴ ഒരിക്കലും പ്രതീക്ഷിച്ചിരുന്നുമില്ല. അതുകൊണ്ടദ്ദേഹത്തിന് രാഘവൻപിള്ളയുടെ മരണം ഒരു ഷോക്ക് ആയിരുന്നിരിക്കണം.

ചങ്ങമ്പുഴയെക്കുറിച്ച് അനുജൻ പ്രഭാകരൻ പറയുന്നത് ഈയവസരത്തിൽ കേൾക്കുക:

"ചേട്ടന്റെ ദേഷ്യവും പശ്ചാത്താപവും തീവ്രമാണ്. ഉദാഹരണം പറയാം. സഹോദരന്മാർ എന്ന നിലവച്ചുകൊണ്ടു ഞങ്ങളുടെ കാര്യം തന്നെ എടുക്കൂ. എന്റെ രക്ഷകർത്താവ് എന്ന സ്ഥാനം ചേട്ടനുണ്ടായിരുന്നു. ശകാരിക്കും, കോപിക്കും, ചിലപ്പോൾ പ്രഹരിക്കുകയും ചെയ്യും. ഇങ്ങനെയൊരിക്കൽ എന്തോ കാര്യത്തിന് ചേട്ടൻ എന്നെ കഠിനമായി

പ്രഹരിച്ചു. വലത്തേത്തുടയിൽ നിന്നും ചോരയൊഴുകി. ദേഷ്യമൊന്നു തണുത്തപ്പോൾ ചേട്ടനു വല്ലായ്മ തോന്നി. എന്നിട്ട് അമ്മയോടു മാപ്പുപറയുകയും ഏങ്ങിയേങ്ങി കരയുകയും ചെയ്തു."

ഇങ്ങനെ വികാരാധിക്യത്താൽ സ്വയം മറക്കുന്നൊരാളെ സംബന്ധിച്ചിടത്തോളം ഇടപ്പള്ളിയുടെ മരണം ഉണ്ടാക്കിയേക്കാവുന്ന പ്രതികരണങ്ങൾ ഭാവനാതീതമാണ്. സുഹൃദ്‌വിയോഗം, സമൂഹത്തോടുള്ള വിദ്വേഷം (അത് ചങ്ങമ്പുഴയിൽ എല്ലായ്പ്പോഴുമുണ്ടായിരുന്നു), രാഘവൻപിള്ളയോടുള്ള ആദരവിന്റെയും ബഹുമാനത്തിന്റെയും സഹാനുഭൂതിയുടെയും പാരമ്യാവസ്ഥ ഇവയെല്ലാം ചങ്ങമ്പുഴയുടെ അന്തരംഗത്തിൽ വല്ലാത്തൊരു കോളിളക്കം തന്നെ സൃഷ്ടിച്ചു. അതിൽ നിന്നുമുടലെടുത്ത രണ്ടു രചനകളാണ് 'തകർന്ന മുരളിയും' 'രമണനും'. 'തകർന്ന മുരളി' ഇടപ്പള്ളി ആത്മഹത്യ ചെയ്തു ഉടനെ സുഹൃത്തിനെ സ്തുതിച്ചുകൊണ്ടും അദ്ദേഹത്തിന്റെ വേർപാട് കവിയിൽ ഉണർത്തിവിട്ടിരിക്കുന്ന നൊമ്പരത്തെക്കുറിച്ചും ആത്മാർത്ഥത മുറ്റിയ സ്വരത്തിലെഴുതിയ വിലാപഗീതമാണ്. മഹാനായ ഒരു വ്യക്തിയുടെ സ്മാരകമായി അദ്ദേഹത്തിന്റെ ചരമശേഷം കവി സമർപ്പിക്കുന്ന സ്നേഹോപഹാരമാണീ വിലാപകാവ്യം.

"ശ്രീമാൻ ഇടപ്പള്ളി രാഘവൻപിള്ളയുടെ അകാലവിയോഗത്തിൽ അദ്ദേഹത്തിന്റെ ആത്മസുഹൃത്തായി വർത്തിച്ചിരുന്ന എനിക്കുണ്ടായ ശോകപൂരിതമായ വികാരങ്ങളെ അതേപടി പ്രതിഫലിപ്പിക്കുക മാത്രമാണ് അതിൽ ചെയ്തിട്ടുള്ളത്" എന്ന് ചങ്ങമ്പുഴ സങ്കൽപകാന്തിക്കെഴുതിയ മുഖവുരയിൽ പറഞ്ഞിട്ടുണ്ട്. 'തകർന്ന മുരളി'യിൽ ഇടപ്പള്ളി രാഘവൻപിള്ളയുടെ മരണത്തെക്കുറിച്ച് ഇങ്ങനെ തുടങ്ങുന്നു. ഇടപ്പള്ളിയുടെ ആത്മഹത്യയിൽ മനംനൊന്ത് ചങ്ങമ്പുഴ ആദ്യം എഴുതിയ കവിത ഇങ്ങനെ പോകുന്നു.

"നീലക്കുയിലേ നിരാശയാൽ നിൻ
നീറും മനസ്സുമായ് നീ മറഞ്ഞു
കേൾക്കുകയില്ലിനി മേലിൽ നിന്റെ
നേർത്തു നേർത്തുള്ള കളകളങ്ങൾ."

സങ്കടകരമായ ഒരവസ്ഥയിൽ പെട്ടുപോയ കവിമനസ്സ് അതിന്റെ നീറിപ്പിടിയ്ക്കുന്ന പരിതോവസ്ഥയിൽ ഇങ്ങനെ തുടരുന്നു;

"ഓമന പിഞ്ചിളം പൂങ്കുയിലേ,
നീ മമ പ്രാണനും പ്രാണനല്ലേ?

എന്നിട്ടുമെന്നിട്ടുമീവിധം നീ

എന്നെയെന്നേയ്ക്കും വെടിഞ്ഞുവല്ലോ.”

മനസ്സിന്റെ ഏകാന്തമായ കോണിൽ നിന്നുമുയരുന്ന ഈ നിലവിളി കവിതയെ സംബന്ധിച്ചിടത്തോളം ആത്മാർത്ഥത മുറ്റിയ ഒന്നാണ്. അങ്ങനെ കവിധർമ്മം ഇവിടെ പരിപാലിക്കപ്പെടുകയും ചെയ്യുന്നുണ്ട്.

സുഹൃത്തിന്റെ വിയോഗത്തിൽ ഒറ്റപ്പെട്ടുപോയ കവിദുഃഖം അതിന്റെ തീവ്രതയിലേക്ക് കുതിയ്ക്കുകയാണ്. സമുത്കൃഷ്ടനായ ആ ഓമനത്തോഴനെ തനിക്കിനിയൊരിക്കലും കാണുവാൻ പറ്റുകില്ലെന്നുള്ള ചിന്ത കവിയെ ഹതാശനാക്കിത്തീർക്കുകയാണ്.

“മുന്നേപ്പോൽകൃഷ്ടമീമന്നിടത്തി-

ലൊന്നിനി നിൻ മുഖം കാണാൻപോലും

ദുസ്സാധ്യമാണെന്ന ചിന്തമാത്രം

ദുസ്സഹമാണെനിയ്ക്കെന്തു ചെയ്യും?”

വികാരത്തിൽ വിലയിച്ചുപോയ കവി, പരേതനും താനും തമ്മിലുണ്ടായിരുന്ന ആത്മബന്ധത്തെയോർത്ത് നെടുവീർപ്പിടുകയാണ്. അദ്ദേഹം ആത്മാവിൽ ചേർത്തുപിടിച്ചിരുന്ന രഹസ്യങ്ങളത്രയും തനിക്കറിയാമെന്നും ആയതിനാൽ തന്റെ തോഴനെ ഒരിയ്ക്കൽപ്പോലും താൻ കുറ്റം പറയുകയില്ലെന്നും കണ്ണുനീരിനിടയിലും കവി ഗദ്ഗദകണ്ഠനായി പറയുന്നു.

കവിതയിലൊരിടത്ത് തന്റെ സുഹൃത്തിന്റെ മാഹാത്മ്യത്തെ വാഴ്ത്തുന്നതിങ്ങനെ:

“ആദർശശുദ്ധിയിൽ നീ കിളർന്നു

ആദർശശുദ്ധിയിൽ നീ വളർന്നു

ആദർശശുദ്ധിയിൽ നീ പൊലിഞ്ഞു

ആദർശശുദ്ധിയിൽ നീ കരിഞ്ഞു.”

ചങ്ങമ്പുഴയ്ക്കു സഹജമായ സമുദായ വിദ്വേഷവും വിത്തപ്രതാപത്തോടുള്ള പ്രതിഷേധവും ഈ വിലാപകവിതയിൽ ഒളിചിതറുന്നുണ്ട്:

“നിഷ്ഠുരലോകമേ, നീയിനിയും

പശ്ചാത്തപിക്കുവാനല്ല ഭാവം

നിന്മനോവജ്രമെടുത്തു നീയ-

പ്പൊന്മരാളത്തിൻ കഴുത്തരിഞ്ഞു

വിത്തപ്രഭാവമേ നീയതിന്റെ

രക്തവുമൂറ്റിക്കുടിച്ചു നിന്നു.

നിസ്സഹായത്വമേ നീയതിനെ

നിത്യനിരാശയിൽത്തച്ചുകൊന്നു."

കവിതയിലൊട്ടുവിലെത്തുമ്പോൾ തന്റെ സുഹൃത്ത് സ്വർഗ്ഗലോകത്തിൽ സുഖിയ്ക്കുമെന്നാശ്വസിക്കുകയാണ് ചങ്ങമ്പുഴ. തുടർന്നദ്ദേഹം ഇങ്ങനെ എഴുതുന്നു:

"നിന്നാത്മശാന്തിയ്ക്കുവേണ്ടിമാത്ര

മെന്നുമീത്തോഴൻ ഭജിച്ചുകൊള്ളാം

വെൽക നീ സൗഹൃദപ്പൊന്നലുക്കേ

വെൽക നീ വിണ്ണിൻ കെടാവിളക്കേ."

ഇങ്ങനെ 'തകർന്ന മുരളി' എന്ന കാവ്യം ഇടപ്പള്ളിയ്ക്കുള്ള സമ്പൂർണ്ണ സ്നേഹോപഹാരമായിത്തീർന്നു.

തകർന്ന മുരളി എഴുതിയതിനുശേഷം ചങ്ങമ്പുഴയ്ക്ക് തൃപ്തി തോന്നാഞ്ഞിട്ടല്ല 'രമണൻ' എഴുതുവാനദ്ദേഹം മുതിർന്നത്. 1936-ലാണ് ചങ്ങമ്പുഴ രമണനെഴുതിയത്. രാഘവൻപിള്ളയുടെ കുഴിമാടം സന്ദർശിച്ചിട്ടുവന്ന ശേഷം ഏതാണ്ട് ഒരാഴ്ചക്കുള്ളിൽ 'രമണൻ' പൂർത്തിയാക്കുകയും ചെയ്തു.

മലയാളസാഹിത്യചരിത്രത്തിൽ പുതിയൊരു താരോദയത്തിനു കാരണമായിത്തീർന്ന 'രമണൻ' താരതമ്യേന അഭ്യസ്തവിദ്യരല്ലാത്തവരെപ്പോലും കവിതയിലേക്കാകർഷിച്ചു. ഒരുപക്ഷേ മലയാളത്തിലെ ആദ്യത്തെ ജനകീയ കവിത രമണനായിരിക്കണം. നിരവധി തലമുറകളിലേക്കു പകർന്ന രമണനിലെ ഗീതകങ്ങൾ ഇന്നും മലയാളികൾക്കിടയിൽ പ്രിയങ്കരമായിരിക്കുന്നു എന്ന് അതിന്റെ പുതിയ പതിപ്പുകൾ വിളിച്ചോതുന്നു. ഇപ്പോഴേതാണ്ട് രണ്ടുലക്ഷത്തിലധികം കോപ്പികൾ രമണന്റേതായി പ്രസിദ്ധീകരിക്കപ്പെട്ടിട്ടുണ്ട്.

പാശ്ചാത്യവിലാപകവിതാമാതൃകകളിൽ വിശേഷപ്പെട്ട 'അജപാലവിലാപ'ത്തിന്റെ ചുവടുപിടിച്ചാണ് ചങ്ങമ്പുഴ രമണൻ രചിച്ചത്. കവി സ്വയം ഒരു ആട്ടിടയനായി സങ്കൽപ്പിച്ചുകൊണ്ട് സ്നേഹിതനായ മറ്റൊരിടയന്റെ മരണത്തിൽ ദുഃഖിക്കുന്നതാണിതിന്റെ ആഖ്യാനരീതി. മലയാളത്തിൽ ഇത് പരീക്ഷിച്ച ഒരേ ഒരു കവിയാണ് ചങ്ങമ്പുഴ. ഈ രീതി രമണന് ഗുണകരമായിത്തീരുകയാണുണ്ടായത്. എന്നാൽ രമണനിൽ ചേർത്തിട്ടുള്ളത് 'ഒരു നാടകീയ ഗ്രാമീണ വിലാപകാവ്യമെന്നാണ്';

കുറച്ചുകൂടി യോജിച്ച വിശേഷണം ഇതാണുതാനും. രമണനെക്കുറിച്ച് പിൽക്കാലത്ത് വളരെ ഏറെ വിമർശനങ്ങളുണ്ടായിട്ടുണ്ട്. അവർ പക്ഷേ അന്നത്തെ മലയാള കവിതയുടെ വളർച്ചയെക്കുറിച്ചോ എഴുതിയ

വ്യക്തിയുടെ പ്രായത്തെക്കുറിച്ചോ അക്കാലത്തെക്കുറിച്ചോ വെറുതെയൊന്നു ചിന്തിച്ചതായിപോലും തോന്നുന്നില്ല.

ഒരാഴ്ചകൊണ്ടാണ് രമണൻ എഴുതിത്തീർത്തതെങ്കിലും അതിന്റെ പ്രസാധനം ചങ്ങമ്പുഴയെ സംബന്ധിച്ചിടത്തോളം ഒരു പ്രശ്നം തന്നെയായിരുന്നു. രമണന്റെ രചനയ്ക്കു മുൻപുതന്നെ ചങ്ങമ്പുഴയുടെ മൂന്നു കൃതികൾ പ്രസിദ്ധപ്പെടുത്തിക്കഴിഞ്ഞിരുന്നു. എന്നിട്ടും രമണന്റെ കാര്യത്തിൽ പ്രസിദ്ധീകരണത്തിന് താമസം നേരിട്ടു. ചങ്ങമ്പുഴ പലരെയും സമീപിച്ചെങ്കിലും അതൊന്നും ഫലപ്രാപ്തിയിലെത്തിയില്ല.

ഇങ്ങനെയിരിക്കെ ചങ്ങമ്പുഴയും അദ്ദേഹത്തിന്റെ ഒരു സുഹൃത്തും (എ.കെ.ഹമീദ്) ഇടപ്പള്ളിയുടെ ആത്മഹത്യയെക്കുറിച്ച് സംസാരിക്കുവാനിടയായി, താൻ ഇങ്ങനെ ഒരു കവിത എഴുതിയിട്ട് പ്രസാധകനെ കിട്ടാതെ വിഷമിച്ചിരിക്കുകയാണെന്ന് ചങ്ങമ്പുഴ ഹമീദിനോട് പറഞ്ഞു.

കവിതയുടെ കൈയെഴുത്തുപ്രതി വായിക്കുവാൻ ഹമീദ് താൽപര്യം പ്രകടിപ്പിക്കുകയും അതുവായിച്ചുകഴിഞ്ഞശേഷം താനത് അച്ചടിച്ചുകൊടുക്കാമെന്ന് ഹമീദ് ഏൽക്കുകയും ചെയ്തു.

അങ്ങനെ ഹമീദിന്റെ പിന്തുണയോടെ എറണാകുളത്തെ പ്രകാശം പ്രിന്റിംഗ് വർക്സിൽ ഏതാനും ദിവസങ്ങൾകൊണ്ട് രമണന്റെ അച്ചടി പൂർത്തിയായി പുറത്തിറങ്ങി. 1936 ഒക്ടോബറിൽ പ്രസിദ്ധീകരിച്ച രമണന്റെ ആദ്യപതിപ്പിൽ പ്രസാധകനെന്ന നിലയിൽ എ.കെ. ഹമീദിന്റെ പേരാണ് ചേർത്തിട്ടുള്ളത്. ചങ്ങമ്പുഴയുടെ മറ്റൊരു കവിത മദിരോത്സവം പാറയിൽ ഉറുമീസ് തരകന്റെ അവതാരികയോടുകൂടി ഉടനെ പ്രസിദ്ധീകരിക്കുന്നതാണെന്ന പരസ്യവും പുസ്തകത്തിന്റെ ഒടുവിൽ ചേർത്തിരുന്നു. പക്ഷേ മദിരോത്സവം, പിന്നീട് പത്ത് വർഷം കഴിഞ്ഞ് 1947ലാണ് പ്രസിദ്ധീകരിച്ചത്.

നവ്യവും ലളിതവുമായ പ്രതിപാദനരീതി, സൗന്ദര്യം തുളുമ്പുന്ന പദങ്ങളാൽ കൊത്തിയെടുത്ത ഹരിതച്ഛായയിൽ പരിലസിക്കുന്ന വനചിത്രണം, ആരെയും ആകർഷിക്കുന്ന സംഗീതപ്രവാഹം എന്നിങ്ങനെയുള്ള ഘടകങ്ങളുടെ മേളനം കൊണ്ട് രമണൻ ഇന്നും സാഹിത്യത്തിലെ ഒരത്ഭുതമായി നിലകൊള്ളുന്നു. പെട്ടെന്നു മനഃപാഠമാക്കുവാനും പാടിരസിക്കുവാനുമുള്ള രമണന്റെ വശ്യത പ്രത്യേകം എടുത്തുപറയേണ്ടുന്ന ഒന്നാണ്. അക്കാലത്തെ യുവഹൃദയങ്ങളിൽ കുളിരു പകരുന്ന ഒന്നായിരുന്നു രമണനിലെ വരികൾ.

രമണന്റെ നിർമ്മാണത്തെക്കുറിച്ചു പലതരത്തിലുള്ള കേട്ടുകേൾവികൾ നിലവിലുണ്ടെങ്കിലും ചങ്ങമ്പുഴ തന്നെ വെളിപ്പെടുത്തിയ ആ നിർമ്മാണ രഹസ്യം ഇവിടെ ഉദ്ധരിക്കട്ടെ: 'ഞാൻ ആയിടെ വായിച്ച

ഒരിംഗ്ലീഷ് കൃതിയെ അനുകരിച്ച് മലയാളത്തിൽ ഒന്നെഴുതണമെന്ന് ആശിച്ചിരിക്കുകയായിരുന്നു. അപ്പോഴേക്കും നമ്മുടെ രാഘവൻപിള്ള യങ്ങ് തൂങ്ങിച്ചാവുകയും ചെയ്തു. അങ്ങനെയെല്ലാം ചേർന്ന് അതിവേഗ ത്തിൽ ഒന്നെഴുതിയുണ്ടാക്കി. അത്രമാത്രം''. ഈ വരികളിൽ നിന്നും രമണനിൽ ആരോപിതമായ ഒട്ടനവധി സംഗതികൾ ഒഴിഞ്ഞുപോ കുന്നുണ്ട്. അതിൽ പ്രധാനമായത് രാഘവൻപിള്ളയ്ക്കും ചങ്ങമ്പുഴയ്ക്കുമിട യിലുണ്ടായിരുന്ന എന്നു പറയപ്പെടുന്ന ആത്മബന്ധത്തിന്റെ മുഖംമൂടി തന്നെ. മറ്റൊന്ന് രാഘവൻപിള്ളയുടെ മരണത്തിൽ ചങ്ങമ്പുഴയ്ക്കുണ്ടായ തീവ്രദുഃഖത്തിന്റെ കഥയാണ്.

എന്തായാലും രമണൻ പുറത്തിറങ്ങി എങ്കിലും അതിന്റെ വില്പന എളുപ്പം നടന്നില്ല. മാസങ്ങൾ ചിലതുപിന്നിട്ടുവെങ്കിലും രമണന്റെ കുറച്ചുകോപ്പികൾ മാത്രമേ വിറ്റുപോയുള്ളു. കുറച്ചുനാളത്തെ കാത്തിരി പ്പിനുശേഷം നാട്ടുനീളെ നടന്ന് പുസ്തകം വിൽക്കുവാൻ ചങ്ങമ്പുഴ തീരു മാനിച്ചു. തിരുവിതാംകൂറിന്റെ തെക്കേ അറ്റം മുതൽ വടക്കേ അറ്റം വരെ സഞ്ചരിച്ച് കോളേജ് വിദ്യാർത്ഥികളുടെയും മറ്റു സഹൃദയരുടെയിടയിൽ പുസ്തകം വിൽക്കാനായിരുന്നു ചങ്ങമ്പുഴയുടെ ശ്രമം.

പുസ്തകമൊന്നിന് ഒരു രൂപയായിരുന്നു വില. എങ്കിലും അന്നത് അത്ര നിസ്സാരമല്ലാത്ത ഒരു തുകയായിരുന്നു . പ്രശസ്ത പത്രപ്രവർത്ത കനും 'ചങ്ങമ്പുഴ സ്മരണകളുടെ' രചയിതാവുമായ പെരുന്ന കെ.എൻ. നായരുടെ വാക്കുകൾ കേൾക്കു; അന്ന് ഒരു രൂപയുണ്ടാക്കാൻ അദ്ദേ ഹത്തിന് കഴിഞ്ഞില്ല: "അതുണ്ടാക്കുവാൻ മാർഗ്ഗമില്ലാതിരുന്ന ഞാൻ രമണന്റെ കോപ്പി വാങ്ങിയിരുന്ന ഒരു സഹപാഠിയുടെ പക്കൽ നിന്നും വാങ്ങി ഒരു രാത്രി മുഴുവൻ അത് ഉറക്കമിളച്ചിരുന്ന് വായിച്ചു തീർത്തു. ജീവിതത്തിലെ വലിയൊരനുഭൂതിയായിരുന്നു അത്. രണ്ടു മൂന്നു ദിവസം കൊണ്ട് രമണൻ പകർത്തിയെടുക്കുകയും ചെയ്തു. പകർത്തിയെടുക്കൽ മൂലം ആ കൃതി ഏതാണ്ട് ഒട്ടു മുക്കാലും ഹൃദിസ്ഥമായിത്തീർന്നു."

പ്രൊഫ: ഗുപ്തൻനായർ പറയുന്നു: "ഞാൻ അന്ന് തിരുവനന്തപുരം സയൻസ് കോളേജിൽ സീനിയർ ഇന്ററിനു പഠിക്കുന്നു (താമസം ഗവൺ മെന്റ് കൊളീജിയറ്റ് ഹോസ്റ്റലിൽ). ചങ്ങമ്പുഴ പുസ്തകം വിൽക്കാൻ വന്നതും ഞാൻ രമണന്റെ കോപ്പി വാങ്ങിയതും എല്ലാം വ്യക്തമായി ഓർമ്മിക്കുന്നു."

ഒന്നാം പതിപ്പ് പുറത്തിറങ്ങി മൂന്നുവർഷം കഴിഞ്ഞപ്പോഴാണ് രമണന്റെ രണ്ടാംപതിപ്പ് പുറത്തിറങ്ങിയത്. തുടർന്നങ്ങോട്ട് അത്ഭുതാ വഹമായ വേഗതയിലായിരുന്നു ഓരോ പതിപ്പും പുറത്തുവന്നത്. ലോക മഹായുദ്ധം മൂലം നാട്ടുവിട്ടു പട്ടാളത്തിൽ ചേർന്നവരും ആസാമിൽ

റോഡുപണിക്കുപോയവരും രമണന്റെ ഓരോ കോപ്പികൾ സ്വന്തമാക്കി. അങ്ങനെ പുസ്തകം ശരവേഗത്തിൽ തദ്ദേശീയരും അല്ലാത്തവരുമായ മലയാളികൾക്കിടയിൽ വ്യാപിച്ചു. പുസ്തകം വാങ്ങുവാൻ കഴിയാത്തവർ മറ്റുള്ളവരിൽ നിന്നും കടം വാങ്ങി വായിച്ചും പകർത്തിയെഴുതിയതും രമണദുഃഖവും കാവ്യാനുഭൂതിയും പങ്കിട്ടു.

പിന്നീട് മംഗളോദയം രമണന്റെ പ്രസാധകത്വം ഏറ്റെടുത്തു. പതിനാലാം പതിപ്പുവരെ യാതൊരുവിധ അവതാരികയുമില്ലാതെയാണ് രമണൻ പുറത്തിറങ്ങിയതും വിൽപ്പനയിൽ ഒരു കുതിച്ചു കയറ്റം തന്നെ നടത്തിയതും. 1945-ൽ മംഗളോദയം പ്രസിദ്ധീകരിച്ച പതിനാലാം പതിപ്പിലാണ് ജോസഫ് മുണ്ടശ്ശേരിയുടെ അവതാരിക പ്രത്യക്ഷപ്പെട്ടത്. അവതാരികയുടെ ആരംഭം ഇങ്ങനെ:

മലയാളത്തിൽ ഇങ്ങനെയൊരനുഭവമോ? 1112-ൽ ഒന്നാം പതിപ്പ്, 15-ൽ രണ്ടാം പതിപ്പ്, 17-ൽ മൂന്നാം പതിപ്പ്, 18-ൽ നാലാം പതിപ്പ്, 19-ൽ അഞ്ചും, ആറും ഏഴും, എട്ടും, ഒൻപതും പതിപ്പുകൾ, 20-ൽ പത്ത്, പതിനൊന്ന്, പന്ത്രണ്ട്, പതിമൂന്ന്, പതിനാല് ഇതാ പതിനഞ്ച് പതിപ്പുകൾ. അതോ, ആയിരവും രണ്ടായിരവും പ്രതികൾ വീതം. വിശ്വസിക്കാൻ വിഷമം. പക്ഷേ ഇതത്ര വലിയ കാര്യമോ? ടി.ബി.സി. ക്കാർ പ്രസാധിക്കാത്തൊരു മലയാളകവിതയെ സംബന്ധിച്ചിടത്തോളം വളരെ വലിയൊരു കാര്യം തന്നെയാണ്. അതിന്റെ പ്രതികൾ മധുരനാരങ്ങപോലെ വരുന്നതു വരുന്നതങ്ങു വിറ്റഴിയുന്നുവെങ്കിൽ തക്ക കാരണം ഉണ്ടായിരിക്കണം; അകത്തും പുറത്തും ഒന്നുപോലെ.

ഇരുപത്തിമൂന്നു പേജുകളിൽക്കൂടുതലായി നീണ്ടുനിവർന്നങ്ങനെ കിടക്കുന്ന ഏകദേശം സ്തുതിപ്രധാനമായ അവതാരിക അവസാനിക്കുമ്പോൾ മുണ്ടശ്ശേരി രമണന്റെ ഒരാരാധകനായിത്തീർന്നിരിക്കുന്നുവെന്നു കാണാം. പിൽക്കാലത്ത് അദ്ദേഹം സങ്കൽപകാന്തിയെക്കുറിച്ചുള്ള പഠനത്തിൽ 'സൗന്ദര്യപൂജ', 'തകർന്ന മുരളി', 'ചിതറിയ ചിന്തകൾ' എന്നീ കവിതകളിൽ നിന്നും ചില വരികൾ ഉദ്ധരിച്ചുകൊണ്ട് അവയ്ക്ക് ഒരു "പേക്കുത്തിന്റെ ഛായയില്ലേ?'' എന്നു ചോദിക്കുന്നു. 'രമണ'നിൽ നിന്നു 'സങ്കല്പകാന്തി'യിലെത്തുമ്പോൾ ചങ്ങമ്പുഴക്കവിതയ്ക്ക് മേന്മയേറുന്നുണ്ടെന്നുള്ളത് വ്യക്തമാണ്. പിന്നെയെന്തുകൊണ്ടദ്ദേഹം ഇപ്രകാരം എഴുതി എന്നത് ദുരൂഹമാണ്. ഇതു മാത്രമല്ല, സങ്കല്പകാന്തിയെക്കുറിച്ചുള്ള പഠനത്തിന്റെ ആവസാനഭാഗത്ത്: "ശ്രീ ചങ്ങമ്പുഴയ്ക്ക് അദ്ദേഹത്തിന്റെ ആത്മസുഹൃത്ത് ശ്രീ ഇടപ്പള്ളി രാഘവൻ സ്വന്തമാക്കിയിരുന്ന ആ രചനാശില്പം അങ്ങനെ തന്നെ പകർന്നുകിട്ടിയിരുന്നെങ്കിൽ! എന്ന് തോന്നിയിട്ടുണ്ട് പല കവിതകളും വായിക്കുമ്പോൾ. എന്തായാലും ശ്രീ ചങ്ങമ്പുഴ സ്നേഹിതന്റെ കൃതികൾ ജിജ്ഞാസപൂർവ്വം ഒന്നു വായിച്ചാൽ

കൊള്ളാം. ആകെയൊരു പിരിമുറുക്കം-അതാണദ്ദേഹത്തിന്റെ കവിതക്കുണ്ടാകേണ്ടത്...'' എന്നും എഴുതിയിട്ടുണ്ട്. രമണനന് അവതാരിക എഴുതുന്ന വേളയിൽ വിമർശനരംഗത്തെ ഈ 'കുലപതി' ഇതൊന്നും ശ്രദ്ധിച്ചില്ലെന്നു വരുമോ?

'രമണ'ന് അവതാരിക എഴുതും മുൻപ് മുണ്ടശ്ശേരി കോഴിക്കോട് ഒരു ഗ്രന്ഥശാലയുടെ വാർഷികവേളയിൽ രമണനെ ചൂണ്ടിക്കൊണ്ടിങ്ങനെ പറഞ്ഞു: "നമ്മുടെ നാട്ടിലെ രജസ്വലയായ സ്ത്രീകൾക്ക് മൂന്നു ദിവസം ജോലിയൊന്നും ചെയ്യാൻ കഴിയാതെ ഒഴിഞ്ഞിരിക്കേണ്ടി വരുമ്പോൾ സമയം കൊല്ലാൻ'' പറ്റിയ പുസ്തകമാണ് രമണൻ. ഈ വൈരുദ്ധ്യം എങ്ങനെ സംഭവിച്ചു? അവതാരികകാരനായ മുണ്ടശ്ശേരി എവിടെ? കോഴിക്കോട് പ്രസംഗിച്ച മുണ്ടശ്ശേരി എവിടെ?!

രമണനന് പ്രശംസകൾ ലഭിച്ചതുപോലെ ഒട്ടേറെ വിമർശനങ്ങളെയും നേരിടേണ്ടി വന്നിട്ടുണ്ട്. കമ്മ്യൂണിസ്റ്റ് പാർട്ടിയുടെ വിമർശനം, ഗുപ്തൻ നായരുടെ വിമർശനം പിന്നെ എങ്ങും തൊടാതെയുള്ള എം.ആർ. നായരുടെ സ്തുതിയിൽ പൊതിഞ്ഞ കല്ലുകടികളും.

അദ്ധ്യായം പത്തൊമ്പത്

രമണനും വിമർശനങ്ങളും

കവിതയെഴുത്തിന്റെ തുടക്കംമുതലേ കമ്മ്യൂണിസ്റ്റുകാർക്ക് ചങ്ങമ്പുഴയോട് വിരോധമായിരുന്നു എന്നാണ് അനുജൻ പ്രഭാകരൻ പറയുന്നത്. അദ്ദേഹത്തെയൊരു ബൂർഷ്വാകവിയായിട്ടാണത്രെ പരിഗണിച്ചിരുന്നത്. ചങ്ങമ്പുഴക്കവിതകൾ പാർട്ടി പ്രചാരണത്തിന് ഉപയോഗിക്കുവാനുള്ള ശ്രമങ്ങൾ പരാജയപ്പെട്ടതാണ് ഇങ്ങനെയൊരു വിരോധത്തിനും വിമർശനത്തിനും ഇടയാക്കിയതെന്ന പക്ഷക്കാരനാണ് പ്രഭാകരൻ. അദ്ദേഹത്തിന്റെ വാക്കുകൾ:

"ഞങ്ങൾ കൊച്ചിയിൽ താമസിച്ചിരുന്ന കാലത്ത് ചേട്ടന്റെ സന്ദർശകരിലൊരാളും കമ്മ്യൂണിസ്റ്റ് പാർട്ടിയുടെ സജീവപ്രവർത്തകനുമായിരുന്ന മിസ്റ്റർ ജോർജ് ചടയംമുറിയുമായി കവിതാരചനയെ സംബന്ധിച്ച് സംസാരിക്കുന്നത് ഞാൻ കേട്ടിട്ടുണ്ട്. തങ്ങൾക്കിഷ്ടമല്ലാത്ത വ്യക്തിയെ ബൂർഷ്വയായി മുദ്രയടിച്ച് അണികളെ ആ വ്യക്തിയുമായുള്ള സമ്പർക്കത്തിൽ നിന്നുപോലും അകറ്റി നിർത്താൻ സ്വീകരിച്ചുപോരുന്ന പല അടവുകളിലൊന്നാണ് ചങ്ങമ്പുഴയെ ബൂർഷ്വാകവിയായി മുദ്രയടിച്ചതിന്റെ പിന്നിലുള്ള പരമാർത്ഥം. ചങ്ങമ്പുഴക്കവിതകളോട് കമ്മ്യൂണിസ്റ്റുകാർക്ക് താൽപര്യമില്ലായിരുന്നു, ഇന്നുമില്ല. 'നീറുന്ന തീച്ചൂള'യെ മാത്രം ഉയർത്തിപ്പിടിച്ച് ചങ്ങമ്പുഴ കമ്മ്യൂണിസ്റ്റ് കവിയാണെന്ന് സ്ഥാപിക്കുന്നത് ഞാൻ കേട്ടിട്ടുണ്ട്. എന്നാൽ അതിലെ 'ചുട്ടെരിക്കൽ', 'ഗളഹസ്തം' തുടങ്ങിയ കവിതകൾ ഫാസിസ്റ്റ് കവിതകളാണെന്ന് -എന്തിന് 'സ്പന്ദിക്കുന്ന അസ്ഥിമാടം' എന്ന കവിതാസമാഹാരത്തിലെ 'അതിമാനുഷൻ' എന്ന കവിത പോലും ഫാസിസ്റ്റ് കവിതയാണെന്ന് മുറവിളി കൂട്ടിയ കമ്മ്യൂണിസ്റ്റുകാരെ എനിക്കറിയാം. മാർക്സിസ്റ്റു സൗന്ദര്യശാസ്ത്രത്തിന്റെ പേരുപറഞ്ഞ് നിലവിലുള്ളതെല്ലാം ബൂർഷ്വാസിയുടെ സംഭാവനകളാണെന്ന് തെറ്റിദ്ധരിപ്പിച്ച് മലയാളത്തിലെ മികച്ച പല

എഴുത്തുകാരെയും പുച്ഛിച്ചുനടന്ന് 'വാഴക്കുല' എഴുതിയതുകൊണ്ട് മാത്രം ചങ്ങമ്പുഴ പുരോഗമന സാഹിത്യസമ്മേളനത്തിന്റെ അദ്ധ്യക്ഷ സ്ഥാനത്തിന് അർഹനല്ലെന്ന് ശഠിച്ച കൂട്ടർ ചങ്ങമ്പുഴയെ ജനകീയമ ഹാകവിയാക്കിയിരിക്കുന്നു."

രമണൻ പാർട്ടി വിലക്കിയ ഒരു കൃതിയാണെന്നു കേട്ടിട്ടുണ്ട്. മനുഷ്യ മനസ്സിലെ മൃദുലവികാരങ്ങളെ ഇക്കിളിപ്പെടുത്തുക മാത്രമാണ് രമണൻ ചെയ്യുന്നതെന്നും അത് കാമവികാരത്തെ ഇളക്കി വിടുന്നെന്നുമായിരുന്നു കമ്മ്യൂണിസ്റ്റുകാരുടെ ആരോപണം. പാർട്ടിയുടെ വിലക്ക് ലംഘിച്ച് രഹസ്യമായി രമണൻ വായിക്കാറുണ്ടായിരുന്ന കാമുകീകാമുകന്മാരെ ക്കുറിച്ചും പ്രഭാകരൻ ചിലത് പറഞ്ഞിട്ടുണ്ട്.

കോഴിക്കോട് സാമൂതിരി കോളേജിലെ രണ്ടാംവർഷ ഇന്റർമീഡിയറ്റ് വിദ്യാർത്ഥിയായി പ്രഭാകരൻ പഠിക്കുന്ന കാലം. തന്റെ ക്ലാസ്സിൽ പഠി ക്കുന്ന ഒരാൾ ദേശാഭിമാനിയിൽ ജോലിചെയ്യുന്ന ഒരു ക്ലാർക്കുമായി പ്രേമബന്ധത്തിലായി. അക്കാലത്ത് പ്രഭാകരൻ ദേശാഭിമാനിയും പീപ്പിൾസ് ബുക്ക്ഹൗസും കൂടെക്കൂടെ സന്ദർശിക്കാറുണ്ടായിരുന്നു. കാമുകീകാമുകൻമാരെ അദ്ദേഹം നേരിട്ടറിയും. എന്നിട്ടുമദ്ദേഹം ആ പേരുകൾ വെളിപ്പെടുത്തിയിട്ടില്ല. രമണൻ വളരെ പ്രശസ്തിയിലേക്കു യർന്ന കാലം. പലരും രമണനെ പ്രകീർത്തിച്ചുപറയുന്നതും അതിലെ വരികൾ പാടി രസിക്കുന്നതും ഇവർ കേട്ടിട്ടുണ്ട്. അങ്ങനെ കേട്ടപ്പോൾ 'ഇണക്കിളികൾ'ക്കൊരാശ, രമണനൊന്നു വായിക്കണം. കാമുകന് രമണൻ വിലക്കുണ്ട്. എങ്കിലും 'ധീരനായ' ആ കാമുകൻ രമണൻ വാങ്ങി വായിച്ചതിനുശേഷം കാമുകിക്കു കൊടുക്കുകയും ചെയ്തു. പിന്നീട് കാമുകീകാമുകന്മാർ ഒരുമിച്ച് പാടി രസിക്കുകയും ചെയ്തു. രമണൻ എന്ന പ്രണയകഥ.

ചങ്ങമ്പുഴക്കവിതയ്ക്കു പകരം ചങ്ങമ്പുഴ എന്ന വ്യക്തിയെക്കൂടി ആക്രമിച്ച യാഥാസ്ഥിതികനായ എം.ആർ. നായർ രമണനെക്കുറിച്ച് ഇങ്ങനെ എഴുതി:

ശ്രുതിമധുരവും സരളപദനിബദ്ധവുമായ രചന: പ്രകൃതിയുടെ മനോ ജ്ഞങ്ങളായ വർണ്ണശബ്ദങ്ങളെ തന്മയത്വത്തോടുകൂടി പ്രതിഫലിപ്പിക്കുന്ന വർണ്ണനകൾ; മലയാളികൾക്കു പുത്തനായ പ്രതിപാദനരീതി-ഇത്രയും കൊണ്ടുമാത്രം ഒരു കാവ്യത്തെ ഉൽകൃഷ്ടമെന്നു വിളിക്കാമെങ്കിൽ മി. ചങ്ങ മ്പുഴ കൃഷ്ണപിള്ളയുടേത് ഒരുൽകൃഷ്ടകാവ്യം തന്നെയാണ്.

ഇത്രയും വായിച്ചു കഴിയുമ്പോൾ നമുക്കുതോന്നും എത്ര നിർദ്ദോ ഷമായ വരികൾ. ഒരു പരിധിവരെ രമണനെ അംഗീകരിക്കുന്ന

വാക്കുകളല്ലേ അദ്ദേഹം കുറിച്ചിട്ടത്? പക്ഷേ, തുടർന്നുള്ള നിരീക്ഷണ ങ്ങൾ നോക്കൂ:

പക്ഷേ അസുഭഗങ്ങളായ വിസന്ധികളാൽ ആ രചന പലേടത്തും അസു ഖകരങ്ങളായിത്തീർന്നിട്ടുണ്ട്; പ്രശാന്ത രമണീയങ്ങളായ പരിശുദ്ധ പരിസര ങ്ങൾക്കു കേവലം അപരിചിതങ്ങളും, മൃഗീയമെന്ന് വിളിക്കുന്ന മൃഗങ്ങൾക്ക് അപമാനകരവുമായ പൈശാചിക വികാരങ്ങളുടെ ഞരക്കവും, പല്ലിറുമ്മലും ഭ്രാന്തരോദനവും, ഘോരാട്ടഹാസവും ആ പ്രകൃതി ചിത്രങ്ങളെ അസഹ്യമായ വിധത്തിൽ വൈരൂപ്യപ്പെടുത്തിയിട്ടുണ്ട്. കാവ്യകാരൻ സ്വീകരിച്ചിരിക്കുന്നത് പുരാണഗ്രീക്കു കവികളും പിന്നീടു വളരെ ശതാബ്ദങ്ങൾക്കുശേഷം ഇംഗ്ലീഷു കവികളും ഉപയോഗിച്ച്, അതിന്റെ കൃത്രിമത്വം ഹേതുവായി മനംമടുത്തു വലിച്ചെറിഞ്ഞ ഒരു കാവ്യസങ്കേതമാണെന്നുള്ളത് അതിന്റെ പുതുമയുടെ ആകർഷകത്വം നശിപ്പിക്കുന്നുണ്ട്.

എം.ആർ. നായരുടെ ഒരു വാചകമാണിവിടെ ഉദ്ധരിച്ചിട്ടുള്ളത്. അതിന്റെ ഘടന വായനക്കാർ ശ്രദ്ധിക്കുമല്ലോ. രമണന്റെ പഠനസം ബന്ധമായി അദ്ദേഹമെഴുതിയ ലേഖനത്തിലെ ആദ്യഭാഗവും രണ്ടാം ഭാഗവും തമ്മിൽ താരതമ്യം ചെയ്തു നോക്കുക. താൻ ആദ്യം പറഞ്ഞ വാക്കുകളെ അദ്ദേഹം തന്നെ രണ്ടാം ഭാഗത്ത് ഖണ്ഡിക്കുന്നു. അദ്ദേഹം പറയുന്ന ദൂഷ്യങ്ങളത്രയും വിമർശിക്കുവാൻ വേണ്ടിയുള്ള വിമർശനമെ ന്നതിൽക്കവിഞ്ഞ് യാതൊരു പരിഗണനയുമർഹിക്കുന്നില്ല.

എം. ആർ. നായരുടെ വിമർശനങ്ങളെക്കാൾ ഒറ്റനോട്ടത്തിൽ കുറ ച്ചുകൂടി യുക്തിപരതയും കാര്യകാരണവുമുണ്ട്, മറ്റൊരു നിരൂപകനായ ഗുപ്തൻനായരുടെ വാദങ്ങൾക്ക്:

റിയലിസം കുറഞ്ഞതും കൃത്രിമത്വം കൂടിയതും ആയ ഒരു കാവ്യസങ്കേ തമായിട്ടാണ് ഗ്രാമീണ വിലാപകാവ്യത്തെ കണക്കാക്കാറുള്ളത് എന്ന മുഖവുരയോടെയാണ് ചങ്ങമ്പുഴയെക്കുറിച്ചുള്ള തന്റെ പുസ്തകത്തിൽ രമണനെതിരായ വിമർശനങ്ങൾക്ക് അദ്ദേഹം തുടക്കമിടുന്നത്. അതേപോലെ വൈദേശികമായ അജപാലവിലാപകാവ്യസങ്കേതം കടംകൊണ്ടതുകൊണ്ട്, രമണന് അഥവാ രമണന്റെ പ്രമേയത്തിന് ഒട്ടും മെച്ചം ലഭിച്ചില്ലെന്ന പക്ഷക്കാരനാണ് ഗുപ്തൻനായർ.

എന്താണദ്ദേഹം മെച്ചം എന്ന പദംകൊണ്ട് ലക്ഷ്യമാക്കുന്നതെ ന്ന് നമുക്കറിയില്ല. എന്തായാലും രമണന്റെ രചനയിൽ അജപാല വിലാപകാവ്യ സങ്കേതമുപയോഗിച്ചത് ഒരു പരീക്ഷണം എന്ന നില യിലെങ്കിലും അഭിനന്ദിക്കത്തക്കതാണ്. ആട്ടിടയന്മാരിലൂടെയാണ് രമണന്റെ ആഖ്യാനം വികസിക്കുന്നത്. അതേവരെ മലയാളികളായ

വായനക്കാർക്ക് പരിചിതമല്ലാതിരുന്ന ഒരു വഴി തെരഞ്ഞെടുത്തതിന് സാഹിത്യചരിത്രം ചങ്ങമ്പുഴയോട് കടപ്പെട്ടിട്ടുണ്ട്. രമണന്റെ ജനപ്രീതിക്ക് അജപാല വിലാപകാവ്യ സങ്കേതവും ഒരു കാരണമായിട്ടുണ്ട് എന്നുതോന്നുന്നു. ചങ്ങമ്പുഴയ്ക്ക് വേണമെങ്കിൽ തന്റെ ഇതര കാവ്യങ്ങളായ ആരാധകൻ, തിലോത്തമ, വത്സല, മോഹിനി എന്നിവയുടെ കഥനരീതി നിഷ്പ്രയാസം രമണനിലും ഉപയോഗിക്കാമായിരുന്നു. പക്ഷേ അദ്ദേഹമതിനു മുതിർന്നില്ല. അത് കവിയുടെ പ്രതിഭ നടത്തിയ തെരഞ്ഞെടുപ്പാണ്.

ഗുപ്തൻനായർ തുടരുന്നു:

കഥാനായകനെയും തോഴനെയും ഇടയച്ചെക്കന്മാരാക്കിയപ്പോൾ നമ്മുടെ നാട്ടിൽ നടക്കുന്ന ഒരു പ്രണയകഥയാണിതെന്ന തോന്നൽ പൊടുന്നനെ അപ്രത്യക്ഷമായി. ജാതിയും ഉപജാതിയും അരങ്ങുവാഴുന്ന കേരളത്തിൽ ഒരു പ്രഭുകുമാരിയും ഒരു കന്നുകാലിച്ചെക്കനെ സ്നേഹിക്കാൻ സാധാരണ തയ്യാറാവുകയില്ല. എത്ര മനോഹരമായി ഓടക്കുഴൽ വായിച്ചാലും പാട്ടുപാടിയാലും അവൻ കന്നാലിച്ചെക്കൻ തന്നെ. ചങ്ങമ്പുഴയുടെ രമണൻ അക്കൂട്ടത്തിലൊരുത്തനാണ് എന്നു സങ്കൽപ്പിച്ചപ്പോൾ കഥയുടെ സംഭവ്യത കാറ്റിൽ പറന്നുപോവുകയാണുണ്ടായത്.

ഗുപ്തൻനായരുടെ ആഢ്യ മനസ്സിൽ നിന്നും ഇത്തരം വാദങ്ങൾ പുറത്തുവന്നില്ലെങ്കിലേ അത്ഭുതമുള്ളൂ. എന്നാൽ അനുഭവങ്ങളുടെ ലോകം ഒന്നുവേറെ തന്നെയാണ്. പ്രണയത്തെ സംബന്ധിച്ച് അത് ആട്ടിടയനെയോ കന്നാലിച്ചെക്കനെയോ അവന്റെ ജാതിയെയോ പരിഗണിക്കാറില്ല. അങ്ങനെയുള്ള പ്രണയങ്ങൾ കമ്പോളസംസ്കൃതിയുടെ ഭാഗമാണ്. പ്രണയം ജാതിയെന്നോ അയിത്തക്കാരനെന്നോ ഉള്ള വിഭജനങ്ങൾക്കതീതമാണ്. ഇങ്ങനെ പ്രണയം നടന്നിട്ടുള്ള എത്രയോ സംഭവങ്ങൾ നമ്മുടെ കൺമുന്നിൽ തന്നെയുണ്ട്. അക്കാലത്തും അങ്ങനെയൊക്കെ സംഭവിയ്ക്കാം. മനുഷ്യനും മനുഷ്യനും തമ്മിൽ വിശദീകരിക്കുവാനാകാത്ത കാരണങ്ങളാൽ ആകർഷിക്കപ്പെടുകയാണ് പ്രണയത്തിൽ സംഭവിക്കുന്നത്. അവിടെ പ്രഭുകുമാരിയില്ല, കന്നുകാലിച്ചെക്കനുമില്ല. പ്രണയം തുടിക്കുന്ന രണ്ടു ഹൃദയങ്ങൾ മാത്രമാണുള്ളത്. നിത്യജീവിതത്തിൽ കാലിച്ചെക്കനും പ്രഭുകുമാരിയും തമ്മിൽ പ്രണയബദ്ധരാവുകയും അതു പിന്നീട് വിവാഹത്തിൽ സഫലമാവുകയോ അല്ലെങ്കിൽ തകരുകയോ ചെയ്യാം. പക്ഷേ, അങ്ങനെയൊന്നും സംഭവിക്കില്ല എന്ന് പറയാൻ ആർക്കും സാധ്യമല്ല. ജീവിതമല്ലേ? എന്തും സംഭവിക്കാം.

ഗുപ്തൻനായരുടെ മറ്റൊരു വാദം:

സുന്ദരിയായ പ്രഭുകുമാരി അവനെ ആദ്യം സ്നേഹിക്കുകയും പിന്നീട് തിരസ്കരിക്കുകയും ചെയ്യു. അതിനുത്തരവാദി സമുദായമാണെന്ന് കവി പറയുന്നു. ഏതു സമുദായം? അച്ഛനമ്മമാർ പറഞ്ഞു. അവൾ അനുസരിച്ചു.

സമുദായനീതിതന്നെയാണ് കന്നുകാലിച്ചെക്കന് പ്രഭുകുമാരിയുമായുള്ള വിവാഹം നിഷേധിക്കുന്നത്. പ്രഭുകുമാരിക്ക് പ്രഭുകുമാരൻ എന്നും ആട്ടിടയന് ഏതെങ്കിലും കീഴാളസ്ത്രീ എന്നും സമുദായത്തിന് അലിഖിത നിയമമുണ്ട്. സമുദായം ആട്ടിടയനോട് അവന്റെ സാഹചര്യം അവനിലേൽപ്പിച്ച ദാരിദ്ര്യത്തിൽ കഴിഞ്ഞുകൊള്ളുവാനും ഒരിക്കലും തന്നെക്കാൾ ഉയർന്ന പടിയിലുള്ള ഒരുവളെ ആഗ്രഹിക്കരുതെന്നും കൽപ്പിക്കുന്നു. പ്രഭുകുമാരിയോട് അവൾ എന്നും സുഖസൗകര്യങ്ങളിൽ ആണ്ടുകഴിയേണ്ടവളാണെന്നും കണ്ട ആട്ടിടയന്മാരോട് ചേർന്ന് സുരക്ഷിതമായ ഒരു ജീവിതം നഷ്ടപ്പെടുത്തരുത് എന്നും പറയുന്നു. അതുകൊണ്ട് സമുദായത്തിന്റെ നടപ്പുകൾക്കനുസരിച്ച് മാത്രം ചിന്തിക്കുന്ന പ്രതാപികളായ മാതാപിതാക്കൾ അവളെ മറ്റൊരു വിവാഹത്തിന് നിർബന്ധിക്കുന്നു. അവളോട് പറയുന്നു: നാട്ടുനടപ്പനുസരിക്കു, നീ ആട്ടിടയനെ വിവാഹം കഴിച്ചാൽ പിന്നെ ഞങ്ങൾ എങ്ങനെ മറ്റുള്ളവരുടെ മുഖത്തുനോക്കും? എക്കാലവും സാമൂഹികമായ പദവികളാണ് വിവാഹത്തിൽ നിർണ്ണായകസ്ഥാനം. അതുകൊണ്ടുതന്നെയാണ് കവി, പ്രഭുകുമാരി ആട്ടിടയനെ തിരസ്കരിക്കുന്നതിനു നിദാനമായി സമുദായത്തെ പ്രതിയാക്കുന്നത്.

തന്റെ പുസ്തകത്തിൽ ഗുപ്തൻനായർ യഥാർത്ഥത്തിൽ സംഭവിച്ചതെന്തെന്നു വ്യക്തമാക്കുന്നുണ്ട്. അതിങ്ങനെ: *യഥാർത്ഥ കഥയിൽ നായിക മുന്തിരിച്ചാറുപോലുള്ള ജീവിതം ആസ്വദിക്കാൻ വേണ്ടി കാമുകനെ ഉപേക്ഷിക്കുകയല്ല ചെയ്തത്. അച്ഛനമ്മമാരുടെയും ബന്ധുജനങ്ങളുടെയും അപ്രതിരോധ്യമായ നിർബന്ധത്തിനു വഴങ്ങി നാട്ടാചാരപ്രകാരമുള്ള വിവാഹബന്ധത്തിന് സവ്യസനം സമ്മതിക്കുകയാണുണ്ടായത്. അപ്രകാരം തന്നെ വർണ്ണിച്ചിരുന്നെങ്കിൽ അതല്ലേ കൂടുതൽ സ്വാഭാവികവും ഹൃദയസ്പർശകവും ആവുക?*

യഥാർത്ഥ സംഭവത്തെക്കുറിച്ചുള്ള ഈ അറിവ് ഗുപ്തൻനായർക്കെവിടുന്നു കിട്ടി എന്നദ്ദേഹം വെളിപ്പെടുത്തിയിട്ടില്ല. അതുകൊണ്ടത് വെറും കേട്ടുകേൾവിയാണെന്നു പറയേണ്ടിയിരിക്കുന്നു. മാത്രവുമല്ല രമണനെന്ന കഥാകാവ്യത്തെ യാഥാർത്ഥ്യങ്ങളുമായി താരതമ്യം ചെയ്യുന്നതേ അമ്പേ അപകടം പിടിച്ച പണിയാണ്.

യഥാർത്ഥത്തിൽ എന്താണു നടന്നതെന്നതിനെക്കുറിച്ച് എല്ലാവർക്കും കേട്ടുകേൾവിമാത്രമാണുണ്ടായിരുന്നത്. കഥാനായികയാണെങ്കിൽ

മരണമടഞ്ഞു. പിന്നെ ഉത്തരവാദിത്തപ്പെട്ടവരായ ചിലരോട് അന്വേഷിച്ചറിഞ്ഞതിൽ നിന്നും കൂടുതൽ യുക്തിപരമെന്നും വിശ്വസനീയമെന്നും തോന്നിയത് രാഘവൻപിള്ളയെ ആ സ്ത്രീ പ്രണയിച്ചിരുന്നില്ല എന്നതന്നെയാണെന്ന് മാന്യവായനക്കാർ മനസ്സിലാക്കിക്കാണുമല്ലോ.

എടുത്തുപറയാവുന്ന 'രമണ'ന്റെ ഏറ്റവും വലിയ ദൗർബല്യം അതിലെ അതിവാചാലതയാണ്. അതുകൊണ്ട് കാവ്യഘടനയ്ക്ക് ഒരു പിരിമുറുക്കവുമില്ലാതെ പോയി. മറ്റൊന്ന് ക്ലൈമാക്സിൽ നിന്നും ആന്റി ക്ലൈമാക്സിലേക്കുള്ള കവിതയുടെ പതനമാണ്.

രമണനിലെ രണ്ടാം രംഗത്തുള്ള മദനന്റെ സ്വയംഭാഷണവും മൂന്നാം രംഗത്തിലുള്ള രമണന്റെ ഭാഷണവും ദീർഘമായിത്തീർന്നതുമൂലം ഒരിയ്ക്കൽ പറഞ്ഞതു വീണ്ടും പറയുക എന്ന ദുർഗ്ഗതി ഈ രണ്ടു കഥാപാത്രങ്ങൾക്കും വന്നുകൂടി. കവിയുടെ അശ്രദ്ധയുടെ തികഞ്ഞ മാതൃകയാണീ രണ്ടു രംഗങ്ങളും.

നാലാമത്തെ രംഗത്തിലാണ് ക്ലൈമാക്സിൽ നിന്നും ആന്റി ക്ലൈമാക്സിലേക്കുള്ള പതനം. മദനൻ രമണന്റെ ജഡം കാണുന്നതുമുതൽ 'അയ്യോ അയ്യോ' എന്നുള്ള ഒരേ നിലവിളിയാണ്. നീണ്ടുപോയ ഈ നിലവിളി നാലാം രംഗത്തിന്റെ ഭാവസാന്ദ്രതയെ ഒട്ടൊന്നുമല്ല ചോർത്തിക്കളഞ്ഞത്. അതുപോലെ തന്നെ ചന്ദ്രികയെ ദൂഷിച്ചുകൊണ്ട് മദനൻ പുലമ്പുന്നതത്രയും ഇതേ രംഗത്തിന്റെ ഗൗരവത്തെ ഇല്ലാതാക്കുകയാണ് ചെയ്തത്. യഥാർത്ഥത്തിൽ ചങ്ങമ്പുഴ തന്റെ ഉള്ളിൽ കുമിഞ്ഞുകൂടിയിട്ടുള്ള സ്ത്രീവിദ്വേഷവും സ്വന്തം ചുറ്റുപാടുകളോടും നാട്ടുകാരോടുമുള്ള പകയും തീർക്കുവാൻ വേണ്ടിയാണ് നാലാംരംഗം എഴുതിച്ചേർത്തത്. നായികയുടെ പെട്ടെന്നുള്ള മനംമാറ്റത്തെക്കുറിച്ചും രമണനിലെ ദൃശ്യങ്ങളെക്കുറിച്ചും പലരും എഴുതിയിട്ടുണ്ട്. ആയതിനാൽ അവ ഇവിടെ ആവർത്തിക്കുന്നില്ല.

എങ്കിൽപ്പോലും ഉപക്രമരംഗം, ഒന്നാംരംഗം ഇവയിലെ സംഗീതം തുളുമ്പുന്ന വശ്യവചസ്സുകൾ ഏതൊരു സഹൃദയനെയും പെട്ടെന്നാകർഷിക്കുവാൻ കെല്പുള്ള വാങ്മയ ചിത്രങ്ങളായി നമുക്കു മുൻപിൽ ഇന്നും നിലകൊള്ളുന്നു. തീർത്തുമൊരു മോശം കൃതിയൊന്നുമല്ല 'രമണൻ'. ഒരു പ്രത്യേക സാഹചര്യത്തിൽ ആവിർഭവിച്ച ഈ രചന ആദ്യത്തെ ജനകീയ കവിതയെന്ന നിലയിൽ ഇന്നും പ്രസക്തമാണ്. എങ്കിലും കുറച്ചുകൂടി അവധാനതയോടും ചിന്തിച്ചും എഴുതിയിരുന്നെങ്കിൽ 'രമണൻ' മികച്ച ഒരു രചനയാകുമായിരുന്നു.

അദ്ധ്യായം ഇരുപത്

മഹാരാജാസ്

"മുഗ്ദ്ധവിശാലഹൃദയ പ്രതീക്ഷയിൽ
മുദ്ധാഭിഷിക്തമായിത്തീർന്നൊരെൻ യൗവ്വനം
നിത്യനിരാശയിലാഴ്ത്തി, നിശ്ശബ്ദമാ-
നിസ്തുലസ്വപ്നമകന്നുപോയെങ്കിലും
ഓർക്കുമ്പോഴിന്നും പുളകം പൊടിപ്പിത
പൂക്കാലമെത്തിച്ച പൊന്നോണനാളുകൾ!
ഇല്ലമറക്കില്ലൊരിക്കലും, നിന്നെ ഞാ-
നല്ലസൽ സൽക്കലാശാലേ ജയിയ്ക്ക നീ!"

(മഹാരാജകീയ കലാശാലയിൽ)

നെടുവീർപ്പുകൾക്കിടയിലും പുളകം പുതപ്പിച്ച പൊന്നോണനാളുകളായിരുന്നു ചങ്ങമ്പുഴയ്ക്ക് മഹാരാജാസ് കോളേജിലെ വിദ്യാർത്ഥി ജീവിതം. സാമ്പത്തിക പ്രയാസങ്ങളും ഇടപ്പള്ളി രാഘവൻപിള്ളയുടെ ആത്മഹത്യയുമെല്ലാം ചങ്ങമ്പുഴയ്ക്ക് ഉണ്ടാക്കിയ വിഷമംമൂലം കുറച്ചു വൈകിയായിരുന്നു അദ്ദേഹം മഹാരാജാസിൽ ചേർന്നത്.

അവിടെ ചങ്ങമ്പുഴയ്ക്ക് ഉന്മേഷമരുളുന്ന ഒരന്തരീക്ഷമായിരുന്നു ഉണ്ടായിരുന്നത്. നിരവധി സുഹൃത്തുക്കളെയും അദ്ദേഹത്തിന് ആ കലാശാലയിൽ നിന്നും ലഭിക്കുകയുണ്ടായി. പിൽക്കാലത്ത് സമൂഹത്തിൽ പ്രശസ്തരായ പലരും അക്കൂട്ടത്തിലുണ്ടായിരുന്നു. കെ.മാധവൻ (എക്സ് എം.പി), എം.വി കൃഷ്ണപിള്ള, പി.എ. ഭാസ്കരൻ എന്നിവർ അക്കാലത്ത് ചങ്ങമ്പുഴയുടെ സുഹൃത്തുക്കളായിരുന്നു.

സാഹിത്യകാരന്മാരും പണ്ഡിത പ്രവരന്മാരുമായ ഒരുക്കൂട്ടം അദ്ധ്യാപകർ അക്കാലത്ത് മഹാരാജാസിന്റെ അഭിമാനമായിരുന്നു. എൽ.വി. രാമസ്വാമി അയ്യർ, പണ്ഡിറ്റ് കെ.പി. കറുപ്പൻ, പി.ശങ്കരൻ നമ്പ്യാർ,

ജി. ശങ്കരക്കുറുപ്പ്, കുറ്റിപ്പുറത്തു കേശവൻനായർ, പി.എം. ശങ്കരൻ നമ്പ്യാർ, അമ്മാമൻ തമ്പുരാൻ എന്നീ അദ്ധ്യാപകരുടെ ശിഷ്യത്വവും നിർദ്ദേശങ്ങളും ചങ്ങമ്പുഴയിലെ കവിയെ പ്രോത്സാഹനം നൽകി ഉണർത്തിയവരാണ്.

കോളേജ് പഠനം ആരംഭിച്ചതോടെ ആദ്യമുണ്ടായിരുന്ന ട്യൂഷൻ ഉപേക്ഷിക്കേണ്ടിവന്നു. പിന്നീട് ഇടപ്പള്ളി നീലകണ്ഠരാജാവിന്റെ മൂത്തപുത്രന് കുറച്ചു നാൾ ട്യൂഷനെടുത്തിരുന്നു. ഇതുകൂടാതെ എറണാകുളത്തു തന്നെയുള്ള ഒരു ബി.എ. വിദ്യാർത്ഥിക്കും അദ്ദേഹം ട്യൂഷനെടുക്കുകയുണ്ടായിട്ടുണ്ട്. കോളേജിലേക്കു പോകുന്നതും തിരിച്ചുവരുന്നതും സൈക്കിളിൽ. ഒഴിവുവേളകളിൽ സുഹൃത്തുക്കളും സതീർത്ഥ്യരുമടങ്ങുന്ന സംഘങ്ങളുടെ സന്ദർശനവും ഉണ്ടാകാറുണ്ട്. എം.വി. കൃഷ്ണപിള്ള, എ.കെ. ഹമീദ് (രമണന്റെ പ്രസാധകൻ), വൈലോപ്പിള്ളി രാമൻകുട്ടി മേനോൻ, മീശാൻ എന്ന തൂലികാനാമത്തിൽ കവിതയും നാടകവും ഹാസ്യലേഖനങ്ങളും എഴുതിയിരുന്ന കെ.എസ്. കൃഷ്ണപിള്ള എന്നിവർ ഈ സംഘത്തിലെ അംഗങ്ങളിൽ ചിലരായിരുന്നുവെന്ന് ചങ്ങമ്പുഴ പ്രഭാകരൻ രേഖപ്പെടുത്തിയിട്ടുണ്ട്.

മഹാരാജാസ് കോളേജിലെ പഠനകാലം പൊതുവേ ആഹ്ലാദകരമായിരുന്നു. അദ്ധ്യാപകർക്ക് ചങ്ങമ്പുഴയോട് പ്രത്യേകമായ താല്പര്യം തന്നെ ഉണ്ടായിരുന്നു. സരസനായ ആ വിദ്യാർത്ഥി, സുഹൃത്തുക്കൾക്കും പ്രിയങ്കരനായിരുന്നു. അക്കാലത്തെ ചങ്ങമ്പുഴയുടെ ആത്മാർത്ഥസുഹൃത്തായിരുന്നു എം.പി. കൃഷ്ണപിള്ള. കോളേജ് വിദ്യാർത്ഥികളിൽ സാഹിത്യപരമായ അഭിരുചി സൃഷ്ടിക്കുവാനും മറ്റുമായി രൂപീകരിക്കപ്പെട്ടിരുന്ന സംഘത്തിലെ സജീവസാന്നിദ്ധ്യമായിരുന്നു ചങ്ങമ്പുഴ. ഈ സംഘം പ്രസിദ്ധപ്പെടുത്തിയിരുന്ന കോളേജ് മാസികയുടെ മിക്ക ലക്കങ്ങളിലും ചങ്ങമ്പുഴയുടെ കവിതയുണ്ടാകും. മഹാരാജാസിലെ സമ്പന്നമായ ലൈബ്രറി ചങ്ങമ്പുഴയുടെ വായനാലോകത്തിലേക്ക് പുത്തൻ രചനകളെ കൊണ്ടുവന്നു. ലൈബ്രറിയിലെ നിത്യസന്ദർശകനായിരുന്ന അദ്ദേഹം ലൈബ്രറിയെ വേണ്ടുംവിധം ഉപയോഗപ്പെടുത്തുന്നതിൽ ബദ്ധശ്രദ്ധനായിരുന്നു.

കോളേജ് പഠനകാലത്ത് ചങ്ങമ്പുഴ പെൺകുട്ടികളുമായും നർമ്മസല്ലാപങ്ങളിൽ ഏർപ്പെട്ടുപോന്നു. കോളേജിൽ ഒന്നിലധികം പേർ കാമുകിമാരായി ഉണ്ടായിരുന്നുവത്രെ. സുന്ദരികളായ കോളേജ് കുമാരിമാർ ഒത്തുചേർന്ന് കോളേജ് മുറ്റത്തുകൂടെ പോകുന്നതുകണ്ട് ചങ്ങമ്പുഴ അവരെ മൂവിംഗ് ഗാർഡൻ എന്ന് വിശേഷിപ്പിച്ചതും പെൺകുട്ടികൾ പൊട്ടിച്ചിരിച്ചുകൊണ്ട് അഭിനന്ദനം നൽകിയതും ചങ്ങമ്പുഴ പ്രഭാകരൻ

രേഖപ്പെടുത്തിയിട്ടുണ്ട്.

തനിയ്ക്കുണ്ടായിരുന്ന കാമുകിമാരിൽ ഒരാൾക്കുമാത്രം ചങ്ങമ്പുഴ പ്രത്യേകസ്ഥാനം നൽകിയിരുന്നു. സങ്കൽപകാന്തിയിലെ ചില കവിതകൾ കോളേജ് ഘട്ടത്തിലെ അനുരാഗവുമായി ബന്ധപ്പെട്ട് എഴുതിയതാണ്. ഇക്കൂട്ടത്തിൽ 'തിരുമുൽക്കാഴ്ച' പ്രത്യേകം പരാമർശ മർഹിക്കുന്നു. ഈ കവിത ആദ്യമായി പ്രസിദ്ധപ്പെടുത്തിയത് കോളേജ് മാഗസിനിലായിരുന്നു. അന്നുതന്നെ കവിത കോളേജിൽ സംസാരവി ഷയമായിത്തീരുകയും ചങ്ങമ്പുഴയെയും ആ യുവതിയെയും ചേർത്ത് പല കഥകളും പ്രചരിക്കുകയും ചെയ്തു. ഈ കഥകളൊന്നും തമാശയുമാ യിരുന്നില്ല. പ്രസ്തുത യുവതിയുടെ സൗന്ദര്യമോ കുലീനത്വമോ എന്താണ് ചങ്ങമ്പുഴയെ അവരിലേക്കാകർഷിച്ചതെന്ന് പറയാനാവില്ല. അദ്ദേഹം തിരുമുൽക്കാഴ്ചയിൽ ഇങ്ങനെ എഴുതി:

"ആരുമറിഞ്ഞിടാതെൻ ജീവിതത്തിലേ-

യ്ക്കാരാൽ നടന്നുവരുന്നവളാരു നീ?

പേർത്തു, മെൻചിത്തംതുള്ളുമ്പിടുമ്മാറതാ,

കേൾപ്പുനിൻ നേരിയ കാൽച്ചിലമ്പൊച്ചകൾ."

ഒരു മന്ദമാരുതനെപ്പോലെ തന്റെ ജീവിതത്തിലേക്കു പാളിനോ ക്കുന്നവൾ അദ്ദേഹത്തിൽ അത്ഭുതമാണ് സൃഷ്ടിക്കുന്നത്. ഏകാന്ത തയും ദുഃഖവും കൂരിരുളും വിഹരിക്കുന്ന തന്റെ ജീവിതത്തിലേക്കാണ് കവിയവളെ ക്ഷണിക്കുന്നത്.

"ഒന്നുമില്ലെങ്കിലുമേകുവാനുണ്ടെനി-

യ്ക്കെന്നെ നിനക്കെൻ വിനീതോപഹാരമായ്

മജ്ജീവിതത്തിലെസ്സർവ്വരഹസ്യവും

മുജ്ജ്വലത്തായ മത്സ്വപ്നസാമ്രാജ്യവും

മാമകഹർഷവിഷാദശതങ്ങളും

ഹാ, മമപ്രേമവും-എന്നുവേണ്ടൊക്കെയും."

ചങ്ങമ്പുഴയുടെ പ്രേമതത്ത്വശാസ്ത്രം ഈ വരികളിലുണ്ട്. തന്നെ മുഴുവനായും അപരയ്ക്ക് പങ്കുവയ്ക്കുക എന്നുവെച്ചാൽ ഒരാൾ മറ്റേ ആളിൽ മനസ്സുകൊണ്ട് വിലയിക്കുക. അങ്ങനെ രണ്ടും ചേർന്ന ഒന്നെന്ന അവസ്ഥ. അതാണദ്ദേഹത്തിന്റെ നിർവ്വാണമണ്ഡലം.

അതൊക്കെ അങ്ങനെയിരിക്കട്ടെ. നമുക്കു പറയുവാനുള്ളത് ചങ്ങമ്പുഴയെയും അദ്ദേഹത്തിന്റെ കാമുകിയെക്കുറിച്ചുമാണ്. അവർ

തമ്മിലുള്ള വിവാഹത്തെക്കുറിച്ച് (ആദ്യമേ സൂചിപ്പിച്ച കോളേജിലെ കാമുകിയും ചങ്ങമ്പുഴയും തമ്മിലുള്ള വിവാഹം) പെൺകുട്ടിയുടെ അച്ഛനമ്മമാർ ആലോചിക്കുകയും ചെയ്തു. ഒരളവോളം ചങ്ങമ്പുഴയ്ക്ക് അത് സമ്മതവുമായിരുന്നു. എങ്കിലും എന്തുകൊണ്ടോ ആ വിവാഹം നടന്നില്ല. ഇരുവരും ഇന്റർമീഡിയറ്റ് പരീക്ഷ ജയിച്ചു. ചങ്ങമ്പുഴ തിരുവനന്തപുരത്തും അവർ എറണാകുളത്തും ഉപരിപഠനത്തിനായി ചേർന്നു. അവർ തമ്മിൽ കത്തുകൾ കൈമാറിക്കൊണ്ടിരുന്നുവെങ്കിലും രണ്ടായിപിരിഞ്ഞു. മുതിർന്നുകഴിഞ്ഞിട്ടും പ്രസ്തുത സ്ത്രീ വിവാഹം കഴിച്ചില്ല എന്നാണ പറഞ്ഞുകേട്ടത്.

മഹാരാജാസിലെ പഠനകാലത്ത് ചങ്ങമ്പുഴ ധാരാളമായി എഴുതിയിരുന്നു. അതിൽ ഭൂരിഭാഗവും 'സങ്കല്പകാന്തി'യിൽ ചേർത്തിട്ടുണ്ട്.

"ഞാനറിഞ്ഞീടാതരഞ്ഞൊടിയ്ക്കുള്ളിലെ-

ങ്ങാനന്ദദേവതേ, നീ മറഞ്ഞു?"

എന്നു തുടങ്ങുന്ന 'ചിതറിയ ചിന്തകൾ' എന്ന കവിത മഹാരാജാസ് കോളേജ് മാസികയിലാണ് പ്രസിദ്ധീകരിച്ചിരുന്നത്. കോളേജ് വിട്ട ശേഷവും പൂർവ്വവിദ്യാർത്ഥി എന്ന നിലയിൽ ചങ്ങമ്പുഴയുടെ കവിതകൾ പിന്നീട്ടും മഹാരാജാസ് കോളേജ് മാസികയിൽ പ്രസിദ്ധീകരിക്കപ്പെട്ടിരുന്നു.

ചങ്ങമ്പുഴയുടെ പ്രശസ്തരചനയായ 'ഗുരുപൂജ' മഹാരാജാസിലെ പഠനകാലത്ത് എഴുതിയതാണ്. കോളേജിൽ നിന്നും പെൻഷൻപറ്റി പിരിയുന്ന അദ്ധ്യാപകൻ കുറ്റിപ്പുറത്തു കേശവൻനായർക്കു നൽകിയ യാത്രയയപ്പ് സമ്മേളനത്തിലാണ് അത് വായിച്ചത്:

"മൊട്ടിട്ടു നിൽക്കും മധുരസ്മൃതി തൻ

പുഷ്പപ്രസന്നമാം പൂങ്കാവനിയിൽ"

എന്നാരംഭിക്കുന്ന കവിത, ഗുരുവിനോടുള്ള ഭക്തിയും സ്നേഹവുമെല്ലാം ഗദ്ഗദമായിത്തീരുന്ന ഈ കവിതയിൽ:

"ജീവിതത്തിന്റെ പരുത്തവശങ്ങളെ

ഭൂവിലെതിരിടാൻ പോകുന്ന ഞങ്ങളെ

മുന്നിൽ കുനിച്ച ശിരസ്സിലാശംസകൾ

ചിന്തി,യവിടുന്നനുഗ്രഹിയ്ക്കേണമേ!"

എന്നിങ്ങനെ തന്റെ മുൻഗാമിയായ കവിയോട് അപേക്ഷിക്കുകയും ഒടുവിൽ:

"ആലസ്യമറ്റിനിക്കാവ്യാംബികയ്ക്കുപൂ
മാലയോരോന്നുതൊടുത്തുകൊണ്ടങ്ങനെ
ലാലസിച്ചാലും മഹാകവേ മേൽക്കുമേൽ
ചേലിലങ്ങേക്കു ഭവിക്കട്ടെ മംഗളം."

എന്ന ആശംസയോടെയാണ് പൂർണ്ണമാകുന്നത്. ഈ കവിത ചങ്ങമ്പുഴയുടെ ഗുരുഭക്തിക്ക് നിദർശനമെന്ന നിലയ്ക്കു മാത്രമല്ല പെട്ടെന്നൊരുപർവ്വം ചമയ്ക്കുവാനുള്ള അദ്ദേഹത്തിന്റെ പ്രതിഭാവൈശിഷ്ട്യത്തിന്റെ സാക്ഷ്യം എന്ന നിലക്കു കൂടിയാണ് ഇവിടെ ഉദ്ധരിച്ചിട്ടുള്ളത്.

ഈ ഘട്ടത്തിലും ചങ്ങമ്പുഴ പത്രമാസികകൾക്ക് കവിതകൾ അയക്കുക പതിവായിരുന്നു. ഇന്നത്തെപ്പോലെ എഴുത്തുകാരെ വിഴുങ്ങുന്ന പത്രാധിപർ അക്കാലത്തും സജീവമായിരുന്നു. പക്ഷേ കാര്യങ്ങൾ ഇന്നത്തെപ്പോലെ വഷളായിരുന്നില്ലെന്നു മാത്രം. എഴുത്തുകാരോട് രചനകൾ ആവശ്യപ്പെടുക എന്ന പതിവുപോലെ ചങ്ങമ്പുഴയ്ക്കും ഒരിക്കൽ ഒരു പത്രാധിപർ രചന ആവശ്യപ്പെട്ടു. കത്തയച്ചു. പക്ഷേ അദ്ദേഹത്തിനർഹമായ പ്രതിഫലം നൽകുവാൻ ബഹു. പത്രാധിപർ തയ്യാറായില്ല. മഹാരാജാസ് കോളേജിന്റെ ലെറ്റർ ഹെഡിൽ അയച്ച ഒരു കത്ത് ഇത് സംബന്ധമായി ചുവടെ ചേർക്കുന്നു:

Maharajas College
Ernakulam

Sir,

"നിങ്ങളുടെ കത്തു കിട്ടി. ആദ്യമേ തന്നെ ഞാൻ പ്രസിദ്ധീകരണത്തിനായിക്കൊടുക്കുന്ന കവിതകൾക്കു കിട്ടേണ്ട പ്രതിഫലത്തെക്കുറിച്ചു നിങ്ങളെ അറിയിക്കുകയുണ്ടായി. ആദ്യത്തെ കത്തിൽ നിങ്ങൾ യഥാവസരം വേണ്ടതു ചെയ്തുകൊള്ളാം എന്നറിയിച്ചിരുന്നെങ്കിൽ ഞാൻ നിങ്ങളുടെ കത്തിനെക്കുറിച്ചു ഗൗനിക്കുക തന്നെ ഇല്ലായിരുന്നു. ഇതിനെല്ലാം പുറമെ പ്രതിഫലം തന്നതിനു ശേഷമേ അത് പ്രസിദ്ധപ്പെടുത്തുവാൻ പാടുള്ളൂ എന്ന് കവിതയൊന്നിച്ച് അയച്ച കത്തിൽ ഞാൻ സൂചിപ്പിക്കുകയും ചെയ്തു. ഇങ്ങനെയെല്ലാമിരുന്നിട്ടും നിങ്ങൾ കവിത അപ്പാടെ മൂന്നാം ലക്കത്തിൽത്തന്നെ പ്രസിദ്ധപ്പെടുത്തിയതിന്റെ ശേഷം, ഇതുവരെ മൗനം അവലംബിക്കയാണ് ചെയ്തത്. ഇപ്പോൾ നിർബന്ധപൂർവ്വം ഞാൻ കത്തയച്ചപ്പോൾ മാത്രമാണ് നിങ്ങൾ രണ്ടുരൂപാ അയക്കുവാൻ ഒരുമ്പെട്ടതെന്നുള്ളതും ഞാൻ പ്രത്യേകിച്ച് പറയുവാനില്ല. ഇത് ഒരു പത്രത്തിനും പത്രാധിപർക്കും യോജിച്ച മനോഭാവമാണെന്നു

ഞാൻ വിചാരിക്കുന്നില്ല. നിങ്ങൾക്ക് ആദ്യംതന്നെ നിങ്ങളുടെ സ്ഥിതിഗതികളെക്കുറിച്ച് എന്നോട് തുറന്നു പറയാമായിരുന്നു. എന്നാൽ അതു മറച്ചുവെച്ച് കാര്യലാഭത്തെ മാത്രം ഉദ്ദേശിച്ച് ആദ്യം പ്രതിഫലം തന്നുകൊള്ളാമെന്നു പറഞ്ഞു. അടുത്തതായി 'മംഗളാശംസ' ആവശ്യപ്പെട്ടുകൊണ്ടുള്ള കത്തിൽ നിങ്ങൾ ആവശ്യപ്പെട്ടതനുസരിച്ചുള്ള സംഖ്യ ഇതാ അയയ്ക്കുന്നു എന്ന് എഴുതി അയച്ചു. എഴുത്തുകിട്ടിയ അന്നു തന്നെ 'മംഗളാശംസ' ഞാൻ എഴുതി അയച്ചു. നിങ്ങൾ അത് പ്രസിദ്ധീകരിക്കുകയും ചെയ്തു. പത്രപ്രവർത്തനത്തിനൊരുമ്പെടുന്നതിൽ പലതും ഗൗനിക്കേണ്ടതായിട്ടുണ്ട്. അതു നിങ്ങൾക്ക് പറഞ്ഞുതരേണ്ട ആവശ്യമുണ്ടെന്ന് എനിക്കു തോന്നുന്നില്ല. ഞാൻ എന്റെ കാര്യത്തിലേക്കുതന്നെ പ്രവേശിക്കട്ടെ.

വരി ഒന്നിനു നാലണവീതമാണു ഞാൻ നിരക്ക് വെച്ചിട്ടുള്ളത്. അതു ഞാൻ നിങ്ങളെ ആദ്യമേ അറിയിച്ചിട്ടുമുണ്ട്. അതനുസരിച്ചുള്ള സംഖ്യ തരുവാൻ സാധിക്കാത്തപക്ഷം ആ കവിത പ്രസിദ്ധീകരിക്കാൻ നിങ്ങൾക്കവകാശമില്ല. പ്രസിദ്ധപ്പെടുത്തിയ സ്ഥിതിക്ക് നിങ്ങൾ ആ സംഖ്യ-ഒരു പൈ കുറയാതെ-എനിക്കു തരുവാൻ കടപ്പെട്ടിരിക്കുന്നു. നിങ്ങൾ ഈ രണ്ടു രൂപ എനിക്കയയ്ക്കുവാൻ ഒരുമ്പെട്ടതിൽ എനിക്ക് അത്ഭുതവും ലജ്ജയും തോന്നുന്നുണ്ട്. എന്റെ കവിത 10 വരിയുള്ളതാണ്. അതനുസരിച്ച് ഇരുപത്തി ഏഴര രൂപ നിങ്ങൾ എനിക്ക് തരേണ്ടിയിരിക്കുന്നു.

ഇന്നത്തെ എന്റെ നിലയ്ക്ക് മേൽപറഞ്ഞ പ്രകാരമുള്ള സംഖ്യ എനിക്കു കിട്ടാതെ നിവൃത്തിയില്ല. എന്റെ ജീവിതാന്തരീക്ഷം സാഹിത്യം മാത്രമാണ്. എന്നെ ജീവിപ്പിക്കുന്നതും എന്റെ ആവശ്യങ്ങൾ നിർവ്വഹിച്ചുകൊണ്ടു പോകാൻ എന്നെ പ്രാപ്തനാക്കുന്നതും ഈ പേന മാത്രമാണ്. മറ്റു യാതൊരു സ്വത്തും എനിക്കില്ല. ഇതിനെല്ലാം പുറമേ എനിക്ക് കലാശാലാഭ്യസനവും നിർവ്വഹിക്കേണ്ടതായിരിക്കുന്നു. ഫീസു കൊടുക്കാൻ തരപ്പെടാഞ്ഞിട്ടാണ് ഞാൻ നിങ്ങളോട് പണം ആവശ്യപ്പെട്ടത്. അങ്ങനെ പ്രോത്സാഹിപ്പിച്ച് ഒരു പത്രം നടത്തിക്കുവാനുള്ള ത്യാഗബുദ്ധി എനിക്കുണ്ടെങ്കിലും ആവശ്യം എന്നെ അതിൽ നിന്നു നിശ്ശേഷം വിരമിപ്പിക്കുന്നു. പത്രങ്ങൾ സാഹിത്യകാരന്മാരെയും സാഹിത്യകാരന്മാർ പത്രങ്ങളെയും സഹായിക്കേണ്ടതായിട്ടുണ്ട്. പരസ്പരമുള്ള സഹായമാണത്. വരിക്കാരിൽ നിന്നും നിങ്ങൾ വരിസംഖ്യ പിരിക്കാതിരിക്കുന്നുണ്ടോ? ഇല്ല. പ്രതിവർഷം ഒരു രൂപയേ എനിക്കു തരാനുള്ള ശക്തിയുള്ളൂ. പത്രം മുറയ്ക്ക് അയച്ചുതരണമെന്ന് ഒരു വരിക്കാരൻ എഴുതി അയച്ചാൽ നിങ്ങൾ പത്രം അയച്ചുകൊടുക്കുമോ?- ...ഉവ്വെന്നു ഞാൻ

വിചാരിക്കുന്നില്ല. ഞാനിപ്പറഞ്ഞതു ന്യായമാണോ എന്ന് നിങ്ങൾതന്നെ ഒന്നാലോചിച്ചു നോക്കുക. അതുകൊണ്ടു ന്യായത്തെ അടിസ്ഥാനപ്പെടുത്തിയാൽ എനിക്കു നിങ്ങൾ മുൻപുപറഞ്ഞ സംഖ്യ മുഴുവൻ തരേണ്ടതായിട്ടുണ്ട്. പിന്നെ സൗഹാർദ്ദത്തെ അടിസ്ഥാനപ്പെടുത്തുകയാണെങ്കിൽ ഞാൻ സൗജന്യബുദ്ധിയോടെ എനിക്കുതരേണ്ടുന്ന സംഖ്യയിൽ ഒരിളവു ചെയ്തുതരാം.

ഇതിന് നിങ്ങൾ യാതൊരമാന്തവും കാണിക്കുകയില്ലെന്ന് വിശ്വസിക്കുന്നു. അല്ലാത്തപക്ഷം ന്യായമാർഗ്ഗത്തെത്തന്നെ അവലംബിക്കാൻ പ്രേരിതനായിത്തീരും. അതിൽ നിങ്ങൾ പരിഭവിക്കേണ്ട ആവശ്യമില്ല. ഞാനിങ്ങനെ പറയുന്നതിൽ നിങ്ങൾ എന്നെ തെറ്റിദ്ധരിക്കാൻ ഇടയുണ്ട്. എന്റെ മനഃസ്ഥിതി ഇത്രമാത്രം താണതാണോ എന്ന് നിങ്ങൾക്ക് തോന്നിയേക്കാം. പക്ഷേ ഞാൻ നിങ്ങളോടു തുറന്നു പറയുന്നു. സ്നേഹസമ്പൂർണ്ണവും ഔദാര്യമസൃണവുമായ ഒരു ഹൃദയമാണെനിക്കുള്ളത്. പക്ഷേ ഇന്നത്തെ എന്റെ ക്ലേശങ്ങൾ എന്നെ ശ്വാസംമുട്ടിക്കുന്നു. എനിക്കു പ്രതിഫലം കിട്ടാതെ ലേഖനം കൊടുക്കുവാൻ ഇന്നു നിവൃത്തിയില്ല. ഇതിൽ ഞാൻ തെറ്റുകാരനാണോ? കഴിഞ്ഞ മാസത്തെ ഫീസും കൊടുത്തിട്ടില്ല. അതിനു വരുന്ന ചൊവ്വാഴ്ചവരെ അവധിയുണ്ട്. 13 രൂപ 12 അണ ഫീസും മൂന്നുരൂപാ ഫൈനും ഉൾപ്പെടെ 16 1/4 രൂപ കൊടുക്കണം. അതിനു മുൻപ് ഈ മാസത്തെ ഫീസു പത്തരരൂപ. പുറമെ, പിന്നെ കുടുംബപ്രാരാബ്ധങ്ങളും ഞാനെന്തു ചെയ്യും. നിങ്ങൾതന്നെ ആലോചിച്ചുനോക്കുക. അതുകൊണ്ട് ഞാൻ പേർത്തും പേർത്തും പറയുന്നു. ന്യായമാർഗ്ഗത്തെ അവലംബിക്കാൻ ഞാൻ പ്രേരിതനായിത്തീർന്നാൽ നിങ്ങൾ എന്നോടു പരിഭവിക്കരുതെന്ന്...നാം തമ്മിൽ കണ്ടിട്ടുപോലുമില്ല. എന്നെ അറിയാവുന്നവർക്കറിയാം എന്റെ മനഃസ്ഥിതിയെപ്പറ്റി. അതുകൊണ്ടു ഞാൻ ഒന്നുകൂടി പറയുന്നു നിങ്ങൾ 15 രൂപ ഉടൻ അയച്ചുതരിക. ഞാൻ തൃപ്തിയോടെ അതു സ്വീകരിച്ചുകൊള്ളാം. അതിനു നിങ്ങൾ ഒരുക്കമില്ലാത്തപക്ഷം 27 1/2 രൂപയും ഞാൻ ആവശ്യപ്പെട്ടേക്കും. നിങ്ങൾ അയച്ച രണ്ടുരൂപ മണിയോർഡർ ഞാൻ മടക്കി അയക്കുന്നു. 15 രൂപയിൽ കുറഞ്ഞ് എനിക്കാവശ്യമില്ല."

സുദീർഘമായ ഈ കത്തിൽ അന്നത്തെ പത്രാധിപരുടെ കൗശലങ്ങൾ മാത്രമല്ല, ചങ്ങമ്പുഴയെപ്പോലെ ഒരാൾ എത്രമാത്രം പ്രയാസപ്പെട്ടാണ് തന്റെ ജീവിതത്തിലെ ചില ഭാഗങ്ങൾ മുന്നോട്ടുനീക്കിയതെന്നും എത്രമാത്രം കഷ്ടപ്പെട്ടും കാലുപിടിച്ചുമാണ് കലാശാലാ വിദ്യാഭ്യാസം പൂർത്തിയാക്കിയതെന്നും വ്യക്തമാകുന്നുണ്ട്. തന്റെ ശ്വാസംമുട്ടിക്കുന്ന

പ്രാരാബ്ധങ്ങൾക്കിടയിലും അദ്ദേഹം സൂക്ഷിക്കുന്ന പരബഹുമാനം, ആത്മാർത്ഥത, തന്റെ അവസ്ഥ തുറന്നുപറയുവാനുള്ള ആർജ്ജവം ഇവ ചങ്ങമ്പുഴയിൽ എപ്രകാരം വർത്തിച്ചിരുന്നു എന്നതിന്റെ തെളിവുകൂടിയാണിത്.

അദ്ധ്യായം ഇരുപത്തിയൊന്ന്

വിക്ടറി ട്യൂട്ടോറിയൽ കോളേജ്

മഹാരാജാസിലെ പഠനകാലത്ത് ക്ലാസ്സിൽ വെച്ച് ഒരദ്ധ്യാപകൻ 'കവി' എന്ന നിലയിൽ ചങ്ങമ്പുഴയെ പരിചയപ്പെടുത്തിയതോടുകൂടി ഉയർന്ന ക്ലാസ്സുകളിൽ പഠിക്കുന്നവർ പോലും അദ്ദേഹത്തോട് ഒരുതരം ആരാധനാ മനോഭാവം പുലർത്തിപ്പോന്നു. എന്നാലിതൊന്നും ചങ്ങമ്പുഴ എന്ന വ്യക്തിയിൽ അശേഷം അഹന്ത ഉണർത്തിവിട്ടില്ല എന്നതാണു സത്യം.

ഒഴിവുവേളകളിൽ ചങ്ങമ്പുഴയും സുഹൃത്തുക്കളും കോളേജ് മുറ്റത്തെ മരച്ചുവട്ടിൽ കൂട്ടംകൂടിനിന്ന് നർമ്മസംഭാഷണങ്ങളിലേർപ്പെടുന്നതും സുന്ദരികളായ പെൺകുട്ടികളോട് മധുരമായി പുഞ്ചിരിച്ചുകൊണ്ട് കടാക്ഷിക്കുന്നതും തമാശയായി എന്തെങ്കിലുമൊക്കെ പറയുന്നതും പതിവായിരുന്നു. ഉയർന്ന ക്ലാസ്സുകളിൽ പഠിക്കുന്നവർ തങ്ങളുടെ പാഠഭാഗങ്ങളിലുള്ള ഇംഗ്ലീഷ് കവിതകളുടെ ആശയം, സാഹിത്യപരമായ പ്രത്യേകതകൾ എന്നുവേണ്ട കവിതയെയും കവിയെയുംകുറിച്ച് സമഗ്രമായി അറിയുവാനും ചങ്ങമ്പുഴയെ സമീപിക്കുമായിരുന്നു. വിഖ്യാത ഇംഗ്ലീഷ് കവിയായ ടെന്നിസണിന്റെ 'ഈനോൺ' മലയാളഭാഷയിലേക്ക് വിവർത്തനം ചെയ്താൽ കൊള്ളാമെന്നഭ്യർത്ഥിച്ചുകൊണ്ട് ഒരു സുഹൃത്ത് ചങ്ങമ്പുഴയെ സമീപിക്കുകയുണ്ടായി. ബി.എക്ക് പഠിക്കുവാനുണ്ടായിരുന്ന കവിതയായിരുന്നു 'ഈനോൺ'. 'സുധാംഗദ' എന്ന പേരിൽ കവി ഇത് മലയാളത്തിലേക്ക് പരിഭാഷപ്പെടുത്തി. അത് പക്ഷേ സ്വതന്ത്ര തർജ്ജമയായിരുന്നു. എന്നുവെച്ചാൽ വിഷയം മാത്രം സ്വീകരിച്ച് കവിത എഴുതുന്ന രീതി.

ഇങ്ങനെയൊരു സാഹചര്യത്തിലാണ് എറണാകുളത്ത് ഒരു ട്യൂഷൻ സെന്റർ തുടങ്ങിയാലെന്തെന്ന് ചങ്ങമ്പുഴ ചിന്തിച്ചത്. കുട്ടികളെ കിട്ടാൻ

വിഷമമില്ല. തന്നോടുള്ള മമത കൊണ്ടായിരിക്കുമല്ലോ ഓരോരുത്തരും സംശയ നിവൃത്തിക്കായി തന്നെ സമീപിക്കുന്നത്. മാത്രവുമല്ല വിദ്യാഭ്യാസച്ചെലവിനും വീട്ടിലെ പ്രാരാബ്ധങ്ങൾക്കും കുറച്ചൊക്കെ അറുതിവരികയും ചെയ്യും. എറണാകുളത്താണെങ്കിൽ അന്ന് മറ്റൊരു ട്യൂട്ടോറിയൽ കോളേജുമില്ല. ഇങ്ങനെ എല്ലാമൊത്തുചേർന്നപ്പോൾ തന്റെ പദ്ധതി ആവിഷ്കരിക്കുവാൻ തന്നെ അദ്ദേഹമുറച്ചു. സുഹൃത്തുക്കളുടെ പ്രോത്സാഹനം കൂടിയായതോടെ, 'വിക്ടറി ട്യൂട്ടോറിയൽ കോളേജ്' നിലവിൽ വരികയും ചെയ്തു.

എറണാകുളത്ത് തിരുമല ദേവസ്വം റോഡും കോൺവെന്റ് റോഡും ചേരുന്ന കവലയിൽ നിന്ന് അല്പം പടിഞ്ഞാറോട്ടു മാറി ഇടതുഭാഗത്ത് നീളത്തിൽ മൂന്നു ഭാഗങ്ങളായി വിഭജിക്കപ്പെട്ട ഒരു കെട്ടിടത്തിന്റെ കിഴക്കേ അറ്റത്തെ മുറിയിലായിരുന്നു കോളേജ് പ്രവർത്തിച്ചിരുന്നത്. ഒരു വർഷം കഴിയും മുൻപേ വിക്ടറി കോളേജ് വിദ്യാർത്ഥികൾക്കിടയിൽ അംഗീകാരം നേടിയെടുത്തു.

ട്യൂട്ടോറിയൽ കോളേജിന്റെ പ്രവർത്തനമാരംഭിച്ചതോടെ ചങ്ങമ്പുഴ എറണാകുളത്തേക്ക് താമസം മാറ്റി. തന്റെ ആത്മസുഹൃത്ത് എം.പി. കൃഷ്ണപിള്ളയുടെ അഭ്യർത്ഥന പ്രകാരം 'കൃഷ്ണൻ നായർ ബ്രദേഴ്സ് എന്ന സ്ഥാപനം പ്രവർത്തിച്ചിരുന്ന കെട്ടിടത്തിലാണ് ചങ്ങമ്പുഴ താമസിച്ചിരുന്നത്. അങ്ങനെ ഒരേകാലത്തു തന്നെ വിദ്യാർത്ഥിയുടെയും അദ്ധ്യാപകന്റെയും വേഷങ്ങൾ ചങ്ങമ്പുഴ പകർന്നാടി. താമസം എറണാകുളത്തായിരുന്നെങ്കിലും അദ്ദേഹം കൂടെക്കൂടെ ഇടപ്പള്ളിയിലേക്ക് തിരിക്കുമായിരുന്നു. പ്രധാനമായും കാമുകിയെ കാണുവാൻ.

പ്രവർത്തനം തുടങ്ങി ഒരു വർഷം പിന്നിട്ടപ്പോൾ ട്യൂട്ടോറിയൽ കോളേജ് കോൺവെന്റ് റോഡിൽ തന്നെയുള്ള മറ്റൊരു കെട്ടിടത്തിലേക്കു മാറ്റി. ചങ്ങമ്പുഴയ്ക്കു പുറമേ ശ്രീ. കണ്ണന്തോടത്തു ജനാർദ്ദനൻനായർ, കെ.പി. വേലായുധൻനായർ, വി.എം. മേനോൻ, വടക്കെകോശേരി രാമവർമ്മ തിരുമൽപ്പാട്, എം.കെ.ഗോവിന്ദപ്പിള്ള, കുഴിപ്പറമ്പിൽ ചന്ദ്രശേഖരൻപിള്ള, വ്യാകരണഭൂഷണം കരുണാകരമേനോൻ തുടങ്ങിയവർ ആ കോളേജിൽ അദ്ധ്യാപകരായി സേവനമനുഷ്ഠിച്ചിരുന്നു.

ചങ്ങമ്പുഴ ഇന്റർമീഡിയറ്റ് പാസ്സായതിനാലും ജനാർദ്ദനൻനായർ തൊഴിലാളി പ്രസ്ഥാനത്തിൽ ചേർന്നതുകൊണ്ടും എം.കെ.ഗോവിന്ദപിള്ള, രാമവർമ്മ, രാമൻ നമ്പ്യാർ എന്നിവർക്കു ടാറ്റാ ജയിൽ മിൽസ് കമ്പനിയിൽ ഉദ്യോഗം ലഭിച്ചതിനാലും ട്യൂട്ടോറിയൽ കോളേജിന്റെ പ്രവർത്തനം മന്ദഗതിയിലായി. ക്രമേണ അത് നിലയ്ക്കുകയും ചെയ്തു. ഇതേ

കോളേജിന്റെ തന്നെ മറ്റൊരു ശാഖ ഇടപ്പള്ളിയിൽ ദേവൻകുളങ്ങര ക്കവലയ്ക്ക് സമീപമുള്ള പണിപ്പറമ്പ് എന്ന വീട്ടുകാരുടെ ഓലപ്പുരയിൽ ഏതാനും മാസം പ്രവർത്തിച്ചിരുന്നു എന്ന് പറയപ്പെടുന്നു.

മഹാരാജാസിൽ പഠിയ്ക്കുമ്പോഴുണ്ടായിരുന്ന ചില ശീലങ്ങൾ കൂടി പറഞ്ഞാലേ ചങ്ങമ്പുഴയുടെ സൗന്ദര്യബോധത്തെക്കുറിച്ചും മറ്റും ഒരു ചിത്രം ലഭിക്കൂ. കോളേജിൽ ചേർന്നതോടെ സാഹിതീസദനത്തിൽ നിന്നും ചങ്ങമ്പുഴത്തറവാട്ടിലേക്കദ്ദേഹം താമസം മാറ്റി. കോളേജ് വിദ്യാർത്ഥിയായിരുന്നപ്പോഴും എട്ടുമണിവരെ ഉറങ്ങുക എന്ന ശീലത്തിന് വലിയ മാറ്റമൊന്നും ഉണ്ടായില്ല. ചില ദിവസങ്ങളിൽ രാവിലെ കുളി ച്ചൊരുങ്ങി തൊട്ടുപടിഞ്ഞാറേ വീട്ടിൽ ട്യൂഷനെടുക്കുവാനായി പോകും. പിന്നീടാണ് കോളേജിലേക്ക് പോകുവാനുള്ള ഒരുക്കങ്ങൾ. ചുരുങ്ങിയത് അരമണിക്കൂറെങ്കിലും വേണം ഒരുക്കത്തിന്. ഹെയർ ഓയിലോ, ക്രീമോ ഉപയോഗിച്ച് മുടി ഭംഗിയായി ചീകിയൊതുക്കും. പിന്നീട് നനഞ്ഞ തോർ ത്തുകൊണ്ട് തല പൊതിഞ്ഞുകെട്ടും. ചിലപ്പോൾ ഒരു ചാന്ദനപ്പൊട്ട് കുത്തിയെന്നിരിക്കും. അത് കുറേ പ്രാവശ്യം തുടച്ചുകളയും. എങ്കിലും കണ്ണാടിയിൽ നോക്കും. ആകെ ഒരു തൃപ്തിവരാത്ത മട്ട്. അതിനുശേഷ മാണ് വസ്ത്രധാരണം. ഷർട്ടു ധരിച്ചുകഴിഞ്ഞാലേ തലയിലെ കെട്ടഴിക്കൂ. എന്നിട്ട് വീണ്ടും കണ്ണാടിയിലൊന്നു നോക്കും. മുഖത്തിന്റെയും തലമുടി യുടെയും പ്രകൃതത്തെ സൂക്ഷ്മമായി നിരീക്ഷിക്കുന്നതിനുവേണ്ടിയാണിത്. പിന്നീട് നനവില്ലാത്ത തുണികൊണ്ടു പൊട്ടുമാഞ്ഞുപോകാതെ മുഖം അമർത്തിത്തുടച്ചതിനു ശേഷം സൈക്കിളിൽ കയറി കോളേജിലേക്ക്. ശരിയ്ക്കുമൊരു അഴകിയ ശൈലിയിലാണദ്ദേഹത്തിന്റെ പോക്ക്.

1936 തിരുവിതാംകൂർ മഹാരാജാവ് ക്ഷേത്രപ്രവേശന വിളംബരം പുറപ്പെടുവിച്ചു. വിളംബരം നടന്നിട്ട് അധികദിവസമാകും മുൻപേ കാര്യഗ്ര ഹണശേഷിയുള്ള യുവതലമുറ ഒരു ജാഥയായി ഇടപ്പള്ളിക്കൊട്ടാരത്തി ലേക്ക് തിരിച്ചു. ഇടപ്പള്ളി രാജാവിന്റെ അധീനതയിലുള്ള ക്ഷേത്രങ്ങളും ഹരിജനങ്ങൾക്ക് തുറന്നുകൊടുക്കണമെന്നതായിരുന്നു അവരുടെ ആവശ്യം. ഇളയരാജാവ് ഈ ആവശ്യത്തോട് അനുകൂലമായിട്ടാണ് പ്രതികരിച്ചത്. പിന്നീടദ്ദേഹം സ്ഥാനാരോഹണം ചെയ്തതിനുശേഷം (1114-ൽ) തന്റെ അധീനതയിലായിരുന്ന തൊണ്ണൂറോളം ക്ഷേത്രങ്ങൾ ഹരിജനങ്ങൾക്കായി തുറന്നുകൊടുത്തു.

അങ്ങനെയൊരു സംഭവം നടന്നിരിക്കെ മറ്റൊരു പ്രധാനസംഭവം കൂടി ഇടപ്പള്ളിയിൽ നടന്നിരുന്നതായി ചങ്ങമ്പുഴ പ്രഭാകരൻ പറയുന്നു.

"ഒരു ദിവസം രാവിലെ ഞങ്ങൾ-ചേട്ടനും ഞങ്ങളുടെ മാതൃസഹോദരീ

പുത്രൻ ചെല്ലപ്പനും മാറങ്കുളത്തിലെ ചങ്ങമ്പുഴക്കടവിൽ കുളിയ്ക്കുകയായിരുന്നു. ആ സമയത്ത് വേറെയുമുണ്ടായിരുന്നു രണ്ടുമൂന്നുപേർ. അൽപം കറുത്ത ഒരു ചെറുപ്പക്കാരൻ തെക്കുനിന്നു വന്നു കുളിക്കടവിലേക്കിറങ്ങുന്നതു കണ്ടു. ആളെ എനിക്കു മനസ്സിലായില്ല. ചേട്ടനു മനസ്സിലായോ എന്നറിവില്ല. ഏതായാലും ഞങ്ങളോടൊപ്പം സ്നാനകർമ്മം നിർവ്വഹിച്ചിരുന്ന ഒരു മദ്ധ്യവയസ്കന് ആളെ മനസ്സിലായെന്നു തോന്നി. അയാൾ പൊടുന്നനെ അങ്ങോട്ട് കയറിച്ചെന്ന് യുവാവിനെ അധിക്ഷേപിക്കാൻ തുടങ്ങുകയും ചെയ്തു. ഇടപ്പള്ളിയിലെ മറ്റൊരു പ്രദേശമായ മാമംഗലം കരയിലുള്ള ഈഴവ യുവാവായിരുന്നു അയാൾ. സവർണ്ണഹിന്ദുക്കൾക്കു മാത്രമേ മാറങ്കുളത്തിൽ പ്രവേശനമുണ്ടായിരുന്നുള്ളൂ. വിളംബരമുണ്ടായതുകൊണ്ടാണ് അയാൾ മാറങ്കുളത്തിൽ കുളിക്കാൻ പുറപ്പെട്ടത്. പക്ഷേ യാഥാസ്ഥിതികനായ മദ്ധ്യവയസ്കൻ തടസ്സപ്പെടുത്തുവാൻ തന്നെയാണ് വട്ടമെന്നു കണ്ടപ്പോൾ ചേട്ടൻ ഇടപെട്ടു. വിളംബരം നടപ്പിലായ കാര്യം ഓർമ്മിപ്പിച്ചപ്പോൾ തിരുവിതാംകൂർ രാജാവിന്റേതല്ല മാറങ്കുളമെന്നായിരുന്നു മറുപടി (അയാൾ പറഞ്ഞ ഭാഷ ഇവിടെ ഉദ്ധരിക്കുവാൻ വയ്യ) തന്നെയുമല്ല നിങ്ങൾക്കിതിലെന്തു കാര്യം എന്നു ചേട്ടനോടു പരിഹാസപൂർവ്വം ചോദിക്കുകയും ചെയ്തു. ചോദ്യം ചേട്ടനെ ചൊടിപ്പിച്ചു. ചേട്ടൻ പൊടുന്നനെ ചൂടായി. മദ്ധ്യവയസ്ക്കനും ചേട്ടനും തമ്മിലായി തുടർന്നുള്ള കശപിശ. വാക്കേറ്റം മുഴുത്തു ബലപ്രയോഗം തുടങ്ങുമെന്ന ഘട്ടമായപ്പോൾ ഞങ്ങൾക്കു പരിഭ്രമമായി. ഒപ്പം കുളിച്ചുകൊണ്ടിരുന്ന മറ്റു രണ്ടുപേർ ഇടപെട്ട് ഇരുവരെയും പിടിച്ചുമാറ്റിയതോടെ രംഗം ഒട്ടൊന്നു ശാന്തമായെന്നു പറയാം. പക്ഷേ അനുരഞ്ജനത്തിനെത്തിയവരും ഈഴവയുവാവിനെ കുളിക്കാൻ അനുവദിച്ചില്ല. ഒറ്റയ്ക്കായതുകൊണ്ട് കൂടുതൽ എതിർപ്പിനൊന്നും നിൽക്കാതെ അയാൾ സ്ഥലംവിടുകയും ചെയ്തു. ഈ സംഭവം ചങ്ങമ്പുഴയുടെ ഹൃദയത്തിൽ സൃഷ്ടിച്ച സംഘർഷത്തിന്റെ പരിണതിയാണ് 'ചിത്രയുഗത്തിലെ സുപ്രഭാതം' എന്ന കവിത."

പ്രഭാകരൻ ഒടുവിൽ പറഞ്ഞിരിക്കുന്ന കാര്യം ശരിയാണെന്നു തോന്നുന്നില്ല. കാരണം 'ചിത്രയുഗത്തിലെ സുപ്രഭാതം' ഇങ്ങനെയൊരു സംഭവത്തെ ആവിഷ്ക്കരിക്കുന്ന കവിതയല്ല. അത് ക്ഷേത്രപ്രവേശന വിളംബരം മൂലം കവിചിത്തമനുഭവിച്ച ആഹ്ലാദാനുഭൂതികളുടെ ചിത്രീകരണമാണ്. ചരിത്രപ്രസിദ്ധമായ ഒരു വിഷയത്തോടുള്ള കവിയുടെ പ്രതികരണം:

"മംഗളമണിനാദ!-ശ്രീലസൽസമാധാന-

രംഗത്തിൻ നവോദയകാഹളം !-മുഴങ്ങുന്നു!

ശാന്തിതൻ മരതകപ്പൂവനമെല്ലാം പൂത്തു

കാന്തിയുമുത്ക്കർഷവുമൊന്നിച്ചു കരം കോർത്തു

വിജയക്ഷേത്രത്തിന്റെ ഗോപുരകവാടങ്ങൾ

വിരവോടെല്ലാർക്കുമായ് തുറക്കപ്പെട്ടു മുന്നിൽ

മാമൂലിൽ മഷിതേച്ച മാറാല മാറിപ്പോയീ

മായാത്തമയൂഖങ്ങൾ നൃത്തമാടുകയായി!"

ക്ഷേത്രപ്രവേശന വിളംബരം പുറപ്പെടുവിച്ച രാജാവിനെ നമിക്കുകയാണ് തുടർന്നുള്ള വരികളിൽ. ദൈവത്തെ പങ്കിട്ടു കലഹം കൂട്ടുന്ന മനുഷ്യരെക്കുറിച്ചുള്ള ഉത്കണ്ഠകളിൽ നിന്നും തെന്നിനീങ്ങുന്ന കവിവാക്യങ്ങൾ ജാതിയുടെ ചിതയ്ക്ക് തീ കൊളുത്തുവാനും ആഹ്വാനം ചെയ്യുന്നു. ബുദ്ധിയുടെ ഇരിപ്പിടമായ രാജാവിനെ സ്തുതിയ്ക്കുവാനും കവി മടികാണിക്കുന്നില്ല. ഈ ക്ഷേത്രപ്രവേശനവിളംബരം ഉറവ വറ്റാത്ത ഐശ്വര്യത്തിന് നാന്ദി കുറിയ്ക്കട്ടെയെന്നും കവി ആശംസിക്കുന്നു.

"നിന്നാളായ് കൊതിച്ചോരാ നിർവൃതി ലഭിച്ചിന്നു

വേണാട്ടിൽ ജനിക്കയാൽ ചരിതാർത്ഥരായ് നമ്മൾ

അത്ര പവിത്രമാമീ യുഗമാരംഭിച്ച

ചിത്രതാരകേ ഹാ നീയുല്ലസിക്കാവൂമേന്മേൽ?

താവകയശസ്സിന്റെ രശ്മികളുണർത്തട്ടെ

കേവലം മരവിച്ച ലോകത്തിൻ പ്രജ്ഞാചക്രം."

ഇങ്ങനെ കവിത അവസാനിക്കുന്നു. ഈ കവിതയിൽ ചങ്ങമ്പുഴ പ്രഭാകരൻ രേഖപ്പെടുത്തിയിട്ടുള്ള സംഭവത്തെക്കുറിച്ചുള്ള പരാമർശം പ്രത്യക്ഷമായി കാണുന്നില്ല. "ഇദ്ദിവ്യയജ്ഞാഗ്നിയിൽ കൊളുത്തപ്പെടട്ടെ/ സദ്രസംമൃതമായ ജാതിതൻ ചിതാകൂടം" എന്ന വരകിൾ വായിച്ചിട്ടാണ് പ്രഭാകരൻ ഇപ്രകാരം പറഞ്ഞതെന്ന് തോന്നുന്നു. ഏതായാലും ഈ കവിതയുടെ മൊത്തത്തിലുള്ള പ്രമേയം ക്ഷേത്രപ്രവേശനവിളംബരത്തെച്ചൊല്ലിയുള്ള അഭിമാനഭരിതമായൊരു മനസ്സിന്റെ പ്രതികരണമാണ്. കവിതയുടെ അവസാനം- ആഗസ്റ്റ് 1949, എന്നു ചേർത്തിട്ടുണ്ട്. ഇത് കവിത പ്രസിദ്ധീകരിച്ച വർഷമായിരിക്കാം. എന്നാൽ സാധാരണമായി കവിത എഴുതിയ വർഷമാണ് ഇങ്ങനെ ചേർത്തുകാണാറുള്ളത്. ചങ്ങമ്പുഴക്കവിതകളുടെ കയ്യെഴുത്ത് പ്രതി പരിശോധിച്ചതിൽ നിന്നും ഒരു കാര്യം വ്യക്തമായിപ്പറയുവാൻ ഈ ലേഖകന് കഴിയും. അത്

അദ്ദേഹം താനെഴുതിയ കവിതകളുടെ മാർജിനിലോ മറ്റോ എഴുതിയ തീയതിയും വർഷവും ചേർത്തിട്ടുണ്ട് എന്നുള്ളതാണ്. ഈ കവിതയുടെ ഒടുവിൽ ചേർത്തിട്ടുള്ള വർഷം എന്തിനെക്കുറിച്ചാണെന്നു വ്യക്തമാക്കാത്ത സ്ഥിതിക്ക് ഒരു പഠിതാവിനെ സംബന്ധിച്ചിടത്തോളം ഇത് തെറ്റിദ്ധാരണക്കിടയാക്കും എന്നതുകൊണ്ടു മാത്രമാണിവിടെ കുറിയ്ക്കുന്നത്. ഈ കവിതയിൽ മാത്രമല്ല മറ്റു പലതിലും ഇങ്ങനെ വർഷങ്ങൾ ചേർത്തിട്ടുള്ളത് എന്തിനെക്കുറിയ്ക്കുന്നു എന്ന് ഉത്തരവാദിത്തപ്പെട്ടവർ വ്യക്തമാക്കേണ്ടിയിരിക്കുന്നു.

പിൽക്കാലത്ത് ആശ്രമമൃഗം, ചുട്ടെരിക്കൽ എന്നീ കവിതകളെഴുതിയ ചങ്ങമ്പുഴ കവിയൂർ സ്വാമികളുടെ ആശ്രമത്തിൽ അതിഥിയായി താമസിച്ചിരുന്നു എന്നു കേൾക്കുമ്പോൾ നമുക്കുത്ഭുതം തോന്നാം. സ്വാമിമാരെയും ഇതര ക്ഷേത്രാചാരങ്ങളെയും രൂക്ഷമായി വിമർശിച്ച ആളാണല്ലോ കവി. ആറന്മുളയ്ക്കടുത്ത് കിടങ്ങൂർ എന്ന ഗ്രാമത്തിൽ സ്ഥിതിചെയ്തിരുന്ന സ്വാമികളുടെ ആശ്രമത്തിലാണ് അദ്ദേഹം താമസിച്ചിരുന്നത്.

എം.പി. കൃഷ്ണപിള്ള, എസ്. പത്മനാഭൻ നായർ എന്നീ സുഹൃത്തുക്കളുടെ ക്ഷണം സ്വീകരിച്ച് ആശ്രമത്തിലെ ചിത്രപൗർണ്ണമി ആഘോഷത്തിൽ പങ്കുകൊള്ളുവാനാണ് അദ്ദേഹമവിടെ താമസിച്ചത്. ഈ സംരംഭത്തെ ആസ്പദിച്ച് 10 ചെറുകിടകവിതകളെഴുതിയിട്ടുണ്ട് ചങ്ങമ്പുഴ. 'ചിത്ര ദീപ്തി' എന്ന പേരിലുള്ള ഈ സമാഹാരത്തിന്റെ പ്രസാധകൻ എം.പി. കൃഷ്ണപിള്ള തന്നെയാണ്.

എം.പി. കൃ.ഷ്ണപിള്ള കവിതയുടെ പ്രസ്താവനയിൽ ഒരു ഭാഗത്ത് ഇങ്ങനെ പറയുന്നു:

"എന്റെ കലാശാലാ ജീവിതത്തിൽ എനിക്കു കിട്ടിയിട്ടുള്ള മഹാധനമാണ്, ഇതിന്റെ കർത്താവായ ചങ്ങമ്പുഴ. സ്വാമി തൃപ്പാദങ്ങളുടെ നിഷ്കളങ്ക വാത്സല്യത്തിനു പാത്രമായ അദ്ദേഹം, കഴിഞ്ഞകൊല്ലം കവിയൂരിൽ വെച്ച് നടത്തിയ പൗർണ്ണമി പൂജയിലും, തത്സംബന്ധമായ സമ്മേളനത്തിലും ഭാഗഭാക്കായിരുന്നു. എന്റെ അപേക്ഷയനുസരിച്ച് മാംസചക്ഷുസ്സുക്കളിൽ കണ്ട ആ മഹനീയ മഹാമഹത്തിന്റെ പരിപാടികൾ നിസ്സർഗ്ഗനിസ്തുലമായ അദ്ദേഹത്തിന്റെ ഭാവനയുടെ വെൺചില്ലിൽക്കൂടി, ഇതാ ലോകത്തിനു കാണിച്ചുകൊടുക്കുന്നു..."

"ശുഭവിജയാനന്ദസിദ്ധികളി
ലഭയമഖിലർക്കുമേകിയേകി
കനകമയൂഖങ്ങൾ വീശിവീശി
ക്കമനീയ ചൈത്രമേ നീയുമെത്തി"

എന്നു തുടങ്ങുന്ന നവോദയം, ശാന്തിയുടെ കൂജനം, ദിവ്യരശ്മി, ലോകത്തിന്റെ നേർച്ച, അവതാരം, ആലംബകേന്ദ്രം, അർച്ചന, ഭാവനയ്ക്കുമീതേ മായാമണ്ഡപം, ഭക്തിയുടെ വീണാവായന എന്നിങ്ങനെയുള്ള കവിതകളിലെല്ലാം സ്വാമിയെയും ഹൈന്ദവസനാതന സംസ്കാരത്തെയും പ്രകീർത്തിക്കുകയാണ് കവി ചെയ്തിട്ടുള്ളത്. പൗർണ്ണമി ആഘോഷത്തിന്റെ വർണ്ണാഭമായ ദൃശ്യങ്ങൾ കൊരുത്തെടുക്കുവാൻ തനിയ്ക്കുള്ള കഴിവിനെ അടയാളപ്പെടുത്തുന്നതാണ് ചങ്ങമ്പുഴയുടെ ചിത്രദീപ്തി. എന്നാൽ സാഹിത്യപരമായ മേന്മ അത്രയ്ക്കൊന്നും ഈ കവിതകൾക്കവകാശപ്പെടാനില്ല.

അദ്ധ്യായം ഇരുപത്തിരണ്ട്

യൂണിവേഴ്സിറ്റി കോളേജിൽ

യൂണിവേഴ്സിറ്റി കോളേജിൽ നിന്നും ഇന്റർമീഡിയറ്റ് പാസ്സായി. തുടർന്നു പഠിക്കുവാൻ അദ്ദേഹം അത്യധികം ആഗ്രഹിച്ചു. എറണാകുളത്ത് വേണമെങ്കിൽ തുടർന്നു പഠിക്കാം. പക്ഷേ അപ്പോൾ ബി.എ.യ്ക്ക് ചേരുവാനേ കഴിയുകയുള്ളൂ. അദ്ദേഹത്തിന്റെ ലക്ഷ്യം എം.എ. യാണ്. അങ്ങനെ ഒരദ്ധ്യാപകനായി ജീവിതം പോറ്റാമെന്ന് അദ്ദേഹം വിചാരിച്ചു. എം.എ. ബിരുദം നേടണമെങ്കിൽ തിരുവനന്തപുരത്തോ മദിരാശിയിലോ പോകണം. അടുത്തുള്ള സ്ഥലം തിരുവനന്തപുരമായതിനാൽ അവിടെ പഠിക്കാമെന്നു തീരുമാനിച്ചു. അങ്ങനെ തിരുവനന്തപുരം മഹാരാജാസ് ആർട്സ് കോളേജിൽ ബി.എ. ഓണേഴ്സിനു ചേർന്നു. ഈ കാലഘട്ടത്തിൽ ചങ്ങമ്പുഴയുടെ ജീവിതത്തിൽ നടന്ന നിർണ്ണായകസംഭവം വിവാഹമാണ്. ഒരർത്ഥത്തിൽ അതോടെ അദ്ദേഹത്തിന്റെ മനോസംഘർഷങ്ങളും തീവ്രമായിത്തുടങ്ങി.

തിരുവനന്തപുരത്ത് കുന്നുകുഴിയിൽ നായർ യൂണിയൻ ഹോസ്റ്റലിലായിരുന്നു ആദ്യം താമസിച്ചത്. പിന്നീട് പല സ്ഥലങ്ങളിലേക്കും മാറി. ഓണേഴ്സിന്റെ രണ്ടാം വർഷം ചങ്ങമ്പുഴയുടെ മാതൃസഹോദരീപുത്രൻ ചെല്ലപ്പൻ ടെക്സ്റ്റൈൽ ടെക്നോളജി പഠിക്കാനെത്തിയതിനാൽ അദ്ദേഹത്തെക്കൂടി കൂടെത്താമസിപ്പിക്കുവാനാണ് ഹോസ്റ്റലിൽ നിന്നും താമസം മാറ്റിയത്. ഇക്കൊല്ലം തന്നെയാണ് ചങ്ങമ്പുഴ പി.ഐ. ഇഗ്നേഷ്യസിനെ പരിചയപ്പെടുന്നതും അവർ വേർപെടുവാൻ വയ്യാത്തവിധം സൗഹൃദത്തിലായതും. ചങ്ങമ്പുഴ ഇഗ്നേഷ്യസിനെ 'കൊച്ച്' എന്നും ഇഗ്നേഷ്യസ് തിരിച്ച് 'കൊച്ചുകുട്ട'നെന്നുമുള്ള ചെല്ലപ്പേരുകളാണ് പരസ്പരം സംബോധന ചെയ്യുവാൻ ഉപയോഗിച്ചത്.

മഹാരാജാസിലേതുപോലെ തിരുവനന്തപുരത്തെ പഠനവും

ആഹ്ലാദപൂർണ്ണമായിരുന്നു എന്നു ചങ്ങമ്പുഴ പറയാറുണ്ടായിരുന്നെങ്കിലും അത്രയ്ക്കൊന്നും ആനന്ദനിർഭരമായിരുന്നില്ല അക്കാലമെന്നാണ് പറഞ്ഞുകേട്ടിട്ടുള്ളത്. എറണാകുളം സ്വന്തം വീടുപോലെ പരിചിതമായിരുന്നതിനാൽ അദ്ദേഹം ആ പ്രദേശത്തോട് ഒരുതരം വൈകാരിക ബന്ധം പുലർത്തിപ്പോന്നു. മഹാരാജാസിൽ കിട്ടിയ അംഗീകാരവും തിരുവനന്തപുരത്ത് ചങ്ങമ്പുഴയ്ക്ക് ലഭിച്ചില്ല. മഹാരാജാസിൽ ഒരു വിദ്യാർത്ഥി എന്നതിനേക്കാളുപരി 'കവി'യായിട്ടായിരുന്നുവല്ലോ അദ്ദേഹം പരിഗണിയ്ക്കപ്പെട്ടിരുന്നത്.

പി.ജി. സഹസ്രനാമയ്യരായിരുന്നു അക്കാലത്ത് യൂണിവേഴ്സിറ്റി കോളേജിന്റെ പ്രിൻസിപ്പൽ. മലയാള വിഭാഗത്തിന്റെ തലപ്പത്ത് പി. അനന്തൻപിള്ള. മറ്റൊരദ്ധ്യാപകൻ കുട്ടികൾക്കു പ്രിയങ്കരനായിരുന്ന സി.ഐ. ഗോപാലപിള്ളയായിരുന്നു. കോന്നിയൂർ മീനാക്ഷിയമ്മ, ഇളംകുളം കുഞ്ഞൻപിള്ള എന്നിവരായിരുന്നു മറ്റദ്ധ്യാപകർ. പി. അനന്തൻപിള്ള പെൻഷൻപറ്റിയ ഒഴിവിലേക്ക് മലയാളവിഭാഗത്തിന്റെ തലവനായി വന്നത് ഡോക്ടർ കെ. ഗോദവർമ്മയാണ്.

ആർട്സ് കോളേജിൽ മലയാളം ഓണേഴ്സിന് അധികം വിദ്യാർത്ഥികളുണ്ടായിരുന്നില്ല. അക്കാലത്ത് പൊതുവേ സാഹിത്യത്തിൽ താല്പര്യമുള്ളവരായിരുന്നു ബി.എ. ഓണേഴ്സിനു ചേർന്നിരുന്നത്. ചങ്ങമ്പുഴയുടെ സഹപാഠികളായി കെ.എം. ഡാനിയേൽ, ദേവകുട്ടിയമ്മ എന്നിവരാണ് ബി.എ. ക്ലാസ്സിൽ ഉണ്ടായിരുന്നത്. പിൽക്കാലത്ത് സാഹിത്യത്തിൽ പ്രശസ്തരായിത്തീർന്ന പുളിമാന പരമേശ്വരൻപിള്ള, കെ.സരസ്വതിയമ്മ, ചെങ്ങാരപ്പിള്ളി നാരായണൻപോറ്റി, എസ്. ഗുപ്തൻനായർ, ടി.എൻ. ഗോപിനാഥൻ നായർ, എം. കൃഷ്ണൻനായർ, ഡോക്ടർ കെ.എം. ജോർജ് എന്നിവർ അക്കാലത്ത് യൂണിവേഴ്സിറ്റി കോളേജിൽ പഠിച്ചിരുന്നു. പിന്നീട് ഭരണമണ്ഡലത്തിൽ പ്രശസ്തരായ പി.സി. അലക്സാണ്ടർ, ഓമനക്കുഞ്ഞമ്മ എന്നിവരും അന്ന് കോളേജിൽ പഠിച്ചിരുന്നു.

ചങ്ങമ്പുഴയും ടി.എൻ. ഗോപിനാഥൻനായരും തമ്മിലുള്ള ആത്മബന്ധത്തെക്കുറിച്ച് ചങ്ങമ്പുഴയുടെ ജീവിത ചരിത്രത്തിൽ പലരും എഴുതിയിട്ടുണ്ട്. പണ്ഡിതന്മാരായ ആ ഗ്രന്ഥകർത്താക്കൾ എഴുതിയതിനു വിപരീതമായി ചില കാര്യങ്ങൾ കുറിയ്ക്കട്ടെ:

1113-ൽ ചങ്ങമ്പുഴ എഴുതിത്തുടങ്ങിയ നോവലാണ് കളിത്തോഴി. ആ നോവലിന്റെ ആദ്യഭാഗം ചങ്ങമ്പുഴത്തറവാട്ടിൽ വെച്ചാണ് അദ്ദേഹമെഴുതിയത്. മഹാരാജാസ് കോളേജിൽ പഠിച്ചിരുന്ന കാലത്താണ്

അതിന്റെ ആദ്യഭാഗം പൂർത്തീകരിച്ചത്. പിന്നീട് രണ്ടാംഭാഗം പൂർത്തീകരിച്ചു. താനെഴുതിയതിനെക്കുറിച്ചൊരുത്തമ ബോദ്ധ്യമുണ്ടായാൽ ആ രചന സുഹൃത്തുക്കളുടെ മുൻപിൽ വായിച്ചുകേൾപ്പിക്കുക എന്നത് ചങ്ങമ്പുഴയുടെ ഒരു ശീലമായിരുന്നു. സുഹൃത്തുക്കളുടെ ഇടയിൽവച്ച് വായിച്ചുകേൾപ്പിക്കുമ്പോൾ കഥാപാത്രങ്ങൾ, ആ കൃതിയിൽ താൻ ആവിഷ്കരിച്ചിട്ടുള്ള ചിന്താഗതികൾ എന്നിവയെല്ലാം അദ്ദേഹം വളരെ വ്യക്തമായി, വിശദമായിത്തന്നെ വിശകലനം ചെയ്യുകയും പതിവാണ്. ഇടയ്ക്ക് മനസ്സിലായോ മനസ്സിലായോ എന്നു കേൾവിക്കാരോട് ഉറക്കെ ചോദിക്കുകയും ചെയ്യും. പി.എം. അച്യുതവാരിയർ, ചന്ത്രത്തിൽ കൃഷ്ണപിള്ള തുടങ്ങിയ സുഹൃത്തുക്കളെ വായിച്ചു കേൾപ്പിച്ച സന്ദർഭത്തിൽ ചങ്ങമ്പുഴ പ്രഭാകരനും ഹാജരുണ്ടായിരുന്നു.

തിരുവനന്തപുരത്ത് ഓണേഴ്സിനു ചേർന്നതിനുശേഷം ഒഴിവുവേളകളിൽ ചങ്ങമ്പുഴ ഇടപ്പള്ളിയിലെ വീട്ടിലുണ്ടാകുമായിരുന്നു. അങ്ങനെയുള്ള സന്ദർഭങ്ങളിൽ നിരവധി സുഹൃത്തുക്കൾ ചങ്ങമ്പുഴത്തറവാട്ടിൽ സന്ദർശകരായി എത്താറുണ്ട്. ഒരിക്കൽ ടി.എൻ. ഗോപിനാഥൻ നായരും ഇടപ്പള്ളിയിലെത്തുകയുണ്ടായി. അന്നദ്ദേഹം നാടകകൃത്തും കവിയുമൊക്കെയായിരുന്നു. അക്കാലത്ത് പുറത്തിറങ്ങിയിരുന്ന ഹിന്ദി സിനിമകളുടെ കഥാതന്തുവായിരുന്നു ഗോപിനാഥൻനായരുടെ നാടകത്തിന്റെ ഇതിവൃത്തം എന്നൊരു ശ്രുതി കൂട്ടുകാർക്കിടയിൽ പരന്നിരുന്നു.

ഒരിക്കൽ ഗോപിനാഥൻ നായർ കൂടി സന്നിഹിതനായിരുന്ന സദസ്സിൽ വെച്ചായിരുന്നു ചങ്ങമ്പുഴ സുഹൃത്തുക്കളെ 'കളിത്തോഴി' വായിച്ചുകേൾപ്പിച്ചത്. ടി.എൻ. തിരുവനന്തപുരത്തെത്തി ഒരു നാടകം രചിക്കുകയും അതു താമസംവിനാ പ്രസിദ്ധപ്പെടുത്തുകയും ചെയ്തു. ചങ്ങമ്പുഴയും സുഹൃത്തുക്കളും നാടകം വായിച്ചപ്പോഴാണറിയുന്നത് ഇത് കളിത്തോഴിയുടെ അനുകരണമാണെന്ന്. എന്നാൽ താൻ അനുകരണമോ ചോരണമോ നടത്തിയിട്ടില്ലെന്ന ഭാവത്തിൽ നാടകത്തിലെ ഒൻപതാം രംഗത്തിൽ ഒരടിക്കുറിപ്പു ചേർത്തു, ടി.എൻ. പ്രസ്തുത രംഗം കളിത്തോഴിയിൽ നിന്ന് കടഞ്ഞെടുത്തതാണെന്ന്. പിന്നീട് ചന്ത്രത്തിൽ കൃഷ്ണപിള്ള, ഗോപിനാഥൻ നായരെ കാണുമ്പോൾ കടകോല് കയ്യിലുണ്ടോ കുവേയെന്നു പരിഹസിച്ചു ചോദിക്കുമായിരുന്നുവത്രെ.

തന്റെ ആത്മസുഹൃത്താണ് ചങ്ങമ്പുഴയെന്നുദ്ഘോഷിച്ചുകൊണ്ട് പരോക്ഷമായി അദ്ദേഹത്തെ താഴ്ത്തിക്കെട്ടാനാണ് ഗോപിനാഥൻനായർ ശ്രമിച്ചിട്ടുള്ളതെന്ന് ചങ്ങമ്പുഴ പ്രഭാകരൻ ആരോപിച്ചിട്ടുണ്ട്. ചങ്ങമ്പുഴയെക്കുറിച്ച് ഗോപിനാഥൻ നായർ എഴുതിയ ചില ലേഖനങ്ങളിലെ

വാക്കുകൾ ഉദ്ധരിച്ചുകൊണ്ട് പ്രഭാകരൻ ഇങ്ങനെ പറയുന്നു:

"1978 ഡിസംബർ മാസത്തിൽ എന്റെ അമ്മ (മഹാകവിയുടെയും അമ്മ) ഇഹലോകവാസം വെടിഞ്ഞു. മനോരാജ്യം ആഴ്ചപ്പതിപ്പിൽ ടി.എൻ. ഗോപിനാഥൻ നായർ തുടർച്ചയായി എഴുതിക്കൊണ്ടിരുന്ന ലേഖനത്തിൽ ചങ്ങമ്പുഴയുടെ അമ്മയെപ്പറ്റി എനിക്കും എന്റെ കുടുംബാംഗങ്ങൾക്കും മനോവേദനയുളവാക്കുന്ന ഭാഷയിൽ ചില പരാമർശങ്ങൾ നടത്തുകയുണ്ടായി. ആ ഒരൊറ്റ കാരണം മാത്രമാണ് അദ്ദേഹത്തിന്റെ ഹൃദയനൈർമ്മല്യത്തെ ചോദ്യം ചെയ്യാൻ എന്നെ പ്രേരിപ്പിച്ചത്. ആരുടേതായാലും അമ്മ അമ്മതന്നെയാണ്. ആത്മാർത്ഥ സുഹൃത്തിന്റെ അമ്മ എന്ന ബഹുമാനം വേണ്ട, പോകട്ടെ അമ്മ എന്ന വാക്കിനു നൽകേണ്ടുന്ന ബഹുമാനം പോലും അദ്ദേഹം നൽകിയില്ല. തന്റെ ആത്മാർത്ഥസുഹൃത്തായ ചങ്ങമ്പുഴയുടെ അമ്മ മരിച്ചതറിഞ്ഞ് ഇടപ്പള്ളിയിലെത്തിയ മി. നായർ ആ വയോവൃദ്ധയുടെ ഭവനം സന്ദർശിക്കുകയോ അവരുടെ ഭൗതികാവശിഷ്ടമെങ്കിലും ഒരു നോക്കു കാണുകയോ ചെയ്യാതെ ഞങ്ങളോട് ഒരാശ്വാസവാക്കു പറയുവാനുള്ള സാധാരണ മര്യാദപോലും കാണിക്കാതെ മടങ്ങിച്ചെന്ന് മനോവേദനയുളവാക്കുന്ന ഭാഷയിൽ പരാമർശം നടത്തിയത് അനുചിതവും അക്ഷന്തവ്യവുമാണെന്ന് ഞങ്ങൾക്കുതോന്നി. ചങ്ങമ്പുഴയുടെ അമ്മ ഒരു കാര്യം നിർവ്വഹിച്ചുകിട്ടുവാൻവേണ്ടി അദ്ദേഹത്തിന്റെ സഹായം തേടിയിട്ട് അദ്ദേഹം പ്രതികരിച്ചത് എപ്രകാരമായിരുന്നുവെന്നും മറ്റും എനിക്കറിവുള്ളതാണ്. അവയെല്ലാം ഞാനിവിടെ പ്രസ്താവിക്കുന്നില്ല. അതിനാൽ ഇദ്ദേഹത്തിന്റെ പരാമർശങ്ങളെ ഖണ്ഡിച്ചുകൊണ്ട് ഞാൻ മനോരാജ്യം പത്രാധിപർക്ക് ഒരു നോട്ടീസയച്ചു. മറുപടി കിട്ടിയതോടെ ഞാൻ മേൽനടപടി ഉപേക്ഷിക്കുകയാണുണ്ടായത്. ഉപേക്ഷിച്ചത് മി. നായരെ കണക്കാക്കിയിട്ടൊന്നുമല്ല. അങ്ങോർ ഞങ്ങൾക്കാരുമല്ലെന്ന് നേരത്തെ മനസ്സിലാക്കിക്കഴിഞ്ഞതാണ്."

ചങ്ങമ്പുഴ രോഗബാധിതനായി ആസന്നനിലയിലാണെന്നറിഞ്ഞിട്ടും ടി.എൻ. ചങ്ങമ്പുഴയെ സന്ദർശിക്കുകയോ ആശ്വസിപ്പിക്കുകയോ ചെയ്തില്ലെന്ന് പ്രഭാകരൻ ഈ ലേഖകനോടു പറഞ്ഞിട്ടുണ്ട്. അന്നങ്ങനെ ഇടപ്പള്ളിയിൽ വന്ന് ചങ്ങമ്പുഴയെ സന്ദർശിക്കാതിരിക്കുവാനുള്ള കാരണമായി പറഞ്ഞത് അദ്ദേഹത്തിന്റെ ദീനാവസ്ഥ കണ്ടാൽ ടി.എന്നിന് വേദന തോന്നുമായിരുന്നതുകൊണ്ടാണെന്നാണ്. അദ്ദേഹത്തോട് ഹൃദയബന്ധമുള്ളവർ മാത്രമല്ല യാതൊരു പരിചയവുമില്ലാത്തവർപോലും പണവും മറ്റും അയച്ചുകൊടുത്തു സഹായിച്ച് ആ

കവിയുടെ ദൈന്യതയിൽ പങ്കുകൊണ്ടവരാണെന്നുള്ളത് ഒരു വാസ്തവം മാത്രമാണ്. എന്നാൽ ഈ ആത്മമിത്രത്തിനു മാത്രം ഒന്നിനും കഴിഞ്ഞില്ല എന്നുള്ളത് വലിയൊരു ഫലിതം തന്നെയാണ്.

ചങ്ങമ്പുഴ തിരുവനന്തപുരത്തു നിന്നും മടങ്ങിയശേഷം ഇവർ തമ്മിൽ അത്ര രസത്തിലായിരുന്നില്ലെന്നു പറഞ്ഞുകേട്ടിട്ടുണ്ട്. അവർ തമ്മിലെന്തോ കശപിശ ഉണ്ടായിരുന്നുവത്രെ. ഒരുപക്ഷേ അതിന്റെ പ്രതികരണമായിട്ടായിരിക്കാം ഗോപിനാഥൻനായർ ചങ്ങമ്പുഴയെ സന്ദർശിക്കാതിരുന്നത്.

ചങ്ങമ്പുഴയുടെ മരണശേഷം 1948ൽ പുറത്തിറങ്ങിയ ജയകേരളം വിശേഷാൽ പതിപ്പിൽ ഗോപിനാഥൻ നായർ 'ചങ്ങമ്പുഴ' എന്ന പേരിൽ ഒരു ലേഖനം എഴുതിയിട്ടുണ്ട്. അതിന്റെ തുടക്കം:

"എന്റെ ചങ്ങമ്പുഴയെപ്പറ്റി ഞാനെന്താണെഴുതുക? അദ്ദേഹം പൊയ്പ്പോയല്ലോ. പതിനഞ്ചുകൊല്ലത്തെ പരിചയസമ്പത്തുള്ള ഞാൻ ആ ആത്മമിത്രത്തിന്റെ അന്ത്യദിനങ്ങളിൽ അരികിൽ ചെന്നില്ല. ആ രോഗശയ്യ ഞാൻ മനസ്സിൽ കാണുമായിരുന്നു. അള്ളിക്കീറിക്കൊണ്ടിരുന്ന ആ രോഗത്തിന്റെ വേദനയിൽ നിന്നും എന്നെ കണ്ടാൽ അല്പനിമിഷത്തേക്കെങ്കിലും പാവത്തിനു മോചനം ലഭിക്കുമെന്ന് എനിക്കു വിശ്വാസമുണ്ടായിരുന്നു. എന്നെ കൂടെക്കൂടെ തിരക്കാറുണ്ടെന്നും ഞാനറിഞ്ഞു. പക്ഷേ ഞാൻ പോയില്ല.

മിനുട്ടിനു മിനുട്ടിനു മിന്നുന്ന ഈരടികൾ പാടി കിലുകിലാന്നു ചിരിച്ചുകൂടാറുള്ള ആ സുഹൃത്ത് ഇഞ്ചിഞ്ചായി തകരുന്ന ആ ദാരുണരംഗം കാണാൻ ഞാൻ പോയില്ല. ഞാൻ പലരെയും പറഞ്ഞയച്ചു. ഓരോ ദിവസവും സ്ഥിതിഗതികളറിഞ്ഞു. എന്തുചെയ്യാം, എനിക്കു കാണാൻ കരുത്തില്ലായിരുന്നു. ഇനി ഞാനെന്തിന് കിളി ഒഴിഞ്ഞ ആ കൂട്ടിൽ ചെല്ലണം? ഓരോ നിമിഷവും 'കൊച്ചുകുട്ടന്റെ' അഭ്യുദയം മാത്രം ധ്യാനിച്ച് ജീവിച്ചുപോന്ന സ്നേഹമതിയായ ആ വൃദ്ധമാതാവിനെ ഞാനെങ്ങനെ കാണും?"

ഈ വരികളിൽ അശേഷം ആത്മാർത്ഥതയുണ്ടെന്ന് കരുതുവാൻ കഴിയില്ല. ചങ്ങമ്പുഴയുടെ വൃദ്ധമാതാവിനോട് ടി.എൻ. പ്രതികരിച്ച വിധം മുൻപു പറഞ്ഞിട്ടുണ്ടല്ലോ. എന്തുചെയ്യാം സാഹിത്യത്തിനും സാഹിത്യകാരനും ഇങ്ങനെ ചില ചീച്ചിലുകളുണ്ട്. അതെന്തായാലും ടി.എൻ. ഗോപിനാഥൻ നായരെ ആരെങ്കിലുമിന്ന് ഓർക്കുന്നുണ്ടോ എന്ന് സംശയമാണ്.

മറ്റൊരു കാര്യം വിദ്യാഭ്യാസത്തിനു വേണ്ടുന്ന സാമ്പത്തിക സഹായം പ്രതീക്ഷിച്ച് ക്യാപ്റ്റൻ വി.പി. തമ്പിയെ കാണുവാൻ ചങ്ങമ്പുഴ പോയത് ഗോപിനാഥൻ നായരുടെ ആശയം കൊണ്ടും അദ്ദേഹത്തിന്റെ സമ്മർദ്ദം മൂലവുമാണെന്ന വാസ്തവവിരുദ്ധമായ സംഭവമാണ്. യഥാർത്ഥത്തിൽ തിരുവിതാംകൂർ സർവ്വകലാശാലാ രജിസ്ട്രാറായിരുന്ന കെ.ജി. പരമേശ്വരപ്പണിക്കരാണ് വി.പി. തമ്പിയെ പോയിക്കാണുവാൻ ചങ്ങമ്പുഴയെ ഉപദേശിച്ചത്. ഗോപിനാഥൻനായരുടെ കൂടെ കൂട്ടിക്കൊള്ളുവാനും പറഞ്ഞു. അതനുസരിച്ചാണ് ഇരുവരും വി.പി. തമ്പിയെ കാണുവാൻ പോയത്. ഏതായാലും ചരിത്രത്തിന്റെ ഏകാന്തതയിലെങ്ങോ അറിയപ്പെടാതെ പോകുമായിരുന്ന ക്യാപ്റ്റൻ വി.പി. തമ്പി ഈ സംഭവത്തോടെ പരാമർശയോഗ്യനായിത്തീർന്നു. ചങ്ങമ്പുഴയുടെ ജീവിതചരിത്രം പഠിക്കുന്ന ഒരാൾക്കെങ്കിലും അദ്ദേഹത്തെ അറിയാതെ പോകുവാൻ കഴിയില്ലല്ലോ.

തനിക്ക് ചെറിയ ഉപകാരങ്ങൾ ചെയ്തവരെപ്പോലും മറക്കാത്ത ഒരു മഹാനായിരുന്നു ചങ്ങമ്പുഴ, ഒപ്പം തന്റെ സുഹൃത്തുക്കളിൽ പ്രിയപ്പെട്ടവരെയും. ചില പുസ്തകങ്ങൾ അദ്ദേഹം സമർപ്പിച്ചിട്ടുള്ളത് സുഹൃത്തുക്കൾക്കാണ്. തന്നെ സഹായിക്കുകയോ മറ്റോ ചെയ്തിട്ടുള്ള സുഹൃത്തുക്കളുടെ പേരുകൾ ഉച്ചരിക്കുന്നതുപോലും വലിയ അപരാധമായിക്കരുതുന്ന ഇന്നത്തെ സാഹിത്യകാരന്മാരുടെ വർഗ്ഗത്തിൽ നിന്നും എത്രയോ ഭിന്നനാണദ്ദേഹം. അതുകൊണ്ട് സങ്കല്പകാന്തിയുടെ മുഖവുരയിൽ ഇങ്ങനെ കുറിച്ചു:

"എന്റെ സമസ്തോൽക്കർഷങ്ങൾക്കും കാരണഭൂതനായ ആ വന്ദ്യപുരുഷന്റെ-ക്യാപ്റ്റൻ വി.പി. തമ്പിയുടെ ഔദാര്യസ്മൃതിയുടെ മുൻപിൽ ഒരു കൂപ്പുകൈ അർപ്പിച്ചിട്ടുവേണമേ എന്റെ ശവകുടീരത്തിനുനേരെ കണ്ണുയയ്ക്കാൻ." ആത്മാർത്ഥതയും ഔദാര്യസ്മൃതിയും നിറഞ്ഞ ഈ നന്ദി പ്രകടനം എത്ര സാഹിത്യകാരന്മാർക്കുണ്ടാകും?

ക്യാപ്റ്റൻ വി.പി. തമ്പിയോടു മാത്രമല്ല, തന്റെ വിദ്യാഭ്യാസച്ചെലവിനുള്ള പണം തേടി മുൻപും ചങ്ങമ്പുഴ പലരുടെയും മുൻപിൽ കൈ നീട്ടിയിട്ടുണ്ട്. ഇത്തരം കാര്യങ്ങളിലൊന്നും അദ്ദേഹത്തിന് യാതൊരു വിമുഖതയുമുണ്ടായിരുന്നില്ല. ഇതിനൊരു സാക്ഷ്യമാണ് 1937 22-ാം തീയതി ഡിസംബർ മാസം അദ്ദേഹം തലശ്ശേരിയിലുള്ള ഹരീന്ദ്രൻ എന്നൊരാൾക്ക് ടി. ചന്തു നമ്പ്യാർ എന്ന അഡ്വക്കേറ്റിന്റെ വിലാസത്തിൽ അയച്ച കത്ത്. ഈ കത്തിലും തന്റെ സാമ്പത്തിക പ്രയാസങ്ങളദ്ദേഹം നിരത്തിയിട്ടുണ്ട്. വേറൊരാളോടും അദ്ദേഹം സഹായമഭ്യർത്ഥിച്ചതായി ഈ കത്തിൽ നിന്നും വ്യക്തമാകുന്നുണ്ട്, പക്ഷേ

വ്യക്തിയുടെ പേര് കത്തിൽ വ്യക്തമല്ല. പരാമൃഷ്ട വ്യക്തി സഹായം ചെയ്തില്ലെങ്കിലും ഒരു കത്തുപോലും അയയ്ക്കാത്തതിൽ തനിക്ക് സങ്കടമുണ്ടെന്നും അദ്ദേഹം കത്തിലെഴുതിയിട്ടുണ്ട്.

പറഞ്ഞുവന്നത് തിരുവനന്തപുരം ആർട്സ് കോളേജിലെ കാര്യമാണ്. ആർട്സ് കോളേജിലെ അന്തരീക്ഷവുമായി ചങ്ങമ്പുഴ ഇണങ്ങിച്ചേർന്നു. അദ്ദേഹത്തിന്റെ ജീവിതത്തിൽ 'സ്ത്രീസാന്നിദ്ധ്യം' ഇല്ലാതിരുന്ന ഒരു കാലമാണിത്. ആർട്സ് കോളേജിലെ കാലത്തെക്കുറിച്ച് ഗുപ്തൻനായർ ഇങ്ങനെ എഴുതിയിട്ടുണ്ട്.

"കോളേജ് പോർട്ടിക്കോവിലെ വലിയ പെട്ടിപ്പുറത്ത് ഞങ്ങളൊരു സാഹിത്യസദസ്സു കൂടുക പതിവായിരുന്നു. പക്ഷേ ഞങ്ങൾക്ക് ഒരു കാളിദാസന്റെ കുറവുണ്ടായിരുന്നു. ചങ്ങമ്പുഴയുടെ വരവോടെ ആ കുറവ് നികന്നു.

ഉച്ചയൂണുകഴിഞ്ഞാൽ പെട്ടിപ്പുറത്തു ഞങ്ങൾ ഒത്തുകൂടും. കോളേജ് വിദ്യാർത്ഥിയായിരുന്നില്ലെങ്കിലും തിക്കുറിശ്ശി സുകുമാരൻ നായരും ചിലപ്പോൾ സദസ്യനായി എത്തും. ഇന്ററിനു പഠിച്ചിരുന്ന കെ. ബാലകൃഷ്ണനും (കലാകൗമുദി) മറ്റും ജിജ്ഞാസയോടെ സദസ്സിൽ പങ്കുചേരും. മണിയടിക്കുന്നതു വരെ അവിടെ കവിതയുടെ കനകച്ചിലങ്ക ചിലമ്പിക്കൊണ്ടിരിക്കും".

ആർട്സ് കോളേജിൽ ചേർന്നതിനുശേഷം ചങ്ങമ്പുഴ എഴുതിയ ആദ്യ കവിതയാണ് 'വത്സല'. പിന്നീടത് ഒന്നുകൂടി വിപുലീകരിച്ചതിനു ശേഷമാണ് പുസ്തകരൂപത്തിലാക്കിയത്.

ആർട്സ് കോളേജിലെ പഠനകാലത്ത് പ്രധാനപ്പെട്ടതായി ഉണ്ടായ ഒരു സംഭവം ഒരു നാടകാഭിനയവുമായി ബന്ധപ്പെട്ടതാണ്. ചങ്ങമ്പുഴയുടെ അദ്ധ്യാപകനും ആർട്സ് കോളേജിലെ മലയാളവിഭാഗം തലവനുമായിരുന്ന ശ്രീ. ഗോദവർമ്മ കുമാരനാശാന്റെ 'കരുണ'യെ ആസ്പദിച്ച് 'വാസവദത്ത അഥവാ നിയതിയുടെ ഗതി' എന്ന പേരിലൊരു നാടകമെഴുതിയിരുന്നു. നാടകത്തിൽ പ്രധാനമായും മൂന്നു കഥാപാത്രങ്ങളാണുണ്ടായിരുന്നത്. വാസവദത്ത, തോഴി, ഉപഗുപ്തൻ. ചങ്ങമ്പുഴയെ ഉപഗുപ്തനായി അഭിനയിപ്പിക്കാമെന്നു തീരുമാനിച്ചു. അദ്ദേഹത്തിനാണെങ്കിൽ മുൻപ് അഭിനയിച്ച് പരിചയവുമുണ്ടല്ലോ. ഒന്നാം ദിവസം ചങ്ങമ്പുഴ റിഹേഴ്സലിനു വരികയും സംഭാഷണങ്ങൾ വായിച്ചുനോക്കുകയും ചെയ്തു. എന്നാൽ പെട്ടെന്ന് അപ്രത്യക്ഷനായി. വീട്ടിലെന്തോ പ്രശ്നമുണ്ടെന്നു പറഞ്ഞാണ് പോയത്. പിന്നീട് ഉപഗുപ്തന്റെ വേഷത്തിൽ അഭിനയിച്ചത് ഗുപ്തൻനായരായിരുന്നു.

ഗോദവർമ്മയ്ക്ക് നാടകക്കാര്യത്തിൽ എന്തോ നീരസമുണ്ടെന്ന് ചങ്ങമ്പുഴ ധരിച്ചു. ഓണേഴ്സിനും മൂന്നാം ക്ലാസ്സ് ലഭിച്ചപ്പോൾ ഈ ധാരണ ബലപ്പെടുകയും ചെയ്തു. അതോടെ ചങ്ങമ്പുഴ ഗോദവർമ്മയ്ക്ക് നീണ്ടൊരു കത്തെഴുതി; താനന്ന് നാടകത്തിൽ പങ്കെടുക്കാതിരുന്നത് മുത്തശ്ശിയുടെ ശ്രാദ്ധത്തിനുവേണ്ടി ഇടപ്പള്ളിയിൽ പോയതുകൊണ്ടാണെന്നായിരുന്നു കത്തിലെഴുതിയിരുന്നത്. ഈ കത്ത് വിശദമായി മറ്റൊരവസരത്തിൽ അവതരിപ്പിക്കുവാനുള്ളതിനാൽ ഇതേക്കുറിച്ച് പിന്നീട് പറയാം.

തിരുവനന്തപുരത്തെ വിദ്യാർത്ഥി ജീവിതം വലിയൊരു സുഹൃദ്ബന്ധത്തെയും ആരാധകരെയും കവിക്ക് നേടിക്കൊടുത്തു. നേരത്തെ എഴുതിയവയും പരിഭാഷപ്പെടുത്തിയവയുമായ പല കവിതകളും അക്കാലത്ത് പുസ്തകരൂപത്തിൽ പ്രസിദ്ധീകരിക്കപ്പെട്ടു. പുസ്തകപ്രസാധനം എളുപ്പമായിത്തീർന്നു. കൊല്ലത്തെ ശ്രീരാമവിലാസം, പി.കെ. ബ്രദേഴ്സ് എന്നീ പ്രസാധകർ മുഖേന പല ഗ്രന്ഥങ്ങളും പുറത്തുവന്നു, സുധാംഗദ, കാല്യകാന്തി, കലാകേളി, അമൃതവീചി, മയൂഖമാല, ചൂഡാമണി, ദേവയാനി, ഉദ്യാനലക്ഷ്മി, മാനസേശ്വരി തുടങ്ങിയ പുസ്തകങ്ങൾ ഇക്കാലത്ത് പ്രസിദ്ധീകരിക്കപ്പെട്ടു.

അദ്ധ്യായം ഇരുപത്തിമൂന്ന്

സാഹിത്യപരിഷത്ത് ഇടപ്പള്ളിയിൽ

ചങ്ങമ്പുഴയുടെ ഒറ്റയാൾ പോരാട്ടമെന്നോ, സാഹസിക ശ്രമമെന്നോ വിശേഷിപ്പിക്കാവുന്ന ഇടപ്പള്ളി സാഹിത്യപരിഷത്ത് സമ്മേളനത്തെക്കുറിച്ചു പറയും മുൻപ് ചങ്ങമ്പുഴ കേശവദേവുമായി നടത്തിയ വാഗ്വാദത്തെക്കുറിച്ചു പറയാം. സ്ഥലം പാലാരിവട്ടം. അവിടെ വച്ച് നടന്ന സൗഹൃദ വായനശാലയുടെ വാർഷികാഘോഷവേളയാണ് വാഗ്വാദത്തിന്റെ രംഗവേദിയായിത്തീർന്നത്.

ജീവൽസാഹിത്യം എന്ന വിശേഷണത്തിൽ പുതിയൊരു സാഹിത്യശാഖ പ്രചരിച്ചിരുന്ന കാലമായിരുന്നു അത്, ആ പ്രസ്ഥാനത്തിന്റെ വക്താവായിരുന്നു കേശവദേവ്. വായനശാലാ വാർഷികാഘോഷത്തിലെ പ്രഥമ പ്രാസംഗികനായ കേശവദേവ് പഴമയെ അടിമുടി ശക്തമായ ഭാഷയിലെതിർത്തു. ഏതാണ്ട് ഒരു മണിക്കൂറോളം നീണ്ടു നിന്നു കേശവദേവിന്റെ പ്രസംഗം. മനുഷ്യജീവിതത്തിൽ ഉണ്ടാകുന്ന മാറ്റങ്ങൾക്കനുസരിച്ച് സാഹിത്യത്തിലും മാറ്റം വേണമെന്ന് ആഹ്വാനം ചെയ്തുകൊണ്ട് ആളിക്കത്തിയ പ്രസംഗം പക്ഷേ അവസാനമായപ്പോഴേക്കും എഴുത്തച്ഛന്റെ പഴഞ്ചൻ കൃതികളെല്ലാം ചുട്ടെരിക്കണമെന്നുവരെ പറഞ്ഞു കേശവദേവ്. സദസ്സിൽ നിന്ന് ഷെയിം വിളികളും കൂക്കുവിളികളുമുയർന്നു. ചിലരെല്ലാം എഴുന്നേറ്റു നിന്നു. മറ്റുചിലർ ദേവിനെ പോരിനുവിളിക്കുകയും ചെയ്തു. യോഗാന്തരീക്ഷം ആരവമുഖരിതമായപ്പോൾ ദേവ് പ്രസംഗം അവസാനിപ്പിക്കുകയും ചെയ്തു.

തുടർന്നു പ്രസംഗിച്ചത് ചങ്ങമ്പുഴ. പഴയ സാഹിത്യകൃതികൾ നശിപ്പിച്ചതു കൊണ്ടുമാത്രം മാറ്റിമറിയ്ക്കുവാനാകില്ലെന്നും അങ്ങനെയൊരു ധാരണ അബദ്ധമാണെന്നും പഴയതിൽ നിന്നും നമുക്കു കൊള്ളാൻ കഴിയുന്നവ കൊള്ളുകയും തള്ളേണ്ടവ തള്ളുകയുമാണ് വേണ്ടതെന്നും ചങ്ങമ്പുഴ തുറന്നടിച്ചു. ജീവൽ സാഹിത്യപ്രസ്ഥാനത്തിൽ രാഷ്ട്രീയമായ

ഇടപെടലുകൾ അനുസരിച്ച കൂടെന്നും ഇപ്പോൾ അനുവർത്തിച്ചുപോരു ന്ന നയം തുടർന്നാൽ അത് ജീവൽ സാഹിത്യസംഘടനയുടെ കണ്ഠകോ ടാലിയായി പരിണമിക്കുമെന്നും പറഞ്ഞാണ് ചങ്ങമ്പുഴ തന്റെ പ്രസംഗം അവസാനിപ്പിച്ചത്.

സമ്മേളനം കഴിഞ്ഞ് മടങ്ങുമ്പോഴും ദേവും ചങ്ങമ്പുഴയും തമ്മിൽ തങ്ങളുടെ വാഗ്വാദങ്ങൾ തുടർന്നുകൊണ്ടിരുന്നു. സമ്മേളനാനന്തരം ഏതാണ്ട് മൂന്നാഴ്ചത്തോളം മലയാളരാജ്യം ദിനപ്പത്രത്തിൽ ദേവിന്റെ ആഹ്വാനങ്ങളെ ഖണ്ഡിച്ചുകൊണ്ടുള്ള ലേഖന പരമ്പരകൾ തന്നെ പ്രത്യക്ഷപ്പെട്ടിരുന്നു.

ഇന്റർ മീഡിയറ്റ് പരീക്ഷ കഴിഞ്ഞ് കോളേജ് അടച്ച സമയത്താ യിരുന്നു സാഹിത്യപരിഷത്തിന്റെ പന്ത്രണ്ടാമത്തെ സമ്മേളനം കോട്ടയത്തുവച്ച് നടത്തപ്പെട്ടത്. ഈ സമ്മേളനത്തിലേക്ക് കവിതാ പാരായണത്തിനായി ചങ്ങമ്പുഴയെയും ക്ഷണിച്ചിരുന്നു. സി.എം.എസ്. ഹൈസ്കൂളിലായിരുന്നു സമ്മേളനം. മൂന്നുദിവസം നീണ്ടുനിന്ന ആഘോഷ പരിപാടികളാണ് സമ്മേളനത്തോടനുബന്ധിച്ച് നടത്തപ്പെട്ടത്. കെ.സി. മാമ്മൻ മാപ്പിള, സി.ഐ. രാമൻനായർ എന്നിങ്ങനെയുള്ള പ്രമുഖരായിരുന്നു സമ്മേളനത്തിന്റെ സംഘാടകർ.

അക്കാലത്ത് പരിഷത്ത് സമ്മേളനത്തിൽ ഒരു പതിവുണ്ടായിരുന്നു. തൊട്ടടുത്ത വർഷത്തെ സമ്മേളനം എവിടെവച്ചു നടത്തണമെന്ന് യോഗാവസാനം തീരുമാനമെടുക്കും. കലാസാംസ്കാരിക സംഘടന യുടെ പ്രവർത്തകരോ പ്രതിനിധികളോ അടുത്ത സമ്മേളനത്തിനുള്ള ക്ഷണം നടത്തും. ക്ഷണം സ്വീകരിച്ച വിവരം സമ്മേളനത്തിൽ പ്രഖ്യാ പിക്കുകയും ചെയ്യും. വൻ സാമ്പത്തികച്ചെലവും അദ്ധ്വാനവുമെല്ലാം ആവശ്യമുള്ള ഒരു സംരംഭമെന്ന നിലയിൽ ധനശേഷിയും സ്വാധീനശ ക്തിയുമുള്ളവർ മാത്രമാണ് അക്കാലങ്ങളിൽ ഇത്തരം സമ്മേളനങ്ങൾ സംഘടിപ്പിക്കുവാൻ മുന്നിട്ടിറങ്ങുകയുള്ളൂ.

ഒന്നാം ദിവസത്തെ സമ്മേളനത്തിലായിരുന്നു ചങ്ങമ്പുഴയുടെ കവി താപാരായണം. അതു കഴിഞ്ഞശേഷം തിരിച്ചുപോരണമെന്നായിരുന്നു ഇടപ്പള്ളിയിൽ നിന്നും പുറപ്പെടുമ്പോൾ കരുതിയിരുന്നത്. എന്നാൽ കോട്ടയത്തു ചെന്നപ്പോൾ പരിപാടിയിൽ മാറ്റം സംഭവിച്ചു. പരിഷ ത്തിന്റെ അടുത്ത സമ്മേളനം ഇടപ്പള്ളിയിൽ വച്ചു നടത്തിയാലോ? ചങ്ങമ്പുഴയുടെ ആലോചന ആ വഴിയ്ക്കുപോയി. പെട്ടെന്നൊരു തീരുമാ നത്തിലെത്തിച്ചേരുകയും ആ തീരുമാനത്തിന്മേൽ ഒരു കുറിപ്പെഴുതി ഔദ്യോഗിക ഭാരവാഹികളെ അറിയിക്കുകയും ചെയ്തു. ചങ്ങമ്പുഴയുടെ

ക്ഷണം സസന്തോഷം സ്വീകരിക്കപ്പെട്ടുകയും അടുത്ത സമ്മേളനം ഇടപ്പള്ളിയിൽ എന്ന് പ്രഖ്യാപിക്കുകയും ചെയ്തു. ചങ്ങമ്പുഴ തിരിച്ചുവരും മുൻപേ പത്രം മുഖേന വാർത്ത ഇടപ്പള്ളിയിലെത്തി. വാർത്ത അറിഞ്ഞതോടെ ചിലർക്ക് ആവേശമായി. വായനശാല അംഗങ്ങളോടും സാഹിത്യസമാജം പ്രവർത്തകരോടും കൂടിയാലോചിച്ചില്ല എന്ന ആരോപണവും ചങ്ങമ്പുഴയ്ക്കെതിരെ ഉന്നയിക്കപ്പെട്ടു.

ഇടപ്പള്ളിയിൽ തിരിച്ചെത്തിയ ദിവസം തന്നെ ആവേശഭരിതനായ ചങ്ങമ്പുഴ സായാഹ്ന സമ്മേളനത്തിൽ ഇക്കാര്യം പ്രഖ്യാപിച്ചുവെങ്കിലും അദ്ദേഹം പ്രതീക്ഷിച്ച പ്രതികരണമല്ല അംഗങ്ങളിൽ നിന്നുമുണ്ടായത്. കൂടിയാലോചനയില്ലാതെ ഇങ്ങനെയൊരു ക്ഷണം നടത്തിയതിനെ ച്ചൊല്ലി പ്രതിഷേധവും ഉയർന്നു. ചങ്ങമ്പുഴയുടെ തീരുമാനം ഏകപക്ഷീയമാണെന്ന് ചിലർ തുറന്നടിച്ചു. താൻ ക്ഷണിച്ചതിനാൽ എതിർപ്പുകൾ ക്രമേണ അടങ്ങിക്കൊള്ളുമെന്നും ക്ഷണം സ്വീകരിക്കപ്പെട്ടുമെന്നുമാണ് ചങ്ങമ്പുഴ കരുതിയത്.

എന്നാൽ കാര്യങ്ങൾ ചങ്ങമ്പുഴ വിചാരിച്ചതുപോലെയല്ല സംഭവിച്ചത്. ഇടപ്പള്ളിയിൽ തന്നെ അദ്ദേഹത്തിന് നിരവധി ശത്രുക്കളുണ്ടായിരുന്നു. ചങ്ങമ്പുഴയുടെ ശീലങ്ങളും സ്വഭാവവും ധിക്കാരവുമെല്ലാം ഇതിനു കാരണമാണ്, കൂടാതെ അദ്ദേഹത്തിനു പെട്ടെന്നു ലഭിച്ച പ്രശസ്തിയും (അദ്ദേഹത്തിന്റെ മരണാനന്തരമാണ്, ഇടപ്പള്ളി ദേശം ചങ്ങമ്പുഴയെ അംഗീകരിക്കുവാൻ സന്നദ്ധമായത്). ശത്രുക്കൾ ചോദ്യങ്ങളുമായി രംഗത്തെത്തി.

ആരോടു ചോദിച്ചിട്ടു ക്ഷണിച്ചു എന്നൊരു കൂട്ടർ. ക്ഷണിച്ച സ്ഥിതിക്ക് അഭിപ്രായവ്യത്യാസങ്ങൾ മാറ്റിവച്ച് സഹകരിക്കുകയല്ലേ വേണ്ടതെന്ന് മറ്റൊരു കൂട്ടർ.

അതെന്തായാലും സാഹിത്യപരിഷത്തിന്റെ ജന്മനാട്ടിൽത്തന്നെ രണ്ടു ചേരികൾ പരിഷത്ത് സമ്മേളനം നടത്തുന്നതിനെച്ചൊല്ലി രൂപം കൊണ്ടു. കാരണവന്മാർക്ക് തങ്ങളോടാലോചിക്കാതെ ഈ 'ശിശു' ഇങ്ങനെയൊരു തീരുമാനം കൈക്കൊണ്ടതിലായിരുന്നു രോഷം. ചങ്ങമ്പുഴയും കുറച്ചു ചെറുപ്പക്കാരും ഒരു ഭാഗത്ത്. കവിയും പണ്ഡിതനുമായ മേലങ്ങത്ത് അച്യുതമേനോനും ഇടപ്പള്ളി കരുണാകരമേനോനുമടക്കമുള്ള വലിയൊരു വിഭാഗം എതിർചേരിയിലും.

തുടക്കത്തിൽത്തന്നെ ചങ്ങമ്പുഴ ഇടപ്പള്ളി കരുണാകരമേനോനുമായിട്ടിടഞ്ഞു. അദ്ദേഹത്തെക്കുറിച്ച് ഒരു കവിതപോലും രചിച്ചുവെന്നും പറയപ്പെടുന്നു. ഇടപ്പള്ളി കരുണാകരമേനോനോട് ചങ്ങമ്പുഴ ഒരിക്കലും

ഇടയാൻ പാട്ടുള്ളതായിരുന്നില്ല. ഒരു കവിയായി കൃഷ്ണപിള്ള എന്ന ബാലനെ വളർത്തിയെടുക്കുന്നതിൽ മുഖ്യപങ്കുവഹിച്ച വ്യക്തിയാണ് കരുണാകരമേനോൻ. ചങ്ങമ്പുഴ കരുണാകരമേനോനെക്കുറിച്ച് പറഞ്ഞിട്ടുള്ളതിങ്ങനെ:

"എന്റെ ജന്മസിദ്ധമായ വാസനാസ്ഫുലിംഗം ആദ്യമായി ഊതിപ്പെരുപ്പിച്ച മാന്യൻ സാഹിത്യപരിഷത്തിന്റെ ജനയിതാവായ മഹാമഹിമ ശ്രീ. ഇടപ്പള്ളി കൃഷ്ണരാജാ തിരുമനസ്സിലെ പ്രഥമപുത്രനും ഡാസ്റ്റേവ്സ്കിയുടെ കുറ്റവും ശിക്ഷയും എന്ന വിശ്വോത്തര കൃതിയുടെ പരിഭാഷകനും ആയ ശ്രീമാൻ ഇടപ്പള്ളി കരുണാകരമേനോനാണ്. എന്റെ കവിതയ്ക്ക് അദ്ദേഹത്തോടുള്ള കടപ്പാട് അനല്പമൊന്നുമല്ല. കൃതജ്ഞതാപൂർവ്വം ഞാനദ്ദേഹത്തെ നമിക്കുന്നു."

എന്നെഴുതിയ അതേ ചങ്ങമ്പുഴ തന്നെയാണ് അക്കാലത്തെ ക്ഷോഭത്തിൽ പലതും മറന്ന് കരുണാകരമേനോനോട് ശണ്ഠകൂടിയത്. ചങ്ങമ്പുഴയുടെ ഒരു സ്വഭാവദൗർബല്യം കൂടിയാണത്. ഏതെങ്കിലും ഒരു കാര്യത്തെക്കുറിച്ച് ആവേശഭരിതനായാൽ പിന്നെ എന്തൊക്കെപ്പറയുമെന്നും പ്രവർത്തിക്കുമെന്നുമൊക്കെ പറയുവാൻ കഴിയാത്തവിധം വികാരഭരിതനായിരുന്നു അദ്ദേഹം. താനൊരു കാര്യം ഉദ്ദേശിച്ചാൽ പിന്നെ അതു സാധിച്ചിട്ടേ അദ്ദേഹം പിന്മാറൂ. അതിനുവേണ്ടി എന്തെല്ലാം സഹിച്ചിട്ടാണെങ്കിലും ശരി. ഇങ്ങനെയുള്ള സന്ദർഭങ്ങളിൽ മിത്രം ശത്രുവായി മാറുകയും ചെയ്യും. ഇവിടെ ഇടപ്പള്ളി കരുണാകരമേനോന്റെ കാര്യത്തിൽ സംഭവിച്ചത് അതാണ്.

കരുണാകരമേനോനുമായി ഏറ്റുമുട്ടലിന്റെ ഒരന്തരീക്ഷം ഉണ്ടായതിനാൽ നാട്ടിൽ ചങ്ങമ്പുഴയോടുള്ള എതിർപ്പിന് തീവ്രതയേറി. സായാഹ്നസമ്മേളനത്തിൽ കാര്യം വെളിപ്പെടുത്തുംമുൻപ് കരുണാകരമേനോനോട് ഒന്നു പറഞ്ഞാൽ മതിയായിരുന്നു. എങ്കിൽ ഇത്തരമൊരു പ്രശ്നം തന്നെ ഉണ്ടാവില്ല. ഇതിനൊക്കെ കാരണം ചങ്ങമ്പുഴയുടെ അഹന്തയായിരുന്നു. കോട്ടയം സമ്മേളനത്തിൽ അദ്ദേഹം വായിച്ച കവിത 'വനദേവത'യായിരുന്നു. ഈ കവിത പ്രാസംഗികരിൽ പലരെയും ആകർഷിച്ചു. മുന്നിലിരിക്കുന്ന കവിയെ ചൂണ്ടിയാണ് പലരും കവിതയെ പ്രശംസിച്ചത്. ഈയൊരു പശ്ചാത്തലത്തിലാണ് ആരോടും ആലോചിക്കാതെ പരിഷത് സമ്മേളനത്തിനുള്ള വേദിയായി ഇടപ്പള്ളി തെരഞ്ഞെടുക്കപ്പെട്ടത്.

നാട്ടിൽ നിന്നും എതിർപ്പിന്റെ ശക്തി കൂടിയതോടെ ചങ്ങമ്പുഴയും വാശിയിലായി. തന്നെ അനുകൂലിക്കുന്നവരെന്നു തോന്നിയവരെ സംഘടിപ്പിച്ച് ഒരാലോചനായോഗം വിളിച്ചുചേർത്തു. വന്നവരെല്ലാം

യോഗത്തിൽ പങ്കെടുത്തു. എന്തെല്ലാം എതിർപ്പുകൾ ഉണ്ടായാലും സമ്മേളനം ഇടപ്പള്ളിയിൽ തന്നെ വെച്ചു നടത്തണമെന്നായിരുന്നു യോഗത്തിൽ പങ്കെടുത്തവരുടെ അഭിപ്രായം. യോഗവിവരങ്ങളെക്കുറിച്ചറിയുവനായി ചില ശിഖണ്ഡികളും വന്നുചേർന്നിരുന്നു. അവരാണ് സമ്മേളനം ഇടപ്പള്ളിയിൽ വച്ചുതന്നെ നടത്തണമെന്ന് ശക്തിയായി വാദിച്ചതും. അവർ തന്നെ യോഗതീരുമാനം പിറ്റേദിവസം എതിർകക്ഷിക്ക് എത്തിച്ചുകൊടുക്കുകയും ചെയ്തു.

ഇതിനിടയിൽ ചങ്ങമ്പുഴ തിരുവനന്തപുരത്തേയ്ക്കു പോയി. അതോടെ മറ്റൊരു പ്രചാരണവും എതിർകക്ഷിയിൽപ്പെട്ടവർ അഴിച്ചുവിട്ടു. ചങ്ങമ്പുഴയ്ക്ക് പരിഷത്ത് സമ്മേളനം നടത്തുവാനുള്ള ശേഷിയില്ലെന്നും അതുകൊണ്ടാണ് ഉപരിപഠനത്തിനെന്ന പേരും പറഞ്ഞ് പോയിട്ടുള്ളതെന്നും എതിർകക്ഷികൾ കൊട്ടിഘോഷിച്ചു. കവി തിരുവനന്തപുരത്തായിരുന്നുവെങ്കിലും ഇടപ്പള്ളിയിൽ നടന്നുകൊണ്ടിരുന്ന സംഭവങ്ങൾ അദ്ദേഹം അറിയുന്നുണ്ടായിരുന്നു. ഓണാവധിക്ക് നാട്ടിലെത്തിയപ്പോൾ പെട്ടെന്നുതന്നെ സാഹിതീസദനത്തിൽ മറ്റൊരു യോഗം വിളിച്ചു ചേർത്തു. ആ യോഗത്തിലുമുണ്ടായിരുന്നു ചാരന്മാർ. ആ യോഗത്തിൽ വെച്ചാണ് നിർവ്വാഹക സമിതി അംഗങ്ങളെ തിരഞ്ഞെടുത്തത്. ജനറൽ സെക്രട്ടറി ചങ്ങമ്പുഴ, ശ്രീമതി അംബുജാക്ഷിയമ്മ, പത്മകുമാർ എന്നിവർ സഹകാര്യദർശികൾ. തല്ക്കാലം സാഹിതീ സദനം നിർവ്വാഹകസമിതി ഓഫീസായി പ്രവർത്തിക്കുവാനും തീരുമാനിച്ചു. കുറച്ചുദിവസം മാത്രമാണ് സാഹിതീ സദനത്തിൽ നിർവ്വാഹക സമിതി ഓഫീസ് പ്രവർത്തിച്ചിരുന്നത്. പിന്നീട് പരിക്ഷത്തിന്റെ സമാപന ദിവസം വരെ കണ്ണന്തോടത്ത് ഭവനത്തിലാണ് ഓഫീസ് പ്രവർത്തിച്ചത്. അങ്ങനെ സമ്മേളനത്തിന്റെ ആരംഭം കുറിച്ചു. സമ്മേളനം നടക്കുകയില്ലെന്നും മറ്റെല്ലാം വെറുതെ ഒരു പ്രഹസനമാണെന്നുമായിരുന്നു എതിർകക്ഷി പ്രചരിപ്പിച്ചത്.

നിർവ്വാഹക സമിതിയംഗങ്ങളെ തെരഞ്ഞെടുത്തു കഴിഞ്ഞപ്പോൾ പിന്നെ ഭീഷണിക്കത്തുകളുടെ പ്രളയമായി. നിർവ്വാഹക സമിതിയിലെ ചില അംഗങ്ങളെ സമീപിച്ച് സമ്മേളനത്തിലെ ഭാരവാഹിത്വം സാമ്പത്തിക ബാധ്യതകളും മറ്റുമുണ്ടാക്കുമെന്ന് പറഞ്ഞ് പിന്തിരിപ്പിച്ചു. സമിതിയിൽ ഉറച്ചു നിന്നവർക്കാണ് ഭീഷണിക്കത്തുകൾ ലഭിച്ചത്. പക്ഷേ അവയൊന്നും ഫലപ്രാപ്തിയിലെത്തിയില്ലെന്നു മാത്രം.

ഇടപ്പള്ളി കരുണാകരമേനോനുമായുള്ള ഇടച്ചിലിനു ശേഷം ചങ്ങമ്പുഴ നേരിട്ട മറ്റൊരു പ്രധാന വ്യക്തി മേലങ്ങത്ത് അച്യുതമേനോനായായിരുന്നു. അഭിപ്രായവ്യത്യാസം മൂർച്ഛിച്ച് സാഹിത്യത്തിന്റെ

അതിരുകളെ കടന്ന് പരസ്പരമുള്ള വ്യക്തിഹത്യയിലേക്ക് അത് നീങ്ങി. അക്കാലത്ത് ഇടപ്പള്ളിയിൽ ജീവിച്ചിരുന്നിരുന്ന കവിയും പണ്ഡിതനു മായിരുന്ന മേലങ്ങത്ത് അച്യുതമേനോൻ. ചങ്ങമ്പുഴയോട് അസൂയ പൂണ്ട ചിലർ ഇത്തരം ഇടപെടലുകൾക്ക് തീ കൊടുക്കുകയും ചെയ്തു പോന്നു. സാഹിത്യ കാര്യങ്ങളിൽ ചങ്ങമ്പുഴയും അച്യുതമേനോനും തമ്മിലുള്ള അഭിപ്രായ വ്യത്യാസം ചങ്ങമ്പുഴ കവിതകൾ പ്രസിദ്ധീകൃ തമായതുമുതൽ തുടങ്ങിയതാണ്. ക്ഷേത്രമൈതാനത്തെ സായാഹ്ന സമ്മേളനത്തിലാണ് ഇത്തരം അഭിപ്രായവ്യത്യാസങ്ങൾ കൂടുതലായും ഉയർന്നു വന്നിരുന്നത്. അപ്പോഴൊന്നും പ്രകോപനപരമായ സംഭാഷ ണങ്ങളോ വ്യക്തി വിദ്വേഷമോ തൊട്ടുതെറിക്കാത്ത രീതിയിലായിരുന്നു വാഗ്വാദങ്ങൾ നടന്നു കൊണ്ടിരുന്നത്. അങ്ങനെ സൗഹാർദ്ദപരമായി പെരുമാറിയിരുന്നവരാണ് പരിഷത് സമ്മേളനത്തിന്റെ പേരിൽ പരസ്പ രനിന്ദ തുടങ്ങിയത്. ഇതൊക്കെയുണ്ടായത് കുഴപ്പക്കാരായ ചിലരുടെ ശ്രമഫലമായിട്ടായിരുന്നു.

പരിഷത് സമ്മേളനത്തോടനുബന്ധിച്ച് രണ്ടു കക്ഷികളായി തിരി ഞ്ഞവർ സായാഹ്ന സമ്മേളനങ്ങളും രണ്ടായിട്ടാണ് നടത്തിപ്പോന്നത്. ചങ്ങമ്പുഴയുടെ ഭാഗത്തുള്ളവർ ക്ഷേത്രമൈതാനത്ത് സമ്മേളിക്കുമ്പോൾ എതിർകക്ഷി മേലങ്ങത്തിന്റെ ഭവനത്തിലാണ് സമ്മേളിച്ചിരുന്നത്. രണ്ടു വേദികളിലും ഒരേ വിഷയമായിരുന്നു സംസാരിച്ചിരുന്നത്. സാഹിത്യ പരിഷത്തിന്റെ പതിമൂന്നാം വാർഷികം എങ്ങനെ ഭംഗിയായി നടത്താ മെന്ന് ഒരു വിഭാഗം ആലോചിച്ചപ്പോൾ അതെങ്ങനെ പൊളിക്കണമെ ന്നായിരുന്നു മറുവിഭാഗത്തിന്റെ ചിന്ത. അല്ലെങ്കിൽ അവർ അതിനുവേ ണ്ടുന്ന കരുക്കൾ നീക്കുകയായിരുന്നു. ക്ഷേത്രമൈതാനത്തു നടക്കുന്ന ആലോചനകൾ ഉരുത്തിരിഞ്ഞുവരുന്ന അഭിപ്രായങ്ങൾ, നിർദ്ദേശങ്ങൾ ഇവ അക്ഷരംപ്രതി മറുകക്ഷിയുടെ സമ്മേളനങ്ങളിലും തിരിച്ചും എത്തി ക്കുന്നതിൽ നിപുണന്മാരായ ചില നിഷ്പക്ഷ വേഷങ്ങളാണ് പ്രശ്നങ്ങൾ കൂടുതൽ വഷളാക്കിയത്. ഇത് ഇരുകൂട്ടർക്കുമിടയിലുള്ള അകൽച്ച വർദ്ധിപ്പിച്ചുവെന്ന് പ്രത്യേകം പറയേണ്ടതില്ലല്ലോ. വേറിട്ടിരുന്നുള്ള ശകാരവുമുപേക്ഷിച്ച് കവിതയിലൂടെയായി ആരോപണങ്ങളും. മറ്റുള്ള വരെ തോൽപ്പിക്കുവാനുള്ള വ്യഗ്രതയിൽ മറ്റുള്ളതെല്ലാം വിസ്മൃതിയിലേ ക്ക് തള്ളി സ്വകൽപ്പിതവും ഹീനവുമായ ദോഷാരോപണങ്ങളിലേക്ക് കവിത വഴിമാറി.

കവിതാരൂപത്തിൽ ആദ്യമായി പുറത്തുവന്നത് മേലങ്ങത്തെഴുതിയ ഒരശ്ലീല പദ്യമാണ്

"രമണനും മദനനും രണ്ടു

കൂട്ടുകാർ കുഴലൂത്തുകാർ..."

എന്നതാണ് തുടക്കം. വൃത്തത്തിലുള്ള ഒരു തരം പൂരപ്പാട്ടുതന്നെ. ഈ വികൃതി ക്ഷേത്ര മൈതാനത്തിലെ സമ്മേളനത്തിൽ നിഷ്പക്ഷമതിയായ ഒരുവൻ വായിക്കുകയും രോഷം പൂണ്ട ചങ്ങമ്പുഴ മറ്റൊന്നെഴുതുകയും ചെയ്തു. കൊണിച്ച രാമീയം എന്ന മറുപടി കവിതയിൽ ചങ്ങമ്പുഴ എഴുതി!

"ഉണക്കമീൻ ചുട്ടുപുളിച്ച കള്ളോ–

ടിണക്കി മോന്തുന്നവനാം ഹിഡിംബൻ

തുണയ്ക്കണം നമ്മെ രചിക്കുവാനി

ക്കൊണിച്ച രാമീയ വിശിഷ്ട കാവ്യം..."

1938 ഡിസംബർ 1939 ജനുവരി മാസങ്ങളിലായി പരിഷത് സമ്മേളനം നടത്തുവാനായിരുന്നു തീരുമാനം. ഓണാവധി കഴിഞ്ഞ് തിരുവനന്തപുരത്തു ചെന്നിട്ട് ചങ്ങമ്പുഴ ഉടൻ മടങ്ങിപ്പോരികയും ചെയ്തു. പണപ്പിരിവിനും മറ്റു കാര്യങ്ങൾക്കുമായി ഉത്സാഹപൂർവ്വം അദ്ദേഹമിറങ്ങിത്തിരിക്കുകയും ചെയ്തു.

ജി.പി. ശങ്കരമംഗലത്തിന്റെ വാക്കുകളിൽ :

"1940-ലാണെന്നാണ് എന്റെ ഓർമ്മ. യാതൊരു മുന്നറിയിപ്പും കൂടാതെ എന്റെ സുഹൃത്ത് ഒരു സുപ്രഭാതത്തിൽ മദിരാശിയിലെത്തി. അദ്ദേഹത്തിന്റെ സാരഥ്യത്തിൽ ഇടപ്പള്ളിയിൽ വച്ച് നടത്തുന്ന പരിഷത് സമ്മേളനത്തിന് സംഭാവന പിരിക്കുക, അദ്ധ്യക്ഷനായി ചേലനാട്ട് അച്യുതമേനോനെ നേരിൽ ക്ഷണിക്കുക ഇതെല്ലാമായിരുന്നു യാത്രോദ്ദേശ്യം."

തന്റെ ഉത്തരവാദിത്തത്തിൽ നടത്തേണ്ടുന്ന പരിഷത് സമ്മേളനം വിജയിപ്പിക്കുവാൻ സ്വന്തം പരാധീനതകളെല്ലാം മാറ്റിവെച്ചാണ് ചങ്ങമ്പുഴ മദിരാശിയിലേക്ക് യാത്ര തിരിച്ചത്. സാമാന്യം ഭേദപ്പെട്ടൊരു തുക അവിടെ നിന്നും ലഭിച്ചുവെന്നും പറയപ്പെടുന്നു.

സമ്മേളനം നടത്തുവാൻ ഹൈസ്കൂൾ അനുവദിച്ചുകിട്ടില്ല എന്നൊരു ധാരണ പലരിലും ഉണ്ടായിരുന്നു. പരിഷത് സമ്മേളനം പോലുള്ള പരിപാടികൾ നടത്തുവാൻ മറ്റു ഹാളുകളൊന്നും ഇടപ്പള്ളിയിൽ ഉണ്ടായിരുന്നില്ല. അങ്ങനെയാണ് ഹൈസ്കൂൾ ഹാൾ കിട്ടുമോ എന്ന ആലോചന ഉണ്ടായതും. പിന്നീടത് വേണ്ടെന്ന് വെച്ചതും അതു കിട്ടുവാനുള്ള സാധ്യതയെപ്പറ്റിയുള്ള ഉത്കണ്ഠമൂലമായിരുന്നു. അതുകൊണ്ട് ചങ്ങമ്പുഴ തറവാട്ടു വക പുരയിടത്തിൽ പന്തൽ നിർമ്മിച്ച് സമ്മേളനം

നടത്തുവാനൊരു പദ്ധതി ഇട്ടിരുന്നെങ്കിലും അതു നടന്നിരുന്നില്ല. സമ്മേളനം മറ്റൊരവസരത്തിലേക്ക് മാറ്റുകയും ചെയ്തു.

ഒടുവിൽ സമ്മേളനം നടത്തുവാൻ ഹൈസ്കൂൾ അനുവദിച്ചു കിട്ടി. (അന്ന് ഹൈസ്കൂളിന്റെ നിയന്ത്രണം ഇടപ്പള്ളിക്കൊട്ടാരത്തിനായിരുന്നു. ചങ്ങമ്പുഴയാകട്ടെ കൊട്ടാരത്തിലെ ഒരംഗമായ ഇടപ്പള്ളി കരുണാകരമേനോനുമായി ഒരുതരം ശത്രുതാമനോഭാവത്തിലുമായിരുന്നു എന്നു കണ്ടുകഴിഞ്ഞല്ലോ. അതുകൊണ്ടാണ് ആദ്യം സമ്മേളനം നടത്തുവാൻ ഹൈസ്കൂൾ കിട്ടുകയില്ലെന്ന് ചങ്ങമ്പുഴയും മറ്റും ധരിച്ചത്) ചങ്ങമ്പുഴയുടെ ഉറ്റ സുഹൃത്തായ കുന്നുകുഴി വി. നാരായണപിള്ളയുടെ അച്ഛൻ എൻ. വേലുപ്പിള്ളയുടെ സഹായം മൂലമാണ് ഹൈസ്കൂൾ അനുവദിച്ചു കിട്ടിയത്. കവി എന്ന നിലയിൽ ചങ്ങമ്പുഴയെ ഏറെ ബഹുമാനിച്ചിരുന്ന വ്യക്തിയായിരുന്നു എൻ. വേലുപ്പിള്ള. സമ്മേളനത്തിനുവേണ്ടി സർക്കാർ വക മൂന്നു സ്കൂളുകളും സ്വകാര്യ മാനേജ്മെന്റിന്റെ കീഴിലുള്ള ഹൈസ്കൂളും വിട്ടുകൊടുക്കുവാൻ ഉത്തരവുണ്ടായി. എതിർകക്ഷിക്കു കിട്ടിയ കനത്ത ആഘാതമായിരുന്നു ഇത്.

ഇതിനിടയിൽ ദേശീയ സമരത്തിന്റെ ഭാഗമായി നടന്ന നിയമലംഘന പ്രസ്ഥാനത്തിന്റെ സമരപരിപാടിയിൽ പങ്കെടുത്ത ചങ്ങമ്പുഴയെ പോലീസ് അറസ്റ്റു ചെയ്തു. യോഗം ആരംഭിച്ചു കഴിഞ്ഞ ഉടനേ തന്നെ ചങ്ങമ്പുഴ, എ.വി . ജോസഫ്, ചന്ത്രത്തിൽ കൃഷ്ണപിള്ള എന്നീ മൂന്നുപേരെയും പോലീസ് അറസ്റ്റു ചെയ്തുകൊണ്ടുപോയി. ഈ കേസുമായി ബന്ധപ്പെട്ട് പോലീസ് സ്റ്റേഷനിൽ വെച്ചാണ് ചങ്ങമ്പുഴ നല്ലമുട്ടം പത്മനാഭപിള്ളയെ പരിചയപ്പെട്ടത്. പോലീസ് ഉദ്യോഗസ്ഥനാണെങ്കിലും നല്ലൊരു കവിതാ ആസ്വാദകനായിരുന്ന നല്ലമുട്ടം ഇടപെട്ടതോടെ ചങ്ങമ്പുഴയും കൂട്ടുകാരും കേസിൽ നിന്നു രക്ഷപ്പെട്ടു.

എതിർകക്ഷിയിൽപ്പെട്ടവർ വളരെ തന്ത്രപരമായി ഓരോന്നും പ്രചരിപ്പിച്ചു കൊണ്ടിരുന്ന സന്ദർഭത്തിലായിരുന്നു ഈ സംഭവം ഉണ്ടായത്. അതോടെ അവർക്ക് ചങ്ങമ്പുഴയെ എതിർക്കുവാൻ നല്ലൊരായുധവും ഓർക്കാപ്പുറത്ത് വീണുകിട്ടി. സമ്മേളനം നടത്തുവാൻ യാതൊരു വഴിയും കാണാതെ ഒളിച്ചോടുന്നതിനു പകരം ചങ്ങമ്പുഴ സ്വീകരിച്ച തന്ത്രപരമായ പിന്മാറ്റമാണ് രാഷ്ട്രീയ പ്രവേശനവും നിയമലംഘന സമരവുമെന്നുപോലും എതിരാളികൾ പറഞ്ഞു പരത്തി.

മേലങ്ങത്ത് അച്യുതമേനോനെപ്പോലുള്ളവരുടെ പത്രപ്രസ്താവനകൾ, സമ്മേളനത്തിനെതിരായ നോട്ടീസുകൾ എന്നിങ്ങനെയുള്ള കുത്സിതവൃത്തികൾ സമ്മേളന പ്രവർത്തനത്തെ ദോഷകരമായി ബാധിച്ചു. ബദൽ നോട്ടീസടിച്ചവർ അത് ദൂരെയുള്ള

സാഹിത്യകാരന്മാർക്ക് അയച്ചുകൊടുത്തു. ഉദ്ദേശിച്ച മട്ടിൽ പണപ്പിരിവു നടത്തുവാൻ എതിർകക്ഷിയിലുള്ളവരുടെ പ്രവർത്തനം മൂലം കഴിയാതെ വന്നുവെന്നു മാത്രമല്ല, പല സാഹിത്യകാരന്മാരും സമ്മേളനത്തിൽ പങ്കെടുത്തതുമില്ല. അങ്ങനെ ഇടപ്പള്ളിയുടെ ചരിത്രത്തിൽ സുവർണ്ണ ലിപികളാൽ എഴുതിച്ചേർക്കേണ്ടുന്ന പരിഷത് സമ്മേളനം നിസ്സാരമായ പ്രശ്നങ്ങളുടെ പേരിൽ പരാമർശയോഗ്യമല്ലാത്ത ഒന്നായിത്തീർന്നു.

ഇങ്ങനെയുള്ള സാഹചര്യത്തിലാണ് പരിപാടികൾക്ക് രൂപം നൽകിക്കൊണ്ടുള്ള വിജ്ഞാപനം പുറത്തിറങ്ങിയത്. 1939 ഓഗസ്റ്റ് മാസം 16, 17, 18 തീയതികളിലായി സമ്മേളനം നടത്തുവാനാണ് തീരുമാനിക്കപ്പെട്ടത്. സമ്മേളനം നടക്കുമെന്നുറപ്പായതോടെ എതിർവിഭാഗത്തിൽപ്പെട്ടവർ മറ്റൊരു പ്രചാരണം അഴിച്ചു വിട്ടു. സമ്മേളനസ്ഥലത്ത് ബലപ്രയോഗം നടക്കുമെന്നതായിരുന്നു അതിന്റെ ചുരുക്കം. പ്രഖ്യാപിച്ച തീയതികളിൽത്തന്നെ സമ്മേളനം നടന്നു. (ജി.പി. ശങ്കരമംഗലം 1940 എന്നെഴുതിയിട്ടുള്ളത് തെറ്റാണ് 1939ലാണ് ഇടപ്പള്ളി സാഹിത്യ പരിഷത് സമ്മേളനം നടന്നത്)

ജോസഫ് മുണ്ടശ്ശേരി, ചേലാട്ട് അച്യുതമേനോൻ, വടക്കുംകൂർ, കെ.വി.എം. എന്നിവരെക്കൂടാതെ അന്നത്തെ കൊച്ചിഗ്രാമോദ്ധാരണ മന്ത്രി ഡോ. എ.ആർ. മേനോൻ എന്നിവരുടെ പ്രസംഗങ്ങൾ സമ്മേളനത്തിന്റെ ആകർഷണങ്ങളായിരുന്നു. (മന്ത്രിയാണ് ഉദ്ഘാടന പ്രസംഗം നിർവ്വഹിച്ചത്) ഈ പ്രമുഖരെല്ലാം ഉണ്ടായിരുന്നെങ്കിലും സദസ്സ് തീരെ ശുഷ്കിച്ചതായിരുന്നു. ഇത് പ്രാസംഗികരെ നിരാശപ്പെടുത്തി. ഇടപ്പള്ളി വായനശാലയുടെയും സാഹിത്യ സമാജത്തിന്റെയും സമ്മേളനങ്ങൾക്ക് ഇതിലുമെത്രയോ അധികം ആളുകളാണ് പങ്കെടുത്തിട്ടുള്ളത്. സാഹിത്യപരിഷത് സമ്മേളനം ഇടപ്പള്ളിയുടെ ഈ പാരമ്പര്യത്തെത്തന്നെ മുറിച്ചുമാറ്റി. ഒരു സ്കൂൾ വാർഷികാഘോഷത്തിനുപോലും ഇതിലുമധികം ശ്രോതാക്കൾ പങ്കെടുക്കുമെന്ന് പറഞ്ഞ പ്രാസംഗികരിൽ ഒരാൾ തന്റെ നിരാശ മറച്ചുവെച്ചില്ല. ഇതുകൂടാതെ വള്ളത്തോൾ സമ്മേളനത്തിൽ പങ്കെടുത്തതുമില്ല. ഒടുവിലത്തെ സമ്മേളനത്തിൽ വെള്ളംകുളത്ത് കരുണാകരൻ നായർ ചെയ്ത പ്രസംഗം ഇടപ്പള്ളി രാഘവൻപിളളയെ ശകാരിക്കുന്ന വിധത്തിലായിരുന്നു. അങ്ങനെയെല്ലാം കൊണ്ടും പരിഷത് സമ്മേളനം ദുഃഖപര്യവസായി ആയിരുന്നു. എന്നാലിത് ഒരു വ്യക്തിയുടെ മാത്രം പ്രശ്നമായിരുന്നില്ല. ഇടപ്പള്ളിയിൽ വളർന്നുവന്ന ഒരു പ്രസ്ഥാനത്തിന്റെ തന്നെ അപചയമായിരുന്നു.

സമ്മേളനവുമായി ബന്ധപ്പെട്ട് അവതരിപ്പിച്ച കലാപരിപാടികൾ

മെച്ചപ്പെട്ടവയായിരുന്നെങ്കിലും സാമ്പത്തികമായി പരാജയത്തിൽ കലാശിക്കുകയാണുണ്ടായത്. നഷ്ടം സഹിക്കേണ്ടി വന്നത് സമ്മേളനത്തിന്റെ നടത്തിപ്പിനായി പ്രവർത്തിച്ചവർക്ക് മാത്രമാണ്. സമ്മേളനത്തിന്റെ പരാജയം ഇടപ്പള്ളിയിലെ സാഹിത്യസമാജത്തിന്റെയും വായനശാലയുടെയും പ്രവർത്തനങ്ങളെ പിന്നീട് ദോഷകരമായി ബാധിക്കുകയും ചെയ്തു.

പരിഷത് സമ്മേളനത്തിനു മുൻപുവരെ ഒരുമയോടെ സൗഹാർദ്ദപരമായി പ്രവർത്തിച്ചുപോന്നിരുന്ന സാഹിത്യാസ്വാദകർക്കിടയിലും പരിഷത് സമ്മേളനം ചേരിതിരിവുണ്ടാക്കിത്തീർത്തു. ഭിന്നത ഉടലെടുത്തതിൽ പിന്നെ വായനശാല പ്രവർത്തിച്ചില്ല, 1113-ലാണ് ഒടുവിലത്തെ വാർഷികം നടന്നത്. 1114-ൽ പരിഷത്തിന്റെ 13-ാം വാർഷികത്തോടൊപ്പം ഇടപ്പള്ളി സാഹിത്യസമാജത്തിന്റെയും വായനശാലയുടെയും വാർഷികങ്ങളും കവിത, നോവൽ, ബാലസാഹിത്യം, പത്രപ്രവർത്തനം എന്നിങ്ങനെ ഓരോരോ വിഷയങ്ങൾക്കും പ്രത്യേക സമ്മേളനങ്ങളും മികച്ച കഥകളി നാടകങ്ങൾ, ഗുരു ഗോപിനാഥ് ആനന്ദശിവറാം തുടങ്ങിയവരുടെ നൃത്തങ്ങൾ എന്നിവ ഉൾപ്പെടുത്തി ഒരു സാഹിത്യവാരാഘോഷവും നടത്തുവാൻ ചങ്ങമ്പുഴ തീരുമാനിച്ചിരുന്നു. പരിഷത്തിന്റെ നിർവ്വാഹക സമിതിയിൽ, ഇപ്പോഴുള്ള ഭിന്നിപ്പ് അവസാനിപ്പിച്ച് ഐക്യം രൂപപ്പെടുത്തണമെന്നും ഒരഭിപ്രായവും ഉയർന്നു വന്നു. ഇതെല്ലാം നിർവ്വാഹക സമിതിയിൽ പാസ്സാക്കിയതിന്റെ പകർപ്പും സെക്രട്ടറിയുടെ ദീർഘമായ ഒരു കത്തുകൂടി സാഹിത്യസമാജത്തിന്റെ അദ്ധ്യക്ഷനായിരുന്ന കരുണാകരമേനോന് എത്തിച്ചുകൊടുത്തെങ്കിലും അദ്ദേഹം പ്രതികരിച്ചില്ല. അങ്ങനെ ഐക്യശ്രമവും പൊളിഞ്ഞു.

ഇതിനിടയിൽ സാഹിത്യസമാജത്തിന്റെയും വായനശാലയുടെയും പ്രവർത്തകരിൽ പലരും ഒഴിഞ്ഞുപോക്കുതുടങ്ങി. വൈരാഗ്യമോ ആരോടെങ്കിലുമുള്ള അമർഷമോ ആയിരുന്നില്ല അവരെ പ്രവർത്തനങ്ങളിൽ പിന്തിരിപ്പിച്ചത്. പരിഷത് സമ്മേളനം പരാജയപ്പെട്ടതുകൊണ്ടുള്ള നിരാശയും പിന്നെ എന്തിനിത്തരം പ്രവർത്തനങ്ങൾ എന്ന ചിന്തയും അതുകൂടാതെ പ്രതികൂലസാഹചര്യങ്ങളും. ഇതുതന്നെയുമല്ല സാഹിത്യസമാജത്തിന്റെയും വായനശാലയുടെയും പ്രവർത്തകരിൽ പലരും ജീവിതാവശ്യങ്ങൾക്കായി ഓരോ വഴിക്കു തിരിഞ്ഞതും ഇതുപോലുള്ള സാംസ്കാരിക പ്രവർത്തനങ്ങളെ നിർജ്ജീവമാക്കുകയും ചെയ്തു. ഉപരിപഠനാർത്ഥം കൃഷ്ണപിള്ള സഹോദരനോടൊരുമിച്ച് തിരുവനന്തപുരത്ത് താമസവുമായി. രവിവർമതമ്പാൻ അഭിഭാഷക ജോലി സ്വീകരിച്ചു. തട്ടാഴത്തു പരമേശ്വരപണിക്കർ, സി.ആർ. കേരളവർമ്മ,

മുക്കോട്ടു ഭാസ്ക്കരവർമ്മ, വടക്കേകോശേരിൽ രാമവർമ്മതിരുമുൽ പാട്, കറൂർ ഭട്ടതിരിപ്പാട്, എൻ. രാമയ്യർ എന്നിവർ ഉദ്യോഗം സ്വീകരിച്ചു പല സ്ഥലങ്ങളിലുമായി. ശേഷിച്ചവരാകട്ടെ നിരാശാഭരിതരാകുകയും പ്രവർത്തനങ്ങൾക്ക് താൽപര്യമില്ലാത്തവരായിത്തീരുകയും ചെയ്തു.

1115-ൽ ഒരു ബദൽ സംഘടന-യുവജനസമാജം-രൂപംകൊണ്ടു. അതിന്റെ പ്രവർത്തനവും നീണ്ടുനിന്നില്ല. പിന്നീട് 1116-ൽ ഇംഗ്ലീഷ് മിഡിൽ സ്കൂളിന്റെ രജത ജൂബിലി ആഘോഷം നടന്നതാണ് ഇടപ്പള ളിയിലെ എടുത്തുപറയാവുന്ന മറ്റൊരു സംഭവം. ഗംഭീരമായ സാഹിത്യ സമ്മേളനങ്ങളും കലാപരിപാടികളും ഇതോടനുബന്ധിച്ച് നടത്തപ്പെട്ടു. ചങ്ങമ്പുഴ, പ്രൊഫസർ എം. കൃഷ്ണപിളള എന്നിവരായിരുന്നു പ്രാസം ഗികൻ. Lyrical Poetry എന്ന വിഷയത്തെ ആസ്പദമാക്കിയുളള ചങ്ങമ്പുഴയുടെ പ്രസംഗം ഇംഗ്ലീഷിലായിരുന്നു! സ്വന്തം നാട്ടുകാരോടുളള ഒരു പ്രതിഷേധത്തിന്റെ ഭാഗമായിരുന്നു ഇംഗ്ലീഷിലുള്ള പ്രസംഗം.

പരിഷത് സമ്മേളനത്തിന്റെ പരാജയത്തിനു ശേഷം മറ്റൊരു സമ്മേളനം തനിച്ചു നടത്തണമെന്ന് ചങ്ങമ്പുഴ ആഗ്രഹിച്ചു. അന്ന് യുവജന സമാജം രൂപീകരിക്കപ്പെട്ടിട്ടില്ലായിരുന്നതിനാൽ സാഹിത്യ സമാജത്തിന്റെ ആഭിമുഖ്യത്തിലായിരുന്നു സമ്മേളനം. പരിഷത് സമ്മേളനം കഴിഞ്ഞ് 5 മാസം പൂർത്തിയാകും മുമ്പ് ഒരു ക്രിസ്മസ് അവധിക്കാലമാണ് സമ്മേളനം നടത്തുവാനായി നിശ്ചയിക്കപ്പെട്ടത്. മുമ്പ് ചങ്ങമ്പുഴ പ്രഭാകരൻ താമസിച്ചിരുന്ന (ചങ്ങമ്പുഴ പുത്തൻവീട്) പുരയിടത്തിൽ പന്തൽ നിർമ്മിച്ചായിരുന്നു സമ്മേളനം നടത്തിയത്. ഇപ്പോൾ ആ പുരയിടം അവിടെയില്ല. രണ്ട് ദിവസങ്ങളിലായിട്ടാണ് സമ്മേളനം നടത്തിയത്. ഒന്നാം ദിവസം പൊതു സമ്മേളനം, രണ്ടാം ദിവസം മഹിളാ സമ്മേളനം, പന്തൽ നിറഞ്ഞു കവിഞ്ഞ സദസ്സിനെ അഭിമുഖീകരിച്ചുകൊണ്ടാണ് മഹാകവി വളളത്തോൾ, ജി.ശങ്കരക്കുറുപ്പ്, കുറ്റിപ്പുഴ കൃഷ്ണപിളള, ജോസഫ് മുണ്ടശ്ശേരി എന്നിവർ പ്രസംഗിച്ചത്.

മഹിളാസമ്മേളനത്തിൽ ശ്രീമതി അമ്പാടി കാർത്ത്യായനിയ മ്മ, തെക്കേക്കുന്നത്ത് കല്യാണിക്കുട്ടിയമ്മ എന്നിവർ പങ്കെടുത്തു. സമ്മേളനം പരിപൂർണ്ണ വിജയമായിട്ടാണ് കലാശിച്ചത്. രണ്ടാം ദിവസം കഥകളിയുമുണ്ടായിരുന്നു. തന്നെ എതിർത്തവരെ വെല്ലു വിളിച്ചുകൊണ്ടാണ്, ആ ഒരു മനോഭാവം മൂലമാണ്, ഇങ്ങനെ ഒരു സമ്മേളനം ചങ്ങമ്പുഴ സംഘടിപ്പിച്ചത്. കവിതകളിൽ കൂടുതലും സ്ത്രീകളെ അപഹസിച്ച കവി ഒരു സ്ത്രീ സമ്മേളനത്തിനായി ഒരു ദിവസം തന്നെ നീക്കിവെച്ചത് പ്രത്യേകം ശ്രദ്ധിക്കേണ്ടതുണ്ട്. സ്ത്രീ വിരോധിയായ ഈ കവിയായിരിക്കും ഒരു പക്ഷേ ആദ്യമായി സ്ത്രീ എഴുത്തുകാരികളുടെ

സാഹിത്യങ്ങളെക്കുറിച്ച് ലേഖനമെഴുതിയ വ്യക്തി.

ഇപ്രാവശ്യവും ഒരു കുഴപ്പം പറ്റി. സമ്മേളനം കഴിഞ്ഞ് കണക്കു പരിശോധിച്ചപ്പോഴാണ് ഒരു കാര്യം ഓർമ്മ വന്നത്. ലാഭവിഹിതം വാങ്ങി പുവർഫണ്ടിനു സംഭാവന ചെയ്യുന്നതാണെന്ന് ഒരു വിജ്ഞാപനം പുറപ്പെടുവിച്ചിരുന്നതാണ് കാര്യം. കണക്കുകൂട്ടി വന്നപ്പോൾ 59 രൂപ നഷ്ടം. കസേര, കർട്ടൻ എന്നിവയുടെ വാടകയും കൊടുക്കണം. ബാലൻസ് ഷീറ്റ് തയ്യാറാക്കി അപേക്ഷയും എഴുതിവെച്ചതാണ്, പക്ഷേ അയക്കുന്ന കാര്യം മറന്നു.

ഓണേഴ്സിന്റെ രണ്ടാം വർഷം. ചങ്ങമ്പുഴ ക്രിസ്മസ് അവധി കഴിഞ്ഞ് തിരുവനന്തപുരത്തേയ്ക്ക് തിരിക്കുവാനുള്ള ഒരുക്കത്തിലാണ്. പെട്ടിയും ഇതര സാധനങ്ങളുമൊക്കെ ശരിയാക്കി വയ്ക്കേണ്ടുന്ന ചുമതല അനുജൻ പ്രഭാകരന്റേതാണ്. ജ്യേഷ്ഠനും അനുജനും ഒരുക്കങ്ങൾ പൂർത്തിയാക്കി റോഡിലേക്കിറങ്ങി. തോൽപെട്ടിയും ഹോൾഡോളും ചുമന്നുകൊണ്ട് അനുജൻ മുൻപിൽ. വെളുത്ത നിറമുള്ള പാന്റും കഫ് ഷർട്ടും കറുത്ത ടൈയും കറുത്ത ഫ്രെയിമുള്ള കണ്ണടയും കറുത്ത ഷൂസും ധരിച്ച് അഴകിയ രാവണനായി ചങ്ങമ്പുഴ പിറകിലും.

അവർ നടന്ന് ക്ഷേത്രത്തിന്റെ മുൻപിലെത്തിയപ്പോഴേക്കും സ്റ്റേഷനിൽ നിന്നും റൈട്ടർ ഒരു സൈക്കിളിൽ വന്നു ചങ്ങമ്പുഴയുടെ സമീപത്ത് നിറുത്തി ഉടൻ പോലീസ് സ്റ്റേഷനിൽ ഹാജരാകണമെന്നറിയിച്ചു. നല്ലമുട്ടവും എത്തിയിട്ടുണ്ട്. റൈട്ടർക്കൊപ്പം കവി സ്റ്റേഷനിലേക്കു പോയി. പ്രഭാകരൻ ഒട്ടൊന്നന്ധാളിച്ചു പോയെങ്കിലും അദ്ദേഹത്തിനു കാര്യം മനസ്സിലായിരുന്നു.

ക്രിസ്മസ് അവധിക്കാല സമ്മേളനം കഴിഞ്ഞ ഉടനെ ഇടപ്പള്ളി സ്വദേശികളായ ചിലർ ചേർന്ന് ദിവാൻജിക്ക് ഒരു ഹർജി സമർപ്പിച്ചിരുന്നു. സമ്മേളനത്തിനു വേണ്ടി പണം സംഭാവന ചെയ്തവരുടെ ലിസ്റ്റും ലാഭത്തുകയും മറ്റും ചേർത്താണ് ഹർജി സമർപ്പിച്ചിട്ടുള്ളത്. വഞ്ചി പുവർ ഫണ്ടിലേക്ക് കൊടുക്കേണ്ടുന്ന തുക ചങ്ങമ്പുഴ അപഹരിച്ചു എന്ന ആരോപണമായിരുന്നു ഹർജിയുടെ പ്രധാന ഉള്ളടക്കം. ഹർജി അയച്ചിട്ടുള്ളത് ദിവാൻജിക്കാണെങ്കിലും മഹാരാജാവിനെ വഞ്ചിച്ചതായിട്ടാണു കേസ്. ഉടനെ ഐ.ജി. ക്കു കല്പന കൊടുത്തു. രേഖകളെല്ലാം പിടിച്ചെടുത്ത് പ്രതിയെ കസ്റ്റഡിയിലെടുക്കുക.

ഐ.ജി. ഓഫീസിൽ നിന്നും ലഭിച്ച ഹർജി വായിച്ചപ്പോൾ നല്ലമുട്ടം അമ്പരന്നു പോയി. സാധാരണയായി ഇത്തരം അസാധാരണ കേസുകളൊക്കെ കൈകാര്യം ചെയ്തിരുന്നത് നല്ലമുട്ടമാണ്. കവി

കണക്കിൽ തിരിമറി നടത്തി പണാപഹരണം നടത്തിയെന്നാണല്ലോ ആരോപണം. ആരോപണമുന്നയിച്ചിട്ടുള്ളത് ഇടപ്പള്ളി സ്വദേശികളാണെങ്കിലും ഹർജിയിൽ ആരുടെയും പേരുണ്ടായിരുന്നില്ല. രാജഭക്തരായ നാട്ടുകാർ എന്നാണ് ഹർജിയിൽ ചേർത്തത്. നല്ലമുട്ടം രേഖകളും മറ്റും വിശദമായി പരിശോധിച്ചു. ആരോപണം കള്ളമാണെന്ന് കണ്ടെത്തുകയും ചെയ്തു. അതോടെ ചങ്ങമ്പുഴ കേസിൽ നിന്നും മോചിതനായി. പിന്നീട് തിരുവനന്തപുരത്തേക്ക് തിരിക്കുകയും ചെയ്തു.

തിരുവനന്തപുരത്തെ വിദ്യാഭ്യാസ കാലഘട്ടവുമായി ബന്ധപ്പെട്ട് പ്രസക്തമായ മറ്റൊരു നാമധേയമാണ് പി.ഐ. ഇഗ്നേഷ്യസ്. കൃഷ്ണപിള്ളയും ഇഗ്നേഷ്യസിനുമിടയിലുള്ള ബന്ധത്തെക്കുറിച്ച് തുടക്കത്തിൽ ചെറുതായൊന്ന് സൂചിപ്പിച്ചിട്ടുള്ളത് ഓർക്കുക. അക്കാലത്തെ വിദ്യാഭ്യാസ സമ്പ്രദായമനുസരിച്ച് എം.എ വിദ്യാർത്ഥികൾ രണ്ടാം വർഷ ഓണേഴ്സുകാരുമായി ചേർന്നിട്ടാണ് പഠനം തുടങ്ങുന്നത്. തൊട്ടുപുഴ സ്വദേശി ഇഗ്നേഷ്യസും ചങ്ങമ്പുഴ കൃഷ്ണപിള്ളയും പരിചയപ്പെട്ടത് ആ വഴിക്കാണ്. ചങ്ങമ്പുഴയുടെ ജീവിതത്തിൽ വളരെയധികം സ്വാധീനം ചെലുത്തിയ വ്യക്തിയാണ് ഇഗ്നേഷ്യസ് എന്ന ചങ്ങമ്പുഴയുടെ കൊച്ച്.

അവർ തമ്മിലുള്ള ബന്ധം പെട്ടെന്ന് ദൃഢതരമായിത്തീർന്നു. പഠനകാലത്ത് ഒരുമിച്ചായിരുന്ന താമസവും, ഇഗ്നേഷ്യസ് തിരുവനന്തപുരത്ത് പഠനത്തിനായി എത്തിയതിനു ശേഷം കൃഷ്ണപിള്ളയുടെ മരണകാലം വരെ നീണ്ടു നിന്ന അത്യപൂർവ്വമായ സൗഹൃദമായിരുന്നു അവരുടേത്. കവിയുടെ മരണാനന്തരവും ഇഗ്നേഷ്യസ് ആ കുടുംബത്തോട് സവിശേഷമായൊരു ആഭിമുഖ്യം പുലർത്തിയിരുന്നു.

ബി.എ. ഫൈനൽ പരീക്ഷ കഴിഞ്ഞ് അവർ സ്വദേശങ്ങളിലേക്കു മടങ്ങി. ആയിടയ്ക്കു ചങ്ങമ്പുഴ ഇഗ്നേഷ്യസിനെഴുതിയ കത്ത് അവരുടെ അസാധാരണമായ ഹൃദയബന്ധത്തിന്റെ താരള്യത്തെ വിലോലമായി അനാവരണം ചെയ്യുന്നു.

"പ്രിയപ്പെട്ട കൊച്ചേ,

സ്നേഹസാന്ദ്രമായ കത്തും ഹൃദയ മാധുരിയാൽ അനുപദം ആസ്വാദ്യമായ കവിതയും കിട്ടി. ആ ലഘുപദ്യം എന്റെ ഹൃദയത്തിൽ ഇളക്കിവിടുന്ന വികാര വീചികളെ അതേ പടി പകർത്തുവാൻ എന്റെ തൂലികയ്ക്കു കെൽപ്പില്ല. ഞാൻ അതിനുദ്യമിക്കുന്നില്ല. പകൽ മുഴുവൻ എരിപൊരി കൊള്ളുന്ന കൊടും വെയിലിൽ വിയർത്തൊലിച്ചു വീർപ്പുമുട്ടി മണിക്കൂറുകളെ യുഗസദൃശം തള്ളിനീക്കിക്കൊണ്ട് ബ്രഹ്മാണ്ഡ ഭാണ്ഡം ഒരു തപ്തമായ പിണ്ഡമായതു പോലെ ചമഞ്ഞു

നിൽക്കുന്ന ഈ ഇടപ്പള്ളിയിലെ മണൽപ്പരപ്പിൽ കഴിഞ്ഞു കൂടുന്ന എനിക്ക് ആകർഷകമായ ഈ സായന്തനം ശാന്തിയും അനിർവ്വചനീയമായ സന്തുഷ്ടിയും അനുഗ്രഹിച്ചരുളുന്നു. മധുരമായ കൊച്ചിന്റെ കവിത ആനന്ദാശ്രുക്കളോടെ ഞാൻ പേർത്തും പേർത്തും വായിച്ചു. കഴിഞ്ഞുപോയ കാലങ്ങളുടെ കനകപ്രഭ കളിയാടുന്ന ആ നിർവാണ മേഖലയിലേക്കു കണ്ണോടിക്കുമ്പോൾ ഞാൻ കാണുന്നത് അണിനിരന്നു നിൽക്കുന്ന ആയിരമായിരം ആനന്ദ സ്വപ്നങ്ങളാണ്. ജലരേഖകളെപ്പോലെ ത്രസിച്ചു മാഞ്ഞ, സന്ധ്യാരാഗം പോലെ അലിഞ്ഞുമാഞ്ഞ, ഹിമകണികകളെപ്പോലെ മിന്നിപ്പൊലിഞ്ഞ അവയെ അത്യാകാംക്ഷയോടെ ഉറ്റുനോക്കുമ്പോൾ ഈ ഏകാന്തതയിൽ എന്റെ കൺപീലികൾ നനഞ്ഞു പോകുന്നു. അനന്തപൂരിതങ്ങളായ ആ സുവർണ്ണ വേളകൾ ഇനി വരാത്തവണ്ണം പൊലിഞ്ഞുപോയി. അവ ഇനി ഒരിക്കലും ആവർത്തിക്കപ്പെടുകയില്ല. പരുപരുത്ത ജീവിതത്തിന്റെ ശൂന്യമായ പാറപ്പുറത്തു കുഴഞ്ഞു തളരുവാൻ നമ്മെ വലിച്ചുകൊണ്ടു പോകുന്ന ആയമസമുഷ്ടികളോടു കൂടിയ ബീഭത്സവാസരങ്ങളും, ഭയങ്കര പിശാചുക്കൾ ആർത്തുകൂടുന്ന ദുഃസ്വപ്നങ്ങളെ ഒരുക്കിവിടുന്ന പാതിരാകളുമാണ് ഇനി നമ്മുടെ അതിഥികൾ! ഞാൻ എപ്പോഴും ഓർക്കാറുണ്ട് ആ കഴിഞ്ഞ കാലങ്ങളെ. അവയെ ഓർക്കാതിരിക്കാനോ മറക്കാനോ എനിക്ക് സാധ്യമല്ല. മാച്ചാലും മാച്ചാലും മാഞ്ഞുപോകാത്ത മാദക ചിത്രങ്ങൾ നമ്മുടെ ഒന്നിച്ചുള്ള സഹവാസത്താൽ സാന്ദ്രമായിത്തീർന്ന ആ ചുരുങ്ങിയ കാലഘട്ടം എത്രയെത്രയാണ് ശേഖരിച്ചതെന്നോ?

എനിക്കു സ്നേഹിതന്മാർ എത്രയുണ്ടെന്നു കണക്കാക്കാൻ നോക്കിയാൽ അതിനന്തമില്ല; എനിക്ക് സ്നേഹിതന്മാർ ഈ ലോകത്തിൽ എത്രയുണ്ടെന്നു കണക്കാക്കാൻ നോക്കിയാൽ അത് ആരംഭത്തിൽ നിന്നും അത്ര അധികം മുന്നോട്ടു പോവുകയില്ല. എന്റെ സ്നേഹിതന്മാരിൽ ഉൾപ്പെടുന്ന ഒരു സ്നേഹിതനല്ല എന്റെ കൊച്ച്. എന്റെ കൊച്ച് എന്റെ സ്നേഹിതനല്ല; സോദരനാണ്. വാത്സല്യമുള്ള കൊച്ചനുജനാണ്. ഒരു സ്നേഹിതനും എന്റെ സ്വപ്നങ്ങളെ ഇങ്ങനെ വർണ്ണം പിടിപ്പിക്കാറില്ല. ഒരു സ്നേഹിതന്റെ വിരഹത്തിലും എന്റെ ഹൃദയം ത്രസിച്ചിട്ടില്ല. കൺപീലികൾ ജലാർദ്രങ്ങളായിച്ചമഞ്ഞിട്ടില്ല. എന്നാൽ എന്റെ കൊച്ചിനോടുള്ള വേർപാട് എന്നെ അത്യന്തം വേദനിപ്പിക്കുന്നു. നാം ഒന്നിച്ചു വസിക്കുമ്പോൾ തന്നെ ഇതിനെക്കുറിച്ചു ഞാൻ ഊഹിച്ചിരുന്നു. എന്നാൽ എന്റെ ഊഹത്തിനും അതീതമായ ഉൽക്കടത്വമാണ് ഈ അനുഭവത്തിനുള്ളത്. ഇത്ര ചുരുങ്ങിയ കാലഘട്ടത്തിനുള്ളിൽ ഇങ്ങനെ ഒരു ശക്തി വിശേഷം നാം തമ്മിൽ ഉണ്ടായിത്തീർന്നത്

മുജ്ജന്മ ബന്ധത്തിലാണെന്നേ ഞാൻ കരുതുന്നുള്ളൂ."

ചങ്ങമ്പുഴയ്ക്കു മറ്റാരോടുമില്ലാതിരുന്ന ഒരു ബന്ധമാണ് ഇഗ്നേഷ്യസിനോടുണ്ടായിരുന്നതെന്ന് ഇവിടെക്കുറിച്ച വാക്കുകളിൽ നിന്നും വ്യക്തമാണല്ലോ. എന്നാലിത് വെറുമൊരു നിഷ്കളങ്കബന്ധമായിരുന്നോ എന്നത് സംശയമാണ്. സ്വവർഗ്ഗാനുരാഗത്തിന്റെ തെളിഞ്ഞുതീരാത്തൊരു ലോകം അവർക്കിടയിലുണ്ടായിരുന്നിരിക്കാം. കത്തിലെ വാക്കുകൾ തന്നെ അതിനു സാക്ഷ്യമാണ്. കവിയെ ഒരു സ്വവർഗ്ഗാനുരാഗിയായി മുദ്രയടിയ്ക്കുവാനുള്ള ഹീനമായ ഒരു ശ്രമമൊന്നുമല്ലയിത്. ഒരേ ലോഡ്ജിൽ താമസിച്ചിരുന്ന രണ്ടു വ്യക്തികൾ തമ്മിൽ പെട്ടെന്നൊരു ബന്ധം ഉരുത്തിരിഞ്ഞു വന്നതിന്റെ പൊരുൾ എന്താണെന്നുള്ള ഒരന്വേഷണത്തിൽ നിന്നുമുള്ള വെറുമൊരു നിഗമനമായിക്കരുതിയാൽ മതി. എന്നാൽ അവരെയിത്രമാത്രം അഗാധമായൊരു വൈകാരിക തലത്തിലേക്കെത്തിച്ചതെന്തെന്ന ചോദ്യത്തിനു കൃത്യമായി ഒരുത്തരം നൽകുവാൻ മനഃശാസ്ത്രജ്ഞർക്കേ കഴിയൂ.

ഇടപ്പള്ളി സാഹിത്യ പരിഷത് സമ്മേളനത്തിന്റെ പരാജയത്തെക്കുറിച്ച് മുൻപ് സൂചിപ്പിച്ചിട്ടുണ്ട്. തന്റെ സാരഥ്യത്തിൽ നടന്ന സമ്മേളനത്തിന്റെ പരാജയം കൃഷ്ണപിള്ളയെ വല്ലാതെ തളർത്തി. സ്വന്തം നാട്ടുകാർ മാത്രമല്ല സുഹൃത്തുക്കളെന്നു താൻ കരുതിയിരുന്നവരുടെ ചതിയും അദ്ദേഹത്തെ നിരാശനാക്കിത്തീർത്തു. നാട്ടുകാരുടെ എതിർപ്പിനേക്കാൾ സുഹൃത്തുക്കളുടെ നാട്യങ്ങളായിരുന്നു കവിയെ വല്ലാതെ ദുഃഖിപ്പിച്ചത്.

ഈ സംഭവത്തിനു ശേഷം ഏതാണ്ട് ഒരു കൊല്ലം കഴിഞ്ഞാണ് കവി വിവാഹിതനായത്. അതും സ്വന്തമിഷ്ടപ്രകാരം പെട്ടെന്നു തീരുമാനിക്കുകയായിരുന്നു. വധുവിനെപ്പോലും മുൻകൂട്ടി തീരുമാനിച്ചതിനു ശേഷമുള്ള ചങ്ങമ്പുഴയുടെ എടുത്തുചാട്ടം അടുത്ത സുഹൃത്തുക്കളെപ്പോലും തെല്ലൊന്നമ്പരിപ്പിച്ചു.

താൻ വിവാഹം കഴിക്കാൻ പോകുന്നതായി മകൻ അമ്മയെ അറിയിച്ചു. യാതൊരു മുഖവുരയും കൂടാതെ മകൻ പറഞ്ഞു:

"ഞാൻ കല്ല്യാണം കഴിക്കാൻ വിചാരിക്കുന്നു."

അമ്മയുടെ മുഖം വികസിച്ചു. ആഹ്ലാദസ്വരത്തിൽ അമ്മ ചോദിച്ചു: "തിരുവനന്തപുരത്തുനിന്നാണോ?"

തിരുവനന്തപുരത്തു നിന്നും പരിസരപ്രദേശങ്ങളിൽ ചിലയിടങ്ങളിൽ നിന്നും വിവാഹാലോചനകൾ വന്നതായി അമ്മ കർണ്ണാകർണ്ണികയാ മനസ്സിലാക്കിയിരുന്നു.

"അല്ല." മകന്റെ മറുപടി.

"പിന്നെവിടുന്നാ?" അമ്മയുടെ ചോദ്യം

"ഇടപ്പള്ളിയിൽ നിന്നു തന്നെ.'

....

അമ്മയുടെ മുഖത്ത് നൈരാശ്യം നിഴലിച്ചു. പെട്ടെന്ന് ഈർഷ്യാസ്വരത്തിൽ അമ്മ ചോദിച്ചു:

"കെഴക്കേത്തന്നെ കുടുങ്ങി അല്ലേ?"

"അവളെ കല്യാണം കഴിച്ചു കൊള്ളാമെന്നു ഞാൻ പറഞ്ഞിട്ടില്ല."

"പിന്നെവിടുന്നാ?' അമ്മയുടെ മുഖം ചെമന്നിരുന്നു.

"പടിഞ്ഞാറേ ഇലവുങ്കൽ കാർത്ത്യായനി അമ്മയുടെ മകൾ ശ്രീദേവിയെ."

അമ്മ പൊട്ടിത്തെറിച്ചു.

"ഇതിനാണല്ലോ മോന് ട്യൂഷനെന്നും പറഞ്ഞ് അച്ഛൻ ക്ഷണിച്ചു കൊണ്ടു പോയത്. ആറാം ക്ലാസ്സുവരെ പഠിച്ച ഒരു പെണ്ണിനെ മാത്രമേ കിട്ട്യുള്ളൂ നെനക്ക് കല്യാണം കഴിക്കാൻ?"

തുടർന്ന് അമ്മയും മകനും തമ്മിൽ വാക്കേറ്റമായി.

ഓണേഴ്സിനു പഠിക്കുവാൻ പോകും മുമ്പ് ചങ്ങമ്പുഴ ഇടപ്പള്ളി ലോവർ പ്രൈമറി സ്കൂളിലെ ഡ്രോയിംഗ് മാസ്റ്ററായിരുന്ന രാമൻ മേനോന്റെയും പടിഞ്ഞാറെ ഇലവുങ്കൽ കാർത്ത്യായനി അമ്മയുടെ മകൻ നാരായണൻ നായരെ ട്യൂഷൻ പഠിപ്പിച്ചിരുന്നു. ശ്രീദേവിയുടെ സഹോദരനാണ് നാരായണൻ നായർ. ചങ്ങമ്പുഴ ശ്രീദേവിയുമായി പ്രണയത്തിലായിരുന്നെന്നും മറ്റും പറയപ്പെടുന്നുണ്ട്. അത് വസ്തുതകൾ നിരക്കുന്നതല്ല.

ചങ്ങമ്പുഴയുടെ തീരുമാനത്തെ അമ്മ എതിർത്തതോടെ ഗൃഹാന്തരീക്ഷം അസ്വസ്ഥമായി. അഭ്യുദയകാംക്ഷികളും ബന്ധുക്കളും ചേർന്ന് എല്ലാം ഒരു വിധം പ്രശ്നം സന്ധിയിലാക്കി. അങ്ങനെ പെട്ടെന്നുണ്ടായ പൊട്ടിത്തെറി ആറിത്തണുത്തു. അപ്പോഴും ഒരു ചോദ്യം മാത്രം ബാക്കി നിൽക്കുന്നു. ചങ്ങമ്പുഴ തന്നെക്കാൾ പഠിപ്പും ലോകപരിചയവും കുറഞ്ഞ ഒരു സാധാരണ സ്ത്രീയെ വിവാഹം കഴിക്കുവാനുള്ള കാരണമെന്ത്?

1940 മെയ് 9-ാം തീയതി രാവിലെ 10.30-ന് ചങ്ങമ്പുഴയും ശ്രീദേവിയും തമ്മിലുള്ള വിവാഹം നടന്നു. ഇടപ്പള്ളിയിലുള്ള കാമുകിയെ അച്ഛനമ്മമാരും ചങ്ങമ്പുഴയുടെ ശത്രുക്കളും ചേർന്ന് വിവാഹം തടസ്സപ്പെടുത്തുവാൻ പ്രേരിപ്പിച്ചുവെങ്കിലും അവരതിന് വഴങ്ങിയില്ല.

ചങ്ങമ്പുഴയുടെ ജീവിതത്തിലെ മറ്റു സംഭവങ്ങൾ പോലെ പെട്ടെന്ന് യാതൊരു മുന്നറിയിപ്പും കൂടാതെയാണ് വിവാഹം നടന്നത്. ഒഴിവാക്കു വാൻ പറ്റാത്തവരെ മാത്രമാണ് ക്ഷണിച്ചത്. ഇടപ്പള്ളിയിൽ ആദ്യമായി പന്തിഭോജനം നടന്നത് ചങ്ങമ്പുഴയുടെ വിവാഹത്തിനായിരുന്നു. ചങ്ങമ്പുഴ എന്തുകൊണ്ട് ശ്രീദേവിയെപ്പോലെ ഒരു ഗ്രാമീണ യുവതിയെ വിവാഹം കഴിച്ചു എന്നതിന് വ്യക്തമായ ഉത്തരമില്ല. അദ്ദേഹത്തെ പ്പോലെ ഒരാളുമായി ഒത്തുപോകുവാൻ ശ്രീദേവിയ്ക്കു കഴിയുമായിരുന്നില്ല. യഥാർത്ഥത്തിൽ ശ്രീദേവിയുടെ ജീവിതം വിവാഹത്തോടെ തികച്ചും പ്രശ്നഭരിതമായ ഒന്നായിത്തീരുകയാണുണ്ടായത്. (ശ്രീദേവി ചങ്ങമ്പുഴ 2002 ജൂലൈ മാസം വാർദ്ധക്യ സഹജമായ അസുഖത്താൽ മരണപ്പെ ട്ടു). തുടക്കത്തിലേ തന്നെ അവർ തമ്മിൽ സ്വരച്ചേർച്ചയില്ലായിരുന്നു.

സാധാരണ നാട്ടുമ്പുറത്തുകാരിയായ ഒരു സ്ത്രീ എന്ന നിലയിൽ അവർക്ക് ചങ്ങമ്പുഴയിലെ കവി വ്യക്തിത്വത്തെയോ ഇതര സ്വഭാവ ങ്ങളെയോ മനസ്സിലാക്കുവാൻ കഴിഞ്ഞില്ല. അവർ കവിയെ മനസ്സിലാ ക്കണമെന്നു വാദിക്കുന്നതിൽ യാതൊരർത്ഥവുമില്ല. കാരണം അവരെ സംബന്ധിച്ചിടത്തോളം ചങ്ങമ്പുഴ എന്ന വ്യക്തി അവരുടെ ഭർത്താവു മാത്രമാണ്. അറിഞ്ഞിടത്തോളം, വക്രതയില്ലാത്ത, തനിക്കു ശരിയെന്നു തോന്നുന്ന കാര്യം തുറന്നു പറയുന്ന പ്രകൃതമായിരുന്നു അവരുടേത്. എന്നാൽ അവർ ചങ്ങമ്പുഴയെ എത്രമാത്രം സ്നേഹിച്ചിരുന്നു എന്നതിന് വ്യക്തമായ ഒരുത്തരമില്ല. എന്നു മാത്രമല്ല യഥാർത്ഥത്തിൽ ചങ്ങമ്പു ഴയെ അവർ ആത്മാർത്ഥമായി സ്നേഹിച്ചിട്ടുണ്ടോ എന്നും സംശയമാണ്. അവരെ കാണുവാനായി ഒരിക്കൽ മകൾ ലളിതാകുമാരിയുടെ വീട്ടിൽ പോയപ്പോൾ ചങ്ങമ്പുഴയെ സംബന്ധിച്ചു ചില കാര്യങ്ങൾ ചോദി ക്കണമെന്ന് വിചാരിച്ചിരുന്നു. ഒരു ചോദ്യത്തിനുത്തരമായി അവർ പറഞ്ഞത് ചങ്ങമ്പുഴയെക്കുറിച്ച് എന്തുവേണമെങ്കിലും എഴുതിക്കോളൂ താൻ ചോദിക്കുവാൻ വരില്ല എന്നാണ്. ഞാൻ മുകളിലുന്നയിച്ച സംശ യത്തിന് ഉപോദ്ബലകമായ മറ്റൊരു കാര്യം ചങ്ങമ്പുഴ വിവാഹശേഷം അവർക്കെഴുതിയ ഒരു കത്താണ്.

17-6-1116-ൽ ശ്രീദേവിക്കെഴുതിയ കത്തിൽ:

"അവിടെ എല്ലാവർക്കും സുഖമാണെന്നറിയുന്നതിൽ അത്യന്തം സന്തോഷിക്കുന്നു. എന്നെ സംബന്ധിച്ചു പറയത്തക്ക വിശേഷമൊന്നുമി ല്ല. അഥവാ ഉണ്ടായാൽ തന്നെ അതു കേൾക്കുവാൻ താൽപര്യമുള്ളവർ ലോകത്തിൽ ഉണ്ടായിരിക്കുമെന്നും എനിക്കു തോന്നുന്നില്ല."

പുതുമോടിയുടെ പരിവേഷം അഴിഞ്ഞുപോകും മുമ്പ് ചങ്ങമ്പുഴ

തിരുവനന്തപുരത്തു നിന്നെഴുതിയ കത്തിലെ വരികളാണ് മുകളിൽ. സാധാരണഗതിയിൽ ഒരു ഭർത്താവ് ഭാര്യക്കെഴുതുന്ന കാര്യങ്ങളൊന്നും തന്നെ പരാമർശിക്കാത്ത ഇതിലെ വരികളിൽ തനിക്കെന്തെങ്കിലും വിശേഷമുണ്ടെങ്കിൽതന്നെ അറിയുവാൻ താൽപര്യമുള്ളവർ ഈ ലോകത്തിലില്ല എന്ന് കവിയെക്കൊണ്ട് എഴുതിപ്പിക്കുവാൻ തക്കവണ്ണം പ്രശ്നം നിറഞ്ഞതായിരുന്നു ആ ദാമ്പത്യത്തിന്റെ തുടക്കമെന്ന് ഇതിൽ നിന്നും വ്യക്തമാണല്ലോ.

ചങ്ങമ്പുഴയുമായിട്ടുള്ള വിവാഹത്തിനു ശ്രീദേവിക്ക് സമ്മതമല്ലായിരുന്നുവെന്നും വീട്ടുകാരുടെ നിർബന്ധത്തിനു വഴങ്ങിയാണ് അവർ വിവാഹത്തിനു സമ്മതിച്ചതെന്നും കേട്ടിട്ടുണ്ട്. ജാതക പ്രകാരം അവർ തമ്മിൽ വിവാഹിതരാകുവാനേ പാടില്ലായിരുന്നുവെന്ന് ചങ്ങമ്പുഴ പ്രഭാകരൻ അഭിപ്രായപ്പെട്ടിട്ടുണ്ട്.

വിവാഹാനന്തരം ചങ്ങമ്പുഴയും ശ്രീദേവിയും സിനിമയ്ക്കു പോയതും ഇന്റർവെല്ലായപ്പോൾ ശ്രീദേവി സിനിമ അവസാനിച്ചു എന്നു കരുതിയതും മറ്റും ഒരനുസ്മരണക്കുറിപ്പിൽ വായിച്ചിട്ടുണ്ട്. എങ്കിലും അവർ തമ്മിൽ അത്ര രസത്തിലായിരുന്നില്ല. ചങ്ങമ്പുഴയുടെ മദ്യപാനമായിരുന്നു അവർക്കിടയിലേക്ക് സൈ്വര്യക്കേടുമായി വന്ന ആദ്യ ശത്രു. പിന്നെ ആരാധികമാരയയ്ക്കുന്ന കത്തുകൾ. ചിലതെല്ലാം ശ്രീദേവി തുറന്ന് വായിക്കുകയും ചെയ്തു. കത്തിന്റെ കൂട്ടത്തിലുള്ള പ്രേമലേഖനങ്ങൾ അവർ ചീന്തിക്കളഞ്ഞു. ആവശ്യമുള്ളതെന്ന് അവർക്ക് തോന്നിയവ ചങ്ങമ്പുഴയ്ക്ക് കൊടുക്കുകയും ചെയ്തു.

കവിയുടെ മരണാനന്തരം ശ്രീദേവി, കൊല്ലത്തു നിന്നും പ്രസിദ്ധീകരിച്ചിരുന്ന മലയാളനാട് വാരികയിൽ 'സ്പന്ദിക്കുന്ന അസ്ഥിമാടത്തിനു പിന്നിൽ' എന്ന പേരിലൊരു ലേഖന പരമ്പര എഴുതുകയുണ്ടായി. ഈ ലേഖന പരമ്പര എഴുതിയത് ചങ്ങമ്പുഴയുടെ മകൻ ശ്രീകുമാർ ആയിരുന്നുവെന്നും അത് ശ്രീദേവിയുടെ പേരിൽ പ്രസിദ്ധീകരിക്കുകയായിരുന്നു എന്നും അന്വേഷണത്തിലൂടെ അറിയാൻ കഴിഞ്ഞു. ഏതായാലും ലേഖന പരമ്പരയിലെ ചില അധ്യായങ്ങളെക്കുറിച്ച് പരക്കെ വിമർശനങ്ങളുണ്ടായി. സ്വഭർത്താവിന്റെ സദാചാരജീവിതത്തിലെ കറുത്ത പുള്ളികൾ മാത്രം വായനക്കാരന്റെ മുമ്പിൽ നിരത്തിവെച്ച് സന്തുഷ്ടയാവുകല്ലേ ശ്രീദേവിയെന്നു സംശയിച്ചാൽ അത് അധികപ്പറ്റാവുകയില്ല (മലയാളനാട്, ലക്കം 13 ആഗസ്റ്റ് 15, 1971) എന്ന് ഒരു വായനക്കാരൻ ശ്രീദേവിയുടെ ലേഖന പരമ്പരയെക്കുറിച്ച് കത്തെഴുതിയിട്ടുണ്ട്. ഇതേ വിഷയവുമായി ബന്ധപ്പെട്ട് ശ്രീ. എം. കൃഷ്ണൻ നായരും കത്തെഴുതിയിട്ടുണ്ട്. കൂടാതെ

മറ്റു വായനക്കാരും. എന്നാൽ സാംസ്കാരിക കേരളം ചങ്ങമ്പുഴ എന്ന കവിയുടെ പേരിൽ മാത്രം നിരവധി ആനുകൂല്യങ്ങൾ അവരുടെ മരണം വരെ ശ്രീദേവിക്കു നൽകുകയും ചെയ്തു. ഒരു പുസ്തകമൊഴികെ-താൻ മുമ്പ് കോപ്പിറൈറ്റ് എഴുതിക്കൊടുക്കാത്ത പുസ്തകങ്ങളൊഴിച്ച്- ബാക്കി എല്ലാ രചനകളുടെയും കോപ്പിറൈറ്റ് ചങ്ങമ്പുഴ ശ്രീദേവിയ്ക്കാണു കൊടുത്തത്. സ്വന്തം അമ്മയ്ക്കു പോലും ഒരു പുസ്തകത്തിന്റെ റൈറ്റ് കൊച്ചുകുട്ടൻ കൊടുത്തില്ല!

ചങ്ങമ്പുഴ പ്രഭാകരൻ ശ്രീദേവിയെക്കുറിച്ച്, പല മുഖം കാണിക്കുവാൻ കഴിവുള്ള ആളെന്ന് രേഖപ്പെടുത്തിയിട്ടുണ്ട്. ചങ്ങമ്പുഴയുടെ ബാല്യകാല സഖിയും ആദ്യ കാമുകിയുമായിരുന്ന കൊച്ചമ്മുവും അവരെ മോശമായ പരാമർശങ്ങളാലാണ് വിശേഷിപ്പിച്ചിട്ടുള്ളത്. ചങ്ങമ്പുഴയുടെ മരണാനന്തരം ചങ്ങമ്പുഴത്തറവാട്ടിൽ പലവിധത്തിലുള്ള അനർത്ഥങ്ങളും ഉണ്ടായി. പ്രഭാകരനും അമ്മയും വീടിനു പുറത്തായി. പിന്നീട് അമ്മ സംരക്ഷണ സമിതി രൂപീകരിക്കപ്പെട്ടു. ഒടുവിൽ അമ്മക്ക് ഇടപ്പള്ളി രാഘവൻപിള്ളയുടെ കൃതികളുടെ കോപ്പിറൈറ്റ് കൊടുത്തുവെന്നും പ്രഭാകരൻ പറഞ്ഞിട്ടുണ്ട്. കൂട്ടത്തലായി എന്തെങ്കിലുമെഴുതി ജീവിച്ചിരിക്കുന്ന ബന്ധുക്കളെ അപമാനിക്കാൻ ഉദ്ദേശിക്കുന്നില്ല.

അതെല്ലാം അങ്ങനെ നിൽക്കട്ടെ. നമുക്ക് ചങ്ങമ്പുഴയുടെ വിദ്യാഭ്യാസ കാലത്തിലേക്ക് തിരിച്ചുവരാം. വിവാഹത്തിനു ശേഷം ചങ്ങമ്പുഴ പഠനകാര്യങ്ങൾക്കായി തിരുവനന്തപുരത്തേക്കു തന്നെ തിരിച്ചു. ചങ്ങമ്പുഴയും ഇഗ്നേഷ്യസും ടെക്സ്റ്റൈൽ ടെക്നോളജിക്കു പഠിക്കുന്ന ചിറ്റയുടെ മകൻ ചെല്ലപ്പൻ നായരും മറ്റൊരു സ്ഥലത്തേക്കു താമസം മാറ്റി. ഇതിനിടയിൽ ചങ്ങമ്പുഴ ചെല്ലപ്പൻ നായരുമായി അകന്നു തുടങ്ങി. അവർ തമ്മിലുള്ള സംസാരം കുറഞ്ഞുവരികയും ഒരേ ലോഡ്ജിൽ തന്നെ താമസിക്കുമ്പോഴും അവർക്കിടയിൽ അകലം വർദ്ധിക്കുകയും ചെയ്തു.

1942 ബി.എ. ഓണേഴ്സിന്റെ ഒടുവിലത്തെ വർഷം. പരീക്ഷ ഫീസടയ്ക്കാൻ 150 രൂപ വേണം. ഇഗ്നേഷ്യസ് ഫീസടയ്ക്കുവാൻ പണം കൊടുത്തെങ്കിലും അതു നാനാവിധമായി. എങ്കിലും അക്കാര്യം ഇഗ്നേഷ്യസിനെ അറിയിച്ചതുമില്ല. ഒടുവിൽ സ്വന്തം കൃതികളിൽ ചിലതിന്റെ പകർപ്പവകാശം കൊല്ലത്തെ ശ്രീരാമവിലാസം പ്രസ്സുകാർക്കു വിൽക്കുകയും ആ തുക കൊണ്ട് ഫീസടയ്ക്കുകയുമാണ് ചെയ്തത്.

ബി.എ. ഓണേഴ്സിന്റെ ഫലം വന്നപ്പോൾ ചങ്ങമ്പുഴയ്ക്ക് കടുത്ത നിരാശയായി. വെറും മൂന്നാം ക്ലാസ്സിലാണ് അദ്ദേഹം പരീക്ഷ പാസായത്. ചങ്ങമ്പുഴയാകട്ടെ ഒരു രണ്ടാം ക്ലാസ്സെങ്കിലും തനിക്കു

ലഭിക്കുമെന്നായിരുന്നു പ്രതീക്ഷിച്ചത്. കേരളത്തിലുടനീളം അറിയപ്പെടുന്ന കവി എന്ന നിലയിൽ തനിക്ക് നല്ല മാർക്ക് ലഭിക്കുമെന്ന് ചങ്ങമ്പുഴ വിശ്വസിച്ചിരുന്നതായി പറയപ്പെടുന്നു.

ചങ്ങമ്പുഴ ഇഗ്നേഷ്യസിനയച്ച കത്തിൽ പരീക്ഷയെക്കുറിച്ച് ഇങ്ങനെ എഴുതിയിട്ടുണ്ട്.

"തിരുവനന്തപുരത്തു നിന്ന് എന്റെ ഒരു സ്നേഹിതന്റെ കത്തു വന്നിരുന്നു. അതിൽ പറഞ്ഞിട്ടുള്ള വരികൾ ഇവിടെ പകർത്തുന്നു: ഞാൻ ഇന്നലെ ഡോ. ഗോദവർമ്മയുടെ ഭവനത്തിൽ ഒരു കാര്യത്തിനായി പോവുകയുണ്ടായി. നിങ്ങളുടെ നാലു പേപ്പേഴ്സ് അദ്ദേഹത്തിനുണ്ട്. ഫസ്റ്റ് വാല്യവേഷൻ ആണ്. എല്ലാം നോക്കി അയച്ചു കഴിഞ്ഞു. നിങ്ങളെക്കുറിച്ചു ഞാൻ ചോദിച്ചു. കവിതയിലും പ്രസംഗത്തിലും ചങ്ങമ്പുഴ കാണിക്കുന്ന പാടവത്തിന്റെ സഹസ്രാംശം പോലും ഉത്തരക്കടലാസിൽ കാണുന്നില്ല എന്ന്. എന്നെ അമ്പരിപ്പിക്കുന്ന പ്രസ്താവം. ഇത്രമാത്രം പരീക്ഷയെ സംബന്ധിച്ച് പിന്നീട് അറിവുണ്ട്."

1942 ഫെബ്രുവരിയിൽ ഇഗ്നേഷ്യസിനയച്ച മറ്റൊരു കത്തിൽ വൈവ വെറുമൊരു പ്രഹസനം മാത്രമാണെന്നും പരീക്ഷാകാര്യത്തിൽ അതിന് നമുക്ക് യാതൊരു സഹായവും ചെയ്യുവാൻ കഴിയുകയില്ലെന്നും സൂചിപ്പിച്ച ശേഷം ഇങ്ങനെ എഴുതിയിട്ടുണ്ട്.

"സഹായം ചെയ്യേണ്ടവർ പരീക്ഷകന്മാരാണ്. അവർ സഹായിക്കേണ്ടതില്ലായിരുന്നു. പാതകം ചെയ്യാതിരുന്നാൽ മാത്രം മതിയായിരുന്നു. അഞ്ച് ശതമാനം ഗ്രേസ് മാർക്ക് നൽകാനുള്ള പൂർണ്ണാധികാരം പരീക്ഷകന്മാർക്കുണ്ട്. എനിക്ക് രണ്ടര ശതമാനമേ ആവശ്യമുള്ളൂ. അവർ തരികയില്ല. ചേലനാടൻ വിവരമെല്ലാം എന്നോടു പറഞ്ഞു. അദ്ദേഹം നോക്കിയ പേപ്പറിനെല്ലാം എനിക്ക് ഫസ്റ്റ് ക്ലാസ്സ് മാർക്ക് കിട്ടിയിട്ടുണ്ട്. ഗോദവർമ്മയും ഉള്ളൂരുമാണ് എനിക്ക് മനഃപൂർവ്വം തരാതിരിക്കുന്നത്. എനിക്കു തോന്നുന്നു ഒരു പക്ഷേ പരീക്ഷാഫലത്തിൽ അവർ എന്തെങ്കിലും ഭേദഗതി ചെയ്യാൻ ഉദ്ദേശിക്കുന്നുണ്ടെന്ന്. അങ്ങനെയാണെങ്കിൽ നിങ്ങൾ പാസാവുകയും എനിക്ക് ഒരു സെക്കന്റ് ക്ലാസ്സ് കിട്ടുകയും ഡാനിയലിന് ഫസ്റ്റ് ക്ലാസ്സ് കിട്ടുകയും ചെയ്തേക്കും. പക്ഷേ തീർച്ചയില്ല."

ചങ്ങമ്പുഴയുടെ പ്രതീക്ഷകളാകെ പരീക്ഷഫലം പുറത്ത് വന്നപ്പോൾ തകിടം മറിഞ്ഞു. നിരാശാഭരിതനായ അദ്ദേഹം കലങ്ങിയ മനസ്സോടെ മലയാള വിഭാഗം തലവൻ ഡോക്ടർ ഗോദവർമ്മയ്ക്ക് ദീർഘമായൊരു കത്തെഴുതി.

"പ്രിയപ്പെട്ട ഗുരോ,

കോളേജിലെ മേൽവിലാസത്തിൽ ഞാൻ തിരുമേനിക്ക് ഒരു കത്ത യച്ചിട്ടുണ്ട്. അത് തിങ്കളാഴ്ചയേ തിരുമേനിയുടെ കൈവശം കിട്ടുകയുള്ളൂ എന്നു പിന്നീടാണ് ഓർമ്മ വന്നത്. അതുകൊണ്ട് വീണ്ടും എഴുതുന്നു.

മലയാളത്തിലെ ഭാവാത്മക കാവ്യങ്ങൾ എന്ന വിഷയത്തെ ആധാരമാക്കി അവിടത്തെ കീഴിൽ ഗവേഷണം നടത്തുവാൻ ഞാൻ ആശിക്കുന്നു. ഈ വിഷയം പോരാ എന്നു തോന്നുന്ന പക്ഷം തിരുമേനി നിർദ്ദേശിക്കുന്ന ഏതു വിഷയവും സന്തോഷപൂർവ്വം സ്വീകരിക്കാൻ ഞാൻ സന്നദ്ധനാണ്. തിരുമേനിയുടെ ഉപദേശങ്ങളും ഹൃദയപൂർവ്വമുള്ള സഹായവും ലഭിച്ചാൽ വിഷയത്തെക്കുറിച്ച് എനിക്കു ഭയപ്പെടേണ്ടതാ യിട്ടില്ലല്ലോ.

പ്രിയപ്പെട്ട തിരുമേനി, ഞാൻ ഒരു പാവമാണ്. പട്ടിണിക്കാരനാണ്. ഒരു കുടുംബത്തിന്റെ ഭാരം കരുത്തറ്റ ചുമലുകളിൽ താങ്ങിക്കൊണ്ടു ജീവി തവുമായി മല്ലടിക്കുന്ന ഒരു ഹതഭാഗ്യനാണ്. ശ്രമിച്ചാൽ എനിക്കിവിടെ ആലുവായിൽ അലൂമിനിയം ഫാക്ടറിയിലോ മറ്റോ പത്തു മുപ്പതു രൂപാ ശമ്പളത്തിൽ ഒരു ഗുമസ്തന്റെ പണി കരസ്ഥമാക്കാൻ സാധിക്കും. പക്ഷേ, തിരുമേനി ദയവു ചെയ്ത് ഒന്നാലോചിച്ചു നോക്കു! എനിക്കെന്തു മേൽഗതിയാണ് അതിൽ നിന്നുണ്ടാവുക? നിത്യദാരിദ്ര്യത്തിൽ നീറി നീറി ജീവിതം നശിപ്പിക്കുകയല്ലാതെ എനിക്കെന്തു പോംവഴിയാണു ണ്ടാവുക? ഈ ചിന്തയാണ് ഗവേഷണ വിദ്യാർത്ഥിയാകാൻ എന്നെ പ്രേരിപ്പിക്കുന്നത്."

തന്റെ കലാശാല വിദ്യാഭ്യാസം പൂർത്തിയാക്കുവാൻ പല മഹാമ തികളും ഉദാരമനസ്കരും തന്നെ സഹായിച്ചിട്ടുണ്ടെന്നും ക്ലാസ്സു കിട്ടാ ത്തതിൽ തനിക്കു ലേശം പോലും കുണ്ഠിതമില്ലെന്നും സൂചിപ്പിച്ചതിനു ശേഷം കത്തു തുടരുന്നു.

"എത്ര കനത്ത വിഷാദവും എന്നെ അടിപ്പെടുത്തുകയില്ല! എത്ര കറുത്തിരുണ്ട കാർമേഘത്തിലും ഒരു നേരിയ രജത രേഖയെങ്കിലും കണ്ടേക്കുമെന്ന വിശ്വാസം എനിക്കുണ്ട്. അതില്ലായിരുന്നെങ്കിൽ മി. രാഘവൻപിള്ളയ്ക്കു മുൻപ് തന്നെ ഞാൻ ആത്മഹത്യചെയ്യുമായിരുന്നു. ഈ ചുരുങ്ങിയ കാലത്തിനുള്ളിൽ ഞാൻ അനുഭവിക്കാത്ത സങ്കടമി ല്ല. ഞാൻ ഏകാന്തമായി കൂരിരുട്ടത്തിരുന്ന് എത്രയെത്ര രാത്രികളിൽ ഉള്ളു തേങ്ങിക്കരഞ്ഞിട്ടുണ്ടെന്നു തിരുമേനിക്കറിയുമോ? സർവ്വേശ്വരന്റെ പാദങ്ങളിൽ സമർപ്പിക്കട്ടെ ആ ബാഷ്പബിന്ദുക്കൾ ഒന്നും തന്നെ വിഫ ലമായിട്ടില്ല."

തന്റെ ജീവിത പ്രയാസങ്ങളും ഭൂതകാലത്തിലെ അലച്ചിലുകളുമൊക്കെ വിവരിച്ചതിനു ശേഷം കത്ത് ഇങ്ങനെ തുടരുന്നു.

"പ്രിയപ്പെട്ട തിരുമേനി, അങ്ങ് ഉദാരമതിയും മഹാമനസ്കനുമാണെന്ന് എനിക്കു നിശ്ചയമുണ്ട്. അതുകൊണ്ടാണ് ഞാൻ അങ്ങേയ്ക്കിങ്ങനെ തുറന്ന് കത്തെഴുതുന്നത്. അങ്ങ് ഈ കത്തു നശിപ്പിക്കരുത്. ഈ കത്തിന്റെ ഒരു പ്രതി ഞാനും സൂക്ഷിക്കുന്നുണ്ട്. അങ്ങയുടെ ഔദാര്യ സാഗരത്തിൽ നിന്നും ഒരു ചെറുബിന്ദുവിനു വേണ്ടിയുള്ള വിനീതമായ ഒരഭ്യർത്ഥനയാണീ കത്ത് എന്ന് അവിടന്നറിഞ്ഞാൽ കൊള്ളും. അങ്ങ് ഒരു സാഹിത്യകാരനാണ്. എന്റെ എളിയ നിലയിൽ ഞാനും ആ വർഗ്ഗത്തിൽപ്പെട്ട ഒരാൾ തന്നെ. ഈ ബന്ധത്തിനു പുറമേ പരമ പാവനമായ ഗുരുശിഷ്യ ബന്ധവും നാം തമ്മിലുണ്ട്. ആ പവിത്രവും സുദൃഢവുമായ ബന്ധത്തെ ആധാരമാക്കിയാണ് ഞാൻ ഈ അഭ്യർത്ഥനയുമായി അങ്ങയെ സമീപിക്കുന്നത്. അങ്ങ് എന്നെ സഹായിക്കണം. സർവ്വപ്രകാരത്തിലും സാധുവായ അങ്ങു സഹായിക്കണം."

ഈ സഹായാഭ്യർത്ഥനയെത്തുടർന്ന് തനിക്ക് വാസവദത്ത (മുൻപ് ഇതേക്കുറിച്ച് പറഞ്ഞിട്ടുണ്ടല്ലോ)യിൽ അഭിനയിക്കുവാൻ കഴിഞ്ഞില്ലെന്നും അതിന്റെ കാരണവും ഒട്ടൊരു കുറ്റസമ്മതത്തോടെ ചങ്ങമ്പുഴ ഏറ്റു പറയുന്നു. തന്റെ മോഹം സാധിക്കുവാൻ വേണ്ടി, സ്വന്തം കാര്യസാദ്ധ്യതക്കുവേണ്ടി, നിവൃത്തികേടിനാൽ ഏതറ്റം വരെ പോകുവാനും ചങ്ങമ്പുഴ തയ്യാറായിരുന്നു എന്നതിന്റെ സൂചനയും തുടർന്ന് ഈ വരികളിലുണ്ട്. (വളരെക്കൊല്ലം മുമ്പ് താൻ തിരുമേനിയെ ആരാധിച്ചു തുടങ്ങി എന്നു പോലും എഴുതാൻ മടി കാണിക്കുന്നില്ല).

ഈ വരികളോടെയാണ് കത്ത് അവസാനിക്കുന്നത്.

"തിരുമേനിക്കു സമർപ്പിച്ചിട്ടുള്ള പുസ്തകം മംഗളോദയക്കാർ അച്ചടിച്ചു തുടങ്ങി. കടലാസിന്റെ വിലയും കിട്ടാനുള്ള വിഷമവും കൊണ്ട് കാലതാമസം നേരിടുന്നു. ഈയിടെ പ്രസിദ്ധീകരിച്ച മറ്റൊരു പുസ്തകം പാരിതോഷികമായി അയക്കുന്നു. സദയം സ്വീകരിക്കണമേ. അറിവില്ലായ്മയിൽ എന്തെങ്കിലും ഞാൻ പരുഷമായി പറഞ്ഞു പോയിട്ടുണ്ടെങ്കിൽ മാപ്പു തരണേ! ഞാൻ തിരുമേനിയുടെ ശിഷ്യനല്ലേ? ഗുരുദേവനോട്, അതും രാജവംശത്തിൽപ്പെട്ട സംസ്കാര സമ്പന്നനായ വിശാലഹൃദയനോട്, രാജഭക്തനായ ഒരു വിനീതശിഷ്യന് എന്തും തുറന്ന് പറയാമെന്ന വിശ്വാസത്തോടെയാണിതെഴുതുന്നത്. ഈ കത്തു നശിപ്പിക്കരുതെന്ന് ഒരിക്കൽ കൂടി അപേക്ഷിച്ചു കൊണ്ട്,"

ഭക്തിസ്നേഹബഹുമാനപൂർവ്വം

വിനീത ശിഷ്യൻ ചങ്ങമ്പുഴ (ഒപ്പ്)

ഡോ. ഗോദവർമ്മക്ക് ചങ്ങമ്പുഴയോട് പ്രത്യേകിച്ച് വൈരാഗ്യമൊന്നുമുണ്ടായിരുന്നില്ല. ഇങ്ങനെയായിരുന്നുവെങ്കിലും ചങ്ങമ്പുഴ അദ്ദേഹത്തെ സ്തുതിച്ചും വിലപിച്ചും സ്വന്തം പശ്ചാത്തലം വിശദമായി വെളിപ്പെടുത്തിക്കൊണ്ടും എഴുതിയ ഈ കത്ത് അദ്ദേഹം ഉദ്ദേശിച്ച ഫലം ചെയ്തില്ല. ഇഗ്നേഷ്യസ് പറഞ്ഞിട്ടുള്ളത് ചങ്ങമ്പുഴ പരീക്ഷക്ക് രണ്ടാഴ്ച മുമ്പെങ്കിലും പാഠപുസ്തകങ്ങൾ ഒന്നോടിച്ച് വായിച്ചിരുന്നെങ്കിൽ ഇങ്ങനെയൊരവസ്ഥ ഉണ്ടാകുമായിരുന്നില്ലെന്നാണ്. പക്ഷേ ചങ്ങമ്പുഴക്ക് അക്കാലത്തെ പാഠപുസ്തകങ്ങളോടും അദ്ധ്യാപന രീതിയോടും പ്രതിഷേധമായിരുന്നു.

ചങ്ങമ്പുഴ പ്രഭാകരൻ പറയുന്നു:

“മിസ്റ്റർ. ആർ. നാരായണപണിക്കരുടെ ഭാഷാ സാഹിത്യചരിത്രം ഏഴാം ഭാഗമാണെന്നാണോർമ്മ; പാഠപുസ്തകമായിരുന്നു. അതു ചേട്ടൻ നിഷ്കർഷിച്ചു വായിച്ചതിന്റെ ലക്ഷണം കാണ്മാനുണ്ട്. അതിലെ തെറ്റുകൾ മുഴുവൻ ചൂണ്ടിക്കാണിച്ച് ‘പണിക്കർ ഹാസ് നോ സെൻസ്’ എന്നും മറ്റും മാർജിനിൽ കുറിച്ചിട്ടുണ്ട്. ഈ രീതിയാണ് പരീക്ഷ പേപ്പറിലും കൈകാര്യം ചെയ്തിട്ടുള്ളതെങ്കിൽ പിന്നെ പറയുകയും വേണ്ട.”

ചങ്ങമ്പുഴയുടെ സഹപാഠിയായിരുന്ന ദേവകിക്കുട്ടിയമ്മ എഴുതുന്നു: “അങ്ങനെയിരിക്കെ ഞങ്ങൾ മൂന്നു കൊല്ലം ഒന്നിച്ചു പഠിച്ച ശേഷം 1942 മാർച്ച്- ഏപ്രിൽ പരീക്ഷ എഴുതി അവിടന്നു വിട്ടു. പക്ഷേ ഒരു കാര്യം, ഞങ്ങളുടെ കൂടെ പഠിച്ച കെ.എം. ഡാനിയേൽ അതിസമർത്ഥനായിരുന്നു. വ്യാകരണത്തിലും സാഹിത്യത്തിലും ഒക്കെ അദ്ദേഹത്തിനു ഫസ്റ്റ് ക്ലാസ്സ് കിട്ടുമെന്നും ചങ്ങമ്പുഴക്കും എനിക്കും സെക്കന്റ് ക്ലാസ്സ് കിട്ടുമെന്നുമാണ് അന്നു സാറന്മാരെല്ലാം പ്രതീക്ഷിച്ചിരുന്നത്. പക്ഷേ പറയുന്നത് ശരിയല്ലെങ്കിലും ഉള്ളൂർ. എസ്. പരമേശ്വരയ്യർ അതിനെ തകിടം മറിച്ചു കളഞ്ഞു. ഉള്ളൂരിന് ചങ്ങമ്പുഴയെ ഒട്ടും ഇഷ്ടമുണ്ടായിരുന്നില്ല. ചങ്ങമ്പുഴക്ക് ക്ലാസ്സ് കൊടുക്കുന്ന കാര്യത്തിൽ അദ്ദേഹത്തിന് എതിർപ്പുണ്ടായിരുന്നു. അങ്ങനെ ഞങ്ങളെ സങ്കടത്തിലാഴ്ത്തിക്കൊണ്ട് ഒരു റിസൽട്ട് വന്നു. ചങ്ങമ്പുഴയുടെ കൂടെ പഠിച്ചു എന്നതു കൊണ്ട് മാത്രം അന്നു ക്ലാസ്സ് കിട്ടാതെ പോയി.”

ഓണേഴ്സ് പാസായത് മൂന്നാം ക്ലാസ്സിലാണെങ്കിലും ചങ്ങമ്പുഴ ഒരു ജോലിക്കു വേണ്ടിയുള്ള അന്വേഷണം തുടങ്ങി. കൊച്ചിയിലെ ആർക്കിയോളജി വകുപ്പിൽ അദ്ദേഹത്തിനു താൽപര്യമുണ്ടായിരുന്നു. അതു കൂടാതെ അദ്ധ്യാപകനായി ജോലി നോക്കുവാൻ സന്നദ്ധനായിക്കൊണ്ട്

അദ്ദേഹം എഫ്.എ.ഡബ്ല്യു നിക്സൺ എന്ന സായ്പിനെ സമീപിച്ചിരുന്നു. അദ്ദേഹത്തെ നേരിട്ടു കാണുവാൻ ഫുൾസ്യൂട്ടിലായിരുന്നു മലയാളത്തിന്റെ മഹാകവിയുടെ യാത്ര.

ഈ കൂടിക്കാഴ്ചക്ക് അവസരമുണ്ടാക്കിയത് ചില സഹൃദയരും എറണാകുളത്ത് പഠിച്ചിരുന്ന സതീർത്ഥ്യരുമായിരുന്നു. ചങ്ങമ്പുഴയുടെ രചനകളെയും യോഗ്യതകളെയും കുറിച്ച് ചോദിച്ചറിഞ്ഞശേഷം സൈനിക സേവനത്തിനു തയ്യാറാകുവാനാണ് സായ്പ് നിർദ്ദേശിച്ചത്. അഭ്യസ്തവിദ്യരായ യുവാക്കളെ ബ്രിട്ടീഷ് സർക്കാർ ഔദാര്യത്തോടെ പരിഗണിക്കുമെന്ന് പറഞ്ഞ് അദ്ദേഹം കൂടിക്കാഴ്ച അവസാനിപ്പിച്ചു. കവി ആശയറ്റ് തിരിച്ചു പോരുകയും ചെയ്തു.

പിന്നീടൊരിക്കൽ ചങ്ങമ്പുഴ ഇടപ്പള്ളിയിലെ വലിയ രാജാവ് ബ്രഹ്മശ്രീ ഗണപതിയെ മുഖം കാണിക്കുവാൻ പോയി, ജോലിക്കാര്യത്തിനു വേണ്ടി തന്നെ. കലാ രസികനും കലകളെയും കലാകാരന്മാരെയും പ്രോത്സാഹിപ്പിക്കുകയും ചെയ്തുപോന്ന ഔദാര്യവാനുമായിരുന്നു രാജാവ്. കവിയായ തന്നെയും രാജാവ് പ്രോത്സാഹിപ്പിക്കുമെന്ന വിശ്വാസമായിരുന്നു ചങ്ങമ്പുഴയ്ക്ക്. എന്നാൽ അദ്ദേഹത്തിന്റെ പ്രതീക്ഷ അതിരുകവിഞ്ഞ ഒന്നായിരുന്നു. ഇടപ്പള്ളിയിലെ വലിയരാജാവ് തിരുവിതാംകൂർ രാജാവിനോട് ശുപാർശ ചെയ്താൽ തനിക്ക് അദ്ധ്യാപകനായി ജോലി ലഭിക്കുമെന്നായിരുന്നു ചങ്ങമ്പുഴയുടെ പ്രതീക്ഷ. അതുണ്ടോ നടക്കാൻ പോകുന്നു? പക്ഷേ പ്രോത്സാഹനമായി ഒരു വാക്കു പോലും വലിയ രാജാവ് ഉരിയാടിയില്ല. ഒരു ചിന്നക്കവി തന്റെ ശുപാർശ തേടിയെത്തിയതിൽ ഒരു പക്ഷേ രാജാവ് ഊറിച്ചിരിക്കുമോ?

തനിക്ക് എങ്ങനെയും ഒരു ജോലി കിട്ടിയേ മതിയാകൂ. പഴയതുപോലെയുള്ള ജീവിതം തുടരുവാനും സാദ്ധ്യമല്ല. ഒരു കുടുംബത്തിന്റെ ഭാരം മുഴുവൻ തന്റെ ചുമലിലാണ്. അതുകൊണ്ട് ജോലി ലഭിക്കുവാനുള്ള ശ്രമം അദ്ദേഹം തുടരുകയും ചെയ്തു. ഇന്ത്യൻ അലൂമിനിയം കമ്പനി (ഏലൂർ), തലശ്ശേരിയിലെ ബ്രണ്ണൻ കോളേജ് എന്നിങ്ങനെ വിവിധ സ്ഥലങ്ങളിൽ ജോലിക്കുള്ള അപേക്ഷ അയച്ചു. അതിലൊന്ന് തിരുവിതാംകൂർ സർവ്വകലാശാലയിൽ തന്നെ ഗവേഷണ വിദ്യാർത്ഥിയായി തുടരാൻ അനുവദിക്കണമെന്നഭ്യർത്ഥിച്ചുകൊണ്ടുള്ളതായിരുന്നു. എന്നാൽ ജോലി തേടിയുള്ള ശ്രമങ്ങളത്രയും പരാജയപ്പെടുകയാണുണ്ടായത്.

അദ്ധ്യായം ഇരുപത്തിനാല്

അദ്ധ്യാപകൻ

ജോലിയെക്കുറിച്ചുള്ള പ്രതീക്ഷകളെല്ലാം തകിടം മറിഞ്ഞ് ആശയറ്റവനായിക്കഴിഞ്ഞ ചങ്ങമ്പുഴയുടെ ജീവിതത്തിലേക്ക് ഒരു വാഗ്ദാനമായി ഇഗ്നേഷ്യസും ഇടിക്കുളയും കടന്നുവന്നു. ചങ്ങമ്പുഴ ഓണേഴ്സിനു പഠിക്കുമ്പോൾ അതേ കോളേജിൽ സംസ്കൃതം എം.എ.യ്ക്കു പഠിച്ചിരുന്ന വ്യക്തിയാണ് മാത്യു ഇടിക്കുള (പിന്നീട് കൊല്ലം ബാറിലെ പ്രശസ്തനായ ക്രിമിനൽ വക്കീൽ). ഇടിക്കുളയും ഡാനിയേൽ എന്നൊരാളും ചേർന്ന് കായംകുളത്ത് ഒരു ട്യൂട്ടോറിയൽ കോളേജിന്റെ പ്രവർത്തനം തുടങ്ങിയിരുന്നു. തുടക്കത്തിൽ ചെങ്ങാരപ്പിള്ളി നാരായണൻ പോറ്റിയും ഗുപ്തൻനായരുമായിരുന്നു മലയാളാദ്ധ്യാപകരായി സേവനമനുഷ്ഠിച്ചിരുന്നത്. പിന്നീടവർക്കിരുവർക്കും ഗവൺമെന്റ് സ്കോളർഷിപ്പു ലഭിച്ചതിനെ തുടർന്ന് ഉപരി പഠനാർത്ഥം ട്യൂട്ടോറിയൽ സേവനം മതിയാക്കി അവിടം വിട്ടു. അവരുടെ ഒഴിവിലേക്കാണ് ഇഗ്നേഷ്യസും ചങ്ങമ്പുഴയും നിയമിതരായത്. ഒരർത്ഥത്തിൽ ഇഗ്നേഷ്യസിനായിരുന്നു ചങ്ങമ്പുഴയും കൂടി വേണമെന്ന ആഗ്രഹമുണ്ടായിരുന്നത്. പഴയ സുഹൃത്തുക്കൾക്ക് സന്തോഷകരമായ ഒരു ജീവിതം ആഘോഷിക്കാമെന്നായിരിക്കാം ഇഗ്നേഷ്യസ് വിചാരിച്ചത്. തന്നെയുമല്ല ചങ്ങമ്പുഴ ജോലിയൊന്നും ലഭിയ്ക്കാതെ വെറുതെയിരിപ്പാണെന്നും ഇഗ്നേഷ്യസിനറിയാമായിരുന്നു. അങ്ങനെ ചങ്ങമ്പുഴയുടെ ഒരാഗ്രഹം സഫലീകരിച്ചു. അദ്ദേഹം അദ്ധ്യാപകനായി ജോലിയിൽ പ്രവേശിച്ചു.

ചങ്ങമ്പുഴ അദ്ധ്യാപകനായി ജോലിയിൽ പ്രവേശിച്ചതോടെ കോളേജിൽ അത്യപൂർവ്വമായ ഒരുണർവ്വുണ്ടായി. ചങ്ങമ്പുഴയുടെ ശിഷ്യസ്ഥാനം മോഹിച്ചു മാത്രം ദൂരസ്ഥലങ്ങളിൽ നിന്നും വന്നു ചില വിദ്യാർത്ഥികൾ കായംകുളത്തു താമസിച്ച് ആ കോളേജിൽ പഠിച്ചിരുന്നുവത്രെ. കവിതയെന്തെന്നറിയാത്ത തങ്ങൾക്ക് കവിതയെക്കുറിച്ച് മനസ്സിലാക്കിത്തന്നത് ചങ്ങമ്പുഴയായിരുന്നുവെന്ന് വിദ്യാർത്ഥികൾ

പറഞ്ഞുപോന്നു; കവിയുടെ ക്ലാസ്സിനെക്കുറിച്ചും വിദ്യാർത്ഥികൾ ഒരേ അഭിപ്രായക്കാരായിരുന്നു. കുമാരനാശാന്റെ 'ലീല'യെക്കുറിച്ചുള്ള ചങ്ങമ്പുഴയുടെ ഉപന്യാസം ഗംഭീരമായിരുന്നെന്നും വിദ്യാർത്ഥികൾ സാക്ഷ്യപ്പെടുത്തുകയുണ്ടായി. അദ്ധ്യാപക കാലഘട്ടത്തെക്കുറിച്ച് ചങ്ങമ്പുഴ പ്രഭാകരൻ പറയുന്നു.

"ചങ്ങമ്പുഴയുടെ മറ്റൊരു ശിഷ്യനായിരുന്ന ശ്രീ കായംകുളം മുരളി എനിക്കയച്ച സുദീർഘമായ എഴുത്തിൽ ചങ്ങമ്പുഴ തനിക്കേറ്റവും ആദരണീയനായ ഗുരുനാഥനായിരുന്നുവെന്നും മിക്കപ്പോഴും വൈകുന്നേരം രണ്ടുപേരും ഒരുമിച്ച് വെറുതെ നടക്കാൻ പോകാറുണ്ടായിരുന്നുവെന്നും ആ സന്ദർഭങ്ങളിൽ സാഹിത്യത്തെപ്പറ്റിയാണു മുഖ്യമായും സംസാരിക്കുക പതിവെന്നും പ്രസ്താവിച്ചിട്ടുണ്ട്. ഗുരുനാഥനായിരുന്ന കവി, വത്സലശിഷ്യനു സമ്മാനിച്ച സ്വന്തം ഫോട്ടോവിന്റെ പകർപ്പം അദ്ദേഹം എനിക്ക് അയച്ചുതരികയുണ്ടായി. അദ്ദേഹം തുടരുന്നു, എനിയ്ക്കേറ്റവും ഹൃദ്യമായി തോന്നിയത് ചങ്ങമ്പുഴ സാറിന്റെ സ്വരമധുരമായ വാഗ്ധോരണികൊണ്ട് സർവ്വാകർഷകമായ ക്ലാസ്സുകളായിരുന്നു. അദ്ദേഹം പഠിപ്പിച്ചിരുന്നത് മഹാകവി കുമാരനാശാന്റെ ലീലാകാവ്യമായിരുന്നു..."

ചങ്ങമ്പുഴ ഓണേഴ്സിനു പഠിച്ചപ്പോൾ എഴുതിയ നോട്ടുകൾ കായംകുളത്തേക്കു കൊണ്ടുപോയിരുന്നതായും ആ നോട്ടുകൾ മുരളിക്ക് അദ്ദേഹം കൊടുത്തിരുന്നുവെന്നും ചങ്ങമ്പുഴ പ്രഭാകരൻ എഴുതിയിട്ടുണ്ട്.

"ആശാന്റെ പ്രേമസങ്കല്പത്തെക്കുറിച്ചു മനസ്സിലാക്കുവാൻ അത് വളരെയേറെ സഹായകമായിട്ടുണ്ട്. അതുകൊണ്ട് മറ്റാരെയുംകാൾ മെച്ചമായി ഉത്തരമെഴുതി സാഹിത്യ വിശാരദനാകാൻ സഹായിച്ചത് ചങ്ങമ്പുഴ സാറാണ്..."

ഇഗ്നേഷ്യസും ചങ്ങമ്പുഴയും ഒരുമിച്ച് കായംകുളത്തുള്ള ഒരു ലോഡ്ജിൽ തന്നെയായിരുന്നു താമസിച്ചിരുന്നത്. ഇടയ്ക്ക് ഒഴിവുദിവസങ്ങളിൽ ചങ്ങമ്പുഴ നല്ലമുട്ടത്തു വീട് സന്ദർശിക്കാറുമുണ്ടായിരുന്നു. ആഴ്ചയിലൊരു ദിവസം മാവേലിക്കരയിലും അദ്ദേഹം പഠിപ്പിച്ചിരുന്നുവത്രെ.

കുറച്ചുനാൾ മാത്രമേ കവി അദ്ധ്യാപകനായി ജോലി നോക്കിയിരുന്നുള്ളൂ. ഓണാവധിക്ക് കോളേജ് അടച്ചപ്പോൾ അദ്ദേഹം ഇടപ്പള്ളിയിലേക്ക് തിരിച്ചു പോന്നു. അവധി കഴിഞ്ഞു മടങ്ങി വരുമ്പോൾ കാണാമെന്നു വിദ്യാർത്ഥികളോട് പറഞ്ഞിട്ടാണ് കവി നാട്ടിലേക്ക് പോന്നതെങ്കിലും അദ്ദേഹം കായംകുളത്തേക്ക് തിരിച്ചു പോയില്ല.

അദ്ധ്യായം ഇരുപത്തിയഞ്ച്

സൈനികസേവനം

ഓണാവധിക്ക് നാട്ടിലേക്കു പോയ ഇഗ്നേഷ്യസ് സൈനിക സേവനത്തിനായി പൂനെയിലേക്ക് പോയതിനാലാണ് ചങ്ങമ്പുഴ കായംകുളത്തേക്ക് തിരിച്ചുപോകാതിരുന്നത്. കായംകുളത്ത് വച്ച് കവിതകളൊന്നും എഴുതിയിരുന്നില്ല എന്നാണ് പറയപ്പെടുന്നത്. ഓണേഴ്സ് കഴിഞ്ഞതിനു ശേഷം ചുരുക്കമായിട്ടേ ചങ്ങമ്പുഴ എഴുതിയിരുന്നുള്ളൂ.

ചങ്ങമ്പുഴ ഇടപ്പള്ളിയിൽ കഴിഞ്ഞു കൂടുകയാണ്. പ്രത്യേകിച്ച് ജോലിയൊന്നുമില്ല. അങ്ങനെ ദിവസങ്ങൾ ഒന്നൊന്നായി കഴിഞ്ഞു പോകെ തീർത്തും യാദൃച്ഛികമായി ഒരിക്കൽ ഇഗ്നേഷ്യസിന്റെ എഴുത്തും പതിനഞ്ച് രൂപ മണിയോർഡറും ചങ്ങമ്പുഴയ്ക്ക് ലഭിച്ചു. കവിയോട് സൈനിക സേവനത്തിനായി പൂനെയിലേക്കു തിരിക്കുവാൻ ആവശ്യപ്പെട്ടുകൊണ്ടുള്ളതായിരുന്നു കത്ത്.

1942 ഒക്ടോബർ 23-ാം തീയതിയാണ് ഇഗ്നേഷ്യസിന്റെ കത്തും മണിയോർഡറും കവിക്ക് കിട്ടിയത്. I. PUTHET എന്ന ചുരുക്കപ്പേരിലായിരുന്നു ഇഗ്നേഷ്യസ് സൈനിക ഓഫീസിൽ അറിയപ്പെട്ടിരുന്നത്. മിലിട്ടറി അക്കൗണ്ട്സ് ഓഫീസിലായിരുന്നു ഇഗ്നേഷ്യസിന് ജോലി. അവിടെ ഉദ്യോഗം ലഭിക്കുവാനുള്ള ക്രമീകരണങ്ങൾ ചെയ്തു കൊടുത്തത് ചന്ദ്രശേഖരൻ നായർ എന്ന വ്യക്തിയാണ്. ചങ്ങമ്പുഴയുടെ സർട്ടിഫിക്കറ്റുകളും ജോലിക്കുള്ള അപേക്ഷയും പരിശോധിച്ച് ഇതേ ഓഫീസിൽ സബ്മിറ്റ് ചെയ്തതും ഇദ്ദേഹം തന്നെ.

പൂനെയിലേക്കു പുറപ്പെടുവാനുള്ള തയ്യാറെടുപ്പും ആ യാത്രയയപ്പും തുടിക്കുന്ന താളുകളിൽ:

"രാവിലെ ഏഴു മണിക്കുണർന്നു. കാപ്പി കഴിഞ്ഞ് അമ്മിണിയുടെ വീട്ടിൽ പോയി. അവിടെ നിന്നും കാപ്പി കുടിച്ച് അച്ഛനുമൊന്നിച്ചു തിരിച്ചുവന്നു. കള്ളിയത്തെ കൃഷ്ണൻകുട്ടി കുറുപ്പും മുതലായവരും

രാഘവൻപിള്ളയുടെ അച്ഛനും വന്നു. Brother in law വന്നന്വേഷിച്ചിട്ട് ചേന്നമംഗലത്തേക്കു പോയി. ഊണ് കഴിഞ്ഞ് പതിനൊന്നര മണിക്ക് പുറപ്പെട്ടു. അമ്മിണിയും അമ്മയും വാവിട്ടു നിലവിളിച്ചു. എനിക്കു സങ്കടം സഹിച്ചില്ല. ഇറങ്ങിയപ്പോൾ ചേടത്തിയമ്മയും ഇന്ദുവും ബാലനും സുധയും മന്ദാരവും അപ്പുക്കുട്ടനുമാണ് നേരിട്ടുവന്നത്. അച്ഛനും അമ്മാവനും ഡാക്ടരും രാഘവൻപിള്ളയുടെ പിതാവുമൊന്നിച്ചു സ്റ്റേഷനിൽ വന്നു. 1.30 നുള്ള മെയിൽ വണ്ടിയിൽ കയറി. വലിയ തിരക്കുണ്ടായിരുന്നു. ഏറെ നേരം നിന്നു തന്നെ കഴിച്ചു കൂട്ടി."

1942 നവംബർ മാസം 3-ാം തീയതി കവി മിലിട്ടറി അക്കൗണ്ട്സ് ഓഫീസിൽ ജോലിക്കു ചേർന്നു. കവിയുടെ ഡയറിക്കുറിപ്പിൽ അതേക്കുറിച്ച് ഇങ്ങനെ വായിക്കാം.

"രാവിലെ എട്ട് മണിക്ക് പൂനെയിൽ വന്നു. ഇഗ്നേഷ്യസ് സ്റ്റേഷനിൽ കാത്തു നില്പുണ്ടായിരുന്നു. ഞങ്ങൾ ഒന്നിച്ചു വസതിയിൽ എത്തി. കാപ്പി കുടി കഴിഞ്ഞ് സി.എം.എ ആഫീസിലേക്കു പോയി. സി.എം.എ യുമായി പതിനൊന്നര മണിക്ക് ഇന്റർവ്യൂ നടത്തി, ഉടൻ തന്നെ എന്നെ നിയമിച്ചു. ഉച്ചക്ക് ഇഗ്നേഷ്യസുമായിച്ചെന്നു ഊണു കഴിച്ചു മടങ്ങി വന്നു. അമ്മിണിക്കു ടെലിഗ്രാം അയച്ചു. അഞ്ചുമണിക്ക് ആഫീസ് വിട്ടുവന്നു. കളികഴിഞ്ഞ് ഇഗ്നേഷ്യസുമൊന്നിച്ചു നടക്കാൻ പോയി. പല തെരുവുകളിലും ചുറ്റി നടന്നു. ശുക്രവാരത്തെരുവിൽ ഇരുപക്കവുമുള്ള സൗധവാതായനങ്ങൾക്കരികിൽ കാമുകരെ മാടിവിളിച്ചു കൊണ്ടണിഞ്ഞൊരുങ്ങിയിരിക്കുന്ന വാരാംഗനകളുടെ ചാപല്യങ്ങൾ നോക്കി രസിച്ചു കൊണ്ടു നടന്നുപോയി. എട്ടുണ കൊട്ടുത്തു സ്ത്രീകളാൽ നടത്തപ്പെടുന്ന സമാശ (ഒരു വക മോഹിനിയാട്ടം) കണ്ടു. 11 മണിക്ക് തിരിച്ചു വന്നു. 12.30-ന് കിടന്നു."

പൂനെയിലെ ഉദ്യോഗത്തിലിരിക്കെ ചങ്ങമ്പുഴയും ഇഗ്നേഷ്യസും ഒരു ലോഡ്ജിലായിരുന്നു താമസം, കന്റോൺമെന്റിൽ ഒസ്റ്റർ മെഹർ റോഡിൽ 837-ാം നമ്പർ കെട്ടിടത്തിൽ. ഒരേയൊരു വിവർത്തന കവിതയും ഏതാനും കാവ്യഖണ്ഡങ്ങളും മാത്രമാണ് ഇക്കാലഘട്ടത്തിൽ എഴുതിയത്.

പൂനെയിൽ ചങ്ങമ്പുഴക്ക് കാര്യമായ ജോലിയൊന്നും ഉണ്ടായിരുന്നില്ല. ശമ്പളം 62 രൂപയായിരുന്നു. ചങ്ങമ്പുഴയെ സംബന്ധിച്ചിടത്തോളം അത് സ്വന്തം ചെലവിനു പോലും തികയില്ല. മദ്യപാനം, ഇതര വിനോദങ്ങൾ ഇവയ്ക്കായി ഒരു തുക വേണം, പിന്നെ മറ്റു ചെലവുകളും. സർവ്വതന്ത്രസ്വതന്ത്രനായിട്ടാണ് കവി പൂനെയിൽ കഴിഞ്ഞത്. എങ്കിൽ പോലും

അദ്ദേഹമവിടത്തെ ജോലിയിലും താമസത്തിലും തൃപ്തനായിരുന്നില്ല. ഹരിതാഭ തുളുമ്പുന്ന മലനാട്ടും വീട്ടുമൊക്കെ വിട്ടു നിന്നപ്പോൾ, പെട്ടെന്ന് വിവശനാകുന്ന, കവിയെപ്പോലെ ഒരാൾക്കുണ്ടാകുന്ന സംഘർഷം ഊഹിക്കാവുന്നതേയുള്ളൂ. അതുകൊണ്ടായിരിക്കാം അദ്ദേഹം സ്ഥലം മാറ്റത്തിന് അപേക്ഷിച്ചത്.

സ്ഥലം മാറ്റത്തിനായി അദ്ദേഹം സമീപിച്ചത് മലയാളിയും അതേ ഓഫീസിൽ ജോലി ചെയ്യുന്ന വ്യക്തിയുമായ എ.പി.ബി. നായരെയാണ്. അദ്ദേഹത്തെ കാണുവാൻ പോയ കവി രമണന്റെ ഒരു കോപ്പി സമ്മാനമായി നൽകുകയും ചെയ്തു. തുടർന്നുള്ള സംഭാഷണത്തിനിടയിൽ കവി തന്റെ ദയനീയ സാഹചര്യം തുറന്നു പറയുകയുണ്ടായി. എ.പി. ബി. നായർ മേലുദ്യോഗസ്ഥനിൽ സമ്മർദ്ദം ചെലുത്തി കവിക്ക് കൊച്ചിയിലേക്ക് സ്ഥലം മാറ്റം വാങ്ങിക്കൊടുത്തു.

പൂനെയിൽ നിന്നും നാട്ടിലെത്തിയ കവി നേരെ ഭാര്യാവീട്ടിലേക്കു പോയി. പിന്നീടൊരു ദിവസം അപ്രതീക്ഷിതമായി കവി ചങ്ങമ്പുഴ തറവാട്ടിൽ വന്ന് അമ്മയെ കണ്ടു. സ്ഥലമാറ്റം കിട്ടിയെന്നും കൊച്ചിയിലാണ് ഇനി ജോലി നോക്കേണ്ടതെന്നും മലയാളിയായ മേലുദ്യോഗസ്ഥൻ സഹായിച്ചിട്ടാണ് ഇപ്പോൾ സ്ഥലംമാറ്റം ലഭിച്ചിട്ടുള്ളതെന്നും അദ്ദേഹം അമ്മയെ അറിയിച്ചു. തന്നെ ആദ്യം വന്നു കാണാതിരുന്നതിലുള്ള പരിഭവം അമ്മ മറച്ചുവെച്ചില്ല.

അമ്മയ്ക്കു വേണ്ടി ഒരു വൂളൻ ബ്ലാങ്കറ്റ് കൂടാതെ ബൃഹത്തായ ഗ്രന്ഥശേഖരമായിരുന്നു അദ്ദേഹം നാട്ടിലേക്ക് കൊണ്ടുവന്നത്. അക്കൂട്ടത്തിൽ കുട്ടതലും വിഖ്യാതമായ നോവലുകളും ലേഖനസമാഹാരങ്ങളുമായിരുന്നു. ഇക്കൂട്ടത്തിൽ എടുത്തു പറയേണ്ടുന്ന കൃതിയാണ് ഡയറി ഓഫ് എ സാഡിസ്റ്റ്. വിചിത്രങ്ങളായ സ്വഭാവ സവിശേഷതകൾ വച്ചു പുലർത്തിയിരുന്ന ജർമ്മൻ സ്വദേശി പീറ്റർ കർട്ടിന്റേതാണീ രചന. മനുഷ്യരോട്, പ്രത്യേകിച്ച് സ്ത്രീകളോട് ക്രൂരമായി പെരുമാറിയിരുന്ന വ്യക്തിയായിരുന്നു കർട്ടിൻ. ശരീരത്തിന്റെ ചില പ്രത്യേക ഭാഗങ്ങളിൽ കത്രിക കൊണ്ടോ കത്തി കൊണ്ടോ ആഴത്തിൽ മുറിവേൽപ്പിച്ച് ആനന്ദിച്ചിരുന്നു അയാൾ. ജർമ്മനിയിലെ ഏതോ ഒരു പ്രദേശത്തു വെച്ച് പോലീസ് അയാളെ വെടിവെച്ചുകൊന്നു. മരണാനന്തരം കർട്ടിന്റെ പോക്കറ്റിൽ നിന്നും കണ്ടെടുത്ത ഈ ഡയറിയിലെ വൈകൃതം നിറഞ്ഞ കുറിപ്പുകളാണ് ഡയറി ഓഫ് എ സാഡിസ്റ്റ്.

ഇത്തരം പുസ്തകങ്ങളിൽ കവി ആകൃഷ്ടനായതിൽ അത്ഭുതപ്പെടേണ്ട കാര്യമില്ല. സാധാരണ മനുഷ്യരെയും കവികളെയും അപേക്ഷിച്ച്

അരാജകവാസനകളുടെ ഒരു മനോലോകമായിരുന്നു ചങ്ങമ്പുഴയുടേത്. വൈകൃതങ്ങളുടെ വൈവിധ്യം അദ്ദേഹത്തിന്റെ ജീവിതത്തെ ശ്രദ്ധേയ മാക്കുന്നുമുണ്ട്. അതിലൊന്നാണ് മൃഗങ്ങളുമായി താൻ നടത്തിയിട്ടുള്ള തായി കവി തന്നെ വെളിപ്പെടുത്തിയ വേഴ്ച. മറ്റൊന്ന് മൂർഖൻ പാമ്പിനെ ക്കൊണ്ട് നക്കിക്കണമെന്ന, സാധിക്കാത്ത മറ്റൊരു മോഹം. വികലവും അപസാമാന്യതകൾ സ്പന്ദിക്കുന്നതുമായ നിരവധി മുഹൂർത്തങ്ങൾ ചങ്ങമ്പുഴയുടെ കവിതകൾക്കു പ്രചോദനമായിത്തീർന്നിട്ടുണ്ട്, ചില കവിതകളുടെ അന്തർധാരയായി വർത്തിച്ചിട്ടുമുണ്ട്.

അദ്ധ്യായം ഇരുപത്തിയാറ്

അകാല വസന്തമണിഞ്ഞ കൊച്ചി

കവി ജീവിതത്തിൽ കൊച്ചിക്ക് നിർണ്ണായകമായൊരു സ്ഥാനമാണുള്ളത്. പിതാവിന്റെ ജന്മദേശമെന്നതിനേക്കാളുപരി ചങ്ങമ്പുഴ കൃഷ്ണപിള്ള എന്ന വ്യക്തിയെ അടിമുടി ഉലയ്ക്കുകയും അദ്ദേഹത്തിലെ കവിയെ ഊണമിട്ടുണർത്തുകയും ചെയ്ത കൊച്ചി. കവിയുടെ ദാമ്പത്യജീവിതത്തെ നിരന്തരം അലോസരപ്പെടുത്തുകയും പിന്നീടതിനെ തകർച്ചയോളമെത്തിക്കുകയും ചെയ്ത അകാല പ്രണയത്തിന്റെ വസന്തം ചൂടിയ കൊച്ചി. അങ്ങനെ പല മാനങ്ങളിൽ കൊച്ചി ചങ്ങമ്പുഴയുടെ ജീവിതത്തിൽ ജ്വലിക്കുന്നു, വിവാഹിതയും അമ്മയുമായ രുഗ്മിണി എന്ന പ്രണയിനിയെപ്പോലെ.

കൊച്ചിയിലേക്കു സ്ഥലംമാറ്റം ലഭിച്ചതോടെ ചങ്ങമ്പുഴ കരിവേലിപ്പടിക്കടുത്ത് ഒരു വീട് വാടകയ്ക്കെടുത്തു. അവിടെ താമസമാരംഭിച്ചതിനു ശേഷം ഭാര്യാസഹോദരൻ പറഞ്ഞിട്ടാണ് കൊച്ചുകുട്ടന്റെ വിവരങ്ങൾ നല്ലമ്മ അറിഞ്ഞത്. തന്നെ വിവരം അറിയിക്കാത്തതിൽ അമ്മക്ക് തീവ്രമായ ദുഃഖമുണ്ടായിരുന്നെങ്കിലും അവരും പ്രഭാകരനും പിന്നീട് കുറച്ച് നാൾ അവിടെ താമസിക്കുകയുണ്ടായി. അതിന് മുമ്പ് പ്രഭാകരൻ ജ്യേഷ്ഠനെ സന്ദർശിക്കുവാനായി അവിടെ എത്തിച്ചേർന്നു. അപ്പെൻഡിക്സിന്റെ ഓപ്പറേഷൻ കഴിഞ്ഞു വിശ്രമിക്കുകയായിരുന്നു നമ്മുടെ കവി.

അമ്മയെയും തന്നെയും രോഗവിവരവും മറ്റുമറിയിക്കാതിരുന്നതിനെക്കുറിച്ച് ആ സന്ദർശന വേളയിൽ പ്രഭാകരൻ കവിയോടു ചോദിച്ചെങ്കിലും അദ്ദേഹം കോപാവേശിതനായി പെരുമാറുകയായിരുന്നുവത്രെ. അതുതന്നെയുമല്ല ജ്യേഷ്ഠന്റെയും ഭാര്യയുടെയും പെരുമാറ്റം കണ്ടപ്പോൾ അവർ തമ്മിൽ എന്തൊക്കെയോ പ്രശ്നങ്ങളുള്ളതായും അനുജന് തോന്നുകയുണ്ടായി. ഒരുപക്ഷേ അതിന്റെ പ്രതിഫലനമായിരിക്കാം ജ്യേഷ്ഠൻ അനുജനോട് പ്രകടിപ്പിച്ചത്. ഓപ്പറേഷന്റെ മുറിവുണങ്ങി. രോഗം ഭേദമായി. കവി ജോലിയിൽ പ്രവേശിച്ചു. കൊച്ചി നീലഗിരി

മലബാർ ബറ്റാലിയനിൽ അക്കൗണ്ടന്റായിട്ടായിരുന്ന അദ്ദേഹത്തിന് ജോലി. അതേ വിഭാഗത്തിലെ സർജന്റായിരുന്ന മിസ്റ്റർ കുഞ്ഞിരാമന്റെ (വത്സല എന്ന കാവ്യം സമർപ്പിച്ചിട്ടുള്ളത് കുഞ്ഞിരാമനാണ്) ശുപാർശ യും സ്നേഹപൂർവ്വമായ നിർബന്ധത്തിനും വഴങ്ങി കൊച്ചിയിൽ താമസി ക്കുന്ന ഒരു ഡോക്ടറുടെ മകന്റെ ട്യൂഷൻ ജോലി ചങ്ങമ്പുഴ ഏറ്റെടുത്തു. അതോടെ അശാന്തി നിറഞ്ഞിരുന്ന കവി ജീവിതത്തിലേക്ക് വശ്യവും മോഹനവുമായ ചിലമ്പൊലിയുണർത്തിക്കൊണ്ട് ഒരുവൾ കടന്നു വന്നു. അത്യപൂർവ്വമായ ആ സൗന്ദര്യധാമം സംഗീതത്തിന്റെ സൗരഭ്യമലയ ടിക്കുന്ന കവിഹൃദയത്തിലേക്കാണ് നൃത്തം ചെയ്തുവന്നത്. തരളമായ പ്രണയത്തിലേക്കും ഒടുങ്ങാത്ത ശോകത്തിലേക്കും ചങ്ങമ്പുഴയെ വശീ കരിച്ച ആ യുവതിയുടെ പേര് രശ്മിണി. അവളോടുള്ള കടുത്ത ആരാധന മൂലമോ ഒരു തന്ത്രമെന്ന നിലയിലോ കവി അവളെ ദേവി എന്നു വിളിച്ചു. ശ്രീദേവിയുടെ ശ്രീയങ്ങു മാറ്റിയാലും ബാക്കി ദേവിയാണല്ലോ. ഒറ്റ നോട്ട ത്തിൽ ദേവി എന്നുള്ള സംബോധന ആരെയാണു ലക്ഷ്യമിടുന്നതെന്ന് മറ്റുള്ളവർക്ക് മനസ്സിലാക്കുവാൻ പ്രയാസവുമാണ്.

കാലങ്ങളിലൂടെ സ്പന്ദിക്കുന്ന അസ്ഥിമാടം
“താരകങ്ങളോ, കാൺമിതോ നിങ്ങൾ
താഴെയുള്ളൊരീ പ്രേതകുടീരം?
ഹന്ത, യിന്നതിൻ ചിത്തരഹസ്യ-
മെന്തറിഞ്ഞു, ഹാ, ദൂരസ്ഥർ നിങ്ങൾ?
പാല പൂത്ത പരിമളമെത്തി-
പ്പാതിരയെപ്പുണർന്നൊഴുകുമ്പോൾ;
മഞ്ഞണിഞ്ഞു, മദാലസയായി
മഞ്ജു ചന്ദ്രിക നൃത്തമാടുമ്പോൾ
മന്ദമന്ദം പൊടിപ്പതായ് കേൾക്കാം
സ്പന്ദനങ്ങളിക്കല്ലറയ്ക്കുള്ളിൽ!
പാട്ടു നിർത്തി, ച്ചിറകുമൊതുക്കി
ക്കേട്ടിരിക്കുമതൊക്കെയും നിങ്ങൾ
അത്തുടിപ്പുകളൊന്നിച്ചു ചേർന്നി
ട്ടിത്തരമൊരു പല്ലവിയാകും
മണ്ണടിഞ്ഞു ഞാനെങ്കിലുമിന്നും

എന്നണക്കളിലേവ, മോരോന്നും
തൽ പ്രണയസ്മൃതികളല്ലാവി
സ്വപ്നനൃത്തങ്ങളാടുന്നു, ദേവി!"

(സ്പന്ദിക്കുന്ന അസ്ഥിമാടം)

അദ്ധ്യായം ഇരുപത്തിയാറ്

സുപ്രഭാതം

"സ്പന്ദിക്കുന്ന അസ്ഥിമാടം എന്ന കവിത എഴുതി. എന്റെ ദേവിയെ ആദ്യമായി കണ്ടുമുട്ടിയ സുപ്രഭാതം! അതിന്റെ വാർഷികമാണിന്ന്. ഹൃദയവേദനയോടെ ഞാൻ ചില മധുരസ്മൃതികളെ താലോലിക്കുകയാണ്. ഈ ലോകത്തിൽ നീ ഏറ്റവും സ്നേഹിക്കുന്നതാരെയാണ് ഈശ്വരൻ എന്നോടിങ്ങനെ ചോദിച്ചാൽ നിറഞ്ഞ കണ്ണുകളോടും തുടിക്കുന്ന ഹൃദയത്തോടും കൂടി ഞാൻ ഇങ്ങനെ പറയും- ഭാവി-സുന്ദരിയായ എന്റെ ദേവി- സ്നേഹമൂർത്തിയായ എന്റെ ദേവി."

1944 നവംബർ 1-ാം തീയതി കുറിച്ച വരികളാണ് മുകളിലുദ്ധരിച്ചിട്ടുള്ളത്. അദ്ദേഹത്തിന്റെ അനിയന്ത്രിതമായ ജീവിതത്തിലേക്ക് നിരവധി സ്ത്രീകൾ കടന്നു വന്നിട്ടുണ്ടെങ്കിലും ആത്മാവിന്റെ അഗാധതലങ്ങളിലെ ശൂന്യതയിലേക്ക് പ്രകാശ സാന്നിദ്ധ്യമായി നിറയുകയായിരുന്നു ദേവി. 'സ്പന്ദിക്കുന്ന അസ്ഥിമാട'മെന്ന കവിതയും തുടർന്നുദ്ധരിച്ചിട്ടുള്ള ഡയറിക്കുറിപ്പും ഈ പ്രസ്താവത്തെ ശരി വെയ്ക്കുന്നു. പ്രണയസംബന്ധിയായി മലയാളത്തിൽ എഴുതപ്പെട്ട കയ്യടക്കമുള്ള മികച്ച രചനകളിലൊന്നാണ് 'സ്പന്ദിക്കുന്നഅസ്ഥിമാടം'. മരണത്തെ കവിഞ്ഞു നിൽക്കുകയും, അസ്ഥിമാടം പോലും അതിന്റെ ക്ഷീണിച്ച സ്വരത്തിൽ ദേവി എന്നു മാത്രം സ്പന്ദിക്കുകയും ചെയ്യുന്ന ഒരവസ്ഥ സങ്കൽപ്പിച്ചു നോക്കു. കവിലോകത്തിന്റെ അന്തർഭാഗങ്ങളിൽ നിലയ്ക്കാത്ത പ്രണയത്തിന്റെ ഉറവ പൊട്ടിയപ്പോൾ രചിച്ചതാണിക്കവിത.

ചങ്ങമ്പുഴയും പ്രഭാകരനും ശ്രീദേവിയുമെല്ലാം ചേർന്ന് ഒരിയ്ക്കൽ ദേവിയുടെ വീട് സന്ദർശിക്കുകയുണ്ടായി.

"ഒരൊഴിവു ദിവസം ഉച്ചഭക്ഷണത്തിനു ക്ഷണിച്ചതനുസരിച്ച് ഞങ്ങളെല്ലാവരും ഫോർട്ടുകൊച്ചിയിൽ റോസ് സ്ട്രീറ്റിലുള്ള ആ ഭവനത്തിലേക്കു പുറപ്പെട്ടു. ഒന്നാം തരം ട്വീസ് സ്യൂട്ടാണ് ചേട്ടൻ ധരിച്ചിരുന്നത്. (പിന്നീടൊരിക്കലാണ് മനസ്സിലായത് പ്രസ്തുത സ്യൂട്ടിന്റെ വിലപിടിച്ച

ത്തുണി പ്രേമധാമം സമ്മാനമായി വാങ്ങിക്കൊടുത്തതാണെന്നും അതു ധരിക്കണമെന്ന അഭ്യർത്ഥനയനുസരിച്ചാണ് വസ്ത്രധാരണം ചെയ്തതെന്നും). വൃത്തിയും വെടിപ്പുമുള്ള ഒരു ഇരുനിലക്കെട്ടിടത്തിലേക്കാണ് ഞങ്ങൾ പ്രവേശിച്ചത്. ഡോക്ടറും പത്നിയും ഞങ്ങളുടെ ആഗമനം പ്രതീക്ഷിച്ച് കാത്തു നില്പുണ്ടായിരുന്നു. ഹൃദ്യമായ സ്വീകരണം."

ചങ്ങമ്പുഴയുടെ പ്രേമകഥയിലെ നായികയാണ് ഡോക്ടറുടെ ഭാര്യ. അതായത് ഡോക്ടറുടെ രണ്ടാം ഭാര്യ. അവർക്ക് ഒരു മകൻ ഉണ്ടായിരുന്നു. ആദ്യ ഭാര്യയിലെ മക്കളും ഒരുമിച്ചായിരുന്നു ഡോക്ടർ കൊച്ചിയിൽ താമസിച്ചിരുന്നത്. ഇവരെ കൂടാതെ രണ്ടാം ഭാര്യയുടെ സഹോദരനും ആ വീട്ടിലാണ് താമസിച്ചിരുന്നത്. ഡോക്ടറുടെ ആദ്യ ഭാര്യയിലെ മകനെ ട്യൂഷൻ പഠിപ്പിക്കുവാനാണ് ചങ്ങമ്പുഴ നിയുക്തനായത്.

സർജന്റ് കുഞ്ഞിരാമനോടൊന്നിച്ചാണ് ചങ്ങമ്പുഴ ആ വീട്ടിൽ ആദ്യമായി പോയത്. ഇംഗ്ലീഷ് ഭാഷയിലും സാഹിത്യത്തിലും ജ്ഞാനമുള്ള ഒരാളെ ഇന്റർ മീഡിയറ്റിനു പഠിക്കുന്ന തന്റെ മകന് ട്യൂഷനെടുക്കുവാൻ കിട്ടിയാൽ നന്നായിരുന്നെന്ന ഡോക്ടറുടെ ആഗ്രഹപ്രകാരമാണ് കുഞ്ഞിരാമൻ ചങ്ങമ്പുഴയെ അവിടെ കൊണ്ടുചെന്നത്. ഒരിക്കൽ രാവിലെ ട്യൂഷൻ മാസ്റ്റർ വന്നു എന്നു കുട്ടികൾ പറയുന്നത് കേട്ട് രുഗ്മിണിയമ്മ ജനാലക്കരികിൽ ചെന്നു നിന്നു നോക്കി. ട്യൂഷൻ മാസ്റ്ററെ കാണുവാനുള്ള ഒരു കൗതുകം. രമണനെഴുതിയ ആളാണ് ട്യൂഷൻ മാസ്റ്ററെന്നു കുട്ടികൾ പറഞ്ഞപ്പോൾ അവർ പിന്നെയും ആഗതനെ ശ്രദ്ധിച്ചു. പിന്നീട് അവർ സ്വീകരണ മുറിയിലേക്ക് പോയി, അവിടെ വെച്ച് അവർ തമ്മിൽ ആദ്യമായി കണ്ടു. ചങ്ങമ്പുഴയ്ക്കഭിമുഖമായിരുന്നു സംഭാഷണത്തിൽ പങ്കുകൊള്ളുകയും ചെയ്തു.

രമണൻ അവർ വായിച്ചിട്ടുണ്ട്. ചങ്ങമ്പുഴയെക്കുറിച്ചും കേട്ടിട്ടുണ്ട്. എന്നാൽ ട്യൂഷനാരംഭിച്ചതിനുശേഷമാണ് അവർ ചങ്ങമ്പുഴയെ അടുത്തറിഞ്ഞത്. പ്രതിഭാ സമ്പന്നനും യുവാവുമായ ഒരു കവിയുമായുള്ള നിത്യസമ്പർക്കം പിന്നീട് ശക്തമായൊരു ആത്മബന്ധമായി പരിണമിക്കുകയായിരുന്നു. ചങ്ങമ്പുഴയുടെ സൗന്ദര്യവും പ്രതിഭയും മാത്രമല്ല അവരെ അദ്ദേഹത്തിലേക്കാകർഷിച്ചത്. അവരുടെ ഭർത്താവ് ഒരു യുവാവല്ലെന്നു മാത്രമല്ല അവരേക്കാൾ ഒരുപാടു പ്രായക്കൂടുതലുള്ള വ്യക്തിയുമായിരുന്നു. ഒരു യുവാവിന്റെ സാമീപ്യം കൊതിച്ച അവൾ ഒരു രണ്ടാം കെട്ടുകാരനെ സ്വീകരിച്ചത് പരിതസ്ഥിതികളുടെ സമ്മർദ്ദം മൂലമായിരിക്കാം. പ്രായക്കൂടുതൽ മാത്രമല്ല തടിച്ച് കറുത്ത കുള്ളനായിരുന്നു ഡോക്ടർ. അവരാണെങ്കിൽ തികഞ്ഞ ഒരു സുന്ദരിയും.

ഈ അന്തരവും അവരെ ചങ്ങമ്പുഴയിലേക്കാകർഷിക്കപ്പെട്ടുവാൻ കാരണമായിട്ടുണ്ടാകാം. തന്റെ ജീവിതം അപൂർണ്ണമാണെന്ന് അവർ ചങ്ങമ്പുഴയോട് പറഞ്ഞിരുന്നു. ആ അപൂർണ്ണതയ്ക്കുള്ള പരിഹാരം അവർ തേടിയത് കവിവ്യക്തിത്വത്തിലായിരുന്നു എന്നു മാത്രം. ഇക്കാരണം കൊണ്ടായിരിക്കാം തന്റെ കുടുംബ, സാമൂഹിക ചുറ്റുപാടുകൾ മറന്ന് അത്യാവേശത്തോടെ നിന്നു കത്തുന്ന ചങ്ങമ്പുഴ എന്ന വിളക്കിന്റെ ഇത്തിരി പ്രകാശവലയത്തിലേക്ക് അവർ ചിറകടിച്ചത്. സാമൂഹിക മായ ഒരു തിന്മയായി ചങ്ങമ്പുഴയും ആ സ്ത്രീയും തമ്മിലുള്ള ബന്ധത്തെ വ്യാഖ്യാനിച്ചാൽ അതിനെ യാഥാസ്ഥിതികമെന്നു പറഞ്ഞ് വിമർശിക്കു വാൻ നിരവധി പേരുണ്ടാകും. എന്നാൽ ചങ്ങമ്പുഴയ്ക്കും കഥാനായികയ്ക്കും സമൂഹവും സദാചാരവുമൊന്നും അത്ര ഗൗരവമുള്ള കാര്യമായിരുന്നില്ല. ഈ പ്രപഞ്ചം മുഴുവൻ കവി പ്രണയിനിയെയും അവർ തിരിച്ച് കവിയുടെ സാന്നിദ്ധ്യവും മാത്രമേ തിരിച്ചറിഞ്ഞുള്ളൂ.

ഇതിനിടയിൽ ഈ ബന്ധത്തെച്ചൊല്ലി കവിയും ഭാര്യയും തമ്മിൽ ശണ്ഠ കൂടുകയും ചെയ്തു. ഒരിക്കൽ ചങ്ങമ്പുഴ സകുടുംബം അവരുടെ വീട്ടിൽ പോയതായി പറഞ്ഞുവല്ലോ. അന്നു മുതലാണീ വിഷയവുമായുള്ള ശണ്ഠ തുടങ്ങിയത്. പിന്നീടത് വളരെ ഭീഷണമായ ഒരവസ്ഥയിലേക്കു പരിണ മിക്കുകയും ചെയ്തു. അങ്ങനെ ജീവിതം നിങ്ങവേ ചങ്ങമ്പുഴയ്ക്കൊരു പെൺകുട്ടി പിറന്നു- അജിതാ കുമാരി. തന്റെയീ പ്രിയപുത്രിയ്ക്കാണ് 'തിലോത്തമ' എന്ന ലഘുകാവ്യം സമർപ്പിച്ചിട്ടുള്ളത്.

ഒരിക്കൽ കാമുകിയും ചങ്ങമ്പുഴയും ഒരുമിച്ച് അവരുടെ വീടു സ്ഥിതി ചെയ്യുന്ന തിരുവില്വാമലയിൽ പോയിട്ടുണ്ട്. മുൻകൂട്ടി തീരുമാനിച്ചത നുസരിച്ച് കവിയും കാമുകിയും കൊച്ചിൻ ഹാർബർ ടെർമിനലിൽ സന്ധിക്കുകയും അവിടെ നിന്ന് ട്രെയിൻ വഴി തിരുവില്വാമലയ്ക്കു പോവു കയുമാണുണ്ടായത്. ഒന്നോ രണ്ടോ ദിവസം അവിടെ താമസിക്കുകയും ചെയ്തു. ഒരുപക്ഷേ ഈ സന്ദർശനത്തിലെ സ്മരണകളായിരിക്കാം 'തിരുവില്വാമല' എന്ന കവിത.

"ശ്രീവില്വശൈലമേ, വെൽക നിൻ നിസ്തുല-
ശ്രീവിലാസത്തിൽ മയൂഖ മതല്ലികൾ
സപ്തവർണ്ണ സ്വപ്നചിത്രങ്ങൾ വീശുന്നി-
തിപ്പോഴുമോർമ്മതൻ ചില്ലയിൽപ്പതിഞ്ഞിതാ"

ദേവിയുമായുള്ള ബന്ധം ചങ്ങമ്പുഴയുടെ നിരവധി കവിതകളിൽ കടന്നു വരുന്നുണ്ട്. കവിതകളെക്കാൾ കൂടുതലായി ആ ബന്ധത്തി ന്റെ ആഴത്തെ സൂചിപ്പിക്കുന്നതാണ് കവിയുടെ ഡയറിക്കുറിപ്പുകൾ.

ഇക്കാലയളവിൽ അവർ ചങ്ങമ്പുഴയ്ക്ക് ചില കത്തുകൾ എഴുതിയിട്ടുണ്ട്. എല്ലാം മറന്ന് പ്രാണനായകനിൽ വിലയം പ്രാപിക്കുവാനുള്ള കടിഞ്ഞാണറ്റ് ആഗ്രഹങ്ങൾ, സങ്കടങ്ങൾ, അവരുടെ വീട്ടിലെ പ്രശ്നങ്ങൾ എല്ലാം ആ കത്തുകളിലുണ്ട്.

"എന്റെ ജീവനും ജീവനായ പ്രാണനാഥന്,

ഞാൻ ഇവരോട് (ഭർത്താവിനോട്) ഒരു പൈസപോലും ചോദിക്കാറില്ല. എന്റെ ജീവിതം നശിച്ചു. എന്റെ ഓമനയുടെ ഓർമ്മയ്ക്ക് എന്റെ കൈയിൽ ഒന്നുമില്ല. അവിടന്നണിയിച്ച മോതിരം ഇവർ വാങ്ങിച്ചു. പടം വാങ്ങിച്ചു. കത്തുകളെല്ലാം ഇവർ കത്തിച്ചു കളഞ്ഞു. എങ്കിലും എന്റെ തങ്കത്തെ എന്റെ ഹൃദയത്തിൽ നിന്നും മാറ്റാൻ ഇവർക്കു സാധിക്കില്ല. എന്റെ തങ്കം ഏതുതരത്തിൽ കവിതയെഴുതിയാലും കുറ്റമാണ്. എനിക്ക് ശകാരവും. എന്റെ സമാധാനത്തിനെങ്കിലും എന്റെ തങ്കം ആ കവിതയുടെ രീതി ഒന്നു മാറ്റൂ. എന്റെ ദുഃഖത്തിൽ എന്റെ ഓമനയ്ക്ക് യാതൊരു വ്യസനവുമില്ലേ? ഇവരുടെ സ്ഥാനത്ത് എന്റെ തങ്കമാണെങ്കിലും ഇങ്ങനെയൊക്കെത്തന്നെയല്ലേ ചെയ്യുക? അതുകൊണ്ട് എന്റെ തങ്കം വ്യസനിക്കാതെയും കോപിക്കാതെയും ഇരിക്കു. കാണുന്ന സ്ത്രീകൾക്കൊക്കെ കവിത എഴുതാതെയും ചെക്ക് അയക്കാതെയും ഇരിക്കു. എന്റെ തങ്കത്തിന്റെ ഓമനസന്താനങ്ങൾ അനുഭവിക്കേണ്ട സമ്പത്തിനെ കാമത്തിനു വേണ്ടി കളയാതിരിക്കുവാൻ ഞാൻ വീണ്ടും വീണ്ടും അപേക്ഷിക്കുന്നു. എന്റെ പ്രാണസർവ്വസ്വത്തെ ഞാൻ ഒരു കാലത്തും വെറുക്കുകയില്ല...എന്റെ തങ്കത്തിനെ ഞാനെത്രയധികം സ്നേഹിക്കുന്നു എന്ന് ഈശ്വരനു മാത്രമേ അറിഞ്ഞു കൂടൂ."

കുറച്ചുനാൾ അവർ ബോംബെയിൽ ബന്ധുക്കളോടൊപ്പം താമസിച്ചു. അവിടെ നിന്നും മടങ്ങി വന്ന ശേഷം എഴുതിയ കത്തിൽ:

"....സർവ സൗഭാഗ്യ സമ്പൂർണ്ണയായിരുന്ന ഞാൻ എന്തിനുവേണ്ടി ഒരാളെ സ്നേഹിച്ചു എന്നു ചോദിച്ചാൽ എനിക്കോ മറ്റാർക്കുമെങ്കിലുമോ അതിനു സമാധാനം പറയാൻ സാധിക്കുകയില്ല. എന്നാൽ എന്റെ ജീവനും ജീവനായ അവിടുത്തേക്ക് അതിനു സമാധാനം പറയാൻ സാധിക്കും.

ഞാൻ രണ്ടു കത്ത് എന്റെ തങ്കത്തിനയച്ചിരുന്നു. ഡിസംബർ എട്ടിനു ശേഷം. അതു രണ്ടും കിട്ടിയിരിക്കുമല്ലോ. എന്നാൽ അതിന്റെ അടയാളമൊന്നും മാതൃഭൂമിയിൽ കാണുകയുണ്ടായില്ല. എന്റെ തങ്കം കൂടെക്കൂടെ ഇവിടേക്കെഴുതരുത്. ഇവർക്ക് എഴുതുക തന്നെ ചെയ്യരുത്. കാരണം ഓരോ കത്തും വരുമ്പോൾ എന്നെ എത്രയാണ്

അധിക്ഷേപിക്കുന്നതെന്ന് പറഞ്ഞറിയിക്കാൻ വിഷമമാണ്. അവിടുത്തെ പ്രിയപത്നിയായ എന്നെ ഇവർ അധിക്ഷേപിക്കുന്നത് അവിടുത്തേയ്ക്കിഷ്ടമാണോ? എന്റെ ജീവിതേശ്വരൻ ഞാൻ ഒരു കാര്യം പറഞ്ഞാൽ ചെയ്യുമോ? കുട്ടികളുടെ ചില സാധനങ്ങൾ എന്റെ തങ്കത്തിന്റെ കയ്യിലുള്ളതു മടക്കി കൊടുക്കു. എന്തിനാണ് രസീത് വേണമെന്നും മറ്റും പറയുന്നത്. എന്റെ തങ്കമണിയെ ആരും ഉപദ്രവിക്കുകയില്ല. എന്റെ നാഥനെ ഉപദ്രവിക്കാൻ എന്നെ അവർക്കു കൂട്ടുകിട്ടുകയുമില്ല. ഞാനണിയിച്ച മോതിര ബട്ടൺ എന്തുവന്നാലും ദേഹത്തു നിന്നും മാറ്റരുത്. ദുഃഖത്തിലും പരം ദുഃഖമാണോ അവിടുന്ന് എനിക്ക് തരുന്നത്. എന്റെ പ്രാണവല്ലഭന്റെ യാതൊരു വിവരവും അറിയുന്നില്ല. താടി വളർത്തിയിരിക്കുന്നു എന്നു പറയുന്നതു കേട്ടു. ഷേവു ചെയ്യാൻ പാടില്ലാത്ത വല്ല സുഖക്കേടുമുണ്ടോ? അതോ വല്ല വ്രതവുമാണോ?... എനിക്ക് ഒരു നോക്ക് കണ്ടാൽ കൊള്ളാമെന്നു തോന്നുന്നു. എന്നിട്ട് മരിച്ചാലും വേണ്ടില്ല. അത്രയധികം എന്റെ കണ്ണുകൾ പൊരിയുന്നു. എന്റെ ആളുകൾ എന്റെ ഓമനയുടെ പരമശത്രുക്കളാണെന്ന് എപ്പോഴും ഓർമവേണം. വ്യസനിക്കാതെ ഇടപ്പള്ളിയിൽ തന്നെ താമസിക്കണം. ഇടപ്പള്ളി വിട്ട് എവിടെയും പോകരുത്. അത് എനിക്കു വലിയ സങ്കടമായിത്തീരും.... എന്റെ ആത്മവല്ലഭൻ ഈ സാധുവിനെ മറക്കരുത് എന്ന് ഞാൻ പേർത്തും പേർത്തും അപേക്ഷിക്കുന്നു. നാഥാ അങ്ങ് എന്നെ ഓർമ്മിക്കുമോ? കണ്ണുനീർ പൊഴിച്ചുകൊണ്ടാണ് ഞാനിതെഴുതുന്നത്. എന്റെ തങ്കത്തിന്റെ രണ്ടക്ഷരം എഴുതിയ ഒരെഴുത്തു കിട്ടാൻ ഞാനിപ്പോൾ മോഹിക്കുന്നു. എന്തുചെയ്യാം യാതൊരു നിവൃത്തിയുമില്ല. അവിടുന്നു വല്ലപ്പോഴുമെങ്കിലും ഈ സാധുവിനെ ഓർമ്മിക്കുമോ? ഞാൻ അതുകൊണ്ടെങ്കിലും ആശ്വസിക്കട്ടെ. എന്റെ ആത്മകാന്തന്റെ പത്നി ദേവി."

താൻ അമ്പലത്തിൽ പോയിട്ടു തിരികെ വരുമ്പോൾ ചുങ്കത്തിന്റെ അടുത്തു കാത്തുനിൽക്കാനും (സംസാരിക്കാൻ കഴിഞ്ഞില്ലെങ്കിലും കാഴ്ച കൊണ്ട് തൃപ്തിപ്പെട്ടുകൊള്ളാമെന്നും) കവികൊടുത്ത ആദ്യത്തെ മോതിരം അപഹരിക്കപ്പെട്ടതായും, കഴിയുമെങ്കിൽ മറ്റൊന്ന് കൊടുക്കുവാനും ആവശ്യപ്പെട്ടതിനു ശേഷം ദേവിയുടെ കത്ത് ഇങ്ങനെ തുടരുന്നു:

"ഇനി ഒന്നുമില്ലെങ്കിലും വേണ്ടില്ല എന്റെ നാഥന്റെ കോമളരൂപം എന്റെ ഹൃദയത്തിൽ എപ്പോഴും മിന്നി പ്രകാശിച്ചു കൊണ്ടിരിക്കും. ഈ ലോകത്തിലുള്ള എല്ലാ വസ്തുവിനെക്കാളും വിലപിടിച്ചത് എനിക്ക് എന്റെ തങ്കമാണ്. എന്റെ തങ്കം എന്നെ തെറ്റിദ്ധരിക്കാതെയും എന്നോട് മുഷിയാതെയും എന്നെ മറക്കാതെയും ഇരുന്നാൽ മതി. ബാക്കി ഒന്നും ഞാൻ സാരമാക്കുകയില്ല. എന്റെ ആത്മാവിന്റെ പ്രഭുവായ

അവിടത്തോട് വല്ല തെറ്റും ചെയ്തിട്ടുണ്ടെങ്കിൽ അവിടുത്തെ ദാസിയായ എനിക്കു മാപ്പു തരുവാൻ ഞാൻ പേർത്തും പേർത്തും അപേക്ഷിക്കുന്നു."

ദേവിയുടെ ഹൃദയരേഖകളുടെ സാക്ഷ്യമാണീ വരികൾ. സമൂഹത്തിന്റെ മുമ്പിൽ ഭർതൃമതിയായ ഒരു യുവതി മറ്റൊരാളെ ഭർത്താവായും പ്രാണസർവ്വസമായും വാഴ്ത്തുമ്പോൾ അതിനെതിരെ സമൂഹം തന്നെ ജാഗരൂകമാകും. അതിന് സമൂഹത്തെ പഴിപറഞ്ഞിട്ട് കാര്യമില്ല. തന്റെ അസാധാരണത്വത്തെക്കുറിച്ച് ആ സ്ത്രീ തെല്ലും ബോധവതിയല്ലെന്നു മാത്രമല്ല, പ്രണയത്തിന്റെ മൃദുലതകളിലേക്ക് വാക്കിലൂടെയും ഭാവനയിലൂടെയും സംസ്പൃഷ്ടമായ അനുഭവത്തിലൂടെ അവർ ആഴ്ന്നു പോവുകയാണ്. പക്ഷേ അവർ കൈകാലിട്ടടിക്കുകയല്ല: അനന്യസാധാരണമായ നിർവൃതിയുടെ മുഹൂർത്തത്തിലാണ്.

ഇതര വ്യക്തികൾ ഒരു വേള പുച്ഛിച്ചേക്കാവുന്ന ഈ പ്രണയം ചങ്ങമ്പുഴയുടെ ഹൃദയത്തിലും ഗൃഹാന്തരീക്ഷത്തിലും വ്യാപകമായി ചീറിയടിച്ചു. ഇതേച്ചൊല്ലി ഭാര്യയും ഭർത്താവും സദാ വഴക്ക്, കൂടാതെ മദ്യപാനവും. ശ്രീദേവി അന്തമറ്റ മനോപീഢകളിലേക്ക് എടുത്തെറിയപ്പെട്ടു. അങ്ങനെ അധികനാൾ കൊച്ചിയിൽ തങ്ങുവാൻ കഴിഞ്ഞില്ല. വീട്ടുടമസ്ഥന്റെ ആവശ്യ പ്രകാരം ചങ്ങമ്പുഴയ്ക്ക് വീടൊഴിഞ്ഞു കൊടുക്കേണ്ടി വന്നു. ഉദ്യോഗവും രാജിവെച്ച് നേരെ ഇടപ്പള്ളിയിലേക്ക്

അദ്ധ്യായം ഇരുപത്തിയേഴ്

ഡയറിക്കുറിപ്പുകൾ

ദേവിയുടെ കത്തുകൾ പോലെ ഒരു പക്ഷേ അതിനേക്കാൽ വികാരഭരിതവും ലോലവുമാണ് ചങ്ങമ്പുഴ-ദേവീ ബന്ധത്തിന്റെ നിത്യസ്മാരകങ്ങളായ തുടിക്കുന്ന ഡയറിക്കുറിപ്പുകൾ. ഈ കുറിപ്പുകളിൽ പെട്ട ഒരെണ്ണം ഈ അദ്ധ്യായത്തിന്റെ തുടക്കത്തിൽ തന്നെ ഉദ്ധരിച്ചിട്ടുണ്ട്.

1944 നവംബർ മാസം 2-ാം തീയതി ചങ്ങമ്പുഴ ഇങ്ങനെ എഴുതി:

"എന്റെ ഹൃദയം വേദനിക്കുന്നു.

എന്റെ ഹദയേശ്വരി എന്നിൽ നിന്നും എത്രയോ നാഴിക ദൂരത്താണ്. ആ സ്നേഹമൂർത്തിയുമായുള്ള സാഹചര്യം എന്റെ ജീവിതത്തിന് അൽപ്പനാൾക്കുള്ളിൽ എന്തത്ഭുതമായ നിറപ്പകിട്ടാണ് നൽകിയത്! ആ അപ്സരസ്സിനെ കണ്ട സുദിനം മുതൽ ഞാൻ മറ്റൊരാളായിത്തീർന്നു. മഴവില്ലൊളി പൂശിയ ആ സുദിനങ്ങൾ- അവയെക്കുറിച്ചുള്ള മധുരസ്മൃതികൾ യഥാർത്ഥത്തിൽ എന്നെ വേദനിപ്പിക്കുകയാണ് ഞാൻ എന്തു ചെയ്യട്ടെ!"

1944-ൽ തന്നെ നവംബർ 3-ാം തീയതി വെള്ളിയാഴ്ച എഴുതിയ ഡയറിയിൽ നിന്ന്:

"എന്റെ ദേവി, നീ എന്തിനിത്ര സുന്ദരിയായി? ആ സൗന്ദര്യം എന്റെ ചേതനയെ ലഹരി പിടിപ്പിക്കുന്നു- ദിവ്യമായ ഒരു ലഹരി നിന്നിലും മീതെ സൗന്ദര്യമുള്ള ഒരു സ്ത്രീയെ ഇതുവരെ ഞാൻ കണ്ടിട്ടില്ല. ഇനി കാണുകയുമില്ല. സാത്വികമായ ആ സുഷമാ സമൃദ്ധിയിൽ എന്റെ ഹൃദയം അലിഞ്ഞു ചേരുന്നു. മൃഗീയമായ ചപലവികാരങ്ങൾ എന്നിൽ നിന്നകലുന്നു. അന്ധകാര കൂപത്തിൽനിന്ന് എന്നെ ഉദ്ധരിക്കുവാനായി ഈശ്വരനാൽ അയയ്ക്കപ്പെട്ട ദേവതയാണു നീ. ഞാൻ നിന്നെ സ്നേഹിക്കുന്നു ആരാധിക്കുന്നു."

നവംബർ 10-ാം തീയതിയിലെ ഡയറിയിൽ:

"പ്രേമത്തിൽ നിന്നുണ്ടാകുന്ന ശോകം പോലും മധുരമാണ് -പിന്നെ അതു നൽകുന്ന ആനന്ദത്തിന്റെ അവസ്ഥ എന്തായിരിക്കും! എനിക്ക് ഒരു നിമിഷം എന്റെ പ്രേമസർവ്വസ്വമായ ദേവിയെ ഒന്നു മറക്കാൻ സാധിച്ചിരുന്നെങ്കിൽ! ഈ ആത്മബന്ധം എന്നെ അമ്പരിപ്പിക്കുന്നു! ഞാൻ ഇന്നോളം ആരെയും സ്നേഹിച്ചിട്ടില്ല. സ്നേഹിച്ചിട്ടില്ല. സ്നേഹിയ്ക്കു വാനുള്ള ഒരു ശക്തിയും എന്റെ ഹൃദയത്തിനുണ്ടായിരുന്നില്ല. എന്നാൽ അതിനു പകരമായി ഈ പ്രപഞ്ചത്തിൽ മുഴുവൻ പ്രസരിച്ചാലും വീണ്ടും ഉറഞ്ഞുവരുന്ന അക്ഷയമായ ഒരു മഹാ പ്രേമസാഗരത്തെ ഇന്ന് എന്റെ ഹൃദയം കൈക്കൊള്ളുന്നു. പൂജാപുഷ്പമായി നിലകൊള്ളുന്ന എന്റെ ആത്മാവിനെ ദേവി കാണുന്നുണ്ടോ?"

ദേവിയോടു ചങ്ങമ്പുഴക്കുണ്ടായിരുന്ന സ്നേഹത്തിന്റെ അപാരത കളിലേക്ക് ചൂഴ്ന്നിറങ്ങുന്നവയാണീ ഡയറിക്കുറിപ്പുകൾ. ഇക്കൂട്ടത്തിൽ പ്രസിദ്ധീകരിക്കാത്ത ചിലതുണ്ട്. ഡയറിക്കുറിപ്പുകളിൽ ചിലതും ദേവി ചങ്ങമ്പുഴക്കയച്ച കത്തുകളും നശിപ്പിച്ചു കളയുകയായിരുന്നുവെന്നാണ് അറിയുവാൻ കഴിഞ്ഞത്. എന്നിരുന്നാലും ഇതുവരെ പ്രസിദ്ധീകരിക്കാ ത്ത ചില കുറിപ്പുകൾ ഈ ലേഖകന് ലഭിക്കുകയുണ്ടായി.

"തങ്കം, തങ്കത്തിന് തെറ്റിപ്പോയി. തങ്കം വിചാരിച്ചതു മുഴുവൻ തെറ്റി പ്പോയി. ഞാൻ ആദർശശാലിയല്ല, വികാരാധീനനാണ്. കണക്കി ലേറെ കാമവികാരമുള്ളവനാണ്. പക്ഷേ, നാം തമ്മിൽ ഒരു രാത്രി കണ്ടുമുട്ടിയാൽ അതോടു കൂടി നമ്മുടെ ജീവിതം അവസാനിക്കുന്നു എങ്കിൽ പോലും ഞാൻ ഇത്രയേ ചെയ്യുകയുള്ളൂ. ആ കനകവിഗ്രഹം മാറോടു ചേർത്തു പിടിച്ച് ആശ്ലേഷിച്ചു കൊണ്ട് പനിനീർ പോലുള്ള ആ കവിളുകളിലും നെറ്റിമേലും തളിർ പോലുള്ള ചുണ്ടുകളിലും മാറി മാറി തുടർച്ചയായി ചുംബിച്ചു കൊണ്ട് നേരം വെളുപ്പിക്കും. എന്നിട്ട് ഒരവസാന ചുംബനത്തോടു കൂടി ഞാൻ എന്റെ തങ്കത്തെ വേർപെട്ടു പോകും. അതിലുപരി മറ്റൊന്നും ഞാൻ ചെയ്യുകയില്ല. എനിക്കത് ആവശ്യവു മില്ല. ഞാൻ ഒരു പിശാചാണെങ്കിലും എന്റെ തങ്കത്തിന്റെ കണ്ണുകൾ എന്നെ സുന്ദരനും ആദർശശാലിയുമായി കണ്ടു. ആ കണ്ണുകളുടെ മുൻപിൽ ഞാൻ എന്നും സുന്ദരനും ആദർശശാലിയുമായിരിക്കും. തങ്കം ഇന്നു ഞാൻ ലേശം പോലും വികാരാധീനനല്ല. എന്റെ തങ്കത്തിനെ കണ്ട നിമിഷം മുതൽ ഇതാ ഇതു വരെ ഒരു സ്ത്രീയെക്കുറിച്ച് ചിന്തിക്കു കപോലും ചെയ്തിട്ടില്ല. എന്റെ ആയുശ്ശേഷം ബ്രഹ്മചാരിയായി കഴിച്ചു കൂട്ടുവാൻ എനിക്ക് ഒരു വിഷമവുമില്ല. എന്റെ തങ്കം എന്നെ സ്നേഹിച്ചു കൊണ്ടിരുന്നാൽ മാത്രം മതി. തങ്കത്തിന്റെ സ്നേഹം ശക്തിമത്തായ ഒരു പ്രേരണയാണ്. അത് എന്റെ ജീവിതത്തിന്റെ വെളിച്ചമാണ്. തങ്കം

എന്നെ സ്നേഹിക്കുന്നില്ലെന്ന് എനിക്കു തോന്നുന്ന ദിവസം എന്റെ അവസാന ദിവസമായിരിക്കും. എനിക്കു മുഴുത്ത ഭ്രാന്താകേണ്ടതായിരുന്നു. അത്രമാത്രം ശക്തിമത്തായ ആഘാതമാണ് എന്റെ പ്രജ്ഞാചക്രവാളത്തിന് തട്ടിയിട്ടുള്ളത്. പക്ഷേ എന്റെ ആത്മശക്തി പ്രജ്ഞയും അതിക്രമിച്ചു വർത്തിക്കുന്നതു കൊണ്ടു മാത്രമാണ് ഞാൻ ഇങ്ങനെ പണ്ടത്തെ പോലെ ജീവിക്കുന്നത്. എന്നാലും പലരും പറയുന്നു എനിക്കു ഭ്രാന്തുണ്ടെന്ന്. പക്ഷേ അതു പറയുന്നവർക്കാണെന്നും എനിക്കല്ലെന്നും നന്നായി ഞാൻ അറിയുന്നു. എന്റേതാണ് എന്റെ തങ്കമെന്ന ഏകവിശ്വാസമാണ് എന്നെ ലോകത്തിൽ ഇപ്പോഴും ജീവിപ്പിക്കുന്നത്. അല്ലാതെ ജീവിക്കുവാൻ എനിക്ക് ഒരു മോഹവുമില്ല. ഓരോ ദിവസം കഴിയുന്തോറും അധികമധികം ക്ലേശങ്ങൾ എന്നെ വലയം ചെയ്യുന്നു. ഞാൻ ആത്മഹത്യ ചെയ്യട്ടയോ തങ്കം?"

ലോകത്ത് തന്നെക്കാളുപരി ദേവിയെ മാത്രം ധ്യാനിക്കുകയും സ്നേഹിക്കുകയും ചെയ്യുന്ന കവി, പക്ഷേ ഈ ഡയറിക്കുറിപ്പിൽ എഴുതിയതത്രയും മുഖവിലക്കെടുക്കേണ്ട കാര്യമില്ല. ദേവിയുമായി ചങ്ങമ്പുഴയ്ക്കുണ്ടായിരുന്നത് ആത്മബന്ധം മാത്രമല്ല. ഇതു കൂടാതെ തനിക്ക് ഇനിയുള്ള കാലം ബ്രഹ്മചാരിയായി ജീവിക്കുവാൻ കഴിയുമെന്നും അദ്ദേഹം പറയുന്നു. നാമറിയുന്ന ചങ്ങമ്പുഴയ്ക്ക് അങ്ങനെയൊരു ജീവിതരീതി സാദ്ധ്യമേയല്ല. ഞാൻ വികാരാധീനനല്ലെന്നു പറയുന്നതും വാസ്തവങ്ങൾക്കു നിരക്കാത്തതാണ്. ഈ ഡയറിക്കുറിപ്പിൽ തന്നെ കാണാം വികാരാധിക്യം കൊണ്ട് സ്വയം മറന്നുപോകുന്ന ഒരു വ്യക്തിയെ.

മറ്റൊരു ഡയറിക്കുറിപ്പിൽ ഇങ്ങനെ വായിക്കാം:

"ഇന്ന് എനിക്കൊരു സുഖവുമില്ല. എന്റെ തങ്കം സുഖമില്ലാതെ കിടപ്പാണോ? തളിരുപോലെ മൃദുലമായ അഴകുള്ള കാലടികളെ ക്രൂരമായ കസേര മുറിപ്പെടുത്തിയോ തങ്കം. ഹാ, ഞാൻ എന്റെ തങ്കത്തിന്റെ അടുത്തുണ്ടായിരുന്നെങ്കിൽ. ഞാൻ ആ കാലടികൾ രക്തം പൊടിയുവാൻ അനുവദിക്കുമായിരുന്നില്ല. എന്റെ തങ്കത്തിന്റെ കാലിന്മേലുള്ള മുറിവ് ഉമ്മവച്ച് ഉണക്കുമായിരുന്നു. ഞാൻ എന്തു ചെയ്യട്ടെ? വിധി എനിക്കതിനുള്ള ഭാഗ്യം തന്നില്ലല്ലോ. ആ വാർത്താ ശ്രവണത്തിൽ എനിക്കുള്ള മനോവേദനയെങ്കിലും എനിക്കെന്റെ പ്രാണ സർവ്വസ്വത്തെ അറിയിക്കുവാൻ തരമില്ലല്ലോ ഈശ്വരാ. ആ പിഞ്ചുകാലടികൾ വല്ലാതെ മുറിപ്പെട്ടിരിക്കും. എന്നെ കുണ്ഠിതപ്പെടുത്താതിരിക്കുവാനാണ് ആ സ്നേഹമൂർത്തി സാരമില്ലെന്നു പ്രത്യേകം പറഞ്ഞിരിക്കുന്നത്. അതെന്തു ഹൃദയം! ആ വാർത്ത എന്റെ കരൾ പൊട്ടിക്കുമെന്ന് എന്റെ

ദേവി അറിയുന്നു. അതിൽ വലിയ ഭാഗ്യം എനിക്കെന്തു വേണം? എന്റെ ഓമനേ!"

"ഇന്നും എനിക്കു സുഖപ്പെട്ടിട്ടില്ല. കുളിച്ചിട്ട് ഏതാണ്ട് ഒരാഴ്ചയായിക്കാണും. എങ്കിലും ഞാൻ തലയെല്ലാം ചീകി പുതിയ വസ്ത്രങ്ങളും ധരിച്ച് കോളേജിൽ പോയി. ഇന്ന് തിങ്കളാഴ്ചയായതിനാൽ പക്ഷേ തങ്കത്തിന്റെ കത്ത് കണ്ടേക്കുമെന്ന് എനിക്കറിയാം. എന്റെ തങ്കത്തിനെ കാണാനായി വരുന്നതു പോലെയാണ് തങ്കത്തിന്റെ കത്തു വരുന്ന ദിവസം ഞാൻ കോളേജിൽ പോകാറുള്ളത്. പോരെങ്കിൽ എന്റെ തങ്കം എന്നോടു പറഞ്ഞിട്ടുണ്ടല്ലോ നല്ല ഉടുപ്പുകളും മറ്റും ധരിച്ചു വേണം കോളേജിൽ പോകാനെന്ന്. ആ ആജ്ഞ ഞാൻ ലംഘിക്കാറില്ല. പക്ഷേ ഇന്നെനിക്കും നിരാശയായിരുന്നു ഫലം.... നാളെ എനിക്കു തീർച്ചയായും തങ്കത്തിന്റെ കത്തു കിട്ടാതിരിക്കില്ല."

ദേവിയുടെ രണ്ടു കത്ത് ഒരുമിച്ച് കിട്ടിയതിന്റെ ആനന്ദത്തിൽ ആ കത്തുകളിൽ ഉമ്മവെച്ചതായി മറ്റൊരു ഡയറിക്കുറിപ്പിൽ കാണാം. കവിയുടെ ഓരോ അണുവും അക്കാലത്ത് സ്പന്ദിച്ചിരുന്നത്, ദാഹിച്ചിരുന്നത്, ശരീരത്തിൽ നിന്നും കുതറിച്ചാടുവാൻ വെമ്പിയത്, ദേവിയ്ക്കു വേണ്ടി മാത്രമായിരുന്നു. ദേവിയ്ക്കു തിരിച്ചും തത്തുല്യമായ പ്രതികരണമാണുണ്ടായിരുന്നത്. ഇത്തരമൊരു പ്രണയം മലയാള സാഹിത്യം കണ്ടിട്ടേയില്ല.

കവിജീവിതത്തിലേക്ക് പലസ്ത്രീകളും കടന്നു വന്നിട്ടുണ്ടെന്നു മുമ്പ് പറഞ്ഞിട്ടുണ്ടല്ലോ. പലകാലങ്ങളിലായി അവർ പെയ്തൊഴിഞ്ഞു. കണക്കറ്റ കാമവികാരമുള്ള കവി സ്വന്തം ആവശ്യത്തിനായി പലരെയും ഉപയോഗപ്പെടുത്തിയിട്ടുണ്ട്. ചങ്ങമ്പുഴയ്ക്ക് വിധേയരാകുവാൻ തയ്യാറുള്ള ചില സ്ത്രീകൾ അക്കാലത്ത് ഇടപ്പള്ളിയുടെ പരിസരത്തുണ്ടായിരുന്നു. ഇപ്പോഴാണെങ്കിൽ ഭാര്യയുമുണ്ട്. എന്നിട്ടും അവരോടൊന്നും തോന്നാത്തവിധം കാന്തികത കടികൊള്ളുന്നതും ഘടിതവുമായൊരു ബന്ധം കവിക്കു തോന്നിയത് ദേവിയോടാണ്- അവരോട് മാത്രമാണ്. ദേവിയ്ക്കാകട്ടെ ചങ്ങമ്പുഴ അപരനാണെന്ന തോന്നലും ഉണ്ടായിരുന്നില്ല, ഭർത്താവിനോടുള്ള അമർഷം ഉള്ളിലൊതുക്കി അവർ ചങ്ങമ്പുഴയെ തന്റെ മനസ്സിന്റെ പൂജാബിംബമാക്കി പൂക്കളർപ്പിച്ചു, സ്തോത്രങ്ങളാലപിച്ചു. വെറും കാമലോലുപത മാത്രം ഉള്ളതായിരുന്നില്ല ഈ ബന്ധം. ഒന്നോർത്താൽ കവി വിവാഹം ചെയ്യേണ്ടിയിരുന്നത് ദേവിയെയായിരുന്നു. അങ്ങനെയാണു സംഭവിച്ചിരുന്നതെങ്കിലോ? കൗതുകകരമായൊരു ചോദ്യം. അങ്ങനെയായിരുന്നെങ്കിൽ പോലും ചങ്ങമ്പുഴയ്ക്ക് ചങ്ങമ്പുഴയിൽ നിന്നും മോചനം നേടുക ദുസ്സാദ്ധ്യമായിരുന്നു. ആയതിനാൽ

സംഭവിക്കേണ്ടതെല്ലാം സംഭവിച്ചുകൊണ്ടേയിരിക്കും, കാരണം ചങ്ങമ്പുഴ കവി മാത്രമല്ല കാമനും കൂടിയാണ്. താൻ പോലുമറിയാതെ സ്ത്രീകളിലേക്കദ്ദേഹം പറിച്ചു നടപ്പെട്ടിരിക്കും.

ബാല്യകാലം തിമിർത്താടിയിരുന്ന മഴവിൽകാവടികളെക്കുറിച്ചും പ്രണയ മാധുര്യത്തിന്റെ ആസക്തിയെക്കുറിച്ചും വിരഹത്തെക്കുറിച്ചും നിലവിളിയിൽ നിമഗ്നമായ സ്വന്തം കാലത്തെക്കുറിച്ചുമൊക്കെ അതിവാചാലതയോടെ എഴുതിയ കവി ദേവിയെക്കുറിച്ചും എഴുതിയിട്ടുണ്ട്. ദേവിയെ പരിചയപ്പെട്ടതിനു ശേഷം ബാഷ്പാഞ്ജലി സമർപ്പിച്ചിട്ടുള്ളത് അവർക്കും ഭർത്താവിനുമാണ്.

1944-ൽ പ്രസിദ്ധീകരിച്ച ഓണപ്പൂക്കൾ എന്ന സമാഹാരത്തിലെ കവിതകളിൽ ദേവിയുമായുള്ള ബന്ധം പരാമർശിക്കപ്പെടുന്നുണ്ട്. ഈ സമാഹാരത്തിന്റെ മുഖവുരയെന്ന വണ്ണം ചേർത്തിട്ടുള്ള ശീർഷകമില്ലാത്ത ഇരുപതു വരികളിലെ അവസാനത്തെ ഖണ്ഡം.

“തേനില്ലിവയിൽ സുഗന്ധമില്ലെങ്കിലും
കാണുവാൻ കൗതുകമുള്ളിവയെ
ഞാനൊരു മാലയായ് കോർത്തെടുത്തിന്നു മൽ
പ്രാണനാം ദേവിക്കു കാഴ്ചവെപ്പൂ
അത്തളിർച്ചുണ്ടിലൊരാനന്ദസുസ്മിതം
തത്തിക്കളിക്കിൽ, കൃതാർത്ഥനായ് ഞാൻ!”

ഓണപ്പൂക്കളിലെ കവിതകൾ ദേവിക്കു മാത്രമായ് കാഴ്ചവെച്ചിരിക്കുന്നു. എന്നു മാത്രമല്ല അവരുടെ ചുണ്ടുകളിൽ ആനന്ദസുസ്മിതം തത്തിക്കളിക്കുകയാണെങ്കിൽ താൻ കൃതാർത്ഥനായി എന്നാണ് കവിമൊഴി.

ഈ രചന വായിക്കുവാൻ സാധ്യതയുള്ള ഒട്ടനവധി ആളുകളെക്കുറിച്ച് കവി ബോധവാനല്ലെന്നുണ്ടോ? ശരിയായിരിക്കാം. ദേവിയുടെ ലഹരി ബോധം കെടുത്തിക്കളയുന്ന ഒന്നായിരുന്നു കവിക്ക്. കൺമുന്നിലുള്ള യാഥാർത്ഥ്യങ്ങളെ വിട്ട് ദേവിയുടെ നടനം ഉണർത്തിവിട്ട യാഥാർത്ഥ്യങ്ങളെയാണ് കവിയുടെ ബോധമണ്ഡലം ആശ്ലേഷിച്ചത്.

“ഭൂവിൽ ഞാൻ നിന്നെക്കണ്ടു
മുട്ടിടാതിരുന്നെങ്കിൽ
ജീവിതസൗന്ദര്യം ഞാ-
നറിയാതിരുന്നേനേ”

എന്നും

"നിസ്വാർത്ഥ സ്നേഹാമൃത-

മാധുര്യം, നീയാണാദ്യം

നിസ്വനാമെന്നെ സ്വദി

പ്പിച്ചതി പ്രപഞ്ചത്തിൽ

നിന്നിലൂടീക്ഷിപ്പൂ ഞാൻ

സ്ത്രീത്വത്തിൻ മാഹാത്മ്യത്തെ

നിന്നിലൂടാരാധിപ്പൂ

ശക്തിയെ സഹർഷം ഞാൻ"

ഗൃഹലക്ഷ്മി എന്ന കവിതയിലെ ഈ വരികളത്രയും ദേവിയെ ഉദ്ദേശിച്ചെഴുതിയതാണ്. ഈ കവിതയിൽ തന്നെ തങ്ങളുടെ ആത്മബന്ധം ദിവ്യമാണെന്നും ലോകമത് മറ്റൊരുവിധം വ്യാഖ്യാനിച്ചേക്കാമെങ്കിലും ദൈവസമക്ഷം തങ്ങൾ തെറ്റുകാരല്ലെന്നും കവി പറയുന്നു. ഗൃഹലക്ഷ്മിയുടെ ഒടുവിൽ കവി തന്റെ വൈകാരികത തുടിക്കുന്ന പുഷ്പങ്ങളത്രയും ദേവിയുടെ കാൽക്കലർപ്പിച്ചു നിൽക്കുകയാണ്.

"പല പല ജന്മങ്ങൾക്കപ്പുറം തൊ-

ട്ടുലകിൽ നീയെൻ പ്രാണനായിരുന്നു

ഇതുവരേയ്ക്കെയ്പ്പിന്നെ യേവം

ഇരുളിൽ നീയൊറ്റയ്ക്കൊളിഞ്ഞു നിന്നു?

വിസ്മൃതാർദ്രശയരായി വീണ്ടും

വിധിവശാൽ നാമിദം കൂട്ടിമുട്ടി"

(ദേവത)

തന്റെ പ്രണയത്തെ ജന്മങ്ങൾക്കപ്പുറത്തേയ്ക്കു നീറ്റുന്ന ചങ്ങലയിലെ ഒരു കണ്ണിയായി കാണുന്ന കവി, തന്റെ പ്രാണനായിരുന്നവളായ നീ എന്തിനായ് ഇരുളിൽ മറഞ്ഞിരിക്കുന്നു എന്നു ചോദിക്കുമ്പോൾ, നീ നേരത്തെ എന്റെ ജീവിതത്തിലേക്കാഗമിച്ചിരുന്നുവെങ്കിൽ ജീവിതമീവിധം ദുഃസ്സഹമായിത്തീരുകയില്ലായിരുന്നെന്നും ധ്വനിപ്പിക്കുന്നുണ്ട്.

തനിക്ക് ആദ്യമായി ഒരു കുട്ടിയുണ്ടായപ്പോളുണ്ടായ ആനന്ദത്തെപ്പറ്റി വാക്കുകളിലേയ്ക്കാവഹിച്ച ചങ്ങമ്പുഴ എഴുതിയ വിരുന്നുകാരൻ എന്ന കവിതയും ഗൃഹലക്ഷ്മിയിൽ ചേർത്തിട്ടുണ്ട്.

"ആയിരം ജന്മങ്ങളാർജ്ജിച്ച പുണ്യങ്ങ-

ളാകാര മേന്തിയണഞ്ഞ പോലെ

കൈവല്യ കേന്ദ്രമേ കമ്പിതമായൊരെൻ

കൈകളിലെങ്ങനെ നീയൊതുങ്ങി?"

പിൽക്കാലത്ത് സ്വന്തം പിതാവിനെക്കുറിച്ച് അത്രയൊന്നും മതിപ്പില്ലാതെ സംസാരിച്ച ശ്രീകുമാറിനെക്കുറിച്ചാണീ കവിത. ഒരു പക്ഷേ കവി അന്നോർത്തിരിക്കുമോ ഈ മകൻ വളർന്ന് വലുതായി തന്നെ അമർഷത്തോടെ നോക്കിക്കാണുകയാകും ചെയ്യുക എന്ന്. ശ്രീകുമാർ 2004ൽ ഒരു ബസ്സപകടത്തിൽ മരിച്ചു.

ഓണപ്പൂക്കളിൽ ചേർത്തിട്ടുള്ള ശീർഷകമില്ലാത്ത കാവ്യഖണ്ഡങ്ങളിൽ ചിലതിൽ ദേവിയുടെ നിഴലാട്ടമുണ്ട്.

"മൊട്ടണിയിപ്പൂ നീ-യെന്മനസ്സിൽ സ്വയം

പൊട്ടിപ്പിടിച്ച കലാവാസനകളെ"

....

"ദേവി, യെൻ മുന്നിലൊരപ്സരസ്സെന്നപോ-

ലാവിർഭവിയ്ക്കുവാനെത്ര വൈകി നീ?"

ഈ വരികളിലും കവിഞ്ഞൊഴുകുന്നത് കവിയും ദേവിയും തമ്മിലുള്ള ആത്മബന്ധത്തിന്റെ അടരുകളാണ്.

ഓണപ്പൂക്കളിലെ തന്നെ 'വിയുക്ത" എന്ന കവിത ദേവിയുടെ കാഴ്ചപ്പാടിലുള്ള ചങ്ങമ്പുഴയെ വരയുന്നുണ്ട്.

"അസ്ഥിമാത്രാവശേഷ-

മാരൂപം ഞാനോർത്തിടാ-

നിത്ര മേലെൻ പ്രാണനോ

ടെമ്മട്ടിലൊട്ടിച്ചേർന്നു?"

കവിതയുടെ അവസാനഖണ്ഡവും ചങ്ങമ്പുഴയുടെ രൂപത്തെ ചിത്രീകരിക്കുന്നു.

"എത്രയും മെലിഞ്ഞു നീ-

ണ്ടരികിൽ സ്പന്ദിച്ചുകൊ

ണ്ടെത്തു, മച്ഛായാരൂപ

മെങ്ങനെ മറക്കും ഞാൻ?"

ക്ഷമാപണം എന്ന കവിതയിൽ ദേവിയോടുള്ള ക്ഷമാപണമാണ്.

"മാപ്പെനിയ്ക്കേകു മനസ്വിനി, ജീവിത-

ത്തോപ്പിൽ ഞാൻ നിന്നെത്തനിച്ച നിർത്തുന്നതിൽ

പങ്കെടുക്കാനാശയില്ലായ്കയല്ലെനി-

യ്ക്കൻപോടതിൻ വസന്തോത്സവങ്ങളിൽ

എന്തു ചെയ്യട്ടേ പരതന്ത്രത വന്നു

മുൻപിൽ നിൽക്കുന്നു ശകുനം മുടക്കുവാൻ."

ഇവിടെ കവിയുടെ പരതന്ത്രത എന്താണെന്നു വ്യക്തമാണല്ലോ. തന്റെ ജീവിതത്തിലേക്ക് നീ വന്നില്ലായിരുന്നുവെങ്കിൽ ജീവിതം ആശാരഹിതമായിത്തീരുമായിരുന്നു എന്ന് ഈ കവിതയിലും പറയുന്നുണ്ട്. പല കവിതകളിലും ഇതേ ആശയം വരുന്ന വരികൾ ചങ്ങമ്പുഴ എഴുതിയിട്ടുണ്ട്.

പിന്നീട് പരിഷ്കരിച്ച് ഹേമന്ത ചന്ദ്രികയിലും നാം ദേവിയെ കണ്ടുമുട്ടുന്നുണ്ട്.

ഇരുപത്തിയേഴാം ഗീതത്തിൽ:

"ധർമ്മമായെണ്ണുകയില്ല ലോകം

നമ്മളിയലുമീയാത്മബന്ധം

എങ്കിലുമെമ്മട്ടു വേർപിരിയാം

സങ്കൽപ ലോലരാം നാമിനിമേൽ?

ഭൂവിൽ നാം രണ്ടു പേരത്ര മാത്രം

ജീവനും ജീവനായ്ത്തീർന്നു തമ്മിൽ"

ഗീതം മുപ്പത്തിയഞ്ചിൽ:

"അല്ലലും കണ്ണീരുമല്ലാതെനിക്കിപ്പോ-

ളില്ലല്ലോ ദേവി നിനക്കു നൽകാൻ

എന്നാലും നിർമ്മല സ്നേഹാർദ്രനാണു ഞാ-

നെന്നു നീ വിശ്വസിച്ചാശ്വസിക്കു.

ഗീതം മുപ്പത്തിയൊമ്പതിൽ:

"എത്രമാത്രം ഹതാശരാകിലും

നിശ്ചയം ദേവി ധന്യർ നാം"

ഗീതം നാല്പത്തി മൂന്നിൽ:

"സ്നേഹിക്കുവാനായി പഠിപ്പിച്ച നീ നിന്റെ

മോഹന ദർശന മേകി മജ്ജീവനെ

എന്നെ കൃതഘ്നനെന്നോർക്കായ്ക ദേവി നീ

നിന്നോടെന്നെന്നും കൃതജ്ഞനാകുന്നു ഞാൻ"

ഗീതം നാല്പത്തിയെട്ടിലും നാല്പത്തിയൊമ്പതിലും അമ്പതിലും നമുക്കു കാണാം. ചങ്ങമ്പുഴയുടെ തൂലികാത്തുമ്പിൽ നിന്നുമുതിർന്നു വീണ ദേവീ സ്തോത്രങ്ങൾ.

ഗീതം അൻപതിൽ

"ഹാ വിധി ഞങ്ങളെ വേർപിരിച്ചെങ്കിലും

ജീവനും ജീവനാണെന്നുമെനിക്കവൾ!

....

ദേവിയെ ദൂരത്തിരുന്നു കൊണ്ടിങ്ങനെ

പൂവിട്ടു പൂവിട്ടു പൂജിച്ചിടുന്നു ഞാൻ

....

സ്വാർത്ഥരഹിതമാം സ്നേഹമീ ലോകത്തി-

ലാദ്യമായ് കാണ്മതെൻ ദേവിയിലാണു ഞാൻ."

മേലുദ്ധരിച്ച വരികളിൽ മുഴുവൻ തിരി നീട്ടി നിൽക്കുന്നത് ചങ്ങമ്പുഴയ്ക്ക് ദേവിയോടുള്ള അനന്യസാധാരണവും അതിവൈകാരികതയും നിറഞ്ഞ സ്നേഹാരാധനകളാണ്.

സ്പന്ദിക്കുന്ന അസ്ഥിമാടത്തിലെ ഹൃദയമുള്ള സർപ്പം ചങ്ങമ്പുഴയ്ക്കും ദേവിക്കുമിടയിലുണ്ടായിരുന്ന ബന്ധത്തിന്റെ തീവ്രത വ്യക്തമാക്കുന്നു. ഹൃദയമുള്ള സർപ്പം എന്ന് കവി, തന്നെ സ്വയം വിശേഷിപ്പിക്കുന്ന പദമാണ്. പിന്നീട് തന്നെ പാടുന്ന പിശാചായും ഇതേ കവി തന്നെ വിശേഷിപ്പിച്ചു എന്നുള്ളതും ശ്രദ്ധേയമാണ്.

ഹൃദയമുള്ള സർപ്പത്തിൽ;

"തെറ്റിദ്ധരിച്ചെന്നെ നീ പോലുമെൻ-

കഷ്ടകാലത്തിന്റെ ശക്തിമൂലം

ആരെന്തു ചൊല്ലിലും ചഞ്ചലമാവുകി-

ല്ലാമനസ്സെന്നു ഞാൻ വിശ്വസിച്ചു."

കവിയ്ക്കും ദേവിക്കുമിടയിൽ കടന്നു കൂടിയ നിസ്സാരമായ ഏതോ പ്രശ്നമാണ് ഈ കവിതയ്ക്കാധാരം. ഉദ്ധൃത വരികളിൽ തുടങ്ങുന്ന ഈ കവിതയിൽ തനിക്കു ചുറ്റും ഒഴുകിപ്പരക്കുന്നത് ദുഃഖത്തിന്റെ പെരും കാലമാണെന്നും അതിനിടയിലുള്ള ഒരേ ഒരാശ്വാസകേന്ദ്രം ദേവിയാണെന്നും കവി തുടർന്നെഴുതുന്നു. ദേവിയുടെ കണ്ണുകൾ ദുഃശങ്ക മൂലം

നിറയുവാനിടയായാൽ അത് തനിക്കു ദുഃസഹമാണെന്നും തന്റെ ആത്മാവിൽ തൊട്ടദ്ദേഹം കുറിച്ചിട്ടുണ്ട്. ലോകമൊന്നാകെ തന്നെപ്പഴിച്ചാലും താൻ ദുഃഖിതനാവുകയില്ലെന്നും നീ മാത്രം എന്നെ വിശ്വസിച്ചാൽ മനോസുഖം ലഭിയ്ക്കുമെന്നും തുടർന്നുള്ള വരികളിൽ പരമാർശിച്ചിട്ടുണ്ട്.

"വഞ്ചിക്കില്ലയേ നിന്നെ മാത്രം പ്രിയേ

നെഞ്ചിടിപ്പറ്റുഞാൻ വീഴുവോളം

ചെഞ്ചോര വാർത്തു പിടയ്ക്കുകിൽ കൂടിയും

ചഞ്ചലമാവുകില്ലെൻ ഹൃദയം."

എന്നു പ്രഖ്യാപിക്കുവാനും കവിയ്ക്കു രണ്ടാമതൊന്നാലോചിക്കേണ്ടി വരുന്നില്ല, ദേവിയോടുള്ള കവിയുടെ സമീപനം ഇങ്ങനെ ആത്മാർത്ഥത നിറഞ്ഞതായിരുന്നു. ഒരുപക്ഷേ തന്റെ സങ്കൽപ്പത്തിൽ നിന്നും അടർന്നുമാറിയ ഭാര്യയുടെ പ്രവർത്തനങ്ങളായിരിക്കുമോ അദ്ദേഹത്തെ ഇത്തരമൊരു ബന്ധത്തിലേക്കാകർഷിച്ച കാരണം? ഒട്ടനവധി ഓവുചാലുകളിലൂടെ വട്ടം കറങ്ങി നീങ്ങിയ ഒന്നാണ് കവിയുടെ ജീവിതമെന്ന് പറയാതെ തന്നെ ആർക്കും മനസ്സിലാകുന്ന കാര്യമാണ്. സ്വന്തം സത്തയിൽ ഉറഞ്ഞു കൂടുകയും തന്നെ ദിശതെറ്റിക്കുകയും ചെയ്ത വികാരാധിക്യങ്ങളുടെ ഭാരം താങ്ങുവാൻ കഴിയാത്തതിനാലായിരിക്കുമോ ചങ്ങമ്പുഴ മദ്യപാനത്തിലേക്ക് കാലിടറിയത്?

മുകളിലുദ്ധരിച്ചിട്ടുള്ള വരികളിൽ കിടന്നു സ്പന്ദിക്കുന്ന കവി ഹൃദയം ഈ കവിതയിലെഴുതിയിട്ടുള്ള മറ്റൊരു ഭാഗം നോക്കുക:

"സർപ്പമാകാം ഞാൻ, വിഷം വമിക്കാം, മുഗ്ര-

ദർപ്പവുമുണ്ടാമെനിക്കു പക്ഷേ-

അത്രയ്ക്കുമാത്രം മനസ്വിനിയാണു നീ-

കൊത്തുകയില്ല ഞാൻ നിന്നെ മാത്രം

ഓടക്കുഴൽ വിളിയായ നിൻമുന്നിൽ നി-

ന്നാടും ഫണം വിരിച്ചോമനേ ഞാൻ

കാണിക്ക പോലുമില്ലെൻ വിഷപ്പല്ലുകൾ

പ്രാണനും പ്രാണനായുള്ള നിന്നെ."

സ്വയം പാപത്തിന്റെ ചിഹ്നമായ സർപ്പമായി പ്രച്ഛന്നനായി കവി നടത്തുന്ന ഏറ്റുപറച്ചിലുകൾക്കിടയിലും ശ്രദ്ധേയമായ ഒരു കാര്യം പരാമർശമർഹിക്കുന്നു. മനസ്വിനിയായ ദേവിയെ താൻ ദംശിപ്പതല്ലെന്നും അവളുടെ സാന്നിദ്ധ്യം കവിക്ക് ഓടക്കുഴൽ

വിളിനാദമായിട്ടാണനുഭവപ്പെടുന്നതെന്നും ആയതിനാൽ ദേവിയുടെ മുൻപിൽ ഫണം വിരിച്ചാടുമെന്നും എഴുതിയതിന് ശേഷം കവി പറയുന്നത് തന്റെ വിഷപ്പല്ലുകൾ ഒരിക്കൽ പോലും ദേവിയെ കാണിക്കയില്ലെന്നാണ്. വേണമെങ്കിൽ ഒരു പ്രതിജ്ഞ പോലെ കരുതാവുന്ന ഈ വരികളിൽ കവിക്ക് ദേവിയോടു ശമനമില്ലാത്ത ആഹ്ലാദാനുഭൂതി പകർന്നു നൽകുന്ന പ്രണയമാണ് തുടിച്ചു നിൽക്കുന്നത്. യഥാർത്ഥത്തിൽ ഈ പ്രണയം മുഖേന ചങ്ങമ്പുഴയുടെ ഹൃദയം ആനന്ദമുഹൂർത്തങ്ങളിൽ നിമഗ്നമാകുന്നതോടൊപ്പം ശ്രീദേവിയോടു കാണിക്കുന്ന വഞ്ചനാപരമായ ചെയ്തികളിൽ വിറകൊള്ളുന്നുമുണ്ട്. അതു കൊണ്ട് ചങ്ങമ്പുഴ അനുദിനം കലുഷമായിക്കൊണ്ടിരിക്കുന്ന ഗൃഹാന്തരീക്ഷത്തെക്കുറിച്ചും താൻ വെറുക്കപ്പെട്ടവനായിത്തുടരുവാനിടയായ സാഹചര്യത്തെക്കുറിച്ചും ഇങ്ങനെ എഴുതുന്നു.

"ഹാ വെറുക്കപ്പെടാൻ മാത്രമാണീശ്വരൻ
ഭൂവിലേയ്ക്കെന്നെ നിയോഗിച്ചതീവിധം
ശത്രുവായ്ത്തീരുന്നു ഞാനോടടുക്കുമ്പോ-
ളുറ്റ ബന്ധുക്കൾ പോലുമെന്തത്ഭുതം
സ്നേഹിക്കുവാനില്ലൊരാളും വിവിക്തമെൻ
ഗേഹം-തമസ്സിലടിഞ്ഞു വീഴുന്നു ഞാൻ
നഷ്ട സൗഭാഗ്യ സ്മൃതികളിലെങ്കിലു-
മൊട്ടിപ്പിടിയ്ക്കാനുമൊത്തിടുന്നില്ലമ്മേ."
ഇങ്ങനെയുള്ള സാഹചര്യത്തിലും കവി വാക്കുകൾ!
"എന്നെ നീ വിസ്മരിച്ചാലും മറക്കില്ല
നിന്നെ ഞാൻ കണ്ണടയുവോളം"

എന്നാണ്. അതായത് എത്രയോ കടുത്ത സാഹചര്യങ്ങളാണെങ്കിൽ കൂടിയും ദേവിയെ മറക്കാൻ കവിയ്ക്കു കഴിയുന്നില്ല. ഇവിടെ കവി ദേവിയുടെ കാമുകൻ മാത്രമല്ല സൗന്ദര്യത്തിന്റെ ദാസൻ കൂടിയാണ്. ഭാര്യയ്ക്കും മീതെ എത്രയോ ഗാഢതയുടെ കിനാവള്ളികളാണ് ചങ്ങമ്പുഴയെ വരിഞ്ഞു മുറുക്കുന്നത്.

പാപത്തിന്റേയോ പൈശാചികതയുടെയോ അടയാളമായി പൊതുവേകരുതപ്പെടുന്നസർപ്പത്തെതന്റെആത്മസ്ഥലികളുടെഅനന്തതയെ ചൂഴ്ന്നു നിൽക്കുന്ന ഉപമാനമായി സ്വീകരിച്ചുകൊണ്ട് അതിനൊരു സുവർണ്ണകിരീടം കൂടി ചാർത്തിക്കൊടുക്കുകയാണ്-ഹൃദയമുള്ള സർപ്പം

എന്ന ശീർഷകം തന്നെ അതിനുള്ള തെളിവാണ്. ഇത് കവി സ്വയം ന്യായീകരിക്കുവാൻ കണ്ടെത്തിയ ഉപാധിയുമാണ്. സുന്ദരനായ ഒരു കാമുകൻ, രാഗലോലനായ ഒരു കാമുകൻ എന്ന മാനം വിട്ട് സർപ്പത്തിന്റെ പ്രലോഭന മുദ്രകൾ തന്റെ സത്തയിൽ തുന്നിച്ചേർത്ത ഈ കവിയുടെ മനോവൈകൃതത്തിന്റെ സാക്ഷ്യം കൂടിയാണ് ഹൃദയമുള്ള സർപ്പം.

സ്പന്ദിക്കുന്ന അസ്ഥിമാടത്തിലെ അതേ പേരിലുള്ള കവിത, ഒരു കഥ, പച്ച, ശീർഷകമില്ലാത്ത ചില കാവ്യഖണ്ഡങ്ങൾ, രാഗപരാഗത്തിലെ കാമുകന്റെ സ്വപ്നങ്ങൾ, മറ്റൊരു കവിതയായ കുട്ടംബിനി എന്നിങ്ങനെ ചങ്ങമ്പുഴ നിരവധി രചനകൾ ദേവിയെ ആസ്പദിച്ച് എഴുതിയിട്ടുണ്ട്. ഇതുവരെ പറയാത്തതും എന്നാൽ ഏറെ പ്രാധാന്യമർഹിക്കുന്നതുമായ മറ്റു രണ്ടു കവിതകൾ കൂടി ദേവിയെക്കുറിച്ച് ചങ്ങമ്പുഴ രചിച്ചിട്ടുണ്ട്. 'മനസ്വിനി'യും 'കാവ്യനർത്തകി'യുമാണവ.

ഈ രണ്ടു കവിതകളേയും ചെറുതായൊന്നു വിശകലനം ചെയ്യുവാനാണ് ഇവിടെ തുനിയുന്നത്. പ്രത്യേകിച്ച് മനസ്വിനി ചങ്ങമ്പുഴയുടെ ഭാര്യയെക്കുറിച്ചാണെന്ന വ്യാപകമായ പ്രചാരണം നിലനിൽക്കെ അതേ ക്കുറിച്ചാദ്യം പറയട്ടെ.

അദ്ധ്യായം ഇരുപത്തിയെട്ട്

മനസ്വിനി

1947-ൽ കവി മരിക്കുന്നതിനും ഏതാനും മാസങ്ങൾക്ക് മുമ്പ് എഴുതിയതാണ് മനസ്വിനി. ഈ കവിത എഴുതുവാനുള്ള സാഹചര്യത്തെക്കുറിച്ച് ചങ്ങമ്പുഴ എഴുതിയതായി പറയപ്പെടുന്ന കത്തിൽ ഇങ്ങനെ വായിക്കാം.

"പ്രിയസുഹൃത്തേ,

അയച്ച കത്തു കിട്ടി. വളരെ സന്തോഷിക്കുന്നു. ഈ കവിതയ്ക്കു വിശേഷിച്ച് ഒരു പശ്ചാത്തലവുമില്ല. സുശീലയായ എന്റെ ഭാര്യയുടെ അതിരറ്റ സ്നേഹവും സഹനശക്തിയും എന്റെ മനോമണ്ഡലത്തിന്റെ ഓരോ കോണിനെപ്പോലും ഇളക്കിമറിച്ചിട്ടുണ്ട്.... ഇങ്ങനെ എഴുതാൻ തുടങ്ങിയാൽ പലതുമുണ്ട്. അതിനി ഒരവസരത്തിലായിക്കൊള്ളാം. എന്റെ ദീനശയ്യയിൽ അവളുടെ പരിചരണം എന്റെ ഹൃദയത്തെ എന്തെന്നില്ലാതെ മഥിച്ചതിന്റെ ആ കവിത...എനിയ്ക്കു നാൾക്കു നാൾ സുഖക്കേട് വർദ്ധിച്ചു വരികയാണ്. ചികിത്സ മുറയ്ക്കു നടക്കുന്നുണ്ട്. താങ്കൾക്കു ക്ഷേമം തന്നെ എന്നു വിശ്വസിക്കുന്നു.

എന്ന് സ്നേഹപൂർവ്വം

ചങ്ങമ്പുഴ

ഒപ്പ്

മലയാളനാട് പത്രാധിപർ എസ്. കെ. നായർക്ക് ചങ്ങമ്പുഴ അയച്ചതാണെന്നു വിശ്വസിക്കപ്പെടുന്ന ഈ കത്തിൽ ചില വൈരുദ്ധ്യങ്ങൾ കാണാം. കത്തിന്റെ തുടക്കത്തിൽ ഈ കവിതയ്ക്ക് യാതൊരു പശ്ചാത്തലവുമില്ല എന്നു പറയുന്ന കവി, പിന്നീട് കവിതയുടെ പ്രചോദനം ഭാര്യയുടെ കളങ്കരഹിതമായ സ്നേഹമാണെന്ന് എഴുതുന്നു. ഇതെങ്ങനെ സംഭവിച്ചു എന്ന് ഇനിയും വ്യക്തമായിട്ടില്ല. മറ്റൊന്ന് ഈ കത്തിൽ സൂചിപ്പിക്കപ്പെടാതെ പോയ വരി ഏതെന്നുള്ളതാണ്. അവിടെ...ഇത്തരമൊരു ചിഹ്നമിടുവാനുള്ള പ്രേരണയെന്താണ്. കുത്ത് ഇട്ടിരിക്കുന്ന

സ്ഥാനത്തുള്ള വാചകങ്ങളോ വാചകമോ പ്രസിദ്ധീകരിക്കാത്തതിന്റെ കാരണമെന്ത്? കവി ഇപ്രകാരത്തിലൊരു കത്തയക്കുമോ എന്ന കാര്യത്തിൽ ചങ്ങമ്പുഴ പ്രഭാകരൻ സംശയം പ്രകടിപ്പിച്ചിട്ടുണ്ട്. അദ്ദേഹം കത്തിന്റെ പകർപ്പിനു വേണ്ടി എസ്. കെ. നായർക്കെഴുതിയെങ്കിലും പകർപ്പ് ലഭിച്ചില്ല. ഒരു വട്ടമല്ല പ്രഭാകരൻ കത്തെഴുതിയത്. പിന്നീട് എസ്.കെ.നായരുടെ മരണശേഷം അദ്ദേഹത്തിന്റെ ഭാര്യയ്ക്ക് ഇതേ ആവശ്യം ഉന്നയിച്ച് കത്തയച്ചെങ്കിലും അദ്ദേഹത്തിന് പരാമൃഷ്ട കത്തിന്റെ പകർപ്പ് ലഭിച്ചില്ല. ആയതിനാൽ ഇതു പോലൊരു കത്ത് കവി എഴുതുവാനുള്ള സാധ്യതയിൽ നമുക്ക് സംശയം തോന്നാവുന്നതാണ്.

'മനസ്വിനി' ചങ്ങമ്പുഴയുടെ ഇതര നായികാപ്രാധാന്യമുള്ള കവിതകളിൽ നിന്നും വ്യത്യസ്തമായ ഒന്നാണ്. മോഹിനിയുടെയോ വത്സലയുടെയോ ഭാവമോ ആഖ്യാനരീതിയോ അല്ല മനസ്വിനിയുടെ ആവിഷ്കാരത്തിനായി കവി സ്വീകരിച്ചിട്ടുള്ളത്. പക്വത പ്രാപിച്ച ഒരു കവിഹൃദയത്തിന്റെ സ്പന്ദനങ്ങൾ മനസ്വിനിയിൽ ഈണമിട്ടു നില്പാണ്. കവിതയിലെ മനസ്വിനി കവിയുടെ ഭര്യ ശ്രീദേവിയല്ല. ജീവിതത്തിന്റെ അവസാന നാളുകൾക്ക് ഏതാനും വർഷങ്ങൾക്ക് മുമ്പ് കവിഹൃദയത്തെ ഹരം കൊള്ളിക്കുകയും പീഡിതമാക്കുകയും ചെയ്ത ഒരു പ്രണയബന്ധമാണ് ഈ കവിതയുടെ ആധാരമായി വർത്തിക്കുന്നതെന്ന് സൂക്ഷ്മമായി പരിശോധിച്ചാൽ വ്യക്തമാകും. തന്നെ കണക്കറ്റ് പ്രലോഭിപ്പിച്ച, സൗന്ദര്യത്തിന്റെ പൂർണ്ണതയായി തനിക്ക് വെളിപ്പെട്ട ഒരു സ്ത്രീയുടെ ശാരീരിക മാനസിക ലാവണ്യങ്ങളെ ആവിഷ്കരിക്കുകയാണ്-ശാരീരിക മാനസിക ലാവണ്യങ്ങൾ മാത്രമല്ല, ശാരീരിക വൈരൂപ്യത്തിലും അവർ പുലർത്തുന്ന മനസ്സിന്റെ ഉദാത്തതയെ-അത് കവിയിൽ ഉയർത്തുന്ന പ്രതികരണങ്ങളെ കോറിയിടുകയാണ് കവി മനസ്വിനിയിൽ ചെയ്യുന്നതെന്ന് വേണമെങ്കിൽ പറയാം. തീർത്തും ഉപരിപ്ലവമായ ഈ നിരീക്ഷണം പാഠപുസ്തകങ്ങളിൽ എഴുതിവെയ്ക്കാൻ ഉപയോഗിക്കാം. അതിനപ്പുറം അതിന് വലിയ സാധൂകരണമില്ല.

കാല്പനിക കവിതയുടെ വസന്തമായി വ്യാഖ്യാനിയ്ക്കപ്പെട്ട ചങ്ങമ്പുഴയുടെ കവിത്വത്തിൽ ആധുനികതയുടെ ജ്വാലാമുഖങ്ങൾ ജാഗ്രവത്താകുന്നതിന്റെ സാക്ഷ്യമാണ് മനസ്വിനി. അത് കവിയുടെ രോഗാതുരവും കാമാന്ധവുമായ അന്തർലോകത്തിലേയ്ക്ക് അഗ്നി ജാലകങ്ങൾ തുറന്നിടുന്നതിനോടൊപ്പം കവിയുടെ കാമുകിയുടെ അക്കാലത്തെ പീഢാപരമായ പരിതോവസ്ഥകളെയും വലം വെയ്ക്കുന്നുണ്ട്.

ഇങ്ങനെ കവിതയുടെ ആന്തരിക ലോകം വൈരുദ്ധ്യങ്ങളെ ചൂഴ്ന്നു നിൽപ്പാണ്. തന്റെ ഉള്ളിൽ കിളിർന്ന അവ്യക്തങ്ങളായ ആനന്ദാനുഭൂതിയുടെ മഹാസാമ്രാജ്യത്തിലേക്ക് വൈകാരികത തിണർത്ത് വാക്കിന്റെ പ്രപഞ്ചം കൊട്ടുത്തുകൊണ്ട് ഒരു പുത്തൻ ഭാവുകത്വ സൗരയൂഥം ആരംഭിക്കുകയാണ് മനസ്വിനിയിലൂടെ കവി ചെയ്യുന്നത്. കുറച്ചു കൂടി അടുത്തു നിന്നു മനസ്വിനിയെ നോക്കുമ്പോൾ അതിലെ വരികൾ പുറത്തേക്ക് പ്രക്ഷേപിയ്ക്കുന്നതിനേക്കാൾ സങ്കീർണ്ണവും രൂക്ഷവുമായൊരു ലോകം ആ കവിതയിൽ ഇരുളും പ്രകാശവുമായി നിലകൊള്ളുന്നുണ്ടെന്നു നമുക്കു കണ്ടെത്തുവാൻ കഴിയും.

കവിയുടെ ഭാര്യ ശ്രീദേവിയെ മനസ്വിനിയായി സങ്കൽപ്പിച്ച് കവിതയുടെ ആന്തരികതയിലേക്കിറങ്ങിയവർ നിരവധി വൈരുദ്ധ്യങ്ങളിൽ തട്ടി അന്ധാളിച്ചു പോവുകയാണുണ്ടായത്. ഈ അന്ധാളിപ്പ് അവർ തങ്ങളുടെ അനന്തര തലമുറകളിലേക്ക് പകരുകയും ചെയ്തു. ഒരുവേള ചങ്ങമ്പുഴയുടെ ബോധതലം മനസ്വിനിയായി കരുതിയത് ശ്രീദേവിയെയാകാം. എന്നാൽ കവിത ബോധമനസ്സിന്റെ മാത്രം പ്രതിനിധാനമല്ലല്ലോ. മാത്രവുമല്ല അത് അബോധത്തിന്റെ അപ്രതിരോധ്യവും രുദ്രവുമായ ഊർജ്ജ പ്രവാഹം കൂടിയാണ്. ആയതിനാൽ ബോധാബോധങ്ങൾക്കിടയിലെങ്ങോ സംഭവിച്ച അത്യപൂർവ്വമായ ഒന്നായതിനാലാണ് മനസ്വിനി ഇന്നിക്കാണുന്ന രൂപത്തിൽ നമുക്ക് ലഭ്യമായത്.

മനസ്വിനിക്ക് രണ്ടു ഭാഗങ്ങളാണുള്ളത്. ആദ്യഭാഗം നായികയുടെ അനന്യസാധാരണമായ സൗന്ദര്യത്തിൽ നിമഗ്നനായ കവിയുടെ പ്രതികരണങ്ങളുടെ ഉള്ളടക്കമാണ്. കവിതയുടെ തുടക്കം.

“മഞ്ഞത്തെച്ചിപ്പൂങ്കുല പോലെ
മഞ്ജിമ വിടരും പുലർ കാലെ
നിന്നൂ ലളിതേ നീയെൻ മുന്നിൽ
നിർവൃതിതൻ പൊൻ കതിർ പോലെ.”

ഇവ്വിധം മനസ്സിനെ പുളകമണിയിച്ച നായികയുടെ സാന്നിദ്ധ്യം വിവരണാതീതമായ ഒരാലക്തികാനുഭൂതിമണ്ഡലത്തിലേയ്ക്കാണ് കവിയെ നയിക്കുന്നത്. നായികയോടുള്ള അഭിനിവേശത്തിന്റെ മറ്റൊരു പ്രതികരണമിതാ:

“നീലാരണ്യനിചോള നിവേഷ്ടിത
നീഹാരാർദ്ര മഹാദ്രികളിൽ

കാവ്യല സജ്ജല കന്യക കനക-

ക്കതിരുകൾ കൊണ്ടൊരു കണിവെയ്ക്കേ

കതിരുതിരുകിലും മദൃശ്യശരീരികൾ

കാമദകാനന ദേവതകൾ

കലയുടെ കമ്പികൾ മീട്ടുംമട്ടിൽ

കളകളമിളകീ കാട്ടുകളിൽ!

മഞ്ഞല മാഞ്ഞിളവെയ്ലൊളിയിൽ, ദല

മർമ്മര മൊഴകീമരനിരയിൽ"

സർഗ്ഗധനനായ കവിക്ക് അനുഭവിക്കുവാൻ കഴിയുന്ന രസനീയതയുടെ നൃത്തമണ്ഡപത്തിലേക്ക് വായനക്കാർക്കും പാളിനോക്കുവാനുള്ള മഴവിൽ പാളികളാണീ വരികൾ.

നിർവൃതി തൻ പൊൻകതിരായ് തന്റെ മുൻപിൽ പരിലസിക്കുകയും പുലരിത്തുടിപ്പിന്റെ സമ്മോഹനനതയായിത്തീരുകയും ചെയ്ത നായികയുടെ ഈറൻ തുകിലിൽ മറഞ്ഞ പൊന്നല പാറിയ ഗാത്രം കവിയെ വന്യമായി ആവേശിക്കുകയാണ്. തന്റെ ചുറ്റുപാടുകളുടെ നൈരന്തര്യങ്ങൾ കവിയ്ക്ക് മിഥ്യയായി തോന്നുകയും നായികയുടെ സൗന്ദര്യം സർവ്വ മിഥ്യകൾക്കുമതീതമായ സത്യമായി കവിയിൽ നിറയുകയും ചെയ്യുന്നു. കവി ജീവിതത്തിൽ എത്രയോ സ്ത്രീകൾ അദ്ദേഹത്തിലേക്ക് കടന്നു വന്നെങ്കിലും അവരിൽ ഒരാൾക്കുപോലും ചങ്ങമ്പുഴയുടെ മനസ്സിനെ കീഴടക്കാൻ കഴിഞ്ഞിരുന്നില്ല, ശ്രീദേവിക്കു പോലും എന്നാൽ ദേവിയെ കണ്ടെത്തിയപ്പോൾ തന്റെ ജീവിതത്തിന് ഒരു പൂർണ്ണത കൈവന്നതായി കവിക്ക് തോന്നി, കവിയുടെ ഓരോ അണുവും ഒന്നുമാത്രം മന്ത്രിച്ചു. ദേവി, സുന്ദരിയായ എന്റെ ദേവി. കവിയുടെ ആത്മാവിന്റെ അഗാധങ്ങളായ തമോരാശികളിൽ വെളിച്ചം വിതറിക്കൊണ്ട് ദേവി നിറഞ്ഞു കവിഞ്ഞു.

ഈറൻ തുകിലിൽ കവി കാണുന്നത് കേവലമായ സൗന്ദര്യമല്ല. തന്റെ മനസ്സിന്റെ കോണുകളെ ഇളക്കിമറിച്ച ആരാധ്യദേവതയുടെ പൂജാബിംബമാണ്. ആ പൂജാബിംബത്തിൽ പുഷ്പാർച്ചന ചെയ്യുന്ന ഭക്തന്റെ മാനസിക ഭാവത്തിൽ നിന്നും ഉരുവം കൊണ്ട ഒന്നാണ് മിഥ്യാവലയിത സത്യോപമ രുചി എന്ന പരികൽപ്പന. പ്രപഞ്ചത്തിലെ ഇതര വസ്തുക്കളുടെ മിഥ്യകളിൽ നായികയുടെ അഭൗമമായ സൗന്ദര്യം മാത്രമേ കവി ദർശിക്കുന്നുള്ളൂ.

മനസ്വിനിയായ നായികയുടെ കാന്തിക പ്രഭാവം തന്റെ ഉള്ളിൽ

സൃഷ്ടിക്കുന്ന വൈകാരിക ഭാവങ്ങളിൽ അവളുടെ മുടിക്കെട്ടിനെക്കുറിച്ചു പറയുമ്പോൾ,

“ഒറ്റപ്പത്തിയോടായിരമുടലുകൾ
ച്ചുറ്റപിണഞ്ഞൊരു മണിനാഗം
ചന്ദനലതയിലധോ മുഖശയനം
ചന്തമൊടിങ്ങനെ ചെയ്യുമ്പോൾ
വിലസീ, വിമല ചെറിയൊരു
പനിനീരലർ ചൂടിയ നിൻ ചികുരഭരം”

സർപ്പത്തിന്റെ പ്രതിമാനം കടന്നുവരുന്നത് കവിയുടെ അബോധമനസ്സിന്റെ വികൽപ്പമായിട്ടാണ് മനസ്സിലാക്കുവാൻ കഴിയുന്നത്. മനസ്വിനിയെ ഓർക്കുമ്പോൾ പോലും പദങ്ങളിൽ സന്നിവേശിപ്പിക്കുവാൻ കഴിയാത്ത വിധം, വിശദീകരിക്കുവാൻ കഴിയാത്ത ഒരാത്മീയ മണ്ഡലത്തിലേയ്ക്കാണ് കവി പ്രവേശിക്കുന്നത്. ഗാനമായും, ഉണ്മേറും കാവ്യമായും അവളെ സ്മരിക്കുമ്പോൾ കവിയിൽ ഹൃദയ നൈർമല്യത്തിന്റെയും ഹൃദയ നിറവിന്റേയും രൂപങ്ങളിൽ നായിക ധന്യയാകുന്നു. ആ ധന്യതയിൽ കവി ആഗ്രഹിക്കുന്നത്.

“മലരൊളിതിരളും മധുചന്ദ്രികയിൽ
മഴവിൽക്കൊടിയുടെ മുനമുക്കി
എഴുതാനുഴറീ കല്പന ദിവ്യ-
മൊരഴികിനെ എന്നെ മറന്നു ഞാൻ.
മധുര സ്വപ്ന ശതാവലി പൂത്തൊരു
മായാ ലോകത്തെത്തി ഞാൻ
അദ്വൈതാമല ഭാവസ്പന്ദിത
വിദ്യുന്മേഖല പൂകി ഞാൻ”

രോഗം അതിന്റെ വിഷബീജങ്ങൾ കവിയുടെ സിരകളിലേക്കു തീവ്രമായി പ്രവഹിപ്പിച്ച കാലഘട്ടത്തിൽ കാമുകിയുമായി യാതൊരു വിധത്തിലുള്ള വിനിമയവും അദ്ദേഹത്തിനുണ്ടായിരുന്നില്ല. ആ വിരഹത്തിൽ അവരുടെ സൗന്ദര്യത്തെക്കുറിച്ചും, സാമീപ്യത്തെക്കുറിച്ചും ഓർത്ത കവി തന്റെ മനോദാഹങ്ങൾക്ക് മുൻപിൽ അടിയറവ് പറഞ്ഞെഴുതിയതാണീവരികൾ. മറ്റൊരർത്ഥത്തിൽ ഈ കവിതയുടെ തന്നെ പശ്ചാത്തലമതാണ്.

ഈ വരികളിൽ സ്വയം മറവിയുടേതായ ഒരു ലോകത്തിരുന്നു

കൊണ്ട് കാമുകിയുടെയും കവിതയുടെയും സപ്തവർണ്ണങ്ങൾ വിടർത്തു വാനാണ് കവിശ്രമം. അങ്ങനെയുള്ളൊരു പരിതോവസ്ഥയിൽ മധുര സ്വപ്നങ്ങൾ പൂക്കുന്ന മായാലോകത്തെത്തുക മാത്രമല്ല രണ്ടു ശരീരവും രണ്ടു മനസ്സും എന്നെ ദ്വൈതത്തിൽ നിന്നും, കാമുകിയും-കവിതയും എന്ന ദ്വിമാനങ്ങളിൽ നിന്നും- കളങ്കമറ്റ അദ്വൈതാവസ്ഥയിൽ കവി ചാരിതാർത്ഥ്യപൂർവ്വം ചെന്നെത്തുന്നു. കവിതയുടെ ഒന്നാം ഭാഗമിങ്ങനെ പൂർണ്ണമാവുകയാണ്.

പിന്നീട് നായികയുടെ സൗന്ദര്യം വസൂരിയുടെ കടന്നാക്രമണത്തിൽ നഷ്ടപ്പെട്ടു-കാമുകിയുമായി സംവദിയ്ക്കുവാനോ അവരെ കാണുവാനോ ഉള്ള സാഹചര്യം കവിക്ക് നഷ്ടമായി. ആ നഷ്ടപ്രദേശത്തു നിന്നുമാണ്,

"കോമളരൂപിണി, ശാലിനി, നീയൊരു

കോലം കെട്ടിയ മട്ടായി.

മുകളിലൊളിമാഞ്ഞു മുടികൾ കൊഴിഞ്ഞു

മുഖമതി വികൃത കലാവൃതമായ്"

എന്ന വരികൾ തെറിച്ചുവീണത്. കവിയുടെ അബോധമനസ്സിന്റെ അന്ധകാരാവൃതമായൊരു ചിത്രം കൂടി ഈ വരികളിൽ മിഴിതുറക്കുന്നു.

"പൊന്നൊളി പോയി, കാളിമയായി;

നിന്നുടൽ വെറുമൊരു തൊണ്ടായി

കാണാൻ കഴിയാ-കണ്ണുകൾ പോയി;

കാതുകൾ പോയി കേൾക്കാനും!"

വസന്തകാലം വെറുമൊരു സ്മരണ മാത്രമായ രോഗത്തിന്റെയും പ്രണയത്തിന്റെയും പീഡിതമായ വർത്തമാനമാണ് ഇവിടെ മുഴങ്ങി കേൾക്കുന്നത്. ഇങ്ങനെ താനെത്തിപ്പെട്ട സാഹചര്യം തന്റെയോ അവളുടെയോ ജാതകദോഷമായി സമാശ്വസിയ്ക്കുകയാണ് കവി. എന്നാൽ കവിതയിൽ ഇത് മനസ്വിനിയുടെ (ഭാര്യയുടെ) ജാതകദോഷമായിട്ടാണ് വരച്ചിട്ടുള്ളത്. തന്റെ ജീവിതത്തിലേക്കു കടന്നു വന്ന ഇതരസ്ത്രീകളെ പോലെയായിരുന്നില്ല കവിക്ക് കാമുകി;

"പലപല രമണികൾ വന്നു വന്നവർ

പണമെന്നോതി നടുങ്ങീ ഞാൻ

പലപല കമനികൾ വന്നു വന്നവർ

പദവികൾ വാഴ്ത്തി നടുങ്ങി ഞാൻ.

എന്നാൽ അവളോ?

കിന്നര കന്യക പോലെ ചിരിച്ചെൻ
മുന്നിൽ വിളങ്ങിയ നീ മാത്രം
എന്നോടരുളി, യെനിക്കവിടുത്തെ
പൊന്നോടക്കുഴൽ മതിയല്ലോ
നിന്നുടെ പുല്ലാങ്കുഴലതെനിക്കൊരു
പൊന്നോടക്കുഴലാണല്ലോ."

ഇവ്വിധം കവിയോടു പെരുമാറുകയും പറയുകയും ചെയ്തിട്ടുള്ള ഒരേ ഒരു സ്ത്രീ കവിയുടെ ഭാര്യയല്ല, സാക്ഷാൽ ദേവിയാണ്. ഒരു സാധാരണ ഗ്രാമീണസ്ത്രീയായിരുന്ന ശ്രീദേവിക്ക് കവിയെ മനസ്സിലാക്കുവാനോ അദ്ദേഹത്തിന് സാന്ത്വനം പകരുവാനോ കഴിഞ്ഞില്ല. എന്നു മാത്രമല്ല, അവർ തമ്മിൽ കുറച്ചുകാലം മാത്രമാണ് ഒന്നിച്ചു ജീവിച്ചിട്ടുള്ളത്. അപ്പോളാകട്ടെ മിക്കവാറും കലഹ നിർഭരമായിരുന്ന അന്തരീക്ഷം. ശ്രീദേവിയെ വിവാഹം കഴിച്ചതിനു ശേഷം കവി ബി.എ. ഓണേഴ്സ് പൂർത്തിയാക്കുവാൻ തിരുവനന്തപുരത്തേക്ക് പോയി. പിന്നീട് ട്യൂഷനെടുക്കുവാൻ കായംകുളത്തേക്കും. അതിനുശേഷം പട്ടാളത്തിൽ ചേരുവാനായി പൂനെയിലേക്കു പോയി. പിന്നീട് കൊച്ചിയിൽ താമസിക്കുമ്പോൾ അവർക്കിടയിൽ കലഹങ്ങളുണ്ടാകുമായിരുന്നു. പലപ്പോഴും നിസ്സാരമായ കാര്യങ്ങൾക്ക്. ചിലപ്പോഴൊക്കെ ദേവിയെച്ചൊല്ലിയും. കൊച്ചിയിൽ താമസിക്കുമ്പോഴാണല്ലോ കവി ദേവിയെ പരിചയപ്പെടുന്നതും പിന്നീട് അത് അപ്രതിരോധ്യമായി വളർന്നതും. ജീവിതത്തിന്റെ ഏതേതു പ്രശ്ന സങ്കീർണ്ണതകളിൽ വെച്ചാണ് ശ്രീദേവി കവിയുടെ മനസ്സിനെ ഇളക്കിമറിയ്ക്കുന്ന രീതിയിൽ പെരുമാറിയിട്ടുള്ളത് എന്നത് ഒരു ചോദ്യമായിത്തന്നെ അവശേഷിക്കുന്നു.

പുല്ലാങ്കുഴലിനെ പൊന്നോടക്കുഴലാണെന്നു വിശേഷിപ്പിക്കുന്നവൾ കവിയുടെ പ്രണയ സ്വപ്നസാമ്രാജ്യത്തിലെ രാജ്ഞിയായിത്തീർന്നെങ്കിലും അവളുടെ വർത്തമാനാവസ്ഥ കവിയിൽ നീറിപ്പിടിയ്ക്കുന്ന ദുഃഖമായി പരിണമിച്ചിരിക്കുന്നു. എങ്കിലും കവിയുടെ മനസ്സിന്റെ അരാജക വീഥികളിൽ നിഴലാട്ടുന്ന ശീലവൈകൃതങ്ങൾ പിന്നെയും പ്രലോഭിപ്പിക്കുമ്പോൾ അവയോടെല്ലാം പൊരുതി നിൽക്കുവാനുള്ള കരുത്തും കാവലുമായി അവളുടെ സാന്നിദ്ധ്യം- പ്രതിഷേധങ്ങളില്ലാതെ തന്റെ പതിതാവസ്ഥയിലും കവിയോട് സ്നേഹമസൃണമായിപ്പെരുമാറുന്ന അവളുടെ ഉൾത്തടങ്ങളിൽ എന്തോ വിഷാദഭരിതമായി പെയ്യുന്നില്ലേ എന്നു സംശയിക്കുന്ന കവി തുടർന്നുള്ള വരികളിൽ തന്റെ വിഹ്വലമായ മനസ്സിന്റെ വിഭ്രമാവസ്ഥകളും ഭീതികളുമാണാവിഷ്ക്കരിക്കുന്നത്.

“വർണ്ണം, നിളവ്വ, വെളിച്ചം, നാദം

വന്നെത്താത്തൊരു തവലോകം

അട്ടിയിലട്ടിയി, ലിരുളിരുളിന്മേൽ

കട്ട പിടിച്ചൊരു പാതാളം”

എന്ന വരികളിലും കവിയുടെ ആന്തരിക ലോകമാണ് പിടയ്ക്കുന്നത്. മരണം തനിയ്ക്കടുത്തെത്തി എന്നും ഇനിയും പ്രതീക്ഷിക്കുവാൻ ഒന്നു മില്ലെന്നുമുള്ള ശിഥിലചിന്തകളായിരിക്കാം ഇതു കുറിയ്ക്കുവാൻ കവിയ്ക്കു പ്രേരണയരുളിയത്. കവിചേതന നായികയുടെ ദുരന്തത്തിൽ ദുഃഖിയ്ക്കു കയാണെങ്കിലും!

“ഏതോ നിർവൃതിയിക്കിളി കൂട്ടി

ചേതനയണിവൂ പുളകങ്ങൾ”

ഇത്തരമൊരവസ്ഥയിൽ കവിമനസ്സ് നിർവൃതിയിലാളുന്നത് തന്റെ പ്രണയ സ്മരണകളിലായിരിക്കും. അതല്ലാതെ ഭാര്യയുടെ കാര്യമോർ ത്തിട്ടല്ല. ഇനി ഒരു പക്ഷേ രോഗാവസ്ഥയിൽ തന്നെ പരിചരിച്ച ഭാര്യയുടെ രൂപത്തെ ദേവിയിലേക്കു സന്നിവേശിപ്പിച്ചിട്ടാകാം ചങ്ങമ്പുഴ ഈ കവിത എഴുതിയത്.

“കവിതയുടെ ഒടുവിലത്തെ വരികൾ:

വേദന, വേദന, ലഹരി പിടിക്കും

വേദന- ഞാനിതിൽ മുഴുകട്ടെ~!

മുഴുകട്ടേ മമ ജീവനിൽ നിന്നൊരു

മുരളീ മൃദു രവമൊഴുകട്ടെ.”

ഈ ഖണ്ഡത്തെ രോഗം കവിയ്ക്കു നൽകിയ വേദനയായി മാത്രം വ്യാഖ്യാനിക്കുന്നതു ശരിയല്ല. അല്ലെങ്കിൽ രോഗം പകർന്ന വേദനയിൽ നിന്നും രൂപം കൊണ്ടതല്ല ഈ വരികൾ. കവി മനസ്സ് അനുഭവിച്ചിരുന്ന പ്രണയ നിർവൃതിയും അതകന്നു പോയപ്പോഴുള്ള കഠിനമായ വേദനയും തമ്മിൽ ഇഴചേർന്നു നിൽക്കുന്നതു കൂടിയാണ് കവിയുടെ വേദന-ആ വേദനയും രോഗപീഢയുടെയും ഒറ്റപ്പെടലിന്റെയും തീവ്രദുഃഖങ്ങളും കൂടി ച്ചേർന്ന് സങ്കീർത്തനം ചെയ്യുന്ന ലഹരിയിൽ നിന്നാണ് കവി കവിതയെ പിടിച്ചെടുക്കുന്നത്.

ചങ്ങമ്പുഴയുടെ പ്രശസ്തമായ ‘കാവ്യനർത്തകി’ ദേവിയും കവിതയും കൈകോർത്തു നൃത്തം ചെയ്യുന്നതിന്റെ അനുരണനങ്ങൾ ഉയർത്തുന്നു. അല്ലെങ്കിൽ കവിതയും ദേവിയും കവി വെച്ചുമാറുന്നതിന്റെ രൂപമായിട്ടും

കാവ്യ നർത്തകിയെ പരിഗണിക്കാവുന്നതാണ്. കുറച്ചു കൂടി കവിതയോ ടടുത്തു നിന്നു പറഞ്ഞാൽ ദേവി തന്നെയാണ് കവിതയും നർത്തകിയും.

"കനകച്ചിലങ്ക കിലുങ്ങിക്കിലുങ്ങി

കാഞ്ചനകാഞ്ചി കലുങ്ങിക്കലുങ്ങി"

നൃത്തം ചെയ്തു വരുന്നത് ദേവിയാണ്, മലയാള കവിതയാണെന്ന് ഒറ്റനോട്ടത്തിൽ തോന്നാം പക്ഷേ

"കടമിഴിക്കോണുകളിൽ സ്വപ്നം മയങ്ങി

കതിരുതിർ പൂപുഞ്ചിരി ചെഞ്ചുണ്ടിൽ തങ്ങി"

ഇങ്ങനെ നൃത്തം അതിന്റെ സംഗീതധാരയിൽ വിലയിച്ച് ചുവ ടുവെപ്പുകൾ തുടരുകയാണ്. നൃത്തക്രമത്തിന് ഒരു ശരീരം രൂപം കൊള്ളുമ്പോൾ ദേവിയാകാതെ മറ്റാരാകാൻ? വെറുമൊരു നിഗമനം മാത്രമല്ലിത്. 1946ൽ രചിച്ച കാവ്യനർത്തകിയിൽ ദേവി കടന്നുവരുവാൻ ചില കാരണങ്ങളുണ്ട്. ചങ്ങമ്പുഴ ദേവിയോട് നമുക്ക് ഊഹിക്കുവാൻ കഴിയാത്തവിധം അടുത്തിരുന്നു എന്നത് വെറുമൊരു സത്യം മാത്രമാണ്. പിന്നീട്, അതായത് ഗൃഹാന്തരീക്ഷം പാടെ തകർന്ന അവസ്ഥയിലെ ത്തിച്ചേരുകയും കവി ജീവിതം കഠിനതരമായ വേദനകളാൽ ചുറ്റപ്പെടു കയും ചെയ്തതിനു ശേഷം കവിയ്ക്ക് ദേവിയെ ക്കാണുവാനോ അവർക്ക് കത്തയക്കുവാനോ കഴിഞ്ഞില്ല.

ഈയൊരു സാഹചര്യത്തിലാണ് 'കാവ്യനർത്തകി' എഴുതുന്നത്. അപ്പോഴത്തെ കവിയുടെ മാനസികാവസ്ഥ.

"ഒരു പകുതി പ്രജ്ഞയിൽ നിഴലും നിലാവും

ഒരു പകുതി പ്രജ്ഞയിൽ കരിപൂശിയ വാവും"

ഇത് ചങ്ങമ്പുഴ എന്ന വ്യക്തിയുടെ ആന്തരിക ലോകത്തിന്റെ കുഴമ റിച്ചിലിന്റെ ചിത്രമാണ്. പ്രജ്ഞയിൽ പടരുന്ന നിലാവിനും, ഇരുളിന്റെ കാളിമയ്ക്കും ഇടയിൽ ഊയലാടുന്ന കവിഹൃദയം പുത്തൻ നിർവൃതിയിൽ വിലയിക്കുന്നത് തന്റെ സർഗ്ഗഭാവന സൃഷ്ടിച്ച ദേവിയുടെ നൃത്തത്തിൽ അഭിരമിച്ചതു കൊണ്ടാണ്.

ദേവിയുടെ നൃത്തത്തിന്റെ വിശദാംശങ്ങൾ അംഗചലനങ്ങൾ വരച്ചി ടുന്നതിലൂടെ കവിതയിൽ:

"സുരഭിലമൃഗമദതിലകിത ഫാലം,

സുമസമസുലളിത മൃദുലകപോലം

നളിനദളമോഹനനയന വിലാസം

നവകുന്ദസുമസുന്ദര ഖരമന്ദഹാസം

ഘനനീലവിപിന സമാനസുകേശം

കനകകുന്തളവലയാങ്കിത കർണ്ണാന്തികദേശം

മണികനകഭൂഷിത ലളിത ഗളനാളം

മമമുന്നിലെന്തൊരു സൗന്ദര്യമേളം!"

വീർപ്പടക്കിപ്പിടിച്ച് കവി കണ്ട നൃത്തത്തിന്റെ മനോഹരവും വശ്യവുമായ ചലനങ്ങൾ വായനക്കാരനിലേക്ക് അപ്രതിരോധ്യമായി പ്രവഹിക്കുന്നു, കവി ആത്മീയ കാന്തിയുടെ അപാരതകളെ സ്പർശിക്കുകയാണ്.

"മുനിമാരും മുകരാത്ത സുഖചക്രവാളം

പുണരുന്നു പുളകിതം മമ ജീവനാളം"

മുനിമാർക്കുപോലും അപ്രാപ്യമായ ആത്മീയ സുഖതയിൽ എത്തിച്ചേരുന്ന കവി ഇമവെട്ടാത്ത കണ്ണുമായി ദേവിയുടെ സുന്ദരമായ നൃത്തം കണ്ടു കൊണ്ടു നിൽക്കുകയാണ്. ഈ നടനത്തിൽ എല്ലാം മറന്നു ലയിക്കുമ്പോഴും കവി പക്ഷേ സ്വന്തം മനസ്സിന്റെ അപഥസഞ്ചാരക്കുറിച്ചു പറയുവാൻ താൽപര്യപ്പെടുന്നു. വിഭ്രമ വിഷവിത്തു വിതയ്ക്കുന്നവനാണെങ്കിലും ആ നർത്തകിയുടെ വിശ്വനടനം ആവോളം ആസ്വദിച്ച കവി അവളെ മറക്കുകില്ലെന്ന് പ്രഖ്യാപിക്കുകയാണ്. ഇതേ രീതിയിലുള്ള വരികൾ ദേവിയെക്കുറിച്ചെഴുതിയിട്ടുള്ളത് മറ്റു ചില കവിതകളിലും നമുക്കു കണ്ടെത്തുവാൻ കഴിയും. കവിയുടെ പ്രഖ്യാപനത്തിന്റെ മറ്റൊരു രൂപമാണ്:

"ദുർവ്വാസനകളിടയ്ക്കിടെയെത്തി

സർവ്വ കരുത്തുമെടുക്കുകിലും

അടിയറവരുളുകയാണവയെന്നോ-

ടൊട്ടുവിൽ ശക്തി തരുന്നു നീ!"

മനസ്വിനിയിലെ ഈ വരികളെപ്പോലെ പാടുന്ന പിശാചിലെ ചില വരികൾ കവിയിൽ പീലി വിടർത്തിയ ഇത്തരം ഭാവങ്ങളുടെ മറ്റൊരു രൂപമാണ്.

"രാഗപരവേശ മജ്ജീവിതത്തിൽ

നീയാഗമിച്ചില്ലായിരുന്നുവെങ്കിൽ

കാണാതെയെൻ കണ്ണടഞ്ഞേനെയെന്നിലീ

വീണ വായിക്കും പിശാചിനെ ഞാൻ

ഈ വരികളിലും

ഇന്നോളം വഞ്ചിച്ച ലോകത്തെയൊന്നായ് ഞാൻ
മുന്നിൽ നീയെത്തി, ഞാനാളുമാറി
താനേ കുനിഞ്ഞു പോകുന്നു നിൻമുന്നിലെ-
ന്നാനനം-ശക്തി സ്വരൂപിണി നീ!"

എന്നും എഴുതിയിട്ടുള്ളത് ദേവിയെക്കുറിച്ചാണ്.

കാവ്യനർത്തകിയിലെ മറ്റൊരു ഭാഗത്ത് കാപാലികനായ തന്റെ ഹൃദയവേദിക കവിതയുടെ നൃത്തത്തിൽ ഇമ്പം കൊള്ളുന്നതായും കവി സൂചിപ്പിച്ചിട്ടുണ്ട്. താൻ ജീവിതത്തിൽ കയ്യാളിയ നിലപാടുകളോടുള്ള ചങ്ങമ്പുഴയുടെ തന്നെ തിരിച്ചറിവാണ് സ്വയം കാപാലികനായി വിശേഷിപ്പിച്ചു കൊണ്ടുള്ള അദ്ദേഹത്തിന്റെ ഏറ്റുപറച്ചിൽ. ഒടുവിൽ കാവ്യനർത്തകി അവളുടെ സുമോഹനവും മധുരതരവുമായ നൃത്തമവസാനിപ്പിച്ചു പോകുമ്പോൾ, ആ നൃത്തത്തിൽ എല്ലാം മറന്ന് മുങ്ങിപ്പോയ കവി ചോദിക്കുന്നു:

"പോവുന്നോ നിൻ നൃത്തം നിർത്തീ നീ ദേവി?
പോവല്ലേ, പോവല്ലേ, പോവല്ലേ ദേവി"

തന്റെ മുന്നിൽ ഇതുവരെ നൃത്തം ചെയ്തിരുന്നത് കാവ്യനർത്തകിയല്ല, ദേവിയാണെന്ന് കവി തന്നെ പ്രത്യക്ഷമായി പറയുകയാണീ ചോദ്യത്തിൽ. സ്വപ്നത്തിന്റെ മഹാമായികത സൃഷ്ടിച്ച പ്രപഞ്ചത്തിൽ നിന്നും മുക്തി നേടുവാൻ ആഗ്രഹിക്കാത്ത കവിയുടെ ആധിയും വേദനയും ഈ വരികളിൽ ചിലമ്പിച്ച സ്വരമായ് പരിണമിക്കുന്നു. അങ്ങനെ കാവ്യനർത്തകിയിലേക്ക് ദേവിയെ കൃത്യമായി കവി സന്നിവേശിപ്പിച്ചിരിക്കുന്നു.

ദേവിയുമായുള്ള ബന്ധം അങ്ങനെ തീവ്രമായിത്തന്നെ തുടർന്നു. അതേച്ചൊല്ലി കവിയും ഭാര്യയും തമ്മിൽ ശണ്ഠ കൂടുകയും ചെയ്തു. കലഹം ആ ജീവിതത്തിൽ ഒരു നിത്യസംഭവം പോലെയായിത്തീർന്നു. കൊച്ചിയിലേക്കു താമസം മാറ്റുന്നതിന് മുമ്പും അവർ തമ്മിൽ കലഹങ്ങൾ സാധാരണമായിരുന്നു. അതിനുമുണ്ടായിരുന്നു കാരണങ്ങൾ. ഇടപ്പള്ളിയിൽ വെച്ചുണ്ടായ ചില കാര്യങ്ങൾ-അവർക്കിടയിലുണ്ടായ സ്വരചേർച്ചയില്ലായ്മയെക്കുറിച്ച് കവിയുടെ ഡയറിയിൽ രേഖപ്പെടുത്തിയിട്ടുണ്ട്.

"രാവിലെ കാപ്പികുടി കഴിഞ്ഞ് തേവൻകുളങ്ങരയ്ക്കു പോയി, തിരിച്ചു വന്ന് ഉച്ചയ്ക്ക് ഒരു മണിവരെ വായിച്ചു. ഗർഭമുള്ളതിനാൽ കോഴിമുട്ട ഉപയോഗിക്കരുതെന്ന് അമ്മിണി (ഭാര്യ)യെ വിലക്കിയിരുന്നു. ഞാനറിയാതെ സൂത്രത്തിൽ അവൾ ഇന്നത് ഉപയോഗിച്ചതായി അറിഞ്ഞു വഴക്കു പറഞ്ഞു. കാപ്പി കടിക്കാതെ വെളിയിലേക്ക് പോയി.

സന്ധ്യക്ക് മടങ്ങിവന്നു. അമ്മിണി ഉണ്ണാൻ വിളിച്ചിട്ട ചെന്നില്ല. കാപ്പിയും പലഹാരവും കൊണ്ടു വന്നിട്ട് അതും ഉപയോഗിച്ചില്ല. യാതൊന്നും കഴിക്കാതെ, വെറും പട്ടിണി കിടന്നു. രാത്രി പത്തു മണിയോട്ടു കൂടി ഉറങ്ങി. അമ്മിണിയോട് ഒന്നും മിണ്ടിയില്ല."

പിറ്റേ ദിവസത്തെ ഡയറിക്കുറിപ്പിൽ ഇങ്ങനെ കാണാം:

"രാവിലെ ഉണർന്നു. അമ്മിണി കാപ്പികുടിക്കാൻ വിളിച്ചിട്ടു ചെന്നില്ല. നേരെ തേവൻകുളങ്ങരയ്ക്കു പോയി. രാജൻ തിരുപ്പാടിന്റെ വൈദ്യശാലയിൽ കയറിയിരുന്നു. കടയിൽ നിന്നും കാപ്പിയും പലഹാരവും വരുത്തി കുടിച്ചു. മടങ്ങി വന്ന് 12 മണി വരെ വായിച്ചു. പ്രഭാകരനെ കൊണ്ട് ഒരു കപ്പു കാപ്പി വരുത്തിക്കുടിച്ചു. അമ്മിണി ഊണുകഴിക്കുവാൻ വന്നു നിർബന്ധിച്ചിട്ടും പോയില്ല. ഉച്ചയ്ക്ക് ഒന്നരമണിയോട്ടു കൂടി അമ്മിണിയുമായി ശണ്ഠ കൂടി. വൈകുന്നേരം വീട്ടിൽ നിന്നു കാപ്പി കുടിച്ചില്ല. നേരെ ഡോക്ടറുടെ ഡിസ്പെൻസറിയിൽ ചെന്നിരുന്നു. കടയിൽ നിന്നു കാപ്പിയും പലഹാരങ്ങളും വരുത്തിക്കഴിച്ചു. സന്ധ്യക്ക് മടങ്ങിവന്നു. വലിയ ക്ഷീണവും തളർച്ചയും വിശപ്പുമുണ്ടായിരുന്നു. അമ്മിണി ഉണ്ണാൻ വിളിച്ചു. ഭയങ്കരമായ വിശപ്പുണ്ടായിരുന്നുവെങ്കിലും വാശിപിടിച്ച് ഉണ്ണാതെ കിടന്നു. ആയില്യം മകം എന്ന വിശേഷ ദിവസമായിരുന്നു. സദ്യ ഉണ്ടായിരുന്നു. എങ്കിലും നശിച്ച വാശി എന്നെ പട്ടിണിയിട്ടു. രാത്രി വിശപ്പുമൂലം ഉറക്കം വന്നില്ല. പത്തുമണിക്കു പ്രഭാകരനെ വിളിച്ചു ഒരു ഗ്ലാസ്സ് പച്ചവെള്ളം വരുത്തിക്കുടിച്ചു. മൂന്നു ദിവസമായി പാലും കുടിക്കാറില്ല. രാത്രി ഒരു മണിക്കുറങ്ങി."

മറ്റൊരു ഡയറിക്കുറിപ്പിൽ:

"ആറുമണിക്കുണർന്നു. വീട്ടിൽ നിന്നു ചായയോ കഞ്ഞിയോ കഴിച്ചില്ല. പുറത്തേക്കു പോയി. ഡിസ്പെൻസറിയിൽ ചെന്നു ചായക്കടയിൽ നിന്നും പലഹാരം വരുത്തിക്കഴിച്ചു. ഒമ്പതു മണിക്കു തിരിച്ചുവന്നു. വല്ലാതെ തളർന്നിരുന്നു. ഒരു മണിക്കൂർ നേരം ഒന്നു മയങ്ങി. അമ്മിണി വന്ന് ഊണു കഴിക്കാനായി എന്നോട് യാചിച്ചു. മനസ്സില്ലാമനസ്സോടെയാണെങ്കിലും ഒടുവിൽ സമ്മതിച്ചു. ഉടനെ കുളിയും കഴിഞ്ഞ് ഊണു കഴിച്ചു. നല്ല സ്വാദുള്ള ഊണ്. എന്നിട്ട് തേവൻകുളങ്ങരയിൽ ചെന്ന് ഒരു സിഗരറ്റ് വാങ്ങിച്ചു. രുഗ്മിണിയുടെ വീട്ടിലേക്ക് പോയി, അവൾ എന്റെ ആദ്യത്തെ കാമുകിയായിരുന്നു."

തുടർന്നുള്ള ദിവസങ്ങളിലെ ഡയറിക്കുറിപ്പിലും ഭാര്യയുമായുള്ള ശണ്ഠയെക്കുറിച്ചും അമ്മയും ഭാര്യയും ഭൃത്യനുമായുണ്ടായ വഴക്കിനെക്കുറിച്ചും ചങ്ങമ്പുഴ എഴുതിയിട്ടുണ്ട്.

ഡയറിക്കുറിപ്പുകൾ വിശദമായിത്തന്നെ ഉദ്ധരിച്ചത് കവിയും ഭാര്യയും തമ്മിലുള്ള ജീവിതത്തിലെ പ്രശ്നങ്ങൾ വായനക്കാർ കവിയുടെ സ്വന്തം വാക്കുകളിൽനിന്നും മനസ്സിലാക്കട്ടെ എന്ന ലക്ഷ്യത്തോടെയാണ്. മാത്രവുമല്ല ചങ്ങമ്പുഴ എന്ന വ്യക്തിയുടെ സ്വഭാവത്തിലേക്ക് വിരൽ ചൂണ്ടുന്ന വാചകങ്ങളും ഇതേ കുറിപ്പുകളിൽ വ്യക്തമാണു താനും. അത് കവിയെ മനസ്സിലാക്കുവാൻ കൂടുതൽ സഹായിക്കുകയും ചെയ്യുന്ന ഒന്നാണ്. കൊച്ചിയിലെ ജീവിതഘട്ടത്തിൽ കവിയ്ക്കും ഭാര്യയ്ക്കുമിടയിലു ണ്ടായ കലഹത്തെക്കുറിച്ച് ഭാര്യയുടെതന്നെ ഒരനുസ്മരണക്കുറിപ്പിൽ ഇങ്ങനെ കാണാം:

"നേവൽ ബേസിൽ ജോലിയായിരുന്നതിനാൽ പോക്കുവരവി നുള്ള സൗകര്യത്തിനു വേണ്ടിയാണ് കൊച്ചിയിൽ താമസമാക്കിയത്. കൊച്ചിയിലെ ജീവിതം സന്തോഷം നിറഞ്ഞതായിരുന്നു." (ഈ പ്രസ്താവം അത്ര ശരിയാണെന്നു തോന്നുന്നില്ല -ലേഖകൻ)

"ഇടപ്പള്ളിയിൽ നിന്നു കൊച്ചിയിലേക്കു താമസം മാറ്റിയിട്ടും ആരാ ധകരുടെ എഴുത്തുകൾക്ക് ഒരു കുറവുമുണ്ടായിരുന്നില്ല. എന്നും ഒരടുക്ക് എഴുത്ത് പോസ്റ്റുമാൻ കൊണ്ടു വരും. എഴുത്തുകൾ ഞാൻ പൊട്ടിക്കാ റില്ലെങ്കിലും ആരാണ് എഴുതിയിട്ടുള്ളതെന്ന് നോക്കാറുണ്ട്. മിക്കതിന്റെ യും പിറകിൽ അത് അയച്ചവരുടെ പേരുണ്ടായിരിക്കും. ഒരു ദിവസം വന്ന എഴുത്തുകളുടെ കൂട്ടത്തിൽ ഒരു പ്രത്യേക കയ്യക്ഷരം കണ്ടപ്പോൾ കൗതുകം തോന്നി. ഞാൻ പേരു നോക്കി. ആ പേരു വായിച്ചപ്പോൾ ആളെ പിടികിട്ടി. കയ്യക്ഷരം കണ്ടപ്പോൾ തന്നെ അതൊരു പെണ്ണിന്റെ എഴുത്തായിരിക്കുമെന്ന് ഞാൻ ഊഹിച്ചു. എന്റെ ഊഹം തെറ്റിയില്ല. എനിക്കു വല്ലാത്ത വിഷമം തോന്നി. എഴുത്തയച്ചവൾ അദ്ദേഹത്തിന്റെ ആരാധികയാണല്ലോ എന്നോർത്തപ്പോഴാണ് എനിക്കു കൂടുതൽ വിഷ മമുണ്ടായത്.

വൈകുന്നേരം ജോലികഴിഞ്ഞു വന്നപ്പോൾ പതിവുപോലെ അന്നും എഴുത്തെല്ലാം കൊടുത്തു. ആരാധികയുടെ എഴുത്ത് മനഃപൂർവ്വം മീതെ വെച്ചാണ് ഞാൻ കൊടുത്തത്. എന്നിട്ട് ഒന്നും അറിയാത്ത മട്ടിൽ നിന്നു. മീതെയുള്ള കത്തിലെ കയ്യക്ഷരം കണ്ടപ്പോൾ തന്നെ അദ്ദേഹത്തിന് ആളെ മനസ്സിലായി. അല്പം ജാള്യതയോടെ എഴുത്തുകളെല്ലാം കൊണ്ട് അദ്ദേഹം മുറിയിലേക്കു പോയി. ഞാനും പതുക്കെ ചെന്ന് അദ്ദേഹത്തി ന്റെ കസേരയുടെ പിറകിൽ നിന്നു. എല്ലാ എഴുത്തുകളും മേശപ്പുറത്തു വെച്ച് ആദ്യം ആരാധികയുടെ എഴുത്തെടുത്ത് പൊട്ടിക്കാൻ തുടങ്ങി. പെട്ടെന്ന് എന്റെ സാമീപ്യം മനസ്സിലാക്കിയിട്ടാവാം എഴുത്തു പുറത്തെ ടുക്കാതെ അദ്ദേഹം ചോദിച്ചു,

“എന്താ! ഇന്നു ചായയില്ലേ?”

അദ്ദേഹത്തിന്റെ മനസ്സിലിരുപ്പ് എനിക്ക് മനസ്സിലായി. ഒന്നും അറിയാത്തതു പോലെ ഇപ്പോ കൊണ്ടു വരാം എന്നു പറഞ്ഞ് ഞാൻ പുറത്ത് കടന്നു. കർട്ടന്റെ ഇടയിൽ കൂടി ഞാൻ നോക്കിനിന്നു. ഞാൻ ചായയും കൊണ്ട് ചെല്ലുന്നതിന് മുമ്പ് വായിച്ചു തീർക്കണമെന്നുള്ളതു കൊണ്ട് ഓടിച്ചാണ് വായിച്ചത്. കർട്ടന്റെ മറവിൽ നിന്ന് ഈ വേഷങ്ങളെല്ലാം ഞാൻ നോക്കിയിരുന്നത് അദ്ദേഹം മനസ്സിലാക്കിയില്ല. എഴുത്തു വായിച്ചു ശേഷം മേശവിരിപ്പിന്റെ അടിയിൽ വെയ്ക്കുന്നത് കണ്ടിട്ടാണ് ഞാൻ ചായയെടുക്കാൻ പോയത്. ചായയുമായി ഞാൻ വന്നപ്പോഴും എഴുത്തുകൾ നോക്കിക്കഴിഞ്ഞിരുന്നില്ല. ചായ മേശപ്പുറത്തുവച്ച് അടുത്ത് കസേരയിൽ ഞാനിരുന്നിട്ടും അദ്ദേഹമെന്നെ ശ്രദ്ധിച്ചില്ല.

സാധാരണ, വായിച്ച കത്തുകളെല്ലാം എന്റെ കയ്യിൽ തരികയും ചില കത്തുകൾ ഉറക്കെ വായിക്കാൻ പറയുകയും ചെയ്യാറുള്ളതാണ്. അന്ന് പതിവിന് വിപരീതമായിട്ടായിരുന്നു അദ്ദേഹത്തിന്റെ പെരുമാറ്റം. അതുകൊണ്ട് ഞാനും മിണ്ടാതിരുന്നു. അപ്പോഴാണ് അദ്ദേഹത്തിന്റെ സുഹൃത്ത് വന്നത്. അയാളെ നോക്കി ഒന്നു ചിരിച്ചുകൊണ്ട് ഞാൻ പുറത്തേയ്ക്കു പോയി. അപ്പോഴും എന്റെ മനസ്സിൽ ഒരു തരം വീർപ്പുമുട്ടലായിരുന്നു. അദ്ദേഹം ഒളിച്ചുവച്ച കത്തെടുത്ത് കീറിക്കളഞ്ഞേക്കുമോ എന്ന പേടിയും എനിക്കുണ്ടായിരുന്നു... ചെന്നു നോക്കിയപ്പോൾ രണ്ടു പേരും കൂടി പടികടന്നു പോകുന്നതാണ് കണ്ടത്. പതിവിനു വിപരീതമായി എന്നോടു പറയാതെയാണ് അദ്ദേഹം പോയത്. അദ്ദേഹം പോയെന്ന് ബോദ്ധ്യമായപ്പോൾ ഞാൻ ചെന്ന് എഴുത്തെടുത്ത് നോക്കി. ആരാധികയുടെ പ്രണയലേഖനം വായിച്ചശേഷം അതുപോലെ തന്നെ ഞാൻ തിരിച്ചു വെച്ചു. എഴുത്തു കണ്ടപ്പോൾ മുതൽ എന്റെ മനസ്സിൽ വല്ലാത്തൊരു വീർപ്പുമുട്ടലായിരുന്നു. ഈ വിഷയം എങ്ങനെ അദ്ദേഹത്തിന്റെ മുമ്പിൽ അവതരിപ്പിക്കണമെന്നതായിരുന്നു ചിന്ത. അദ്ദേഹം തിരിച്ചു വന്നിട്ടും ഒരു തരത്തിലും ഇക്കാര്യം പുറത്തു കൊണ്ടുവരാൻ എനിക്കു കഴിഞ്ഞില്ല. ആ ദിവസം ഒന്നും സംഭവിക്കാതെ കടന്നു പോയി.

ഈ സംഭവം നടക്കുമ്പോൾ ശ്രീ കുട്ടിയായിരുന്നു. മൂത്ത കുട്ടി ആൺകുട്ടി തന്നെ വേണമെന്ന് അദ്ദേഹത്തിന്റെ ആഗ്രഹമായിരുന്നു. ആഗ്രഹം പോലെ തന്നെ ആദ്യത്തെ കുട്ടി ആണായതു കൊണ്ട് അദ്ദേഹത്തിന് അവനെ വലിയ വാത്സല്യമായിരുന്നു. അവന്റെ ഏതാഗ്രഹവും സാധിച്ചു കൊടുക്കാൻ അദ്ദേഹം മടികാണിച്ചിരുന്നില്ല. ദൂരെയൊക്കെ പോയിട്ടുവരുമ്പോൾ മോനു വേണ്ടി എന്തെങ്കിലും

വാങ്ങിച്ചുകൊണ്ടുവരാൻ അദ്ദേഹം പ്രത്യേകം ശ്രദ്ധിച്ചിരുന്നു. ഒരിക്കൽ ശ്രീകൃഷ്ണന്റെ വെണ്ണക്കൽ പ്രതിമയാണ് കൊണ്ടുവന്നത്. ആരും പറയാതെ തന്നെ അവൻ ശ്രീകൃഷ്ണനെ പൂജാമുറിയിൽ വെച്ച് തൊഴുതു. അതിൽ പിന്നെ എന്നും സന്ധ്യക്ക് ഈ വിഗ്രഹത്തിൽ പൂ ചൂടിച്ച് ചന്ദ നത്തിരി കൊളുത്തി വെച്ച് അവൻ തൊഴുമായിരുന്നു.

അന്നും പതിവുപോലെ മോൻ ശ്രീകൃഷ്ണനെ പൂ ചൂടിച്ച് ചന്ദനത്തിരി കൊളുത്തി തൊഴുതു. എന്നെ തൊഴാൻ വിളിച്ചപ്പോൾ പതിവുപോലെ എനിക്ക് സന്തോഷം തോന്നിയില്ല. എങ്കിലും ഞാൻ ചെന്നു. പെട്ടെന്നാണ് എന്റെ മനസ്സിൽ ഒരാശയം മൊട്ടിട്ടത്. ഞാൻ പൂജാമുറിയിൽ നിന്നും അദ്ദേഹത്തിന്റെ മുറിയിലേക്ക് ചെന്നു. വായനയിൽ മുഴുകിയിരുന്നതിനാൽ ഞാൻ ചെന്നത് അദ്ദേഹം അറിഞ്ഞില്ല. അദ്ദേഹത്തിന്റെ മേശപ്പുറത്തിരുന്ന പേപ്പർ വെയിറ്റിന് ഒരു സ്ത്രീ രൂപമായിരുന്നു. എന്റെ ദുർബുദ്ധികൊണ്ടോ അതോ സ്വാർത്ഥത കൊണ്ടോ എനിക്കപ്പോൾ അതു തന്നെയാണു തോന്നിയത്. അദ്ദേഹം കാണാതെ ഞാൻ ആ സ്ത്രീരൂപം കയ്യിലെടുത്ത് മിണ്ടാതെ പുറത്ത് കടന്നു. മോൻ പൂ ചൂടിച്ച് ഒരുക്കി വെച്ചിരുന്ന കൃഷ്ണവിഗ്രഹത്തിന്റെ അടുത്ത് ഞാനത് വച്ചു. എന്നിട്ട് മോനോടു പറഞ്ഞു.

മോനെ ഇനിമുതൽ കൃഷ്ണനെ മാത്രം തൊഴുതാൽ പോരാ! രുഗ്മിണിയെ കൂടി തൊഴണം കേട്ടോ! അവൻ സമ്മതിച്ചു. മോനെക്കൊണ്ട് രുഗ്മിണി എന്ന പേര് ആവർത്തിച്ചാവർത്തിച്ച് ഞാൻ പറയിച്ചു. ... അച്ഛനോടും ഇതുതന്നെ പറയണമെന്നു പറഞ്ഞിട്ട് ഞാൻ സൂത്രത്തിൽ മാറി നിന്നു. എന്നിട്ടും എന്റെ മനസ്സിൽ ഒരുതരം അങ്കലാപ്പായിരുന്നു.

പതിവുപോലെ എഴുതിക്കൊണ്ടിരുന്ന അദ്ദേഹത്തിന്റെ കയ്യിൽ പിടിച്ചുകൊണ്ട്, മോൻ പൂജാമുറിയിലേക്ക് ചെന്നു. ഞാൻ വീർപ്പടക്കി മറഞ്ഞു നിൽക്കുകയാണ്. അടുത്ത നിമിഷം എന്തായിരിക്കും സംഭവിക്കുക എന്നോർത്തപ്പോൾ എനിക്ക് ചിരിക്കാനും കരയാനും തോന്നിപ്പോയി. പൂജാമുറിയിലെ സംസാരം ഞാൻ ശ്രദ്ധിച്ചു.

“എന്താ മോനെ ഇത്. പുതിയ ഒരു പ്രതിഷ്ഠ, ഇതെവിടുന്നു കിട്ടി?”

“അച്ഛാ! അമ്മ പറഞ്ഞതെന്താണെന്നോ? ഇനി മുതൽ കൃഷ്ണനെ മാത്രം തൊഴുതാൽ പോര. രുഗ്മിണിയെക്കൂടി തൊഴണമെന്ന്. തൊഴു അച്ഛാ!” അവൻ നിർബന്ധിച്ചു.

ഒരു നിമിഷം എന്തു പറയണമെന്നറിയാതെ അദ്ദേഹം തരിച്ചു നിന്നു. തലേന്നു വന്ന എഴുത്ത് എന്റെ കണ്ണിൽ പെട്ടു എന്ന് അദ്ദേഹത്തിന് ഉറപ്പായി. ഒരു ബോധോദയം വന്നതു പോലെ മുന്നിൽ കണ്ടതെല്ലാം

അദ്ദേഹം തട്ടിത്തെറിപ്പിച്ചു. ബഹളം കേട്ട് ഞാൻ വാതിൽക്കലേക്കു ചെന്നു. മോന്റെ സങ്കടത്തിലുള്ള നിൽപ്പും അദ്ദേഹത്തിന്റെ കോപവും കൂടി കണ്ടപ്പോൾ എനിക്കു ചിരിക്കാനാണ് തോന്നിയത്. എന്റെ ചിരി കണ്ടപ്പോൾ അദ്ദേഹത്തിനു ദേഷ്യമാണുണ്ടായത്. പെട്ടെന്നാണ് ഞാൻ രുഗ്മിണിയാക്കി ചിത്രീകരിച്ചത് അദ്ദേഹത്തിന്റെ മേശപ്പുറത്തിരിക്കുന്ന പേപ്പർവെയ്റ്റാണെന്ന് മനസ്സിലായത്. ദേഷ്യത്തോടെ മുഴങ്ങുന്ന ശബ്ദത്തിൽ അദ്ദേഹം ചോദിച്ചു,

"ഈ പേപ്പർ വെയ്റ്റ് ഞാൻ എവിടെയൊക്കെ നോക്കി. എന്റെ മുറിയിൽനിന്നും ഒന്നും എടുക്കരുതെന്ന് പറഞ്ഞിട്ടില്ലേടാ?"

ദേഷ്യത്തോടെ ഇതു പറഞ്ഞു കൊണ്ട് അവന്റെ തുടയ്ക്ക് തന്നെ രണ്ടടിയും കൊടുത്തു. തല്ലിയതു മോനെയാണെങ്കിലും അത് കൊണ്ടത് എന്റെ ദേഹത്തായിട്ടാണ് എനിക്ക് തോന്നിയത്. കരഞ്ഞുകൊണ്ടിരുന്ന കുട്ടിയെ ഞാനെടുത്തു. സങ്കടത്തോടെ, തോളത്തു കിടന്ന് അവൻ തേങ്ങിയപ്പോൾ അതിനേക്കാൾ കൂടുതലായി തേങ്ങിയത് എന്റെ മനസ്സാണ്. എനിക്ക് സങ്കടവും ദേഷ്യവും സഹിക്കാനായില്ല. ഞാനെന്തൊക്കെയോ പറഞ്ഞു. എന്റെ ഭാവമാറ്റം കണ്ടപ്പോൾ അദ്ദേഹത്തിന് പ്രയാസം തോന്നി. മുഖത്ത് ശോകഭാവം നിഴലിട്ടു. ആ ഭാവമാറ്റം ശ്രദ്ധിക്കാത്ത മട്ടിൽ ഞാൻ പറഞ്ഞുകൊണ്ടിരുന്നു."

ചങ്ങമ്പുഴയും ശ്രീദേവിയും തമ്മിൽ കലഹിക്കുവാനുള്ള കാരണം ഇങ്ങനെയൊക്കെയാണ് ചിലപ്പോഴൊക്കെ ഉണ്ടായിട്ടുള്ളത്. ഈ കുറിപ്പിൽ പരാമർശിക്കുന്ന രുഗ്മിണിയാണ് കവിയുടെ പ്രണയസർവ്വസ്വമായ ദേവി. അവരുടെ കത്ത് കവിയറിയാതെ ഭാര്യ വായിച്ചപ്പോഴുണ്ടായ പുകിലുകൾ ശ്രദ്ധിക്കുക. മാന്യമായി നേരെ ചൊവ്വെ ഭർത്താവിനോടു കാര്യങ്ങൾ പറയുന്നതിനു പകരം ഭാര്യയുടെ മനസ്സ് സഞ്ചരിച്ച വളഞ്ഞ വഴിയും അവർ കവിയോട് ദേഷ്യത്തോടെ പറഞ്ഞ വാക്കുകളും (അതെന്താണെന്ന് വ്യക്തമാക്കിയിട്ടില്ല) ചേർത്തു വെച്ചു നോക്കുക. ഇവിടെയാരാണ് കുറ്റക്കാർ? ഒരു ന്യായവിധിക്ക് മുതിരുന്നതിൽ അർത്ഥമില്ലാത്തതിനാൽ അതങ്ങനെ തന്നെയിരിക്കട്ടെ. ഒരു കവിയുടെ ഭാര്യാപദം പങ്കിടുമ്പോൾ ഇത്തരം പ്രശ്നങ്ങൾ സ്വാഭാവികമാണ്. തന്റെ ഭർത്താവ് അയാൾ എത്ര വലിയ കവിയായാലും ശരി അയാളെ മറ്റൊരു സ്ത്രീ പ്രാണനാഥനെന്നും മറ്റും അഭിസംബോധന ചെയ്തു കൊണ്ട് കത്തെഴുതുമ്പോൾ, (ആ കത്ത് ഭർത്താവറിയാതെ വായിക്കുക എന്നത് സാധുവായ ഒരു സ്ത്രീക്ക്, ഭർതൃസ്നേഹമുള്ള ഒരു സ്ത്രീക്ക് ചേർന്നതാണോ എന്നത് മറ്റൊരു വിഷയം) ഏതൊരു സ്ത്രീയായാലും ഇത്തരം പ്രശ്നങ്ങളുണ്ടാകും,

അത് പക്ഷേ ശ്രീദേവി ചെയ്തതു പോലെയാകുമോ എന്ന കാര്യത്തിലേ സംശയമുള്ളൂ.

അതെന്തായാലും കവിയുടെ ഗൃഹാന്തരീക്ഷം പൊതുവേ കാലുഷ്യ മാർന്നതായാലും അവിടെ സ്വച്ഛതയും കളിയാടിയിരുന്നു. കവിയുടെ ഡയറിക്കുറിപ്പുകളിൽ നിന്നും ഇക്കാര്യം വ്യക്തമാകുന്നുണ്ട്, കവിയിൽ ഉത്തമനായ ഒരു ഭർത്താവിനെയും ഗൃഹനാഥനെയും കണ്ടെത്തുവാൻ നമുക്ക് കഴിയുന്നു.

“രാവിലെ ആറുമണിക്ക് എഴുന്നേറ്റു. അഷ്ടമിരോഹിണിയായിരുന്നതിനാൽ കുളിച്ച് അമ്പലത്തിൽ പോയി. തൃമധുരം വഴിപാട് കഴിച്ചു. വീട്ടിൽ വന്ന് കാപ്പി കുടിച്ചു. പന്ത്രണ്ടു മണിവരെ വായിച്ചു. പിന്നീട് ഊണു കഴിച്ച് പരിപ്പുവടയുണ്ടാക്കാൻ അമ്മിണിയെ സഹായിച്ചു.”

മറ്റൊരു കുറിപ്പിൽ ഭാര്യയോടുള്ള കവിയുടെ സമീപനരീതി; മാനസികമായി അവരെ കവി എങ്ങനെ കാണുന്നുവെന്നും മറ്റും വ്യക്തമാക്കുന്നു:

“ഏഴുമണിക്കുണർന്നു. കഞ്ഞി കുടിച്ചു പുറത്തിറങ്ങി. അളിയൻ വാങ്ങാൻ ഉദ്ദേശിച്ചിരുന്ന വസ്തുവിനെക്കുറിച്ച് അന്വേഷിച്ചു. 6 മണി വരെ ഗൃഹജോലികളിൽ വ്യാപൃതനായി, കുളിച്ചു. പീടികയിൽ ചെന്നു രണ്ടു രൂപയ്ക്കു സാമാനങ്ങൾ വാങ്ങി. 8 മണിക്കു തിരിച്ചു വന്നു. അത്താഴം കഴിച്ചു. അമ്മിണിയോടു ദേഷ്യപ്പെട്ടു. ഗൃഹകാര്യങ്ങളിലുള്ള അവളുടെ സൂക്ഷ്മതക്കുറവിനെ കുറിച്ചു ദേഷ്യപ്പെട്ടു സംസാരിച്ചു. അവൾ മൗനമവലംബിച്ചു. പാവം കുട്ടി. ഞാൻ അവളെ വളരെ ഇഷ്ടപ്പെടുന്നു. ഞാനവളെ ഹൃദയപൂർവ്വം സ്നേഹിക്കുന്നു. അവൾ അങ്ങേയറ്റം സാത്വികയാണ്. അതുല്യയായ പതിവ്രതയാണ്. ചിലപ്പോഴൊക്കെ അവളോടു പരുഷമായ വാക്കുകൾ പറയാറുള്ളത് വെറുപ്പു കൊണ്ടല്ല, വെറുതെ വിനോദത്തിനു വേണ്ടിയാണ്. അല്പം സാഡിസം എന്നിൽ ഉണ്ടെന്ന് ഞാൻ സമ്മതിക്കുന്നു.”

മറ്റൊരു ദിവസം

“രാവിലെ ഏഴുമണിക്കുണർന്നു. കാപ്പികുടി കഴിഞ്ഞു വായിച്ചുകൊണ്ടിരിക്കുമ്പോൾ അമ്മിണിക്കു സുഖമില്ലാതായി. ആകസ്മികമായി അവൾക്കുണ്ടായ ഗർഭഛിദ്രം എന്നെ വല്ലാതെ പീഡിപ്പിച്ചു. ഉടൻ തന്നെ അവളെ ഡോക്ടറുടെ അടുത്തു കൊണ്ടുപോയി. ഭയപ്പെടേണ്ടതില്ലെന്നു ഡോക്ടർ തീർത്തു പറഞ്ഞപ്പോൾ അല്പം സമാധാനമായി. അവിടെ നിന്നു തിരിച്ചുവന്നു. അമ്മിണിക്കു വേണ്ട പരിചര്യകളെല്ലാം ചെയ്തു. ഊണുകഴിഞ്ഞ ഉടനെ ഉദ്യാനപാലകൻ വിവർത്തനം ചെയ്തു. നാലുമണിക്കു കാപ്പി കുടിച്ചു. കൃത്യസമയത്ത് അമ്മിണിക്കു വേണ്ട മരുന്നുകൾ

കൊടുത്തു കൊണ്ടിരുന്നു...."

ചങ്ങമ്പുഴയെപ്പോലെ തന്നെ, ആ ദാമ്പത്യത്തിനുമുണ്ടായിരുന്നു ചില വൈകൃതങ്ങൾ. അതൊക്കെ സഹിച്ചും, അസഹനീയമായപ്പോൾ കലഹിച്ചും കവിയുടെ ദാമ്പത്യം അങ്ങനെ ദിവസങ്ങൾക്കൊപ്പം നീങ്ങിക്കൊണ്ടിരുന്നു. ഉത്തമനായ ഗൃഹനാഥനായും ഭർത്താവായും മറ്റൊരു സ്ത്രീയുടെ കാമുകനായും കെട്ടുപിണഞ്ഞ ജീവിതത്തിന്റെ രൂപ മില്ലായ്മയായും ചങ്ങമ്പുഴ ഭാര്യയ്ക്കു മുന്നിൽ പ്രത്യക്ഷപ്പെട്ടു; കവിയുടെയും പിശാചിന്റെയും വേഷങ്ങൾ മാറി മാറിയാടിക്കൊണ്ടിരുന്നു. അതും ഒരു ജീവിതം.

നമുക്കു കൊച്ചിയിലെ ജീവിതത്തിലേക്ക് തിരിച്ചു വരാം. 1943ൽ (മലയാള മാസം കർക്കിടകത്തിൽ) ചങ്ങമ്പുഴയ്ക്കൊരു മകൾ പിറന്നു- അജിതാകുമാരി. കൊച്ചിയിലെ ജീവിതപ്രശ്നം സങ്കീർണ്ണ മുഖരിതമായി രുന്നു. അവിടത്തെ താമസത്തിനിടയ്ക്കാണ് ചങ്ങമ്പുഴയ്ക്ക് സിഫലിറ്റിക് ഷാങ്കർ എന്ന രോഗം പിടിപെടുന്നത്. കുറച്ചു നാൾക്കുശേഷം അസുഖം ഭേദമാവുകയും ചെയ്തു. ദേവിയെ പരിയപ്പെട്ടും മുമ്പായിരുന്നു ഇത്.

ഒന്നിച്ചു ജീവിക്കുക അല്ലെങ്കിൽ, തന്നെ മരിയ്ക്കുവാൻ അനുവദിക്കുക എന്നൊരപേക്ഷയോ ആഗ്രഹമോ ദേവി ചങ്ങമ്പുഴയെ അറിയിക്കാറു ണ്ടായിരുന്നു. കാമുകിയുടെ ഈ ആഗ്രഹം അദ്ദേഹത്തിന്റെ മനോസം ഘർഷത്തെ രൂക്ഷമാക്കിത്തീർത്തു. കൊച്ചിയിലേക്കു സ്ഥലം മാറ്റമായി ചെന്നതിനുശേഷം ഓഫീസിലെ ചില സുഹൃത്തുക്കൾ കവിയെ മദ്യ വിരുന്നുകൾ നൽകി സൽക്കരിക്കാറുണ്ടായിരുന്നു. തുടക്കത്തിൽ വല്ല പ്പോഴുമൊക്കെ അത്തരം വിരുന്നുകളിൽ പങ്കെടുത്തിരുന്ന ആൾ തന്റെ മനോവിഷമങ്ങൾക്കുള്ള ആലംബമായി മദ്യത്തിൽ നീങ്ങി. അങ്ങനെ അദ്ദേഹം സ്ഥിരം മദ്യപാനിയായിത്തീരുകയും ഗൃഹാന്തരീക്ഷം കൂടുതൽ വഷളാവുകയും ചെയ്തു. 1944 ജൂൺ മാസത്തിൽ സൈനിക ഉദ്യോഗം രാജി വെച്ചു.

കലഹങ്ങളുടെ പാരമ്യത്തിൽ ശ്രീദേവിയോടൊന്നിച്ച് ഇനി ജീവി ക്കുവാൻ കഴിയുകയില്ലെന്നു നിശ്ചയിച്ച ചങ്ങമ്പുഴ അവരോടു പറഞ്ഞു. നമുക്ക് പിരിയാം. അവിടെയും എന്തൊക്കെയോ നാടകീയമായ രംഗങ്ങൾ ഉണ്ടായി. പിന്നീട് ഭാര്യ കുട്ടികളുമായി സ്വന്തം വീട്ടിലേക്കു പോയി. പരിഷ്കാരം തീണ്ടാത്ത ആ ഗ്രാമീണ പെൺകുട്ടിയെ സംബ ന്ധിച്ചിടത്തോളം അത് വല്ലാത്തൊരു തിരിച്ചടിയായിരുന്നു. ആഗ്ര ഹിക്കുന്നത് നൽകാത്ത ജീവിതം ആഗ്രഹിക്കാത്തത് വാരിക്കോരി നൽകുമ്പോൾ ആരായാലും തളർന്നു പോവുകയേയുള്ളൂ. എങ്കിലും അവർ

സ്വന്തം വീട്ടിലേക്ക് തന്നെ യാത്രയായി, കരഞ്ഞു കാല്പപിടിക്കാനോ, യാചിക്കുവാനോ മുതിരാതിരുന്നത് ശ്രീദേവിയുടെ വ്യക്തിത്വദാർഢ്യം കൊണ്ടായിരിക്കാം.

അദ്ധ്യായം ഇരുപത്തൊമ്പത്

കവിയുടെ നിയമപഠനം

ജീവിതത്തിൽ താൻ അഭിമുഖീകരിച്ചുനിൽക്കുന്ന ആകസ്മികമെങ്കിലും സ്വയംകൃതാനർത്ഥങ്ങളായ സംഭവങ്ങളിൽ ചങ്ങമ്പുഴയുടെ ഹൃദയം ഒടുങ്ങാത്ത തീത്തിരകളുടെ കേളീരംഗമായി. കവിയുടെ മദ്യപാനാസക്തിയും ശ്രീദേവിയുമായുള്ള അകൽച്ചയുമെല്ലാം അങ്ങാടിപ്പാട്ടായി. കവി ഭാര്യയെ ഉപേക്ഷിച്ചു എന്നു വരെ ചിലർ പറഞ്ഞു പരത്തി. ശ്രീദേവിയെ ഉപേക്ഷിച്ചത് ശരിയായില്ല എന്നും മറ്റും എഴുതിയ കത്തുകൾ അദ്ദേഹത്തിനു ലഭിച്ചു കൊണ്ടിരുന്നു. ജീവിതം പൊറുതികേടുകളുടെ നരകഹസ്തങ്ങളാൽ ചുറ്റിവരിയപ്പെട്ടു. മാനസികാന്തരീക്ഷം സ്ഫോടനാത്മകമായി. അവിചാരിതമായ ഈ പരിതോവസ്ഥയിൽ നാട്ടിൽ നിന്നു വിട്ടു നിൽക്കുന്നതിനും മാനസിക സ്വാസ്ഥ്യത്തിനും വേണ്ടി നിയമപഠനത്തിന് എന്ന പേരിൽ കവി മദ്രാസിലേക്ക് പലായനം ചെയ്തു.

ഏറെ പരിശ്രമിച്ചതിനു ശേഷമാണ് മദ്രാസ് ലോ കോളേജിൽ അദ്ദേഹത്തിന് അഡ്മിഷൻ ലഭിച്ചത്. തുടക്കത്തിൽ കുറച്ചുനാൾ അദ്ദേഹം എഗ്മൂറിൽ കാംഗ്ഡറെഡ്ഡി തെരുവിലായിരുന്നു താമസം. അദ്ദേഹത്തോടൊപ്പം ഇക്കാലത്ത് ദേവിയുടെ രണ്ടു മക്കളും ഉണ്ടായിരുന്നു. പിന്നീട് കൂട്ടുകാരുമൊത്ത് പരശുവാക്കത്തു ബാറൺ ബി റോഡിലെ ഒരു വീട്ടിലേക്ക് താമസം മാറ്റി. കവിത എഴുതുവാനും വായിക്കുവാനുമുള്ള സൗകര്യത്തിനു വേണ്ടിയായിരുന്നു താമസസ്ഥലം മാറിയത്. പുതിയ താമസ സ്ഥലത്തിന് ഡ്യൂ ഡ്രോപ്പ് എന്ന് നാമകരണം ചെയ്തതും കവി തന്നെ.

നിയമപഠനത്തോട് യാതൊരു താൽപര്യവുമില്ലായിരുന്ന ചങ്ങമ്പുഴ ക്ലാസ്സുകളൊന്നും അറ്റൻഡ് ചെയ്തിരുന്നില്ല. എന്നാൽ അവിടത്തെ പബ്ലിക് ലൈബ്രറിയിലും മറ്റും പോവുക കവിയുടെ പതിവായിരുന്നു. തന്റെ ബാല്യകാല സുഹൃത്തുക്കളായിരുന്ന ജി.പി. ശങ്കരമംഗലത്തെയും മറ്റും മദ്രാസിലെ താമസക്കാലത്ത് സന്ദർശിക്കുന്നതിൽ കവി

മടിച്ചതുമില്ല.

മദ്രാസിലെ ജീവിതകാലത്ത് ചങ്ങമ്പുഴ പ്രധാനമായും സന്ദർശിച്ചിരുന്നത് ജി.പി. ശങ്കരമംഗലത്തെയായിരുന്നു. അദ്ദേഹത്തോടൊപ്പം സായാഹ്ന സവാരിക്കിറങ്ങുക, വെറുതെ ചുറ്റിക്കറങ്ങുക, ഇതെല്ലാം മുറപോലെ നടന്നു പോന്നു. ഇതിനിടെ കവി മദ്യപിക്കുവാനായി പോയതും താംബരം ക്രിസ്ത്യൻ കോളേജിൽ പ്രസംഗിക്കുവാൻ പോയതും അവിടെ വെച്ച് ഉള്ളൂരിനെ വിമർശിച്ചതുമെല്ലാം ജി.പി. ശങ്കരമംഗലം എഴുതിയിട്ടുണ്ട്. ഇക്കൂട്ടത്തിൽ കവിക്ക് സ്ത്രീകളോടുള്ള ആസക്തി നിറഞ്ഞ സമീപനവും കവിയുടെ തന്ത്രവും വ്യക്തമാക്കുന്ന ഒരു സംഭവമുണ്ട്. അതിങ്ങനെ:

"ഞാനും സുഹൃത്തുമായി ഒരു സായാഹ്നസവാരിക്കിറങ്ങിയിരിക്കുകയായിരുന്നു. വഴിമദ്ധ്യേ ഒരു ഗൃഹത്തിന്റെ മുൻപിൽ കൂട്ടുകാരൻ നിന്നു. മുകളിലെ നിലയിലേക്കു ചൂണ്ടിക്കൊണ്ടു പറഞ്ഞു. ഇഷ്ടാ, ഇവിടെ ഒരു ഒന്നാന്തരം ചരക്കു താമസമുണ്ട്. അവളെന്നെ എപ്പോഴും കണ്ണു വെയ്ക്കുന്നു. താഴെ വേറെ ഒരു കൂട്ടരാണ് താമസം. പോരെങ്കിൽ കണ്ടവരെ കടിക്കുന്ന ഒരു പട്ടിയും. ഒന്നു കേറിപ്പറ്റാൻ ഒരു വഴിയും കാണുന്നില്ല. ഞാൻ വലഞ്ഞു. എന്താ ചെയ്യുക? സുഹൃത്ത് ഒരു ചോദ്യചിഹ്നം പോലെ എന്റെ മുമ്പിൽ നിന്നു. എനിക്കറിയാം അവിടെ ഒരു മധുരപ്പതിനേഴുകാരി താമസമുണ്ടെന്ന്. പ്രേമവതിയും അതുപോലെ ശീലാവതിയുമായി ഒരു മാതൃക കുടുംബിനി. അവൾ എനിക്കു സുപരിചിതയാണ്. അവരുടെ ഭർത്താവ് എന്റെ കൂട്ടുകാരനും... മട്ടുപ്പാവിൽ ആ സ്ത്രീയുടെ രൂപം പ്രത്യക്ഷപ്പെട്ടു. അവർ എന്നെ കണ്ടു; ഒന്നു പുഞ്ചിരിച്ചു. തികച്ചും നിർദ്ദോഷമായ കുലീന ചിരി. ഞാൻ സുഹൃത്തിനെയും കൂട്ടിക്കൊണ്ട് അതിവേഗം സ്ഥലം വിട്ടു. വഴിക്കുവെച്ച് അവരുടെ ചരിത്രം പറഞ്ഞു കേൾപ്പിക്കുകയും ചെയ്തു...ഏറെ നാൾ കഴിഞ്ഞ് ആ സുശീല തന്റെ ഭർത്താവിന്റെ മുൻപിൽ വെച്ച് അന്നു കൂടെ കണ്ട ആളിനെപ്പറ്റി എന്നോടന്വേഷിക്കുകയുണ്ടായി. രാപകൽ അയാൾ ഈ പടിക്കൽ പാടുകിടക്കുകയായിരുന്നു എന്നാണ് അഭ്യസ്തവിദ്യയായ ആ യുവതി ആവലാതിപ്പെട്ടത്. എനിക്കോർമ്മയില്ലെന്നും പറഞ്ഞ് ഞാൻ ഒഴിയുകയാണുണ്ടായത്. അപ്പോൾ അവൾ തന്നെ കണ്ണു വെയ്ക്കുന്നു എന്നു ധരിപ്പിച്ച ആ സുഹൃത്ത് എത്രത്തോളം സത്യവാനായിരുന്നു."

വിവാഹിതനായ, ദേവിയെ ധ്യാനിക്കുന്ന ഒരു കാമുകനും ആയ ചങ്ങമ്പുഴയുടെ യാഥാർത്ഥ്യം വെളിപ്പെടുത്തുന്ന സംഭവങ്ങളിൽ ഒന്നാണിത്. ഇത് ശങ്കരമംഗലം അറിഞ്ഞ ഒരു കഥ. അറിയാത്തതായി, കവിയുടെ അധഃപതിച്ച മനസ്സിന്റെ പ്രതിഫലനങ്ങൾ തെളിയുന്ന എത്രയോ

സംഭവങ്ങൾ വേറെയുമുണ്ടാകും?

ഇതിനിടയിൽ കോളേജിൽ പോകും. ദേവിയുടെ കത്തന്വേഷണമാണ് പ്രധാനം. ദേവി അപ്പോഴും ചങ്ങമ്പുഴയ്ക്കെഴുതിയിരുന്നു. വിരഹവും ദുഃഖവും തുടിച്ചൊഴുകുന്ന ആ കത്തുകൾ വായിക്കുമ്പോൾ കവി അസ്വസ്ഥനാകും. ആ നശിച്ച നാട്ടിൽ നിന്ന് സ്വാസ്ഥ്യം തേടി ഒളിച്ചോടിയ കവിയുടെ അകലോകം പിന്നെയും കാലുഷ്യങ്ങൾ കൊണ്ടു നിറയുകയാണ്. ഇക്കാലത്ത് കവി ജീവിതം ഉന്മാദത്തിലേക്ക് പാളം തെറ്റിക്കൊണ്ടേയിരുന്നു. ചങ്ങമ്പുഴ സതീർത്ഥ്യയായിരുന്ന ദേവകിക്കുട്ടിയമ്മയ്ക്കെഴുതിയ അക്കാലത്തെ ഒരു കത്തിൽ ഈ മനോഭാവം മുഴങ്ങിക്കേൾക്കുന്നുണ്ട്. അതിലെ ഒരു ഭാഗം നോക്കൂ:

"...പഠിക്കുവാൻ എന്ന വ്യാജേന ഞാൻ ഈ മദിരാശിയിൽ വന്നു താമസിക്കുന്നു എന്നേയുള്ളൂ. ഇതുവരെ ഒരു പുസ്തകം കൈ കൊണ്ടു തൊട്ടിട്ടേയില്ല. ഞാൻ പാസ്സാകുകയുമില്ല തീർച്ച. എന്റെ മനസ്സ് ഇത്രമാത്രം ഒരിക്കലും നീറിയിട്ടില്ല. എന്റെ സ്ഥാനത്ത് മറ്റാരെങ്കിലുമായിരുന്നെങ്കിൽ ഇതിനകം ആത്മഹത്യ ചെയ്യുമായിരുന്നു. മരിക്കുവാൻ എനിക്കു വളരെയധികം ആഗ്രഹമുണ്ട്. പക്ഷേ മരണത്തിന് എന്നോട് കരുണയില്ല. ഞാൻ എന്തുചെയ്യട്ടെ!

ഞാൻ ആർക്കും എഴുത്തയയ്ക്കാറില്ല. ഏറെ നാൾ കൂടിയിട്ട് ഒരു കത്തെഴുതുന്നത് ഇന്നാണ്. ഇക്കാരണത്താൽ എന്റെ അടുത്ത സ്നേഹിതന്മാർ പോലും എന്നോടു പിണങ്ങിയിരിക്കുകയാണെന്നെനിക്കറിയാം. വിരോധം പോലുമുണ്ടാകും. ഞാനാഗ്രഹിക്കുന്നത് ലോകം മുഴുവൻ എന്നെ വെറുക്കണമെന്നാണ്. ഞാൻ ആരുടെയും സ്നേഹവും അനുകമ്പയും അർഹിക്കുന്നില്ല; ആശിക്കുന്നില്ല; ആവശ്യപ്പെടുന്നുമില്ല; ആവശ്യപ്പെടുകയുമില്ല. മരിക്കാത്തതു കൊണ്ട് ഞാൻ ഇപ്പോഴും ജീവിക്കുന്നു. ഒരു കാലത്തു ഞാൻ വിചാരിച്ചിരുന്നു കുറച്ചുപണം മാത്രമുണ്ടായാൽ പരിപൂർണ്ണമായ മനസ്സമാധാനത്തോടെ എനിക്കു ജീവിക്കാമെന്ന്. കഷ്ടം! എന്തൊരു മിഥ്യാധാരണയായിരുന്നു എന്റേത്. പണം കൊണ്ട് ഒരു പ്രയോജനവുമില്ലെന്ന് എനിക്കു ബോധ്യപ്പെട്ടു കഴിഞ്ഞു. ഇന്നെനിക്കു ധാരാളം പണമുണ്ട്. ഇഷ്ടം പോലെ ഏതേതു സുഖാനുഭോഗങ്ങളിൽ യഥേഷ്ടം മുങ്ങി മുഴുകുവാൻ സാധിക്കുന്നവിധം വേണ്ടിടത്തോളം പണമുണ്ട്. അതിന് പറ്റിയ അന്തരീക്ഷത്തിലാണ് എന്റെ ആവാസം. പക്ഷേ എന്റെ ഹൃദയം ഇന്നു തികച്ചും ഒരു തീച്ചൂളയാണ്. ഞാൻ അധികമൊന്നും എഴുതുന്നില്ല. സഹോദരിയെപ്പോലെ അപൂർവ്വം ചിലർക്കെങ്കിലും ഇപ്പോഴും എന്നിൽ സ്നേഹവും അനുകമ്പയും ഉണ്ടെന്നറിയുന്നത് യഥാർത്ഥത്തിൽ എനിക്ക് അത്ഭുതകരമായിരുന്നു.

എന്റെ വിചാരം എന്റെ കഴിഞ്ഞ കത്ത് വായിച്ചതു മുതൽ സഹോദരി എന്നെ വെറുത്തിരിക്കുമെന്നായിരുന്നു. ഞാൻ അതിൽ അളവറ്റ സന്തോഷിക്കുകയും ചെയ്തിരുന്നു. നവഭാവന അച്ചടിച്ചിട്ട് അഞ്ചാറുമാസമായി. അച്ചടിച്ച ഉടനെ ഒരു കോപ്പി കൊച്ചിയിൽ നിന്ന് സഹോദരിക്ക് അയച്ചു കൊടുത്തു. അതുകിട്ടിയില്ലെന്ന് സഹോദരിയുടെ കത്തിൽ നിന്നാണ് അറിഞ്ഞത്. പ്രസാധകന്മാർക്ക് എഴുതി അയച്ചുവരുത്തിയശേഷം വീണ്ടും അയക്കാമെന്ന് എന്റെ കത്തിൽ കാണിച്ചിരുന്നതു കൊണ്ട് അത് വന്നയുടൻ അയച്ചു എന്നേയുള്ളൂ. ഞാൻ സഹോദരിയുടെ കത്ത് ഒരിക്കലും പ്രതീക്ഷിച്ചിരുന്നില്ല. എന്നെ നിങ്ങളെല്ലാവരും വെറുക്കുകയും മറക്കുകയും ചെയ്യണമെന്നാണ് എന്റെ അപേക്ഷ. കഴിഞ്ഞ എന്റെ കത്തിൽ അതു പ്രത്യേകം പറഞ്ഞിരുന്നു. അതു സഹോദരിക്കു കിട്ടാത്തതു കൊണ്ടാണ് ഞാൻ പേർത്തും ഇങ്ങനെ പറയുന്നത്. നിങ്ങളുടെ പവിത്രമായ സ്നേഹത്തിന് ഞാനർഹനല്ല എന്ന ബോധം എന്നിൽ അത്രമാത്രം ശക്തിയായി വേരൂന്നിയിട്ടുണ്ട്. മനസ്സിൽ ഒന്നു വെച്ചുകൊണ്ട് മറ്റൊന്നു ഭാവിക്കുക എനിക്കു വിഷമം. ഞാൻ വെറുമൊരു മൃഗമാണ്. നികൃഷ്ടനായ ഒരു പിശാചാണ്. അതെ, പാടുന്ന പിശാച്. ഏറ്റവും മികച്ച സുഗന്ധ വസ്തുക്കൾ ഉദ്ഭവിക്കുന്നത് ഏറ്റവും ദുർഗന്ധ പൂർണ്ണമായ വസ്തുക്കളിൽ നിന്നാണ്. കപടവേഷം കെട്ടിനിന്ന് എനിക്കു മതിയായി. ആത്മവഞ്ചന ചെയ്തു ചെയ്ത് എനിക്കു മടുത്തു. എന്റെ ജീവൻ ഇന്നു ദാഹിക്കുകയാണ്. ലോകം മുഴുവൻ എന്നെ വെറുക്കണമെന്നു മാത്രമാണ് എന്റെ ഏക ആഗ്രഹം."

കളിത്തോഴി അച്ചടി കഴിഞ്ഞിട്ടില്ല. പാടുന്ന പിശാച്, സ്പന്ദിക്കുന്ന അസ്ഥിമാടം ഇങ്ങനെ രണ്ടു കൃതികൾ അച്ചടിയിൽ ഇരിക്കുന്നു. (പാടുന്ന പിശാച് തന്റെ മരണാനന്തരമേ പ്രസിദ്ധീകരിക്കാവൂ എന്നു ചങ്ങമ്പുഴയുടെ ഒസ്യത്തു പ്രകാരം മരണാനന്തരമാണ് പ്രസിദ്ധീകരിച്ചത്... ലേഖകൻ). എന്റെ പുസ്തകങ്ങൾ ആയിരക്കണക്കിന് വിറ്റഴിയുന്നുണ്ട്. കണ്ടമാനം പണം വന്നു ചാടുന്നുണ്ട്. പക്ഷേ നോക്കൂ എനിക്കു ഭ്രാന്തു പിടിച്ചുതുടങ്ങി. അധികകാലം ഞാൻ ജീവിക്കുമെന്നു തന്നെ എനിക്കു വിശ്വാസമില്ല. ഓരോ ദിവസവും മുന്നോട്ടു പോകുന്തോറും അധഃപതനത്തിന്റെ അടിത്തട്ടിലേക്ക് ഞാൻ അധികമധികം ആണ്ടുപോവുകയാണ്. അതുതന്നെയാണ് എന്റെ ആവശ്യവും. അധഃപതിക്കുന്തോറും എനിക്കു പാടുവാൻ സാധിക്കുന്നു. അത്ഭുതമല്ലേ? സ്പന്ദിക്കുന്ന അസ്ഥിമാടവും പാടുന്ന പിശാചും വായിച്ചു നോക്കൂ, വിദ്വേഷപൂർണ്ണവും വേദനാമയവുമായ ചിന്തകൾ ആകർഷകമായ സംഗീതത്തിന്റെ ഉടുപ്പണിഞ്ഞുകൊണ്ട് നൃത്തം വെയ്ക്കുന്ന അതിലെ പദ്യങ്ങൾ ആർക്കും നിർമ്മിക്കുവാൻ

സാധിക്കുകയില്ല. നിങ്ങൾ മനഃപൂർവ്വം ഒഴിഞ്ഞു മാറുവാൻ നോക്കിക്കൊള്ളൂ എന്നാലും അവ നിങ്ങളുടെ ഹൃദയത്തിലേക്ക് നിങ്ങളറിയാതെ നുഴഞ്ഞു കയറും. പൂവനത്തിൽ പാട്ടു പാടിക്കൊണ്ടിരിക്കുന്ന ഒരു പൂങ്കുയിലിൽ വനാന്തരങ്ങളിൽ വേട്ടയാടുന്ന ഒരു കഴുകൻ ഒളിച്ചിരിക്കുന്നുണ്ടെന്ന് അറിയുവാനിട വരുന്നത് തികച്ചും അത്ഭുതമായിരിക്കില്ലേ?

ഞാൻ ഇന്നു വെറും ഒരു യന്ത്രമാണ്. അതു പ്രവർത്തിക്കുന്നുമുണ്ട്. വിട്ടുമാറാത്ത വിദ്യുച്ഛക്തി അതിൽ അന്തർഭവിച്ചിട്ടുള്ളതുകൊണ്ടു മാത്രം.

എനിക്ക് ആരുടെയും ഒരു വർത്തമാനവും അറിഞ്ഞുകൂടാ. അറിയാനാഗ്രഹിക്കുന്നുമില്ല. ഇത്രയും കാലത്തെ ജീവിതം തന്നെ എനിക്കിപ്പോൾ ഒരു സ്വപ്നം പോലെ തോന്നുന്നു. വാസ്തവത്തിൽ നാം നമ്മിൽ കണ്ടുമുട്ടിയിട്ടുണ്ടോ? നിങ്ങളെല്ലാവരുമായി ഞാൻ പരിചയപ്പെട്ടിട്ടുണ്ടോ? നിങ്ങൾ എന്നെ സ്നേഹിച്ചിട്ടുണ്ടോ? എനിക്ക് ഒന്നും വിശ്വസിക്കുവാൻ സാധിക്കുന്നില്ല. ...യ്ക്കു വെറുക്കുവാൻ ഒരു ഹൃദയമെങ്കിലുമുണ്ട്. ...ന് മറക്കാൻ കഴിയുന്ന ഒരു മനസ്സെങ്കിലുമുണ്ട്. സഹോദരിക്ക് അതുപോലുമില്ലേ? നിങ്ങളുടെ ഈ പവിത്രവും പാവനവുമായ സ്നേഹം കൊണ്ട് എന്തിനെന്നെ പൊറുതി മുട്ടിക്കുന്നു. എനിക്കതൊന്നും ആവശ്യമില്ല. ലോകത്തിൽ എനിക്കാരെയും ആവശ്യമില്ല. എനിക്ക് എന്നെത്തന്നെ വേണ്ടാതായിരിക്കുന്നു. ആർക്കും കത്തയക്കില്ലെന്ന് ഉറച്ചിരുന്ന ഞാൻ എന്തുകൊണ്ട് അഞ്ചാറ് പേജ് എഴുതി എന്ന് എനിക്ക് തന്നെ അറിഞ്ഞുകൂടാ. എന്നോടു ദയവുണ്ടെങ്കിൽ സഹോദരി വേദനാജനകമായ ഈ സന്ദർഭത്തെ ഇനിയും ആവർത്തിക്കാൻ ഇടവരുത്തരുത്. നിങ്ങളാരും ഇനി എന്നെ കാണുകയില്ല. വിധിവശാലെങ്ങാൻ കണ്ടെത്തിയാൽത്തന്നെ ഞാൻ മുമ്പിൽ നിന്നു പറപറക്കും.

പിശാചിനെ ഈശ്വരൻ പരീക്ഷിക്കുന്നു. ദേവതകളെ അവന്റെ സാന്നിദ്ധ്യത്തിലേക്കയച്ച് അവനെ പൊള്ളിക്കുന്നു. രക്തപാനമത്തനായ എന്നെ അമൃതരശ്മികൾ ദഹിപ്പിക്കുന്നു. ഇതെന്തു കഷ്ടമാണ്.

ഈ ലോകത്തിൽ ദേവതകളുണ്ടെന്ന് ആദ്യമായി എന്നെ വെളിപ്പെടുത്തിയത് അമ്മിണി ആണ്. ആ പൂങ്കുയിൽ ഞാനാകുന്ന കഴുകനുമായി ചേർന്നാൽ:

"ഖരഖരശിഖര വിദലിതമാം ഹൃത്തിൽ

ഖരമധുര പ്രണയവുമായി

നിന്നു കണ്ണുനീർ പൊഴിക്കാതെ കഴിയുമോ ഇല്ല."

ഇനി ഞാൻ നിറുത്തട്ടെ. എനിക്ക് ഇനി ഒന്നും പറയാനില്ല. ഈ കത്ത് സഹോദരി സൂക്ഷിച്ചു കൊള്ളൂ. ഞാൻ മരിച്ചുവെന്ന് കേട്ട് കുറച്ച്

ദിവസം കഴിഞ്ഞ് വീണ്ടും ഇതൊന്ന് എടുത്തു വായിച്ചു നോക്കു."

എന്ന് ചങ്ങമ്പുഴ

ഹൃദയവും മനസ്സും പിഞ്ഞിപ്പോയ ഒരു വികാരജീവിയുടെ പ്രലപനം മാത്രമാണോ ഇത്? വളരെ ആലോചിച്ചു വ്യക്തമായി എഴുതിയ ഈ കത്തിൽ കവിയുടെ ഭാവനാസംബന്ധമായ ചില നുണകളുമുണ്ട്. അന്യവത്കരിക്കപ്പെട്ട അനാഥമായ ഒരു മനസ്സിന്റെ തേങ്ങലുകളിൽ ഉടക്കിക്കിടക്കുന്ന ഈ വരികളിൽ നാടകീയമായ ചില മുഹൂർത്തങ്ങളും കവി മനഃപൂർവ്വം തിരുകിവെച്ചിട്ടുണ്ട്. ജീവിതത്തിന്റെ വേനലിൽ വെന്ത ഒരു മനുഷ്യന്റെ വേദനാനിർഭരമായ ശബ്ദങ്ങൾ കൂടി ഇതിൽ ഇഴ ചേർത്തിരിക്കുന്നു.

ചങ്ങമ്പുഴയിൽ ഉയിർക്കൊണ്ട പശ്ചാത്താപബോധത്തിന്റെ സൂചനകൾ കൂടി കത്തിൽ നിന്നും നമുക്ക് വായിച്ചെടുക്കാമെങ്കിലും പ്രദർശനവ്യഗ്രനായ ഒരാളുടെ പിടിവിട്ട കൂത്താട്ടങ്ങൾക്കും കവിവചനങ്ങൾ സാക്ഷ്യമാകുന്നുണ്ട്. സ്വന്തം ജീവിതം ഭീകരമായ ഒരു പാഴ്ച്ചെലവാണെന്ന ധ്വനിയിൽ നിന്നും ലോകത്തോട് തോന്നുന്ന പകയാണ് മറ്റുളളവർ തന്നെ വെറുക്കണമെന്ന ആഗ്രഹത്തിലുള്ളത്. അതു മാത്രമല്ല താൻ വായിച്ചു മനനം ചെയ്ത പരദേശികളായ കവികളുടെ ജീവിതത്തിന്റെ തമോവാസനകൾ സ്വാംശീകരിച്ചതിന്റെ ഫലമാണ് തൻ മൃഗമാണെന്നും പിശാചാണെന്നുമൊക്കെയുള്ള വാചകങ്ങളിലുളളത്. അതു പോലെ തന്നെ മനസ്സിന്മേലുള്ള പിടി അയഞ്ഞു പോകുന്ന ഒരാളുടെ വിഭ്രമങ്ങളുടെ ദുർബലമായ ശബ്ദവും കത്തിലെ വരികളിൽ വിന്യസിച്ചിട്ടുണ്ട്. നിങ്ങളെല്ലാവരുമായി ഞാൻ പരിചയപ്പെട്ടിട്ടുണ്ടോ? നിങ്ങൾ എന്നെ സ്നേഹിച്ചിട്ടുണ്ടോ? എന്നിങ്ങനെയുള്ള ചോദ്യങ്ങൾ ഹതാശാനിബിഡമായ ഒരു പീഡിതഹൃദയത്തിന്റെ ലഹരി നിറഞ്ഞ വാക്കുകളാണ്.

പല കവിതകളിലും ഡയറിക്കുറിപ്പിലും കവി ദേവതയായി വിശേഷിപ്പിച്ചത് തന്റെ കാമുകിയെയായിരുന്നു. പക്ഷേ ഈ കത്തിൽ ആ പദവി കവി കൽപ്പിച്ചു കൊടുത്തിട്ടുള്ളത് തന്റെ ഭാര്യയ്ക്കാണ്. ഒരുവേള മറ്റൊരു സ്ത്രീയുടെ മുമ്പിൽ ഭാര്യയെ ഉയർത്തിക്കാണിക്കുവാനുള്ള ഉപരിപ്ലവമായ ഒരു ശ്രമം മാത്രമാണിത്. തന്ത്രപരമായി (എന്തും തുറന്നു പറയുവാൻ തയ്യാറുള്ള ഈ കവി) തന്നെ തന്റെ ചില ചെയ്തികളെ കവി മറച്ചുവെച്ചിരുന്നു എന്നതാണ് വാസ്തവം. അതെന്തായാലും, ഭാവിയുടെ ഭാരങ്ങളും ഭാരമില്ലായ്മയും മുൻകൂട്ടി കണ്ടുകൊണ്ടാണ് കവി ഇങ്ങനെയൊരു കത്തെഴുതിയത്, സ്വയം ഒരാധുനികന്റെ ചേഷ്ടകൾ തന്നിൽ ഉണ്ടെന്നു

വരുത്തുവാനുള്ള ശ്രമം-കുറച്ചൊക്കെ അത് സത്യവുമാണ്-മുകളിൽ കുറിച്ച വരികളിൽ അതു നിറഞ്ഞുനിൽക്കുന്നു. സ്വയം പീഡനത്തിന്റെയും ലോകത്തോടുള്ള വിദ്വേഷത്തിന്റെയും അലയൊലികൾ നിറഞ്ഞ, കത്തിലേതുപോലുള്ള ഒരു ലോകം 'പാടുന്ന പിശാച്' എന്ന നീണ്ട കാവ്യത്തിലും ദൃശ്യമാണ്.

നിയമപഠനത്തിനായി മദ്രാസിൽ താമസിക്കുമ്പോൾ ചങ്ങമ്പുഴ എഴുതിയ ഈ കവിതയ്ക്ക് അദ്ദേഹത്തിന്റെ കാവ്യ ജീവിതത്തിലും മലയാള കവിതാ ചരിത്രത്തിലും സവിശേഷമായ സ്ഥാനമാണുള്ളത്. ചങ്ങമ്പുഴയ്ക്കു മുമ്പോ പിന്നീടോ ഇത്രമേൽ തീവ്രമായ സംഘർഷവും സങ്കീർണ്ണതകളും പിണഞ്ഞാടുന്ന ഒരു കവിത മലയാള സാഹിത്യ രംഗത്ത് ഉണ്ടായിട്ടില്ല. നമ്മുടെ സാഹിത്യരംഗത്ത് ഏറെ കീർത്തിപ്പെട്ട ആധുനികതയുടെ വളയമില്ലാ ചാട്ടങ്ങളോട് ചേർത്തു വെച്ച് വായിക്കുമ്പോഴാണ് പാടുന്ന പിശാചിന്റെ ഗാംഭീര്യം നമ്മെ പിടിച്ചു കുലുക്കുന്നത്. ക്ഷുഭിത യൗവ്വനത്തിന്റേതെന്ന് പറയപ്പെട്ട ആ കവിതകൾ ഒരു പുനർ വായനക്ക് വിധേയമാക്കുമ്പോൾ പലതും അസംബന്ധമായി തോന്നിയേക്കാമെങ്കിലും അതിനുമെത്രയോ നാളുകൾക്കു മുമ്പ് എഴുതപ്പെട്ട പാടുന്ന പിശാച് ഇന്നും വായനാ ലോകത്തെ കണക്കറ്റ് പ്രലോഭിപ്പിക്കുന്നു. അടുത്ത കാലത്ത് ഒരു ആധുനിക കവി ഏറ്റുപറഞ്ഞത് ഈ അവസരത്തിൽ ശ്രദ്ധേയമാണ്. ജീവിതത്തിനും മരണത്തിനുമിടയ്ക്കുള്ള ഒരപസ്മാര ബാധയായി തന്റെ കവിത വിസ്മരിക്കപ്പെടുമെന്നായിരുന്നു അദ്ദേഹത്തിന്റെ വെളിപാട്. ആ കവിയുമായി ചങ്ങമ്പുഴയെ താരതമ്യം ചെയ്യുക എന്നത് കടുത്ത അപരാധമാണ്, അതുകൊണ്ട് അതിനിവിടെ മുതിരുന്നില്ല. അക്ഷരാർത്ഥത്തിൽ ജീനിയസ് ആയ ചങ്ങമ്പുഴയും പ്രതിഭയില്ലായ്മയുടെ ജീവിക്കുന്ന സാക്ഷ്യമായ-കവിതയിൽ നിന്ന് റിട്ടയേർഡ് ചെയ്ത-ആ കവിയും തമ്മിലെന്ത്? പക്ഷേ ഒന്നുണ്ട്: ചങ്ങമ്പുഴയുടെ ചുവടു പിടിച്ചാണ് ആ കവി പലതും തുറന്നു പറഞ്ഞതും എഴുതിയിട്ടുള്ളതും.

മലയാള കവിതാരംഗത്ത് ആദ്യമായി ആധുനിക പ്രവണതകൾ ശക്തമായി പ്രകടിപ്പിച്ചു പോന്ന ഒരു കവി എന്ന നിലയിൽ ചങ്ങമ്പുഴയുടെ പാടുന്ന പിശാച് പ്രത്യേകമായ പരാമർശമർഹിക്കുന്നുണ്ട്. കവിതാരംഗത്ത് ചങ്ങമ്പുഴ ചെയ്ത ഒറ്റയാൾ കലാപം വേണ്ട രീതിയിൽ വായിച്ചെടുക്കുവാൻ നമ്മുടെ നിരൂപണരംഗത്തെ ആഢ്യയാഥാസ്ഥിതിക മാന്യന്മാർക്ക് സാധിച്ചില്ല. (ആധുനിക നിരൂപകരിൽ ഡോക്ടർ രാജകൃഷ്ണനെപ്പോലുള്ള ചിലർ മാത്രമാണ് ചങ്ങമ്പുഴയെ മനസ്സിലാക്കുവാൻ വേണ്ട രീതിയിൽ ഇറങ്ങിത്തിരിച്ചത്) മനസ്വിനിയുടെയോ, മോഹിനിയുടെയോ, തിലോത്തമയുടെയോ വാക്കർത്ഥം തിരയുന്ന

പണിയിലേർപ്പെട്ടു ജീവിതം പോക്കിയ നിരൂപക പ്രതിഭകൾക്ക് ചങ്ങമ്പുഴക്കവിതയിലെ അന്തർധാരകൾ മനസ്സിലാക്കുവാനോ, പിടിച്ചെടുക്കുവാനോ, കഴിയാതെ പോയതിൽ അത്ഭുതപ്പെടേണ്ട കാര്യമില്ല.

പാടുന്ന പിശാചിന്റെ മുഖക്കുറി എന്നോണം ചങ്ങമ്പുഴ ഇങ്ങനെ എഴുതി (പൂർണ്ണ രൂപത്തിൽ പ്രസിദ്ധീകരിക്കാത്തതാണ് ആ മുഖക്കുറി)

"ഞാൻ ഈ കവിത എഴുതിയത് നിയമപഠനത്തിനായി മദിരാശിയിൽ താമസിക്കുന്ന കാലത്താണ്. അന്ന് എന്നോടൊന്നിച്ച് താമസിച്ചിരുന്നത് കൊച്ചി റോസ് സ്ട്രീറ്റിൽ താമസിക്കുന്ന ഡോക്ടർ എം. ഗോപാലൻ നായരുടെയും ഭാര്യ ശ്രീമതി തിരുവില്വാമല കനകാലയം വീട്ടിൽ ചോണാത്തു രുഗ്മിണി അമ്മയുടെയും മകൻ എം.ബി.ബി.എസ്സിനു പഠിക്കുന്ന ശ്രീമാൻ ശങ്കരൻ കുട്ടി നായർ അവർകളാണ്. ഞാനും എന്റെ ഭാര്യ ശ്രീമതി ശ്രീദേവിയും തമ്മിൽ അത്ര രസമല്ലായിരുന്നു. അങ്ങനെ ചില കാരണങ്ങളാൽ ഞാൻ ഒട്ടേറെ മനഃക്ലേശം അനുഭവിച്ചിരുന്ന സന്ദർഭത്തിലാണ് ഏതാണ്ട് ആത്മകഥാ രൂപമായി ഈ കൃതി എഴുതിയത്. ഇതിൽ ഞാൻ ആക്രമിച്ചിട്ടുള്ള വ്യക്തികളോട് വ്യക്തിപരമായി യാതൊരു വിദ്വേഷവും എനിക്കില്ല തന്നെ. ഈ കൃതിയിൽ അക്കാലത്തെ എന്റെ മനോവ്യാപാരങ്ങൾ അതേപടി കാണാവുന്നതാണ്.

കാനാട്ടുകരയിൽ അജിതാനിലയത്തിൽ താമസിച്ചപ്പോൾ എഴുതിയതാണീ വാക്കുകൾ. ഈ കൃതിയുടെ സർവ്വ അവകാശവും കൊടുത്തിട്ടുള്ളത് ചങ്ങമ്പുഴ പ്രഭാകരനാണ്. പ്രഭാകരന് കൊടുത്തിട്ടുള്ള അനുമതി പത്രത്തിൽ ഈ രചന തന്റെ മരണാനന്തരം മാത്രമേ പ്രസിദ്ധീകരിക്കാവൂ എന്നും പറഞ്ഞിട്ടുണ്ട്.

അതുപോലെ തന്നെ മറ്റൊരു ശ്രദ്ധേയമായ കാര്യം പാടുന്ന പിശാചിന്റെ പുറംചട്ട ഡിസൈൻ ചെയ്തത് ചങ്ങമ്പുഴയാണെന്നുള്ളതാണ്. മറ്റു പുസ്തകങ്ങളുടെയൊന്നും പുറംചട്ട ഇപ്രകാരം വേണമെന്നു കവി നിഷ്കർഷിച്ചിട്ടില്ല, പാടുന്ന പിശാചിന്റെ കയ്യെഴുത്തു പ്രതിയിൽ ഇപ്രകാരം വായിക്കാം:

"ഇവിടെയൊരു ബ്ലോക്ക് ചേർത്താൽ കൊള്ളാം. ഒരു ഭയങ്കര രൂപം-പിശാച്. അനേകം കൈകൾ വേണം-ഉഗ്രമായ ദംഷ്ട്രകൾ-തീപ്പൊരി പറക്കുന്ന കണ്ണ്-രൂക്ഷമായ ഭാവം. ഒരു കൈയിൽ ഓടക്കുഴൽ-അതു ചുണ്ടോടു ചേർത്തു പിടിച്ചിരിക്കണം. മറ്റൊരു കൈയിൽ തലയോട്-മറ്റൊന്നിൽ മദ്യം നിറച്ച തലയോട്. വേറൊരു കയ്യിൽ വിഷം നിറച്ച പാത്രം- മറ്റൊരു കയ്യിൽ രക്തമിറ്റു വീഴുന്ന കുടൽമാല- വേറൊരു കയ്യിൽ പൂമാലകൾ-മറ്റൊരു കയ്യിൽ പുസ്തകം-ഇങ്ങനെ പരസ്പര വിരുദ്ധ സാധന സാമഗ്രികളോടു കൂടിയ ഒരു ഭയങ്കര സത്വം."

സ്വന്തം ജീവിതാനുഭവങ്ങൾ, അതിനോടു താൻ കൈക്കൊണ്ട നില പാടുകൾ, അതിനോട് സമൂഹം കാണിച്ച പ്രതികരണങ്ങളിലെ ക്രൗര്യ ങ്ങൾ, ഉള്ളിൽ നീറിപ്പിടയുന്ന ഉഗ്രമായ സംഘട്ടനങ്ങൾ, പാപബോധം, അദമ്യമായ കാമചോദന, നിഷ്കളങ്കതാനാട്യം ഇവയെല്ലാം ചേർന്ന് അതിരില്ലാത്ത കവി ഭാവനയിൽ വിടർന്ന അതേ ചിത്രത്തിന്റെ ഛായ വഹിക്കുന്ന പൈശാചിക ഭാഗമുണർത്തുന്ന ഒന്നാണല്ലോ വാക്കുകളിൽ കൊത്തിയെടുത്ത ഈ ചിത്രം. ചങ്ങമ്പുഴയുടെ വാക്കുകളോട് പൂർണ്ണ മായും നീതിപുലർത്തിയിട്ടില്ലെങ്കിലും ചങ്ങമ്പുഴ നിർദ്ദേശിച്ച പ്രകാരം തന്നെയാണ് പാടുന്ന പിശാചിന്റെ പുറം ചട്ട നിർമ്മിച്ചിരിക്കുന്നത്. പുറംചട്ടയുടെ ചരിതം ഇവിടെ കുറിച്ചാണ് പാടുന്ന പിശാച് അദ്ദേഹത്തി ന്റെ അകം ലോകവുമായി എത്ര മാത്രം ഇഴചേർന്നു പോകുന്നു എന്നത് വിശദീകരിക്കുവാനാണ്.

ഈ കവിതയുടെ മുഖവുരയെന്നവണ്ണം കവി തന്നെ ഇംഗ്ലീഷിൽ എട്ടുവരികൾ കുറിച്ചിട്ടുണ്ട്. ജീവിതത്തിലെ വിധിവിളയാട്ടത്തെക്കുറിച്ചും സ്വന്തം യൗവ്വനം കൊള്ളയടിക്കപ്പെട്ടതിനെക്കുറിച്ചുമൊക്കെ-മനസ്സി ന്റെ തമോഗർത്തങ്ങളിൽ കാമം പതിയിരുന്ന് തന്നെ സ്വാധീനിച്ചതി നെക്കുറിച്ചും താൻ ചതിക്കപ്പെട്ടതിനെക്കുറിച്ചുമൊക്കെയാണ് ഈ വരികളിൽ കവി വേവലാതി കൊള്ളുന്നത്. താൻ പാടുന്ന പിശാചായി മാറിയതിന്റെ പിന്നിലുള്ള ന്യായങ്ങൾ കണ്ടെത്തുവാനുള്ള ചങ്ങമ്പു ഴയുടെ ശ്രമമായിരിക്കാമിത്. ഏതായാലും അതിന് സത്യത്തിന്റെ നിറമല്ല ഉള്ളത്. സ്വന്തം ഇച്ഛകൊണ്ട് കടിഞ്ഞാണറ്റ കുതിരയെപ്പോലെ പായുകയും ജീവിതം അതിന്റെ അടിയറ്റം വരെ ആസ്വദിക്കുകയും ധൂർ ത്തടിക്കുകയും ചെയ്ത ഈ കവി സ്വന്തം പിഴകൾക്ക് മറ്റുള്ളവരെ പഴി പറഞ്ഞ് ആശ്വസിക്കുകയാണ്!

തുടർന്ന് കവി മറ്റൊരു നാലുവരി ഇങ്ങനെ കുറിച്ചിട്ടുണ്ട്. അതിന്റെ ഏകദേശ വിവർത്തനം ഇങ്ങനെ :

"കവിയുടെ ധർമ്മം എന്നൊന്ന് എനിക്കറിയില്ല, അതറിയുവാൻ ഞാൻ ആഗ്രഹിക്കുന്നില്ല. എന്നെ കവിയെന്നു വിളിക്കരുത്, കാരണം ഞാൻ പാപത്തിന്റെ വിത്തുകൾ വിതയ്ക്കുന്നവനാണ്."

ചങ്ങമ്പുഴയുടെ ഈ പ്രഖ്യാപനത്തിന്റെ പ്രതിദ്ധ്വനികൾ കുറ്റ സമ്മതം, പാപത്തിന്റെ പുഷ്പങ്ങൾ എന്നീ കവിതകളിൽ ഉയർന്നു കേൾക്കാം. പാപത്തിന്റെ തോറ്റംപാട്ടുകൾ പതഞ്ഞൊഴുകുന്ന ഈ കവിതകൾ കവിയുടെ അനുഭവങ്ങൾ തേടിയുള്ള സാഹസികവും അപകടകരവുമായ യാത്രയുടെയും സാക്ഷ്യങ്ങളാണ്. അനുഭവങ്ങൾ

തേടി വിലക്കപ്പെട്ട ഭൂമികകളിൽ അലയുവാനും ഈ കവിക്ക് മടിയേതു മുണ്ടായില്ല. അങ്ങനെ പലതലങ്ങളിൽ മലയാള കവിതയിൽ കലാപം ചെയ്തു ചങ്ങമ്പുഴ. പക്ഷേ അത് നമ്മുടെ നിരൂപകവൃന്ദം വേണ്ട രീതിയിൽ തിരിച്ചറിഞ്ഞിട്ടില്ല എന്നതാണു സത്യം.

നമ്മുടെ പതിവുഖണ്ഡകാവ്യങ്ങളിൽ നിന്നും വ്യത്യസ്തമായി തന്റെ മനസ്സിന്റെ ഇരുൾഭാവങ്ങളുടെ പ്രഭവകേന്ദ്രങ്ങളും പാപാസക്തിയുടെ വൈകൃതം നിറഞ്ഞ ഭാവങ്ങളും തുടക്കത്തിൽ വരച്ചിടുന്ന ഈ കവിതയിൽ അക്കാലത്തെ രാഷ്ട്രീയ സാഹിത്യ പരിതോവസ്ഥകൾ ഉൾക്കൊള്ളിക്കുവാനും കവി മുതിർന്നിട്ടുണ്ട്. ഒരു വ്യക്തി എന്ന നിലയിൽ തന്റെ തകർച്ചയുടെ കാരണങ്ങൾ തിരയുന്ന ഹതാശനായ ഒരു കവിയുടെ താണ്ഡവസമാനമായ ചടുല ചലനങ്ങളും പാടുന്ന പിശാച് ദൃശ്യപ്പെടുത്തുന്നു. മറ്റു കവിതകളിൽ നിന്നും വിഭിന്നമായി ഉപഹാസ ഗർഭമായ വാക്കുകളുടെ ഉൾപ്പിരിവുകളും ഈ കവിതയെ മികവുറ്റതാക്കിത്തീർത്തിട്ടുണ്ട്. എന്നാൽ ചങ്ങമ്പുഴയുടെ പല കവിതകൾക്കുമുള്ള ആവർത്തന സ്വഭാവവും വാചാലതയും കവിയ്ക്കു കവിതയ്ക്കു മേലുള്ള പിടിവിട്ടുപോയതായി സൂചിപ്പിക്കുന്നു.

"നീളവേചില്ലൊളിപ്പുള്ളികൾ മിന്നുമാ-
നീലിച്ച പീലി നിവർത്തിനിർത്തി
കണ്ണഞ്ചിടും സപ്തവർണ്ണങ്ങളൊത്തു ചേർ-
ന്നെണ്ണയൊലിക്കും കഴുത്തു നീട്ടി
പത്തിവലിച്ചു വിരിച്ചു വാലിട്ടടി
ച്ചത്യുക്കവശമായ് വാപിളർത്തി
മിന്നൽക്കൊടിപോൽ പിടയുമാ നാവുകൾ
മുന്നോട്ടു മുന്നോട്ടു ചീറ്റി നീട്ടി,
ഉത്ക്കട പ്രാണദണ്ഡത്താൽ പുളയുമൊ
രുഗ്രസർപ്പത്തെയും കൊക്കിലേന്തി
തഞ്ചത്തിൽ തഞ്ചത്തിൽ തത്തിജ്ജ്വലിക്കുന്ന
മഞ്ചാടിച്ചെങ്കനൽ കണ്ണുരുട്ടി
ആരാലെൻ മുന്നിലൊരാൺമയിലായിവ
ന്നാടി നിൽക്കുന്നു ഹാ, പാപമേനി,"

മലയാള കവിതയിലെ എക്കാലത്തെയും മികച്ച വരികളിൽ കവിതയുടെ മിന്നൽക്കൊടികൾ വിടർത്തിയാടുന്ന സൗന്ദര്യത്തിനു മുന്നിൽ പാപം പോലും ഒരു നിമിഷം അന്ധാളിച്ചു നിന്നിട്ടുണ്ടാകും.

ഉന്മാദത്തിന്റെ മഹാസാമ്രാജ്യത്തിൽ കവിതയിലെ ഛത്രപതിയുടെ ഈ വാക്കുകളിൽ അഗ്നിജ്വാലകൾ ആളിപ്പടരുകയാണ്.

പാപത്തിന്റെ വശ്യവിമോഹനമായ നടനം കാണുമ്പോൾ കവിയുടെ ഉള്ളിൽ പൈശാചിക പ്രലോഭത്തിന് തീപിടിക്കുന്നു:

"ഒട്ടല്ല കൗതുകം മാറോടു ചേർത്തൊന്നു-

കെട്ടിപ്പിടിക്കാനെനിക്കു നിന്നെ

എന്നിട്ടും കവിക്കു മതിയാകുന്നില്ല;

രക്തമൊലിക്കട്ടെ കൂർത്തൊരാകൊക്കിനാൽ

കൊത്തുക, കൊത്തുകെൻ മാനസം നീ."

പാപത്തിന്റെ പാരമ്യമായ അനുഭൂതിയുടെ തിരളിമയിൽ ഒരു മൂർച്ഛയിലെന്നപോലെയാണ് കവി ഇങ്ങനെ പറയുന്നത്. ആ മൂർച്ഛയിൽ അന്തർഭവിച്ചിട്ടുള്ള വേദനയോടു പോലും കവിയ്ക്കു തികഞ്ഞ അനുഭാവമാണ്. വേദനയുടെ- സ്വയം വേദനിപ്പിക്കുവാനുള്ള പ്രവണതയും ഈ വരികളിൽ വ്യക്തമാകുന്നുണ്ട്- ഈ അനുഭൂതിയിൽ വിലയം പ്രാപിക്കുമ്പോഴും കവിയെ കാത്തിരിക്കുന്നത് തിരസ്ക്കരിക്കപ്പെട്ടൊരു ലോകമാണ്;

"വീട്ടിലില്ലാനന്ദം, നാട്ടിലില്ലാനന്ദം

വീർപ്പുമുട്ടുന്നിതെൻ ഹൃദന്തം

കൊത്തിവലിയ്ക്കുകതിൽ നിന്നു മാജീവ-

രക്തം മുഴുവനും ചോർന്നു പോകട്ടെ."

ആനന്ദരഹിതവും ക്രൂരവുമായൊരു പരിസരത്തിൽ നിന്നും ഒളിച്ചോടിയ കവിക്ക് പിന്നീടുള്ള ഒരേ ഒരാശ്രയം മരണമാണെന്നു തോന്നുന്നു. ഉപേക്ഷിക്കപ്പെട്ടു പോയി എന്നു പറയാവുന്ന രീതിയിൽ കവിയിൽ നിന്നകന്നു പോയ ഭാര്യ, നാട്ടുകാരുടെ ക്രൗര്യം നിറഞ്ഞ സമീപനം, കൂടാതെ കാമുകിയെക്കുറിച്ചുമുള്ള വിചാരങ്ങൾ ഇവയെല്ലാം കവിയുടെ അന്തരംഗം സംഘർഷമുഖരിതമാക്കി. ഭീരുവായ കവിയപ്പോൾ മാനസികമായി മരണം പ്രാപിക്കുന്നു, ശാരീരികമായി മരിക്കുവാനുള്ള സന്നദ്ധത അപ്പോഴും അദ്ദേഹത്തിനില്ല. അതുകൊണ്ടദ്ദേഹം പാപത്തോട് തന്റെ ജീവരക്തമൂറ്റി കുടിക്കുവാനും അതോടെ താൻ വെറുമൊരു തൊണ്ടായിത്തീരട്ടെ എന്നും ആഗ്രഹിക്കുകയാണ്.

കവിയും ലോകവും തമ്മിൽ എതിർധ്രുവങ്ങളിലേക്കുള്ള സഞ്ചാരം തുടങ്ങിയതോടെ അവർക്കിടയിലുള്ള അപരിചിതത്വം പൂർണ്ണതയിലെത്തി.

മുൻപേ തകർന്ന ആ ബന്ധം അതിന്റെ പാരമ്യത്തിലെത്തിയതോടെ ഏകാന്തതയുടെ വരൾഭ്രമികയായി കവിയുടെ ആവാസം. കവി ദുസ്സ ഹമായി ഏകാന്തതയുടെ ഇരുൾപ്പരപ്പിലേക്ക് ഉരുകി വീഴുകയായി. ലോകത്തിനും തനിക്കുമിടയിലുള്ള പൊരുത്തക്കേടുകളുടെ അന്യത്വ ത്തെക്കുറിച്ച് കവി :

"ഭീകരമാമീപ്പൊരുത്തമില്ലായ്മയിൽ

ലോകമെനിക്കു നരകമായി

ഭീകരമാമീപ്പൊരുത്തമില്ലായ്മയിൽ

ലോകത്തിനു ഞാൻ ചതുർത്ഥിയായി

തെല്ലുനാളത്തെക്കൂടി കഴിഞ്ഞിട്ടു

കില്ലെന്നോടൊത്താരുമെന്നുമെന്നും."

അരങ്ങും അണിയറയും തമ്മിലുള്ള ഈ വിഘടനം ഇടപ്പള്ളി രാഘവൻപിള്ളയുടെ ജീവിതത്തിലും നമുക്ക് കണ്ടെത്തുവാൻ കഴിയും. എന്നാൽ രണ്ടു കവികളുടെയും സ്വഭാവ സവിശേഷതകളിലെന്നപോലെ ഈ വിഘടനത്തിലും മൗലികമായ അന്തരമുണ്ട്.

നരകസമാനമായ തന്റെ ജീവിതത്തിൽ കവിയുടെ ഏക ആശ്വാസം പാപത്തിന്റെ മയൂഖനൃത്തങ്ങളിലേക്കു മൂർച്ഛിക്കുക എന്നുള്ളതാണ്. ആയതിനാൽ ആ മിത്രത്തോടു കവി പറയുന്നു ഇതാ എന്റെ മനസ്സ് വെള്ളിത്താളികയിലാക്കി നിനക്കു ഞാൻ കാഴ്ച വയ്ക്കുന്നു. സങ്കോചലേശ മെന്യേ അതു കൊത്തിമുറിയ്ക്കുക. അങ്ങനെ വേദനിക്കപ്പെടുന്ന, സ്വയം വേദനിപ്പിക്കുന്ന ഒരു മനോഭാവത്തിലൂടെ സ്വന്തം സത്താ സവിശേഷ തകളെ മറികടക്കാമെന്ന വ്യാമോഹമാണു കവിയ്ക്കുള്ളത്.

പാടുന്ന പിശാചിലെ ഒന്നാം ഭാഗത്ത് പാപത്തിന്റെ ധൂർത്തു നിറഞ്ഞ ചിത്രത്തിന്റെ ആലേഖനവും അതിനു വേണ്ടി കവി തിരഞ്ഞെടുത്തിട്ടുള്ള രൂപകങ്ങളും അതിന്റെ വ്യത്യാസവും മലയാള കവിതയിലെതന്നെ പുതിയൊരു അനുഭവമായി മാറിയിട്ടുണ്ട്. നിമിഷങ്ങളിൽ നിന്നും നിമി ഷങ്ങളിലേക്ക് ചടുല ചലനം ചെയ്തും വികാരങ്ങളുടെ പൂത്തിരി കത്തിച്ചും കതറിക്കിതച്ചോടിയ ഹതഭാഗ്യനായ ഒരു മനുഷ്യജീവിയുടെ ദുരന്തചി ത്രം ആചരിക്കുന്നതിൽ നാം വായിച്ച കവിതാഭാഗം മികച്ചു നിൽക്കുന്നു.

പിന്നീട് ഒരു ഫ്ളാഷ് ബാക്കിലെന്ന പോലെ തന്റെ ജീവിതത്തിന്റെ പ്രാരംഭം മുതലുള്ള കഥനമാരംഭിയ്ക്കുകയാണു കവി. തന്റെ ബാല്യകാ ലത്തെക്കുറിച്ചും നിഷ്കളങ്ക ഹൃദയനായി, ആദർശഭരിതനായി താൻ ജീവിച്ചതിനെക്കുറിച്ചും വാചാലനാകുന്ന കവി തികഞ്ഞ കളവാണ്

ഈ വരികളിൽ പറഞ്ഞിട്ടുള്ളത്. കവിയുടെ യഥാർത്ഥ ജീവിതത്തിനു നേരെ തിരിച്ചു പിടിച്ചു നോക്കുമ്പോൾ കവിതയിലെ യാഥാർത്ഥ്യങ്ങൾ മിഥ്യാലോകത്തിന്റെ സൃഷ്ടിയാണെന്നു മനസ്സിലാക്കാം. തികഞ്ഞ പ്രായോഗിക വാദിയായിരുന്ന ഒരു വ്യക്തിയാണ് ആദർശസുരഭിലമായ സ്വന്തം ജീവിതകാലത്തെക്കുറിച്ച് അതിശയോക്തി കലർത്തി സംസാരിക്കുന്നത്. ഒരു പക്ഷേ ചങ്ങമ്പുഴയ്ക്ക് ഒരാദർശവാനായി ജീവിച്ചാൽ കൊള്ളാമെന്ന് എപ്പോഴെങ്കിലും തോന്നിയിട്ടുണ്ടാകാം എന്നല്ലാതെ തന്റെ ജീവിതത്തിൽ ഏതെങ്കിലുമൊരു കാലത്ത് ഏതെങ്കിലുമൊരാദർശത്തിൽ ഈ കവി വിശ്വാസസ്ഥിരത പ്രകടിപ്പിച്ചിരുന്നില്ല. തന്റെ ജീവിതം ഓരോ പ്രതിസന്ധി ഘട്ടത്തെ അഭിമുഖീകരിച്ചപ്പോഴും കവി അവയോടു സന്ധി ചെയ്യുന്ന മട്ടിൽ, പ്രീണിപ്പിക്കേണ്ടവരെ തനിക്കു കഴിയുന്ന വിധത്തിൽ പ്രീണിപ്പിച്ചും, യാചിക്കേണ്ടിടത്ത് യാചിച്ചും, തലകുനിക്കേണ്ടിടത്ത് അങ്ങനെ പ്രവർത്തിച്ചുമാണ് ജീവിച്ചത്. മാനവികതയിലൂന്നിയ ചുരുക്കം ചില മൂല്യങ്ങൾ കവിഹൃദയത്തിൽ പ്രതിഷ്ഠയായിത്തീർന്നെങ്കിലും സാമൂഹികപരമോ സദാചാരപരമോ ആയ യാതൊരു മൂല്യവും കവിക്കുണ്ടായിരുന്നില്ല. ആദർശസുരഭിലമായ ഏതെങ്കിലുമൊരു മതത്തിന്റെയോ പ്രത്യയശാസ്ത്രത്തിന്റെയോ വക്താവുമായിരുന്നില്ല. പക്ഷേ ഇതൊന്നും ഇന്നത്തെ സാഹിത്യഭീകരന്മാരെപ്പോലെ പാരവെയ്പിനോ, അവാർഡിനോ, പരദൂഷണത്തിനോ വേണ്ടിയായിരുന്നില്ല, പ്രശ്ന സങ്കീർണ്ണമായ പരിതോവസ്ഥകളിൽ ജീവിക്കുവാൻ വേണ്ടി മാത്രമായിരുന്നു. സ്വന്തം ആവശ്യത്തിനോ, കവിതയെ വിമർശിച്ചതിനോ പകരമായി വ്യക്തി വിദ്വേഷം പുലർത്തുക എന്നത് ചങ്ങമ്പുഴയുടെ ശീലവുമായിരുന്നില്ല. സഞ്ജയന്റെ കാര്യത്തിൽ സംഭവിച്ചത് മറ്റൊന്നാണ്.

സങ്കല്പവും യാഥാർത്ഥ്യവും തമ്മിലുള്ള അന്തരം കൊണ്ട് അമ്പരന്നു നിന്ന അന്നത്തെ സ്വപ്നകുമാരൻ തന്റെ വെണ്ണക്കൽ സൗധങ്ങൾ തകർന്നു വീണതോർത്ത് ചുടുകണ്ണീർ പൊഴിയ്ക്കുകയാണ്. അപ്പോൾ മറ്റൊരാഘാതം കൂടി കവി ഹൃദയത്തെ തീരാത്ത ദുഃഖത്തിലേക്കെടുത്തെറിയുന്നു. തന്റെ മുന്നിൽ ആദർശലോലനായി നിന്ന സുഹൃത്തിന്റെ മരണമായിരുന്നു അത്. അന്ന് കമ്പിത ഗാത്രനായും സ്തംഭിത ചിത്തനായും നിന്നു പോയ കവിയെ മറ്റൊരു സുഹൃത്ത് ജീവിതത്തിന്റെ പ്രായോഗികതയിലേക്കു പിടിച്ചു മാറ്റിനിർത്തിക്കൊണ്ട് ആദർശലോകത്തിന്റെ നിലച്ചു പോകുന്ന ചൈതന്യത്തെ കുറിച്ചോർമ്മിപ്പിക്കുകയും ജീവിതയാഥാർത്ഥ്യങ്ങളെ, അതിന്റെ പരുപരുത്ത വശങ്ങളെക്കുറിച്ചു വിശദീകരിക്കുകയും ചെയ്യതോടെ അദ്ദേഹം ഉൽക്കർഷതയുടെ പിറകെ

വെമ്പി പാഞ്ഞു.

പിന്നീടുള്ള ആ പാച്ചിലിനിടയിൽ ഒട്ടനേകം നഷ്ടങ്ങൾ വരുത്തി ത്തീർത്തു കൊണ്ട് കവി മുന്നോട്ട് തന്നെ കുതിച്ചു. ധനമാണ് കുലമഹിമ യ്ക്കുള്ള ബീജമെന്നു വിശ്വസിച്ചു കൊണ്ട്. തനിക്ക് ചുറ്റും സ്നേഹം നടിച്ചു കൂടി യിരിക്കുന്നവരാൽ ചതിക്കപ്പെട്ടുവെങ്കിലും അവർക്ക് കനത്ത പരാജയം നൽകിക്കൊണ്ട് കവി തന്റെ ജൈത്രയാത്ര തുടർന്നു. അപരന്റെ ഹൃദ യരക്തം കൊണ്ട് തന്റെ വിജയപതാകയ്ക്ക് നിറം പിടിപ്പിക്കുവാനായി യത്നിച്ച ആ നാളുകളിൽ ഒന്നു മാത്രമായിരുന്നു ലക്ഷ്യം. പുരോഗമനം. അത് എങ്ങനെയും നേടിയെടുക്കുവാനുള്ള ശ്രമത്തിലഭിരമിച്ച കവി മറ്റെല്ലാ മൂല്യങ്ങളോടും വിട പറഞ്ഞു. കവിയുടെ ആ പാച്ചിലിനിടയിൽ പുൽക്കൊടികൾ ചതഞ്ഞരഞ്ഞു. ഭൂമി വിറകൊണ്ടു. കവിസ്വത്വം ഗന്ധർവ്വബാലനിൽ നിന്നും പൈശാചികതയുടെ കളിയരങ്ങായി മാറി. പിശാചിന്റെ ഓടക്കുഴൽ വിളികേട്ട് ചുറ്റുപാടും നോക്കുകയാണ്, അപ്പോൾ അദ്ദേഹം നടക്കുന്ന സത്യത്തിന്റെ നടുക്കയത്തിലേക്ക് നാടു കടത്തപ്പെട്ടു, താനൊരു പിശാചായി മാറിക്കഴിഞ്ഞു!

"രണ്ടല്ല നാലല്ല നാന്നൂറു കയ്യുകളു
ണ്ടെനിക്കുഗ്ര നഖങ്ങളുമായ്!
പല്ലുകളല്ലുഗ്ര ദംഷ്ട്രകൾ, കണ്ണുനീ-
രല്ലെൻ മിഴികളിൽ തീപ്പൊരികൾ
ചെണ്ടല്ല വജ്രശിലയാണകം, മെയ്യിൽ-
കണ്ടാമൃഗത്തിൻ കടുത്ത ചർമ്മം.
ഓടക്കുഴലൊരു കയ്യിൽ, ക്കൊടുംതല-
യോടു മറ്റൊന്നി, ലൊന്നിൽ കഠാരം,
വേറൊന്നിൽ മദ്യ ചഷകം, സ്ഫുലിംഗങ്ങൾ
പാറും ഗരളമൊരു കരത്തിൽ
രക്തമിറ്റിറ്റു വീഴും കുടൽമാലകൾ
തത്തിക്കളിക്കുന്ന ഹസ്തമേകം
ശ്രീല സൗരഭ്യമെഴും മലർമാലകൾ
ചേലഞ്ചിമിന്നുന്ന ഹസ്തമന്യം,
ഹസ്തമൊന്നിൽ ഗീത; മറ്റൊന്നിൽ കാമാഗ്നി-
കത്തുന്ന പൂരപ്രബന്ധ കാവ്യം."

വൈരുദ്ധ്യങ്ങളുടെ കൊളാഷ് എന്ന് വിളിക്കാവുന്ന ഈ പൈശാചിക ചിത്രം കവി തന്നെത്തന്നെ തിരിച്ചറിയുന്നതിന്റെ സൂചകങ്ങളാണ്. ക്രൗര്യങ്ങളുടെ മഹാഗിരികളെ വലം വെച്ചു നിൽക്കുന്ന ഈ വരികളെഴുതുമ്പോൾ കവിയുടെ ചേതോവികാരമെന്തായിരുന്നിരിക്കാം? അദ്ദേഹത്തിന്റെ മനസ്സിൽ ഉത്ഭവം കൊണ്ട ഭാവ സൂക്ഷ്മതകൾ എന്തായിരിക്കാം?

കൊട്ടുംതമസ്സിന്റെ അഗാധതയിലാണ്ടു പോയ സ്വന്തം രൂപം പിശാചിന്റെ രൂപത്തിലേക്കു പരാവർത്തനം ചെയ്യുമ്പോഴും അതിന്റെ ജുഗുപ്സാവഹമായ ഭാവങ്ങൾ എറിഞ്ഞുടയ്ക്കുവാൻ കവി ശ്രമിക്കുന്നുണ്ടെങ്കിലും അതു ഫലവത്താകുന്നില്ല. തനിക്ക് ഭാരവും ബാധ്യതയുമായിത്തീർന്ന പൈശാചിക ഭാവങ്ങൾ നാരായമുനകളിൽ കോറിയപ്പോൾ അതിൽ നിന്നും വിമോചനം നേടുവാനുള്ള യത്നങ്ങളും കവി നടത്തുന്നുണ്ടെങ്കിലും അത് പരാജയപ്പെടുകയാണ്. അങ്ങനെ സ്വന്തം സത്ത പിശാചിൽ തന്നെ തളച്ച് വ്യഥകളുടെ സഞ്ചയമുനകളിലേക്ക് കവി സ്വയം പ്രതിഷ്ഠിക്കുകയാണ്.

ഇവിടെ ഉദ്ധരിച്ചിട്ടുള്ള ഭയാനകമായ രൂപകങ്ങൾക്കുള്ളിൽ കവിയുടെ സിരാപടലം സജീവ സാന്നിദ്ധ്യമായി നിലകൊള്ളുന്നു. അതായത്, ഈ കവിത കുറിച്ച വ്യക്തി ഭൂതകാലത്തിന്റെ അനാഥമായ കടവുകൾ കടന്ന് വർത്തമാനത്തിന്റെ ഭൂകമ്പ ബാധിത പ്രദേശങ്ങളിലാണെത്തപ്പെട്ടത്. ആ പ്രദേശത്തുവെച്ചാണ് ഏറ്റു പറച്ചിലിന്റെ വിശുദ്ധ ഭാവങ്ങളോടെ സ്വയം വിചാരണ ചെയ്യുവാൻ കവി മുതിരുന്നത്.

കണ്ണഞ്ചുന്ന പൂ ചൂടിയ, കാനനവല്ലികൾ മുഖം നോക്കുന്ന, ആറ്റുവക്കിൽ ആട്ടമേച്ചുനടന്നിരുന്ന, ഗന്ധർവ്വ ബാലൻ മുന്നിൽക്കാണുന്നത്രയും വിശ്വസിച്ച് തന്റെ ജീവിതം തുടർന്നെങ്കിലും ആരാലും അറിയപ്പെടാതെ പ്രകൃതിയുമായി രമിച്ചു നടന്ന ആ ബാലനാണ് പാടുന്ന പിശാചായി മാറിയത്. ഇന്ന് അയാൾ നിർജ്ജീവതയുടെ പര്യായമായി മാറിയ ഒരു ലോകത്തിൽ യാന്ത്രികതയുടെ മരവിപ്പിൽ വീർപ്പുമുട്ടി കഴിയുകയാണ്. ഗന്ധർവ്വബാലനിൽ നിന്ന് പിശാചിലേക്കുള്ള ഈ ദൂരമത്രയും കനലുകൾ നിറഞ്ഞതായിരുന്നു. ഈ ദൂരം ചങ്ങമ്പുഴയുടെ കവി ജീവിതത്തിന്റെ വളർച്ചയും വിളർച്ചയും അടയാളപ്പെടുത്തുന്നുണ്ട്. ഉൽക്കർഷമാഗ്രഹിച്ച് യാത്ര തുടങ്ങിയ കവി എത്തിച്ചേർന്നത്:

ഇത്ര നാളയ്യോ പണിപ്പെട്ടുത്താൻ പാഞ്ഞ-
തീ പ്രേത ലോകത്തിലെത്തുവാനോ?

താൻ അകപ്പെട്ടിട്ടുള്ളത് പ്രശ്നങ്ങൾ കെട്ടുപിണഞ്ഞ ലോകത്താണെന്നറിഞ്ഞ കവി തന്റെ അദ്ധ്വാനം പാഴിലായതായി വിലപിക്കുന്നു. സുഹൃത്ത് നൽകിയ പോർച്ചട്ടയുമണിഞ്ഞ് താൻ പുരോഗതി നേടിയെങ്കിലും ജീവിതം തനിക്കൊരു ഭാരമായിത്തീർന്നു. ആത്മവഞ്ചനയുടെ കടുത്ത പാതകളിൽ യാത്ര ചെയ്ത് ഉത്ക്കർഷത്തെ പുണരുവാൻ മുതിരാതിരുന്നെങ്കിൽ താൻ ആ പഴയ കളങ്കരഹിതനായ ബാലനായിത്തന്നെ ആട്ടുമേച്ച നടക്കുമായിരുന്നു എന്നും കവിതയിൽ സൂചനയുണ്ട്.

പ്രശസ്തിയുടെ മദ്യം പകർന്നു നൽകി തന്നെ ഹരം കൊള്ളിച്ച പുരോഗതി മൂലം താനെത്തിച്ചേർന്ന ദുരന്ത സങ്കേതത്തിലിരുന്നുകൊണ്ട് തന്റെ തന്നെ സത്തയിലെ പിശാചിന്റെ മുഖത്തു തുപ്പുന്ന കവി സ്വയം ഒറ്റു കൊടുക്കുന്നു. ഗന്ധർവ്വ ബാലനിൽ നിന്ന് പിശാചിന്റെ രൂപമാർജ്ജിച്ച പരുക്കൻ തലങ്ങളെ ബഹിഷ്ക്കരിക്കുവാൻ കവി നടത്തുന്ന സാഹസികത കവിതയുടെ ആന്തരിക ഘടനയെ പ്രകമ്പനം കൊള്ളിക്കുന്നു. കവിയുടെ ഉള്ളിൽ പിടിവലി നടത്തുന്ന വിപരീത സ്വരങ്ങൾ ജ്ഞാനപ്രരൂപങ്ങളുടെ പ്രതിനിധാനങ്ങളെ നശിപ്പിക്കുവാൻ ആഹ്വാനം കൊടുത്തുകൊണ്ട് തനിക്ക് ദുരിതങ്ങളുടെ വിരുന്നൊരുക്കിയ ഈ ലോകം തകർന്നു തരിപ്പണമായെങ്കിലെന്നാശിക്കുകയാണ്.

സർവ്വനാശത്തിന്റെ കാഹളമൂതുവാൻ വെമ്പൽ കൊള്ളുന്ന കവി താൻ നേരിടുന്ന ആന്തരിക ശൈഥില്യത്തിൽ നിന്നും രക്ഷപ്പെടുവാനുള്ള ഉപാധി കൂടി തേടുകയാണ്. സ്വയം ജീവിതത്തിൽ നിന്നു (ഒറ്റയ്ക്ക്) വിരമിക്കുവാൻ ഭയപ്പെടുന്ന ആൾ (കവി) ലോകമൊന്നാകെ നശിച്ചെങ്കിൽ എന്നു പറയുമ്പോൾ ലോകത്തോടും തന്നോടു തന്നെയും പൊരുത്തപ്പെടുവാൻ കഴിയാത്ത ഒരാളുടെ അന്യത്വവും വ്യഥയും അനാവൃതമാവുകയാണ്. തുടർന്നു കവി ചോദിക്കുന്നു:

“പാടും പിശാചിനെപ്പൂമാല ചാർത്തുന്ന

മൂഢ പ്രപഞ്ചമേ സാദരം നീ;

ഗന്ധർവ്വൻ ഗന്ധർവ്വൻ-കീർത്തിയ്ക്കയാണനി-

ന്നന്ധതയ്ക്കിന്നു മറുതിയില്ലേ?”

താൻ സ്വർഗ്ഗലോകത്തിൽ നിന്നും ഭൂമിയിലേയ്ക്കു നിപതിച്ച ഗന്ധർവ്വനല്ലെന്ന് ഉള്ളിൽ ചിറകടിച്ചാർക്കുന്ന വിഹ്വലതകളും വിഭ്രമങ്ങളും ഭ്രാന്തിന്റെ അതിരുകളെ ഇടിച്ചു കളയുന്ന ആന്തരിക ലോകവും സാക്ഷിനിർത്തി ആണയിട്ട് കവി പറയുന്നത് ലോകത്തിന്റെ ആന്ധ്യം തിടം വെച്ച കാഴ്ചയെക്കുറിച്ചാണ്. തന്നിൽ ഒളിഞ്ഞിരിക്കുന്ന ദംഷ്ട്രകളും കണ്ണുകളിലെ തീപ്പൊരിയും കാണാതെ, രക്തം കുടിച്ചു പുളച്ച രൂക്ഷ വർണ്ണത്തിലുള്ള

നാവു കാണാതെ ഗന്ധർവ്വനാണെന്നു ലോകം പറയുന്നു. പക്ഷേ താനൊരു വേതാളമല്ലേ എന്ന് കവി അതേ ലോകത്തോട് നിറയൊഴിക്കുന്ന വിധം ചോദിക്കുന്നു. തുടർന്നു വരുന്ന വരികളിലെ വേതാളഗാനം താളമായി തീരുന്ന പൈശാചിക നടനം നോക്കു, മലയാള ഭാഷയ്ക്കു കാണുവാൻ കഴിയാതിരുന്ന വരികളിൽ പ്രതിബിംബിക്കുന്നത് പ്രതിഭയുടെ അരാജക വാസനകളാണ്.

"പാടി ഞാൻ നിന്നെയുറക്കു, മെന്നിട്ടു നിൻ
ചൂടുള്ള രക്തമൂറ്റിക്കുടിക്കും
ആദ്യം ചിരിക്കും, തലോടും, മനന്തരം
കൂർത്തനഖം കൊണ്ടു പയ്യെ നുള്ളും,
ഒന്നു നീ ഞെട്ടും നയത്തിൽ ചിരിച്ചു ഞാൻ
പിന്നെയും പുല്കു, മിടയ്ക്കു നുള്ളും;
അൻപിൽ ഞാൻ സ്നേഹം നടിക്കും, ചിരിച്ചിട്ടും
ചുംബിക്കു, മപ്പൊഴും പയ്യെ നുള്ളും
അങ്ങനെ, യങ്ങനെ, നുള്ളി, നുള്ളി, പ്പെട്ടെ-
ന്നങ്ങട്ടഹാസത്തോടേറ്റു തുള്ളി,
തല്ലി, നഖങ്ങളത്യുഗ്രമായൊന്നോടെ
തള്ളി, നിൻ പള്ള പൊളിച്ചു ചീന്തും!
കാലും കരങ്ങളും തല്ലിപ്പിടിച്ചു നീ
കാതരമായി കരഞ്ഞിടുമ്പോൾ
ചുടുരക്തം കോരിക്കുടിച്ചിട്ടും,
പൊട്ടിച്ചിരിച്ചു, മലറിയും ഞാൻ!
എന്നിട്ടു, നിൻകുടൽമാലയും ചാർത്തി, ഞാൻ
നിന്നു നിൻചുറ്റുമായ് നൃത്തമാടും."

എന്നിങ്ങനെയുള്ള വരികളിലൂടെ താൻ കണ്ട കഥകളിയിലെ വേഷങ്ങൾ സന്നിവേശിപ്പിക്കുക മാത്രമായിരുന്നില്ല, പാരമ്പര്യങ്ങളായ കാവ്യബിംബങ്ങളത്രയും ഉഗ്രമായ രോഷത്തോടെയും കലങ്ങിമറിയുന്ന ധാർഷ്ട്യത്തോടും ഞെരിച്ചമർത്തിക്കൊണ്ട് ചടുല നൃത്തമാടുകയാണ് കവി. ഈ വരികൾ മാത്രമല്ല, പാടുന്ന പിശാചത്രയും എഴുതുമ്പോൾ കവിക്ക് പിടിപെട്ടിരിക്കുന്ന ബാധയുടെ സംത്രാസം നമുക്കുഹിക്കുവാൻ കഴിയുന്നതിനേക്കാൾ എത്രയോ വിപുലമാണ്.

എന്തുകൊണ്ടായിരിക്കാം ചങ്ങമ്പുഴ തനിക്കു മുൻപുള്ളവർക്കോ ശേഷം വന്നവർക്കോ പിടിച്ചെടുക്കുവാനാകാത്ത വിധം ആന്തരിക ചോദനകളുടെ ഛിദ്രവേഗങ്ങളെ ഉന്മാദം കൊണ്ടു പ്രഹരിക്കുവാൻ ഒരുമ്പെട്ടത്? അട്ടിയിലട്ടിയിലിരുളിരുളിന്മേൽ കട്ട പിടിച്ചു കിടക്കുന്ന ആന്ധ്യ ബാധിര്യങ്ങളുടെ ചാവുനിലങ്ങളിൽ നിന്നോ നരകവാരിധികളുടെ ഏഴാം തട്ടിൽ നിന്നോ എവിടെനിന്നാണ് ഈ വരികൾക്കുള്ള ഊർജ്ജം പൊട്ടിപ്പരക്കുന്നത്?

കവിയുടെയുള്ളിൽ ചുരമാന്തുകയും ചുടുരക്തം കോരിക്കുടിച്ച് സംതൃപ്തിപ്പെടുകയും ചെയ്യുവാൻ മാത്രം മനുഷ്യ വിരുദ്ധമായ ഒരു പാതാള പ്രപഞ്ചം- അതിനെ പൈശാചികമെന്ന, അർത്ഥം തേഞ്ഞ പദം കൊണ്ടു വിശേഷിപ്പിക്കുമ്പോൾ കവി ഉയർത്തുന്ന വെല്ലുവിളികളും അയാളിലെ അധിവാസകനും വേണ്ടരീതിയിൽ അനാവരണം ചെയ്യപ്പെടുന്നില്ല.

മുകളിലുദ്ധരിച്ച വരികളിൽ പരപീഡനാസക്തനായ ഒരുവനെയല്ല ആത്മപീഡകന്റേയും പരപീഡകന്റേയും വേഷം മാറി മാറിയണിയുന്ന ഒരു ക്രിമിനലിനെയാണ്- മനുഷ്യൻ എന്ന പദത്തിന്റെ മഹാർത്ഥങ്ങളത്രയും ഊമ്പിക്കുടിച്ച് നിർവൃതിയാകുന്ന ഒരു മനുഷ്യവിരുദ്ധനെയാണ്-അയാളുടെ കങ്കാള നൃത്തമാണ് വായനക്കാരന് കാണുവാൻ കഴിയുക.

ചങ്ങമ്പുഴക്കവിതകളുടെ ശക്തിസ്വരൂപങ്ങൾ കൊണ്ടു മാത്രമല്ല അതിന്റെ പിരിമുറുക്കത്തെ ചോർത്തിക്കളയുന്ന ദുർബല ഘടകങ്ങളും (ആവർത്തിത വാക്കും ശൈലിയും) പാടുന്ന പിശാചിലും കണ്ടെത്തുവാൻ സാധിക്കും.

"ആരാലെൻ ജീവിത വീഥിയിൽ നില്പവ-

ളാരു നീ, യാരു നീ, യത്ഭുതാംഗി?"

ഇമ്മട്ടിലുള്ള ചോദ്യങ്ങൾ ബാഷ്പാഞ്ജലി മുതലിങ്ങോട്ട് ആവർത്തിച്ചു വന്നിട്ടുണ്ട്. അതിന്റെ മറ്റൊരു രൂപമാണ് പാടുന്ന പിശാചിലെ ഈ വരികൾ.

തന്റെ ജീവിതത്തിലേക്ക് ഇടക്കാലത്തു കടന്നു വന്ന കൊച്ചിയിലെ പ്രണയ നായികയെക്കുറിച്ചാണിവിടെ ഉദ്ധരിച്ച വരികളിൽ സൂചിപ്പിച്ചിട്ടുള്ളത്. അവളെക്കുറിച്ച് മുമ്പ് എഴുതിയപ്പോഴെല്ലാം താൻ സ്നേഹമെന്തെന്ന് മനസ്സിലാക്കിയത് അവളുടെ സാമീപ്യത്തിൽ നിന്നാണെന്ന് കവി പറഞ്ഞിട്ടുണ്ട്. ചില ഡയറിക്കുറിപ്പുകളിലും അവർ തമ്മിലുള്ള വിരഹത്തെച്ചൊല്ലി കവി ഖേദിക്കുന്നുണ്ട്. എഴുതിക്കഴിഞ്ഞ കവിതകളിലത്രയും

അവളുടെ മനോവ്യാപ്തിയെക്കുറിച്ചും, അതിന്റെ അതിരുകളിലെ നീലിമയെക്കുറിച്ചുമൊക്കെ വാചാലനായിട്ടുള്ള കവി അതേ ആശയങ്ങൾ മറ്റൊരു രൂപത്തിൽ ഈ കവിതയിലും ആവർത്തിക്കുന്നു;

"സ്നേഹസ്വരൂപിണി, നീ വന്നതെന്തിനി-

സ്സാഹസികോഗ്രന്റെ സന്നിധിയിൽ?

തത്തിക്കളിച്ചു പരിവേഷ രശ്മിക-

ളുത്തമേ നിൻ മുഖത്തിനു ചുറ്റും.

എന്ന് ചോദിക്കുകയും തുടർന്നവളെ പ്രകീർത്തിക്കുകയും ചെയ്തതിനുശേഷം കവിതയിൽ ഇങ്ങനെ കാണാം.

സ്നേഹമെന്തെന്നറിഞ്ഞിരുന്നില്ല ഞാൻ

മോഹനേ, നീ മുന്നിലെത്തുവോളം

സ്നേഹിക്കുവാനായ് പഠിപ്പിച്ചു നീ നിന്റെ

സാഹചര്യത്താൽ പിശാചിനേയും.

ദേവിയുടെ സാമീപ്യം കവിയിലുണ്ടാക്കിയ മാറ്റങ്ങളെക്കുറിച്ച് ഈ കവിതയിൽ തന്നെ വേറെയും വരികളുണ്ട്.

ഇന്നെന്നിലേയ്ക്കെന്നെ നോക്കിക്കയാണു നീ

നിന്നുജ്ജ്വല സ്നേഹദീപ്തിയിങ്കൽ

ലജ്ജിപ്പതിന്നു ഞാനെന്നിലും ക്ഷുദ്രമാ-

യിജ്ജഗത്തിങ്കലില്ലന്യകീടം

....

ഇന്നോളം വഞ്ചിച്ചു ലോകത്തെയൊന്നായ് ഞാൻ

മുന്നിൽ നീയെത്തി ഞാനാളുമാറി

താനെ കുനിഞ്ഞു പോകുന്നു നിന്മുന്നിലെ-

ന്നാനനം-ശക്തിസ്വരൂപിണി നീ!

....

നീയടുക്കുംതോറുമെന്നിൽ നിന്നങ്ങനെ

പായുകയാണോ പിശാചു ദൂരെ

വീണ വായിക്കുമഗ്ഗന്ധർവ്വനെത്തന്നെ

കാണും നീയെന്നിൽ മരിക്കുവോളം!"

ഒൻപതാം ഭാഗത്തിന്റെ മധ്യം മുതൽ ചങ്ങമ്പുഴ തന്റെ യഥാർത്ഥ പ്രകൃതം വെളിപ്പെടുത്തുകയാണ്. സത്യത്തിൽ വിലയം കൊള്ളുന്ന,

കവിതയിലെ ചുരുക്കം ചില ഖണ്ഡങ്ങളിലൊന്നാണ് ഇത്:

"ലോകത്തെയൊട്ടുക്ക തെറ്റിദ്ധരിപ്പിച്ച
ഹാ, കഷ്ടമെൻ ഗാനധാരയിൽ ഞാൻ!
ലോകോത്തരങ്ങളാ മാദർശരശ്മികൾ
പാകി ഞാനെന്റെ പാഴ്പ്പാട്ടുകളിൽ
എന്നിട്ടിരുളിൽ മദിച്ച പുളച്ച ഞാൻ
മന്നിൽ മൃഗത്തിലും നീചമായി"

എന്നിങ്ങനെ തുടങ്ങുന്ന വരികളിൽ തന്റെ അന്തർ ലോകത്തിന്റെ ആടയാഭരണങ്ങളത്രയും വലിച്ചെറിഞ്ഞ് സ്വയം നിന്ദയുടെ പുതിയൊരു രൂപം സൃഷ്ടിക്കുകയാണ്. അങ്ങനെ വേദനിപ്പിച്ച് അതിൽ സായൂജ്യം കണ്ടെത്തുന്ന കവി. തന്നോടാത്മാർത്ഥത പുലർത്തുന്ന, തന്റെ വായനക്കാരോടു സത്യസന്ധത പുലർത്തുന്ന ഒരു കവിയ്ക്കുമാത്രം എഴുതുവാൻ കഴിയുന്നവയാണീ വരികൾ. വരും തലമുറയ്ക്കു മുന്നിൽ തന്റെ ഭാവിയെക്കുറിച്ചുള്ള യാതൊരു ഭയവുമില്ലാതെയുള്ള ഈ ആത്മഭാഷണം അതിന്റെ തലം വിട്ട് പുത്തൻ ആഖ്യാനത്തിന് വഴിമാറുകയാണിവിടെ. തന്റെ കവിത വായിച്ച ലോകം കരുതിയതിനേക്കാൾ എത്രയോ നീചമായൊരു അവസ്ഥയിലാണ് താനെത്തിച്ചേർന്നിരിയിക്കുന്നതെന്ന ബോധം കവിചേതനയെ വേട്ടയാടുന്നു. ഇരയുടെ ദുരിതം നിറഞ്ഞ ജീവിതം അദ്ദേഹത്തെ കണക്കറ്റ് വേദനിപ്പിക്കുകയും ചെയ്യുന്നു.

പ്രശസ്തിയുടെയും പെരുമയുടെയുമൊക്കെ കണ്ണഞ്ചിപ്പിക്കുന്ന ലോകത്തിൽ നിന്നും അധഃപതനങ്ങളുടെ അഴുക്കുചാലുകളിൽ അകപ്പെട്ട കവിയുടെ വീർപ്പുമുട്ടലുകൾ നമുക്കീ കവിതയിൽ കണ്ടെത്തുവാൻ കഴിയും. ഭാവനാ നിബിഡമായ തന്റെ ഗാനങ്ങൾ വായിച്ച ലോകം തന്നെ ദേവനായി കാണുന്നു. പക്ഷേ താനൊരു പിശാചാണെന്ന് യാതൊരു ഭാരങ്ങളുമില്ലാതെ കവി പ്രഖ്യാപിക്കുന്നു. വിഷാദാത്മകൻ, ശാന്തൻ, വിനീതാർദ്രൻ എന്നിങ്ങനെ പലരാലും വിശേഷിപ്പിക്കപ്പെടുന്നുണ്ടെങ്കിലും ആത്മവഞ്ചനയ്ക്കു തയ്യാറാകാതിരുന്നതു മൂലം ജീവിതം കവിക്ക് മടുപ്പായി തീരുകയാണ്.

"പാട്ടിൽക്കരഞ്ഞ ഞാൻ ജീവിതപ്പൂമര-
ച്ചോട്ടിലിരുന്നു പൊട്ടിച്ചിരിച്ചു.
നിസ്തുലഭോഗ വിലാസ ലഹരിയിൽ
നിത്യമിന്നോളവും മത്തടിച്ചു-

പാടി ഞാൻ നിർമ്മലപ്രേമം മധുരമായ്

തേടി നിർലജ്ജക്കാമവും ഞാൻ"

ഇങ്ങനെ അരാജകവാസനകളാൽ അടിതെറ്റിയ തന്റെ ഭൗതിക പരിണാമം ഇത്ര കൃത്യവും ക്രൂരവുമായ വിധത്തിൽ നിർവ്വഹിച്ച ഒരു കവി മലയാള സാഹിത്യത്തിലില്ല. സ്വാർത്ഥതയോ കളങ്കമോ കലരാത്ത ഈ തുറന്നു പറച്ചിൽ, കവി വിശുദ്ധതയുടെ, പശ്ചാത്തപത്തിൽ നിന്നും ഊറിക്കൂടിയ നിത്യസ്മരണീയ നിമിഷങ്ങൾ വായനക്കാർക്കു സമ്മാനിക്കുന്നു. ഇവിടെ കവി നയിച്ച ജീവിതവും കവിതയിൽ ആലേഖനം ചെയ്യപ്പെട്ട ജീവിതവും തമ്മിലുള്ള പൊരുത്തക്കേടുകൾ പദധൂർത്തിന്റെ പുതപ്പില്ലാതെയാണ് കവി ആഖ്യാനപ്പെടുത്തിയിട്ടുള്ളത്.

പാട്ടിൽക്കരഞ്ഞ് ജീവിതപ്പൂമരച്ചോട്ടിലിരുന്ന് പൊട്ടിച്ചിരിച്ച ഈ വൈരുദ്ധ്യം ചങ്ങമ്പുഴയുടെ സ്വഭാവത്തിന്റെ അംശം കലർന്ന ഒന്നാണ്.

കവിയുടെ ജീവിതം സൂക്ഷ്മമായി പരിശോധിച്ചാൽ ഒരു കാര്യം വ്യക്തമാകും. ഏറെ എഴുതപ്പെട്ടതുപോലെ തീവ്രമായ ഒരു ദാരിദ്ര്യമൊന്നും അദ്ദേഹം അനുഭവിച്ചിട്ടില്ല എന്ന്. വിഷാദഗ്രസിതമായ മനോമേഖല മാറ്റി നിർത്തിയാൽ രാഘവൻപിള്ള അനുഭവിച്ച അരക്ഷിതത്വത്തിന്റെയോ, ദാരിദ്ര്യത്തിന്റെയോ നാലിലൊന്നു പോലും ചങ്ങമ്പുഴ അനുഭവിച്ചിട്ടില്ല. അനുഭവിച്ചതിൽ കൂടുതലും സ്വന്തം കർമ്മം കൊണ്ട് വരുത്തിത്തീർത്തതാണ്. തന്റെ ജീവിത സാഹചര്യങ്ങൾക്കുപരിയായി അക്ഷരാർത്ഥത്തിൽ ജീവിതമാസ്വദിച്ച വ്യക്തിയാണദ്ദേഹം. അനേകം പ്രേമകവിതകൾ എഴുതുകയും പ്രേമഗായകൻ എന്ന് ചങ്ങമ്പുഴ പിൽക്കാല തലമുറയാൽ വിശേഷിപ്പിക്കപ്പെടുകയും ചെയ്തുവെങ്കിലും, പ്രേമം പൂപോലെയുള്ളൊരോമന കൗതുകം മാത്രമായിരുന്നു കവിയ്ക്ക് ദേവിയെക്കണ്ടെത്തും വരെ. അതിനു മുൻപുള്ള കാലങ്ങളിൽ അനിയന്ത്രിതമായി വിഷയാസക്തി പുലർത്തിയിരുന്ന അദ്ദേഹം പല സാഹസിക വൃത്തിയിലും ഏർപ്പെടുകയുണ്ടായി. എന്നിട്ടും ഒടുങ്ങാത്ത ആത്മദാഹം പോലെ കവിതയിൽ പ്രേമഭാവ വൈവിധ്യങ്ങൾ എഴുതി നിറച്ചു.

അതുകൊണ്ട് കവിയുടെ ആരാധകന്മാരഖിലവും അദ്ദേഹത്തെ ആദർശശാലിയും വിനയാന്വിതനുമൊക്കെയായി കരുതി. എന്നാലിത്തരം ആരാധനാ മനോഭാവങ്ങളൊന്നും തനിക്കാവശ്യമില്ല, ലോകം തന്നെ വെറുക്കണമെന്നാണ് അദ്ദേഹം ആഗ്രഹിക്കുന്നത്. സ്വയം വേദനയുടെ ലോകത്തേക്ക് തന്നെ നാടുകടത്തി രസിക്കുവാൻ ശ്രമിക്കുന്ന കവിക്ക് തന്റെ ജഡം പോലും ചിതയിലേക്കെടുത്തു വെയ്ക്കുവാൻ

ബന്ധുക്കൾ വേണ്ടെന്ന അഭിപ്രായമാണുള്ളത്. അനാഥമായി പോകേണ്ടുന്ന തന്റെ ജഡം കൊത്തിപ്പറിക്കുവാൻ സഹോദര സ്നേഹമുള്ള കഴുകന്മാരെത്തുമെങ്കിലും ആ ജഡത്തോട് അവയ്ക്കു പോലും അവജ്ഞ തോന്നുമെന്നാണ് കവി പക്ഷം.

ലോകത്തെ തിരസ്ക്കരിച്ച് തന്റെ സാങ്കൽപ്പിക ലോകത്ത് കഴിയുവാനാണ് കവിക്ക് താൽപര്യം. രക്തബന്ധങ്ങളെപ്പോലും പുച്ഛസ്വരത്തിൽ നേരിടുന്ന കവിക്ക് ഈ തമോഭൂമിയിൽ അഭയവും ആശ്വാസവുമായിത്തീരുന്നത് രാഗപരവശയായ ദേവിയുടെ സാന്നിദ്ധ്യമാണ്. അവളുടെ സാന്നിദ്ധ്യത്തിലാണ് കവി തന്നെ തിരിച്ചറിയുന്നത്-തന്നിലുള്ള പൈശാചികതയുടെ ഉള്ളറിയുന്നത്. സർവ്വയാഥാർത്ഥ്യത്തിലും തുടിച്ചു നിൽക്കുന്ന മിഥ്യയെ പുൽകുന്നതിനേക്കാൾ കവി ഇഷ്ടപ്പെടുന്നത് ദേവിയെ ധ്യാനിച്ചു കാലം പോക്കുവാനാണ്. അശാന്തിയുടെ വിത്തു വിതയ്ക്കപ്പെട്ട ലോകത്തേക്കാൾ എന്തുകൊണ്ടും മേന്മ ആ സ്വപ്നലോകത്തിനാണ്, ഒരു പരിധി വരെ കവിയുടെ പരാജയകാരണവും ഇതു തന്നെ.

ദേവിയെ ധ്യാനിച്ചു കഴിയുവാനാഗ്രഹിക്കുന്ന കവി മറ്റൊരു യാഥാർത്ഥ്യത്തിന്റെ മുഖം കാണുമ്പോൾ മനസ്സ് നീറുന്ന തീച്ചൂളയായിത്തീരുകയാണ്. തന്റെ ഭാര്യയോടുള്ള സമീപനത്തിലെ നികൃഷ്ടതയാണ് അദ്ദേഹത്തെ പശ്ചാത്താപവിവശനാക്കുന്നത്. താൻ ഭാര്യയെ അവഗണനയുടെ പരകോടിയിൽ തള്ളിയപ്പോൾ കരൾപൊത്തിക്കരഞ്ഞ അവളെ സ്നേഹത്തോടെ ആശ്വസിപ്പിക്കാതെ മറ്റു സ്ത്രീകളുമായുള്ള വേഴ്ചയിലായിരുന്നു. എന്നു മാത്രമല്ല ദേവിയെ മനസാ ഭാര്യയായി വേട്ടു കഴിഞ്ഞിരുന്നു.

എന്നിട്ടും പരിഭവങ്ങളടക്കി നിർത്തിയ അവൾ പുഞ്ചിരിക്കുന്ന മുഖവുമായി കവിയെ സ്വാഗതം ചെയ്യുകയായിരുന്നു. ഉള്ളും വിതുമ്പി നിൽക്കുന്ന ഭാര്യയോട് മാപ്പു ചോദിക്കുവാൻ പോലുമർഹതയില്ലാത്തവനാണെങ്കിലും, ഔദാര്യ നിധിയല്ലെങ്കിലും , ദുഃഖഭാരത്താൽ ഞെരിഞ്ഞമർന്ന അവൾ പൊഴിച്ച കണ്ണുനീരിൽ കൈകഴുകി ആ കയ്യിൽ മദ്യ ചഷകവുമേന്തി കവി തന്റെ നൃത്തം തുടരുകയാണ്. അതു പക്ഷേ താണ്ഡവമായി പരിണമിക്കുന്നു.

ഇരുളിന്റെയും ഏകാന്തതയുടെയും തടവറയിൽ ജീവിതത്തിന്റെ വേനലിൽ വെന്ത മനസ്സുമായി കഴിയുന്ന കവി പാടുന്ന പിശാചിന്റെ പതിനൊന്നാം ഭാഗത്തിൽ മനുഷ്യനെ മൃഗങ്ങളുടെ കിരാത വൃത്തികളുമായി ചേർത്തു വെയ്ക്കുകയാണ്. ധാർമ്മികമായി ഒരുവനെ

വിമർശിക്കുവാനുള്ള മേന്മയില്ലാത്തവരത്രയും അപരനെ ആരോപണങ്ങൾ കൊണ്ട് ശരമെയ്തു വീഴ്ത്തുന്ന ഈ കാഴ്ച മനുഷ്യവിദ്വേഷത്തിന്റെ സുവിശേഷ പുസ്തകം പോലുണ്ട്.

"കാലം മറിഞ്ഞു-കലയുടെ വാഴ്ചയാം

കായനു മൂപ്പെത്തി, കയ്പു വന്നു."

കവിയുടെ ജീവിതം പിടയുന്നത് ഇത്തരമൊരു പരിതോവസ്ഥയിലാണ്. പണാധിപത്യത്തിന്റെ കീഴിൽ മനുഷ്യത്വവും സത്യവുമൊക്കെ ചവിട്ടിത്തേക്കപ്പെടുന്നു. ഇപ്പോൾ റോഡിലൂടെ നടക്കുവാൻ പോലും കഴിയാതെ വന്നിരിക്കുന്നു. ഇസങ്ങളുടെ കൂട്ടിയിടി കൊണ്ടു പൊറുതിമുട്ടി. ഞങ്ങൾ പിടിച്ച മുയലിനു മൂന്നു കൊമ്പുകളുണ്ടെന്ന ശാഠ്യത്തിന്മേൽ പണിത ഈ ഇസങ്ങൾ മനുഷ്യനു തികഞ്ഞ ശല്യമായി പരിണമിക്കുന്നു. അപ്പോൾ എവിടെച്ചെന്നാലും 'ഇസ്റ്റു'കളുടെ തേരോട്ടമാണ്.

"പ്രാണൻ പൊരിഞ്ഞൊരു ഹോട്ടലിൽ കേറിയാൽ

കാണാമൊരിസ്റ്റൊന്നവിടെയപ്പോൾ

കണ്ടാൽ മതി, പിടി വിട്ടുകിട്ടാൻ പിന്നെ-

യുണ്ടു വൈഷമ്യ, മൂണ്വൂർദ്ധ്വമാകും"

എന്നിങ്ങനെ പരിഹാസം നിറഞ്ഞ ശൈലിയിലാണ് കവി ഇസ്റ്റുകളെ പരിചയപ്പെടുത്തുന്നത്.

ബാർബർഷോപ്പിൽ ചെന്നാലും ഇതേ ഇസ്റ്റിന്റെ പിടിയിൽ പെട്ടതു തന്നെ. അവരുടെ ശാഠ്യങ്ങൾ കവി ഭാഷയിൽ:

"നിങ്ങൾ തൻമൂക്കിന്റെ താഴത്തെ മീശയ്ക്കു

ഭംഗിയി, ല്ലീ മീശ നല്ലതല്ല

സ്റ്റാലിന്റെ മീശ താൻ മീശ-യാ മീശപോ-

ലീ ലോകത്തിന്നൊരു മീശയില്ല."

മാർക്സിസ്റ്റു പാർട്ടി അനുയായികളുടെ വൈകൃതം നിറഞ്ഞ അന്ധമായ നേതൃത്വാരാധനയെ പരിഹസിക്കുന്ന കവി തുടർന്നുള്ള ഈ വരികളിൽ ആക്ഷേപഹാസ്യത്തിന്റെ രൂക്ഷമായ ശൈലിയാണു പിന്തുടരുന്നത്.

ഇതേ കവിതയിൽ താൻ പരിചയിച്ച സകല അധികാര രൂപങ്ങളെയും വീറ്റുറ്റ ആക്രമണത്തോടെ നേരിടുന്ന കവി സാഹിത്യകാരന്മാർക്കു നേരെ മൂർച്ചയുള്ള വിമർശനങ്ങളാണ് തൊടുക്കുന്നത്.

സിഗരറ്റു കത്തിയ്ക്കുവാൻ വാങ്ങിയ തീപ്പെട്ടിയുമായി മുങ്ങുന്ന സഖാവിനെ വരച്ചിട്ടു കവി ഭാഷയുടെ രൂപത്തിൽ ഉണ്ടാക്കിയ

മാറ്റങ്ങളോടെ അക്കാലത്തെ മാർക്സിസ്റ്റ് സൈദ്ധാന്തിക വരട്ടുവാദത്തെ നേരിട്ടതിനു ശേഷം രാഷ്ട്രീയത്തേക്കാൾ മലീമസമായ സാഹിത്യരംഗത്തിലേക്കാണു തിരിയുന്നത്. അവിടെയുമുണ്ട് നിരവധി വിചിത്ര ജീവികൾ:

"സാഹിത്യകാരന്മാർ, സാഹിത്യകാരന്മാർ

സാഹസികന്മാർ, ഭയങ്കരന്മാർ

ഇല്ലവർക്കയ്യോ മനസ്സാക്ഷിയെന്നൊന്നൊ-

രെള്ളോളമെങ്കില്ല, മെന്തു ചെയ്യും?

എന്നാലവരിൽ, വിശേഷിച്ചു, കള്ളന്മാ-

രിന്നക്കവികളാണോർത്തു കൊള്ളൂ."

ഇങ്ങനെയുള്ള വാക്കുകളിലൂടെയാണ് കവി സാഹിത്യകാരന്മാർക്കു നേരെയുള്ള തന്റെ കുന്തമുന തിരിച്ചു വെയ്ക്കുന്നത്. താനടങ്ങുന്ന കവികളുടെ സംഘത്തെയാണ് കവി പച്ചയായിത്തന്നെ കള്ളന്മാരായി വിശേഷിപ്പിച്ചിട്ടുള്ളത്. ഇത് പ്രത്യേകം ശ്രദ്ധിക്കേണ്ടതുണ്ട്. കവിയെന്ന നിലയിലുള്ള തന്റെ അസ്തിത്വത്തെ തന്നെ സ്വയം കളവാണെന്ന് തുറന്നടിയ്ക്കുകയാണ്.

മിസ്റ്റിസിസമാം ത്രിശങ്കു സ്വർഗ്ഗത്തിൽ ഉറ്റുനോക്കും നവകൗശികന്മാർ, വ്യാസനും വാല്മീകിയുമായി പ്രച്ഛന്ന വേഷമിട്ട ഹാസ്യസാഹിത്യകുംഭോദരന്മാർ, പത്മാസനത്തിലും കൂർമ്മത്തിലും മണ്ഡൂകത്തിലുമായി കവിതയെ പ്രത്യക്ഷമാക്കുവാൻ ധ്യാനനിരതരാവുന്ന കവികൾ, മൂന്നു കാ കിട്ടിയോരോ വരിയിലുമൂന്നി, രണ്ടാമക്ഷരവടിവിൽ നാലാമത്തെ കാ യ്ക്കു വേണ്ടി ഉത്ക്കട പ്രാണദണ്ഡത്താൽ പുളയുന്ന കവി സാർവ്വഭൗമന്മാർ ആ ലോകത്തിലെ ഇതര കഥാപാത്രങ്ങളെ നോക്കൂ;

"മിസ്റ്റിക് പുളവന്മാർ, നോക്കൂ, റിയലിസ-

ക്കൊറ്റികൾ, ഗീതകപ്പൊത്തലുകൾ;

ഏകാങ്ക നാടക പച്ചക്കുതിരകൾ,

ശോകാത്മക ഗാന ഞാഞ്ഞൂലുകൾ,

പ്രേമഗീതങ്ങളാം മാക്രികൾ, വീർത്തുള്ളാ-

രാ മഹാകാവ്യക്കരിമ്പോർക്കുകൾ,

......................................"

ഇവ്വിധമുള്ള വിചിത്ര ജീവികളുടെ പ്ലാനറ്റാണ് അന്നത്തെ സാഹിത്യലോകം. ചാവാൻ കിടക്കുന്നവന് നാവിൽ ഒരു തുള്ളി പോലും ഏകാത്ത

നിഷ്ഠൂരനായവൻ ദാനധർമ്മത്തിനുള്ള ആകർഷകത്വം വിഷയമാക്കി ശ്ലോകം രചിച്ച് മഹാകവിയായി മാറുന്നു. കാപ്പിക്കു കാശു കൊടുത്താൽ മതി കാപ്പിരിയെ കാമദേവനാക്കുന്ന നിരൂപകരുടെ മറ്റൊരു കൂട്ടം.

തനിക്ക് നേരിടേണ്ടി വന്ന അനുഭവങ്ങളെ കടുംവർണ്ണങ്ങളിൽ ചാലിച്ച് വരച്ചെടുത്ത ഈ ചിത്രം കവിയുടെ വിദ്വേഷത്തിന്റെ കനൽ ക്കാടുകളെരിയുന്ന മനസ്സിന്റെ സൂചികയാണ്.

മനുഷ്യന്റെ കാപട്യത്തെ കുറിക്കുവാൻ അവന്റെ പുറംപൂച്ചുകളെ വലിച്ച് പുറത്തിടുവാൻ കവി സ്വീകരിച്ചിട്ടുള്ള മറ്റൊരു മാർഗ്ഗം മൃഗങ്ങളെക്കാൾ നീചന്മാരാണ് മനുഷ്യജന്മങ്ങളെന്നു തന്റെ പ്രതിഭാ സമ്പന്നതകൊണ്ട് വെളിപ്പെടുത്തുകയാണ്. ഷർട്ടും കോട്ടും ടൈയുമില്ലാത്ത, എക്സ്ക്യൂസും, പ്ലീസും, നോ മെൻഷൻ ഭംഗിവാക്കുകളുമില്ലാത്ത, പുരോഗതിയുടെ ഗതികിട്ടാപ്രേതങ്ങളായി മാറിയ മനുഷ്യനെക്കാൾ ഭേദം മൃഗങ്ങൾ തന്നെയാണെന്നാണ് കവിയുടെ പക്ഷം.

“ഇത്രയും പോരിനി നിങ്ങളിലാരാനും

മർത്ത്യനായ് പ്പെട്ടെന്നു മാറുന്നെങ്കിൽ

കർമ്മം ചിലതുണ്ടതു കൂടിയാകിലേ

സമ്മതനാകൂ, യശസ്വിയാകൂ.

വീട്ടിൽ വരുത്തിക്കുടിച്ചിടാം, ചാരായം

റോട്ടിൽ ഖദറിട്ടു തന്നെ പോണം.”

ഇങ്ങനെ മനുഷ്യരെ എത്രമേൽ തീവ്രമായി ആക്ഷേപിക്കാമോ അത്രയും പരമമായ വിധത്തിൽ കവി തന്റെ വിദ്വേഷത്തിന്റെ കതി നകൾക്കു തിരി കൊളുത്തുന്നു. അപ്പോഴും ഈ കവി കവിതയുടെ പ്രഭവസ്ഥാനം അന്വേഷിക്കുകയാണ്. അതേ പോലെ തന്നെ സ്വയം ന്യായീകരണമെന്ന പോലെ, കുഷ്ഠരോഗം പിടിച്ചുള്ള കലാകാരന്മാർ സൃഷ്ടിച്ച ചിത്ര ദർശനം മൂലം ആ രോഗം ആക്രമിക്കുകയില്ലെന്നും, അന്ധന്റെ സുന്ദരസംഗീതം കേട്ടാൽ ആരും അന്ധരായിത്തീരാത്ത തുപോലെ തന്റെ കവിത വായിച്ചാൽ ആരും വഴി തെറ്റുകയില്ലെന്നും ഭംഗ്യന്തരേണ കവി സൂചിപ്പിക്കുന്നു.

മൃഗജീവിതങ്ങളെ കീർത്തിച്ച് കവി ചൊല്ലിയാടുന്ന ഈ വേതാള കവിതയിൽ മനുഷ്യജീവിതത്തിലെ പൊള്ളത്തരങ്ങൾക്കൊപ്പം രതി വൈകൃതങ്ങളെക്കുറിച്ചും രതിജന്യ രോഗങ്ങളെക്കുറിച്ചും കവി തുറന്നെഴു തിയിട്ടുണ്ട്. മനുഷ്യ വിദ്വേഷത്തിന്റെ പാരമ്യത്തിൽ മൂല്യത്തകർച്ചകളുടെ

നട്ടുച്ചകളിൽ വേവലാതി പൂണ്ട കവി മൃഗങ്ങളോട് മനുഷ്യനെതിരെ വിപ്ലവം നയിക്കുവാനാണ് ആഹ്വാനം ചെയ്യുന്നത്. അങ്ങനെ മർത്ത്യനു മീതെ വിപ്ലവജയക്കൊടി പാറിക്കുന്ന മൃഗങ്ങൾക്കു സർവ്വമംഗളം നേരുകയും ചെയ്യുന്നു.

തന്റെ ജീവിതാവശിഷ്ടങ്ങൾക്കു നടുവിൽ നിന്നു താണ്ഡവ നടനം നടത്തുന്ന കവി തന്റെ പ്രചണ്ഡ പ്രലപനം നിർത്തുകയാണെന്നു പറഞ്ഞുകൊണ്ടാണ് തന്റെ വേതാള രാഗം മൂളി അവസാനിപ്പിക്കുന്നത്. ഈ സമയത്ത് താൻ മരിച്ചാൽ പോലും ഭയമില്ലെന്നും, ജീവിതമൊന്നാകെ ആസ്വദിച്ചെന്ന് അവകാശപ്പെടുന്ന കവി കുറച്ചു കാലംകൊണ്ട് താൻ അനല്പമായ സൗഖ്യം അനുഭവിച്ചെന്നും തുടർന്നുള്ള വരികളിൽ പറയുന്നുണ്ട്. അപ്പോഴും കവിയുടെ അന്തരംഗം തേങ്ങിക്കരഞ്ഞിരുന്നുവെന്നും സത്യസന്ധനായ കവി പറഞ്ഞിട്ടുണ്ട്.

ഇതാകട്ടെ:

"ഒന്നോടഖിലവും വെറുക്കാൻ ശ്രമിക്കയാ-

ണിന്നു സങ്കല്പവും ജീവിതവും"

എന്നിട്ടും കവിയ്ക്ക് ജീവിതത്തെ വെറുക്കുവാൻ സാധിക്കുന്നില്ല. കാകോള ബാധിതമായ തന്റെ ചുറ്റുപാടിൽ ദേവിയുടെ പ്രണയത്തിന്റെ ഓർമ്മ മാത്രമാണ് കവിയ്ക്കാശ്വാസം. എന്നിട്ടും നിരാശഭരിതനെപ്പോലെ എല്ലാം വിധിക്കു വിട്ടുകൊടുത്തു കൊണ്ട് കവി തന്റെ സംഹാരനൃത്തം അവസാനിപ്പിക്കുകയാണ്.

വേവലാതികളോടും വ്യഥയോടും വിഷാദത്തോടും കൂടി തന്റെ താണ്ഡവ നൃത്തമവസാനിപ്പിക്കുന്നതിനു തൊട്ടുമുമ്പും ഈ ഇരുൾ ഭൂമികയിൽ വെളിച്ചം പൂക്കുമെന്നു കവി പ്രതീക്ഷിക്കുന്നുണ്ട്. അപ്പോഴും കവി ഹൃദയത്തിന്റെ കമ്പനങ്ങളിൽ നിന്നും ഉറവയെടുക്കുന്ന കണ്ണുനീരിന് ശമനമില്ല. അങ്ങനെ ഏതു പ്രശ്നത്തെ കേന്ദ്രീകരിച്ച് ഈ കവിത തുടങ്ങിയോ അതിലേയ്ക്കു തന്നെ കവി മടങ്ങുകയാണ്-അല്ലെങ്കിൽ കവിത അവസാനിക്കുമ്പോഴും അദ്ദേഹം ഉന്നയിച്ച പ്രശ്നങ്ങളുടെ തമോവലയങ്ങൾ കവിയിൽ ചുറ്റിപ്പറ്റി നിൽക്കുന്നു.

തന്റെ കുറ്റങ്ങൾ ഏറ്റു പറഞ്ഞും ലോകത്തെപ്പഴിച്ചും വെല്ലുവിളിച്ചും, സ്വന്തം പാപാസക്തിയും കാമത്വരയുടെ ഒടുങ്ങാത്ത ഭാവങ്ങളും പേറുന്ന കവിതകൾ മുൻപും ചങ്ങമ്പുഴ രചിച്ചിട്ടുണ്ട്.

ഹാ മനസ്സിൽ തടുത്താൽ നിലയ്ക്കാത്ത

കാമവികാരത്തള്ളൽ കാരണം

മത്സഖേ വേശ്യാലയങ്ങളിൽ പോക്കി ഞാ-

നത്സവദായകമായൊരെൻ യൗവനം

എന്നു തുടങ്ങുന്ന 'കുറ്റസമ്മതം' ഇവ്വിധത്തിലുള്ള കവിതകൾക്കൊരു മുഖവുരയാണ്. 1949ൽ പ്രസിദ്ധീകരിച്ച മൗനഗാനം എന്ന സമാഹാരത്തിലെ ഈ കവിത എന്നെഴുതിയതാണെന്നതിനെക്കുറിച്ച് യാതൊരു സൂചനയും കവി നൽകിയിട്ടില്ല. 1926-ൽ രചിച്ച കവിതാഖണ്ഡങ്ങൾ മുതൽ 1941-ൽ രചിച്ചവരെ ഉൾപ്പെടുത്തിയിട്ടുള്ള ഒന്നാണ് മൗനഗാനം. കുറ്റസമ്മതം എന്ന കവിത 1941-ൽ എഴുതിയതാണെന്ന് ഊഹിക്കേണ്ടിയിരിക്കുന്നു. അതായത് 'പാടുന്ന പിശാച്' എഴുതുന്നതിന് മുമ്പുള്ള ഘട്ടത്തിൽ.

ചങ്ങമ്പുഴയുടെ കവിതാലോകത്തെ ചൂഴ്ന്നുനിൽക്കുന്ന പലവിധ പ്രലോഭനങ്ങളിലൊന്നാണ് അപരാധബോധവും പാപാസക്തിയും പാപത്തെ അതായി കാണുവാനുള്ള വിമുഖതയും. ഒരുപക്ഷേ ആഴമേറിയ തന്റെ വായനാലോകം അദ്ദേഹത്തിന്റെ മനസ്സിൽ ഉയിർകൊണ്ടിരുന്ന പാപബോധത്തെയും മറ്റും സ്വാധീനിച്ചതാകാം. വൈദേശിക കവികളുടെ കൂട്ടത്തിൽ ഫ്രഞ്ച് സിംബലിസ്റ്റ് കവി ചാൾസ് ബോദ്‌ലെയറും പർണാസിയൻ കവികളിൽ പ്രമുഖനായ പോൾ വെർലെയിനും ചങ്ങമ്പുഴയെ കണക്കറ്റ് സ്വാധീനിച്ചിരുന്നതായി നിരൂപകർ രേഖപ്പെടുത്തിയിട്ടുണ്ട്. ബോദ്‌ലെയർ തിന്മയുടെ പൂക്കൾ എഴുതിയപ്പോൾ ചങ്ങമ്പുഴ 'പാപത്തിന്റെ പുഷ്പങ്ങൾ' എഴുതി. നമ്മുടെ കവിയുടെ മനോവ്യാപാരങ്ങളും മുൻചൊന്ന കവികൾ ആവിഷ്കരിച്ച വൈകാരികതയുടെ ലോകവും ഉറ്റ ബിന്ദുവിൽ സന്ധിച്ചതിന്റെ ഫലങ്ങളാണ് ഇത്തരം കവിതകൾ. പാപത്തിൽ സൗന്ദര്യം ദർശിക്കുകയും ആ സൗന്ദര്യം വാറ്റിയെടുത്ത് കവിതകൾ നിർമ്മിക്കുകയും ചെയ്യുക എന്ന സാഹസിക പ്രവർത്തനത്തിൽ ചങ്ങമ്പുഴക്ക് മുമ്പ് മറ്റൊരു കവിയും ഏർപ്പെട്ടിട്ടില്ല.

കുത്തഴിഞ്ഞതും മാംസദാഹങ്ങൾക്ക് നിറംകൊടുത്തതുമായ തന്റെ കഴിഞ്ഞ കാല ജീവിതത്തെ ആസ്പദിച്ച് ബോദ്‌ലെയർ എഴുതിയ ശത്രു എന്ന കവിതയും ചങ്ങമ്പുഴയുടെ കുറ്റസമ്മതവും തമ്മിലുള്ള സാദൃശ്യം മംഗലാട്ടു രാഘവൻ തന്റെ ഫ്രഞ്ച് കവിത എന്ന കൃതിയിൽ രേഖപ്പെടുത്തിയിട്ടുണ്ട്. ശത്രു എഴുതുന്ന കാലത്ത് ബോദ്‌ലെയർക്ക് സിഫിലിസ് പിടിപെട്ടിരുന്നതായും ആ രോഗം മൂലമാണദ്ദേഹം മരണമടഞ്ഞതെന്നും ചൂണ്ടിക്കാണിക്കപ്പെട്ടിട്ടുണ്ട്. ചങ്ങമ്പുഴയുടെ കാര്യത്തിലും തന്റെ അവസാന ഘട്ടത്തിൽ ഈ രോഗം ബാധിച്ചിട്ടുണ്ടായിരുന്നോ എന്ന് വ്യക്തമല്ല. എല്ലാം തുറന്നു പറഞ്ഞിരുന്ന കവി നിരവധി കാര്യങ്ങൾ

മറച്ചു പിടിച്ചിട്ടുണ്ട്. ചങ്ങമ്പുഴയെ ഒരു സിഫിലിസ് രോഗിയാക്കി മാറ്റി അപമാനിക്കുക എന്നത് ഇവിടത്തെ ലക്ഷ്യമല്ല. പക്ഷേ അദ്ദേഹത്തിന് അങ്ങനെയൊരു രോഗം പിടിപെടുവാനുള്ള സാദ്ധ്യത തള്ളിക്കളയാനും വയ്യ. അങ്ങേയറ്റം കുത്തഴിഞ്ഞ ഒന്നായിരുന്നല്ലോ ആ ജീവിതം.

കുറ്റസമ്മതത്തിൽ ഇങ്ങനെ വായിക്കാം:

"എന്നിലുള്ളതോ പിശാചിൻ വെളിപാടി-

നൊന്നുപശാന്തിയണയ്ക്കുവാനായി ഞാൻ"

താൻ വേശ്യാലയം സന്ദർശിച്ചത് തന്റെ ഉള്ളിൽ ഉറകുത്തിയ പൈശാചിക ദാഹശമനത്തിനാണെന്നു കവി തന്നെ തുറന്നെഴുതി. താൻ ചെയ്തത് സമുദായത്തിന്റെ ദൃഷ്ടിയിൽ തെറ്റാണെങ്കിലും തനിക്കതിൽ കുറ്റബോധമില്ലെന്നു മാത്രമല്ല താൻ നിർദ്ദോഷിയാണെന്നു കൂടി കവി ന്യായീകരിച്ചിട്ടുണ്ട്. താരുണ്യ സ്ത്രീ, പുരുഷ സംയോഗ മഹോത്സവത്തിനായി കൊതിക്കും. പക്ഷേ സമുദായമതിനെ എന്തുകൊണ്ട് അപരാധമായി കാണുന്നെന്നും കവി ചോദിക്കുന്നു. കവിത നോക്കുക:

"സ്നേഹിതാ, നിൽക്കൂ ഞാൻ ചോദിച്ചിടട്ടെയീ

മോഹസാദ്ധ്യത്തിൽ മാർഗ്ഗമില്ലായ്മയാൽ

എത്ര താരുണ്യ മധഃപതിപ്പീലിന്നു

ചിത്തരോഗാഗാധ ഗർത്തത്തിൽ നിത്യവും"

ഇങ്ങനെ സമൂഹത്തിന് സ്വീകാര്യമല്ലാത്ത ന്യായവാദങ്ങളുന്നയിക്കുക എന്നത് ചങ്ങമ്പുഴക്കവിതകളുടെ (മലയാളത്തിൽ) മാത്രം പ്രത്യേകതയാണ്;

സമുദായം കുറ്റകരമെന്നു പഴുതുകളില്ലാതെ വിധിച്ചിട്ടുള്ള മറ്റു കാര്യങ്ങളെക്കുറിച്ചാണിതെന്നോർക്കണം. സാങ്കേതികാർത്ഥത്തിൽ ഇതിനെ കവിത എന്നു വിളിക്കുമ്പോഴും തന്റെ കുറ്റങ്ങൾക്ക് പരിവേഷം ചാർത്താൻ ശ്രമിക്കുകയും അതിനെ ന്യായീകരിക്കുകയും ചെയ്യുന്ന ഈ കവി പലതലങ്ങളിൽ കവിതയിൽ കലാപം ചെയ്ത വ്യക്തി കൂടിയാണ്, കവിതയിൽ മാത്രമല്ല ജീവിതത്തിലും ഒരു റിബലിന്റെ സുവർണ്ണ മുദ്രകൾ സ്വയം സമ്മാനിച്ച വ്യക്തിയാണ്.

കുറ്റസമ്മതത്തിന്റെ തുടർച്ചയായി കരുതാവുന്ന മറ്റൊരു രചനയാണ് തമസ്സിൽ (അസ്ഥിയുടെ പൂക്കൾ)

"നിശ്ചലം നീല നിശീഥം-ചിരിച്ചതാ

നിൽക്കുന്നു മുന്നിൽ നീ വെള്ളിനക്ഷത്രമേ

ദൂരെമജ്ജാസ്ഥി രക്താദി ശക്തിക്കേറെ

ദൂരെ പുണരുകെന്നോതി നില്ക്കുന്നു നീ.

മദ്യോദിതാലക്തികോത്ക്കട ശക്തിയായ്

മത്സരിച്ചീടുമീ മത്സിരാ മണ്ഡലം

സൽക്കലാശാല തുറക്കുന്നതെന്നി, ല

സപ്തവർണ്ണങ്ങൾ കൈകോർത്തു നിന്നാടുവാൻ"

ഒരു വ്യാഖ്യാനം വേണ്ടാത്തവണ്ണം വ്യക്തമായ വരികളിൽ മജ്ജയുടെയും അസ്ഥിയുടെയും കുളമ്പടികളിൽ മുഖരിതമാകുന്ന ശക്തി പരിസരത്തിനു പുൽകുവാൻ വയ്യാത്തത്ര ദൂരെ നിൽക്കുന്ന ഒരുവളെ ലക്ഷ്യമിടുന്നു.

പാടുന്ന പിശാചിന്റേതിനു സമാനമായ ചില വരികൾ ഇക്കവിതയിലും ദൃശ്യമാണ്.

"പോരികിങ്ങോട്ടെൻ നഖങ്ങളാൽ നിന്നിളം-

താരെതിർ മെയ്യിലല്ലിപ്പിടിച്ചങ്ങനെ

രക്തം പൊടിപ്പിച്ചു നിന്നെപ്പിടപ്പിച്ചു

മത്തടിച്ചാർത്തു രസിച്ചീടട്ടൊന്നു ഞാൻ."

ഇളംമെയ്യിൽ നഖങ്ങളാഴ്ത്തി രക്തം പൊടിപ്പിച്ചു രസിക്കുവാനുള്ള കവിയുടെ മനോഭാവം പരപീഡനാസക്തിയുടെയും രതിയുടെയും സ്വരഭേദങ്ങളാൽ നിബിഡമാണ്. പരപീഡനം ആത്മലീലയായി പരിശീലിപ്പിച്ച പരസ്വഹാരി എന്ന വരികളേക്കാൾ എത്ര ധ്വനിപ്രധാനമാണ് ഉദ്ധൃത കവിതാ ഭാഗം എന്നു ശ്രദ്ധിക്കുക. ലളിത കോമള പദാവലികളുടെ പെരുന്തച്ചനായും പ്രേമഗായകനായും (ഇക്കിളിയുണർത്തുന്ന കവിതകളെഴുതിയ ആൾ എന്ന നിലയിൽ) ആവർത്തിച്ചുറപ്പിക്കപ്പെട്ട വിശേഷണ പദങ്ങളിൽ നിന്നും വ്യത്യസ്തമായി ചങ്ങമ്പുഴയെയും അദ്ദേഹത്തിന്റെ ഒരു പിടി കവിതകളെയെങ്കിലും മനഃശാസ്ത്രപരമായ സങ്കേതങ്ങളിലൂടെ നിരൂപണം ചെയ്യുവാൻ ഏതു നിരൂപകനാണ് മുന്നോട്ടു വരിക എന്ന ചോദ്യം കൂടി ഈ കവിത ഉന്നയിക്കുന്നു. അതോടൊപ്പം യാഥാസ്ഥിതികമായ പല്ലവികളുടെ ശിരച്ഛേദം നടത്തുകയും ചെയ്യുകയാണ്.

"എന്നോട് മന്ത്രിപ്പു മാംസം ചതിക്കില്ല

നിന്നെയെന്നാളുമക്കാറ്റിനെപ്പോലെ ഞാൻ

പുഞ്ചിരിതൻ പൊൻ കിനാവാണു കണ്ണീരിൽ

നെഞ്ചിടിപ്പേറ്റുന്ന ജാഗരമല്ല ഞാൻ"

പ്രണയം ഉണർത്തുന്ന ആത്മബന്ധത്തെയോ ആത്മാവിന്റെ ആദർശ പ്രേഷിതമായ ഭാവങ്ങളോ അല്ല, അവയുടെ മായാവിലാസമല്ല, മാംസത്തിന്റെ നേരിനെയാണ് കവി തേടുന്നത്. മാംസം മാംസത്തോടുരയുമ്പോഴുള്ള മന്ത്രധ്വനി ആസ്വദിക്കുന്ന കവിയായിട്ടാണ് ചങ്ങമ്പുഴ പ്രത്യക്ഷപ്പെടുന്നത്.

"സ്വപ്നപ്രിയനെന്റെ മാംസത്തിനൊത്തിട്ടും

സ്വർഗ്ഗം രചിക്കാ, നമൃതം പകരുവാൻ...."

ചങ്ങമ്പുഴയ്ക്കു മുമ്പും ശേഷവുമുള്ള കവികളിൽ ബഹുഭൂരിഭാഗവും പ്രണയത്തിന്റെ ആദർശ നിഷ്ഠയിൽ അഭിരമിച്ചപ്പോൾ അദ്ദേഹം മനുഷ്യന്റെ ശാരീരിക ചോദനകളിൽ ഒന്നായ കാമത്തിനാണ് പ്രാധാന്യം കൊടുത്തത്. മാംസമേകുന്ന അമൃതത്തെയും സ്വർഗ്ഗത്തെയും കുറിച്ച് പറഞ്ഞതിന്റെ തുടർച്ചയായി കവി:

"എങ്കിലോ ഏതേതു ദേവനും കിട്ടാത്ത

സന്തോഷ മൂർച്ഛക്കധീനരാണിന്നു നാം."

മുനിമാരും മുകരാത്ത സൗഖ്യത്തിൽ നിമഗ്നനായിപ്പോയ കവി ഇവിടെ ദേവന്മാർക്കു പോലും കരഗതമാകാത്ത സന്തോഷമൂർച്ഛയിലാണ്. ആത്മസൗഖ്യത്തെക്കാൾ ശരീര സൗന്ദര്യത്തിന്റെ പുറം പൂച്ചിനും അതുല്ലാദിപ്പിക്കുന്ന നൈമിഷിക സൗഖ്യത്തിന് പിറകെയും കവി പാഞ്ഞു നടന്നതിൽ നമുക്കത്ഭുതപ്പെടേണ്ട കാര്യമില്ല.

കവിതയുടെ ഒടുവിൽ ഒരു ബദൽ ജീവിതത്തെ കാമിക്കുന്ന കവിയെ നാം കണ്ടുമുട്ടുന്നു.

"സ്വപ്നം തമസ്സിലേ പൂക്കൂ തമസ്സിന്റെ

തല്പത്തിലത്ഭുത സ്വർഗ്ഗമീക്ഷിപ്പൂ ഞാൻ

മറ്റു സത്യത്തിൽ ശരികളെക്കാട്ടിലും

മൽസ്വപ്നമേ നിന്റെ തെറ്റിനിച്ഛിപ്പൂ ഞാൻ"

പൊതുബോധത്തിന്റെ വ്യവഹാരിക ലോകത്തെ തകർക്കുവാൻ വെമ്പുന്ന കവിമനസ്സ് തമസ്സിന്റെ ഉപസകനായിത്തീരുന്നു; തമസ്സിന്റെ കൂടാരത്തിൽ പൂക്കുന്ന സ്വപ്നത്തിന്റെ തെറ്റുകളെ സ്വീകരിക്കുവാൻ വെമ്പുന്നു. ഇവിടെയും ചങ്ങമ്പുഴ നമ്മുടെ ഇതര കവികളിൽ നിന്നും വേറിട്ടൊരു കാഴ്ചപ്പാട് സൂക്ഷിക്കുന്നു.

മരണാനന്തരം തന്റെ മാംസം വളമായുപയോഗിച്ചാൽ മന്ദാരവൃക്ഷം

വിഷം കായ്ക്കുന്നതായി മാറുമോ എന്ന ചോദ്യം കൂടി കവി ഉന്നയിക്കുന്നു. ആ ചോദ്യത്തിൽ തന്റെ മാംസം വിഷനിബിഡമാണെന്ന പരോക്ഷ സൂചന കൂടി ഉൾക്കൊള്ളുന്നു.

ഇരുളിനെയും പാപത്തെയും ആഘോഷിക്കുന്ന മറ്റൊരു കാവ്യം പാപത്തിന്റെ പുഷ്പങ്ങളാണ്. 1939 ഒക്ടോബറിൽ എഴുതിയ ഈ കവിതയിൽ പാടുന്ന പിശാചിന്റെ പ്രാഗ്രൂപം കണ്ടെത്തുവാൻ കഴിയും.

"മുക്തിമൊട്ടിട്ടൊരെൻ മുറ്റത്തണഞ്ഞു നിൻ

രക്തക്കൊടിയുമായ് നില്പ്പ നീ പാപമേ

....

നിൻ തുറുകണ്ണിൽ നിന്നാളി പുറത്തേക്കു

ചെന്തീപ്പടർപ്പിന്റെ ചഞ്ചലജ്ജ്വാലകൾ."

പാടുന്ന പിശാചിൽ നിന്നും കുറച്ചു വ്യത്യസ്തമായ ഭാഷയിലാണ് ഇവിടെ കവി പാപത്തെ പറഞ്ഞിട്ടുള്ളത്. ആൺ മയിലായി നിൽക്കുന്ന പാപവും രക്തക്കൊടിയുമേന്തി നിൽക്കുന്ന പാപവും തമ്മിൽ സാദൃശ്യമില്ലേ? പാടുന്ന പിശാചിൽ പിശാചിന്റെ കണ്ണിൽ നിന്നും ചെന്തീ വമിക്കുന്നതായി എഴുതിയിട്ടുണ്ടല്ലോ. ഇവിടെയത് ചെന്തീപ്പടർപ്പിന്റെ ചഞ്ചലജ്ജ്വാലകളായ് എന്നു മാത്രം.

ഏകാന്തതയിലും നിരാശയിലും പെട്ടുഴലുന്ന കവിക്ക് പാപം ഒരാശ്വാസവും അഭയവുമാണ്. അദ്ദേഹത്തിന്റെ നീറുന്ന മനസ്സിൽ അമൃതം തളിക്കുവാൻ പാപത്തിനു മാത്രമേ കഴിയുകയുള്ളൂ. സുഹൃത്തുക്കളടക്കം മറ്റു പലരും കവിയെ തിരസ്ക്കരിച്ചെങ്കിലും പാപം മാത്രം തന്നെ മറന്നില്ല (ഇതിനോടു സാദൃശ്യമുള്ള വാചകങ്ങൾ പാടുന്ന പിശാചിലുമുണ്ട്) കപടനാട്യങ്ങളുടെ ലോകം പാപത്തിന്റെ മുഖത്ത് നോക്കാൻ പോലുമാകാതെ വിറകൊള്ളുമ്പോൾ കവി പാപത്തിന്റെ മുഖം സധൈര്യം ചുംബിക്കുന്നു.

ആസക്തി നിർഭരമായ രതിമൂർച്ഛയുടെ പാരമ്യത്തിലെന്നതുപോലെ കവി പാപത്തോടു പറയുന്നു.

"പോരാതിന്മദ്യം കുടിച്ചതെനിക്കു, നീ

പോരു തമസ്സിൻ പ്രിയ സന്താനമേ!"

പാപത്തോടുള്ള ആത്മഹർഷം നിറഞ്ഞ ഈ സമീപനത്തിന്റെ മികച്ച മാതൃകകളായ വേതാള കേളി, കഞ്ചാവിന്റെ ചിറകിൽ, സ്വവർഗ്ഗരതി പ്രമേയമായി വരുന്ന ആശ്രമമൃഗം എന്നീ കവിതകളും ചങ്ങമ്പുഴയുടെ ഇരുണ്ട വാസനയുടെ നിദർശനമാണ്. സാമാന്യ

ലോകത്തിനു മുമ്പിൽ ശരിയുടെയും തെറ്റുകളുടെയും വസ്ത്രങ്ങളണിഞ്ഞു വന്നു പോകുന്ന കാര്യങ്ങളെയോ കാര്യക്കേടുകളെയോ അട്ടിമറിക്കുകയും ശരിയെ തെറ്റിന്റെ സ്ഥാനത്തു പ്രതിഷ്ഠിക്കുകയും തെറ്റിനെ തിരിച്ചും പ്രതിഷ്ഠിക്കുകയും ചെയ്യു ഈ തനിക്കു പോലും നിയന്ത്രണമില്ലാതിരുന്ന മനസ്സിനെയും അതിന്റെ മാദക മോഹങ്ങളെയും പൂർവ്വാധികം ശക്തിയോടെ കെട്ടഴിച്ചു വിട്ട് അതിൽ നീന്തിത്തുടിയ്ക്കുകയായിരുന്നു. കവി. അപ്പോഴും ഏകാന്തതയിൽ തന്റെ പ്രതീക്ഷകൾക്കു വിപരീതമായ ദിശയിലേക്കു കുതിച്ചു പായുന്ന സ്വന്തം ജീവിതത്തെയോർത്ത് ഈ കവി കരഞ്ഞു, ആരും കാണാതെ. കവിതയിൽ പലതരത്തിലുള്ള ഭാവങ്ങളും പ്രകടിതമാണെങ്കിലും- ഉദാഹരണത്തിന് പാപത്തോടുള്ള സമീപനം, ഇരുളിന്റെ താഴ്വരകളിൽ നിന്നും അതേ ഇരുട്ടിനെ സ്തുതിച്ചു കൊണ്ടുള്ള എഴുത്ത്-ഇവയെല്ലാം ദുഃഖഭരിതവും നിരാശാ നിർഭരവുമായ ഒരു മനസ്സിന്റെ വിങ്ങലുകളാണ്.

അദ്ധ്യായം മുപ്പത്

മദ്രാസിനു വിട

പഠനത്തിനു വേണ്ടിയല്ല, നാട്ടിൽ നിന്നുള്ളൊരു ഒളിച്ചോട്ടമായിരുന്നു മദ്രാസിലേയ്ക്കുള്ള കവിയുടെ യാത്ര എന്നു മുൻപു പറഞ്ഞിട്ടുണ്ടല്ലോ. ക്ലാസ്സുകൾ അറ്റൻഡു ചെയ്യുവാനോ നിയമപുസ്തകങ്ങൾ പേരിനെങ്കിലുമൊന്ന് റഫർ ചെയ്യുവാനോ ചങ്ങമ്പുഴയ്ക്ക് താൽപര്യമുണ്ടായിരുന്നില്ല. അദ്ദേഹത്തിന്റെ മനസ്സ് കൊച്ചിയിലെ റോസ് സ്ട്രീറ്റിലുള്ള വീട്ടിലായിരുന്നു, അവിടത്തെ വീട്ടമ്മയിലായിരുന്നു. അന്നത്തെ മാനസികാവസ്ഥയിൽ സ്വാഭാവികമായും പഠനകാര്യങ്ങൾക്ക് താൽപര്യമുണ്ടാവുകയില്ലല്ലോ. എങ്കിലും അക്കാലത്തും അദ്ദേഹം മദ്രാസ് ലൈബ്രറിയിലെ നിത്യസന്ദർശകനായിരുന്നു.

നാട്ടിൽനിന്ന് അകലെയാണെങ്കിലും ദേവിയെക്കുറിച്ചുള്ള ചിന്തകളാൽ മനസ്സു നീറി. അങ്ങനെ കുറച്ചു ദിനങ്ങൾ കഴിഞ്ഞുപോയപ്പോഴേക്കും ചങ്ങമ്പുഴ രോഗബാധിതനായി. അപ്പന്റിസൈറ്റിസ് ആയിരുന്നെന്നും ടൈഫോയ്ഡായിരുന്നുവെന്നും പറയപ്പെടുന്നു. ചങ്ങമ്പുഴ പ്രഭാകരൻ എഴുതിയിട്ടുള്ളത് കവിയെ ബാധിച്ച രോഗം ടൈഫോയ്ഡായിരുന്നുവെന്നാണ്.

രോഗബാധിതനായ കവിയെ ഒരു സ്വകാര്യാശുപത്രിയിൽ പ്രവേശിപ്പിച്ചു. പരമദയനീയമായിരുന്നു അദ്ദേഹത്തിന്റെ അന്നത്തെ അവസ്ഥ. ഈ സാഹചര്യത്തിലും കാമുകിയുടെ കത്തുകൾ കോളേജ് വിലാസത്തിൽ എത്തുന്നുണ്ടായിരുന്നു. ചങ്ങമ്പുഴ ആ രോഗാവസ്ഥയിലും കത്തുകളെ ഓർമ്മിച്ചുകൊണ്ടിരുന്നു. ഒരിക്കൽ ഇങ്ങനെയദ്ദേഹം അർദ്ധമയക്കത്തിലോ മറ്റോ എഴുത്ത് എഴുത്ത് എന്ന് പുലമ്പിയെങ്കിലും മറ്റുള്ളവർക്ക് അതിന്റെ പൊരുൾ മനസ്സിലായില്ല.

ആശുപത്രി വാസവുമായി ദിവസങ്ങൾ കടന്നുപൊയ്ക്കൊണ്ടിരുന്നു. ഒരു ദിവസം കാമുകിയുടെ ഒരു കത്ത് ഹോസ്റ്റൽ വിലാസത്തിൽ മദ്രാസിലെത്തി. കത്ത് കിട്ടിയത് ചങ്ങമ്പുഴയുടെ സുഹൃത്തും ദേവിയുടെ

മകനുമായ ആളുടെ കയ്യിൽ തന്നെയായിരുന്നു. കയ്യക്ഷരം പരിശോധിച്ചപ്പോൾ അതു തനിക്ക് പരിചയമുള്ളതാണല്ലോ എന്ന് അയാൾക്ക് തോന്നി. അതോടെ അയാൾക്ക് സംശയമായി. കത്തു പൊട്ടിച്ചു വായിച്ചതിൽനിന്നും അതെഴുതിയിട്ടുള്ളത് തന്റെ അമ്മയാണെന്ന് അയാൾക്ക് മനസ്സിലായി. അയാൾ ചങ്ങമ്പുഴയുടെ പെട്ടി കുത്തിത്തുറന്ന് പരിശോധിച്ചപ്പോൾ അമ്മ എഴുതിയിട്ടുള്ള നിരവധി കത്തുകൾ ആ മകന് ലഭിച്ചു.

അസുഖം ഭേദമായി താമസസ്ഥലത്തു തിരിച്ചെത്തിയ ചങ്ങമ്പുഴ കണ്ടത് തന്റെ പെട്ടി കുത്തിത്തുറന്നിട്ടിരിക്കുന്നതും, കത്തും മറ്റു സാമാനങ്ങളും വലിയച്ചെറിഞ്ഞിട്ടുള്ളതുമായിരുന്നു. തന്നെയുമല്ല തന്റെ സഹവാസി കോപം കൊണ്ട് കവിയെ ആക്രമിക്കുവാൻ മുതിരുകയും ചെയ്തു. അതോടെ ചങ്ങമ്പുഴക്ക് കാര്യങ്ങളുടെ ഗൗരവം ഏതാണ്ട് മനസ്സിലായി. രോഗബാധയാൽ ക്ഷീണിതനായിത്തീർന്നിരുന്ന അദ്ദേഹത്തിന് ആ സംഭവം വലിയൊരു ആഘാതമായിരുന്നു. കൊച്ചിയിലെ പ്രണയഭാജനം ദേവിയുടെ മകൻ ചങ്ങമ്പുഴയെ കൈകാര്യം ചെയ്യുവാൻ ഗുണ്ടകളെ ഏർപ്പാടു ചെയ്തിരുന്ന വിവരം എങ്ങനെയോ അറിയുവാനിടയായ ഒരാൾ അക്കാര്യം ചങ്ങമ്പുഴയുടെ ഒരു സുഹൃത്തിനോടു പറയുകയും ആയതിനാൽ ചങ്ങമ്പുഴ തന്റെ സുഹൃത്തിന്റെ വീട്ടിലേക്കു പോവുകയും മറ്റാരോടും യാത്രപോലും പറയാതെ ഇടപ്പള്ളിക്ക് തിരിച്ചു പോകുകയുമായിരുന്നുവെന്ന് ചങ്ങമ്പുഴ പ്രഭാകരൻ പറഞ്ഞു.

അതോടെ മദ്രാസിലെ നിയമപഠനശ്രമം ഒരു ദുരന്തമായിത്തീർന്നു. ഏതു നാട്ടിൽ നിന്നും ഭാര്യയെയും കുട്ടികളെയും ഉപേക്ഷിച്ച് ഒളിച്ചോടിയോ അതേ നാട്ടിലേക്ക്, കഴിഞ്ഞ സംഭവങ്ങൾക്കൊന്നും യാതൊരു മാറ്റവും സംഭവിക്കാത്ത സാഹചര്യത്തിലേക്ക് മുറിവുകൾക്കു മേൽ മുറിവുകളുമായി ചങ്ങമ്പുഴ തിരിച്ചുവന്നു. കാലം ചങ്ങമ്പുഴയെ കെണിവെച്ച് കുരുക്കിയതുപോലെയായി. ശിരോലിഖിതത്തിൽ ഉൾച്ചേർന്നിരിക്കുന്ന സംഭവങ്ങളെ മാറ്റി മറിക്കുവാൻ ചങ്ങമ്പുഴയ്ക്കാകുമോ?

അദ്ധ്യായം മുപ്പത്തിയൊന്ന്

ഇടപ്പള്ളിയിൽ വീണ്ടും

ഒരു ദിവസം അപ്രതീക്ഷിതമായി ചങ്ങമ്പുഴ വീട്ടിൽ വന്നു കയറിയപ്പോഴാണ് മകൻ നിയമപഠനമുപേക്ഷിച്ച കാര്യം തന്നെ അമ്മ അറിഞ്ഞത്. അക്കാലത്ത് ഇടപ്പള്ളിയിൽ ചങ്ങമ്പുഴ ഭാര്യയെ ഉപേക്ഷിച്ച എന്നൊരു വാർത്തയും പരന്നിരുന്നു. അതേക്കുറിച്ച് ഡയറിക്കുറിപ്പിൽ ഇങ്ങനെ വായിക്കാം:

"......ദിവസം എത്ര കത്തുകളാണ് എനിക്ക് കിട്ടുന്നതെന്ന് തങ്കത്തിന്നറിയാമോ? എവിടെ നിന്നെല്ലാം അറിവും പരിചയവുമില്ലാത്തവർ പോലും എന്തെല്ലാമാണ് എഴുതി അയക്കുന്നത്. ഞാൻ എന്റെ പത്നിയെ-ശ്രീദേവിയെ-ഉപേക്ഷിച്ചത് വലിയ കഷ്ടമായിപ്പോയി എന്നും എന്നെപ്പോലുള്ള ഒരാൾ ഇങ്ങനെ മനസ്സിനു നിയന്ത്രണമില്ലാതാകുന്നത് വലിയ കഷ്ടമാണ് എന്നും മറ്റും....."

ചങ്ങമ്പുഴ ഭാര്യവീട്ടിൽ നിന്നും മാറിത്താമസിച്ചതും ഇങ്ങനെയൊരു വാർത്തയ്ക്ക് പിൻബലമേകി. ഒരിക്കൽ മകനും അമ്മയും തമ്മിൽ ഇക്കാര്യം സംസാരിച്ചു കലഹമുണ്ടാവുകയും ചെയ്തു. വീട്ടിലെ കഷ്ടപ്പാടുകളും മറ്റും പറയുന്നതിനിടയിൽ സ്വാഭാവികമായിട്ടാണ് ഇക്കാര്യവും അമ്മ പറഞ്ഞത്. അതോടെ ചങ്ങമ്പുഴ ക്ഷോഭിച്ചു. അന്നു മുതൽ വീട്ടിൽ നിന്ന് ഭക്ഷണം കഴിക്കാതെയായി. അമ്മയെയും അനുജനെയും കാണുമ്പോൾ മുഖം കനപ്പിക്കും.

എന്നിരുന്നാലും കൊച്ചുകുട്ടനെച്ചൊല്ലി ഒരുപാട് കണ്ണുനീർ പൊഴിച്ചിട്ടുള്ള വാത്സല്യനിധിയായ ആ മാതാവ് മകനെ ഭക്ഷണത്തിനായി വിളിക്കുമായിരുന്നു. പക്ഷേ മകന്റെ ക്ഷോഭമടങ്ങിയില്ല. മകൻ ഭക്ഷണം കഴിക്കുവാൻ വരുന്നതു പോയിട്ട് ഒരക്ഷരം മിണ്ടുക പോലുമില്ല.

എന്നാലും ഭക്ഷണം കഴിക്കണമല്ലോ. ഒരുതരം വാശിയെന്നു വേണമെങ്കിൽ പറയാം. പെട്ടെന്നു തന്നെ ഒരു പയ്യനെ വീട്ടിൽ കൊണ്ടു വന്നു

താമസിപ്പിച്ചു-ഭക്ഷണം പാകം ചെയ്യുവാൻ. അരിയും മറ്റു സാധനങ്ങളും വീട്ടിൽ തന്നെ വാങ്ങി സൂക്ഷിച്ചു. തനിക്കാവശ്യമായ അരിയും കറിക്കു വേണ്ടുന്ന സാമാനങ്ങളും കവി തന്നെ എടുത്തു കൊടുക്കും. അങ്ങനെ വേറിട്ടു ഭക്ഷണം പാചകം ചെയ്യിപ്പിച്ച് കഴിക്കുന്ന നേരത്ത് തൊട്ടപ്പുറത്ത് അമ്മയും സഹോദരനും പട്ടിണിയിലായിരുന്നു. അവിടെയങ്ങനെ, തന്റെ അമ്മയും സഹോദരനും ഭക്ഷണം കഴിക്കുന്നുണ്ടോ എന്നൊന്നും അന്വേഷിക്കുവാൻ പോലും പ്രേമഗായകനായ ഈ കവി തയ്യാറായിട്ടില്ല. അങ്ങനെ രണ്ടുപേർ ആ വീട്ടിൽ താമസിക്കുന്നുണ്ടെന്ന കാര്യം പോലും അദ്ദേഹം വിസ്മരിച്ച മട്ടായിരുന്നു.

ഇതിനിടയിൽ ഒരു കാര്യം അമ്മയുടെ ശ്രദ്ധയിൽപ്പെട്ടു. രണ്ടു മൂന്നു ദിവസമായി ചാരായത്തിന്റെ മണമില്ല. രാവിലെയും വൈകുന്നേരവും കുളിക്കുന്നു. അദ്ദേഹത്തിന്റെ ദിനചര്യകൾക്ക് പെട്ടെന്നു മാറ്റം സംഭവിച്ചിരിക്കുന്നു. അഷ്ടപദിയിലെ ചില വരികൾ കൂടെക്കൂടെ ചൊല്ലുന്നതും കേൾക്കാം!

"അടുത്ത ഒരൊഴിവു ദിവസം പകൽ സമയത്ത് ഞാൻ ചേട്ടനെ നല്ല പോലെ കണ്ടു. താടിമീശ നീട്ടി വളർത്തിയിരിക്കുന്നു. രോമങ്ങൾക്കിടയ്ക്ക് ഓരോന്ന് വെളുത്തു കാണാം. നെറ്റിയിൽ വരച്ച തൊടു ചന്ദനക്കുറി.

അന്നൊരിക്കൽ ചേട്ടൻ വീട്ടിലില്ലാതിരുന്ന സമയം നോക്കി ഞാൻ മുറിയ്ക്കകത്തു കടന്നു. ചേട്ടൻ എഴുതിവെച്ചിരുന്ന കടലാസുകൾ മറിച്ചു നോക്കി. ദേവഗീത-ജയദേവ മഹാകവിയുടെ ഗീതഗോവിന്ദത്തിന്റെ സ്വതന്ത്ര പരിഭാഷ എന്ന് ഒന്നാം പേജിൽ തന്നെ എഴുതിയിരുന്നു. പത്തു സർഗ്ഗങ്ങൾ പരിഭാഷപ്പെടുത്തിയിരിക്കുന്നു. അമ്മ പറഞ്ഞതു ശരി തന്നെ. ഗീതഗോവിന്ദം എന്നതിനെക്കാൾ നാട്ടും പുറങ്ങളിൽ പ്രചാരം അഷ്ടപദിയെന്നാണ്."

അങ്ങനെ മലയാളത്തിന്റെ ഭക്തിയില്ലാത്ത ജയദേവൻ യാഥാസ്ഥിതിക നിരൂപകരെയും പണ്ഡിതമ്മന്യന്മാരെയും വെല്ലുവിളിച്ചുകൊണ്ട് ദേവഗീത പരിഭാഷപ്പെടുത്തി. ഇന്നും ഗുപ്തൻ നായരെപ്പോലുള്ള ചിലരുടെ അഭിപ്രായം ചങ്ങമ്പുഴ ഗീതഗോവിന്ദം പരിഭാഷപ്പെടുത്തിയത് ലാഘവബുദ്ധിയോടെയായിപ്പോയി എന്നാണ്.

ദേവഗീതക്ക് കവി എഴുതിയിട്ടുള്ള മുഖവുര വായിച്ചാൽ നമുക്ക് മനസ്സിലാകും അദ്ദേഹം സൂക്ഷ്മതയോടെയാണ് ആ കൃതിയുടെ പരിഭാഷ നിർവ്വഹിച്ചതെന്ന്. ജയദേവനെ ചങ്ങമ്പുഴ ശ്രീകൃഷ്ണഭക്തനായിട്ടാണ് വിലയിരുത്തിയിട്ടുള്ളത്. അതേ പോലെ തന്നെ പരിഭാഷ ചെയ്യുന്ന അവസരത്തിലുള്ള അദ്ദേഹത്തിന്റെ ചര്യകൾ ശ്രദ്ധിക്കുക. കവി

ഭക്തിയോടെ തന്നെയാണ് ജയദേവ കൃതിയെ സമീപിച്ചതെന്ന് നമുക്ക് മനസ്സിലാക്കുവാൻ വേണ്ടുന്ന സൂചനകൾ ആ ദിനചര്യകളിലും വ്യക്ത മാണ്. പക്ഷേ ആഢ്യന്മാരായ ഫ്യൂഡൽ തമ്പുരാക്കൾക്ക് സംസ്കൃത പണ്ഡിതനല്ലാത്ത ചങ്ങമ്പുഴ വിവർത്തനം ചെയ്ത ദേവഗീതയെ അംഗീ കരിക്കുക ദുഃസാധ്യമാണ്.

ക്ഷീണിതനായി ഇടപ്പള്ളിയിൽ തിരിച്ചെത്തിയ ചങ്ങമ്പുഴ ആത്മ സംഘർഷത്തിൽപ്പെട്ടു വീർപ്പുമുട്ടുകയായിരുന്നു. ആകപ്പാടെ അപമാ നിതനായി എന്ന തോന്നൽ, ജീവിതമാകെ ഇരുട്ടുമൂടിയ പ്രതീതി. പണവും പ്രതാപവും ഉദ്യോഗവും മാത്രമല്ല ഭാര്യയും മക്കളും കൂടി അകന്നു കഴിയുന്നു. നാട്ടുകാരുടെ എതിർപ്പുകൾ, കൂടാതെ കവി എന്ന നിലയിൽ യാഥാസ്ഥിതിക പണ്ഡിതന്മാരുടെ അസൂയാകലുഷിതമായ ആരോപണങ്ങളും. ഇതിനെയൊക്കെ ചൂഴ്ന്നു നിൽക്കുന്ന നിസ്സഹായമായ അധമബോധം.

കവി ഇങ്ങനെ കഴിയുന്ന സമയത്താണ് എസ്.കെ. പൊറ്റക്കാട് അദ്ദേഹത്തിന്റെ ഭവനം സ്ഥിതി ചെയ്യുന്ന ഇടപ്പള്ളിയിലെത്തിയത്. ആ സന്ദർശനത്തെക്കുറിച്ച് പൊറ്റക്കാട് എഴുതിയിട്ടുള്ളതു നോക്കുക:

"...1945 ജനുവരി 24 നു ഞങ്ങൾ ഒരുമിച്ചു കൂടിയ ആ രാത്രിയെ എനി ക്കൊരിക്കലും മറക്കാൻ കഴിയില്ല.

ഞാൻ ബോംബെയിൽ നിന്നു ലീവെടുത്തു നാട്ടിൽ വന്ന അവസര മായിരുന്നു. കാര്യവശാൽ എനിക്ക് എറണാകുളത്ത് പോകേണ്ടി വന്നു. അവിടെ വെച്ച് സുഹൃത്ത് ബഷീറിനെ കണ്ടുമുട്ടി. ആ രസികനുമായി സൊള്ളിക്കൊണ്ടിരിക്കെ ചങ്ങമ്പുഴ ഒരു സന്ന്യാസി മട്ടിൽ സ്വഗൃഹ ത്തിൽ താമസിക്കുകയാണെന്ന് റിപ്പോർട്ട് കിട്ടിയതായി ബഷീർ പറഞ്ഞു.

നമുക്ക് അദ്ദേഹത്തെ ഒന്ന് ചെന്ന് കാണാം എന്ന് ഞാൻ അഭിപ്രാ യപ്പെട്ടപ്പോൾ, ശരി ഇപ്പോൾ തന്നെ പൊയ്ക്കളയാം എന്ന് ബഷീറും പറഞ്ഞു. ഇടപ്പള്ളി സ്വദേശിയായ ഒരു സുഹൃത്തിനെയും ഞങ്ങൾക്കു കൂട്ടുകാരനായി കിട്ടി. അങ്ങനെ ഞങ്ങൾ മൂന്നുപേർ സായാഹ്നത്തിൽ ചങ്ങമ്പുഴയുടെ വീടിനടുത്ത്, നിരത്തിൽ ബസ്സിറങ്ങി, ആ ക്ഷേത്രപ്പറ മ്പിലെ പൂഴിമണ്ണിലൂടെ നടന്നു. അല്പം ദൂരെ കുളത്തിൽ കരയിലൂടെ ഒരു രൂപം നീങ്ങുന്നുണ്ടായിരുന്നു. ബഷീർ ചൂണ്ടിക്കൊണ്ടു പറഞ്ഞു അതാ നമ്മുടെ മഹാകവി."

ഞങ്ങൾ വിശ്വസിച്ചില്ല. അടുത്തെത്തിയപ്പോൾ ആ രൂപം ഒന്നു തിരിഞ്ഞു നോക്കി, അവിടെ നിന്നു, പിന്നെ ഞങ്ങളെ കണ്ടറിഞ്ഞു

പുഞ്ചിരി തൂകി മുന്നോട്ടു വന്നു. മെലിഞ്ഞു ശുഷ്കിച്ച് പരവശനായി, താടി വളർത്തി തലയിലൊരു തോർത്തു മുണ്ടും കെട്ടി നിൽക്കുന്ന ആ പ്രാകൃത രൂപത്തിൽ പണ്ടത്തെ പരിഷ്കാര മോടിക്കാരനായ ചങ്ങമ്പുഴയല്ല, കാട്ടുകയറുവാൻ പോകുന്ന ഒരു സന്ന്യാസിയെയാണ് ഞങ്ങൾ കണ്ടത്.

"എന്താ ഇവിടെയെല്ലാം നടക്കുന്നത്?" ബഷീർ നാലുപാടും സംശയത്തോടെ നോക്കിക്കൊണ്ടു ചോദിച്ചു.

ചങ്ങമ്പുഴ ചിരിച്ചുകൊണ്ടു പറഞ്ഞു: "ഞാൻ കക്ഷം എന്ന സംസ്കൃത പദത്തിനു പറ്റിയൊരു മലയാള വാക്ക് ആലോചിച്ചു കൊണ്ട് ഇവിടെ ചുറ്റി നടക്കുകയായിരുന്നു- വരൂ, നമുക്ക് വീട്ടിലേക്ക് പോകാം."

ചങ്ങമ്പുഴ ഞങ്ങളെ വീട്ടിലേക്ക് നയിച്ചു. പുതുതായി പണിചെയ്തതും പണി പൂർത്തിയാക്കാതെ ഇട്ടിരിക്കുന്നതുമായ ഒരു മുറിയിലേക്ക് ഞങ്ങൾ പ്രവേശിച്ചു. അതിനെ അതിഥി മുറിയെന്നോ ആഫീസ് മുറിയെന്നോ വായനാ മുറിയെന്നോ എന്തുവേണമെങ്കിലും വിളിക്കാം.

ചങ്ങമ്പുഴയുടെ പ്രിയപ്പെട്ട പുസ്തകങ്ങൾ നിറഞ്ഞ ഷെൽഫുകൾ ചുമരിനെ മറച്ചിരുന്നു. തപാലിലും അഞ്ചലിലും വന്നു ചേർന്ന പത്രങ്ങളും മാസികകളും മുറി മുഴുവൻ ചിതറിക്കിടന്നിരുന്നു. ഒരു കട്ടിലും കിടക്കയും ഒരു കാൻവാസ് കസേരയും ഒന്നു രണ്ടു ചെറുകസേലകളുമായിരുന്നു മുറിയിലെ ഉപകരണങ്ങൾ. അദ്ദേഹം കാൻവാസ് കസേരയിൽ അമർന്നു. ഞങ്ങൾ മൂന്നു പേരും എവിടെയൊക്കെയോ ഇരിപ്പുറപ്പിച്ചു.

വീടിന്റെ വടക്കുഭാഗത്തെ ചരുവിൽ നിന്നു ഭക്ഷണം പാചകം ചെയ്യുന്ന തീയും പുകയും പൊങ്ങുന്നുണ്ടായിരുന്നു. ഞങ്ങൾ സംസാരിച്ചു കൊണ്ടിരിക്കെ ഒരു ചെറുക്കൻ ഞങ്ങളിരിക്കുന്ന മുറിയിലേക്കു കടന്നുവന്ന്, ഒരു മൂലയ്ക്കൽ വെച്ചിരുന്ന ചാക്കിൽ നിന്ന് അര സേർ അരി അളന്നെടുത്ത് ചോറുണ്ടാക്കാൻ തെക്കുഭാഗത്തെ മുറിയിലേക്ക് കൊണ്ടു പോകുന്നത് ഞങ്ങൾ കണ്ടു. ഞങ്ങൾക്കൊന്നും മനസ്സിലായില്ല. ഞങ്ങളുടെ ചുളിഞ്ഞ നോട്ടം കണ്ട ചങ്ങമ്പുഴ ഒന്നു ചിരിച്ചു, അത്രമാത്രം.

ചങ്ങമ്പുഴ പെട്ടെന്നു നിയമപഠനം മതിയാക്കി, മദിരാശിയിൽ നിന്നു തിരികെ വന്നു പാർക്കുകയായിരുന്നു. അദ്ദേഹത്തെ പറ്റി പല അപവാദങ്ങളും പ്രചരിച്ചു കൊണ്ടിരുന്നു. ഭാര്യയും കുട്ടിയും അദ്ദേഹത്തെ ഉപേക്ഷിച്ചു പോയി. സ്വന്തം കുടുംബത്തോടു പിണങ്ങി ഒറ്റയ്ക്കു താമസിക്കുകയാണ്. അദ്ദേഹത്തിന്റെ ആഹാരത്തിനുള്ള അരിയാണ് ആ പയ്യൻ കൊണ്ടു പോയത് എന്ന് ഞങ്ങൾക്ക് മനസ്സിലായി.

ഞങ്ങൾ കുറേനേരം പലവിഷയങ്ങളെക്കുറിച്ചും സംസാരിച്ചു. താൻ ഇപ്പോൾ ഗീതഗോവിന്ദം മലയാളത്തിലേക്ക് തർജ്ജമ ചെയ്ത്

വരികയാണെന്ന് അദ്ദേഹം പറഞ്ഞു. തർജ്ജമയുടെ കുറേഭാഗങ്ങൾ അദ്ദേഹം ഞങ്ങളെ പാടിക്കേൾപ്പിച്ചു.

"നമുക്ക പുറത്തേക്ക് പോകാം." ചങ്ങമ്പുഴ ഞങ്ങളെ എഴുന്നേൽപ്പിച്ചു.

റോഡിലിറങ്ങാതെ ഇടപ്പള്ളിയിലെ കുതിർന്ന പൂഴി നിറഞ്ഞ നടവഴികളില്പൂടെയും പൈൻമരങ്ങൾ നിറഞ്ഞ പറമ്പുകളില്പൂടെയും ഞങ്ങൾ നടന്നു. സാഹിത്യ വിഷയം വിട്ട് സ്കൂൾ കുട്ടികളെപ്പോലെ ഓരോരോ തമാശകളും പറഞ്ഞുകൊണ്ടായിരുന്നു പോക്ക്. ഇ.വി. കൃഷ്ണപിള്ള യുടെ പല രസികത്തരങ്ങളും ചില അശ്ലീല ഫലിതങ്ങളും ചങ്ങമ്പുഴ ഞങ്ങളെ കേൾപ്പിച്ചു ചിരിച്ചു. നല്ല വാചാലതയോടും സ്പഷ്ടതയോടും ഓരോ കഥകൾ പറഞ്ഞു കൊണ്ട്, മുണ്ട് മാടിക്കെട്ടി, നീണ്ടു മെലിഞ്ഞ കാലുകൾ തെല്ലൊന്നകത്തി വെച്ച് നേരിയമട്ടിൽ ആടിക്കൊണ്ട് മുമ്പിൽ നീങ്ങുന്ന ചങ്ങമ്പുഴയുടെ ആ നടത്തം ഞാനിപ്പോഴും മുന്നിൽ കാണുന്നു.

അന്നു രാത്രിയിൽ, ഞങ്ങളുടെ കൂടെ വന്ന ഇടപ്പള്ളി സുഹൃത്ത് ഒരൊഴിഞ്ഞ വീട്ടിൽ ഞങ്ങൾക്ക് അത്താഴം ഒരുക്കിവെച്ചിരുന്നു. അത്താഴവും കഴിഞ്ഞ് ഞങ്ങൾ നാലുപേരും നടക്കാനിറങ്ങി.

അർദ്ധരാത്രി കഴിഞ്ഞിരിക്കും. നല്ല നിലാവ്, പൈൻ മരങ്ങളുടെ നിഴൽച്ചിത്രങ്ങൾ പതിഞ്ഞ വെൺമണൽ വിരിപ്പിലൂടെ ഞങ്ങൾ നടന്നു കൊണ്ടിരിക്കെ ചങ്ങമ്പുഴ തന്റെ പരമദയനീയമായ ആത്മകഥയിലെ പല രംഗങ്ങളും ഞങ്ങൾക്കു പകർന്നു തന്നു-പല ജീവിത രഹസ്യങ്ങളും ഞങ്ങളെ കേൾപ്പിച്ചു.

"എന്റെ ജീവിത നൈരാശ്യത്തിന്റെ നെല്ലിപ്പടി കണ്ടു തുടങ്ങിയിരിക്കുന്നു. എന്റെ മനഃക്ലേശങ്ങളെ കൊല്ലുന്ന ഏക മരുന്ന് മദ്യം മാത്രമാണ്. ഞാൻ കുടിക്കുന്നുണ്ട്-കണക്കറ്റ് കുടിക്കുന്നുണ്ട്. മദ്യപാനം മാത്രമാണ് എന്റെ ആനന്ദം. എന്റെ ഭാര്യയും കുട്ടിയും എന്നെ ഉപേക്ഷിച്ചു പോയി. എന്റെ മാതാവും സഹോദരന്മാരും എനിക്കെതിരാണ്. അയൽപക്കക്കാരും കൂട്ടുകാരും എന്റെ ശത്രുക്കളായി മാറിയിരിക്കുകയാണ്. എന്നെപ്പറ്റി നാറുന്ന അപവാദങ്ങൾ നിറഞ്ഞ അന്തരീക്ഷത്തിലാണ് ഞാൻ ജീവിക്കുന്നത്. സാമ്പത്തിക ക്ലേശമല്ല വിഷാദാത്മകത്വമാണ് എന്നെ വിരട്ടിക്കൊണ്ടിരിക്കുന്നത്. ദാരിദ്ര്യവും കടവും എന്നെ ആത്മഹത്യയുടെ വക്കോളമെത്തിച്ച കാലമുണ്ടായിരുന്നു." ഒരാളോടു കടം വാങ്ങിയ കുറച്ചു സംഖ്യ തിരിച്ചു കൊടുക്കാൻ വഴി കാണാതെ ഇനി ജീവിച്ചിരുന്നിട്ടു ഫലമില്ല എന്നു തീർച്ചയാക്കി അന്നു രാത്രി താൻ ഒരു കയറുമെടുത്തു പിലാവിൻ ചുവട്ടിലേക്ക് പോയ കഥ ചങ്ങമ്പുഴ വിവരിച്ചു.

“പക്ഷേ എന്തോ അന്നു ഞാൻ തൂങ്ങിയില്ല. ആ കാലമെല്ലാം പോയി ഇപ്പോൾ എന്റെ പേരിൽ 14000ക. ബാങ്കിലുണ്ട്. പക്ഷേ നീറിപ്പിടിക്കു ന്ന ഹൃദയത്തിന് ആ പണം കൊണ്ടെന്തു പ്രയോജനം? ഞാനിനി അധികകാലം ജീവിച്ചിരിക്കില്ല. അടുത്ത കാലത്തു മരിക്കും എന്നെനി ക്കുറപ്പുണ്ട്. പക്ഷേ അത് ആത്മഹത്യയായിരിക്കില്ല...”

എന്നാൽ ആ മാനസിക കുഴപ്പങ്ങളിൽനിന്നു ചങ്ങമ്പുഴ വിമുക്തി നേടുക തന്നെ ചെയ്തു. അതേ വർഷത്തിൽ (1945 ഏപ്രിൽ 21 ന്) ഞാനദ്ദേഹത്തെ തൃശ്ശൂരിൽ വെച്ചു കണ്ടു. ചങ്ങമ്പുഴ മംഗളോദയത്തി ന്റെ പത്രാധിപരായി, തൃശ്ശൂരിൽ സ്വന്തം വീടുവാങ്ങി കുടുംബസമേതം സുഖമായി താമസിച്ചു വരികയായിരുന്നു.

മംഗളോദയത്തിന്റെ കാര്യം പിന്നീട് പരാമർശിക്കാവുന്നതാണ്. അതിന് മുമ്പ് നിയമപഠനം മതിയാക്കി ഇടപ്പള്ളിയിലേക്കു തിരിച്ച കവിയെ നമുക്കു പിന്തുടരാം. എങ്ങനെയെങ്കിലും ഭാര്യയെയും കുട്ടിക ളെയും വിളിച്ചുകൊണ്ടുവന്ന് കൂടെ താമസിപ്പിക്കണമെന്ന് ചങ്ങമ്പുഴ അതിയായി ആഗ്രഹിച്ചു. മാനസികമായ ഏകാന്തതയ്ക്കും നൈരാശ്യത്തി നുമെല്ലാം അതു മാത്രമാണൊരു പരിഹാരം. ഇന്നത്തെ ഈ നീറ്റലിൽ നിന്ന് എന്നെങ്കിലും മോചനം വേണമെന്ന് അദ്ദേഹം ചിന്തിച്ചിരിക്കാം. ഏതായാലും കുടുംബത്തെ ഒപ്പം താമസിപ്പിക്കുവാൻ ചങ്ങമ്പുഴ ശ്രമവും തുടങ്ങി. ഭാര്യയുടെ അച്ഛനമ്മമാരോട് ഇക്കാര്യം ആവശ്യപ്പെട്ടെങ്കിലും അതിന് പ്രതീക്ഷിച്ച ഫലമുണ്ടായില്ല. ശ്രീദേവി അദ്ദേഹത്തിന്റെ കൂടെ പ്പോകുവാൻ തയ്യാറായിരുന്നില്ല. കൂടെത്താമസിച്ച ഏതാനും നാളുകൾ കൊണ്ട് അവർക്ക് കവിയുമായുള്ള സഹവാസം മടുത്തിരുന്നു.

ഒരിക്കൽ മാറങ്കുളത്തിന്റെ പരപ്പിൽ; ചുറ്റുപാടുകളിൽ നിന്നത്രയും വേർപെട്ട ഒരാളെപ്പോലെ വിഷാദമഗ്നനായി ചങ്ങമ്പുഴയങ്ങനെ മലർന്നു കിടക്കുകയാണ്. അപ്പോഴാണ് ശ്രീദേവിയുടെ ഇളയച്ഛൻ ശങ്കുണ്ണി മേനോൻ അതുവഴി വന്നത്. ആ സമയത്തെ കവിയുടെ ദൈന്യ ഭാവവും വേഷവുമൊക്കെ കണ്ടപ്പോൾ ഇളയച്ഛന് മനസ്സലിവു തോന്നി, അദ്ദേഹം ചങ്ങമ്പുഴയെ വിളിച്ച് കാര്യങ്ങൾ തിരക്കുകയും ചെയ്തു. എല്ലാം തുറന്നു പറഞ്ഞ കവിയുടെ കണ്ണുകൾ നിറഞ്ഞു. അങ്ങനെ അദ്ദേഹം ഭാര്യയ്ക്കും ഭർത്താവിനുമിടയിൽ മാദ്ധ്യസ്ഥം വഹിക്കുകയും സ്നേഹത്തു പേണ കാര്യങ്ങൾ മനസ്സിലാക്കിക്കൊടുക്കുകയും ചെയ്തു. അങ്ങനെ കുടുംബശൈഥില്യം ഒട്ടൊന്നടങ്ങി ശ്രീദേവി ചങ്ങമ്പുഴത്തറവാട്ടിലേക്കു പോവുകയും ചെയ്തു.

അങ്ങനെയിരിക്കെ തൃശ്ശൂരിൽ നിന്നും പ്രസിദ്ധീകരിച്ചുകൊണ്ടിരുന്ന

മംഗളോദയം മാസികയുടെ പത്രാധിപ സമിതിയിൽ ചേരുവാൻ ക്ഷണിച്ച കൊണ്ട് ദേശമംഗലം നമ്പൂതിരിപ്പാടിന്റെ പ്രതിനിധിയായി നാരായണയ്യർ ചങ്ങമ്പുഴത്തറവാട്ടിലെത്തി. ആ ക്ഷണം സ്വീകരിച്ച് ചങ്ങമ്പുഴ മംഗളോദയത്തിന്റെ പത്രാധിപസ്ഥാനം ഏറ്റെടുക്കുവാനായി തൃശ്ശൂരിലേക്കു പോയി.

തൃശ്ശൂർ പട്ടണത്തിന്റെ പടിഞ്ഞാറ് ഭാഗത്ത് കാനാട്ടുകരയിൽ ശങ്കരൻകുളങ്ങര ക്ഷേത്രത്തിനു സമീപം രണ്ടേക്കർ സ്ഥലത്ത് ഓടുമേഞ്ഞതും സാമാന്യം വലിപ്പമുള്ളതുമായ ഒരു വീട് സ്വന്തമായി വാങ്ങി അതിലായിരുന്നു ചങ്ങമ്പുഴ താമസിച്ചിരുന്നത്. ആ വീടിന് അജിതാനിലയം എന്നു പേരിട്ടു.

ഇക്കാലത്താണ് ചങ്ങമ്പുഴയുടെ ജീവിതം ഒട്ടൊരു ശാന്തതയോടെ മുന്നോട്ടു പോയിരുന്നത്. വീട്ടിലും പുറത്തുമൊക്കെ ചില ചില്ലറ വൈരക്കേടുകൾ ഉണ്ടായെങ്കിലും കവി അതൊന്നും അത്ര ഗൗരവമായിക്കരുതിയില്ല. പുസ്തകങ്ങൾ വിറ്റ വരവിൽ റോയൽറ്റിയായി സാമാന്യം നല്ലൊരു തുക അദ്ദേഹത്തിനു ലഭിച്ചുകൊണ്ടുമിരുന്നു.

ജീവിതം ഇങ്ങനെ ശാന്തമായി മുന്നോട്ടു പോയിരുന്നെങ്കിലും താൻ തൃശ്ശൂരിലേക്ക് താമസം മാറ്റുന്ന വിവരമോ, ജോലി ലഭിച്ച കാര്യമോ ചങ്ങമ്പുഴ അമ്മയെ അറിയിച്ചിരുന്നില്ല.

ഒരു കാലത്ത് കേരളത്തിന്റെ സാംസ്കാരിക മാസികയായി ഉയർന്ന മംഗളോദയം 1084-ാം വർഷം യോഗക്ഷേമ സഭയുടെ ആഭിമുഖ്യത്തിലും ദേശമംഗലത്തു മനക്കൽ വലിയ നാരായണൻ നമ്പൂതിരിപ്പാടിന്റെ രക്ഷാധികാരത്തിലുമാണ് പ്രസിദ്ധീകരണമാരംഭിച്ചത്. പിന്നീട് മാസികയുടെ പ്രവർത്തനം തൃശ്ശൂരിലേക്കു മാറ്റുകയും സാരമായ പരിഷ്കാരങ്ങൾ ഉൾക്കൊള്ളിക്കുകയും ചെയ്തു. 1088-ൽ സി.പി. അച്യുതമേനോനും 1095-ൽ കെ. വാസുദേവൻ മൂസ്സതും 1105-ൽ മുന്തിരിങ്ങോട് ഭവത്രാതൻ നമ്പൂതിരിപ്പാടും പത്രാധിപരായി പ്രവർത്തിച്ചിരുന്നു. പിന്നീട് ഏതാണ്ടു പന്ത്രണ്ടു വർഷത്തോളം മാസികയുടെ പ്രവർത്തനം നിലച്ചു. 1177-ൽ അപ്പൻ തമ്പുരാൻ സാഹിത്യ സമാജത്തിന്റെ ആഭിമുഖ്യത്തിൽ ജി. ശങ്കരക്കുറുപ്പ്, ആറ്റൂർ കൃഷ്ണപ്പിഷാരടി, പി.എം. കുട്ടികൃഷ്ണൻ മേനോൻ, മുണ്ടശ്ശേരി, എ. രാമപ്പൊതുവാൾ തുടങ്ങിയവർ പത്രാധിപ സമിതിയിൽ അംഗങ്ങളായതോടെ മാസികയുടെ പ്രവർത്തനം ഊർജ്ജസ്വലമായി. അതോടെ ഗൗരവമേറിയ സാഹിത്യ സംസ്കാരവുമായി മംഗളോദയം പ്രതിമാസം പുറത്തു വന്നു. 1120-ൽ ചങ്ങമ്പുഴ മംഗളോദയം മാസികയുടെ പ്രവർത്തനവുമായി ബന്ധപ്പെട്ടു. പിന്നീട് കുറച്ചുകാലം മംഗളോദയം

മാസിക മലയാളത്തിലെ കിടയറ്റ പ്രസിദ്ധീകരണങ്ങളിലൊന്നായി ത്തീർന്നു. 1171-നു ശേഷം മാസികയുടെ പ്രവർത്തനം പൂർണ്ണമായി നിലച്ചു.

1120-ൽ ചങ്ങമ്പുഴ പത്രാധിപസമിതി അംഗമായതോടെ വിപുലമായ പരിഷ്കാരങ്ങൾ മംഗളോദയത്തിൽ ഏർപ്പെടുത്തിയെങ്കിലും ഗുരുതര മായ ചില അഭിപ്രായ വ്യത്യാസങ്ങളെ തുടർന്ന് മുണ്ടശ്ശേരിയും, വി.എം. കുട്ടികൃഷ്ണമേനോനുമൊഴികെ ഓരോരുത്തരും രാജിവെച്ച് പിൻവാങ്ങി. ഈ സംഭവം പിന്നീട് ചങ്ങമ്പുഴക്കെതിരായി സാഹിത്യരംഗത്തുണ്ടായ ചേരിതിരിവിന് കാരണമായിത്തീർന്നു എന്നു പറഞ്ഞു കേട്ടിട്ടുണ്ട്. മംഗ ളോദയത്തിന്റെ ഉന്നമനത്തിനായി ചങ്ങമ്പുഴ നിരവധി സാഹിത്യകാ രന്മാരുമായി ബന്ധപ്പെട്ടു. കൂട്ടത്തിൽ എസ്. ഗുപ്തൻനായർക്കിങ്ങനെ എഴുതി:

“മംഗളോദയം മാസികയുടെ 21-ാം പുസ്തകം ഒന്നാം ലക്കം മുതൽ ചില പരിഷ്കാരങ്ങൾ വരുത്തിയാൽ കൊള്ളാമെന്ന് ഞങ്ങൾക്കാ ശയുണ്ട്. ആ വിഷയത്തിൽ താങ്കളുടെ ഹാർദ്ദമായ സഹകരണം ഞങ്ങൾക്കുണ്ടാവുമെന്ന് പ്രതീക്ഷിക്കുന്നു. പുസ്തക നിരൂപണ വകുപ്പിൽ പത്രാധിപ സമിതിക്കു പുറമേ നാലഞ്ചു പേരെ കൂടി ഉൾപ്പെടുത്തുന്നതു നന്നായിരിക്കുമല്ലോ. താങ്കൾ അതിലൊരംഗമായിരിക്കണമെന്നപേ ക്ഷിക്കുന്നു.

എ. ബാലകൃഷ്ണപിള്ള, കുറ്റിപ്പുഴ കൃഷ്ണപിള്ള, എം.പി.പോൾ, സി. നാരായണപിള്ള, പാറയിൽ ഉറുമീസ് തരകൻ, എം.എസ്. ദേവദാസ്, ഞാൻ-ഇത്രയും പേരടങ്ങിയതായിരുന്നു ഈ നിരൂപക സമിതി. കൂട്ട ത്തിൽ ഏറ്റവും ഇളപ്പമുള്ള എഴുത്തുകാരനാണ് ഞാൻ. ചങ്ങമ്പുഴയുടെ സ്നേഹവും വിശ്വാസവും ഒന്നു കൊണ്ടു മാത്രമാണ് എന്നെ അന്നത്തെ വമ്പന്മാരായ എഴുത്തുകാരുടെ പട്ടികയിൽ ഉൾപ്പെടുത്തിയത്. എനിക്ക് ഒരിക്കലും മറക്കാൻ കഴിയാത്ത ഒരംഗീകാരമായിരുന്നു അത്.”ഗുപ്തൻ നായർ പറയുന്നു.

ഗുപ്തൻ നായരെ മാത്രമല്ല, അക്കാലത്തെ പല എഴുത്തുകാരെയും ചങ്ങമ്പുഴ നിർലോഭം പ്രോത്സാഹിപ്പിച്ചിട്ടുണ്ട്. ചില ലേഖനങ്ങളിലും പ്രസംഗങ്ങളിലും അവരിൽ ചിലരുടെയൊക്കെ പേരെടുത്ത് പറഞ്ഞു പ്രശംസിച്ചിട്ടുണ്ട്.

താമസം മാറ്റിയ വിവരം അമ്മയെ അറിയിക്കാതിരുന്നതിൽ ആ സാധുമാതാവിന് പരിഭവത്തെക്കാളേറെ സങ്കടമാണുണ്ടായിരുന്നത്. ബാല്യത്തിൽ നല്ലമ്മ, നല്ലച്ഛൻ എന്ന് മാതാപിതാക്കളെ സ്നേഹപൂർവ്വം

സംബോധന ചെയ്തിരുന്ന കൊച്ചുകുട്ടൻ, അമ്മ കഷ്ടപ്പാടുകളെക്കുറിച്ച് പറയുവാൻ തുടങ്ങിയാൽ ചിരിച്ചുകൊണ്ട് അവരെ സമാധാനിപ്പിക്കും; എനിക്കു പണമുണ്ടായാൽ അമ്മയെ ശുശ്രൂഷിക്കുവാൻ മാത്രമായി ശമ്പളക്കാരെ വെയ്ക്കും, ഊണിനു് ഒരു കറി മാത്രമായിരിക്കില്ല, നിത്യവും സദ്യവട്ടം. വൈവിധ്യമാർന്ന വിഭവങ്ങൾ മാറി മാറി വരും. പിന്നിക്കീറിയ കിടക്കയിലായിരിക്കില്ല അമ്മയുടെ കിടപ്പ്.... അങ്ങനെ സാന്ത്വനം പകർന്ന തന്ന കൊച്ചു കുട്ടൻ; മുതിർന്നപ്പോൾ എന്തൊരുമാറ്റമാണീ ശ്വരാ അവനുഭവിച്ചിരിക്കുന്നത്.

ആ മാതാവ് ഒരു സാധാരണക്കാരി മാത്രമാണ്. ഭർത്താവ് മരിച്ചുപോയ കാലം മുതൽ രണ്ടു മക്കളെ വളർത്തുവാൻ പെട്ട കഷ്ടപ്പാടുകൾക്കറുതിയില്ല. പൊഴിച്ച കണ്ണുനീരിന് കണക്കില്ല. ഇപ്പോൾ ഭാവി അവർക്കു മുന്നിൽ കൂരിരുൾ മൂടിയ വഴിത്താരയായി മാറിയിരിക്കുന്നു.

അമ്മ ഇങ്ങനെ ചിന്തിച്ചും പഴിച്ചും ഒരുവിധമങ്ങനെ കഴിഞ്ഞു കൂട്ടി. അങ്ങനെയിരിക്കെ, ഒരിക്കൽ യാദൃച്ഛികമായി ചങ്ങമ്പുഴ തറവാട്ടിലെത്തി. അമ്മയെയും അനുജനെയും തന്റെ കൂടെ കൊണ്ടുപോകുവാനായിട്ടാണ് അദ്ദേഹം തറവാട്ടിലെത്തിയിരിക്കുന്നത്. മകന്റെ ആവശ്യത്തിനു വഴങ്ങുവാൻ ആദ്യമൊന്നും അമ്മ കൂട്ടാക്കിയില്ലെന്നു മാത്രമല്ല; തൃശ്ശൂരിലേക്ക് വരുന്നില്ലെന്ന് ശാഠ്യം കൊണ്ടു. എങ്കിലും ഒടുവിൽ അവർ കൊച്ചുകുട്ടന്റെ കൂടെ പോവുക തന്നെ ചെയ്തു.

ഈ ഘട്ടത്തിൽ ചങ്ങമ്പുഴയുടെ സാഹിത്യജീവിതത്തിലെ വിവാദപരവും നിർണ്ണായകവുമായ ഒരു സംഭവമാകുന്നത് കോട്ടയത്ത് വെച്ച് നടന്ന പുരോഗമന സാഹിത്യസമ്മേളനത്തിന്റെ അദ്ധ്യക്ഷനായി അദ്ദേഹം തിരഞ്ഞെടുക്കപ്പെട്ടതും ആ സദസ്സിൽ വെച്ച് പരമ്പരാഗത കവിതാ സമ്പ്രദായങ്ങളെയും ജീവിതചിഹ്നങ്ങളെയും തകർത്തെറിയുന്ന കലഹം നിറഞ്ഞ പ്രസംഗം നിർവ്വഹിച്ചതുമാണ്.

1937-38 കാലത്ത് ജീവൽ സാഹിത്യം എന്ന പേരിൽ പുതിയൊരു സാഹിത്യ പ്രസ്ഥാനം കേരളത്തിൽ രൂപം കൊണ്ടു. പാർട്ടി ആധിപത്യം മൂലം ആ സംഘടന നിർജ്ജീവമായി. പിന്നീട് 1940കളുടെ തുടക്കത്തിൽ ജീവൽ പ്രസ്ഥാനം ജീവൻ കൊണ്ടു. ഉത്തരേന്ത്യയിലെ പ്രമുഖരായ എഴുത്തുകാർ ചേർന്ന് രൂപം കൊടുത്ത ഓൾ ഇന്ത്യാ പ്രോഗ്രസ്സീവ് റൈറ്റേഴ്സ് അസോസിയേഷന്റെയും പി.ഇ.എൻ എന്ന ലോക സാഹിത്യ സംഘടനയുടെയും ചുവടു പിടിച്ച് കേരളത്തിൽ പുരോഗമനാത്മകമായ ഒരു സാഹിത്യ സംഘടന രൂപീകരിക്കുവാനുള്ള താൽപര്യം മൂലം അക്കാലത്തെ മുതിർന്ന സാഹിത്യകാരന്മാർ 1943 ജൂൺ മാസം തലശ്ശേരിയിൽ വെച്ച് ഒരു താൽക്കാലിക കമ്മിറ്റി രൂപീകരിച്ചു. അവിടെ നിന്നാണ്

പുരോഗമന കലാസാഹിത്യസംഘം ഉണ്ടായത്.

പുരോഗമന കലാസാഹിത്യ സംഘടന അന്നത്തെ എഴുത്തുകാരിൽ പുത്തനുണർവ്വ് ഉണ്ടാക്കിത്തീർത്തു.

1945 മെയ് മാസം ഇരുപതാം തീയതിയിലെ അഖിലകേരള പുരോഗമന സാഹിത്യ സംഘടനയുടെ രണ്ടാം വാർഷിക സമ്മേളനത്തിലെ അദ്ധ്യക്ഷനായി ചങ്ങമ്പുഴ ക്ഷണിക്കപ്പെട്ടു. ചങ്ങമ്പുഴയെപ്പോലെ ഒരു ബൂർഷ്വാ കവിയെ സമ്മേളനത്തിന്റെ അദ്ധ്യക്ഷനായി തിരഞ്ഞെടുത്തതിൽ ആ സംഘടനയിൽതന്നെ അഭിപ്രായ വ്യത്യാസം ഉണ്ടായിരുന്നു. ചങ്ങമ്പുഴയുടെ സാമൂഹിക പ്രതിമാനങ്ങൾ ഉള്ളടങ്ങിയ വാഴക്കുലയുടെ വിപ്ലവ സ്വഭാവമില്ലായ്മയെക്കുറിച്ച് മാർക്സിസ്റ്റ് പാർട്ടി നിഴൽയുദ്ധം ചെയ്യുന്ന ഒരു കാലം കൂടിയായിരുന്നു അത്. അദ്ധ്യക്ഷസ്ഥാനം സ്വീകരിക്കുവാൻ ചങ്ങമ്പുഴ ആദ്യമൊന്നറച്ചു. എന്നാൽ കെ.സി. സഖറിയായെപ്പോലുള്ളവരുടെ നിർബന്ധത്തിനു വഴങ്ങി അദ്ദേഹം അദ്ധ്യക്ഷസ്ഥാനം ഏറ്റെടുക്കുകയായിരുന്നു.

ചങ്ങമ്പുഴയുടെ സുദീർഘമായ അദ്ധ്യക്ഷപ്രസംഗം മറ്റൊരു വിവാദത്തിന് വഴിമരുന്നിടുകയുണ്ടായി. (സാഹിത്യ ചിന്തകൾ എന്ന പേരിൽ ഈ പ്രസംഗം പുസ്തകരൂപത്തിൽ പ്രസിദ്ധീകരിച്ചിട്ടുണ്ട്). 72 പേജുകളുള്ള ഈ പ്രസംഗം സമ്മേളനത്തിന്റെ തലേ രാത്രി തയ്യാറാക്കി പ്രഭാകരനെക്കൊണ്ട് തിരുത്തിച്ച് അച്ചടിച്ച രൂപമാണ് ചങ്ങമ്പുഴയോഗത്തിൽ വായിച്ചത്. ഒരുപക്ഷേ അന്നത്തെ സാഹിത്യകാരന്മാരോ പിൽക്കാലത്തെ പ്രഭാഷക തൊഴിലാളികളോ അങ്ങനെ ഒരു ഈടുറ്റ പ്രസംഗം ചെയ്യുകാണില്ല, കേട്ടുകാണില്ല.

പ്രഭാഷണം നിർവ്വഹിച്ചുകൊണ്ടിരുന്ന ചങ്ങമ്പുഴയെക്കുറിച്ച് പെരുന്ന കെ.എൻ. നായർ എഴുതിയിട്ടുള്ളതിങ്ങനെ:

"...അദ്ധ്യക്ഷ വേദിയിൽ വെച്ചിട്ടുള്ള പെഡസ്റ്റൽ ഫാനിൽ നിന്ന് പ്രസരിക്കുന്ന കാറ്റിൽ വെട്ടിത്തിളങ്ങി അലകളിളകുന്ന മസ്‌ലിൻ ജൂബ, മടക്കിത്തേച്ച് കഴുത്തിൽ ചുറ്റിയിട്ടുള്ള കസവുവേഷ്ടി, ഇടതുഭാഗത്തേയ്ക്കു വകഞ്ഞുവെച്ച മുടി, ഷേവുചെയ്ത് സ്നോയും പൗഡറും പുരട്ടി ഭംഗി പിടിപ്പിച്ച മുഖം, നേർത്ത മീശ, സ്വർണ്ണ ഫ്രെയിമുള്ള കണ്ണട, പത്തു വിരലിലും മോതിരം- ഇങ്ങനെ ഒരു അഴകിയ രാവണന്റെ വേഷമായിരുന്നു അതെന്ന് പറയാം. ചങ്ങമ്പുഴയുടെ പ്രസംഗവും വേഷവുമെല്ലാം ഒരുതരം വൈരാഗ്യബുദ്ധിയോടുകൂടിയതാണെന്ന് വ്യക്തമായിരുന്നു. തനിയ്ക്ക് ആരോടെല്ലാം പകയുണ്ടോ അതെല്ലാം ആ പ്രസംഗത്തിലൂടെ അദ്ദേഹം വീട്ടി. ആ പ്രസംഗത്തെക്കുറിച്ചുള്ള വിമർശനങ്ങളുടെ അലയടി

പിന്നീട്ടുള്ള കുറെക്കാലത്തേയ്ക്ക് സാഹിത്യവൃത്തങ്ങളിൽ നിലയ്ക്കാതെ നിന്നിരുന്നു."

തലേകൊല്ലം (1944-ൽ) കവിയുടെ ധർമ്മം എന്തെന്ന് അറിയില്ലെന്നും അതറിയുവാൻ തനിക്ക് ആഗ്രഹമില്ലെന്നും പാടുന്ന പിശാചിൽ എഴുതിയ ചങ്ങമ്പുഴ തന്റെ പ്രസംഗം തുടങ്ങിയതുതന്നെ സാഹിത്യകാരന് സമൂഹത്തോടുള്ള കടപ്പാടിനെയും ഉത്തരവാദിത്തബോധത്തെയും കുറിച്ച് പറഞ്ഞുകൊണ്ടാണ്. സാഹിത്യകാരന്റെ വ്യക്തിത്വം സദാ സമരോത്സുകമായിരിക്കണമെന്നും ജനതയ്ക്കുമേൽ അയാൾക്കുള്ള സ്വാധീനശക്തി എതിരറ്റതാണെന്നും ജനതയുടെ ഭാവി അയാളുടെ വ്യക്തിത്വത്തെ ആശ്രയിച്ചാണിരിക്കുന്നതെന്നുപോലും തന്റെ പ്രഭാഷണത്തിലദ്ദേഹം സൂചിപ്പിക്കുകയുണ്ടായി. കവിയുടെ വാക്കുകൾ കേൾക്കു;

"...അടിമ മനഃസ്ഥിതിയോടുകൂടിയ ഒരു ജനസമുദായമാണ് അയാളുടെ സൃഷ്ടിയ്ക്ക് ഉത്തരവാദിത്തം വഹിക്കുന്നതെങ്കിൽ, അതിനെ പിന്നെയും അടിയുറപ്പിക്കാനല്ല വേരോടെ പിഴുതെറിയുവാനാണ് അയാളുടെ സൃഷ്ടികൾ വിനിയോഗിക്കേണ്ടത്. അതിനുള്ള പോരാട്ടമായിരിക്കണം അയാളുടെ ജീവിതം." സാഹിത്യകാരൻ പരിതസ്ഥിതികളുടെ സൃഷ്ടിയാണെന്ന വാദത്തെ ഒട്ടൊക്കെ അംഗീകരിക്കുമ്പോഴും സാഹിത്യകാരൻ ആ പരിതസ്ഥിതിയെ പരിഷ്കരിക്കുവാനും പുതിയതിനെ സൃഷ്ടിക്കുവാനും തയ്യാറാകണമെന്ന് ചങ്ങമ്പുഴ പറഞ്ഞു. സാഹിത്യകാരന്റെ പരമപ്രധാനകർത്തവ്യവുമായി ബന്ധപ്പെടുത്തി മലയാള സാഹിത്യത്തെ പരിശോധിക്കുവാൻ മുതിരുന്ന കവി വിഗ്രഹങ്ങളെ ഉടയ്ക്കുവാനാണ് പിന്നീട് ശ്രമിക്കുന്നത്. എന്തിന്, കുഞ്ചൻനമ്പ്യാരെപ്പോലും വിമർശനവിധേയമാക്കുകയാണ് അദ്ദേഹം. അതേപോലെ കുമാരനാശാന്റെ കാലത്തിനുമുൻപുവരെ വെറും പാണ്ഡിത്യപ്രകടനത്തിൽ കവിഞ്ഞ ഒന്നുമായിരുന്നില്ല നമ്മുടെ സാഹിത്യമെന്നും അദ്ദേഹം ഉദ്ഘോഷിച്ചു.

അക്കാലത്തെ സാഹിത്യത്തിന് സംഭവിച്ച അപചയങ്ങളെ വിലയിരുത്തുമ്പോൾ ചങ്ങമ്പുഴയുടെ നിരീക്ഷണങ്ങൾ യാഥാർത്ഥ്യങ്ങൾക്ക് നിരക്കുന്നതാണെന്ന് നമുക്ക് ബോദ്ധ്യപ്പെടും! പ്രസംഗത്തിന്റെ മറ്റൊരു ഭാഗം:

"രാജാക്കന്മാരും പ്രഭുക്കളും സമുദായത്തിലെ ഉയർന്നപടികളിൽ വർത്തിക്കുന്ന ചില വ്യക്തികളും മാത്രം ഭദ്രമായി കാത്തുസൂക്ഷിച്ചു കൈകാര്യം ചെയ്തുപോന്ന ഒന്നായിരുന്നു നമ്മുടെ സാഹിത്യം. വിശ്രമാവസരങ്ങളിലെ വിനോദത്തിനുവേണ്ടി മാത്രമേ അവർ അത് വിനിയോഗിച്ചിരുന്നുള്ളൂ. അത് ഒരിക്കലും ജനകീയമായ ഒരാവശ്യമായി

വർത്തിച്ചിട്ടില്ല. നമ്മുടെ ഭാഷയിൽ കവിതയെന്നാൽ പാണ്ഡിത്യത്തിന്റെ ഗോദാവിൽ യമകാലങ്കാരങ്ങളുടെ ഗുസ്തിപിടിത്തം എന്നായിരുന്നു അർത്ഥം..."

കവി തന്റെ പ്രഭാഷണത്തിൽ തികഞ്ഞ ഒരു വിപ്ലവകാരിയോ സാമൂഹിക പരിഷ്കർത്താവോ ഒക്കെയായി വേഷപ്പെടുന്നു:

ചിരകാലമായി അടിയുറച്ച നിലനിന്നുവരുന്നതും, സ്വേച്ഛാധികാരത്തിൻമേൽ കെട്ടിപ്പടുത്തിട്ടുള്ളതും, മനുഷ്യവർഗ്ഗത്തിന്റെ സമാധാനഭരിതമായ നിലനിൽപ്പിന് തികച്ചും വിരുദ്ധമായതും സന്മാർഗ്ഗികതത്ത്വങ്ങളെയും നീതിധർമ്മങ്ങളെയും കൊഞ്ഞനംകുത്തികൊണ്ടു നിൽക്കുന്നതുമായ ഇന്നത്തെ ഈ ജീർണ്ണിച്ച സാമൂഹികഘടനയെ അടിച്ചുടച്ച് അതിന്റെ സ്ഥാനത്ത് സുദൃഢവും സാഹോദര്യത്തിന്മേൽ അധിഷ്ഠിതവുമായ ഒരു നൂതന സംവിധാനം സംസ്ഥാപിതമായെങ്കിൽ മാത്രമേ ഭാവിയിൽ മനുഷ്യവർഗ്ഗത്തിനെങ്കിലും ഒരാശയ്ക്കു വഴിയുള്ളുവെന്നത് അവിതർക്കിതമായ ഒരു പരമാർത്ഥമാണ്. ഒരു വികാരജീവിയുടെ അനിയന്ത്രിതമായ ലോകത്തുനിന്നുതിരുവിക്കുന്ന പ്രലപനങ്ങളാണോ ഇവ? ദീർഘദർശിയായ, തനിയ്ക്കു ബോദ്ധ്യമുള്ള ഒരു സാമൂഹികദർശനത്തെ പ്രവചനം ചെയ്യുന്ന ഈ കവിയെ നാം വേണ്ടവിധം മനസ്സിലാക്കിയിട്ടില്ല എന്നതിന്റെ വ്യക്തമായ ഉദാഹരണമാണ് മുകളിലത്തെ വാക്കുകൾ.

കുഞ്ചൻനമ്പ്യാരെ മാത്രമല്ല, രൂക്ഷമായ ശൈലിയിൽ തന്നെ ചില ദേശീയ കവികളെയും വിമർശിക്കുന്നുണ്ട് ചങ്ങമ്പുഴ. അദ്ദേഹത്തിന്റെ ലക്ഷ്യം വള്ളത്തോളാണെന്ന് കാണുവാൻ വലിയ വിഷമമില്ല. പരിഹാസത്തിന്റെ മൂർച്ചയേറിയ ശൈലി ഉപയോഗിച്ച ചങ്ങമ്പുഴയ്ക്ക് സാഹിത്യലോകത്ത് അനേകം ശത്രുക്കളുണ്ടായതിൽ അത്ഭുതപ്പെടേണ്ടതില്ല.

ദേശീയകവികളെക്കുറിച്ച് ചങ്ങമ്പുഴ പറയുന്നു:

"ഭാരതത്തിന്റെ അപദാനങ്ങളെ ശ്വാസംവിടാതങ്ങനെ ഈരടികളിൽതട്ടി മൂളിച്ചതുകൊണ്ടോ, മഹാത്മാഗാന്ധിയെ ആസ്പദമാക്കി കുറെ ഉല്ലേഖമാലകൾ കോർത്തിണക്കി ചെപ്പടിവിദ്യ കാട്ടിയതുകൊണ്ടോ മാത്രം ഒരു കവിയെ മഹാകവിയായോ ദേശാഭിമാനത്തിന്റെ അവതാരമായോ കൊട്ടിഘോഷിക്കുന്നതു വെറും വിഡ്ഢിത്തമാണ്. നാടൊട്ടുക്ക് പരന്ന ദേശീയബോധം വൃത്തത്തിലാക്കി വിളമ്പിയതല്ലാതെ നമ്മുടെ ദേശീയകവികളെന്ന് ഉദ്ഘോഷിക്കപ്പെട്ടവർ ദേശീയപ്രസ്ഥാനത്തിൽ സൃഷ്ടിപരമായി എന്തു ചെയ്തിട്ടുണ്ട്? ഇംഗ്ലീഷുകാരോടുള്ള കുറെ ശകാരവും, മഹാത്മാഗാന്ധിയുടെ തൃപ്പാദങ്ങളിൽ കുറെ കൂപ്പുകൈമൊട്ടുകളും , ഖദർ,

ചർക്ക, അഹിംസ, സ്വാതന്ത്ര്യം, ഭാരതമാത എന്നിങ്ങനെ ഒഴിച്ചുകൂടാത്ത പദങ്ങളും ഹാ, അഹോ, എന്നു തുടങ്ങുന്ന ഏതാനും വ്യാക്ഷേപങ്ങളും കൂട്ടിയും കുഴച്ചും മാറ്റിയും മറിച്ചും പലപല രൂപങ്ങളാക്കി അവയെ ശ്ലഥകാകളിയുടെയും ദ്രുതകാകളിയുടെയും വളയം ചാടിച്ച് ഉല്ലേഖത്തിന്റെയും ഉൽപ്രേക്ഷയുടെയും ഞാണിൻമേൽ കയറ്റി കസർത്തുചെയ്യിക്കുന്നതാണ് ദേശീയ കവിതയെങ്കിൽ, സമ്മതിച്ചു: നമുക്ക് ദേശീയ കവിതയുണ്ട്-കുറച്ചൊന്നുമല്ല, പെരുത്ത് പെരുത്ത്."

മഹാകവികളെ ഇത്തരമൊരു പരിപ്രേക്ഷ്യത്തിലൂടെ നോക്കിക്കാണുവാൻ കൊടികെട്ടിയ നിരൂപകരിൽ പലരും തയ്യാറാകാതിരുന്ന സാഹചര്യത്തിലാണ് ചങ്ങമ്പുഴ പാരമ്പര്യവാദികൾക്കു നിരക്കാത്ത ഇത്തരം നിരീക്ഷണങ്ങൾ മുന്നോട്ടുവെച്ചത്. ഒരുപക്ഷേ ഈ പറഞ്ഞതിൽ ചിലത് സാഹിത്യത്തെ സംബന്ധിച്ച് പ്രായോഗികമല്ലെങ്കിലും മഹാകവികളുടെ പരിമിതികളെയും കാവ്യദോഷങ്ങളെയും അനാവരണം ചെയ്യുവാൻ മുതിർന്ന ചങ്ങമ്പുഴയിൽ ഒരു വിമർശകന്റെ സാന്നിദ്ധ്യം കൂടി ദൃശ്യമാണ്.

പ്രസംഗത്തിന്റെ തുടർച്ചയിൽ വള്ളത്തോൾ മുതൽ ഉള്ളൂരിനെ വരെ പേരെടുത്തുപറഞ്ഞു വിമർശിക്കുവാൻ ചങ്ങമ്പുഴ 'ധൃഷ്ടനായി':

"മഹാകവി വള്ളത്തോൾ മുതൽ കീഴോട്ടുള്ള ദേശാഭിമാനികളായ കവികളുടെ ഈരടി പ്രസംഗങ്ങളിൽ ആത്മാർത്ഥതയുടെ ഒരു നേരിയ പാദമുദ്രയെങ്കിലും ഉണ്ടായെങ്കിൽ അത്ഭുത കൃത്യങ്ങൾ നമ്മുടെ നാട്ടിൽ ചെയ്യുവാൻ കഴിയുമായിരുന്നു! അഞ്ചു മക്കളുടെ പ്രേതം മുമ്പിൽ കിടക്കുമ്പോഴും ഉല്ലേഖത്തിൽ മുറവിളികൂട്ടാൻ മുതിർന്ന ഉമാകേരളത്തിലെ ഉമയമ്മറാണിയെപ്പോലെ, അവരുടെ ദേശീയാഭിമാനം തലയിൽ കെട്ടുംപേറി അയ്യപ്പോ എന്നു വിളിച്ചു കൊണ്ട് അലങ്കാരത്തിന്റെ കരിമലകയറാനാണുത്സാഹിച്ചത്."

വൈദേശികസാഹിത്യത്തിന്റെ മേന്മ നിറഞ്ഞ മേഖലകളെ വലംവെയ്ക്കുന്ന പ്രഭാഷണം, ആ പ്രദേശങ്ങളിലെ സാഹിത്യത്തെ ചെറുതായൊന്ന് സ്പർശിച്ചു പോകുന്നു. നിരവധി വൈദേശിക നിരൂപകരെ ഉദ്ധരിച്ചുകൊണ്ട് ചങ്ങമ്പുഴ തന്റെ പ്രസംഗം തുടർന്നപ്പോൾ അവയിൽ കടന്നുവന്ന പല പേരുകളും ആധുനികതയുമായി ബന്ധപ്പെട്ട് ഉയർത്തിയിട്ടുള്ളതാണെന്നു കാണാം.

പാശ്ചാത്യസാഹിത്യത്തെക്കുറിച്ച് പറഞ്ഞതിന് അകമ്പടിയെന്നോണം കവി തിന്മകളുടെ സൗന്ദര്യത്തെക്കുറിച്ചാണ് പിന്നീട് സൂചിപ്പിക്കുന്നത്. ജീവിതത്തിന്റെ ഇരുൾച്ചകളെ തന്നിലേയ്ക്കാവാഹിച്ച ഒരു കവി വെറുതെയങ്ങ് സാഹിത്യത്തിലെ പാപചിത്രണങ്ങളെ

ആഘോഷിക്കുകയല്ല ചെയ്യുന്നത്. മറിച്ച് കേരളീയരുടെ ആചാരങ്ങളെയും പുരാണങ്ങളെയും കുറിച്ചു പറഞ്ഞുകൊണ്ടു തന്നെയാണ് കവി സാഹിത്യത്തിലെ സദാചാരവാദികളോടു കലഹിക്കുന്നത്.

പേരും പെരുമയുമാർന്ന മഹാക്ഷേത്രങ്ങളുടെ ഗോപുരഭിത്തികളിൽ പ്രകൃതി വിരുദ്ധമായ സംഭോഗവൈകൃതങ്ങൾ കല്ലിൽകൊത്തിവെയ്ക്കുവാൻ സമ്മതമേകിയ കേരളത്തിന്റെ ഹൃദയം, ഭക്ത്യുത്തേജകമായ ലിംഗപൂജയിൽ നിർലീനമായി വർത്തിക്കുന്ന കേരളത്തിന്റെ ഹൃദയം, സങ്കുചിതമാണെന്നെനിയ്ക്കുതോന്നുന്നില്ല. പരിപാവനമാണെന്നു പരിഗണിക്കപ്പെടുന്ന ക്ഷേത്രാങ്കണത്തിൽ വെച്ച്, ഉല്ലാസപൂർണ്ണമായ ഉത്സവരാത്രികളിൽ, മനഃപൂർവ്വം അണിഞ്ഞൊരുങ്ങി മദനപരവശയായ ഉർവ്വശി-കാമതിമിരം കൊണ്ടു കണ്ണു കാണാത്ത സ്വർഗ്ഗത്തിലെ തേവിടിശ്ശി-ഭർതൃപുത്രനായ അർജ്ജുനനെ സമീപിച്ചു ലജ്ജയില്ലാതെ കുഴഞ്ഞാടുന്ന കാമോദീപ്തമായ കലാരംഗം സഹോദരനും സഹോദരിയും മാതാവും ബന്ധുക്കളും ഒന്നിച്ചിരുന്ന് അനേകതലമുറകളായി കണ്ടാനന്ദിച്ചുപോരുന്ന കേരളീയരുടെ ഉൽകൃഷ്ടസംസ്ക്കാരത്തിന് ഉടവു തട്ടിയിട്ടുണ്ടെന്നോ സോഫോക്ളിസ്സിന്റെ ഈഡിപ്പസ് രാജാവ് എന്ന ഉത്കൃഷ്ട കൃതി വായിച്ചു നോക്കുവാൻ അവർക്ക് സാധിക്കുകയില്ലെന്നോ വിശ്വസിക്കാവതല്ല."

അദ്ദേഹം തുടരുന്നു:

"ദേവന്മാരുടെയും ഗന്ധർവ്വൻമാരുടെയും വ്യഭിചാര കോലാഹലങ്ങളെല്ലാം യഥേഷ്ടം വർണ്ണിക്കപ്പെടാം; അവ ഉത്കൃഷ്ട കാവ്യങ്ങളുമാണ്. അവയ്ക്കു പുരാണത്തിന്റെ മറയുണ്ടു പോലും. കൺമുൻപിൽ പ്രദർശിപ്പിക്കപ്പെടുന്ന ഈ വക കാമക്കൂത്തുകൾക്ക് അന്തരീക്ഷത്തിന്റെ മറയുണ്ടെന്നു പറയുന്നതു പോലുള്ള അർത്ഥമേ അതിനുള്ളൂ" ചങ്ങമ്പുഴയുടെ ആഴവും പരപ്പുമുള്ള വായനയുടെയും നിരീക്ഷണങ്ങളുടെയും നിത്യസാക്ഷ്യമാണീ പ്രസംഗം. കവിയിലെ പണ്ഡിതനെയും, പണ്ഡിതരിലെ നിരൂപകനെയും നിരൂപകരിലെ നിത്യകലഹിയെയും ഈ പ്രഭാഷണത്തിൽ നമുക്കു ദർശിക്കുവാൻ കഴിയും.

തന്റെ പ്രസംഗത്തിലുടനീളം സാഹിത്യത്തിലെ ആധുനികതയെ ഗാഢമായി ആശ്ലേഷിക്കുന്ന ചങ്ങമ്പുഴ ഭാഷാ സാഹിത്യത്തിന്റെ പുരോഗതി വിശ്വസാഹിത്യവുമായി അതിനുണ്ടാകുന്ന ചാർച്ചയാലാണെന്നു പ്രവചിക്കുകയുണ്ടായി. അതു മാത്രമല്ല അക്കാലത്ത് തന്നേക്കാൾ അപ്രശസ്തരായ ചെറുപ്പക്കാരായ ചെറുകഥാകൃത്തുക്കളെയും നോവലിസ്റ്റുകളെയും നിരൂപകരെയും പേരെടുത്തുപറഞ്ഞ് പ്രശംസിക്കുന്നതിൽ

യാതൊരു വൈമുഖ്യവും അദ്ദേഹം കാണിക്കുന്നില്ല എന്നത് ശ്രദ്ധേയമാണ്. ഇന്നത്തെ സാഹിത്യം യുവതലമുറയെ പരിഹസിക്കുവാനോ തമസ്ക്കരിക്കുവാനോ മുതിരുന്ന ഇന്നത്തെ സാഹിത്യപ്രഭുക്കളുടെ കാലത്ത് ചങ്ങമ്പുഴയെപ്പോലൊരാൾ പ്രതിഭാശാലികളെ തിരിച്ചറിയുവാൻ ശ്രമിക്കുന്നു എന്നതുതന്നെ അദ്ദേഹത്തെ ഒരു കവിയെന്ന നിലയിലും നിരൂപകനെന്ന നിലയിലും ശ്രദ്ധേയനാക്കുന്നുണ്ട്.

കവി, തന്റെ പ്രസംഗം അവസാനിപ്പിക്കുന്നത് ഇപ്രകാരമാണ്:

"യുവാക്കളേ, യുവതികളേ,

എല്ലാം ഞങ്ങൾ നിങ്ങളിൽ സമർപ്പിച്ചിരിക്കുകയാണ്. പുരോഗതിയും വികാസവും: നിങ്ങൾക്കുള്ളതാണഖിലവും. പോകുക പോകുക. ഉജ്ജ്വല ഗംഭീരങ്ങളായ സംഗ്രാമ ഗീതങ്ങളാൽ പ്രപഞ്ചത്തെ ഞെട്ടിച്ചുണർത്തിക്കൊണ്ട്, അവസാനിക്കാത്ത ധീരപ്രവൃത്തികളാൽ ലോകത്തെ പുതുക്കിക്കൊണ്ട്, ആശയും ആവേശവും നിറഞ്ഞ യുവത്വമേ പോകുക മുന്നോട്ട്."

ചങ്ങമ്പുഴ മംഗളോദയത്തിൽ നിന്നു പിരിഞ്ഞ് തൃശ്ശൂർ വിട്ട് പോകും മുൻപ് അവിടെ സി.എം.എസ്. കോളേജിൽ മറ്റൊരു പ്രഭാഷണം ചെയ്യുകയുണ്ടായി. അതും ചില വിവാദങ്ങൾക്കിടം കൊടുക്കുകയുണ്ടായി. ആ പ്രഭാഷണത്തിൽ തന്റെ നിലപാടുകൾ വ്യക്തമാക്കുവാനും അദ്ദേഹം മടിച്ചില്ല. ആ പ്രഭാഷണം ഏതാണ്ടിങ്ങനെ സംഗ്രഹിക്കാം:

പത്മവ്യൂഹത്തിൽ അകപ്പെട്ട അഭിമന്യുവിനെപ്പോലെയാണു താൻ. സാഹിത്യമെന്ന കുടുംബത്തിലെ അംഗങ്ങളാണ് സാഹിത്യകാരന്മാർ. അവർ തമ്മിൽ ഐക്യമില്ലായ്മ ഉണ്ടാകുന്നത് ശുഭലക്ഷണമല്ല. അഭിപ്രായവ്യത്യാസങ്ങൾ ഉണ്ടാകാം. പക്ഷേ, സത്യം പറഞ്ഞാൽ അംഗീകരിക്കണം. കാലമെന്ന മഹാപ്രതിഭാസം ശരിയേത് തെറ്റേത് എന്ന് തെളിയിക്കും. ഒരേ കുടുംബത്തിൽ അംഗങ്ങൾ ഭിന്നിച്ചുനിന്ന് സത്യം പറയുന്നതിനെ എതിർക്കുന്നതുമൂലമാണ് പത്മവ്യൂഹത്തിൽപ്പെട്ട അഭിമന്യുവിനോട് തന്നെ ഉപമിച്ചതിന് കാരണം എന്ന് പറയുകയുണ്ടായി. സാഹിത്യരചന മനുഷ്യരാശിയുടെ പുരോഗതിയെ ലക്ഷ്യമാക്കിവേണം എന്നും അതിന് ഒരു രാഷ്ട്രീയപാർട്ടിയുടെയും പ്രേരണ ആവശ്യമില്ലെന്നും സാഹിത്യകാരൻ സർവ്വതന്ത്ര സ്വതന്ത്രനാണെന്നും അദ്ദേഹം പ്രഖ്യാപിച്ചു. ഊതിയാൽ പറന്നുപോവുകയും ശൂന്യതയിൽ വിലയം പ്രാപിക്കുകയും ചെയ്യുന്ന അപ്പൂപ്പൻ താടിയല്ല തന്റെ രചനകളെന്നും ലോകം ക്രമേണ അതു മനസ്സിലാക്കിക്കൊള്ളുമെന്നും ഇപ്പോഴത്തെ എതിർപ്പുകൾക്ക് താനൊരു വിലയും കൽപ്പിക്കുന്നില്ലെന്നും

ഉറന്നടിച്ചുകൊണ്ടാണ് ചങ്ങമ്പുഴ തന്റെ പ്രസംഗം അവസാനിപ്പിച്ചത്. ഈ പ്രസംഗത്തെ എതിർത്തവരിൽ പ്രമുഖരായ ചിലരുണ്ടായിരുന്നു. അതിൽ പ്രഥമസ്ഥാനീയൻ പി. കുഞ്ഞിരാമൻനായരായിരുന്നു. കുഞ്ഞിരാമൻ നായർ രോഷത്തോടെ തദ്വിഷയകമായി എഴുതിയ കവിതയ്ക്ക് ചങ്ങമ്പുഴ രക്തമണ്ഡലി എന്ന പേരിലൊരു മറുപടി കവിതയും എഴുതുയുണ്ടായി. ഒരു പരിധിവരെ ഈ പശ്ചാത്തലത്തിന്റെ സൃഷ്ടിയായിരിക്കും-തന്നോടുള്ള എതിർപ്പിനുള്ള മറുപടി എന്ന നിലയിൽ-ഗളഹസ്തം, ചുട്ടെരിക്കൽ, പുരോഗതിയെ തടുത്താൽ എന്നീ കവിതകൾ.

1945, 46, 47 എന്നീ വർഷങ്ങളിലാണ് ചങ്ങമ്പുഴ മംഗളോദയത്തിൽ പ്രവർത്തിച്ചത്. ചങ്ങമ്പുഴയുടെ പത്രാധിപത്യകാലം മംഗളോദയത്തിന്റെ സുവർണ്ണഘട്ടമായിരുന്നു. അക്കാലത്ത് മംഗളോദയം മാസികയിൽ വിശ്വസാഹിത്യത്തെ പരിചയപ്പെടുത്തുവാനുതകുന്ന പരിഭാഷകൾ പ്രസിദ്ധപ്പെടുത്തിപ്പോന്നു. ചങ്ങമ്പുഴയ്ക്ക് വിശ്വസാഹിത്യത്തിലെ രചനകളോട് വിശദീകരണാതീതമായ ഒരു കമ്പം തന്നെ ഉണ്ടായിരുന്നു. നിരവധി ചെറുകഥകളും നാടകങ്ങളും നോവലുകളും ചങ്ങമ്പുഴ വിവർത്തനം ചെയ്തു. ഇക്കാലത്ത് ദേവഗീതയുടെ രചന പൂർത്തീകരിച്ചു. മാത്രമല്ല സോളമൻ ചക്രവർത്തിയുടേതെന്ന് കരുതപ്പെടുന്ന song of songs 'ദിവ്യഗീതം' എന്ന പേരിൽ കവി വിവർത്തനം ചെയ്തു. മോറിസ് മെറ്റർ ലിങ്കിന്റെ നോവലിനെ ആസ്പദിച്ചുള്ള 'മഗ്ദലന മോഹിനി'യും (അപൂർണ്ണം) ഇക്കാലത്തെ രചനയാണ്.

തൃശ്ശൂരിലെ താമസം കവിയെ തീരാത്ത ആത്മസംഘർഷത്തിലേയ്ക്കെടുത്തെറിഞ്ഞു. മുകളിൽ ഉദ്ധരിച്ച പ്രസംഗങ്ങളാണ് പ്രധാനമായും എതിർപ്പുകളെ ക്ഷണിച്ചു വരുത്തിയത്. ഇതു കൂടാതെയാണ് ഇടയ്ക്കിടയ്ക്ക് വരുന്ന ദേഹാസ്വാസ്ഥ്യങ്ങളും. പക്ഷേ കവി അതൊന്നും കാര്യമാക്കിയില്ല. ചാരായക്കടയായി ലോകത്തെത്തണ്ട കവി മദ്യപിച്ചു ലക്കുകെട്ടായിരുന്നു വീട്ടിൽ വന്നു കയറിയിരുന്നത്. ചിലയവസരങ്ങളിൽ മദ്യപിച്ചെത്തുന്ന ചങ്ങമ്പുഴയെ താങ്ങിപ്പിടിച്ച് അകത്തെ മുറിയിൽ കൊണ്ടുപോയി കിടത്തിയിരുന്നത് അനുജൻ പ്രഭാകരനായിരുന്നു. കവിയുടെ കണക്കറ്റ മദ്യപാനം ഒരു രീതിയിൽ നോക്കിയാൽ മറ്റുള്ളവരോടുള്ള എതിർപ്പിന്റെ പ്രകടനമായിരിക്കാം. മറ്റുള്ളവരോടുള്ള പക സ്വന്തം ശരീരത്തിലേക്ക് പകർന്ന് സ്വയം നശിക്കുകയും ജനതയ്ക്കുവേണ്ടി പുതിയ അനുഭവങ്ങൾ സാഹസികമായി തേടിപ്പോവുകയും ചെയ്ത ചങ്ങമ്പുഴയുടെ ജീവിതം മറ്റൊരു കോണിലൂടെ നോക്കിയാൽ ഒരു ബലിയായിരുന്നു.

മദ്യപാനത്തെച്ചൊല്ലിയുള്ള കലഹം കവിയുടെ ജീവിതത്തെ കൂടുതൽ സംഘർഷതരമാക്കി. മദ്യത്തോടുള്ള അസക്തി, ഭാര്യയുമായുള്ള

കലഹം, കവിത ആവിഷ്കരിക്കുവാൻ അനുഭവിക്കുന്ന വേദനകൾ, തന്റെ സാഹസിക വൃത്തികൾ, തന്നിൽനിന്നും ഊരിത്തെറിച്ചു വിട്ടുപോകുന്നതിനാൽ കലുഷിതമായ ഗൃഹാന്തരീക്ഷം അങ്ങനെ കീഴ്ക്കാംതൂക്കായ ഒരു പാതയിലൂടെ ഒറ്റാകെ ഉലഞ്ഞ് കാലത്തിന്റെ കനൽക്കാടുകൾ താണ്ടിയായിരുന്നു ഇക്കാലത്ത് കവിയുടെ യാത്ര.

ഇങ്ങനെ തൃശ്ശൂരിലെ കാനാട്ടുകരയിൽ താമസിച്ചുകൊണ്ടിരുന്ന അവസരത്തിൽ ഒരു ദിവസം ശ്രീദേവിയുടെ കുടുംബാംഗങ്ങളും അജിതാനിലയം സന്ദർശിക്കുകയുണ്ടായി. വീടും പറമ്പും വാങ്ങിയതിനെക്കുറിച്ച് ഈ അവസരത്തിൽ സംസാരവിഷയമായി. കവിയും ഭാര്യയും തങ്ങളുടെ കൂടെ ഇടപ്പള്ളിയിൽ തന്നെ താമസിക്കുന്നതാണ് തങ്ങൾക്കിഷ്ടമെന്ന് ഭാര്യാ വീട്ടുകാർ അദ്ദേഹത്തെ അറിയിച്ചു. ഒഴിഞ്ഞു കിടക്കുന്ന ശ്രീദേവി മന്ദിരം ഇരിയ്ക്കുന്ന സ്ഥലവും കവിയ്ക്ക് വിലയ്ക്കുകൊടുത്തേക്കാമെന്ന് കൂട്ടത്തിൽ പറയുകയും ചെയ്തു. അമ്മയ്ക്കും മറ്റുള്ളവർക്കും അത് സമ്മതമായിരുന്നു. അങ്ങനെ അവരുടെ അഭിപ്രായം സ്വീകരിച്ച് ചങ്ങമ്പുഴ കുടുംബസമേതം ഇടപ്പള്ളിയിലേയ്ക്കു മടങ്ങി.

(തൃശ്ശൂരിൽ വച്ച് ഒരു കുട്ടി ജനിച്ചു. ചങ്ങമ്പുഴ അവന് ജയദേവൻ എന്ന് പേരിട്ടു. ദേവഗീതയുമായി ബന്ധപ്പെട്ട് സാഹിത്യ പ്രവർത്തനം നടത്തിയിരുന്നതുകൊണ്ടാകാം ദേവഗീതയുടെ രചയിതാവിന്റെ പേരിൽ തന്നെയാണ് അദ്ദേഹം കുട്ടിയെ വിളിച്ചത്. പക്ഷേ അധികം വൈകാതെ ഈ കുട്ടി മരിച്ചു.)

അജിതാ നിലയത്തിൽ നിന്നും നേരെ ശ്രീദേവി മന്ദിരത്തിലേയ്ക്കായിരുന്നു ചങ്ങമ്പുഴയുടെയും കുടുംബത്തിന്റെയും യാത്ര. ഒരു ലോറി നിറയെ വീട്ടു സാമാനങ്ങളും കൂടിയായപ്പോൾ ശ്രീദേവി മന്ദിരത്തിലെ അസൗകര്യം വർദ്ധിച്ചു. അതുകൊണ്ട് കെട്ടിടം ഒന്ന് പുതുക്കിപ്പണിയുവാൻ ചങ്ങമ്പുഴ തീരുമാനിച്ചു. അയൽവാസിയായ ഒരാളുടെ മേൽനോട്ടത്തിൽ പണി തുടങ്ങി. ദിവസങ്ങൾ പിന്നിട്ടു. പണമാകെ തീർന്നെങ്കിലും പണി തീർന്നില്ല. പിന്നീട് മംഗളോദയത്തിൽ നിന്ന് ആയിരം രൂപ മുൻകൂറായി വാങ്ങിയാണ് ഒരുവിധം പണി പൂർത്തിയാക്കിയത്.

ഇതിനിടയിൽ രമണൻ നാടകരൂപത്തിലവതരിപ്പിക്കുവാൻ ഒരു ശ്രമം നടന്നെങ്കിലും രമണനിലെ നായികയായി ചങ്ങമ്പുഴ സങ്കൽപ്പിച്ച യുവതിയുടെ അമ്മാവൻ കോടതിയെ സമീപിച്ചതിനാൽ നാടകാവതരണം നടക്കാതെ പോയതായി ചങ്ങമ്പുഴ പ്രഭാകരൻ പറഞ്ഞിട്ടുണ്ട്.

അദ്ധ്യായം മുപ്പത്തിരണ്ട്

തറവാട്ടിൽ

ഇടപ്പള്ളിയിലാണ് കവി മുഴവൻ സമയവും ചെലവഴിച്ചിരുന്നതെങ്കിലും താമസം ശ്രീദേവി മന്ദിരത്തിൽ തന്നെയായിരുന്നു. പകൽ സമയത്ത് ചങ്ങമ്പുഴയിൽ വന്ന് അമ്മയുമായി കുറച്ചുനേരം സംസാരിച്ച ശേഷം ശ്രീദേവി മന്ദിരത്തിലേക്കു തന്നെ തിരിച്ചുപോവുകയായിരുന്നു പതിവ്.

അന്നൊരു ദിവസം ചങ്ങമ്പുഴ പതിവു സന്ദർശനത്തിനെത്തിയിരുന്നില്ല. സമയമാണെങ്കിൽ രാത്രിയാവുകയും ചെയ്തു കഴിഞ്ഞു. അമ്മ ഉറങ്ങിയിട്ടുണ്ടായിരുന്നില്ല. അപ്പോഴാണ് പതിവു സമയം തെറ്റി മകൻ വീട്ടിലേക്കു വന്നു കയറിയത്. ശ്രീദേവി മന്ദിരത്തിൽ മകനും മരുമകളുമായി ഉണ്ടാകാറുള്ള കലഹങ്ങളെക്കുറിച്ച് അമ്മ അറിഞ്ഞിരുന്നു. പക്ഷേ അതൊന്നും അവർ അത്ര ഗൗരവത്തിലെടുത്തിരുന്നില്ല. സാധാരണ സംസാരം പോലെ താനൊന്നും അറിഞ്ഞിട്ടില്ല എന്ന മട്ടിൽ അമ്മ കൊച്ചുകുട്ടനോട് അപ്പോഴത്തെ കാര്യങ്ങളെക്കുറിച്ച് തിരക്കി. മകന്റെ വർത്തമാനത്തിൽ നിന്നും അമ്മ വിശ്വസിച്ചത് വെറും സൗന്ദര്യപ്പിണക്കമാണ് ഭാര്യാഭർത്താക്കന്മാരിൽ ഉണ്ടായിട്ടുള്ളതെന്നാണ്. പക്ഷേ തന്നോട് ശ്രീദേവി മന്ദിരത്തിൽ നിന്നും ഇറങ്ങിക്കൊടുക്കുവാൻ ഭാര്യയുടെ അമ്മ പറഞ്ഞു എന്നറിഞ്ഞപ്പോഴാണ് അമ്മയാകെ തകർന്നു പോയത്. അതു പറഞ്ഞ ശേഷം കൊച്ചുകുട്ടൻ തേങ്ങിക്കരയുകയും ചെയ്യുന്നു.

തന്റെ സമ്പാദ്യം മുഴുവൻ ചെലവഴിച്ചതു കൂടാതെ മംഗളോദയത്തിൽ നിന്നും കടം വാങ്ങിയ പണവും ശ്രീദേവി മന്ദിരം പുതുക്കി പണിയുവാൻ അദ്ദേഹം വിനിയോഗിച്ചിരുന്നു. പണി പൂർത്തിയാക്കിയശേഷമായിരുന്നു ശ്രീദേവി മന്ദിരം എഴുതി വാങ്ങുവാൻ ചങ്ങമ്പുഴ തുനിഞ്ഞത്. എന്നാൽ വീടിനും മറ്റുമായി കൂടുതൽ വിലനൽകണമെന്ന് ഭാര്യാ മാതാവ് ശാഠ്യം

പിടിച്ചു. ഇക്കാര്യത്തെച്ചൊല്ലി അവർ തമ്മിൽ ഒരു വാക്കേറ്റം ഉണ്ടാവു കയും ചങ്ങമ്പുഴയോട് അവിടെ നിന്നും ഇറങ്ങിക്കൊടുക്കുവാൻ ഭാര്യാ മാതാവ് പറയുകയും ചെയ്തു.

പിന്നീട് കുറച്ചു ദിവസങ്ങൾക്കുശേഷം ചങ്ങമ്പുഴ ഭാര്യയും മക്കളും വീട്ടുസാമഗ്രികളുമായി തറവാട്ടിലേക്ക് തിരിച്ചുപോന്നു. ആ വർഷം അദ്ദേ ഹത്തിന് ഒരു പുത്രി കൂടി പിറന്നു. ലളിതാകുമാരി. (ഇപ്പോൾ ഇടപ്പള്ളി യിൽ സംതൃപ്ത കുടുംബജീവിതം നയിക്കുന്നു.) പിന്നീട് ചികിത്സക്കായി തൃശ്ശൂർക്ക് പോകുംവരെ ചങ്ങമ്പുഴത്തറവാട്ടിൽ തന്നെ ആയിരുന്നു അദ്ദേഹത്തിന്റെ താമസം.

ഇടപ്പള്ളിയിലേയ്ക്കു തിരിച്ചുപോന്നിരുന്നെങ്കിലും ചങ്ങമ്പുഴ മംഗളോ ദയവുമായുള്ള ബന്ധം നിർവിഘ്നം തുടർന്നു. മിക്കവാറും ആഴ്ചയിലൊരി ക്കൽ തൃശ്ശൂർക്ക് പോകും. ചിലപ്പോൾ ഒന്നോ രണ്ടോ ദിവസം അവിടെ താമസിച്ച് മാസികയുടെ ജോലി പൂർത്തിയാക്കിയിട്ടേ മടങ്ങുകയുള്ളൂ.

ഈ ഘട്ടത്തിൽ ചങ്ങമ്പുഴയിലേക്ക് രോഗം പിച്ച വെയ്ക്കുകയായിരു ന്നു. കാലിന്റെ അസ്ഥിയ്ക്കുള്ളിൽ വേദന. പ്രായം കൂടുന്നതിന്റെയാണെന്ന് പറഞ്ഞ് അദ്ദേഹം അത് നിസ്സാരമായി തള്ളിക്കളഞ്ഞു. പക്ഷേ അതങ്ങ നെയങ്ങ് സമാധാനിക്കാവുന്ന ഒന്നായിരുന്നില്ലയെന്ന് പിന്നീട് കവിയ്ക്കു തന്നെ ബോദ്ധ്യപ്പെട്ടു.

ഒരു ദിവസം മംഗളോദയത്തിൽ തന്റെ ജോലിയിൽ വ്യാപൃതനായി രിക്കെ അദ്ദേഹത്തിന്റെ അരഭാഗത്തിന് കീഴ്പോട്ട് ശക്തിയായ വേദ നയനുഭവപ്പെട്ടു. മംഗളോദയം കെട്ടിടത്തിൽ തന്നെയുള്ള തൈക്കാട്ട് മൂസ്സിന്റെ ഔഷധശാലയിൽ നിന്നും കുറച്ച് കുഴമ്പ് വാങ്ങി പുരട്ടി. പിന്നീട് എ.കെ.ടി കെ.എം നമ്പൂതിരിപ്പാടിന്റെ നിർബന്ധത്തിന് വഴങ്ങി ഒല്ലൂരിൽ പോയി വൈദ്യനെ കണ്ടു. രോഗം വാതമാണ്. പിഴിച്ചിലും കിഴിയും നടത്തിയാൽ ഭേദമാക്കാവുന്നതേയുള്ളൂ. പക്ഷേ കുറച്ചു താമസമുണ്ടാ കുമെന്നുമാത്രം.

ചികിത്സ ഫലിച്ചു. രോഗത്തിന് ഒട്ടൊരു ശമനം കിട്ടി. ചങ്ങമ്പുഴ പഴയ ആളായി തന്നെ ജീവിതം തുടർന്നു. മാസങ്ങൾ ചിലതു പിന്നിട്ടു. വീണ്ടും അസ്ഥിയ്ക്കു കഠിനമായ വേദന. തീവ്രമായ ചുമ, ചെറുതായി പനിയ്ക്കും പോലെ. ആകെയൊരു കുളിര്. വർദ്ധിച്ച കോപവും.

ഇതിനിടയിൽ പ്രഭാകരന്റെ പ്രണയത്തെച്ചൊല്ലി ചങ്ങമ്പുഴ അനുജനെ കണക്കറ്റ് പ്രഹരിച്ചു. പ്രണയിനിയുടെ എഴുത്ത് വന്നതിനെ ച്ചൊല്ലിയായിരുന്നു ബഹളം. അനേകം പ്രേമകവിതകൾ എഴുതിയിട്ടുള്ള കവി, വിവാഹാനന്തരം വിവാഹിതയായ ഒരു യുവതിയുമായി പ്രണയം

പങ്കിട്ട ആ കവി തന്നെ അനുജന്റെ പ്രണയത്തെച്ചൊല്ലി അയാളെ വീട്ടിൽ നിന്നും അടിച്ചുപുറത്താക്കി. ചങ്ങമ്പുഴയുടെ സ്വഭാവത്തിന്റെ വൈരുദ്ധ്യം നിറഞ്ഞ വൈചിത്ര്യം പ്രത്യേകം ശ്രദ്ധിക്കേണ്ടതുണ്ട്. തനിയ്ക്കേറ്റ പ്രണയത്തിന്റെ മഹാ പ്രഹരമായിരിക്കുമോ കവിയെക്കൊണ്ടിങ്ങനെ ചെയ്യിച്ചത്? അതോ പ്രണയം പാടി പുകഴ്ത്താനല്ലാതെ പ്രായോഗിക ജീവിതത്തിന് ചേർന്നതല്ലെന്ന തിരിച്ചറിവോ? അതോ തന്റെ ദൗർബല്യത്തിന്റെ പ്രത്യാഘാതങ്ങളെക്കുറിച്ചുള്ള ബോധത്തിൽ നിന്നും, അനുജൻ അതൊന്നും അനുഭവിക്കരുതെന്ന സ്നേഹവായ്പോ?

വാതരോഗത്തിനു ശമനം കണ്ടിരുന്നുവെങ്കിലും ചില സുഹൃത്തുക്കളുടെ നിർദ്ദേശപ്രകാരം വിദഗ്ദ്ധ പരിശോധനയ്ക്കായി കവി കോയമ്പത്തൂർക്കു പുറപ്പെട്ടു. ഡോക്ടർ കേശവമാരാരുടെ പരിശോധനയിൽ ചങ്ങമ്പുഴയെ ബാധിച്ചിരിക്കുന്ന രോഗം ക്ഷയമാണെന്ന് കണ്ടുപിടിക്കപ്പെട്ടു. അദ്ദേഹത്തിന്റെ നിർദ്ദേശപ്രകാരം ഇടപ്പള്ളിയിൽ തിരിച്ചെത്തി ചികിത്സ തുടങ്ങി. അവിടെ ചങ്ങമ്പുഴയെ ചികിത്സിച്ചിരുന്നത് ഡോക്ടർ ഫ്രാൻസിസ് ചിതലനാണ്. അതിവേഗം വ്യാപിക്കുന്ന ഒരു തരം ക്ഷയമാണ് ചങ്ങമ്പുഴയെ ബാധിച്ചിരുന്നത്. ക്ഷയം പകർച്ചവ്യാധിയാണ്, രോഗിയ്ക്ക് കഠിനമായ കോപമുണ്ടാകും, അധികം അടുത്തു ചെന്നു കൂടാ, ശ്വാസത്തിൽ രോഗാണുക്കളുണ്ട്.

രോഗബാധയുടെ ആദ്യഘട്ടത്തിൽ പെരുന്ന കെ.എൻ. നായർ തീർത്തും യാദൃച്ഛികമായി ചങ്ങമ്പുഴയെ എറണാകുളത്തു വച്ച് കണ്ടുമുട്ടി. ചങ്ങമ്പുഴ സ്മരണകളിൽ അതിങ്ങനെ വായിക്കാം.

“ഒരു സായാഹ്നത്തിൽ ഞാൻ എറണാകുളത്ത് ബ്രോഡ്‌വേയിലൂടെ നടന്നു പോവുകയായിരുന്നു. ഒരു സ്വർണ്ണാഭരണശാലയിൽ നിന്നും ആരോ എന്നെ പേരു പറഞ്ഞു വിളിച്ചു. ആരാണെന്നു മനസ്സിലായില്ലെങ്കിലും ഞാൻ അങ്ങോട്ടു കയറിച്ചെന്നു. തലമുടി പറ്റെ വെട്ടിയ മെലിഞ്ഞ ഒരു ദീർഘകായൻ കസേരയിൽ ഇരിക്കുന്നു. ആ ചിരിയും സ്വർണ്ണ കണ്ണടയും കണ്ടപ്പോൾ ആളെ പിടികിട്ടി. എന്റെ മനസ്സൊന്നു പിടഞ്ഞു. അവിശ്വസനീയമായ ആ രൂപം ചങ്ങമ്പുഴയുടേതായിരുന്നു. ശരീരം വല്ലാതെ മെലിഞ്ഞു വിളറിയിട്ടുണ്ട്. മൊട്ടത്തല, കൈവിരലുകൾ നീണ്ടു നേർത്തിരിക്കുന്നു. മേൽമീശയ്ക്കും കണ്ണടയ്ക്കും മസ്ലീൻ ജുബ്ബയ്ക്കും മാറ്റമില്ല.

ഞാൻ അടുത്ത കസേരയിലിരുന്നു. കുശല പ്രശ്നങ്ങളാരംഭിച്ചപ്പോൾ ഞാൻ ചോദിച്ചു എന്താണസുഖം? എന്തുപറ്റി? ചങ്ങമ്പുഴ ചിരിച്ചു. എനിക്ക് ക്ഷയവും വാതവും ആണെന്നാണ് പറയുന്നത്. ആ മറുപടിയിൽ ഒരു നിസ്സാര ഭാവമുണ്ടായിരുന്നു. ചികിത്സയെപ്പറ്റി ചോദിച്ചപ്പോൾ

സമീപത്തു മേശപ്പുറത്തു വെച്ചിരുന്ന പൊതിക്കെട്ടും മരുന്നു കുപ്പിയും ചൂണ്ടിക്കാണിച്ചുകൊണ്ടദ്ദേഹം പറഞ്ഞു.

"ചികിത്സയൊക്കെ നടക്കുന്നുണ്ട്. മരുന്നു വാങ്ങാനുമൊക്കെയായിട്ടാണ് വന്നത്.."

നാളുകൾ കടന്നുപോകുന്തോറും ചങ്ങമ്പുഴയുടെ രോഗം തീവ്രതരമായി വർദ്ധിക്കുകയായിരുന്നു. ക്ഷീണിതനായ അദ്ദേഹം വീടിനടുത്തു തന്നെ മറ്റൊരു കുടിൽ കെട്ടി അവിടെയായിരുന്നു താമസിച്ചിരുന്നത്. ചികിത്സയും മറ്റുമൊക്കെ ആ കുടിലിൽത്തന്നെ വെച്ചാണ് നടത്തിയിരുന്നത്. രോഗം കാഠിന്യമുള്ളതായതിനാലാണ് ചങ്ങമ്പുഴ കുടിൽ കെട്ടി അങ്ങോട്ട് താമസം മാറ്റിയത്. ഭാര്യയെയും മക്കളെയും തന്നിൽ നിന്നകറ്റി നിർത്തി. അമ്മയും അനുജനുമാണ് പ്രധാനമായും കവിയെ ശുശ്രൂഷിച്ചുകൊണ്ടിരുന്നത്.

സാഹിത്യ ലോകം ചങ്ങമ്പുഴയുടെ ദയനീയമായ അവസ്ഥയെക്കുറിച്ച് അറിയുന്നത് എം. കോവൂർ പത്രങ്ങളിലെഴുതിയ ലേഖനത്തിലൂടെയാണ്. പലവട്ടം ആവർത്തിച്ചിട്ടുള്ള പ്രസ്തുതലേഖനത്തിൽ മലയാളികളുടെ പ്രിയങ്കരനായ കവി ചങ്ങമ്പുഴ രോഗം ബാധിച്ച് അവശത അനുഭവിക്കുകയാണെന്നും ചികിത്സയ്ക്ക് വേണ്ടുന്ന സമ്പാദ്യം പോലും അദ്ദേഹത്തിനില്ലെന്നും തന്റെ പണം ചെലവഴിച്ച് അദ്ദേഹം പണികഴിപ്പിച്ച ഭാര്യാഗൃഹത്തിൽ നിന്നും അദ്ദേഹത്തിന് വെറും കയ്യോടെ ഇറങ്ങിപ്പോകേണ്ട ഗതികേടാണുണ്ടായതെന്നും കോവൂർ സൂചിപ്പിച്ചിരുന്നു. അതേ പോലെ കവിക്കു ചികിത്സയ്ക്കു വേണ്ടുന്ന പണം സംഭാവനയായി അയയ്ക്കുവാനും കോവൂരിന്റെ ലേഖനത്തിൽ പറഞ്ഞിരുന്നു.

കോവൂരിന്റെ ലേഖനത്തിന് നല്ല പ്രതികരണമാണ് ലഭിച്ചത്. കേരളത്തിനകത്തു നിന്നും പുറത്തുനിന്നും മാത്രമല്ല ഇന്ത്യയ്ക്കു വെളിയിൽ നിന്നുപോലും തങ്ങളുടെ പ്രിയപ്പെട്ട കവിയ്ക്ക് മലയാളികളുടെ കത്തുകളും പണവും കിട്ടുവാൻ തുടങ്ങി. കോവൂരിന്റെ ലേഖനം വായിച്ചാണ് പ്രഭാകരൻ തിരിച്ചു വരുന്നത്. രോഗശയ്യയിലായിരുന്നെങ്കിലും ചങ്ങമ്പുഴ കവിതയെഴുത്തു തുടർന്നു പോന്നു. മറ്റുള്ളവരുടെ അപേക്ഷകളെയും അഭ്യർത്ഥനകളെയും തീരെ വക വെയ്ക്കാതെ തന്റെ അന്ത്യമടുത്തു എന്ന ബോധത്തോടെ തന്നെ ചങ്ങമ്പുഴ മദ്യവും മയക്കുമരുന്നും ഉപയോഗിച്ചു.

മലയാള സാഹിത്യകാരന്മാരിൽ പ്രധാനികളെല്ലാം തന്നെ ചങ്ങമ്പുഴയെ സാന്ത്വനിപ്പിക്കുവാനായി ഇടപ്പള്ളിയിലെത്തി. തന്റെ സന്ദർശനത്തെക്കുറിച്ച് എസ്.കെ. പൊറ്റക്കാട് ഇങ്ങനെ എഴുതി:

1948 ജനുവരി 22-ാം തീയതിയാണ് ഞാൻ ചങ്ങമ്പുഴയെ

അവസാനമായി കണ്ടത്. അദ്ദേഹം തീരെ കിടപ്പിലായ വർത്തമാനം അന്നു പുറമേ അധികം പ്രചരിച്ചിരുന്നില്ല. രോഗം പൊടുന്നനെ ആക്രമി ക്കുകയാണുണ്ടായത്. ആ വർത്തമാനം കേട്ടയുടനെ ശ്രീ. ശങ്കരക്കുറുപ്പും ശ്രീ. വൈലോപ്പിള്ളി ശ്രീധരമേനോനും ഞാനും ചങ്ങമ്പുഴയെ കാണാൻ ഇടപ്പള്ളിയിലേക്കുപോയി.

സന്ദർശകരെ കാണാനിഷ്ടപ്പെടാതെയും തന്റെ രോഗംകൊണ്ടു വീട്ടുകാർക്കും കുട്ടികൾക്കും ഉപദ്രവമുണ്ടാക്കിത്തീർക്കരുതെന്ന മുൻ കരുതലോടെയും ചങ്ങമ്പുഴ വീടിന്റെ തെക്കേ അറ്റത്ത് കെട്ടിയുണ്ടാ ക്കിയ ഒരു ഷെഡ്ഡിൽ താനും തന്റെ രോഗവുമായി കിടക്കുകയായിരുന്നു.

ഞങ്ങൾ വീടിന്റെ വരാന്തയിൽ കാത്തു നിന്നു. സന്ദർശകന്മാർ ഞങ്ങളാണെന്നറിഞ്ഞപ്പോൾ അദ്ദേഹം ഉടൻ തന്റെ ഷെഡ്ഡിലേക്കു വരുവാൻ ഭാര്യയെ പറഞ്ഞയച്ചു. ഞങ്ങളെ സ്വീകരിക്കുവാൻ അദ്ദേഹം കിടക്കയിൽ നിന്ന് പ്രയാസപ്പെട്ട് എഴുന്നേറ്റു. ആ കാഴ്ച ഞങ്ങളെ നടുക്കി. മിടിക്കുന്ന ഹൃദയത്തോടെ ഞങ്ങൾ ആ സ്പന്ദിക്കുന്ന അസ്ഥിമാടത്തെ നോക്കിനിന്നു.

ഒട്ടിയ കവിളുകളുടെ ഇരുവശങ്ങളും മൂർദ്ധാവും പൊതിഞ്ഞ ബാലാ തുവത്തൊപ്പിയുടെ ഉള്ളിൽ നിന്നും രണ്ടു കണ്ണുകൾ മാത്രം ജീവസ്സോടെ തിളങ്ങിക്കൊണ്ടിരുന്നു.

അദ്ദേഹം ചുമച്ചുകൊണ്ടിരുന്നു.

“വേദന സഹിക്കാൻ കഴിയുന്നില്ല.'' നെഞ്ചുഴിഞ്ഞുകൊണ്ട് അടഞ്ഞ പരുഷ സ്വരത്തിൽ അദ്ദേഹം പറഞ്ഞു. എനിക്കു ടി.ബി ഉണ്ടെന്നു ഞാൻ സംശയിക്കുകപോലും ഉണ്ടായിരുന്നില്ല. മദ്യപാനം നിർത്താൻ ഞാൻ ആവുന്നത്ര ശ്രമിച്ചുനോക്കി, സാധിച്ചില്ല. ഒരു ഭ്രാന്തുപോലെ അതെന്നെ പിടികൂടി. അത് ലിവറിനെ ഉണക്കുന്നുണ്ടെന്ന് എനിക്കു മനസ്സിലായി. മദ്യനിരോധനം നടപ്പിലുള്ള ഏതെങ്കിലും സ്ഥലത്തു പോയി താമ സിച്ചാൽ ഈ മദ്യ ഭ്രാന്ത് എന്നെ വിട്ട് പോകുമെന്ന ഉദ്ദേശ്യത്തോടു കൂടിയാണ് ഞാൻ കോയമ്പത്തൂരിലേക്കു പോയത്. അവിടെ വെച്ച് എന്നെ പരിശോധിച്ച ഡോക്ടർ എന്റെ എക്സറേ ഫോട്ടോ എടുത്തു നോക്കിയപ്പോഴാണ് എന്റെ ഭയങ്കരസ്ഥിതിയെപ്പറ്റി എനിക്കറിവായത്.

ചങ്ങമ്പുഴ തവിട്ടുനിറത്തിലുള്ള വലിയ കവറിൽ നിന്ന്, തന്റെ പരി ക്കുപറ്റിയ ശ്വാസകോശങ്ങളുടെ പടം പതിഞ്ഞ ഫിലിം വലിച്ചെടുത്ത് ഞങ്ങളെ കാണിച്ചു തന്നു.

വലത്തെ ശ്വാസകോശത്തിൽ ഒരുറുപ്പിക വട്ടത്തിലുള്ള കുഴി. ഇടത്തേതിൽ കാലണ വലിപ്പത്തിലുള്ള രണ്ടു മൂന്നു പാടുകൾ!

രോഗം കൈകടന്ന നിലയിലെത്തിപ്പോയി-മൂന്നാമത്തെ പതനത്തിൽ ഞാൻ മരിക്കാൻ വേണ്ടി ഇങ്ങോട്ടു പോന്നിരിക്കുകയാണ്. മരിക്കുന്നതിൽ എനിക്ക് പേടിയോ സങ്കോചമോ ഇല്ല. പക്ഷേ ഈ വേദന, അതെനിയ്ക്കു പൊറുക്കാൻ കഴിയുന്നില്ല. ദേഹം അനങ്ങുമ്പോഴും പ്രാണൻ പിടയുന്നു. മാനസികമായ വേദന ഞാൻ എത്രയോ അനുഭവിച്ചതാണ്. പരിചയംകൊണ്ട് അത് പതം വന്നു പോയി. എന്നാൽ ഈ ശാരീരികമായ വേദന, അതെനിയ്ക്കു പുത്തനാണ്. ഒരു തലവേദനയോ പനിയോ എനിക്കു പിടിപെട്ടതായി ഞാൻ ഓർക്കുന്നില്ല. മുൻപ് ഒരിക്കലും ഞാൻ ദീനം പിടിച്ച് കിടപ്പിലായിട്ടില്ല. വേദന കൂടാതെ എനിക്കു മരിക്കുവാൻ കഴിഞ്ഞിരുന്നെങ്കിൽ.

അധികം സംസാരിക്കേണ്ട, കിതപ്പോടെ മുഖം ചുളിച്ചുകൊണ്ട് സംഭാഷണം തുടരുവാൻ ഭാവിക്കുന്ന രോഗാർത്തനായ ആ സുഹൃത്തിനെ ഞങ്ങൾ വിലക്കി. അദ്ദേഹം കൂട്ടാക്കിയില്ല.

സംസാരിക്കരുതെന്ന് ഡോക്ടറും ഉപദേശിച്ചിട്ടുണ്ട്. പക്ഷേ നിങ്ങളോട് സംസാരിക്കുന്നത് എനിയ്ക്കൊരാനന്ദമാണ്. അദ്ദേഹം തുടർന്നു: കുടിയാണ് എന്നെ ഈ നിലയിൽ എത്തിച്ചത്. എന്റെ ലിവർ മുഴുവനും വരണ്ടുചപ്പിപ്പോയിരിക്കുന്നു. മദ്യത്തെപ്പറ്റിയുള്ള വിചാരം എന്നെ ഭ്രാന്തനാക്കി.

തന്റെ രോഗത്തെപ്പറ്റി വിവരിച്ചപോലെ, ചങ്ങമ്പുഴ തന്റെ മദ്യപാനരീതികളും മറ്റും ഞങ്ങളെ പറഞ്ഞു കേൾപ്പിച്ചു. എല്ലാം കഴിഞ്ഞ കഥകൾ.

"ഇപ്പോൾ ഞാൻ കടക്കാരനാണ്. എന്റെ കയ്യിൽ നിന്നും പണം കടം വാങ്ങിയ ചങ്ങാതിമാർപോലും എന്നെ ഇപ്പോൾ തിരിഞ്ഞുനോക്കുന്നില്ല. ഔഷധങ്ങൾക്കും, പോഷക പദാർത്ഥങ്ങൾക്കും മറ്റുമായി ദിവസേന ഇരുപതു രൂപ ചെലവു വരുന്നുണ്ട്."

ജീവിതം ആഘോഷിച്ച ഒരു വ്യക്തിയുടെ, കവിതാ പ്രവാഹത്തിന്റെ പ്രഭാവങ്ങളിൽ സ്വയം മറന്നു രമിച്ച വികാരഭരിതനായ ഒരു കവിയുടെ പരിതാപകരമായ നിസ്സഹായാവസ്ഥയ്ക്ക്, മുകളിൽ കൊടുത്തിട്ടുള്ള വരികൾ സാക്ഷ്യമണയ്ക്കുന്നു. പൊറ്റക്കാടിനോടു പറഞ്ഞ കാര്യങ്ങളിൽ ചിലത് കവിയുടെ മറവിയ്ക്കും സാക്ഷ്യമാണ്. ആലപ്പുഴയിൽ കയർത്തൊഴിലാളിയായി ജോലി നോക്കുമ്പോൾ വസൂരി പിടിപെട്ടതും പിന്നീട് പിടിപെട്ട സിഫിലിറ്റിക് ഷാങ്കറും തനിയ്ക്ക് മുൻപ് കാര്യമായ രോഗബാധയൊന്നും ഉണ്ടായിട്ടില്ല എന്ന കവി വാചകത്തിന്റെ നിഷേധങ്ങളാണ്.

തനിയ്ക്കു ലഭിക്കുന്ന സഹായങ്ങൾക്ക് നന്ദി പ്രകടിപ്പിച്ചുകൊണ്ടുള്ള കവിയുടെ കത്ത് അച്ചടിച്ച് തയ്യാർ ചെയ്തു വെച്ചിരിക്കുകയായിരുന്നു.

ചങ്ങമ്പുഴ വീട്

ഇടപ്പള്ളി

വന്ദ്യശ്രീമാൻ, വന്ദ്യശ്രീമതി,

താങ്കൾ എന്റെ പേർക്ക്, ശ്രീദേവിയുടെ പേർക്ക് സ്നേഹപൂർവ്വം അയച്ചുതന്ന ഉദാരമായ സംഭാവന അത്യന്തം സന്തോഷത്തോടു കൂടി കൈപ്പറ്റി. താങ്കളുടെ സൗഹാർദ്ദസാന്ദ്രമായ മനസ്സിന് ഞാൻ എന്നെന്നും താങ്കളോട് കടപ്പെട്ടവനാണ്.

എന്റെ രോഗത്തിനു താങ്കളെപ്പോലുള്ള സുഹൃത്തുക്കളുടെ അനുഗ്രഹത്താൽ അല്പം ആശ്വാസമുണ്ടെന്നു സസന്തോഷം അറിയിച്ചുകൊള്ളട്ടെ.

താങ്കൾക്കു മേൽക്കുമേൽ സർവ്വോത്ക്കർഷങ്ങളും പ്രാർത്ഥിച്ചുകൊണ്ട്.

വിധേയൻ,

ചങ്ങമ്പുഴ കൃഷ്ണപിള്ള.

തനിക്ക് ഏതെങ്കിലുമൊരു കാലത്ത് എന്തെങ്കിലും തരത്തിലുള്ള ഉപകാരങ്ങൾ ചെയ്തുകൊടുത്തിട്ടുള്ള സർവ്വരെയും നന്ദിയോടെ സ്മരിക്കുക എന്ന സവിശേഷ സ്വഭാവം ഉണ്ടായിരുന്ന ചുരുക്കം സാഹിത്യകാരന്മാരിൽ ഒരാളാണ് ചങ്ങമ്പുഴ. ജീവിതത്തിൽ വലിയ നേട്ടങ്ങളൊന്നും ഉണ്ടാക്കാത്ത സ്വന്തം കർമ്മങ്ങളുടെ പേരിൽ ചരിത്രത്തിൽ ഇടം നേടാത്ത പലരും; ചങ്ങമ്പുഴയോട് സൗമനസ്യം കാണിച്ചതിന്റെ പേരിൽ അദ്ദേഹത്തിന്റെ ജീവിതചരിത്രം പിൻതുടരുന്ന ഒരാൾക്കെങ്കിലും വിസ്മരിക്കുവാൻ കഴിയാതെ വരുന്നു. നമ്മുടെ സാഹിത്യകാരന്മാർക്ക് ഇത്തരം കാര്യങ്ങളിൽ അനുകരണീയമായ കവിവ്യക്തിത്വമാണ് ചങ്ങമ്പുഴയുടേത്.

പ്രഭാകരന്റെ ശുശ്രൂഷയിൽ ചങ്ങമ്പുഴയുടെ രോഗത്തിന് വലിയ മാറ്റമൊന്നുമുണ്ടായില്ല. ഒന്നിടവിട്ട ദിവസങ്ങളിൽ പ്രഭാകരൻ ആശുപത്രിയിൽ പോകും. ദിവസംതോറും ഡോക്ടറെത്തി ചങ്ങമ്പുഴയെ പരിശോധിക്കുകയും ചെയ്തു പോന്നു. തപാൽ വഴിയും അഞ്ചൽ വഴിയും പണം വന്നു ചേർന്നുകൊണ്ടിരുന്നു. കവി മരുന്നു മുടങ്ങാതെ കഴിക്കുന്നുണ്ട്. രോഗം അതേപോലെ തുടരുകയാണ്. ഭയങ്കരമായ ചുമ; ഒപ്പം ഒരു തരം തിലമ്പലും. അക്ഷരാർത്ഥത്തിൽ സ്പന്ദിക്കുന്ന ഒരസ്ഥിമാടം തന്നെയായി മാറിക്കഴിഞ്ഞിരുന്നു ചങ്ങമ്പുഴ.

രോഗത്തിന് ശമനമുണ്ടാകുമെന്ന് തന്നെയായിരുന്നു ബന്ധുക്കളുടെയും ചങ്ങമ്പുഴയുടെയും വിശ്വാസം. എങ്ങനെയും രോഗം മാറിക്കിട്ടിയാൽ

മതിയെന്ന് മറ്റേതൊരു രോഗിയെയും പോലെതന്നെ ചങ്ങമ്പുഴയും ആഗ്രഹിച്ചു. ജ്യേഷ്ഠന്റെ ആഗ്രഹപ്രകാരം ഒരിക്കൽ പ്രഭാകരൻ എറണാകുളത്തുപോയി ഡോക്ടർ ഭാസ്കരമേനോനെ കൊണ്ടുവന്നു. ഡോക്ടർ ഫ്രാൻസിസ് ചിതലന്റെ മരുന്നിന് പുറമെ ചില ഗുളികകൾകൂടി അദ്ദേഹം കുറിച്ചുകൊടുത്തു. രണ്ടു ഡോക്ടർമാരുടെയും മരുന്നുകൾ കഴി ച്ചിട്ടും രോഗം ശമിച്ചില്ലെന്നുമാത്രമല്ല വയറ്റിൽ കലശലായ വേദനയും തുടങ്ങി. കൂടാതെ ചുമയും. തുപ്പുന്ന കഫത്തിൽ ചോരക്കട്ട. ഭക്ഷണത്തിനു തീരെ രുചിയില്ലാതായി. സ്വാദുള്ള ഭക്ഷണപദാർത്ഥങ്ങൾ അമ്മ പാചകം ചെയ്തുകൊടുക്കും. എന്നാലും അല്പം മാത്രമേ കഴിക്കുകയുള്ളൂ. ദഹനശക്തി ഇല്ലാതിരുന്നതിനാൽ കഴിക്കുന്നതെല്ലാം അതേപോലെ പുറത്തേയ്ക്കുപോവുകയായിരുന്നു. പ്ളീഹയും കരളും പ്രവർത്തനരഹിത മായി, ശരീരം ഒട്ടാകെ തളർന്നു. നടക്കണമെങ്കിൽ ഊന്നുവടിയുടെ സഹായം വേണം, പ്രാഥമിക കൃത്യങ്ങൾ നിർവ്വഹിക്കണമെങ്കിലും മറ്റൊരാൾ കൂടിയേ കഴിയൂ എന്ന അവസ്ഥയിലെത്തി.

പ്രഭാകരൻ ഓർക്കുകയാണ്:

"ഒരു ദിവസം ഉച്ചഭക്ഷണം കഴിഞ്ഞ സമയം. മരുന്ന് കഴിച്ചതിന് ശേഷം കിടക്കണമെന്ന് തോന്നി. ഒരു വശം ചരിഞ്ഞ് വളഞ്ഞുകൂടി യാണ് കിടപ്പ്. കിടന്നിട്ട് അല്പനേരമേയായുള്ളൂ. ഉടനേ ഞങ്ങളെ വിളിച്ചു. എഴുന്നേൽക്കണം. കഠിനമായ പുറം വേദന. വീണ്ടും ഞാനും അമ്മയും കൂടി പിടിച്ച് മെല്ലെ എഴുന്നേൽപ്പിച്ച് കിടക്കയിലിരുത്തി. ചേട്ടനെ മെല്ലെ ചാരു കസേരയിലേയ്ക്കു മാറ്റി ഇരുത്തി. വല്ലാത്ത സംഭ്രമം, ശ്വാസഗതി തടസ്സപ്പെടുന്നു. ഭയങ്കരമായ ചുമ. തുപ്പുന്ന ചോരയ്ക്കും കഫത്തിനും വല്ലാത്ത ദുർഗന്ധം. അല്പനേരമേ ഇരുന്നുള്ളൂ. വെളിക്കിരിക്കണമെന്നു തോന്നി. പറമ്പിലേയ്ക്ക് പോകണം. പതുക്കെ എഴുന്നേൽപ്പിച്ച് ഊന്നുവടി കൈയിൽ പിടിപ്പിച്ചു. പക്ഷേ വയ്യ. പിന്നെ എന്റെ വലത്തെ തോളിൽ ഇടതുകൈകൊണ്ട് പിടിച്ചു വടിയൂന്നി കുമ്പിട്ട് ചേട്ടൻ മെല്ലെ നടന്നു തുടങ്ങി. ചേട്ടന് ഇപ്രകാരമൊരു നില വന്നല്ലോ എന്നോർത്തപ്പോൾ ഞാൻ വിതുമ്പി കരഞ്ഞുപോയി. മകന്റെ ദുരവസ്ഥ കണ്ടിട്ട് അമ്മയും കരഞ്ഞുപോയി. കഷ്ടപ്പെട്ടു പറമ്പിൽപോയി ഇരുന്നെങ്കിലും മലവിസർ ജ്ജനം ശരിയായില്ല. വിസർജ്ജിക്കുമ്പോൾ വേദന...

പകൽ സമയത്ത് വലിയ ബുദ്ധിമുട്ടുണ്ടാകാറില്ല. ദിവസവും സന്ദർശകരുണ്ടാകും. തന്റെ വേദനകൾ അടക്കിപ്പിടിച്ച് അവരുമായി സംസാരിക്കും. കുറച്ചു സമയം അങ്ങനെ പോകും. രാത്രിയിൽ കവിയ്ക്ക് ഉറക്കവും കുറവായിരുന്നു.

പടർന്നു പന്തലിച്ച് നിൽക്കുന്ന മുത്തിപ്ലാവിന്റെ ചുവട്ടിൽ മുറ്റത്താണ് കിടപ്പ്. ചികുപായ, അതിന്റെ മീതെ മെത്തപ്പായ. അതിനും മീതെ മാർദ്ദവമേറിയ പഞ്ഞിക്കിടക്ക. എന്നാലും പുറം വേദന. അമ്മ അടുത്തു കിടക്കണം...കഠിനമായ ചുമ, ഞരക്കം, മലവിസർജ്ജന ശങ്ക, കാൽത്തണ്ടയ്ക്കു കഠിനമായ വേദന. വേദനകൊണ്ടു ചിലപ്പോൾ പുളയും. പഴുക്ക പ്ലാവിലയിൽ ചുണ്ണാമ്പു പുരട്ടി ചൂടാക്കി തടവിയാൽ ശമനം കിട്ടും."

രോഗാവസ്ഥയിലിങ്ങനെ തുടരുമ്പോൾ ഒരു ദിവസം എറണാകുളത്തെ മികച്ച ഡോക്ടറായിരുന്ന സി.എൽ. ജോസഫ് ചങ്ങമ്പുഴയെ പരിശോധിക്കുവാനായെത്തി, പ്രഭാകരൻ കൂട്ടിക്കൊണ്ടുവന്നതാണ്. ആകെ പത്തു മിനിറ്റ് അദ്ദേഹം പരിശോധിച്ചു. സഗൗരവം. പരിശോധന കഴിഞ്ഞ ഉടനെ ഡോക്ടർ വിധിയും പ്രഖ്യാപിച്ചു: No more than three months

ഡോക്ടർ ജോസഫ് കുറിച്ച മരുന്നുകൾ മാത്രമേ പിന്നീട് ചങ്ങമ്പുഴയ്ക്കു കൊടുത്തിരുന്നുള്ളൂ. എങ്കിലും ഡോക്ടർ ചിതലൻ അദ്ദേഹത്തെ പരിശോധിക്കുവാനായി എത്തുമായിരുന്നു.

ഇങ്ങനെ ചികിത്സ തുടർന്നെങ്കിലും കവിയുടെ രോഗത്തിന് അല്പം പോലും ശമനമില്ലാതെ തുടർന്നു. ഡോക്ടർ ഡോസ് കൂടിയ മരുന്നല്ല തരുന്നത്. ചുമയ്ക്കു കുറവില്ല, നെഞ്ചുവേദന, ഭക്ഷണത്തിന് രുചിയില്ല, ഉറക്കമില്ല ഇങ്ങനെയൊക്കെ പരാതിപ്പെടുമ്പോഴും ചില പ്രതീക്ഷകളും അദ്ദേഹത്തിൽ പൊട്ടിമുളയ്ക്കുന്നുണ്ടായിരുന്നു. അധികകാലം ജീവിക്കണമെന്ന മോഹമൊന്നുമില്ല. കുറച്ചു ജോലികൾ കൂടി ചെയ്തു തീർക്കുവാനുണ്ട്. അതിനുള്ള അവസരം കിട്ടിയാൽ മതിയായിരുന്നു. അങ്ങനെ ദിവസങ്ങൾ കടന്നുപോയി. കാലവർഷത്തിനു തുടക്കമായി. കാറ്റും വെളിച്ചവും കിട്ടാൻ വേണ്ടി മുറ്റത്തായിരുന്നു കിടപ്പ്. മഴക്കാലം ആരംഭിച്ചതോടെ താൽക്കാലികമായി നിർമ്മിച്ചിരുന്ന കുടിലിലേയ്ക്ക് കിടപ്പു മാറ്റി. കുടിലിൽ വേണ്ടത്ര സൗകര്യമില്ല, പഴക്കം ചെന്നതായിരുന്നതിനാൽ ചോർച്ചയും തുടങ്ങി. ശക്തിയായ കാറ്റും തറയിലെ ഈർപ്പവും ചങ്ങമ്പുഴയെ കൂടുതൽ അസ്വസ്ഥനാക്കി.

തീരപ്രദേശത്തെ കാലാവസ്ഥ പൊതുവെ രോഗികൾക്ക് ഹാനികരമാണ്. വായുവിൽ എപ്പോഴും ഈർപ്പം കലർന്നിരിക്കും. ഈർപ്പമുള്ള വായു ശ്വസിച്ചാൽ ശ്വാസതടസ്സം വർദ്ധിക്കും. കാലവർഷം തുടങ്ങുകയും ചെയ്തതോടെ ചങ്ങമ്പുഴയ്ക്ക് തുടക്കത്തിലുണ്ടായിരുന്ന ശ്വാസതടസ്സവും വിമ്മിഷ്ടവും വർദ്ധിച്ചു.

ശ്വാസതടസ്സമുണ്ടാകുമ്പോൾ രോഗി അനുഭവിക്കുന്ന കഷ്ടപ്പാടുകളെ ക്കുറിച്ച് ചങ്ങമ്പുഴ പ്രഭാകരൻ പറഞ്ഞിട്ടുണ്ട്. "കണ്ണുകൾ തുറിച്ചു വരും. അങ്ങനെ ആകെയുള്ള ദയനീയാവസ്ഥ കണ്ടപ്പോൾ ഡോക്ടർ വരണ്ട കാലാവസ്ഥയുള്ള ഏതെങ്കിലും പ്രദേശത്തേയ്ക്കു മാറി താമസിക്കുവാൻ ശുപാർശ ചെയ്തു. അപ്പോൾ തുടങ്ങിയതാണാലോചന. എങ്ങോട്ടാണ് ഈ അവസ്ഥയിൽ രോഗിയെ മാറ്റിത്താമസിപ്പിക്കുക? അപ്പോഴാണ് തൃശ്ശൂരിനെക്കുറിച്ചോർമ്മ വന്നത്. കുറച്ചുനാൾ അവിടെ ചങ്ങമ്പുഴയും കുടുംബവും താമസിച്ചതുമാണല്ലോ.

തൃശ്ശൂരിലാണെങ്കിൽ മംഗളോദയം നേഴ്സിംഗ് ഹോമിൽ തൽക്കാല ത്തേയ്ക്ക് അഡ്മിറ്റ് ചെയ്യുകയുമാകാം, കോയമ്പത്തൂരിൽ നിന്ന് അറിയിപ്പ് വരും വരെ. (വിദഗ്ധ ചികിത്സയ്ക്കായി കോയമ്പത്തൂരിലേയ്ക്ക് അപേക്ഷ അയയ്ക്കുകയും ചെയ്തു കഴിഞ്ഞു.) ഇവിടത്തെ തിരക്കുമൂലമാണ് ഇതുവരെ പോകുവാൻ കഴിയാഞ്ഞത്. കാലവർഷം അവസാനിക്കുന്നതുവരെ തൃശ്ശൂരിലേയ്ക്ക് മാറി താമസിക്കുവാൻ തീരുമാനിച്ചു."

സുഹൃത്തും നിത്യ സന്ദർശകനുമായിരുന്ന ഡോക്ടർ ജയിംസ് പില്ലറ്റും (അപരാധികൾ എന്ന കവിതാ സമാഹാരം സമർപ്പിച്ചിട്ടുള്ളത് ഇദ്ദേഹ ത്തിനാണ്) പ്രഭാകരനും ചങ്ങമ്പുഴയുടെ കൂടെ തൃശ്ശൂരിലേയ്ക്ക് പോകുവാ നുറച്ചു. യാത്രയ്ക്കുള്ള തയ്യാറെടുപ്പുകൾ തുടങ്ങി.

ചങ്ങമ്പുഴ വസ്ത്രങ്ങൾ മാറ്റി ധരിച്ചു. അദ്ദേഹം വീടിന് വെളിയിലേയ്ക്കു വന്നു. തൂവെള്ള ഖദർ മുണ്ടും ജൂബ്ബയുമാണ് വേഷം. എല്ലാം കഴിഞ്ഞ് പുറത്തേയ്ക്കിറങ്ങുവാൻ നോക്കിയപ്പോൾ തന്റെ ചെരിപ്പ് അന്വേഷിച്ചെ ങ്കിലും അദ്ദേഹത്തിനത് കണ്ടെത്തുവാൻ കഴിഞ്ഞില്ല. ഒടുവിലത് ഭാര്യ കണ്ടെത്തി ചിതൽ നീക്കുമ്പോഴാണ് കവി കാണുന്നത്. അതോടെ പെട്ടെന്ന് മരണത്തെക്കുറിച്ചോർത്തതുകൊണ്ടായിരിക്കാം ഉച്ചസ്വര ത്തിൽ ആ നാവിൽ നിന്നും അമർഷം പുരണ്ട വാക്കുകൾ തെറിച്ചുവീണു. പ്രഭാകരൻ അതേക്കുറിച്ച് പറയുന്നു:

"നിങ്ങൾ എന്നെ ചിതലു പിടിപ്പിക്കുവാൻ നോക്കി. സാധിച്ചില്ല. ചെരിപ്പേ ചിതൽ പിടിച്ചിട്ടുള്ളൂ. ചെരിപ്പെടുത്തു ചേട്ടൻ പറമ്പിലേക്കൊ രേറു വെച്ചു കൊടുത്തു. ഡോക്ടർ പില്ലറ്റ് ഇടപെട്ടാണ് ചേട്ടനെ ഒരു വിധത്തിൽ സമാധാനിപ്പിച്ചത്. എന്നിട്ടും ചേട്ടന്റെ കോപം ശമിച്ചിരു ന്നില്ല."

പ്രഭാകരൻ തുടരുന്നു:

"ഉച്ചഭക്ഷണത്തിന് സ്കൂൾ വിട്ട സമയത്താണ് ഈ സംഭവം. ശ്രീകുമാരൻ ഊണു കഴിഞ്ഞ് സ്കൂളിലേക്കുപോകുവാൻ തുടങ്ങുന്നു.

അപ്പോഴാണ് ഒച്ചയും ബഹളവും. അവൻ ഭയത്തോടെ മറഞ്ഞു നില്പായിരുന്നു. പക്ഷേ അതും ചേട്ടന്റെ കണ്ണിൽപ്പെട്ടുകഴിഞ്ഞിരുന്നു. ചേട്ടൻ ഉച്ചത്തിൽ അവന്റെ പേരുവിളിച്ച് മുന്നിലേയ്ക്ക് വരുത്തിയിട്ട് പറഞ്ഞു: എടാ വാ! എന്റെ മുഖത്തേയ്ക്ക് ഒന്നു നല്ലോണം നോക്കീട്ടു പോ. നിനക്കും എന്നെ ചീത്തപറയേണ്ടതല്ലേ?! അലറുന്ന മട്ടിലുള്ള സ്വരം കേട്ട് അവൻ വിറച്ചുപോയി..."

തന്റെ മകനോടുള്ള ഈ വാക്കുകൾ ദുരന്ത പ്രവചനംപോലെയായിത്തീർന്നു. പലവട്ടം ഈ ലേഖകൻ ശ്രീകുമാറിനെ കണ്ട് സംസാരിച്ചെങ്കിലും പിതാവിനെക്കുറിച്ചൊരു നല്ല വാചകം അദ്ദേഹത്തിൽ നിന്ന് കേൾക്കുവാൻ കഴിഞ്ഞില്ല.

ഈ സംഭവങ്ങൾക്കു ശേഷം ചങ്ങമ്പുഴയും പ്രഭാകരനും ഡോക്ടർ ജയിംസ് പില്ലറ്റും കൂടി തൃശ്ശൂർക്ക് യാത്രയായി. പോകുന്ന വഴി കുറ്റിപ്പുഴ കൃഷ്ണപിള്ളയെക്കാണുവാൻ ചങ്ങമ്പുഴ ശ്രമിച്ചിരുന്നു എന്നത് തെറ്റാണെന്ന് പ്രഭാകരൻ ആവർത്തിച്ചു പറഞ്ഞിട്ടുണ്ട്. ചങ്ങമ്പുഴയെ മംഗളോദയം നേഴ്സിംഗ് ഹോമിൽ അഡ്മിറ്റ് ചെയ്തശേഷം പ്രഭാകരനും ജയിംസ് പില്ലറ്റും കൂടി അതേ വാഹനത്തിൽ തന്നെ ഇടപ്പള്ളിയിലേക്ക് തിരിച്ചു.

മംഗളോദയം നേഴ്സിംഗ് ഹോമിൽ ചെന്ന് ഏതാനും ദിവസം കഴിഞ്ഞപ്പോൾ വിദഗ്ധ ചികിത്സക്കായി കോയമ്പത്തൂർക്കെത്തുവാനുള്ള അറിയിപ്പ് വന്നു. ചങ്ങമ്പുഴ ഉത്സാഹത്തോടെ യാത്രക്കുള്ള തയ്യാറെടുപ്പുകൾ തുടങ്ങി. ക്ളീൻ ഷേവു ചെയ്തു. അങ്ങനെയൊരു പതിവ് ചങ്ങമ്പുഴയ്ക്കു മുൻപില്ലാതിരുന്നതാണ്. പക്ഷേ യാത്ര തിരിക്കും മുൻപ് അദ്ദേഹം അങ്ങനെയാണു ചെയ്തത്. ആകെ പ്രസന്നമായ മുഖഭാവം.

അന്നത്തെ ഉച്ചഭക്ഷണം നന്നായി കഴിച്ചു. പിന്നീട് ഇടപ്പള്ളിയിലെ അഞ്ചൽ മാസ്റ്റർക്കും പോസ്റ്റുമാസ്റ്റർക്കും ഓരോ കത്തുകളെഴുതി. മണിയോർഡറുകളും എഴുത്തും ഭാര്യയെ ഏൽപ്പിക്കുവാൻ ചുമതലപ്പെടുത്തിക്കൊണ്ടുള്ളതായിരുന്നു ചങ്ങമ്പുഴയുടെ കത്തുകൾ. എഴുത്തു പോസ്റ്റു ചെയ്യുവാൻ പ്രഭാകരനെ ഏൽപ്പിച്ചു.

"എഴുത്തെടുത്തുകൊണ്ട് ഞാൻ പുറത്തേയ്ക്കിറങ്ങി. തൊട്ടടുത്ത കെട്ടിടത്തിലാണ് തപാലാപ്പീസ്. ഉച്ച തിരിഞ്ഞു മൂന്നു മണി കഴിഞ്ഞു. കോയമ്പത്തൂർ യാത്രയ്ക്കുവേണ്ടി ഏർപ്പാട് ചെയ്തിരുന്ന കാർ നേഴ്സിംഗ്ഹോമിന്റെ മുറ്റത്ത് കിടപ്പുണ്ടായിരുന്നു.... നേഴ്സിംഗ്ഹോമിന്റെ ഒന്നാം നിലയിലുള്ള ചേട്ടന്റെ മുറിയിൽ ഉച്ചത്തിലുള്ള വിളി കേൾക്കാം. പ്രഭാകരാ...പ്രഭാകരാ... നീട്ടി നീട്ടിയുള്ള വിളികൾ...ഞാൻ അന്തിച്ചുപോയി...സംഭ്രമത്തോടെ ബദ്ധപ്പെട്ട് ഞാൻ നേഴ്സിംഗ് ഹോമിലേയ്ക്കോടി. പിരിയൻഗോവണി

കയറിച്ചെന്ന് മുറിയിലേയ്ക്ക് കടന്നപ്പോൾ പരിചാരകൻ ചേട്ടന്റെ മുഖത്തേയ്ക്കുനോക്കി നിർന്നിമേഷനായി നിൽക്കുന്നു. ഞാൻ പുറത്തേയ്ക്കു പോകുമ്പോൾ കണ്ട അതേ കിടപ്പ്. അതേ മുഖഭാവം. എന്തോ പറയുന്നുണ്ടായിരുന്നു. എന്തിനാണു വിളിച്ചതെന്നു ചോദിക്കാൻ കട്ടിലിനടുത്തേക്കു ചെന്നപ്പോൾ പരിചാരകൻ എന്നെ തടഞ്ഞു. "തൊടരുതേ... ചേട്ടൻ പോവ്വാണ് നല്ലോണം കണ്ടോ" അയാൾ മന്ത്രിച്ചു.

1948 ജൂൺ 17-ന് ചങ്ങമ്പുഴയോടൊപ്പം ഒരു കാലഘട്ടം കൂടി അവസാനിച്ചു. പൂന്തോട്ടത്തിന്റെ രോമാഞ്ചവുമായി മലയാള കവിതയെ അത്യപൂർവ്വമായ വിധം നൃത്തം ചെയ്യിച്ച ആ പ്രതിഭാശാലി ജീവിതത്തിന്റെ മഹാദുരന്തങ്ങളെ തിരസ്കരിച്ച് യാത്രയായി.

അപ്പോഴാണ് സംഭവിച്ചതൊന്നുമറിയാതെ ചങ്ങമ്പുഴയുടെ പ്രിയപ്പെട്ട മാതാവും മകൻ ശ്രീകുമാരനും ആശുപത്രിയിലേയ്ക്ക് കടന്നു വന്നത്. അവസാനമായി ആ അമ്മയ്ക്ക് തന്നെ ഏറെ കണ്ണുനീരു കുടിപ്പിച്ച കൊച്ചുകുട്ടനെ കാണുവാൻ കഴിഞ്ഞില്ല. അവർ തൃശ്ശൂരിൽ വന്നിറങ്ങി ആശുപത്രിയേതെന്നറിയാതെ അലഞ്ഞ് ഒടുവിൽ മംഗളോദയം നേഴ്സിംഗ് ഹോമിൽ എത്തിയപ്പോൾ എല്ലാം കഴിഞ്ഞിരുന്നു. കോയമ്പത്തൂർക്ക് പുറപ്പെടുവാൻ തയ്യാറാക്കി നിർത്തിയിരുന്ന അതേ കാറിൽ കൊച്ചുകുട്ടന്റെ ജഡവുമായി അവർ ഇടപ്പള്ളിയിലേക്കു തിരിച്ചു. അന്നുതന്നെ ശവസംസ്ക്കാരവും നടന്നു.

ജഡരൂപമായ ചങ്ങമ്പുഴ പി.സി.കുട്ടികൃഷ്ണന്റെ വാക്കുകളിൽ:

"ഞാൻ നേഴിസംഗ് ഹോമിലേക്കു ചെന്നു. ആ പിരിയൻ കോണിയിലൂടെ ചുറ്റിക്കയറുമ്പോൾ, അതു ജീവിതത്തെപ്പോലെയാണെന്നു തോന്നി. എന്തേ അപ്പോഴങ്ങനെ തോന്നാൻ? നിശ്ശബ്ദമായ അന്തരീക്ഷം. തളർന്ന മുഖവുമായി ചിലർ അങ്ങിങ്ങ് ഞാന്നു നിന്നു.

ഞാൻ മുറിയിലേക്കു കടന്നു. അവിടെ അദ്ദേഹം നീണ്ടു നിവർന്ന് അന്ത്യവിശ്രമം കൊള്ളുകയായിരുന്നു. യാത്ര പുറപ്പെട്ട രീതിയിലാണ് കിടപ്പ്. തലയിൽ അപ്പോഴും ആ മഫ്ളർ അഴിയാതെ നിൽക്കുന്നു. ഒന്നുരണ്ടു പല്ലുകളുടെ തലപ്പു വെളിയിൽ കാണാം! ഒരു പുഞ്ചിരിയാണെന്നേ തോന്നൂ. മരിച്ചു കിടക്കുകയാണെന്നു പറയുവാൻ മനസ്സുസമ്മതിച്ചില്ല. ഓ അദ്ദേഹം ഉറങ്ങുകയാണ്. നീണ്ടു നീണ്ടു പോകുന്ന ഉറക്കം...".

അദ്ധ്യായം മുപ്പത്തിമൂന്ന്

കവിയുടെ വിവർത്തനങ്ങൾ

താൻ വായിച്ച കവിതകളെയും നോവലുകളെയും നാടകങ്ങളെയും പ്രബന്ധങ്ങളെയുമെല്ലാം ഗഹനമായി വിലയിരുത്തുന്ന ഒരു ശീലം ചങ്ങമ്പുഴയ്ക്കുണ്ടായിരുന്നു. വായിച്ച പുസ്തകങ്ങളിൽ തന്റെ അഭിപ്രായം രേഖപ്പെടുത്തുകയും ചെയ്തിരുന്നു അദ്ദേഹം. വിപുലമായ വായന അദ്ദേഹത്തിന്റെ കവിതാരചനക്ക് ഉത്തേജകമായി വർത്തിച്ചിട്ടുണ്ടെന്നുള്ള കാര്യം തീർച്ചയാണ്. ചങ്ങമ്പുഴ എന്ന ചതുരാക്ഷരി മലയാളത്തിൽ പ്രശസ്തമാക്കിയ കൃഷ്ണപിള്ളയ്ക്ക് കവിത ഒരു ലഹരിയും ധ്യാനവും ദൗർബല്യവുമായിരുന്നു. അതുകൊണ്ടദ്ദേഹം ഒരായുസ്സുകൊണ്ട് എഴുതിത്തീർക്കാവുന്നതിലധികം ചുരുങ്ങിയ കാലം കൊണ്ട് എഴുതിത്തീർത്തു. പക്ഷേ എഴുതിയതെല്ലാം മികച്ചതായിരുന്നു എന്നു പറയുവാനല്ല ഇവിടെ തുനിയുന്നത്. എഴുതിയതിൽ അനേകം ആവർത്തനങ്ങൾ കടന്നു കൂടിയിട്ടുണ്ട്. നിരന്തരമായി ആ കവിത വായിക്കുകയാണെങ്കിൽ അതു നമ്മെ ചൊടിപ്പിക്കാതിരിക്കില്ല. ഒരുതരം അപക്വത നിറഞ്ഞ ഉത്സവമേളങ്ങൾ തുളുമ്പുന്നതായിപ്പോയി അദ്ദേഹത്തിന്റെ രചനകളിൽ ബഹുഭൂരിഭാഗവും.

ഉദാഹരണത്തിന് കഴിഞ്ഞ അദ്ധ്യായത്തിൽ പരാമർശിച്ചിരുന്ന 'നീറുന്ന തീച്ചൂളയിൽ' ആവർത്തനം നിരന്തരം കടന്നുവരുന്നുണ്ട്. പക്ഷേ അന്നത്തെക്കാലത്ത് മതത്തെയും ഇതര അധികാരവ്യവസ്ഥകളെയും വെല്ലുവിളിയ്ക്കുക എന്നത് സാഹസികതയാണ്. വ്യവസ്ഥിതിക്കെതിരെ പൊരുതുന്നവന്റെ ചിറകരിയുക എന്നതായിരുന്നല്ലോ സാമൂഹിക നീതി. അതൊന്നും വകവെയ്ക്കാതെ തന്റെ പാതയിലൂടെ നിർഭയനായി സഞ്ചരിച്ചു എന്നതാണ് അദ്ദേഹത്തിന്റെ പ്രസക്തി. അക്കാലത്ത് ഒരു മലയാള കവി ദൈവത്തിന്റെ മരണം ഉദ്ഘോഷിക്കുക എന്നത് കടുത്ത പാപം തന്നെയാണ്. അങ്ങനെയേ സമൂഹം അതിനെ നോക്കിക്കാണുകയുള്ളൂ. പക്ഷേ ധിക്കാരത്തിന്റെ ഈടുവെയ്പുകൾക്ക് അതൊന്നും ഒരു

തടസ്സമായിരുന്നില്ലെന്നുമാത്രം.

ജീവിതത്തിന്റെ കാലയളവിൽ കൂടുതൽ ഭാഗവും എഴുത്തിൽ തന്നെ ചെലവിച്ച ചങ്ങമ്പുഴ തന്റെ തിരക്കുകൾക്കും, രോഗത്തിനും, അലച്ചിലിനും, സംഘർഷങ്ങൾക്കുമിടയിൽ നിരവധി കവിതകളും, നാടകങ്ങളും, നോവലുകളും, ചെറുകഥകളും വിവർത്തനം ചെയ്തിട്ടുണ്ട്. കവിതകളിൽ കൂടുതലും വിവർത്തനം ചെയ്യുകയോ, അവയിൽ നിന്നുമാശയങ്ങളോ, പ്രമേയങ്ങളോ കടമെടുത്ത് തന്റേതായ രീതിയിൽ അവതരിപ്പിക്കുകയോ ആയിരുന്നു.

വിവർത്തനത്തെക്കുറിച്ച് അദ്ദേഹം തന്റെ കാഴ്ചപ്പാട് ഇപ്രകാരം അവതരിപ്പിക്കുന്നു.

“നോവലുകളോ ചെറുകഥകളോ നാടകങ്ങളോ പദാനുപദം തർജ്ജമ ചെയ്യുന്നതുകൊണ്ട് അവയുടെ ആത്മസൗന്ദര്യത്തിനു ഉടവു തട്ടുമെന്നുതോന്നുന്നില്ല. എന്നാൽ പാശ്ചാത്യസാഹിത്യത്തിൽ നിന്നും കവിതകൾ അതേപടിയിൽ വിവർത്തനം ചെയ്താൽ അവയുടെ നിസ്സർഗ്ഗസുഷമ നിശ്ശേഷം മങ്ങിപ്പോകുന്നതു കാണാം. അതിനാൽ അല്പം ചില സ്വാതന്ത്ര്യങ്ങൾ പരിഭാഷകനായ കവിയ്ക്ക് അനുവദിച്ചു കൊടുത്തേ മതിയാകൂ. ഇംഗ്ലീഷിൽ ഒരു വരിയിൽ ഉൾക്കൊള്ളുന്ന ആശയത്തെ അതിന്റെ ഗഹനതയ്ക്കും പ്രതിഭാദീപ്തിക്കും പറയത്തക്ക ഉടവൊന്നും തട്ടിക്കാതെ മലയാളത്തിലേക്കു ക്രമീകരിക്കണമെങ്കിൽ നാലോ ആറോ, ചില അവസരങ്ങളിൽ എട്ടോ പത്തോ വരികൾ വേണ്ടി വന്നേക്കും. എന്നാൽതന്നെ അതിന്റെ പരിപൂർണ്ണ ഭംഗി എത്ര അനുഗ്രഹീതനായ കവിയായാലും പരിഭാഷയിൽ പ്രതിഫലിച്ചുകാണുകയില്ല.”

സമീപ ഭൂതകാലത്ത് നമ്മുടെ സാഹിത്യത്തിൽ പുറത്തു വന്നിട്ടുള്ള വിവർത്തന കൃതികൾ പരിശോധിച്ചാൽ ഇക്കാര്യം ബോദ്ധ്യപ്പെടും. ഒരു കവിത വിവർത്തനം ചെയ്യണമെങ്കിൽ പ്രസ്തുത കവി ഏതുകാലത്താണ് ആ കവിത രചിച്ചതെന്നും അക്കാലത്ത് അദ്ദേഹത്തിന്റെ ജീവിത പരിതോവസ്ഥകൾ എന്തെല്ലാമായിരുന്നുവെന്നും ആ അവസരത്തിൽ അദ്ദേഹത്തെ ഭരിച്ചിരുന്ന ആശയമെന്താണെന്നും മാത്രം അറിഞ്ഞിരുന്നാൽ പോരാ. ആ കവിയുടെ ജീവിത ചരിത്രം, അദ്ദേഹത്തിന്റെ രചനകളിൽ പൊതുവേ പ്രതിപാദിക്കുന്ന ആശയം എന്നിങ്ങനെയുള്ള സംഗതികൾ കൂടി വിവർത്തകൻ ശരിയാംവണ്ണം മനസ്സിലാക്കിയിരിക്കണം. എന്നാലേ മാതൃകൃതിയുടെ ഏതാണ്ടൊരു വിവർത്തനം ലഭിക്കുകയുള്ളൂ.

ഏതൊരു കൃതിയും വിവർത്തനം ചെയ്യുമ്പോൾ വിവർത്തകൻ

ശ്രദ്ധയൂന്നേണ്ടുന്ന പ്രഥമമായ സംഗതിയാണിത്. ഇത്രയൊക്കെ കാര്യങ്ങൾ ഗാഢമായി പരിഗണിച്ച് വിവർത്തനം ചെയ്യുന്ന എത്രപേരുണ്ടാകും? മലയാള സാഹിത്യത്തിൽ സമീപ ഭൂതകാലത്ത് വിവർത്തനം ചെയ്യപ്പെട്ട രചനകൾ പരിശോധിച്ചാൽ അറിയാം വിവർത്തകരുടെ വിവേകശൂന്യമായ മയിലാട്ടങ്ങളുടെ വൈകൃതം.

താൻ അവലംബിക്കുന്ന വിവർത്തനനീതിയെക്കുറിച്ച് കവി എഴുതുന്നു.

“നാടകങ്ങളും ചെറുകഥകളും മിക്കവാറും പദാനുപദമായിത്തന്നെ തർജ്ജമ ചെയ്യുകയാണ് എന്റെ പതിവ്. കവിതകൾ തർജ്ജമ ചെയ്യുമ്പോൾ അതിലും കവിഞ്ഞ സ്വാതന്ത്ര്യം ചിലപ്പോഴൊക്കെ ഞാൻ കാണിച്ചേക്കും. എന്നാൽ അതൊരിക്കലും അതിരുകവിഞ്ഞുപോകുവാൻ അനുവദിക്കാറില്ല. ഇംഗ്ലീലെ ഒരു വരിക്കു പത്തുവരികൾ ഉപയോഗിച്ചേക്കാമെങ്കിലും അവയിൽ എന്റെ സ്വന്തമായ ചില പൊടിക്കൈകളും ചായം പിടിപ്പിക്കലും കണ്ടേക്കാമെങ്കിലും ആ പതിരുകളൊക്കെ പാറ്റിക്കളഞ്ഞാൽ മൂല ഗ്രന്ഥകാരന്റെ ധാന്യം അത്രവലിയ തേയ്മാനമൊന്നും സംഭവിക്കാതെ തന്നെ അവിടെ കിടക്കുന്നുണ്ടാകും.”

കവി കൊടുത്തിട്ടുള്ള ഉദാഹരണങ്ങൾ.

Love’s very pain is sweet

But it’s reward on the world divine.

എന്ന് ഷെല്ലിയുടെ വരികൾ

ദിവ്യരാഗത്തിൻ വേദനപോലും

നിർവൃതിയാണു സോദരീ

സ്വർഗ്ഗ ലോകത്തിലാണതിനുള്ള

നിസ്തുലമാം പ്രതിഫലം (മാതൃഭൂമി ആഴ്ചപ്പതിപ്പ്)

എന്നിങ്ങനെയുള്ള നാലുവരിയായി മാറ്റിയെങ്കിലും ആശയത്തിനു തർജ്ജമ കൊണ്ടു വലിയ പരിക്കു പറ്റിയിട്ടുണ്ടെന്നു തോന്നുന്നില്ല എന്നും കവി എഴുതിയിട്ടുള്ളത് ശരിയായിരിക്കാം. ഷെല്ലിയുടെ ‘Love’ ചങ്ങമ്പുഴയിൽ ദിവ്യ രാഗമായി മാറി. സോദരി എന്നർത്ഥം വരുന്ന ഇംഗ്ലീഷ് പദം മൂലത്തിലില്ല. അതിന്റെ പ്രതിഫലം സ്വർഗ്ഗത്തിലാണുള്ളത്. നിസ്തുലമാം പ്രതിഫലം എന്നു ചങ്ങമ്പുഴ മാറ്റി. മൂലഗ്രന്ഥത്തിലെ വരികൾ ആരെഴുതിയാലും ശരി ചങ്ങമ്പുഴ വിവർത്തനം ചെയ്താൽ അദ്ദേഹത്തിന്റെ കവിതയുടെ സർവ്വ സ്വഭാവങ്ങളും പ്രതിഫലിക്കും.

മറ്റൊരു ഇംഗ്ലീഷ് പദ്യവും അതിന്റെ വിവർത്തനവും നോക്കൂ.

“Her check had lost the rose around her neek

Floate’d her hair or seemed to flat inrest.

നഷ്ടമായ് കഷ്ടമി ആരോമലിൻ കവിൾ-

ത്തട്ടുകൾക്കാ രണ്ടുചെമ്പനീർപ്പൂവുകൾ

കോതിയൊതുക്കാതെ പുഷ്പങ്ങൾ ചൂടാതെ

കോമളാംഗിതൻ കുന്തൽച്ചുരുളുകൾ

പാറിക്കിടക്കുന്നു പുറകിലും തോളിലും

മാറിലുമോമൽക്കഴുത്തിനുചുറ്റിലും;

പൊൻതുക്കിലേറിപ്പടർന്നുതുങ്ങും നീല

മുന്തിരി-പടർപ്പുക്കൾ മാതിരി!”

ഇവിടെയും ചങ്ങമ്പുഴ തന്റെ സിദ്ധികൾ വാരിക്കോരിയൊഴുക്കിയിരിക്കുകയാണ്. മൂലകവിതയിലില്ലാത്ത വാക്കുകളും വരികളും അനർഗ്ഗളമായ് ചങ്ങമ്പുഴത്തൂലികത്തുമ്പിലൂടെ പ്രവഹിച്ചു. അവളുടെ കവിൾത്തട്ടുകൾക്ക് അരുണകാന്തി നഷ്ടമായി എന്ന് തർജ്ജമ ചെയ്യാവുന്ന വരികൾ ചങ്ങമ്പുഴയിലൂടെ കയറിയിറങ്ങിയപ്പോൾ നഷ്ടമായ് കഷ്ടമിന്നാരോമലിൻ കവിൾത്തട്ടുകൾക്കോ രണ്ടു ചെമ്പനീർപൂവുകൾ എന്നതിലേക്കുമാറി. കവിൾത്തട്ടുകൾക്ക് ചെമ്പനീർ പൂക്കളല്ല അതിന്റെ വർണ്ണമാണല്ലോ നഷ്ടമാവുക. അവളുടെ കഴുത്തിനു ചുറ്റും ഒഴുകിപ്പരക്കുകയോ അല്ലെങ്കിൽ ചിതറിക്കിടക്കുന്നതോ ആയി കാണപ്പെടുന്ന മുടിച്ചുരുളുകൾ എന്ന വരികളെയും ചങ്ങമ്പുഴ കവിത്വത്തിന്റെ അതിഭാവുകത്വത്തിലേക്കു നയിക്കുകയാണു ചെയ്തിട്ടുള്ളത്. ഒരുപക്ഷേ ഈ അതിവാചാലത പൂർണ്ണത തേടിയുള്ള അസംതൃപ്തമായ മനസ്സിന്റെ അലച്ചിലുകളായിരിക്കും.

ബ്രൗണിങ്ങിന്റെ ഈനോൺ എന്ന കവിതയാണ് ചങ്ങമ്പുഴ സുധാംഗദ എന്ന പേരിൽ വിവർത്തനം ചെയ്തത്. ഈ രചന മലയാളത്തിലേക്കാക്കിയപ്പോൾ കഥയും കഥാപാത്രങ്ങളും അതു നടക്കുന്ന സാഹചര്യവും ഭാരതീയമാക്കി മാറ്റി.

രമണനിലും ചങ്ങമ്പുഴയുടെ തന്നെ ഇതര കവിതകളിലും ധാരാളമായി കാണുന്ന പ്രകൃതിയുടെ വശ്യമനോഹര ദൃശ്യങ്ങൾ കൊണ്ട് സമ്പന്നമാണ് സുധാംഗദയും. പക്ഷേ സുധാംഗദ എത്രമാത്രം ഈനോണിനോട് നീതി പുലർത്തിയുണ്ടെന്നുള്ള കാര്യം സംശയമാണ്.

“കഥാഭൂമികയുടെ ചിത്രമിങ്ങനെ:

ഏതു നേരത്തും തണലൊഴിയാത്തൊരു-

ശ്ശീതളശ്യാമളകാനന ഭൂമിയിൽ
സദ്രസം ചെയ്‌വതിങ്ങപ്പോഴമേകാന്ത
നൃത്തമൊരേതോമഹിത പ്രശാന്തത
പ്രാണഹർഷത്താൽ തളർന്നല കൈകളാൽ
വീണ വായിച്ച രസിച്ച കൊണ്ടങ്ങനെ
മന്ദാകിനിതൻ വിശാല വക്ഷസ്സിലായ്
ചെന്നു തലചായ്ച്ചിടുന്നു പൂഞ്ചോലകൾ"

പ്രതിഭാശാലിയായ ഒരു കവിയുടെ തൂലികത്തുമ്പിൽ നിന്നു വാർന്നു വീണ സംഗീത സാന്ദ്രമായ ഈ വരികൾ അനുവാചക മനസ്സിന്റെ തീരങ്ങളെ കവിഞ്ഞ് പുത്തനാമൊരനുഭൂതി പകരുന്നു.

യവനിക

മഹാകവി രവീന്ദ്രനാഥടാഗോറിന്റെ 'വിക്ടറി' എന്ന കഥയെ ആസ്പ ദിച്ച് രചിച്ച കവിതയാണു യവനിക. സ്വന്തം വ്യക്തിത്വത്തിന്റെയും അനുഭവത്തിന്റെയും പ്രസാദാത്മകവും ദണ്ഡിതവുമായ മുഖങ്ങളെ കാലത്തിനു നേർക്കു തിരിച്ചുപിടിച്ചുകൊണ്ടാണ് ചങ്ങമ്പുഴ ഈ കവിത സൃഷ്ടിച്ചെടുത്തത്. തന്റെ കവിതകൾക്ക് നിരൂപകരുടെ പ്രശംസ കിട്ടി യില്ലെന്നു മാത്രമല്ല അതിനെ രൂക്ഷമായി വിമർശിക്കുകയും ചെയ്തു പോന്നവർക്കുള്ള മറുപടി പോലെയാണീ കവിത. അങ്ങനെ കവി തന്റെ സർഗ്ഗ പ്രതിഭയുടെ വിവിധ മാനങ്ങളെ അവതരിപ്പിച്ചുകൊണ്ട് നിരൂപക വേഷങ്ങളുടെ ഉദ്ദണ്ഡതയെ അതിജീവിക്കുവാൻ ശ്രമിക്കുന്നു. കവിതയും പാണ്ഡിത്യവും തമ്മിൽ യാതൊരുബന്ധവുമില്ലെന്നും അന്തിമവിശക ലനത്തിൽ കവിയെയും കവിതയെയും വിലയിരുത്തേണ്ടത് ജനതയാ ണെന്നും അർത്ഥശങ്കക്കിടയില്ലാത്തവിധം കവി വ്യക്തമാക്കുന്നു.

ഈ കവിതയിലെ നായകകഥാപാത്രത്തെ സ്വന്തം ഛായയാൽ തന്നെയാണ് കവി രൂപപ്പെടുത്തിയിട്ടുള്ളത്. നായകനായ ശേഖര കവിയുടെ സൃഷ്ടികൾ-

"ധന്യധന്യ മഞ്ജുലിക ജീവ-
സ്പന്ദന മേകിന ഗാനശതങ്ങൾ
വർണ്ണനാതീത വശ്യതവഴ്ക്കും
വർണ്ണ സങ്കീർണ്ണ പിഞ്ചികവീശി
മർത്ത്യഹൃത്തിനടിത്തട്ടിലെത്തി
തത്തിമാസ്മരനൃത്തം നടത്തി."

ധന്യധന്യങ്ങളായ നിരവധി കവിതകൾ രചിച്ച ചങ്ങമ്പുഴക്കു ലഭിച്ച അതേ ജനകീയാംഗീകാരങ്ങളാണ് ഈ കവിതയിൽ ശേഖര കവിയ്ക്കു ലഭിച്ചതും. കവിയും പണ്ഡിതനായ നിരൂപകനും തമ്മിലുള്ള മത്സരത്തെ ആഖ്യാനത്തിലേക്കു കൊണ്ടുവന്ന ചങ്ങമ്പുഴ തനിക്കു വേണ്ടി നിർമ്മിച്ചതാണ് യവനിക. പക്ഷേ അതിന്റെ അവതരണത്തിന് ടാഗോറിന്റെ വിക്ടറി ഒരുപാധിയായി മാറിയെന്നുമാത്രം.

റോബർട്ട് ബ്രൗണിങ്ങിന്റെ 'The Last ride together' എന്ന നാടകീയ സ്വഗതോക്തിയുടെ സ്വതന്ത്രനിർമ്മിതമായ നിർവൃതിയിലും പ്രണയവും അതിന്റെ നിറഭേദങ്ങളും തന്നെയാണ് കേന്ദ്രപ്രമേയം.

'സുധാംഗദ'യുടെ മുഖവുരയിൽ ബ്രൗണിങ്ങിനെക്കുറിച്ചുള്ള ചില നിരീക്ഷണങ്ങളും അദ്ദേഹത്തെക്കുറിച്ചുള്ള ചെറിയൊരു പഠനവും ചങ്ങമ്പുഴ എഴുതിയിട്ടുണ്ട്. ബ്രൗണിങ്ങിനെ അല്പമെങ്കിലും സമീപിക്കുന്ന ഒരു കവി മലയാളത്തിലുണ്ടെങ്കിൽ അതു കുമാരനാശാൻ മാത്രമാണെന്ന് എഴുതിയ ശേഷം പ്രസ്തുത മുഖവുര ഇങ്ങനെ തുടരുന്നു.

"ബ്രൗണിങ്ങിന്റെ കൃതികൾ മലയാളത്തിൽ സംക്രമിക്കാതിരിക്കുന്നതിന്റെ പ്രധാനകാരണം, അവ വിവർത്തനം ചെയ്യുന്നതു പോകട്ടെ വായിച്ച് ശരിക്ക് ആശയം ഗ്രഹിക്കുവാൻ തന്നെ വളരെ ക്ലേശിച്ചു ശ്രമിച്ചെങ്കിൽ മാത്രമേ സാധിക്കു എന്നുള്ളതാണ്. ഇംഗ്ലീഷിലും മലയാളത്തിലും ഒന്നുപോലെ അഗാധജ്ഞാനം സമ്പാദിച്ചിട്ടുള്ള കവികൾ മാത്രമല്ല മഹാകവികൾ പോലും കേരളത്തിലില്ലേ? എന്തുകൊണ്ട് അവർ ബ്രൗണിങ്ങിനെ സമീപിക്കുന്നില്ല? ഇന്നത്തെ കവികളിൽ സാധാരണയായി കണ്ടുവരുന്ന ഒരു വക മയക്കുവിദ്യയും കൊണ്ട് ആ മഹാപുരുഷന്റെ ദിവ്യസന്നിധിയിലേക്കു ചെന്നാൽ ആ കാൽ വിരൽത്തുമ്പുപോലും സ്പർശിക്കുവാൻ സാധിക്കുന്നതല്ല. സംശയമുള്ളവർ പരീക്ഷിച്ചുനോക്കട്ടെ."

നിർവൃതിയുടെ വിവർത്തനത്തെക്കുറിച്ച് സുധാംഗദയുടെ മുഖവുരയിൽ ഇങ്ങനെ വായിക്കാം.

"ബ്രൗണിങ്ങിന്റെ കൃതികൾ പരിഭാഷപ്പെടുത്തുമ്പോൾ കുറച്ചധികം സ്വാതന്ത്ര്യം എടുക്കേണ്ടതായിവരും. ഒന്നിച്ചുചേർന്നുള്ള ഒടുവിലത്തെ കുതിരസ്സവാരി (The last ride Together) എന്ന അദ്ദേഹത്തിന്റെ ഒരു ഉത്തമ നാടകീയ സ്വഗതോക്തി (Dramatic Monologue) 'നിർവൃതി' എന്ന പേരിൽ വിവർത്തനം ചെയ്ത് ഞാൻ സഹൃദയിൽ പ്രസിദ്ധീകരിക്കയുണ്ടായി. മലയാളത്തിൽ ആവിർഭവിച്ചിട്ടുള്ള ബ്രൗണിങ്ങിന്റെ ആദ്യത്തെ കൃതി അതാണെന്നു തോന്നുന്നു..."

തനിക്ക് ബ്രൗണിങ്ങിന്റെ മറ്റു ചില രചനകൾകൂടി വിവർത്തനം

ചെയ്യുവാൻ ആഗ്രഹമുണ്ടെന്നും കവി സൂചിപ്പിച്ചിട്ടുണ്ട്. പക്ഷേ അദ്ദേഹത്തിന്റെ രോഗവും മരണവുമെല്ലാം ആ ആഗ്രഹത്തെ നിശ്ശേഷം മായ്ച്ചുകളഞ്ഞു

തന്റെ ഹൃദയത്തിൽ വസന്തമായ കാമുകിയോടൊന്നിച്ച് ചെലവഴിക്കുവാൻ കിട്ടുന്ന അത്യപൂർവ്വങ്ങളായ മുഹൂർത്തങ്ങളാണ് കവിയിൽ നിർവൃതിയായി പരിലസിക്കുന്നത്. അവളോടുള്ള അനുരാഗത്താൽ കവി ചേതനയിൽ മാറ്റങ്ങൾ പിറവികൊള്ളുകയായി. സ്വർഗ്ഗത്തിനു സ്പർശിക്കുവാൻ കഴിയാത്ത മറ്റൊരു ലോകത്തെത്തി ആ കാമുകൻ.

ചക്രവാളത്തിലകലെപ്പടിഞ്ഞാറു
പൊൽക്കതിർപ്പൂക്കൾ ചൊരിഞ്ഞുകൊണ്ടങ്ങനെ,
ചന്ദ്രക്കലയും ചരമദിനേശനും
മന്ദഹസിക്കും മണിത്താരകളും
ഒന്നിച്ചനുഗ്രഹിച്ചാകർഷകാഭമായ്
മിന്നിത്തിളങ്ങുന്ന പൊന്മുകിൽമാതിരി
ഏതോ മഹിത പരിവർത്തനമെൻ
ചേതന ചുംബിച്ച മറ്റൊരാളായ്.

ഒടുവിലത്തെ വരികളോട് സാദൃശ്യം വഹിക്കുന്ന അവസ്ഥാവിശേഷവർണ്ണനകൾ ചങ്ങമ്പുഴയുടെ സ്വന്തം രചനകളിലും നമുക്കു കണ്ടെത്തുവാൻ കഴിയും.

നീയെന്നെപ്പുൽകവേ ഞാനൊരുഗാനമായ് നീലാംബര
ത്തോളമുയർന്നുപൊങ്ങി

എന്ന് ചങ്ങമ്പുഴ കുറിച്ചിട്ടുള്ളത് ഇവിടെപ്പറഞ്ഞതിനുള്ള മികച്ച സാക്ഷ്യമാണ്. അതുപോലെതന്നെ മനസ്വിനിയിലെ അദ്വൈതാമല ഭാവസ്പന്ദിത വിദ്യുന്മേഖല പുൽകീഞാൻ എന്ന വരികളും ഇവിടെ സ്മരണീയമാണ്.

നിർവൃതിയിലെ മറ്റൊരു ഭാഗം നോക്കൂ....
നിർമ്മലേ, നിന്മനം തേടിയകാരണം
മന്മനമാടുന്നു ഗന്ധർവ്വ നർത്തനം
മായികസ്മേരോജ്ജ്വലാനനേ, മോഹനേ,
എന്നോടുനിന്നനുഭാവ മിതോർക്കുമ്പോ-
ഴെന്നെയും കൂടിമറന്നു പോകുന്നു ഞാൻ.

ഈയൊരു സാഹചര്യത്തിലൂടെ ചങ്ങമ്പുഴയുടെ മനോലോകം യഥേഷ്ടം സഞ്ചരിച്ചിട്ടുണ്ട്. അതു കൊണ്ടുതന്നെ അനുഭവങ്ങളുടെ സാമ്യ രേഖയിൽ ബ്രൗണിങ്ങിന്റെ വചനങ്ങൾ സന്ധിക്കുമ്പോൾ ചങ്ങമ്പുഴയ്ക്ക് വിവർത്തനം ആകൃഷ്ടമായിത്തീരുന്നു.

ബ്രൗണിങ്ങിന്റെ വരികൾക്ക് ചങ്ങമ്പുഴ നൽകിയിട്ടുള്ള വിവർത്തനം ശ്രദ്ധിക്കു...

Take back the hope you gave- I claim

നീ തന്നൊരാശാ സുമങ്ങൾ സമസ്തവും

നീ തന്നെയിന്നു മടക്കി വാങ്ങിക്കണേ

Who knows but the world may end to night

ആരറിയുന്നി തൊട്ടുങ്ങാതിരിക്കുകി-

ല്ലീരാത്രി കൊണ്ടി പ്രപഞ്ച മെന്നോമനേ!

ഈ വരികളിലത്രയും മിന്നിത്തെളിയുന്നത് ചങ്ങമ്പുഴയുടെ പ്രശസ്തമായ ശൈലീപ്രപഞ്ചമാണ്. അർത്ഥം ചോർന്നു പോകാതെയുള്ള ഇത്തരം മിനുക്കു പണികൾ പ്രതിഭയുടെ സാന്നിദ്ധ്യം കൂടി അടയാളപ്പെടുത്തുന്നു.

അദ്ധ്യായം മുപ്പത്തിനാല്

ചങ്ങമ്പുഴയുടെ പ്രസക്തി

ഒരു ദാരിദ്ര്യകുടുംബത്തിൽ പിറന്ന് സ്വപ്രയത്നം കൊണ്ട് കേരളീയരെ ഒന്നാകെ കവിതയിലേക്കു പ്രലോഭിപ്പിച്ചു എന്നതാണ് ചങ്ങമ്പുഴയുടെ പ്രധാന പ്രസക്തി. കലഹങ്ങളുടേതായിരുന്നു ആ ജീവിതം. കലഹിച്ചു കവിതാ രചന നടത്തിയ ചങ്ങമ്പുഴയെ സംബന്ധിച്ചിടത്തോളം അദ്ദേഹം ആദ്യ കവിത എഴുതിയതും ഒരു കലഹത്തിൽ നിന്നാണ്. ജീവിതത്തിൽ പലപ്പോഴും സമഹവുമായും കുടുംബവുമായും കലഹിച്ചു. സമൂഹത്തെ രൂക്ഷമായി ഭർത്സിക്കുന്ന കവിതകൾ അദ്ദേഹത്തിന്റെ കവിതാ ലോകത്തെ വ്യതിരിക്തമാക്കുന്നുണ്ട്. യാഥാസ്ഥിതിക പണ്ഡിതരിൽ പലരും സംഘം ചേർന്ന് അദ്ദേഹത്തെ പലവിധത്തിൽ വിമർശിച്ചു. തൃപ്പൂണിത്തുറയിലെ മഹാത്മാ വായനശാല, ചങ്ങമ്പുഴ കവിതയെഴുത്ത് നിർത്തണമെന്ന് നിർദ്ദേശിച്ചുകൊണ്ടുള്ള ഒരു പ്രമേയംപോലും പാസ്സാക്കി. മലയാളത്തിലെ മറ്റൊരു കവിയ്ക്കും നേരിടേണ്ടി വന്നിട്ടില്ലാത്ത ഒരവസ്ഥയായിരുന്നു ഇത്. പക്ഷേ വിമർശകരെല്ലാം ചരിത്രത്തിന്റെ ചവറ്റുകൊട്ടയിൽ മലീമസമായിത്തീരുകയും കാലം ചങ്ങമ്പുഴയ്ക്ക് കനക കിരീടം ചാർത്തിക്കൊടുക്കുകയും ചെയ്തു.

സംസ്കൃത പദ നിർഭരവും സാധാരണ വായനക്കാർക്ക് ക്ലേശഭൂയിഷ്ഠവുമായ കവിതാ പന്ഥാവിൽ പുതിയൊരു കവിതാ സംസ്കൃതി തുറന്നത് മഹാകവിത്രയമാണെന്നു തീർത്തു പറയുക വയ്യ. ആശാനെയും വള്ളത്തോളിനെയും മാറ്റി നിർത്തിയാൽ മലയാള കവിത അതിന്റെ സർവ്വ സൗന്ദര്യവും ആവിഷ്ക്കരിച്ചത് ചങ്ങമ്പുഴയിലൂടെയാണ്. ആശാൻ, വള്ളത്തോൾ, ചങ്ങമ്പുഴ എന്നിങ്ങനെയാണ് യഥാർത്ഥത്തിൽ കവിതാ രംഗത്തെ അതികായരെ നാം പരാമർശിക്കേണ്ടത്. ഇക്കൂട്ടത്തിൽ നാം ഉൾപ്പെടുത്തേണ്ട മറ്റൊരു നാമധേയം ഇടപ്പള്ളി രാഘവൻപിള്ളയുടേതാണ്. ഉള്ളൂരിന്റേതല്ല.

കവിത ചിന്താപരമായിരിക്കണമെന്ന്-ദാർശനിക സമസ്യകളെ

ആവിഷ്കരിക്കണമെന്ന് ആർക്കാണിത്ര ശാഠ്യം? അനുഭവങ്ങളുടെ മഹാ യാഥാർത്ഥ്യങ്ങളെ അവഗണിച്ച തത്ത്വചിന്തയുടെ വല്ലാത്ത ഭാരങ്ങൾ ചവച്ച തുപ്പുന്നതിനേക്കാൾ ഭേദമല്ലേ സ്വന്തം ജീവിതാവിഷ്കാരം? ഈയൊരു ജീവിതാവിഷ്കാരം അതിന്റെ പരമോന്നത നില പ്രാപിക്കു ന്നത് ഇടപ്പള്ളിയിലും ചങ്ങമ്പുഴയിലുമാണ്. അകാലത്തിൽ പൊലിഞ്ഞു പോയ ഇടപ്പള്ളിയിൽ നിന്നും വ്യത്യസ്തമായി ആത്മാവിഷ്കാരങ്ങൾക്ക് കാന്തി പകരുവാൻ സാധിച്ചത് ചങ്ങമ്പുഴയ്ക്കാണ്. പ്രണയവും വിരഹവും കാത്തിരിപ്പും മാത്രമല്ലല്ലോ ചങ്ങമ്പുഴ ആവിഷ്കരിച്ചത്.

ഒരു പ്രേമഗായകൻ എന്ന വിശേഷണത്തിനുമപ്പുറം പ്രണയം ഉത്പാദിപ്പിക്കുന്ന ചില വൈചിത്ര്യങ്ങളുടെ ഉന്മാദ തീരം തൊട്ടുഴിഞ്ഞു പോകുന്ന കവിതകളും ചങ്ങമ്പുഴ രചിച്ചിട്ടുണ്ട്. വൈദേശിക സാഹി ത്യവുമായി ആത്മബന്ധം പുലർത്തിയിരുന്ന ചങ്ങമ്പുഴ അവിടത്തെ പ്രസിദ്ധങ്ങളായ പല കവിതകളെയും തന്നിലേയ്ക്ക് ഉൾക്കൊണ്ട് കവിതകൾ രചിച്ചിട്ടുണ്ട്. അത് വിവർത്തനമല്ല. ഇപ്രകാരം അദ്ദേഹം രചിച്ച കവിതകൾക്ക് മികച്ച സാക്ഷ്യമാണ് മോഹിനി.

1935-ൽ രചിക്കുകയും പിറ്റേക്കൊല്ലത്തെ മാതൃഭൂമി ആഴ്ചപ്പതിപ്പിൽ പ്രസിദ്ധീകരിക്കുകയും ചെയ്ത കവിതയാണ് മോഹിനി. 1944-ൽ പുസ്തക രൂപത്തിൽ പ്രസിദ്ധം ചെയ്ത ഈ കവിത ദേവിക്കു വായിക്കുവാനായി അവരുടെ തൃപ്പാദങ്ങളിലാണ് സമർപ്പിച്ചിട്ടുള്ളത്. ഈ കാവ്യം എന്തുകൊണ്ട് ദേവിക്കു തന്നെ സമർപ്പിച്ചു എന്നുള്ളതിന്റെ ഉത്തരം കവിതയിൽ തന്നെ ഉള്ളടങ്ങിയിട്ടുണ്ട്.

റോബർട്ട് ബ്രൗണിന്റെ പെർഫീറിയാസ് ലവർ ആണ് മോഹിനി രചിയ്ക്കുവാൻ ചങ്ങമ്പുഴയ്ക്ക് പ്രേരണ അരുളിയത്. ബ്രൗണിന്റെ നായിക 'പെർഫീറിയ' സമ്പന്നതയുടെ മടിത്തട്ടിൽ സുഖിച്ചു ജീവിയ്ക്കുന്ന ഒരുവളാണ്. അവളെ പ്രണയിക്കുന്ന നായകൻ ഒരു ദരിദ്രനാണ്. തന്റെ സ്ഥാനമാനങ്ങളെച്ചൊല്ലിയുള്ള അഹന്ത നിമിത്തമായിരിക്കാം, തന്റെ ഉള്ളിൽ ഉയിർകൊണ്ട പ്രണയം അവൾ കാമുകനെ അറിയിക്കുന്നില്ല.

എന്നാൽ ഒരു ശൈത്യകാലരാവിൽ തികച്ചും അപ്രതീക്ഷിതമായി പെർഫീറിയ അവളുടെ കാമുകന്റെ കുടിലിലേയ്ക്കു കടന്നു ചെല്ലുകയാണ്. എന്നിട്ട് തണുപ്പുകാലങ്ങളിൽ ചൂടുത്പാദിപ്പിക്കുവാൻ വേണ്ടി നിർ മ്മിച്ചിട്ടുള്ള അടുപ്പിൽ തീ കൊളുത്തി മുറിയൊന്നാകെ ചൂടുപിടിപ്പിച്ചു. അവളുടെയീ വരവും പ്രവൃത്തിയും കണ്ട് അന്ധാളിപ്പിന്റെ അപാരതകളെ ചുംബിക്കുന്ന ദരിദ്രനായ കാമുകൻ. അവളാകട്ടെ കാമുകനോടു ചേർന്നു നിന്നു. അവൾക്ക് തന്നോടുള്ള പ്രണയം മനസ്സിലാക്കിയ കാമുകൻ വല്ലാ ത്തൊരു അങ്കലാപ്പിൽ എന്തു ചെയ്യണമെന്നറിയാതെ നിൽക്കുമ്പോൾ

അവന്റെ അബോധപ്രപഞ്ചമുണർന്നു, താരകൾ കൺചിമ്മി. അയാൾ അവളുടെ നീണ്ട തലമുടിയെടുത്തുപിരിച്ച് ലോലമായ ആ കഴുത്തിൽ ചുറ്റി അവളെ ശ്വാസം മുട്ടിച്ചു, അവൾക്ക് വേദനിയ്ക്കുന്നില്ലെന്നായിരുന്നു അയാളുടെ വിചാരം. അവൾ മരിച്ചു കഴിഞ്ഞപ്പോഴും അയാൾ ആ യാഥാർത്ഥ്യത്തെ വിസ്മരിച്ചു. താൻ കുറ്റവാളിയല്ലെന്നു വിശ്വസിച്ചു.

പൊതു വ്യവഹാര മണ്ഡലങ്ങളോട് എപ്പോഴും പുറം തിരിഞ്ഞു നിന്ന ചങ്ങമ്പുഴ ഈ കവിതയിലും അവയുടെ ഭാരങ്ങളിൽ നിന്നെല്ലാം കുതറി മാറുകയാണ്. അങ്ങനെ ഭാവിയുടെ ഭാരങ്ങളില്ലാതെ തന്റേതായൊരു യാഥാർത്ഥ്യത്തിൽ വിശ്വസിക്കുന്ന ഒരുവനാണ് ചങ്ങമ്പുഴയുടെയും നായകൻ. സമൂഹ ദൃഷ്ടിയിൽ ക്രിമിനൽ എന്നു വിളിക്കാവുന്ന ഒരു മാനസിക വൈകൃതം പേറുന്ന നായകൻ-സോമശേഖരൻ. അപസാമാന്യതയുടെ നിരവധിയശ്വങ്ങൾ ചങ്ങമ്പുഴയുടെ മനസ്സിലൂടെ പൊടി പറത്തി ഉഴുതുമറിച്ച് തലങ്ങനെയും വിലങ്ങനെയും കടന്നു പോയിട്ടുള്ളതിന്റെ സാധൂകരണം കൂടിയാണ് സോമശേഖരൻ. പെർഫീറിയായുടെ കാമുകനിൽ നിന്നും വ്യത്യസ്തമായ ഒരിതിവൃത്തമാണ് മോഹിനിയിൽ കവി സ്വീകരിച്ചിട്ടുള്ളത്. ഒരു കാൽപ്പനിക കവിയുടെ വിഭ്രമഭരിതമായ ഒരു സൃഷ്ടി എന്നതിനെക്കാൾ ആധുനിക മനഃശാസ്ത്രത്തെ അല്പമെങ്കിലും പഠിച്ച ഒരു കവിയുടെ ആധുനികത തിരളുന്ന പരീക്ഷണ ശ്രമമായാണ് മോഹിനിയെ വിലയിരുത്തേണ്ടത്.

അനന്യ സാധാരണമായ സൗന്ദര്യത്തിന്റെ വശ്യരൂപമാണ് മോഹിനി.

"ഹന്തദൈവമേ മുന്നിലിക്കാണ്മ
തെന്തൊരത്ഭുത സൗഭഗം
കേവലമൊരു തന്വിയല്ലേതോ
ദേവകന്യകയാണു നീ
മന്നിലെന്നല്ല വിണ്ണിലും കാണി-
ല്ലിന്നിലയക്കൊരു താരകം."

ഭാവനകൾക്കുപോലുമപ്രാപ്യമായ മോഹിനി വെറുമൊരു സ്ത്രീയാണെന്നു സങ്കല്പിക്കുക വയ്യ. കവി മനസ്സിലെപ്പോഴോ വിടർന്നു വിതുമ്പിയ വസന്തരാജിയാണവൾ!

"ഏതുവാർമഴ വില്ലിലും കാണി-
ല്ലീവിധമൊരു കൗതുകം,
ദിവ്യവൃന്ദാവനീയ രോഗത്തിൽ

ഭവ്യദോന്മദ രശ്മികൾ

സഞ്ചരിപ്പതുണ്ടോമലേ നിന്റെ

പുഞ്ചിരികളിൽപ്പോലുമേ

നിർണ്ണയമെത്രഭാവനകൾക്കും

വർണ്ണനാതീതയാണു നീ

ഈ വിശ്വമോഹിനിയുടെ കാമുകനാണ് സോമശേഖരൻ;

സോമശേഖരൻ ധീരമാനസൻ

പ്രേമചിന്താ പരവശൻ

വാണിടുന്നുതൻ പൂമണിമച്ചിൽ

ക്ഷീണിതാവില പ്രജ്ഞനായ്

കമ്രമായൊരാദൃശ്യമൊന്നിലും

കണ്ണടച്ചിടാതേകനായ്!"

സോമശേഖരൻ മോഹിനിയെ കാത്തിരിക്കുകയാണ്. രാഗലോലയായ് ഏകയായ് അവൾ പോകുന്നത് അവന്റെ ചാരത്തേയ്ക്കാണ്. അവളെ അങ്ങനെ കാണുമ്പോൾ ആദ്യമായി അവളെ ദർശിച്ചതുപോലെ അഴകുനിറഞ്ഞൊഴുകുന്ന ആ സ്ത്രൈണത കാമുകനായ സൗന്ദര്യാരാധകനെ അനുഭൂതിയുടെ കനക കവാടത്തിലേയ്ക്കെത്തിച്ചു. പക്ഷേ കരിന്തിരി കത്തുന്ന ഒരു ചിന്ത അയാളിലേയ്ക്കു സംക്രമിക്കുകയാണ്:

"വായ്ക്കുമീകാന്തി മായ്ക്കുവാൻ മേല-

വാർദ്ധക്യത്തിന്റെ കൈയുകൾ

ഒക്കരുതു കാലത്തിനർപ്പിക്കാ-

നക്കവിളിൽ ചുരുളുകൾ

മഞ്ജിമതൻ പരിധിയിൽ

മഞ്ഞുതുള്ളി മറയണം."

സൗന്ദര്യവതിയായ അവളെ കാലം അതിന്റെ മാന്ത്രിക കരങ്ങളാൽ വികൃതമാക്കുമെന്നാണയാളുടെ വ്യഥ. അയാളെ സംബന്ധിച്ചിടത്തോളം ആ സൗന്ദര്യം വർത്തമാന കാലത്തിന്റേതാണ്. ഭാവി അവൾക്കായി ഒരുക്കി വെച്ചിട്ടുള്ളത് രൂപവൈകൃതത്തിന്റെ തമോഘനതകളാണ്. കാലത്തെ നിശ്ചലമാക്കുവാൻ അയാൾക്കു കഴിവില്ലാത്തതിനാൽ, അയാളിൽ എന്നെന്നും സൗന്ദര്യം മാത്രമായി അവൾ നിലനിൽക്കുവാൻ:

"അത്യനഘമാമീ മുഹൂർത്തത്തി-

ലുത്തമേ നീ മരിക്കണം."

ഇതാണ് സോമശേഖരന്റെ അന്തർഗതം. അവൾ ചെമ്പനീർ പൂക്കൾ കൊണ്ടുണ്ടാക്കിയ ഒരു പൂച്ചെണ്ട് കാമുകന് സമ്മാനിക്കുന്നു. പ്രാണപ്രിയന്റെ മുഖം തന്റെ കൈക്കുമ്പിളിൽ കോരിയെടുത്ത് ഒരായിരം ചുംബനങ്ങൾ അവൾ അർപ്പിച്ചു. എന്നിട്ടും അയാളവളോട് ഒന്നുമേ സംസാരിക്കുന്നില്ല. അയാൾക്ക് യാതൊരു ഭാവഭേദവുമില്ല. ഒരൊറ്റ മന്ത്രണം അയാൾക്ക് കേൾക്കാം.

"അത്യനഘമാമീ മുഹൂർത്തത്തി-

ലുത്തമേ നീ മരിക്കണം."

അയാളെ സന്തോഷിപ്പിക്കുവാൻ അവൾ ചെയ്യുന്ന ഉപാധികളി ലൊന്നിലും തന്റെ പ്രിയതമൻ ശ്രദ്ധ ചെലുത്താത്തതിൽ അവൾക്കു ദുഃഖമുണ്ട്. എന്തിനായിട്ടാണ് അയാൾ ദുഃഖിക്കുന്നതെന്നറിയുവാൻ അവൾ അയാളോട് കെഞ്ചുകയാണ്.

"പ്രാണനായക, സാദരം തവ

മാനസാമല വേദിയിൽ

ഗാനസാന്ദ്രമായുള്ളതാമൊരു

കോണെനിക്കു ലഭിക്കുകിൽ

നിർണ്ണയമതിൻമീതെ, മറ്റൊരു

ജന്മസാഫല്യമില്ലമേ..."

ഇങ്ങനെ ദുഃഖിതയായി പറഞ്ഞുകൊണ്ട് അയാളെ ചുംബിച്ചിട്ടും ആ കാമുകന് ദുഃഖഭാവം തന്നെ. സൗന്ദര്യത്തിന്റെ അത്യുന്നതങ്ങളിൽ സ്വച്ഛന്ദം വിഹരിക്കുന്ന അവൾ മരിക്കണമെന്നു തന്നെ അയാൾ തീരു മാനിക്കുന്നു.

ഭൂമിയിൽ മറ്റെന്തിനേക്കാളും മോഹിനിയെ ഇഷ്ടപ്പെടുന്ന സോമശേ ഖരൻ തന്റെ സ്നേഹ സാക്ഷാത്ക്കാരത്തിനു തെരഞ്ഞെടുക്കുന്ന മാർഗ്ഗം സാമൂഹിക സംഹിതകളുടെ വിപരീതദിശയിൽനിന്നുമാണ്. അയാൾ തന്റെ കയ്യിൽ കരുതിയിരുന്ന കത്തി അവളുടെ മാറിടത്തിൽ കുത്തി യിറക്കി. ഒരു രോദനം പോലുമില്ലാതെ, ആർത്തുകരയാതെ അവൾ മോഹിനി. അവളുടെ മുഖത്ത് അപ്പോൾ തെളിയുന്നത് ഉൾപ്പുളകത്തിന്റെ പുഞ്ചിരിയാണ്. എങ്കിലും കണ്ണീരോടെ അവൾ:

"പ്രാണനായകാ!...ശേഷമോതുവാൻ

ത്രാണിയറ്റവൾ വീണുപോയ്.

കാരണമെന്തു തന്നെയീവിധം

ഘോരനിഗ്രഹം ചെയ്യുവാൻ?

ഉത്ഭവിച്ചിത കണ്ണിണയിലീ

ശബ്ദശൂന്യമാം സംശയം."

ഗദ്ഗദകണ്ഠനായി സോമശേഖരൻ ഇപ്രകാരം പറഞ്ഞു:

"ചെയ്തിട്ടില്ലപരാധമൊന്നും നീ

ചൈതന്യത്തിൻ വികാസമേ

സങ്കടമെനിയ്ക്കുണ്ടിതു

കാണാനെങ്കിലും നീ മരിക്കണം.

നിഗ്രഹിച്ചു നിനക്കു വേണ്ടി ഞാൻ

നിർദ്ദയം നിന്നെയോമലേ!

ജീവിതാനുഭോഗത്തിലും കാര്യം

പാവനേ ഹാ നിൻ സൗന്ദര്യം!

മന്നിൽ നിന്നും മറഞ്ഞിതാ നിന്റെ

മഞ്ജിമനിത്യമാക്കി നീ"

ഇവ്വിധം സോമശേഖരന്റെ പ്രണയം അതിന്റെ അമിതമായ സ്വാർത്ഥ കാലുഷ്യങ്ങളിൻമേൽ വെച്ച് അക്രമ പ്രവണതയിലൂടെ, ഇണയെ നശിപ്പിക്കുന്നതിലൂടെ സായൂജ്യം കണ്ടെത്തുന്നു. യുക്തിയുടെ തലങ്ങൾക്കു നേരെ പിടിച്ച് വിചാരണ ചെയ്യുമ്പോൾ സോമശേഖരന് മാനസിക വൈകല്യം ബാധിച്ചിരിക്കുന്നുവെന്നു തന്നെ പറയേണ്ടി വരും. പക്ഷേ കവിതയോ കവിയോ, എന്തിന് ജീവിതമോ പോലും യുക്തി കൊണ്ടു മാത്രം വിധി നടപ്പാക്കാവുന്ന ഏകശിലാ രൂപമല്ലല്ലോ.

സോമശേഖരന്റെ ചിന്താ മണ്ഡലം കവി വാക്യത്തിൽ നിന്നും ഇങ്ങനെ വായിക്കാം:

...തത്ത്വചിന്താപരമായ ഒരു സരണിയിലൂടെയാണ് അവന്റെ ചിന്താ പ്രവാഹം. നൈസർഗ്ഗികമായ മാനസിക ഘടനയിലാണ് അവന്റെ ഉത്തരവാദിത്തം മുഴുവൻ സ്ഥിതിചെയ്യുന്നതെങ്കിലും അതിനെ ഒരു മൂടുപടം ഇടുവിച്ചുകൊണ്ട് അവന്റെ സംസ്കാരജന്യമായ തത്ത്വബോധം തലയുയർത്തുന്നു. കഠാര കൊണ്ട് കുത്തേറ്റ അവൾ പിടയുന്നത് കാണുവാൻ വേണ്ടിയല്ല, മറിച്ച് തന്റെ മനസ്സിന്റെ കോണുകളിൽ അയാൾ പ്രതിഷ്ഠിക്കുന്ന മോഹിനിയുടെ സൗന്ദര്യത്തിന് ഇടിവു

വരുത്തുന്നതു കാണുവാനുള്ള കെൽപ്പില്ലായ്മയാണ്, വാർദ്ധക്യത്തിന്റെ കരുണാരഹിതങ്ങളായ കരങ്ങൾ അവൾക്കു മേൽ വരച്ചിട്ടുന്ന വൈകൃത ശരീരം കാണാനുള്ള മനഃസാന്നിദ്ധ്യമില്ലായ്മയാണ് അയാളെ ഒരു കൊലപാതകത്തിലേയ്ക്കു നയിക്കുന്നത്. അയാളുടെ പ്രമാണങ്ങൾക്കനുസരിച്ച് അതൊരു പാപം പോലുമല്ല. ഈ ഒരർത്ഥത്തിൽ അയാൾ വെറും സൗന്ദര്യാരാധകൻ മാത്രമാണ്. അയാൾ പ്രണയിക്കുന്നത് മോഹിനിയിലെ ശാരീരികാംശത്തെമാത്രമാണ്. അവളിൽ കുടികൊളളുന്ന ചൈതന്യത്തെയല്ല. അതുകൊണ്ടുതന്നെ ഈ പാതകം കാമാതുരനായ ഒരുവന്റെ നില തെറ്റിയ പ്രകടനമാണ്.

സോമശേഖരനു വേണ്ടി കവി പറയുന്നു:

“അവളുടെ സൗന്ദര്യം ക്ഷയിച്ച് വാർദ്ധക്യത്തിന്റെ വികൃത ലീലകൾക്കു വിധേയമായി ദ്രവിച്ചടിയുവാൻ അവൻ ഇഷ്ടപ്പെടുന്നില്ല. അതെല്ലാം പ്രകൃതി നിയമമാണെന്നും അവന്റെ ചിന്താഗതി ആശാസ്യമല്ലെന്നും ചിലർ വാദിച്ചേക്കാം. ആ വാദം ഒരുപക്ഷേ ശരിയാണെന്നും വരാം. എന്നാൽ പ്രകൃതി നിയമങ്ങളെ പ്രതിഷേധിച്ചുകൊണ്ടുള്ള പ്രവർത്തനങ്ങൾ ലോകാരംഭം മുതൽ അപൂർവ്വമായിട്ടെങ്കിലും ഉണ്ടായിട്ടുണ്ടെന്നുള്ള പരമാർത്ഥം വിസ്മരിക്കാവതല്ല.”

ഈ കവിതയിലൂടെ ചങ്ങമ്പുഴ ആവിഷ്കരിച്ചിട്ടുള്ളത് ഒരു വേള വൈരുദ്ധ്യങ്ങളും ക്രിമിനൽ വാസനകളുമൊക്കെ ഇഴ ചേർന്ന തന്റെ മാനസിക ഭാവങ്ങളുടെ സൂക്ഷ്മ ലോകമായിരിക്കാം. മാത്രവുമല്ല പൊതുസമൂഹത്തിന്റെ നീതികൾക്ക് നേരെ വെല്ലുവിളി ഉയർത്തിയ ചങ്ങമ്പുഴയുടെ പ്രതിഷേധ സ്വരം കൂടിയായിരിക്കുമോ ഈ കവിത? മനുഷ്യ പ്രകൃതിയെന്ന് പൊതുവെ കരുതപ്പെടുന്ന ധാരണകളോട് കലഹിക്കുന്നതിന്റെ സാക്ഷ്യമായി സ്വന്തം ജീവിതത്തെയും കവിതയെയും രൂപീകരിച്ച ആദ്യത്തെ മലയാള കവിയാണ് ചങ്ങമ്പുഴ. സ്വന്തം ശരീരത്തെപ്പോലും അപകടകരങ്ങളായ തമോരാശികളിലേയ്ക്ക് തുത്തെറിഞ്ഞ് അനുഭവം തേടിപ്പോയി അതാവിഷ്കരിക്കുവാൻ വെമ്പൽ പൂണ്ട ഒരു വ്യക്തിത്വമായി ചങ്ങമ്പുഴയെ ഇണക്കിച്ചേർത്തു വായിക്കുമ്പോഴാണ് മോഹിനിയെ യഥാർത്ഥത്തിൽ നമുക്ക് പിടികിട്ടുക.

ഈ കവിത ദേവിയ്ക്കു വായിക്കുവാൻ അവരുടെ തൃക്കാൽക്കൽ സമർപ്പിച്ചത് എന്തുകൊണ്ടായിരുന്നു? സ്പന്ദിക്കുന്ന അസ്ഥിമാടവും മനസ്വിനിയുമൊക്കെയായിരുന്നു ദേവിയ്ക്കു വായിച്ചു രസിക്കുവാൻ വേണ്ടി സമർപ്പിക്കേണ്ടുന്ന രചനകൾ. എന്നാൽ മോഹിനി തന്നെ സമർപ്പിച്ചതിനു പിന്നിൽ ചങ്ങമ്പുഴയ്ക്ക് ദേവിയെ കൊല്ലുവാനുള്ള, കൊല്ലണമെന്ന് തോന്നിയിട്ടുള്ളതിന്റെ ഒരു സൂചന അടങ്ങിയിട്ടില്ലേ? ചങ്ങമ്പുഴയുടെ

ദൃഷ്ടിയിൽ താൻ ജീവിതത്തിൽ കണ്ട സൗന്ദര്യത്തിന്റെ ഒരേ ഒരു ഉടൽ രൂപമാണ് ദേവി. തന്നെയുമല്ല അവരുടെ പ്രണയവുമായി ബന്ധപ്പെട്ട് നിരവധി പ്രശ്നങ്ങൾ ഉണ്ടായിട്ടുമുണ്ട്. ഈ പശ്ചാത്തലത്തിൽ നിന്നു നോക്കുമ്പോൾ 1944-ൽ പ്രസിദ്ധീകരിച്ച ഈ കവിതയിൽ അരാജക ഭാവങ്ങളുടെ വിളനിലമായിരുന്ന ചങ്ങമ്പുഴയുടെ മനോഭൂമിക പതിഞ്ഞു കിടക്കുന്നുണ്ട്.

സാമൂഹിക നീതിയുടെ ബൃഹത് മണ്ഡലത്തിൽ നിന്നുള്ള കാഴ്ചയിൽ മോഹിനിയുടെ കാമുകൻ-സോമശേഖരൻ സമൂഹത്തിന് പുറത്തു നിൽക്കുന്നവനാണ്, അയാൾ സമൂഹത്തെ അംഗീകരിക്കുന്നില്ല. അയാൾ മനുഷ്യത്വവിരുദ്ധനാണ്. ആധുനികകലയുടെ ഒരു പ്രത്യേകതയായി ക്രോച്ചേ എടുത്തു കാണിച്ചിട്ടുള്ള മാനുഷിക വിരുദ്ധത അങ്ങനെ മോഹിനിയുടെ അടിസ്ഥാന സന്ദേശമായി മാറുമ്പോൾ ഈ കവിതയിൽ ആധുനികതയുടെ ഒരു സംസ്കൃതി ഉൾച്ചേർന്നിട്ടുണ്ടെന്ന് നമുക്ക് പറയേണ്ടി വരും.

പണ്ഡിത ദണ്ഡകർക്ക് മോഹിനി രുചിക്കാതെ പോയതിൽ പരിഭവിക്കേണ്ട കാര്യമില്ല. പഴഞ്ചൻ സൗന്ദര്യ മൂല്യങ്ങളുടെ തടവുകാരായ അവരുടെ പ്രലപനങ്ങളത്രയും കവിഞ്ഞു നിൽക്കുന്നതാണ് മോഹിനിയിലെ പ്രമേയവും അതിന്റെ ആവിഷ്കാരവും. ചങ്ങമ്പുഴയുടെ കേൾവികേട്ട ദൗർബല്യങ്ങളിലൊന്നായ അതിവാചാലത ഈ കവിതയുടെ ആസ്വാദനത്തിലും വിള്ളൽ വീഴ്ത്തിയിട്ടുണ്ടെന്ന് പറയാതെ വയ്യ. അതേപോലെ തന്നെ ഈ കവിതയിൽ അദ്ദേഹം സ്വീകരിച്ചിട്ടുള്ള ലാളിത്യം ഇത്തരമൊരു ഗൗരവമായ പ്രമേയത്തിനു ചേർന്നതല്ല. കഥാനായകന്റെ ബോധമണ്ഡലത്തിന്റെ തമോഗർത്തങ്ങളെ ഭാഷയിലേക്കാവാഹിച്ചുകൊണ്ട് യാഥാർത്ഥ്യത്തിനും ഉന്മാദത്തിനും ഇടയിൽക്കിടന്നു പിടയുന്ന ഒരുവന്റെ വേവലാതികൾ നിറഞ്ഞ വ്യഥയുടെയും ധർമ്മസങ്കടങ്ങളുടേയും തീപിടിച്ച ലോകം ആലേഖനം ചെയ്യുവാൻ കവിക്കു സാധിച്ചിട്ടില്ല. കവിതാ ഘടനയിലെ അയഞ്ഞ രൂപവും ചങ്ങമ്പുഴയ്ക്ക് സംഭവിച്ച പാളിച്ചകളിലൊന്നാണ്. ഈ കവിതയുടെ ഘടന കുറച്ചുകൂടി പിരിമുറുക്കമുള്ളതാകേണ്ടിയിരുന്നു. കുറുത്ത ഭാഷയും ഘടനയിലെ പാളിച്ചകളും അതി വാചാലതയും ഒഴിവാക്കിയിരുന്നെങ്കിൽ മോഹിനി മലയാള കവിതാ ചരിത്രത്തിൽ പ്രകടമായ ഒരു സ്ഥാനം വഹിക്കുന്ന ഒന്നായിത്തീരുമായിരുന്നു.

ഇത്തരം ദൗർബല്യങ്ങളുണ്ടെങ്കിൽപോലും സർവ്വ യാഥാസ്ഥിതികത്വങ്ങളെയും തകർത്തെറിഞ്ഞുകൊണ്ട് ഇത്തരമൊരു പ്രമേയം സ്വീകരിച്ച ചങ്ങമ്പുഴ കവിത്വം കൊണ്ടു ധീരൻ തന്നെയാണ്. മോഹിനി ഈടുറ്റ ഒരാശയത്തിന്റെ പ്രതിനിധാനമാണ്.

ചങ്ങമ്പുഴക്കവിതകളുടെ പൊതുസ്വഭാവത്തിൽ നിന്നും വേറിട്ടു നിൽക്കുന്ന മറ്റൊരു ലഘുകാവ്യമാണ് 'തിലോത്തമ.' കലാകാരന്റെ ലോകവുമായി ബന്ധപ്പെട്ട് ചങ്ങമ്പുഴ എഴുതിയ കവിതകളിലൊന്നാണിത്. ഒരു ചിത്രകാരന്റെ ആന്തരികതയും സൃഷ്ടി പ്രക്രിയയും ചർച്ചാവിഷയമാകുന്ന കവിത എന്ന നിലയിൽ പ്രത്യേകം പരാമർശമർഹിക്കുന്നു. സൃഷ്ടി രഹസ്യത്തിലേയ്ക്കുള്ള ഒറ്റയടിപ്പാത കൂടി തുറന്നിടുന്നുണ്ട് തിലോത്തമയിൽ ചങ്ങമ്പുഴ. ചായങ്ങൾക്കും വാക്കുകൾക്കും കലാനിർമ്മിതിയ്ക്കുമുപയോഗിക്കുന്ന മറ്റെല്ലാ അസംസ്കൃത വസ്തുക്കൾക്കുമപ്പുറം വർത്തിക്കുന്ന അതീത യാഥാർത്ഥ്യമാണ് സൃഷ്ടികളുടെ പിന്നിലെ ഊർജ്ജം-സർഗ്ഗഭാവനകൾക്കുമപ്പുറം സ്ഥിതി ചെയ്യുന്ന ഈ അതീത യാഥാർത്ഥ്യത്തിന്റെ ഇടപെടലിലൂടെയാണ് കലാസൃഷ്ടി സാദ്ധ്യമാകുന്നത് എന്നാണ് ചങ്ങമ്പുഴയുടെ വിവക്ഷ. മറ്റൊരു വിധത്തിൽ പറഞ്ഞാൽ കലാകാരന്റെ എല്ലാ മാതൃകകളെയും ചിന്താരൂപങ്ങളെയും അട്ടിമറിച്ചുകൊണ്ടാണ് ഓരോ സൃഷ്ടിയും പിറക്കുന്നതെന്നാണ് കവിമതം.

തന്റെ സൃഷ്ടിയായ തിലോത്തമ ഇതര സൃഷ്ടികളെപ്പോലെയല്ല. ചായങ്ങൾ ചാലിച്ചുചേർത്താലുണ്ടാകുന്ന ഒന്നല്ല അവളിൽ സ്ഫുരിക്കുന്ന ചൈതന്യം.

"അല്ല!-ചായങ്ങൾ ചേർത്തു ചാലിച്ച
തല്ല, നിന്നെ ഞാനോമലേ
ആകയില്ലൊരുതൂലികയ്ക്കുമീ
നാകസൗഭഗം പൂശുവാൻ
ചിത്രമല്ല, ചിരന്തനമാമ
ച്ചിത്പ്രകാശശ്രീയാണു നീ
മിഥ്യയല്ല, നവത്ദ്യമാമൊരു
സത്യവിഗ്രഹമാണുനീ."

പരമനിർമ്മലമായ ദേവി തിലോത്തമയുടെ നിർമ്മിതിയുടെ രഹസ്യമാണ് ഈ വരികളിൽ.

സൗന്ദര്യത്തിന്റെ ഉടൽരൂപമായിരുന്ന തന്റെ മുന്നിൽ ഉത്ഭവം കൊണ്ട മോഹിനിയെ കാലത്തിനു കീഴടക്കാൻ കഴിയാത്ത സൗന്ദര്യത്തിന്റെ സന്നിധാനത്തിൽ വച്ചു കൊന്ന സോമശേഖരനിൽ നിന്നും പാടെ വ്യത്യസ്തനാണീ ചിത്രകാരൻ. സോമശേഖരൻ കൊലപാതകിയാണെങ്കിൽ ഇവിടത്തെ ചിത്രകാരൻ മറ്റൊരു ഭാവമാണ് കയ്യാളുന്നത്.

“ഹർഷമേ, രോമഹർഷമേ, സുതാ-

വർഷമേ നിൻ സമാഗമം

ശൂന്യമായൊരീ ജീവിതപാത്രം

പൂർണ്ണമാക്കുമീ സന്ധ്യയിൽ,

മായണം ക്ഷണ ചഞ്ചലോജ്ജ്വല-

മായികമാമീപ്പാഴ്നിഴൽ”

ഈ ചിത്രകാരന്റെ വൈചിത്ര്യം നിറഞ്ഞ ഹൃദയമന്ത്രം ഒന്നു മാത്രമാണ്, തന്റെ ചിത്രകലാ നിർമ്മിതിയുടെ ശക്തിയും ദൗർബല്യവു മാണ് തിലോത്തമ. തന്റെ സ്വത്വവും ജീവനും ആശയവും ആശയുമായ തിലോത്തമ തന്റെ ജീവന്റെ അതിരുകളിടുന്നു. ഈ ചിത്രം പൂർണ്ണ മായതോടെ കലാജീവിതം പൂർത്തിയാക്കുന്നു. ഇനി തന്റെ ജീവിതം നിരർത്ഥകമാണ്. താനിനി ജീവിച്ചിരുന്നു കൂടാ. മേലിൽ തന്റെ ജീവിതം തുടരുന്നപക്ഷം ഇതര സൗന്ദര്യ വസ്തുക്കളെ ചിത്രണം ചെയ്യുവാൻ താൻ വെമ്പി നിൽക്കും. പക്ഷേ തിലോത്തമയെപ്പോലെ സർഗ്ഗ ചൈതന്യം തുടിയ്ക്കുന്ന ഒന്നിനെ വരയുവാൻ തനിയ്ക്ക് സാദ്ധ്യമല്ല.

സാധാരണ കലാകാരനെ സംബന്ധിച്ചിടത്തോളം അയാളെ മുന്നോട്ടു നയിക്കുന്ന ഊർജ്ജപരാഗ സഞ്ചയം, തന്റെ മികച്ച കലാസൃഷ്ടി ഇനിയും നിർമ്മിക്കപ്പെട്ടുവാനിരിക്കുന്നതേയുള്ളൂ എന്ന തിരിച്ചറിവാണ്. തന്റെ പരിധിയും പരിമിതിയും ഈ ചിത്രകാരൻ മനസ്സിലാക്കുന്നു. തന്റെ മികച്ച സൃഷ്ടി പുറത്തു വന്നുകഴിഞ്ഞു എന്ന ബോധമുണ്ടാകാതെ ജീവിതകാലം മുഴുവൻ താൻ ഏതു മേഖലയിൽ പ്രവർത്തിച്ചുവോ ആ മേഖലയിലെ കിരീടം വയ്ക്കാത്ത രാജാവായി സ്വയം നാട്യപ്പെടുന്ന ചൂഷക വർഗ്ഗത്തിന്റെ പ്രതിനിധാനമല്ല തിലോത്തമയുടെ രചയിതാവ്. അയാൾ സ്വന്തം പ്രതിഭയുടെ പരിമിതി തൊട്ടറിഞ്ഞവനാണ്. വിശ്വാസത്തിൻമേൽ പകിട കളിയ്ക്കുവാൻ തയ്യാറല്ലാത്ത അയാളെ സംബന്ധിച്ചിടത്തോളം സത്യമായിട്ടുള്ളത് തിലോത്തമ മാത്രമാണ്. ഇനി അതേപോലെയോ അതിലും ഉത്കൃഷ്ടമായതോ ആയ ഒരു ചിത്ര ത്തെക്കുറിച്ചുള്ള ആധിയിൽ നിന്നും അയാൾ സ്വയം പിൻവാങ്ങുന്നു. മരണത്തിലേയ്ക്ക്.

ഒടുവിൽ അയാളുടെ ചുണ്ടിൽ നിന്നും പുറത്തുവരുന്നതീ വരികളാണ്.

“വെല്ലുമത്കലാ

ഭാഗ്യരത്നമേ!

വെല്ലുവെല്കെൻ

തിലോത്തമ”

ഈ കവിതയിലെ ചിത്രകാരൻ നേരിടുന്ന പ്രതിസന്ധി-താൻ ഒരു മഹത്തായ ചിത്രം പൂർത്തിയാക്കി എന്ന സത്യത്തിൽ മറ്റൊരു വെല്ലുവിളി കുടികൊള്ളുന്നുണ്ട്. തന്റെ വർത്തമാനകാലത്തിൽ (പിന്നീട് ഭാവിയിലും) ഒരു ചിത്രകാരന്റെ അസ്തിത്വവുമായി തനിക്ക് നിലനിൽക്കുവാൻ കഴിയുമോ? താൻ മഹത്തരമെന്നും, തന്റെ ജീവിതമെന്നും ഘോഷിക്കുന്ന തിലോത്തമയിൽ കലാജീവിതം പരിമിതപ്പെട്ടുപോകുന്നതിനെക്കുറിച്ചും ഈ കവിതയിലെ ഉത്കണ്ഠകൾ പങ്കുവെയ്ക്കുന്നു. കലാകാരന്റെ ജീവിതത്തിലെ സങ്കീർണ്ണമായ ഉൾപ്പിരിവുകളെ പലതലങ്ങളിൽ നിന്നും നോക്കിക്കാണുവാൻ തിലോത്തമ പ്രചോദനമരുളുന്നു. ഈ കലാകാരനും സൗന്ദര്യത്തിന്റെ അത്യുഷ്ണങ്ങളെ സിരകളിലേക്കേറ്റുവാങ്ങുകയും സ്വയം തിരസ്ക്കരിക്കുകയും ചെയ്യുന്നു.

ഇതേപോലെ തന്നെ മറ്റൊരു ചിത്രകാരന്റെ കഥയാണ് ഉന്മാദത്തിന്റെ ഓടക്കുഴൽ. യശസ്സാഗ്രഹിച്ചിട്ടും അതു ലഭിക്കാതെ പോവുകയും സമൂഹത്തിന്റെ വെളിമ്പുറങ്ങളിലേയ്ക്ക് നാട്ടു കടത്തപ്പെട്ടുകയും ചെയ്ത ഒരു ചിത്രകാരന്റെ ദുരന്ത ജീവിതം ഉന്മാദത്തിന്റെ ഓടക്കുഴലിനെ അർത്ഥവത്താക്കുന്നു.

കാൽപ്പനികതയുടെ മഹാമാന്ത്രികതയിൽ നിന്നും സ്വയം വിച്ഛേദിച്ച മറ്റൊരു ചങ്ങമ്പുഴയാണ് ഉന്മാദത്തിന്റെ ഓടക്കുഴൽ ഊതി സമൂഹത്തെ ഉണർത്തുവാൻ മുതിരുന്നത്.

ഭ്രാന്താശുപത്രിയിൽ അടയ്ക്കപ്പെട്ട ദരിദ്രനായ ഒരു കലാകാരന്റെ ആത്മഗതരൂപത്തിലാണ് ഈ കവിത ആഖ്യാനം ചെയ്തിട്ടുള്ളത്. ഇരുളിന്റെ മഹാവിപിനത്തിന്റെ നിബിഡതയിൽ സാധാരണക്കാർക്ക് ദുർഗ്രാഹ്യമായ ചിത്രം രചിച്ചുകൊണ്ട് ജീവിച്ചുപോന്ന ഈ ചിത്രകാരനിൽ ഒരു പകുതി പ്രജ്ഞ തമോഗ്രസിതമായ പീഡനമായി തീർന്നപ്പോൾ മറ്റേ പകുതിയുടെ വെളിച്ചം നിറഞ്ഞ മണ്ഡലത്തോട് സ്വയം സംസാരിക്കുകയാണയാൾ.

“നീലച്ച പച്ചച്ച മഞ്ഞച്ച നിൻ മുന്നിൽ
നീളെ നിരക്കുന്നതൗഷധഭ്രാന്തുകൾ
എന്നിട്ടുമക്രമം നീയാണുനില്പതീ
മന്നിന്റെ ദൃഷ്ടിയിൽ ഭ്രാന്തനായിപ്പോഴും!”

ഇരുളു കനത്ത കാരിരുമ്പഴിയുടെ അകത്ത് ഭ്രാന്തിനുള്ള മരുന്നും സേവിച്ച് പൊറുതിയില്ലായ്മയിൽ വീർപ്പു മുട്ടുമ്പോഴും ആ ചിത്രകാരൻ പ്രശസ്തനാകുവാൻ ആഗ്രഹിക്കുന്നു. ഒരു കഥാകാരനെ

സംബന്ധിച്ചിടത്തോളം അയാൾക്കു ലഭിക്കുന്ന പ്രശസ്തി- അംഗീകാരം- കൂടുതൽ ഉത്തരവാദിത്തത്തോടെ കലാപ്രവർത്തനം നടത്തുവാൻ അയാൾക്കു ലഭിക്കുന്ന ഉത്തേജകമാണ്. എന്നാൽ അദ്ദേഹം രചിക്കുന്ന വിധത്തിലുള്ള ചിത്രങ്ങളുടെ സ്ഥാനത്ത് ലോകം പ്രതീക്ഷിക്കുന്നത് ലോലമായ വികാരങ്ങളെ സംതൃപ്തമാക്കുന്ന ചിത്രങ്ങളാണ്. വർണ്ണധൂർത്തിൽ വരഞ്ഞിടുന്ന ആഘോഷപ്രളയങ്ങളാണ്. ഇക്കിളിയുണർത്തുന്ന ചിത്രങ്ങൾ ആസ്വദിക്കുന്നതിനു പകരം നല്ല ചിത്രങ്ങൾ ആസ്വദിക്കുന്ന ജനത പക്ഷേ അയാൾക്കൊപ്പമില്ല. ശുദ്ധമായ കലയെ സ്നേഹിക്കാത്ത ജനതയ്ക്കു മുൻപിൽ അയാൾ നിസ്സഹായനാണ്.

സമൂഹത്തോട് ആ ചിത്രകാരന് ചോദിക്കുവാനുള്ളതിതാണ്.

"മത്കലാസൃഷ്ടിയിൽ, നീയൊന്നിലെങ്കിലു-

മുൾക്കൊളളുമോ, മനുതിക്കു പിൻപെങ്കിലും?"

ഈ ചോദ്യത്തിൽ ഹതാശനായ ഒരു ചിത്രകാരന്റെ ചിലമ്പിച്ച സ്വരം മാത്രമല്ല, മേൻമയറ്റ ചിത്രങ്ങളാസ്വദിക്കുവാൻ ആളില്ലാതാകുന്ന ക്രൂര കാലത്തിന്റെ സാന്നിദ്ധ്യവുമുണ്ട്. അത്തരം ഒരു പരിതോവസ്ഥയുടെ ഇര കൂടിയാണു കലാകാരൻ. ചിത്രം വരയിൽ നിന്നും അയാൾക്ക് യാതൊരു നേട്ടവുമുണ്ടാകുന്നില്ല. ജീവിതം ദാരിദ്ര്യബാധയിൽ പീഡിതമാവുകയും ചെയ്യു.

സ്വന്തം പ്രതിഭയിലുള്ള ചാഞ്ചല്യമറ്റ വിശ്വാസത്തോടെ ചിത്രകാരൻ ലോകത്തോടു പ്രഖ്യാപിക്കുകയാണ്:

"മാനിപ്പുഞാൻ സ്വയമെങ്കിലും ലോകമേ,

താങ്ങില്ല നിൻ കലാഭാസത്തിലേയ്ക്കു ഞാൻ"

സർഗ്ഗവൈഭവത്തിന്റെ പ്രതിനിദാനങ്ങളായ തന്റെ സൃഷ്ടികളെ ക്കുറിച്ചും ചിത്രകാരന് തന്റേതായ കാഴ്ചപ്പാടുകളുണ്ട്. താൻ രവിവർമ്മ യെപ്പോലെ ചിത്രങ്ങളുടെ ബാഹ്യതല മോടികളിലല്ല ശ്രദ്ധിച്ചതെന്നും തന്റെ മേനക പാപഗണത്തിലാണ്ടുപോയവരെ സാന്ത്വനിപ്പിക്കുന്ന അലൗകിക ശക്തി പേറുന്ന ഒന്നാണെന്നും , അവൾ ശാന്തിയുടെ പീയൂഷ വാഹിനിയാണെന്നുമാണ് അദ്ദേഹം നിരീക്ഷിക്കുന്നത്. ഈ ചിത്രകാരന്റെ വ്യക്തിത്വത്തിൽ കവിയുടെ ആത്മാംശങ്ങൾ കണ്ടെ ത്തുവാൻ പ്രയാസമില്ല. തന്റെ പ്രതിഭയിൽ ഊറ്റം കൊണ്ട ചങ്ങമ്പുഴ ഒരു കാലത്ത് തനിക്ക് അർഹതപ്പെട്ട അംഗീകാരം ലഭിക്കുന്നില്ലെന്നു പരാതിപ്പെട്ടിരുന്നു.

കാളിദാസന്റെ മനോലോകത്തേയ്ക്ക് താൻ നടത്തിയ തീർത്ഥാ ടനത്തിന്റെ സൃഷ്ടിയായ ശകുന്തള മാറാമ്പൽ പിടിച്ച കിടക്കുമ്പോൾ

ചലച്ചിത്രതാരങ്ങളുടെ ചിത്രങ്ങൾ വാങ്ങി വീടുകൾ അലങ്കരിക്കുകയാണു ലോകം. ദ്രവിച്ച നശിച്ച ശകുന്തളയെക്കാൾ ലോകത്തിന് താല്പര്യം വിലകെട്ട കലാസ്വാദനത്തിലാണെന്ന് പരിതപിക്കുന്ന ചിത്രകാരന്റെ കാഴ്ചപ്പാടിൽ കാമത്തഴപ്പിന്റെ വിഷക്കുടങ്ങളും കലയായി മാറിക്കഴിഞ്ഞു.

ആറുമാസക്കാലത്തോളം കഷ്ടപ്പെട്ട് താൻ രചിക്കുവാൻ മുതിർന്ന 'സ്വപ്ന'മെന്ന ചിത്രം പാതിവഴിയിൽ മുടങ്ങിക്കിടക്കുകയാണ്. എങ്കിലും തന്റെ ചിത്രത്തെ അതിജയിക്കുവാൻ മറ്റൊരു കലാസൃഷ്ടിയുമില്ലെന്ന ആത്മവിശ്വാസം അയാളെ വിട്ടകലുന്നില്ല. ഇങ്ങനെ അഹന്തയോളമെത്തുന്ന ആത്മവിശ്വാസം കവിയ്ക്കുമുണ്ടായിരുന്നു. തന്റെ കവിതയെക്കുറിച്ചും രചനാ പാടവത്തെക്കുറിച്ചും ചങ്ങമ്പുഴ അപാരമായ ആത്മവിശ്വാസമാണ് പ്രകടിപ്പിച്ചിരുന്നത്. തന്റെ ഒടുവിലത്തെ ചിത്രത്തെക്കുറിച്ച് ചിത്രകാരൻ പറയുന്നതിപ്രകാരം:

"പശ്ചാത്തലത്തിൽ മുഴുക്കെ കരിമുകിൽ
മുറ്റിയ വാനം തമോമയഭ്രമിയും
അന്തരീക്ഷത്തിങ്കലന്ധകാരക്കരിം
ക്കമ്പിളി മൂടിക്കിടക്കുന്ന മൗനവും
മുന്നിൽ മരച്ചോട്ടി, ലെല്ലും തൊലിയുമായ്
മണ്ണിൽ മരവിച്ചുവീണൊരുഭിക്ഷുവും
തമ്മിലിതാക്ഷിപുടങ്ങളെ, വിണ്ണിൽ നി-
ന്നുമ്മവെയ്ക്കാനായ് വരുമൊരു രശ്മിയും."

സർറിയലിസ്റ്റിക് സങ്കേതത്തിൽ നിന്നു രൂപം കൊണ്ട ഒന്നാണ് 'സ്വപ്ന'മെന്ന് നാമകരണം ചെയ്യപ്പെട്ടിട്ടുള്ള ചിത്രം. ആ ചിത്രത്തെക്കുറിച്ച് പറയുമ്പോഴും അറുതിയില്ലാത്ത വിശപ്പിന്റെ തടവറയിൽ വേവുകയാണാ ഹതാശൻ. പെട്ടെന്നുണ്ടായ ബോധോദയം പോലെ അയാൾ താൻ വസിക്കുന്ന ഇടത്തെക്കുറിച്ച് തിരിച്ചറിവുള്ളവനാകുന്നു. തന്റെ അന്ത്യം അടുത്തുവെന്നയാൾ മനസ്സിലാക്കുമ്പോഴും ലോകം തന്നെ പരിഹാസങ്ങൾ മുഴക്കി അപമാനിക്കുമെന്നും അയാൾ അനുമാനിക്കുകയാണ്. എങ്കിലും തനിക്കു യശസ്വിയാകുവാൻ സാധിച്ചിരുന്നെങ്കിൽ താൻ അനുഭവിച്ച പീഡനങ്ങൾക്കും നാരകീയ ദുഃഖങ്ങൾക്കും ഒരർത്ഥം കൈവരുമായിരുന്നു. പക്ഷേ യശസ്സാകട്ടെ അയാളെ പ്രലോഭിപ്പിച്ചു കൊണ്ട് മുഖപടവുമിട്ട് അകലെ മാറി നിൽക്കയാണ്. ഈ ചിത്രകാരന് ഭാവി നിരാശയുടെ കാളിമ പുരണ്ടതാണ്. അത് അയാളെ നടുക്കുന്നുമുണ്ട്. പക്ഷേ അയാൾ ഭ്രാന്തനായി മുദ്രയടിക്കപ്പെട്ട് ആശുപത്രിയിൽ

ഇരുമ്പഴികൾക്കുള്ളിൽ പീഡനങ്ങളുടെ ഇരുൾ കൈകളിൽ കിടന്നു പിടയുകയാണ്. മരണത്തിന്റെ കാലൊച്ച അടുത്തു വരുന്നതു കേൾക്കു മ്പോഴും അയാളുടെ ആശ്വാസം ഒന്നു മാത്രമാണ്. സ്വപ്നം എന്ന തന്റെ മാസ്റ്റർ പീസ്;

"ഇല്ല മറ്റൊന്നും!- മരിക്കിലും ഞാൻ മരി-

ക്കില്ല മൽ സ്വപ്നം ! വിശപ്പിൽ വേവുന്ന ഞാൻ"

ലോകത്തിന്റെ താണതരം ആസ്വാദതൃഷ്ണകളെ തൃപ്തിപ്പെടുത്താതെ കലയോടുള്ള അഭിനിവേശം മൂലം തന്റെ ജീവിതത്തെയത്രയും ചിത്രക ലയ്ക്കു വേണ്ടി ബലി നൽകിയ ചിത്രകാരന് ഒടുവിൽ കൂട്ടിനുണ്ടായിരുന്നത് ലോകം ചാർത്തിക്കൊടുത്ത ഭ്രാന്തനെന്ന സുവർണ്ണ മുദ്രയും ദാരിദ്ര്യവുമാ യിരുന്നു. യശസ്സിന്റെ പൊൻവെളിച്ചം ഒരു നോക്കുപോലും കാണുവാൻ കഴിയാതെ ആ ചിത്രകാരൻ നിരാശയുടെ തീക്കടലിൽപ്പെട്ട് ഉരുകിത്തീ രുകയാണ്. അങ്ങനെ അയാളെ തിരസ്ക്കരിച്ച ലോകത്തെ അയാളും തിരസ്കരിക്കുന്നു.

കലയെയും കലാകാരനെയും കുറിച്ചുള്ള തന്റെ മറ്റൊരു ചിത്രമാണ് ചങ്ങമ്പുഴ ഈ കവിതയിൽ അവതരിപ്പിച്ചിട്ടുള്ളത്. ഒരു പക്ഷേ 1942 കാലങ്ങളിൽ തന്റെ ആഭ്യന്തര ലോകത്ത് സംഘർഷം വിതച്ച കൊടുങ്കാ റ്റുകളിൽപ്പെട്ട് ഉലഞ്ഞതിന്റെ ഭാവനാത്മകമായ ആവിഷ്ക്കാരവുമാകാം ഉന്മാദത്തിന്റെ ഓടക്കുഴൽ. ഇതുപോലുള്ള ശീർഷകങ്ങൾ നാം കേട്ടു തുടങ്ങിയത് ആധുനികതയുടെ കാലത്താണ്. ഉന്മാദത്തിന്റെ ഓടക്കുഴൽ ഊതി തന്റെ ഉള്ളിൽ പെരുവിരലൂന്നി മുകളിലേയ്ക്കു കുതിയ്ക്കുന്ന വ്യക്തി ത്വത്തിന്റെ അംശങ്ങളായിരിക്കാം കവി ചിത്രകാരന് ചാർത്തിക്കൊടു ക്കുന്നത്.

കലാകാരന്റെ ജീവിതം ചങ്ങമ്പുഴയ്ക്ക് എപ്പോഴും ഹരം പകർന്നിട്ടുള്ള വിഷയങ്ങളിലൊന്നാണ്. ബൈറന്റെയും, ബോദ്‌ലെയരുടെയും, ദസ്തയേ വ്സ്ക്കിയുടെയുമൊക്കെ ജീവിതത്തിന്റെ രൂപകങ്ങൾ തന്നിലേയ്ക്ക് സ്വാം ശീകരിക്കുവാൻ മുതിർന്ന കവിയാണ് ചങ്ങമ്പുഴ. സ്വന്തം ജീവിതം തന്നെ അദ്ദേഹത്തിന് മാറി നിന്നു നോക്കിക്കാണുവാനുള്ള ഒന്നായിരുന്നില്ലേ? കലാകാരന്മാരോടു മാത്രമല്ല സർവ്വ കലകളോടും വല്ലാത്തൊരാഭിമുഖ്യം ചങ്ങമ്പുഴ പ്രകടിപ്പിച്ചിരുന്നു. ഉറക്കമൊഴിച്ചിരുന്നു കഥകളി കാണുന്ന ശീലവും അദ്ദേഹത്തിനുണ്ടായിരുന്നു. നൃത്തത്തോടും വൈകാരികമാ യൊരടുപ്പം പുലർത്തിപ്പോന്നിരുന്ന ചങ്ങമ്പുഴയുടെ പല കവിതകളിലും നൃത്തം കടന്നു വരുന്നുണ്ട്. നർത്തകികൾ, കാവ്യ നർത്തകി, നർത്തകി ഇവയെല്ലാം നൃത്തമെന്ന രൂപകവുമായി ബന്ധപ്പെടുത്തി ചങ്ങമ്പുഴ

എഴുതിയ കവിതകളാണ്.

അദ്ദേഹം തന്റെ അവസാനകാലത്ത് എഴുതിയതും അധികമൊന്നും പ്രശസ്തമാകാത്തതുമായ ഒരു ഖണ്ഡകാവ്യമാണ് നർത്തകി. കലയുമായി ബന്ധപ്പെട്ട് ചങ്ങമ്പുഴക്കവിതകളിൽ പ്രത്യക്ഷപ്പെടുന്ന കലാകാരന്മാരുടെ കൂട്ടത്തിലുള്ള മറ്റൊരു വ്യക്തിത്വം എന്ന നിലയിൽ മാത്രമാണീ കവിതയെക്കുറിച്ചിവിടെ പരാമർശിക്കുന്നത്, ഇതൊരു വിശദമായ പഠനമല്ല.

പാടുന്ന പിശാചിലെ പാപ മയൂരത്തിന്റെ നൃത്തംപോലെയുള്ള നൃത്തത്തിൽനിന്നും വ്യത്യസ്തമായി, ഒരുവേള കാവ്യ നർത്തകിയുടേതുപോലുള്ള സൗമ്യമായ നർത്തനമാണിവിടെ. തന്റെ ദുഃഖിതമായ ലോകത്തിന് സാന്ത്വനമായി ഭാവനയോടു നർത്തനമാടുവാൻ അപേക്ഷിക്കുകയാണു കവി:

“ഇന്ദ്ര നീലപ്പീലി നീർത്തി

നിന്നിടുന്നോ കല്പനേ നീ?

ആടുകൊന്നെൻ മുന്നിൽ

എന്നാടൽ തെല്ലൊന്നാറിടട്ടെ

ഗാനവീചി വീഥികളിൽ

ഞാനുമാടിപ്പോകയല്ലേ?”

കവിതയുടെ പ്രഭവസ്ഥാനങ്ങളിൽ ഗാനലോലനായ് ആടിപ്പോകുന്ന കവി, യാഥാർത്ഥ്യങ്ങളുടെ വിടുതൽ നേടി കല്പനയുടെ നർത്തനം കാണുവാനാഗ്രഹിക്കുന്നു. ചങ്ങമ്പുഴയുടെ സ്വതസിദ്ധമായ പദ സജ്ജീകരണവും ശൈലിയും ഒരു പുത്തൻ പ്രപഞ്ചത്തിലേയ്ക്ക് വായനക്കാരനെ നയിക്കുന്നുണ്ട് കവിതയുടെ തുടക്കത്തിൽ. പക്ഷേ കവിതാഖ്യാനം പുരോഗമിക്കുമ്പോൾ തന്റെ രചനാ ദൗർബല്യങ്ങളൊന്നൊന്നായ് പുറത്തേയ്ക്കിടുകയാണ് കവി. അതിവാചാലത മാത്രമല്ല മറ്റു കഥാപാത്രങ്ങളുടെ കടന്നു വരവും ഈ കവിതയുടെ ഘടനയ്ക്കും ആസ്വാദനത്തിനും ഉടവു തട്ടുന്ന വിധമാണ്.

വിപരീത സാഹചര്യങ്ങളിൽപ്പെട്ടുഴലുകയും നിരവധി കടുത്ത സമ്മർദ്ദങ്ങൾക്ക് വിധേയമായിത്തീരുകയും ചെയ്യുന്ന നർത്തകി പക്ഷേ സ്വന്തം നാട്ടിൽ നിന്നും ഒളിച്ചോടി പ്രഭ്വി ആയിത്തീരുകയുമാണ്. ഒരു കാലത്ത് ദരിദ്രയായിരുന്ന അവൾ വിശ്വനാഥനെന്ന പണക്കാരനെ കണ്ടുമുട്ടുകയും അയാളോടൊപ്പം മറ്റൊരു നാട്ടിലേക്കെത്തിച്ചേരുകയും ചെയ്യുന്നു. ഇതിനിടയിൽ ഒരു പ്രണയകഥയുമുണ്ട്. അതൊന്നും പക്ഷേ

കഥയിലാവശ്യമില്ലാത്തതാണെന്നതാണ് വസ്തുത.

പ്രഭ്വിയായ് തീർന്ന അവളുടെ ചിത്തം പക്ഷേ നോവുകയാണ്, മുള്ളുകൾ തറഞ്ഞതുപോലെ. എങ്കിലും അവൾ ചിത്തത്തോട് ആനന്ദിക്കുവാൻ അപേക്ഷിക്കുന്നു. വീട്ടുവിട്ടുപോകണമെങ്കിൽ അവൾക്ക് കാറുണ്ട്, അവളുടെ ആജ്ഞകൾ കേൾക്കുവാൻ നിരവധി വേലക്കാരുണ്ട്. കാൽ തിരുമ്മാനും കൈതുടയ്ക്കുവാനും തലമുടി പകുത്തു കൊട്ടുക്കുവാനും എന്തിനും ചുറ്റും ആളുകൾ. പക്ഷേ ആനന്ദമോ അവളിൽ നിന്നകന്നുപോയിരിക്കുന്നു.

മോടികൂടി ധാടികൂടി

നാടൻപെണ്ണൊരപ്സരസ്സായ്

ബുദ്ധിയെന്നെകീഴടക്കി

മുഗ്ദ ഞാൻ പ്രഗത്ഭയായി.

എന്നിങ്ങനെയുള്ള അവളുടെ ആത്മഭാഷണത്തോടെയാണ് ഈ കവിത അവസാനിക്കുന്നത്. എന്നാൽ കവിത അപൂർണ്ണമാണ്. കവി അതെങ്ങനെ പൂർണ്ണമാക്കുമായിരുന്നു എന്നതിനെക്കുറിച്ച് നമുക്കാഗ്രഹിക്കുവാനും കഴിയില്ല.

ചങ്ങമ്പുഴയുടെ കാവ്യ ചേതനയെ വല്ലാതെ കനം പിടിപ്പിച്ച വിഷയങ്ങളിൽ പ്രാധാന്യമുള്ളതാണ് പുരോഗതിയുമായി ബന്ധപ്പെട്ട വിപ്ലവത്വര. താൻ ജീവിച്ചിരുന്ന കാലഘട്ടത്തിലെ സാമൂഹികമായ അനാചാരങ്ങൾ, അയുക്തികങ്ങളായ ജീവിതരീതികൾ, തൊഴിലാളി മുതലാളി ഭേദങ്ങളും ധനിക ദാരിദ്ര്യഭേദങ്ങളും നിറഞ്ഞ ലോകം, പട്ടിണിക്കാരുടെ ദീനരോദനങ്ങൾ, ധനികരുടെ ധാർഷ്ട്യം നിറഞ്ഞ പ്രവൃത്തികൾ ഇവയെല്ലാം ചങ്ങമ്പുഴയെ കണക്കറ്റ് രോഷം കൊള്ളിച്ചിട്ടുണ്ട്. അങ്ങനെയുള്ള പരിതസ്ഥിതിയിൽ ചങ്ങമ്പുഴയിൽ ഇടതുപക്ഷാശയങ്ങൾ സ്വാധീനം ചെലുത്തി. വിപ്ലവത്തിനുവേണ്ടിയുള്ള ആഹ്വാനങ്ങൾ അദ്ദേഹത്തിന്റെ കവിതകൾക്ക് ദാർഢ്യമേകി.

വിപ്ലവാംശം കുറവാണെന്നു പറഞ്ഞ് ചിലർ തള്ളിക്കളഞ്ഞ രചനയാണല്ലോ വാഴക്കുല. അതേക്കുറിച്ച് വിശദമായി പറയുവാനൊന്നും ഇവിടെ ശ്രമിക്കുന്നില്ല. എങ്കിലും ചങ്ങമ്പുഴയെ ഒരു ജനകീയ കവിയാക്കിത്തീർക്കുന്നതിൽ നിസ്തുലമായ പങ്ക് വഹിച്ച രചന എന്ന നിലയിൽ വാഴക്കുലയെക്കുറിച്ച് ചെറുതായൊന്ന് പറയാതെ വയ്യ. ഒരു സംഭവത്തെ ആസ്പദിച്ചാണ് ചങ്ങമ്പുഴ വാഴക്കുല രചിച്ചത്. ട്യൂട്ടോറിയൽ കോളേജിന്റെ പ്രവർത്തനം, പഠനം എന്നിവയുമായി ബന്ധപ്പെട്ട്

എറണാകുളത്തായിരുന്നു അക്കാലത്ത് ചങ്ങമ്പുഴ താമസിച്ചിരുന്നത്. ഒഴിവു ദിവസങ്ങളിൽ കാമുകിയെക്കാണുവാനായി ഇടപ്പള്ളിയിൽ വരികയും ചെയ്തിരുന്നു. ചങ്ങമ്പുഴ എറണാകുളത്തു നിന്നും ഇടപ്പള്ളിയിലേക്കു തിരിച്ചാൽ പിന്നെ സുഹൃത്തുക്കളും കവിതാസ്വാദകരും അദ്ദേഹത്തെ കാണുവാൻ വേണ്ടി ഇടപ്പള്ളിയിലെത്തും. ഒരിക്കൽ എറണാകുളത്തു വന്ന കൂട്ടുകാരെ യാത്രയയയ്ക്കുവാനായി ചങ്ങമ്പുഴ അവരെ അനുഗമിച്ചു. ഇടപ്പള്ളിയിൽ നിന്നും എറണാകുളത്തേയ്ക്കുള്ള ഇടവഴിയിലൂടെയായിരുന്നു അവരുടെ യാത്ര. അത് എളുപ്പവഴിയായതുകൊണ്ടാണ് യാത്രയ്ക്കായി അവിടം തിരഞ്ഞെടുത്തത്. കുറച്ചു ദൂരം സുഹൃത്തുക്കളെ അനുഗമിച്ച് ചങ്ങമ്പുഴ തിരിച്ചു പോന്നു. തിരിച്ചു വരുമ്പോൾ അവിടെ താമസമുണ്ടായിരുന്ന പുലയക്കുടിലുകളിലൊന്നിൽനിന്നും അലമുറ കേട്ട കവി കാര്യമെന്തെന്നന്വേഷിക്കുവാനായി അങ്ങോട്ടു ചെന്നപ്പോൾ, ഒരു ഞാലിപ്പൂവൻ വാഴക്കുലയും ചുമന്നുകൊണ്ട് ജന്മിയാൽ അനുഗതനായ പുലയൻ-ഗൃഹനാഥനാണദ്ദേഹം. പോകുന്ന പുലയക്കുടിലിൽ നിന്നു തന്നെ നിജസ്ഥിതി മനസ്സിലാക്കിയ ചങ്ങമ്പുഴ വീട്ടിൽ വന്ന ഉടനെ വാഴക്കുല എഴുതിത്തുടങ്ങി.

തിരുവിതാംകൂറും കൊച്ചിയും നാട്ടുരാജ്യങ്ങളായി വിഭജിക്കപ്പെട്ടിരുന്ന അന്ന് കർഷകരും പുലയരുമൊക്കെ പല വിധത്തിലുള്ള ചൂഷണങ്ങൾക്ക് വിധേയമായിക്കൊണ്ടിരുന്നു. ഇക്കാലത്താണ് ജന്മിത്വത്തിന്റെ മുതുകിൽ പുളയുന്ന ചാട്ടവാർ പ്രഹരം പോലെ വാഴക്കുലയുടെ രചന. അക്ഷരം കൂട്ടി വായിക്കാനറിയുന്നവരും നിരവധി കർഷകരും വാഴക്കുല മനഃപാഠമാക്കി. അവരുടെ വികാരങ്ങളും ദൈന്യങ്ങളും പങ്കിടുന്ന കവിത ആദ്യമായി മലയാളത്തിൽ പിറന്നതാണല്ലോ. അങ്ങനെ വാഴക്കുലയ്ക്ക് ജനങ്ങളുടെ ഇടയിൽ സവിശേഷമായ ഒരു സ്ഥാനമുണ്ടായി. പെട്ടെന്ന് ആ കാവ്യം പ്രശസ്തമാവുകയും ചെയ്തു.

ദലിത് വിമോചനത്തിന്റെയും പ്രാന്തവൽക്കരിക്കപ്പെട്ട ജനവിഭാഗങ്ങൾ അനുഭവിക്കുന്ന പീഡനങ്ങളുടെയും മഹാമന്ത്രങ്ങൾ ഉരുവിടുന്നവർ പ്രഥമമായും ശ്രദ്ധിക്കേണ്ട ഒന്നാണ് വാഴക്കുല എന്ന കവിത.

മലയാള കവിതാലോകത്തെ അതേവരെ അഭിസംബോധന ചെയ്യാത്ത ഒന്നായിരുന്നു വാഴക്കുലയുടെ പ്രമേയം. താൻ കണ്ട കാര്യങ്ങൾ അതേപടി പകർത്തി വെച്ചിരിക്കുകയാണ് കവിയെന്ന് ഒറ്റനോട്ടത്തിൽ തോന്നാമെങ്കിലും തികഞ്ഞ കയ്യടക്കത്തോടെ ചങ്ങമ്പുഴ ആവിഷ്കരിച്ച ഒന്നാണ് വാഴക്കുല എന്നു പറയാതെ വയ്യ. നിരൂപക യുക്തികളും അതിന്റെ ദുഃശാഠ്യങ്ങളും മാറ്റി നിർത്തിയാൽ വാഴക്കുല തുടിയ്ക്കുന്ന ജീവിതത്തിന്റെ ചേറും വെള്ളവും വിയർപ്പും കണ്ണുനീരും

കിനിയുന്ന കവിതയാണ്. മലയാളത്തിലെ കീഴാള പക്ഷ കവിതകളിൽ പ്രഥമസ്ഥാനമർഹിക്കുന്നത്.

മലയപുലയനും പുലയിയും നട്ടു നനച്ച് ഓമനിച്ചു വളർത്തിയ വാഴ, പെട്ടെന്ന് കുലയ്ക്കട്ടെയെന്നാഗ്രഹിച്ചുപോയി അവരുടെ പിഞ്ചുകുഞ്ഞുങ്ങൾ. അവരുടെ അദ്ധ്വാനത്തിന്റെയും ആഗ്രഹത്തിന്റെയും പ്രതികരണമെന്നപോലെ വാഴയ്ക്കും തോന്നി പെട്ടെന്ന് കുലയ്ക്കണമെന്ന്. അങ്ങനെ ദാരിദ്ര്യം കൂട്ടു വെച്ച ആ വീടിന്റെ മുറ്റത്തു നിന്ന വാഴ കുലച്ചു. ജീവിതത്തിന്റെ രണ്ടറ്റവും കൂട്ടിമുട്ടിക്കുവാൻ കഠിനാദ്ധ്വാനം ചെയ്യുന്ന ആ പുലയനും ആഗ്രഹിച്ചു തന്റെ മക്കൾക്കു കൊടുക്കുവാൻ ഒരു സമ്മാനം. പക്ഷേ പുലയന്റെ ആഗ്രഹം സഫലമായില്ല. ആദ്യമായുണ്ടായ വാഴക്കുല ജന്മിയ്ക്ക് കാഴ്ച വെയ്ക്കേണ്ടുന്ന ക്രൂര നീതിയുടെ ഇരയായിപ്പോയി അയാൾ. അതിനെതിരെ പ്രതികരിക്കുവാനോ സ്വന്തം അദ്ധ്വാനത്തിൻ മേലുള്ള അവകാശം പ്രഖ്യാപിക്കുവാനോ കഴിയാത്ത പുലയൻ തന്റെ നിസ്സഹായാവസ്ഥയിൽ മനംനൊന്ത് ആ വാഴക്കുല ജന്മിയ്ക്കു കാഴ്ച വയ്ക്കുവാനായി വെട്ടിയെടുത്തു.

ഇങ്ങനെ, ദരിദ്രരുടെ കഞ്ഞിയിൽ മണ്ണുവാരിയിടുക മാത്രമല്ല അവരുടെ പ്രഥമവും പ്രധാനവുമായ അവകാശങ്ങൾ പോലും കവർന്നെടുക്കുമ്പോൾ കണ്ണുകെട്ടുന്ന നീതിന്യായ വ്യവസ്ഥയോട്-സമുദായ നീതിയോട് കവി രോഷാകുലനായി ചോദിക്കുന്നു:

"പണമുള്ളോർ നിർമ്മിച്ച നീതിക്കുതിലൊന്നും

പറയുവാനില്ലേ?-ഞാൻ പിൻവലിച്ചു."

ഒരു രാഷ്ട്രീയ പ്രശ്നത്തെ ഒരു ജനതയുടെ നീതി ബോധം തിമിര ബാധ കൊണ്ട് പ്രഹരിക്കുമ്പോൾ വിപ്ലവത്തിന്റെ ആവശ്യകതയിലേക്ക് കവി ഉണരുന്നു-കവിതയെ ഉണർത്തുന്നു. യഥാർത്ഥത്തിൽ നടക്കേണ്ടുന്ന വിപ്ലവത്തിന്റെ അഗ്നിജ്വാലകളെ ഈ കവിത അതിന്റെ ഉള്ളിൽ വഹിക്കുന്നുണ്ട്. വായനക്കാരന്റെ ഉള്ളിലുണ്ടാകുന്ന പ്രതികരണങ്ങൾ തന്നെയാണ് വിപ്ലവത്തിന് നിമിത്തമാകുന്നത്. അതല്ലാതെ പടപ്പാട്ടുകളിലോ മുദ്രാവാക്യങ്ങളിലോ ഉള്ളതുപോലുള്ള ആഹ്വാനങ്ങൾക്കുവേണ്ടിയല്ലല്ലോ കവിത. തന്നെയുമല്ല, കവി വിപ്ലവം നടത്തിക്കൊള്ളണമെന്ന അലിഖിത ശാസനമൊന്നുമില്ലല്ലോ. എന്നിട്ടും ചില പാർട്ടി പ്രവർത്തകർ 'വാഴക്കുല'യിൽ വിപ്ലവമില്ലെന്നു പറഞ്ഞ് ആ കവിതയെയും അതെഴുതിയ കവിയെയും അവഹേളിക്കുന്നതെന്തുകൊണ്ട്? കവിത വായനക്കാരിൽ സൃഷ്ടിക്കുന്ന അവബോധങ്ങളെ, രാസപ്രക്രിയകളെ തിരിച്ചറിയുവാൻ പാർട്ടിയിലെ വിപ്ലവവാദികൾക്കു

കഴിഞ്ഞില്ല എന്നതുമാത്രമായിരുന്നു ഈ അവഹേളനത്തിനു പിന്നിലുണ്ടായിരുന്നത്.

സാമൂഹികമായ അനീതികൾക്കു നേരെ കലഹിച്ച കവിയായിരുന്നു ചങ്ങമ്പുഴ. സ്ഥിതിസമത്വാശയം കവിയുടെ മനസ്സിനെ വേണ്ടത്ര ഇളക്കി മറിച്ചതിന്റെ സാക്ഷ്യമാണ് രക്തപുഷ്പങ്ങളിലെ നവവർഷനാന്ദി, ദാരിദ്ര്യത്തിന്റെ മുൻപിൽ, ആ കൊടുങ്കാറ്റ്, ജീവിതത്തിന്റെ നെടുവീർപ്പ്, ഇന്നത്തെ നില, വിജയഗീതം, കൊടുങ്കാറ്റ് കഴിഞ്ഞ് എന്നീ കവിതകൾ. ഗന്ധർവ്വഗായകന്റെ കവിതയിൽ നിന്നും ലളിതകോമള പദാവലികൾ അപ്രത്യക്ഷമാവുന്നതും വരികൾക്ക് പാരുഷ്യം കൈവരുന്നതും മാത്രമല്ല തന്റെ സ്ഥിരം പല്ലവികളിൽ നിന്ന് സ്വയം വിമോചിപ്പിച്ച കവിയെയും നമുക്കീ കവിതകളിൽ കാണുവാൻ കഴിയും.

പാരമ്പര്യത്തിന്റെ ജീർണ്ണിച്ച ആഭിചാരങ്ങൾക്കു നേരെ കഠിനമായ അമർഷം പുകഞ്ഞു പൊന്തുന്ന കവിതയാണ് വികാസം! വികാസം! ആധുനികമായ പരിതസ്ഥിതിയിലേയ്ക്ക് ജീവിതം കുടികൊള്ളേണ്ടതിന്റെ ഒടുങ്ങാത്ത അഭിലാഷം ഈ കവിതയെ ചൈതന്യവത്താക്കുന്നു. 'അമൃതവീചി' എന്ന സമാഹാരത്തിലെ ഈ കവിതയിൽ:

"ദുഃഖഗാനംപോൽ മനോഹരമാം
നക്ഷത്രമങ്ങിങ്ങുദിച്ചുവെന്നാകിലും
മറിടുന്നില്ല, നശിച്ചമാമൂലിന്റെ
മാറാലപോൽ വന്നുമൂടിയ കൂരിരുൾ"

മാമൂലിന്റെ നശിച്ച മാറാലയെക്കുറിച്ചെഴുതിയ കവി:

"മൃത്യുവിൻശൂന്യാന്ധകാരത്തിനപ്പുറ-
മുത്ഭവിക്കും നിന്റെ കാലടിയൊച്ചകൾ
രോമഹർഷത്തിൽ പൊതിയുകയാണെന്നെ-
യോമനിച്ചോരോരോ നിമേഷവും!
നിത്യതകൊണ്ടൊരു പൂമാലയിട്ടിനി
നിസ്തുല പ്രേമമേ, കൈകൊള്ളുകെന്നെ നീ !
അയ്യോ വികാസം, വികാസം-തളർന്നു ഞാൻ
വയ്യെനിക്കെന്നെപ്പുണരൂ, വികാസമേ !.........."

പലതലങ്ങളിലുള്ള വികാസത്തെയും അതിന്റെ ഉപോൽപ്പന്നമായ പുരോഗതിയെയും ആശ്ലേഷിക്കുവാൻ കുതിക്കുന്ന ഒരു മനസ്സിനെയാണ് ഈ ചെറുകവിതയിൽ നമുക്കു കണ്ടുമുട്ടുവാൻ കഴിയുക.

ഈ മനോഭാവത്തിനനുബന്ധമായി ചങ്ങമ്പുഴയിൽ ഗാഢമായ വിപ്ലവാഭിമുഖ്യവും നടപ്പുവ്യവസ്ഥിതിയുടെ നേർക്കുള്ള അമർഷവും വായിച്ചെടുക്കാവുന്നതാണ്. കവിയുടെ ഒടുവിലത്തെ സമാഹാരമായ 'നീറുന്ന തീച്ചൂള'യിൽ ഉൾപ്പെടുത്തിയിട്ടുള്ള മിക്ക കാവ്യങ്ങളിലും ഒരു തരത്തിലല്ലെങ്കിൽ മറ്റൊരു തരത്തിൽ നടപ്പു വ്യവസ്ഥയോടുള്ള പ്രതി ഷേധങ്ങളുടെ കരിങ്കൊടികൾ കത്തി നിൽക്കുന്നുണ്ട്. 'പുരോഗതിയെ തടുത്താൽ', 'അവരാര്?', 'ഞങ്ങൾ', 'ചുട്ടെരിക്കിൻ', 'നാളത്തെ ലോകം', 'പാടാനും പാടില്ലേ' എന്നീ കവിതകൾ ഇത്തരം പ്രതിഷേധ ങ്ങൾ നിറഞ്ഞ സ്വരം മുഴക്കുന്നു. പ്രണയംതൊട്ട ലോലവികാരങ്ങളോ, കാമത്തിന്റെ കൻമഷം നിറഞ്ഞ അടയാളങ്ങളോ രേഖപ്പെടുത്തി മലയാളിയെ ഇക്കിളിപ്പെടുത്തി കടന്നുപോയ ഒരു കവി മാത്രമല്ല ചങ്ങമ്പുഴ, തന്റെ കത്തുന്ന കണ്ണാടിയുടെ എട്ടു വശങ്ങളും സമൂഹത്തിനു നേർക്കു തിരിച്ചു പിടിച്ചു കവിതയുടെ സാമൂഹിക ദൗത്യം കൂടി നിർവ്വഹിച്ച മഹാകവിയും ആണ്.

ജീവിതത്തിന്റെ അവസാനഘട്ടത്തിലെത്തുമ്പോഴേയ്ക്കും മാറ്റം അനിവാര്യമാണെന്ന് വിശ്വസിക്കുന്ന കവിയെയാണ് നമുക്കു കണ്ടുമു ട്ടുവാൻ കഴിയുക- വിപ്ലവകാരിയുടെയും കാമുകന്റെയും ഭാവങ്ങൾ ഈ ഘട്ടത്തിൽ ഈ കവിയിൽ ഇഴചേരുകയാണ്. കാമുകിയെ വരിക്കുന്നതി ലൂടെ കുടുംബ വ്യവസ്ഥ അട്ടിമറിക്കപ്പെട്ടുമെങ്കിലും തന്റെ ശാരീരികമായ അവശതയും സാമൂഹിക നിയമങ്ങളുടെ കാഠിന്യങ്ങളും അദ്ദേഹത്തെ അതിൽ നിന്ന് പിൻതിരിപ്പിക്കുകയും സർവ്വവും വിധിയിൽ അർപ്പിച്ച് ആശ്വാസം കണ്ടെത്തുകയുമാണ് കവി.

പക്ഷേ തന്റെ അകംലോകത്തെ പൊള്ളിച്ച അനുഭവങ്ങളിൽ നിന്നും ഉയിരു പിടിച്ച മാറ്റത്തിനുവേണ്ടിയുള്ള ദാഹം കവിയിൽ ആളി പ്പടരുകയാണ്. 'പാടുന്ന പിശാചി'ൽ വിപ്ലവ മോഹങ്ങളെയും അതിന്റെ രൂപങ്ങളെയും ശക്തിയായി പരിഹസിച്ച ചങ്ങമ്പുഴ പക്ഷേ പിന്നീട് ഒരു 'റിബലി'ന്റെ രൂപത്തിലേയ്ക്ക് വേഷപ്രച്ഛന്നനായി കഴിഞ്ഞപ്പോഴായിരി ക്കാം പുരോഗമന കലാ സാഹിത്യ സംഘത്തിന്റെ അദ്ധ്യക്ഷനായി പ്ര സംഗിച്ചത്. പിന്നീട് താൻ എഴുതിയ കവിതകളിൽ പലതിലും കോട്ടയം പ്രസംഗത്തിന്റെ അലയൊലികൾ കെട്ടിക്കിടക്കുന്നുണ്ട്.

പൂങ്കുലച്ചാർത്താൽ ചിരിക്കുന്ന ലോകത്തോടുള്ള കവിയുടെ ഭാഷ ണമായിട്ടാണ് പുരോഗതിയെ തടുത്താൽ എന്ന കവതയിൽ ആവി ഷ്കൃതമായിട്ടുള്ളത്. തന്നെ വഞ്ചിച്ച ലോകത്തിന്റെ 'താളിയോലകൾ' കത്തിക്കുവാൻ തന്റെ യൗവനം ജ്വലിക്കുകയാണ് എന്ന കവി വാക്യ ത്തിലൂടെ തനിയ്ക്കു ചുറ്റും മതിൽക്കെട്ട് കെട്ടുകയും ചങ്ങലച്ചുറ്റുകളാൽ

തന്റെ കാലിണകൾ കെട്ടുകയും ചെയ്ത ലോകനീതിയെ എതിരിടുവാൻ വെമ്പുന്ന കവി തന്റെ മനോനിലയത്തിന്റെ കണ്ണാടി വർത്തമാനത്തിന്റെ പരുക്കൻ തലങ്ങളിലേയ്ക്ക് തിരിച്ചു പിടിക്കുകയാണ്.

"മർത്ത്യൻ ദഹിപ്പുവിശപ്പിൽ, കൊലക്കളം
മത്തടിക്കുന്നുകബന്ധനൃത്തങ്ങളാൽ
കൊറ്റിനായ് വിറ്റു ചാരിത്ര്യം വിഷാണുക്കൾ
മുറ്റിപ്പിടിക്കുന്നു, ഗർജ്ജിപ്പുമർദ്ദനം:
ഏതോകിനാവിലെ സ്വർഗ്ഗം നുണഞ്ഞുനിൻ
ഗീതയും താങ്ങിത്തപസ്സു ചെയ്യുന്നു നീ
ഒന്നിളകീടുകെന്നോതി മരവിച്ച
നിന്നെക്കുലുക്കീ വിളിപ്പൂ പുരോഗതി
ഹാ ചലിച്ചീടായ്കിൽ, പുരോഗമിച്ചീടായ്കിൽ
നീ ചവിട്ടേറ്റടിയും മറവിയിൽ"

ദാരിദ്ര്യത്തിന്റെ കൊടും പാതയാൽ വയറെരിയുന്നവർ-സമരകാഹളം മുഴക്കി പോരിന് വരുന്ന കൂട്ടരെ അവതരിപ്പിച്ചുകൊണ്ടു തുടങ്ങുന്ന അവരാര് എന്ന കവിത. അവരുടെ വരവ് നോക്കൂ:

"വരിവരിയായ് കടലിലെക്കൊടും
തിരപ്പടർപ്പുകൾപോലെ
വനദവീഥിയിരമ്പിപാഞ്ഞിട്ടു-
മിടിവാൾക്കീറുപോലെ.
അവർ വരുന്നതെന്തിനെന്നോ
വകചോദിപ്പോരെ, വകവയ്ക്കാത്തോരം
വിളിച്ചു നിർത്തി കൈചൂണ്ടി
വകതിരിവിലേയ്ക്കവരെ ഒന്നുപോൽ
വഴിതെളിയ്ക്കാൻ വേണ്ടി"

വലിയ വിപ്ലവച്ചുഴലികൾ വീശി, സ്ഥിതിഗതികളെ മാറ്റി, സമത്വത്തിലേക്കാനയിക്കുവാനാണ് അവർ വരുന്നത്. അങ്ങനെ മനുഷ്യത്വത്തിന്റെ മഹത്ത്വത്തെ വാഴ്ത്തുവാനാണ്, വിപ്ലവത്തിലൂടെ ചൂഷണാധിഷഠിതമായ വ്യവസ്ഥിതിയെ തകർക്കുവാനാണ് അവർ വരുന്നത്.

'ഞങ്ങൾ' എന്ന കവിതയും ദരിദ്രരുടെ വേദനകളെയും വിലാപങ്ങളെയും കുറിച്ചുള്ള, ഭാവിയില്ലാത്ത ഒരു ജനതയുടേതാണ്, ജീവിതത്തിന്റെ

അരികുകളിലേയ്ക്ക് വരണ്ട മനസ്സും ജീവിതഭാരവുമേന്തി നാടുകടത്തപ്പെട്ടു ന്നവരുടെ, അവരുടെ ചോദ്യം കേൾക്കൂ.

"ഭാവി ഞങ്ങൾക്കുമില്ലയെന്നോ?

ഞങ്ങളിത്രനാളും വെറും

ജീവിതവേദനമാത്രം ചവച്ചിറക്കി

ഒട്ടിയോരീവയറൊന്നു തൊട്ടുനോക്കീ-നിങ്ങളെന്തേ

ഞെട്ടിടാത്തതയ്യോ നിങ്ങൾ മനുഷ്യരല്ലേ?"

ഈ കവിതയിൽ അന്നത്തെ ലോകമഹായുദ്ധം സംഹാരമൂർത്തി യായി ഫണം വിടർത്തുന്നതിന്റെ ചിത്രണങ്ങളുമുണ്ട്. പട്ടിണിപ്പാവ ങ്ങളായ അവരുടെ ലക്ഷ്യം ലോകത്തെ മാറ്റിമറിക്കുക എന്നതാണ്. യുദ്ധവും ദാരിദ്ര്യവുമില്ലാത്തൊരു ലോകം സൃഷ്ടിക്കുക എന്നതാണ്. അവർ ഒരു പുത്തൻ നാളെയെ പ്രതീക്ഷിക്കുന്നു;

"ഇന്നലത്തേഹഠാളും ഭേദമിന്നു, നൂനമിന്നത്തേക്കാൾ

നന്നു നാളെ ഞങ്ങളേവം പുരോഗമിപ്പൂ

നവമൊരു ശുഭലോകം രചിച്ചതിൽ മനുഷ്യത്വം

നടമാടുന്നതു നോക്കി രസിക്കും ഞങ്ങൾ"

1944-ൽ മനുഷ്യത്വ വിരുദ്ധതയുടെ അഗ്നിവീണയിൽ നാദമുതിർത്ത കവി ഒരു കൊല്ലം പിന്നിടുമ്പോൾ താൻ മുൻപു സ്വീകരിച്ചിരുന്ന നില പാടിന്റെ വിപരീതങ്ങളിലേക്കു സഞ്ചരിക്കുകയാണ്.

തികച്ചും ഇടതുപക്ഷാഭിമുഖ്യം പ്രകടമാകുന്ന 'ചുട്ടെരിക്കൽ' എന്ന കവിതയിൽ ജടയുടെ ചിതലരിച്ചുപോയ സംസ്ക്കാര പനയോലക്കെട്ടു കളെ ചിതയിലേയ്ക്കെറിയുവാൻ ആഹ്വാനം ചെയ്യുന്ന കവി ഹൈന്ദവ സംസ്കൃതിയുടെ അന്നത്തെ പരിവേഷങ്ങളുടെ മുഖം മൂടി പിച്ചിച്ചീന്തുന്നു. കവിയുടെ കാഴ്ചപ്പാടനുസരിച്ച് ലോകത്തിനിനി അറിയുവാനുള്ളത് അരി വാളിന്റെ തത്ത്വശാസ്ത്രമാണ്. കവി പറയുന്നത് കേൾക്കൂ.

"ഒളിയമ്പിനു വിരുതനാം ശരവീരൻ ശ്രീരാമനു

വിളയാടാനുള്ളതല്ലിനിയീലോകം

ഇതുവരെയും, ഹാ നമ്മെ വഴിതെറ്റിച്ചഴൽമുറ്റി

ച്ചിവിടം വരെയെത്തിച്ച കാവി വസ്ത്രം."

എന്നിങ്ങനെ, വികാരത്തിന്റെ ഉത്തുംഗതയിലെത്തിയ കവി വിളി ച്ചുപറയുന്നു. അതേപോലെ തന്നെ സർവ്വ സംഘടിത മതങ്ങളെയും, അത് സൃഷ്ടിച്ചതെന്ന് കവി വിശ്വസിക്കുന്ന ദൈവത്തെയും അദ്ദേഹം

കശക്കി എറിയുകയാണ്.

"അറിയുവിൻ മതമണ്ഡലമിതുവരെ സൃഷ്ടിച്ചോ-

രഖില ദൈവങ്ങളും ചത്തുപോയി

മരവിച്ച ദൈവങ്ങൾ-മതിയിനിയൂഴിയിലും

മണിയടിയും-വിടരില്ലാ മിഴികൾ വീണ്ടും"

'ദൈവത്തെക്കൊന്ന കവി' ലോകകേന്ദ്രമായി കരുതുന്നത് മനുഷ്യനെയാണ്. ഇക്കാര്യം പറയുമ്പോൾ ദൈവത്തിന്റെ മരണം ഉദ്ഘോഷിച്ച ദാർശനികനെ കവി ഓർത്തിരിക്കുമോ?

കർഷകരുടെയും ദരിദ്രരുടെയും ഇതര പീഡിത വിഭാഗങ്ങളുടെയും വേദനകൾ മാത്രമല്ല, വേശ്യയുടെയും യാചകരുടെയും ദീനവിലാപങ്ങളും തന്റെ കവിതയിലേയ്ക്കദ്ദേഹം ചേർത്തുപിടിക്കുകയുണ്ടായി. അതുപോലെ തന്നെ സമൂഹത്തിലെ അധികാര സ്ഥാപനങ്ങളിലൊന്നായ മതത്തെയും തന്റെ കവിതയിലൂടെയദ്ദേഹം മാരകമാംവിധം പ്രഹരിച്ചു. 'നാളത്തെ ലോകം' എന്ന കവിതയിൽ ദൈവത്തിനു മരണത്തെക്കുറിച്ച് എഴുതിയതിനുശേഷം കവി ഇങ്ങനെ തുടരുന്നു.

"മത്തടിക്കുന്ന നരച്ച മതങ്ങൾ തൻ

മസ്തകം നിങ്ങളടിച്ചുടയ്ക്കു!

തുപ്പുമവയുടനായിരംകൊല്ലമായ്-

ച്ചപ്പിക്കുടിച്ച മനുഷ്യരക്തം-

വീണവായിക്കുമവയെത്തടിപ്പിച്ച

പ്രാണൻപിടയ്ക്കുന്ന മർത്ത്യരക്തം

ഉണ്ണാതുറങ്ങാതുമിനീരിറങ്ങാതെ

കണ്ണടഞ്ഞോർതൻ പവിത്രരക്തം

കവിയുടെ തീരാത്ത രോഷം പിന്നെയും പതയുകയാണ്.

കൈക്കുലി കാണാതനുഗ്രഹമേകുവാൻ

കൈപൊക്കാത്തീശ്വരനീശ്വരനോ?

രണ്ടുതുട്ടേകിയാൽ ചുണ്ടിൽചിരിവരും

തെണ്ടിയല്ലേമതം തീർത്ത ദൈവം

ക്ഷുദ്രാശകിട്ടുകിൽ ക്രൂസാതെ പാപിയിൽ

ക്കുറുകാട്ടും ദൈവമെന്തു ദൈവം?"

ഈ പാഷാണവചനങ്ങൾ നാളെയെക്കുറിച്ചുള്ള

പ്രതീക്ഷകളിലാണവസാനിക്കുന്നത്. ഈശ്വരൻ എന്ന പദത്തിന്റെ നിരർത്ഥകത ഘോഷിക്കുന്ന ഈ കവി ക്ഷേത്രാചാരങ്ങളെയും ഇതര വഴിപാടുകളെയുമൊക്കെ തീരാത്ത കലിക്കാഴ്ചയിലാണ് നോക്കിയിരുന്നത്. ആശ്രമത്തിലെ സ്വവർഗ്ഗഭോഗിയായ സ്വാമിയെക്കുറിച്ച് പരാമർശിക്കുന്ന ആശ്രമമൃഗം എന്ന കവിത ഇവിടെ സ്മരിക്കേണ്ടുന്നതാണ്. ഇങ്ങനെ അടിയുറച്ചുപോയ സകല വിശ്വാസങ്ങൾക്കു നേരെയും കലഹിക്കുന്ന കവി ചിലപ്പോഴെല്ലാം തന്നെ ക്രൂരമായി വിചാരണ ചെയ്യുന്നുണ്ട്. പലപ്പോഴും സ്വന്തം പഴിക്കുമ്പോൾ തന്നെ തന്റേത് ന്യായവിധിയാണെന്നവകാശപ്പെടുകയും ചെയ്യുന്നു.

വെളിച്ചത്തിന്റെയും അതിലേറെ ഇരുളിന്റെയും വിലാപങ്ങളുടെയും ദംഷ്ട്രകൾ മുളയ്ക്കുന്ന വരികളെഴുതിയ ചങ്ങമ്പുഴയാണ് സംഗീതാത്മകതയുടെയും ലാളിത്യത്തിന്റെയും വാക്കുകൾ കൊണ്ട് വസന്തം വിരിയിച്ച ചങ്ങമ്പുഴയെക്കാൾ മികച്ചു നിൽക്കുന്നത്. ആ ചങ്ങമ്പുഴയാണ് മലയാളത്തിലെ ആധുനികതയുടെ വക്താവും പ്രയോക്താവും.

www.ingramcontent.com/pod-product-compliance
Lightning Source LLC
LaVergne TN
LVHW090257051026
849518LV00005B/1547
9789355175229